അനശ്വര നഗരം

anaswaranagaram
novel

•

sir thomas henry holl kain

•

translation
p p sathyan

•

first edition
september 2018

•

typesetting & published
chintha publishers, thiruvananthapuram

•

cover
midas

വിതരണം
ദേശാഭിമാനി ബുക്ക് ഹൗസ്
H O തിരുവനന്തപുരം-695 035
phone: 0471-2303026, 6063026
www.chinthapublishers.com
chinthapublishers@gmail.com

ബ്രാഞ്ചുകൾ

ഹെഡ്ഡാഫീസ് ബ്രാഞ്ച് കുന്നുകുഴി • സ്റ്റാച്യു തിരുവനന്തപുരം • കെ എസ് ആർ ടി സി ബസ് സ്റ്റേഷൻ ആലപ്പുഴ • കെ എസ് ആർ ടി സി ബസ് സ്റ്റേഷൻ എറണാകുളം • മച്ചിങ്ങൽ ലെയ്ൻ തൃശൂർ • ഐ ജി റോഡ് കോഴിക്കോട് • മാവൂർ റോഡ് കോഴിക്കോട് • എൻ ജി ഒ യൂണിയൻ ബിൽഡിങ് കണ്ണൂർ • സെൻട്രൽ ബസ് ടെർമിനൽ കോംപ്ലക്സ് താവക്കര കണ്ണൂർ

CO - 2683 / 4703
ISBN - 978-93-87842-62-5

അനശ്വര നഗരം

നോവൽ

തോമസ് ഹെൻറി ഹോൾ കെയിൻ

പരിഭാഷ: പി പി സത്യൻ

ചിന്ത പബ്ലിഷേഴ്സ്
തിരുവനന്തപുരം-695 035

തോമസ് ഹെൻറി ഹോൾ കെയിൻ (1853–1931)

പ്രസിദ്ധ ഇംഗ്ലീഷ് സാഹിത്യകാരൻ. വിക്ടോറിയൻ കാലഘട്ടത്തിലെ ഏറ്റവും പ്രശസ്തനായ നോവലിസ്റ്റും നാടകകൃത്തും.
പ്രധാനപ്പെട്ട നോവലുകൾ: *The Manxman, The Christian, The Deemster, The Scape Goat, The White Prophet, The Master of Man, The Prodigal Son.*

പി പി സത്യൻ

നിരൂപകനും സാംസ്കാരികപ്രവർത്തകനും. കേരള ഭാഷ ഇൻസ്റ്റിറ്റ്യൂട്ട് ഭരണസമിതിയംഗം.

നാടകരംഗത്ത് സജീവമായി പ്രവർത്തിച്ചിരുന്നു. പന്ത്രണ്ടോളം കൃതികൾ മലയാളത്തിലേക്ക് മൊഴിമാറ്റം ചെയ്തിട്ടുണ്ട്. *വർഗ്ഗീയ രാഷ്ട്രീയം* (രാം പുനിയാനി), *സ്റ്റാലിൻ: ജീവിതവും ചരിത്രവും* (എം ആർ അപ്പൻ), *പ്രണയത്തിന്റെയും രതിയുടെയും മനഃശാസ്ത്രം* (സിഗ്മണ്ട് ഫ്രോയിഡ്), *യഥാർത്ഥത്തിൽ നിലനില്ക്കുന്ന മാർക്സിസം* (ഫ്രെഡറിക് ജെയിംസൺ), *ഉത്തരാധുനികത മദ്ധ്യവർഗ്ഗം ഹിന്ദുത്വം* (മീരാനന്ദ) എന്നിവയാണ് പരിഭാഷപ്പെടുത്തിയ പ്രധാന കൃതികൾ. *പ്രകൃതിയെ സ്നേഹിച്ച മഹാരഥന്മാർ, ലോക ഇതിഹാസങ്ങൾ, പി ജി അഭിമുഖങ്ങൾ (ഡോ. പി കെ പോക്കർ, വിനോദ് വൈശാഖി എന്നിവരോടൊപ്പം), അയോദ്ധ്യാവിധി ഹിന്ദുത്വ ഫാസിസത്തിന്റെ ദൃശ്യസാന്നിദ്ധ്യം* (എഡിറ്റർ) *എം എഫ് ഹുസൈൻ എന്ന ഇതിഹാസം* (എഡിറ്റർ, രാജേഷ് ചിറപ്പാടിനൊപ്പം) *അൽത്തൂസറും മാർക്സിസത്തിന്റെ ഭാവിയും* എന്നിവയാണ് പ്രധാന കൃതികൾ. 'ഇസ്ലാം എന്റെ വീക്ഷണത്തിൽ' എന്ന പഠനത്തിന് 2000 ലെ ഇസ്ലാം സ്റ്റഡിസെന്ററിന്റെ സംസ്ഥാന അവാർഡ് നേടിയിട്ടുണ്ട്. ആനുകാലികങ്ങളിൽ എഴുതാറുണ്ട്.

ഫോൺ : 9846488631

പ്രസാധകക്കുറിപ്പ്

സർ. തോമസ് ഹെൻറി ഹോൾ കെയിൻ (1853–1931) അദ്ദേഹം ജീവിച്ച കാലഘട്ടത്തിൽ ശ്രദ്ധേയനായ നോവലിസ്റ്റായിരുന്നു. 26 നോവലുകളും നിരൂപണം, ജീവചരിത്രം ഉൾപ്പെട്ട 15 ഇതര കൃതികളും, 2 മാസികകളിൽ പ്രസിദ്ധീകരിച്ച അസംഖ്യം ലേഖനങ്ങളും ചെറുകഥകളും ഹോൾ കെയിന്റെ പേരിലുണ്ട്. നാടകരംഗത്തും ഹോൾ കെയിൻ ശ്രദ്ധേയമായ സംഭാവനകൾ നല്കിയിട്ടുണ്ട്. പതിനഞ്ചിലേറെ ചലച്ചിത്രങ്ങൾ അദ്ദേഹത്തിന്റെ കൃതികളെ അധികരിച്ച് നിർമ്മിക്കപ്പെട്ടിട്ടുണ്ട്.

ഹോൾ കെയിന്റെ ഏറ്റവും ശ്രദ്ധേയവും ജനപ്രീതി ലഭിച്ചതുമായ നോവലാണ് *The Eternal city* (അനശ്വര നഗരം). *ദ ലേഡീസ് മാഗസിൻ*നിലാണ് ഈ നോവൽ ഖണ്ഡശ്ശ: പ്രസിദ്ധീകരിക്കപ്പെട്ടത്. 1901 ൽ പുസ്തകരൂപത്തിൽ പുറത്തിറങ്ങി. ഇറ്റലിയിലാണ് ഈ നോവലിലെ കഥ സംഭവിക്കുന്നത്. ഇറ്റലിയിലെ രാജാവിനെ കൊല്ലാൻ ഗൂഢപദ്ധതി തയ്യാറാക്കി എന്ന കുറ്റം ആരോപിക്കപ്പെട്ട യുവാവാണ് ഈ നോവലിലെ നായകൻ. ഈ നോവലിന്റെ 10 ലക്ഷത്തിലേറെ കോപ്പികൾ വിറ്റഴിച്ച് ചരിത്രം സൃഷ്ടിച്ചു. ഒരു കാലത്ത് ആരാധകവൃന്ദം അദ്ദേഹത്തെ ഒരു നോക്ക് കാണാൻ ബാൽക്കണിക്കുകീഴെ കൂടി നില്ക്കുമായിരുന്നു. താൻ ജീവിച്ച കാലത്തിലെ ഒരു നായകൻ തന്നെയായിരുന്നു ഹോൾ കെയിൻ.

നോവലിന്റെ മലയാള പരിഭാഷ നിർവ്വഹിച്ചിട്ടുള്ളത് പി പി സത്യനാണ്.

കഴിഞ്ഞ നൂറ്റാണ്ടിലെ ഏറ്റവും ജനപ്രീതി നേടിയ ഒരു നോവലിന്റെ മലയാളം പരിഭാഷ ആദ്യമായി പുറത്തിറക്കാൻ കഴിഞ്ഞതിൽ സന്തോഷമുണ്ട്.

ചിന്ത പബ്ലിഷേഴ്സ്

പ്രാരംഭം

ജീവിതത്തെക്കുറിച്ചൊന്നും അറിയാത്ത ഒരാൺകുട്ടിയാണവൻ. പത്തോ പന്ത്രണ്ടോ വയസ്സ് പ്രായംകാണും. കൈയിൽ ഒരു ചെറിയ എക്കോഡിയൻ എന്ന സംഗീതോപകരണം ചാക്കിലാക്കി ചുമലിലേറ്റി യിട്ടുണ്ട്. മറ്റേ കൈയിൽ ഒരു അണ്ണാൻകുഞ്ഞും. അണ്ണാൻകുഞ്ഞിനെ അവൻ കൂട്ടിലാക്കിയിരിക്കുകയാണ്. അവനതിനെ ഏറ്റവും പ്രിയപ്പെട്ട കുഞ്ഞിനെ എന്നപോലെയാണ് കൊണ്ടുനടക്കുന്നത്. മഹാനഗരമായ ലണ്ടനിലെ തെരുവിലൂടെ ശീതം തഴച്ച ഡിസംബർ മാസ രാത്രിയിൽ ആ കൊച്ചുബാലൻ നടക്കുകയാണ്. അവന്റെ വസ്ത്രങ്ങൾ കീറിത്തൂ ങ്ങിയിരിക്കുന്നു. സമ്പന്നരുടെ നഗരമായ ലണ്ടനിലൂടെ അങ്ങനെ നട ന്നുപോകുന്നതിൽ അവന് വല്ലാത്ത ലജ്ജയുണ്ടായിരുന്നു. സമ്പന്നരുടെ കുട്ടികൾ തന്നെ നോക്കി പരിഹസിക്കുമോ എന്നവൻ ഭയപ്പെട്ടു. അതു കൊണ്ട് നഗരപ്രാന്തത്തിലൂടെ അവൻ ഒതുങ്ങിനടന്നു.

സമയം എട്ടുമണി കഴിഞ്ഞിരിക്കും. കൊടുംതണുപ്പ് അസ്ഥികളി ലേക്ക് അരിച്ചുകയറുന്നു. നടന്നുനടന്ന് അവൻ ഒരു ബേക്കറിയുടെ അടു ത്തെത്തി. നിറയെ മധുരപലഹാരങ്ങൾ അടുക്കിവെച്ചിരിക്കുന്ന ആ കട യിൽനിന്ന് ഉയർന്നുവന്ന മണം അവനെ കൊതിപിടിപ്പിച്ചു. അവന്റെ വായിൽ വെള്ളമൂറുന്നുണ്ടായിരുന്നു. വയറ് എരിയുന്നുണ്ടായിരുന്നു. ആർത്തിയോടെ അവൻ തന്റെ കീശ തപ്പിനോക്കി. അവന് അപ്പം വാങ്ങാ നുള്ള പണം അതിലില്ലായിരുന്നു. വിശപ്പ് ചെന്നായയെപ്പോലെ അവനെ കാർന്നുതിന്നുന്നുണ്ടായിരുന്നു. നന്നായി മഞ്ഞുപെയ്യുന്ന രാത്രിയായി രുന്നു അത്. വെളുത്ത മഞ്ഞുകണങ്ങൾ അവന്റെ ശരീരത്തെയാകെ മൂടി. അവന് കണ്ണ് കാണാൻ വയ്യാത്ത അവസ്ഥയായിപ്പോയി. അന്തരീക്ഷ മാകെ മഞ്ഞിൽ മൂടിയിരിക്കുന്നു. ഇരുട്ടിൽ അവന് വഴിതെറ്റി. കൺപോ ളകളിൽനിന്ന് അവൻ മഞ്ഞുകണങ്ങൾ നീക്കാൻ വല്ലാതെ പണിപ്പെട്ടു.

മഞ്ഞ് തുരുതുരാ പെയ്യുകയാണ്. ആ വഴിയേ നടന്നുപോകുന്നവരോട് അവൻ വഴി ചോദിച്ചെങ്കിലും ആരും അവനെ ഗൗനിച്ചില്ല.ഏതോ തെണ്ടി ച്ചെറുക്കനാണെന്നു കരുതി അവർ വഴി മാറിനടന്നു. സമ്പന്നരായ ആളു കൾ വഴിയരികിലെ വീടുകളുടെ ജനാലകൾ ശക്തിയിൽ അടയ്ക്കുന്ന തിന്റെ ശബ്ദം അവൻ കേട്ടു. അവന് മുന്നോട്ടു നടക്കാൻ കഴിഞ്ഞില്ല. കാലുകൾ ആകെ തളർന്നുപോയി. അടുത്ത് കണ്ട ഒരു കെട്ടിടത്തിലേക്ക് അവൻ കഷ്ടപ്പെട്ട് നടന്നുകയറി.

അസാധാരണമായ തണുപ്പായിരുന്നു അന്ന്. ലണ്ടൻനഗരത്തിൽ ഡിസംബർ മാസമായാൽ നല്ല ശൈത്യമാണെങ്കിലും ആ രാത്രിയിൽ തണുപ്പ് വളരെ ഭീകരമായിരുന്നു. അവന്റെ കീറവസ്ത്രമാകെ മഞ്ഞിൽ പ്പൊതിഞ്ഞിരുന്നു. രണ്ട് ചെവിയിലും മഞ്ഞുകണങ്ങൾ കയറി അടഞ്ഞി രുന്നു. അവന്റെ കൈകാലുകൾ ആകെ മരവിച്ചുപോയിരുന്നു. ആ ലണ്ടൻ നഗരത്തിൽ അവൻ നടന്നുകയറിയത് ഒരു വീടിന്റെ പൂമുഖത്തേക്കായി രുന്നു. അവിടെ നേരിയ വെളിച്ചമുണ്ടായിരുന്നു. തന്റെ അണ്ണാൻകൂട് തുറന്ന് പ്രിയപ്പെട്ട അണ്ണാൻകുഞ്ഞിനെ അവൻ പുറത്തെടുത്തു. അതാകെ മരവിച്ച് കിടക്കുകയാണ്. അവനതിനെ നെഞ്ചോട് ചേർത്ത് പിടിച്ചു. അതിന്റെ വായിലേക്ക് ശക്തിയിൽ ഊതി. എന്നാൽ, അണ്ണാൻകുഞ്ഞ് അനങ്ങുന്ന ലക്ഷണം കാണിച്ചില്ല. അപ്പോൾ ആ വീടിന്റെ അകത്തള ത്തിൽനിന്നും ഒരു കുഞ്ഞിന്റെ ശബ്ദം അവൻ കേട്ടു. ഏതോ സമ്പ ന്നന്റെ കുഞ്ഞായിരിക്കാം. അത് പുറത്തെ തണുപ്പൊന്നും അറിയുന്നില്ല. പൊട്ടിച്ചിരിച്ചും ആടിപ്പാടിയും ആ കുഞ്ഞ് രസിക്കുകയാണ്.

ആ കെട്ടിടത്തിന്റെ തൂണിൽ ചാരിക്കൊണ്ട് അവൻ കുറെ നേരം ഇരുന്നു. മരംകോച്ചുന്ന ആ തണുപ്പിൽ അവന്റെ പല്ലുകൾ കൂട്ടിയിടിച്ചു. മെല്ലെ അവൻ ഉറക്കത്തിലേക്ക് വീണു. ഉറങ്ങുമ്പോഴും അണ്ണാൻ കുഞ്ഞിനെ അവൻ തന്റെ നെഞ്ചിനോട് ചേർത്തുപിടിച്ചിരുന്നു. പക്ഷേ, അവന് ഏറെ നേരം ഉറങ്ങാൻ കഴിഞ്ഞില്ല. തണുപ്പും വിശപ്പും അവനെ മാന്തിക്കീറുകയായിരുന്നു. അവൻ തിരിഞ്ഞും മറിഞ്ഞും കിടന്നു. ആ സമയത്ത് ആരോ ഒരാൾ അവന്റെ കിടപ്പ് കണ്ട് വന്നുനോക്കി.

“ആരാണിത്. അയ്യോ ഒരു കുട്ടിയാണെന്ന് തോന്നുന്നു. ഈ തണു പ്പത്ത് ഇങ്ങനെ കിടക്കുന്നത് വല്ലാത്ത കഷ്ടംതന്നെ.” ഇങ്ങനെ പറഞ്ഞു കൊണ്ട് അയാൾ അവനെ വിളിച്ചുണർത്തി.

എന്നാൽ, നമ്മുടെ ബാലന് എഴുന്നേല്ക്കാൻ വയ്യായിരുന്നു. അവ നെന്തെല്ലാമോ പറഞ്ഞ് കരയുന്നുണ്ടായിരുന്നു.

“അയ്യോ സാർ എന്നെ തല്ലല്ലേ. ഞാൻ വരാൻ വൈകിയതിൽ മാപ്പു തരണം. നല്ല തണുപ്പായതുകൊണ്ടാണ് സാർ. അയ്യോ സാർ തല്ലല്ലേ.” ഇത് കേട്ട് ആ ഗൃഹനാഥൻ ആകെ അസ്വസ്ഥനായി. അയാൾ തന്റെ വാതിലിലെ കോളിങ്ബെൽ അമർത്തിയടിച്ചു.

സമയം അരമണിക്കൂർ കഴിഞ്ഞുകാണും. ഇപ്പോൾ ആ അനാഥനും ദരിദ്രനുമായ ബാലഗായകൻ ഒരു ഡോക്ടറുടെ മുറിയിൽ കിടക്കുക

യാണ്. തണുത്ത് മരവിച്ച അവന്റെ അടുത്ത് ചൂടേകാൻ തീ ഒരുക്കിയിരുന്നു. വിശപ്പും ശൈത്യവും കൊണ്ട് അവൻ ബോധം കെട്ടുപോയിരുന്നു. അവന്റെ ശിരസ്സിനടുത്തിരുന്ന് ഡോക്ടർ ബ്രാണ്ടികൊണ്ട് അവന്റെ ചുണ്ട് നനച്ചുകൊടുക്കുന്നുണ്ടായിരുന്നു. ഒരു സ്ത്രീ അവന്റെ കാലിനടുത്ത് മുട്ടുകുത്തി ആ മരവിച്ച കാലുകൾ തിരുമ്മുന്നുണ്ടായിരുന്നു. നല്ലവളായ ആ സ്ത്രീ വിശുദ്ധ കന്യാമറിയത്തെപ്പോലെ തോന്നിച്ചു. ആ ദമ്പതിമാരുടെ സ്നേഹവും പരിചരണവും ഗുണം ചെയ്തു. കൊച്ചുഗായകന്റെ കണ്ണുകൾ മെല്ലെ തുറന്നു.

"ഹായ്, അവന് ബോധം തിരിച്ചുകിട്ടി."

ആഹ്ലാദത്തോടെ ഡോക്ടർ പറഞ്ഞു;

ഡോക്ടറുടെ ഭാര്യയ്ക്കും വളരെ സന്തോഷമുണ്ടായി. അവൻ കണ്ണ് തുറന്ന് നോക്കിയപ്പോൾ അവരിരുവരും അവനെ പുഞ്ചിരിയോടെ സ്വാഗതം ചെയ്തു. എവിടെയാണ് കിടക്കുന്നതെന്നോ ആരാണ് തന്റെ അടുത്തിരിക്കുന്നതെന്നോ മനസ്സിലാവാതെ അവൻ അത്ഭുതത്തോടെ മിഴിച്ച് കിടന്നു. കിടക്കയിൽനിന്നും അവൻ എഴുന്നേല്ക്കാൻ ശ്രമിച്ചെങ്കിലും അവന്റെ കറുത്തിരുണ്ട ചുരുണ്ട തലമുടിയിൽ തടവിക്കൊണ്ട് ഡോക്ടർ അവനെ നിരുത്സാഹപ്പെടുത്തി. അപരിചിതനായ ആ മനുഷ്യൻ കാണിച്ച സ്നേഹവാത്സല്യങ്ങൾ അവനെ വല്ലാതെ സ്പർശിച്ചു. കുറച്ചുകഴിഞ്ഞ് അവൻ അവിടെയെല്ലാം സൂക്ഷിച്ചു നോക്കി. അവനെന്തോ തിരയുകയാണ്. എന്താണ് അവൻ തിരയുന്നത്. മറ്റൊന്നുമല്ല തന്റെ പ്രിയപ്പെട്ട അണ്ണാൻകുഞ്ഞിനെ. പക്ഷേ, അവന്റെ പ്രിയപ്പെട്ട അണ്ണാൻകുഞ്ഞ് ചത്തുപോയിരുന്നു. അവനതിനെ എടുത്ത് തുരുതുരാ ഉമ്മവെച്ചു. അവന്റെ കണ്ണുകളിൽനിന്ന് കണ്ണുനീർ ധാരധാരയായി ഒഴുകി. ആ അപൂർവ്വ ദൃശ്യംകണ്ട് ഡോക്ടറുടെയും ഭാര്യയുടെയും കണ്ണുകൾ ഈറനണിഞ്ഞു. അവസാനം അവന്റെ കൈയിൽനിന്ന് അവർ അണ്ണാൻ കുഞ്ഞിനെ എടുത്തുമാറ്റി.

"മോൻ ഇറ്റലിക്കാരനാണോ" ഡോക്ടർ ചോദിച്ചു.

"അതെ സാർ."

"ഇറ്റലിയിൽ എവിടെ"

"കമ്പാനാ റോമാനാ, സാർ."

"റോമിന് പുറത്തുള്ള സ്ഥലമാണല്ലോ അത്."

"അതെ സാർ."

"ഇവിടെ വന്നിട്ട് എത്ര കാലമായി"

"രണ്ടര വർഷം കഴിഞ്ഞു സാർ"

"മോന്റെ പേരെന്താണ്"

"ഡേവിഡ് ലിയോൺ, സാർ"

"നല്ല പേര്" ഇതും പറഞ്ഞ് ഡോക്ടർ അവന്റെ പേര് രണ്ടുമൂന്ന് പ്രാവശ്യം ആവർത്തിച്ച് പറഞ്ഞുകൊണ്ടിരുന്നു. ഡോക്ടർക്ക് ആ ബാലനെ വല്ലാതെ ഇഷ്ടപ്പെട്ടു. ഇനി ആ ബാലനെക്കുറിച്ച് പറയാം.

കൊടിയ ശൈത്യത്തിലും ഇരുട്ടിലും നമ്മൾ ആ ബാലനെ ശരിക്കും കണ്ടിട്ടില്ലല്ലോ. അസാധാരണമായ സൗന്ദര്യമായിരുന്നു അവന്. ചുവന്ന തുടുത്ത ചുണ്ടുകൾ. നീലക്കണ്ണുകൾ, ചുരുണ്ട് ഇടതൂർന്ന മുടി. ആ മുടിയിൽ തലോടിക്കൊണ്ട് ഡോക്ടർ പറഞ്ഞു;

"ഇവനെ കാണാനെന്തൊരു ഭംഗി. ഇവനെ നമ്മൾ ഏതെങ്കിലും സ്ഥാപനത്തിൽ അയച്ചാലോ. ഇവനെ സ്വീകരിക്കുന്ന വല്ല അതിഥിമന്ദിരങ്ങളും ഉണ്ടാകുമല്ലോ?"

ഇത് കേട്ടപ്പോൾ അവന്റെ മുഖം ആകെ ഇരുണ്ടുപോയി. കാർമേഘബിംബം കണ്ണാടിയിൽ എന്നപോലെ ദുഃഖം അവന്റെ മുഖത്ത് ഉരുണ്ടുകൂടി.

"ഡേവിഡ് ലിയോൺ ഈ പേര് മുമ്പ് ഞാൻ കേട്ടതുപോലെ തോന്നുന്നു. മോന്റെ അച്ഛനാരാണ്?"

"എനിക്ക് അച്ഛനില്ല."

"അമ്മ............."

"എനിക്ക് അമ്മയുമില്ല സാർ." അവനാകെ വിതുമ്പുന്നുണ്ടായിരുന്നു. അത് കണ്ട് ഡോക്ടറും ഭാര്യയും വല്ലാതെ വിഷമിച്ചു.

"അയ്യോ പാവം. മോനെ ഞങ്ങൾ ഒരു സ്ഥാപനത്തിലുമാക്കില്ല." അത് കേട്ടപ്പോഴാണ് അവന്റെ മുഖമൊന്ന് പ്രകാശിച്ചത്.

അപ്പോൾ ആ വീട്ടിൽനിന്നും ഒരു കൊച്ചുകുഞ്ഞ് അമ്മയെ വിളിക്കുന്ന ശബ്ദം കേട്ടു. തന്റെ വീട്ടിൽ വന്നുകയറിയ അതിഥിയെ കാണാൻ ആ കുട്ടിക്ക് തിടുക്കമായെന്ന് അവളുടെ അമ്മ പറഞ്ഞു. അവളൊരു കൊച്ചുപെണ്ണായിരുന്നു. കഷ്ടിച്ച് മൂന്ന് വയസ്സ് പ്രായം കാണും. നല്ല പൊന്നിൻ നിറമുള്ള കൊച്ചു ബാലിക. അത്ഭുതമൂറുന്ന കണ്ണുകളോടെ നീണ്ട മുടിയുള്ള ആ പെൺകൊടി ആ മുറിയിലേക്ക് ഓടിച്ചാടി വന്നു. അവളുടെ കൈയിൽ ഒരു പൂച്ചക്കുട്ടിയുണ്ടായിരുന്നു. അവളതിനെ മാറോടമർത്തിപ്പിടിച്ചിരുന്നു. അത് കണ്ടപ്പോൾ അവൻ തന്റെ ചത്തുപോയ അണ്ണാൻകുഞ്ഞിനെ ഓർത്തു അവന്റെ കണ്ണുകൾ നിറഞ്ഞു. മുറിയിലേക്ക് ഓടിച്ചാടിവന്ന പെൺകുട്ടി ഡേവിഡിനെ കണ്ടപ്പോൾ അമ്പരന്ന് അച്ഛന്റെ അരികത്തണഞ്ഞു. എന്നിട്ട് ഒളികണ്ണിട്ട് അവനെ നോക്കി.

"ഒരു കുട്ടി വന്നിട്ടുണ്ടെന്ന് കേട്ടപ്പോൾതന്നെ തുടങ്ങിയതാണ് അവളുടെ കൊഞ്ചൽ. കണ്ടോ എന്തൊരു തിടുക്കമാണവൾക്ക് അവനെ കാണാൻ. റോമാ എന്താ നീ ഒന്നും മിണ്ടാത്തത്."

അപ്പോൾ റോമ എന്ന ആ പെൺകുട്ടി തന്റെ അച്ഛന്റെ കീശതപ്പുകയായിരുന്നു. പതിവായി അവൾക്ക് ലഭിച്ചുപോന്ന മിഠായിയാണ് അവൾ തപ്പുന്നത്. കീശയിൽനിന്നും രണ്ടുമൂന്ന് മിഠായി അവൾക്ക് കിട്ടി. അതിൽനിന്നും ഒന്നെടുത്ത് അവൾ ഡേവിഡിന് നേരെ നീട്ടി. അവനത് കൈനീട്ടി വാങ്ങി. റോമായ്ക്ക് സന്തോഷമായി.

"എന്നെ ഇഷ്ടമായോ?"

ഈ ചോദ്യം കേട്ടപ്പോൾ ഡേവിഡിന് ചിരിയാണ് വന്നത്. സന്തോഷം

കൊണ്ടവന്റെ കണ്ണ് നിറഞ്ഞുപോയി.

"മോന് വീട്ടിൽ ഒരു കുഞ്ഞുപെങ്ങൾ ഉണ്ട്. അല്ലേ?" ഡോക്ടർ ചോദിച്ചു.

"ഇല്ല സാർ."

"സഹോദരനോ"

"എനിക്കാരുമില്ല സാർ." അത് പറയുമ്പോൾ അവന്റെ ശബ്ദമിടറിയിരുന്നു. ഡോക്ടറും ഭാര്യയും വല്ലാതെ പ്രയാസപ്പെട്ടു. അവരിരുവരും പരസ്പരം നോക്കിനിന്നു. ആ നോട്ടത്തിൽ വലിയൊരു അർത്ഥമുണ്ടായിരുന്നു. അവരെന്തോ തീരുമാനിച്ചിരുന്നു.

"മോളെ ഉറങ്ങാറായി." അമ്മ പറഞ്ഞു. അവളുണ്ടോ ഉറങ്ങുന്നു. അവൾക്കിപ്പോൾ ഒരു കൂട്ടുകാരനെ കിട്ടിയിരിക്കുന്നു. അല്ലെങ്കിൽ ഒരു കൊച്ചേട്ടനെ. അവൾക്കിനി എന്തെല്ലാം കാര്യങ്ങൾ ചെയ്യാനുണ്ട്. ഡേവിഡിനോട് പല കഥകളും പറയണം. പൂച്ചക്കുട്ടിയെ ഉറക്കണം. മിഠായി തിന്നണം. പ്രാർത്ഥന ചൊല്ലണം... അങ്ങനെ ഒട്ടേറെ കാര്യങ്ങൾ ചെയ്തു തീർക്കാനുണ്ട്. അതൊക്കെ കഴിഞ്ഞിട്ടല്ലേ ഉറങ്ങാൻ പറ്റൂ. പ്രാർത്ഥന ചൊല്ലാൻവേണ്ടി അമ്മ വിളിച്ചു പറയുന്നുണ്ടായിരുന്നു. ഒരു കൈയിൽ പൂച്ചക്കുട്ടിയും മറ്റേ കൈയിൽ മിഠായിയുമായി അവൾ പ്രാർത്ഥനയ്ക്കായി മുട്ടുകുത്തി. പ്രാർത്ഥിക്കുമ്പോഴും ഇടയ്ക്കിടെ അവൾ ഒളികണ്ണിട്ട് ഡേവിഡിനെ നോക്കുന്നുണ്ടായിരുന്നു. എങ്ങനെയോ അവൾ പ്രാർത്ഥന ചൊല്ലി ത്തീർത്തു. റോമാ എന്ന ആ കൊച്ചു പെൺകുട്ടി പ്രാർത്ഥന ചൊല്ലി ത്തീർന്നതോടെ ആ വീട്ടിൽ എല്ലാവരും ഉറങ്ങാൻ കിടന്നു, ഡോക്ടറൊഴിച്ച്. ഡോക്ടർ ഡേവിഡിന്റെ കിടക്കയിൽത്തന്നെ ഇരുന്ന് അവനെ പരിചരിക്കുകയാണ്. അനാഥനും എന്നാൽ, അതി സുന്ദരനുമായ ആ കൊച്ചു ബാലൻ ഉറങ്ങി എന്ന് ബോദ്ധ്യപ്പെട്ടതിനുശേഷം മാത്രമാണ് അയാൾ ഉറങ്ങാൻ പോയത്. അതിനുമുമ്പ് അയാൾ അവനെക്കുറിച്ച് പലതും ചിന്തിച്ചു. "ദാരിദ്ര്യത്തിന്റെ കളിത്തൊട്ടിലായ കമ്പാനാ റൊമാനയിൽ ഇത്ര സുന്ദരനായ ഒരു ബാലനോ!" അവന്റെ അനാഥത്വവും ദാരിദ്ര്യവും അയാളെ വിഷമിപ്പിച്ചു. തന്റെ മകൾ റോമ സമ്പന്നതയുടെ മടിത്തട്ടിൽ ആറാടുന്നു. ഈ കൊച്ചുമോൻ ദാരിദ്ര്യത്തിന്റെ കളിത്തൊട്ടിലിലും. "ദൈവമേ നാളെ എന്റെ കൊച്ചുമോൾക്കും .... ഒരിക്കലും അങ്ങനെ സംഭവിക്കാതിരിക്കട്ടെ". ഡോക്ടർ റോസലി അവന്റെ നെറ്റിയിൽ ചുംബിച്ച ശേഷം ഉറങ്ങാൻ പോയി.

ഒന്ന്

ഇരുപത് സംവത്സരങ്ങൾക്കുശേഷം.

ഒരു ശതാബ്ദത്തിന്റെ അവസാനദിനമായിരുന്നു അന്ന്. ആഘോഷപരിപാടികൾ കൊഴുപ്പിക്കാൻ സഭ തീരുമാനിച്ചു. അതിനായി വിശ്വാസികൾ മുഴുവൻ റോമാനഗരത്തിൽ എത്തണമെന്ന് പോപ്പ് കല്പന പുറപ്പെടുവിച്ചു. അങ്ങനെ ലോകത്തിന്റെ പലകോണുകളിൽനിന്നും അനേകായിരങ്ങൾ പൗരാണിക സാമ്രാജ്യത്തിന്റെ തലസ്ഥാനമായിരുന്ന റോമിൽ ഒത്തുകൂടി. ധാരാളം കുട്ടികൾ അത്യന്തം ഉത്സാഹത്തോടെയും അത്ഭുതത്തോടെയും മതിലുകളിലും മറ്റും പിടിച്ചുകയറുന്നത് കാണാമായിരുന്നു. വളരെ ഉയരത്തിൽനിന്ന് കാഴ്ചകൾകണ്ട് രസിക്കാൻവേണ്ടിയായിരുന്നു അത്. മനോഹരിയായ ഒരു പെൺകുട്ടി വലിയൊരു മതിലിനുമുകളിലിരുന്ന് കാഴ്ചകൾ കണ്ട് രസിക്കുകയായിരുന്നു. തന്റെ കൂട്ടരോട് ഒരാൾ ആഘോഷങ്ങളെക്കുറിച്ച് ആഹ്ലാദപൂർവ്വം വിവരിക്കുന്നത് കേൾക്കണ്ടേ.

"ഇതാണ് വത്തിക്കാൻ നഗരം." ഗംഭീരമായ ആ ചത്വരം ചൂണ്ടിക്കാണിച്ചുകൊണ്ട് ഒരാൾ പറഞ്ഞു.

"ഈ കെട്ടിടത്തിൽ ഇപ്പോഴും ആ തുരങ്കമുണ്ടോ?" അത്ഭുതത്തോടെ ഒരു കുട്ടി ചോദിച്ചു.

"ഇപ്പോൾ തുരങ്കമില്ല. രാജാവ് കൊട്ടാരത്തിന്റെ അധിപനായതോടെ അതെല്ലാം പോയി. വത്തിക്കാനുമായി ഇപ്പോൾ ഒരു ബന്ധവുമില്ല. സ്ഥലമാകെത്തന്നെ മാറിപ്പോയി. അന്ന് പ്രൗഢഗംഭീരമായ ഒരു നഗരമായിരുന്നു ഇത്. മതപുരോഹിതന്മാരുടെ അകമ്പടിയോടെ നമ്മുടെ വിശുദ്ധപിതാവ് പത്രോസിന്റെ ദേവാലയത്തിലേക്ക് എഴുന്നള്ളിയതെല്ലാം ഇന്നൊരോർമ്മയായി മാറിക്കഴിഞ്ഞു. ഗതകാല ഐശ്വര്യം വീണ്ടെടുക്കാൻ ഇന്ന്

പോപ്പ് ശ്രമിക്കുന്നുണ്ട്. എന്നാൽ പോയ്പ്പോയതെല്ലാം വീണ്ടെടുക്കാൻ കഴിയുമെന്ന് തോന്നുന്നില്ല. ഇന്ന് സഭയ്ക്ക് പഴയ അധികാരങ്ങളൊന്നു മില്ല."

"ഇങ്ങനെയൊക്കെയായിട്ടും ഈ നഗരത്തിന്റെ മനോഹാരിത അത്ഭുതകരംതന്നെ." ദീപാലങ്കാരങ്ങൾകണ്ട് മതിമറന്ന ഒരാൾ പറഞ്ഞു.

"റോം ഒരത്ഭുതനഗരംതന്നെ"

"ആദ്യകാലത്ത് റോം പോപ്പിന്റേതായിരുന്നു."

"അതെ പിന്നീടത് ഇറ്റലിക്കാർ പിടിച്ചെടുത്തു"

"ശരിയാണ് അതിൽപ്പിന്നീട് വിശുദ്ധപിതാവ് വത്തിക്കാനിലെ കാരാഗൃഹത്തിൽ കഴിയേണ്ടിവന്നു."

"മഹാകഷ്ടംതന്നെ കാരാഗൃഹത്തിലെ വേഷത്തിലാണോ പോപ്പ് ആഘോഷപരിപാടികളിൽ പങ്കെടുക്കുന്നത്."

"അല്ല. രാഷ്ട്രീയാധികാരങ്ങൾ പോപ്പിന് ഇല്ലയെന്നത് സത്യംതന്നെ. എന്നാൽ എല്ലാവിധ സുഖസൗകര്യങ്ങളും പദവികളും ഉണ്ട്. കാരാഗൃഹത്തിൽ കഴിയുന്നു എന്ന് പറഞ്ഞത് ആലങ്കാരികമായിട്ടാണ്."

"എന്നുവെച്ചാൽ"

"സാധാരണരീതിയിലുള്ള രാഷ്ട്രീയാധികാരങ്ങൾ ഇല്ലാത്തതുകൊണ്ട് അങ്ങനെ പറയുന്നു എന്നുമാത്രം. മംഗളകരമല്ലാത്ത പലകാര്യങ്ങളും ഇന്നിവിടെ നടക്കാൻ സാദ്ധ്യതയുണ്ട്. നമുക്കതെല്ലാം ഇന്ന് കാണാൻ പറ്റും." ഇങ്ങനെ ആളുകൾ തമ്മിൽ പലകാര്യങ്ങളും പറഞ്ഞുകൊണ്ടിരുന്നു.

നഗരത്തിൽ അനേകായിരങ്ങൾ തിങ്ങിക്കൂടിയിരിക്കുന്നു. വിദൂരതയിൽനിന്നും ഉയരത്തിൽനിന്നും കൗതുകക്കാഴ്ചകൾ കാണാൻവേണ്ടി ആളുകൾ നേരത്തെ സ്ഥലംപിടിച്ചിരിക്കുന്നു. വാഹനങ്ങൾ നിരനിരയായി നില്ക്കുന്നു. ഒരു വാഹനത്തിൽ ഒരു ഫ്രഞ്ച് കിഴവൻ ഇരിക്കുന്നുണ്ടായിരുന്നു. അയാളുടെ ആഡംബരക്കോട്ടിൽ സ്വർണ്ണമെഡലുകൾ പതിച്ചിട്ടുണ്ട്. അയാളുടെ അടുത്തുതന്നെ അതിമനോഹരമായ വസ്ത്രങ്ങൾ ധരിച്ച് ഒരു റോമൻ യുവാവുമുണ്ട്. അവരിരുവരും തമ്മിൽ സംസാരിക്കുന്നത് കേൾക്കണ്ടേ.

"ശരിയാണ്. ശരിയാണ്. എല്ലാം മാറിക്കഴിഞ്ഞിരിക്കുന്നു. എന്തുമാറ്റങ്ങളാണ് കാലം വരുത്തിയത്. പണ്ട് ഞാനിവിടെ വരുമ്പോൾ ഇങ്ങനെയൊന്നുമായിരുന്നില്ല. റോമാനഗരം തകർന്നാൽ ലോകംതന്നെ തകർന്നില്ലേ. പക്ഷേ, റോമിൽ മാറ്റങ്ങളുണ്ടാകുന്നതിനെ ആർക്കും തടയാനാവില്ല. നോക്കൂ, ആ കാണുന്ന കൊട്ടാരം ആരുടേതാണെന്നറിയാമോ?" ദൂരെനിന്ന് കാണുന്ന ആ കൊട്ടാരം ചൂണ്ടിക്കൊണ്ട് ഫ്രഞ്ചുകാരൻ യുവാവിനോട് പറയുകയാണ്;

"നിയമസഭയുടെ അദ്ധ്യക്ഷനും മന്ത്രിയുമായ ബോനലിയുടെ കൊട്ടാരമാണത്."

"അതെ പണ്ട് ഈ അരമന ആരുടേതാണെന്ന് നിങ്ങൾക്കറി

യാമോ?”

“വുൾസിയുടെ കൊട്ടാരമായിരുന്നു ഇത്.”

ഇങ്ങനെ അവർതമ്മിൽ വളരെയേറെ കാര്യങ്ങൾ സംസാരിക്കുന്നുണ്ട്. അതിനിടയിൽ ഒരു കുതിരവണ്ടി അവിടെ എത്തി. ഒരു പഴയ പത്രാസില്ലാത്ത കുതിരവണ്ടിയാണത്. റോമൻയുവാവ് ആ കുതിരവണ്ടിയെ സൂക്ഷിച്ചുനോക്കി. അതിനകത്ത് ഒരു കറുത്തതൊപ്പിവെച്ച ആളിരിക്കുന്നു. യാതൊരുവിധ പത്രാസുമില്ലാതെ ഇരിക്കുന്ന വളരെ സാധുവായ ഒരു മനുഷ്യനെ നമ്മൾ കാണുന്നു. ആരുടെയും കണ്ണുകളെ എളുപ്പത്തിൽ ആകർഷിക്കാത്ത ആ മനുഷ്യൻ അവിടെ വന്ന് ഇറങ്ങിയതോടെ ആൾക്കൂട്ടത്തിൽ ഒരു ബഹളംതന്നെയുണ്ടായി. ആരാണത്? അതാണ് ഡേവിഡ് റോസ്സി. ചിലർ അദ്ദേഹത്തെ രാജദ്രോഹി എന്നുവിളിക്കുന്നു. അയാൾ സഭയുടെയും പോപ്പിന്റെയും ശത്രുവാണെന്ന് പറയപ്പെടുന്നു.

“ഡേവിഡ് റോസ്സി ഒരു ഹർജികൊടുക്കാൻവേണ്ടിയാണ് വന്നിരിക്കുന്നത് എന്നുതോന്നുന്നു.”

“ഒരിക്കലുമല്ല”

“ഡേവിഡ് റോസ്സിക്ക് ഒരുപാട് ആരാധകരുണ്ട്.”

“ക്രിസ്തുമതത്തിന്റെ ശത്രുവാണയാൾ.”

“ഡേവിഡ് റോസ്സി ക്രിസ്തുമതത്തിന്റെയും പോപ്പിന്റെയും ശത്രുവാണോ?”

“തീർച്ചയായും. ഏറ്റവുംവലിയ ശത്രു.”

ഡേവിഡ് റോസ്സി കുതിരവണ്ടിയിൽ വന്നിറങ്ങിയതോടെ ആ ആഘോഷാന്തരീക്ഷമാകെ മാറിയിരുന്നു. നിരവധിപേർ അദ്ദേഹത്തെ ഹസ്തദാനം ചെയ്യാനെത്തി. ചിലർക്ക് അദ്ദേഹത്തോട് നേരിട്ട് സംസാരിക്കണം. എന്നാൽ, ആരാധകരുടെ ശല്യം ഒഴിവാക്കാൻ അയാൾ ശ്രമിക്കുന്നുണ്ടായിരുന്നു. അദ്ദേഹം എന്തോ എഴുതുകയായിരുന്നു. ഒരു വിലക്ഷണരൂപമുള്ള ഒരു മനുഷ്യൻ കൈയിൽ ഒരു കുപ്പിയുമായി റോസ്സിയെ സമീപിച്ചു. റോസ്സിയെ അഭിവാദ്യംചെയ്തുകൊണ്ടയാൾ കുതിരവണ്ടിയിൽ കയറിയിരുന്നു. കാഴ്ചയിൽത്തന്നെ പൊതുസമ്മതിയുള്ള ഒരാളാണെന്ന് തോന്നും. ബ്രൂണോ എന്നാണ് അയാളുടെ പേര്. അയാളൊരു വാചാലനായിരുന്നു. ആ സമയത്ത് ഒരു പടുവൃദ്ധൻ കുതിരവണ്ടിയെ ലക്ഷ്യമാക്കിവന്നു. വളരെ ആദരവോടെ ഡേവിഡ് റോസ്സി അയാളെ ഹസ്തദാനം ചെയ്തു. പക്ഷേ, ആ പടുവൃദ്ധൻ ഒന്നും സംസാരിച്ചില്ല. അപ്പോൾ റോസ്സി ഇങ്ങനെ ചോദിച്ചു:

“താങ്കൾക്ക് എന്തെങ്കിലും പറയാനുണ്ടോ?”

“ഇല്ല.” വൃദ്ധൻ പറഞ്ഞു. വൃദ്ധന്റെ കണ്ണുകൾ നിറയുന്നുണ്ടായിരുന്നു. അയാൾ വിതുമ്പുകയായിരുന്നു. അതുകണ്ട് ഹൃദയമലിഞ്ഞ ഡേവിഡ് റോസ്സി വണ്ടിയിൽനിന്നിറങ്ങിയശേഷം വൃദ്ധനെ അതിലേക്ക് കയറ്റി ഇരുത്തി. അപ്പോൾ ജനക്കൂട്ടത്തിനിടയിൽ ഒരു വലിയ ആരവം കേട്ടു.

"മാറിനില്ക്കുവിൻ! മാറിനില്ക്കുവിൻ!"

"വഴിമാറിക്കോ വഴിമാറിക്കോ."

ഒരു ഇരട്ടക്കുതിരവണ്ടി കടന്നുവരികയാണ്. അതിന്റെ പുകിലാണ് കേട്ടത്. ആ വണ്ടികണ്ടതോടെ ഡേവിഡ് റോസ്സിയുടെ മുഖം കാർമേഘംപോലെയായി. കരുണരസം നിറയുന്ന ആ മുഖം വിഷാദഭരിതമായി. എന്നാൽ, അയാൾ അധികനേരം ആ ഇരട്ടക്കുതിരവണ്ടിയിലെ വ്യക്തിയെ നോക്കിനിന്നില്ല.

ആ ഇരട്ടക്കുതിരവണ്ടിയിൽ വന്നത് ഒരു സ്ത്രീയായിരുന്നു. അതിമനോഹരമായ ഉരുണ്ടശരീരം, നല്ല ഉയരം, ചുരുണ്ടുനീണ്ട മുടി, വിടർന്ന് വിശാലമായ കണ്ണുകൾ. ആ മനോഹരി അരമനയ്ക്കടുത്ത് വണ്ടിനിർത്തിയതോടെ സേവകർ ഓടിവന്ന് തൊഴുകൈയുമായി നിന്നു. പലരും എഴുന്നേറ്റ് നിന്നു. എന്നാൽ, പൊതുവിൽ ആളുകളുടെ മുഖത്ത് എന്തോ ഒരു അസംതൃപ്തി നിഴലിച്ചിരുന്നു. ആരുമൊന്നും മിണ്ടുന്നില്ല. ഡൊന്നാറോമ എന്നായിരുന്നു അവരുടെ പേര്.

ബാരൻബോനലി പിയാസയിലെ തന്റെ കൊട്ടാരത്തിലേക്ക് ധാരാളം സുഹൃത്തുക്കളെ ക്ഷണിച്ചിരുന്നു. പോപ്പിന്റെ വരവും തുടർന്നുള്ള ആഘോഷങ്ങളും ആസ്വദിക്കുവാൻവേണ്ടിയാണ് അദ്ദേഹം തന്റെ സുഹൃത്തുക്കളെയെല്ലാം ക്ഷണിച്ചത്. ബാരൻബോനലിക്കുവേണ്ടി അദ്ദേഹത്തിന്റെ വലംകൈയായ ഫെലിസ് വിശിഷ്ടാതിഥികളെയെല്ലാം ഭക്ത്യാദരപൂർവ്വം സ്വീകരിച്ചിരുത്തി. അവിടെക്കൂടിയിരുന്ന ആളുകളുടെയെല്ലാം പ്രധാനപ്പെട്ട സംസാരവിഷയം ഡൊന്നാറോമ ആയിരുന്നു. ഡൊന്നാറോമയെ അറിയാത്തവരായി ഭൂമിയിലാരാണുള്ളത്. എത്ര രാഷ്ട്രീയപ്രവർത്തകരെ അവൾ തന്റെ വരുതിയിൽ നിർത്തിയിട്ടുണ്ട്. എത്ര കഴിവുള്ളവളാണവൾ. അവളല്ലേ കമ്മിറ്റികളെല്ലാം വിളിച്ചുചേർക്കുന്നത്. ആളുകളെ തിരഞ്ഞെടുക്കുന്നത്. എല്ലാം അവൾ മുഖേനയല്ലേ.

"ഈ ലക്ഷണംകെട്ട രാഷ്ട്രീയം ഇനിയും അവസാനിക്കുകയില്ലേ?"

"അവസാനിക്കാനോ. അതിപ്പോഴൊന്നും അവസാനിക്കുകയില്ല. പക്ഷേ, ഡൊന്നാറോമ ഒരു ചീത്തപ്പെണ്ണാണെന്ന് പറയാൻ പറ്റില്ല. അവൾ സൂത്രത്തിൽ ചെറുപ്പക്കാരെ മയക്കിയെടുക്കുന്നു. അതിനവൾക്ക് അപാരമായ കഴിവുണ്ട്. വലിയവലിയ മന്ത്രിമാരെ പാട്ടിലാക്കാൻ അവൾക്കു കഴിയും."

"അതു ശരിയാണ്."

"അതുകൊണ്ടുതന്നെ അവളെയാർക്കും എതിർക്കാൻ പറ്റില്ല."

"എതിർത്താൽ തലകാണില്ല."

"അവളുടെ ജീവിതം ആഹാ എന്തൊരാഡംബരം."

"എന്നാൽ കടലുപോലെ കടമുണ്ടവൾക്ക് അതാരുമറിയില്ല. പക്ഷേ, പ്രകൃതംകണ്ടാൽ അതൊന്നുമറിയില്ല."

ആളുകൾ തമ്മിൽ റോമയെക്കുറിച്ച് പലകഥകളും പറയുകയാണ്. ആളുകൾക്ക് മുഴുവൻ പരിചിതയായ ആ അവിശുദ്ധറാണിയുടെ, ഡൊന്നാ

റോമയുടെ കഥയറിയണ്ടേ?

..........ഇറ്റലിയിലെ വൊളാന എന്ന സ്ഥലത്തെ പ്രഭുവിന്റെ ഒരേഒരു മകളാണ് അവൾ. അതിലുപരി അവൾ പഴയ പോപ്പിന്റെ ബന്ധുവാണ്. വത്തിക്കാനിലെ ഉദ്യോഗസ്ഥരായിരുന്നു അവളുടെ കുടുംബക്കാർ. ആ കുടുംബത്തിലെ ഒരു പ്രഭു പേരുകേട്ട വിപ്ലവകാരിയായിരുന്നുവത്രെ. ആ വിപ്ലവകാരി പോപ്പിനെതിരായിരുന്നു. അങ്ങനെ അയാളെ പോപ്പ് റോമിൽനിന്നും നാടുകടത്തി. പോപ്പിന്റെ ഭരണം മാറി രാജഭരണം വന്നു. അപ്പോഴും നാടുകടത്തപ്പെട്ട ആ വിപ്ലവകാരി വിപ്ലവപ്രവർത്തനങ്ങൾ തുടർന്നു. അയാൾ രാജഭരണത്തെയും എതിർത്തു. യൂറോപ്പ്മുഴുവൻ അയാൾ ചുറ്റിക്കറങ്ങി. അവസാനമയാൾ ലണ്ടൻനഗരത്തിൽ സ്ഥിരതാമസമാക്കി. സ്വന്തം രാജ്യത്തുനിന്നും പുറത്താക്കപ്പെടുന്നവരുടെയെല്ലാം അവസാനത്തെ അഭയമാണല്ലോ ലണ്ടൻനഗരം. വീടുനഷ്ടപ്പെട്ടവന്റെ വീടാണ് ലണ്ടൻ. ആ ലണ്ടനിൽ അയാൾ ഒരു ഡോക്ടറായി ജീവിച്ചുവെന്ന് ചിലർ പറയുന്നു. എന്നാൽ, മറ്റുചിലർ പറയുന്നത് ഒരു സാധാരണക്കാരനായി അയാൾ ജീവിക്കുകയായിരുന്നുവെന്ന്. ലണ്ടൻനഗരത്തിലും വിപ്ലവം ഉണ്ടാക്കാൻ അയാൾ ശ്രമിച്ചിരുന്നുവത്രേ. പ്രായമായതോടെ അയാൾ ഇറ്റലിയിലേക്ക് മടങ്ങി. എന്നാലപ്പോഴും അയാളുടെ വിപ്ലവവീര്യം നശിച്ചിരുന്നില്ല. കൂടുതൽ ഊർജ്ജസ്വലതയോടെ അയാൾ വിപ്ലവപ്രവർത്തനങ്ങൾ തുടർന്നു. അവസാനം ഗത്യന്തരമില്ലാതെ രാജാവ് അയാളെ എൽബാ ദ്വീപിലേക്ക് നാടുകടത്തി. വിചാരണയില്ലാതെയാണ് അയാളെ നാടുകടത്തിയത്. ആ മഹാനായ വിപ്ലവകാരിയുടെ, വൊളാനോ പ്രഭുവിന്റെ മകളാണ് ഈ നില്ക്കുന്ന റോമ. വൊളാനോപ്രഭു നാടുകടത്തപ്പെട്ട് പന്ത്രണ്ട് വർഷംകഴിഞ്ഞപ്പോഴാണ് അയാളുടെ മകളെന്ന നിലയിൽ ഡൊന്നാറോമ റോമിലേക്ക് വരുന്നത്. ബാരൻപ്രഭുവാണ് അവളെ റോമിലേക്ക് കൊണ്ടുവരുന്നത്. ഇവിടെ ഒരു രാജാത്തിയെപോലെ അവൾ സുഖിച്ചുജീവിക്കുകയാണ്. അവളുടെ അമ്മ പടുവൃദ്ധയായിരിക്കുന്നു. എങ്കിലും ഒരു യുവതിയെപ്പോലെ ഉടുത്തൊരുങ്ങിനടക്കാൻ അവർക്ക് വലിയകൊതിയാണ്. അവരുടെ സമ്പാദ്യമെല്ലാം സർക്കാർ കണ്ടുകെട്ടിയിരുന്നു. എങ്കിലും അവർക്ക് ചില്ലറചില വസ്തുക്കളൊക്കെ ഉണ്ടായിരുന്നു എന്നാണ് കേൾക്കുന്നത്. ബാരൻബോനലിയുടെ ഇഷ്ടക്കാരിയായിരുന്നുവത്രെ അവർ. അതൊരു രഹസ്യബന്ധമായിരുന്നു. പെണ്ണുങ്ങൾ വിചാരിച്ചാൽ റോമിൽ എന്തുംനടക്കുമെന്ന ഒരു വിശ്വാസമുണ്ടായിരുന്നു എന്നാണ് ആളുകൾ പറയുന്നത്. വൊളാന പ്രഭുവിന്റെ മകളെന്ന പേരിലാണ് ബാരൻപ്രഭു റോമയെ റോമക്കാർക്ക് പരിചയപ്പെടുത്തിയത്. എന്നാൽ, ബാരൻപ്രഭു ഒരിക്കലും ആ സ്ത്രീയെ കല്യാണംകഴിച്ചിരുന്നില്ലത്രേ. അയാൾക്ക് വേറെ ഭാര്യയുണ്ടായിരുന്നു എന്നു കേൾക്കുന്നു. ആ സ്ത്രീയെ ഇരുപത് സംവത്സരങ്ങളായി ആൽബൻകുന്ന് കൊട്ടാരത്തിലെ ഇരുട്ടറയിലടച്ചിരിക്കുകയാണത്രേ.

നഗരത്തിൽ ആഘോഷദൃശ്യങ്ങൾ ഒന്നിനൊന്ന് മാറിവരികയാണ്.

അതാ ഒരാൾ കടന്നുവരുന്നു. ഏകദേശം അമ്പത് വയസ്സ് പ്രായം വരും. നല്ല ശരീരം വിടർന്ന നെറ്റിത്തടം. വലിയ കണ്ണുകൾ. കറുത്ത മീശ. മുടി പറ്റനെ വെട്ടിയിരിക്കുന്നു. ബാരൻബോനലി എന്ന പ്രഭുവാണത്. അയാളുടെ കൂടെ ഉള്ളത് ഒരു പൊലീസ് ഉദ്യോഗസ്ഥനും മന്ത്രിയുമാണ്. അദ്ദേഹത്തിന് തന്റെ ആരാധകരെ മുഴുവൻ ഹസ്തദാനം ചെയ്യാനും സ്വീകരിക്കാനുമുള്ള സമയമില്ല. അതിലദ്ദേഹം ക്ഷമചോദിക്കുകയാണ്. തന്ത്രശാലിയാണയാൾ. അയാൾ ഒരു വശത്തേക്ക് മാറിനിന്നിട്ട് പൊലീസുദ്യോഗസ്ഥനോട് ഇങ്ങനെ പറഞ്ഞു:

"എന്തെങ്കിലും പ്രശ്നം ഇവിടെ ഉണ്ടാവുകയാണെങ്കിൽ നേതാക്കന്മാരെ അറസ്റ്റുചെയ്യണം."

"അതു ഞാനേറ്റു." പൊലീസുദ്യോഗസ്ഥൻ പറഞ്ഞു. ഇത് കേട്ട് ഒരു സ്ത്രീ ഉറക്കെ കരയാൻതുടങ്ങി. അവർ പേടിച്ചുപോയിരിക്കണം. അവർ കരയാൻ തുടങ്ങിയ ഉടൻതന്നെ ബാരൻപ്രഭു അവരെ സമാധാനിപ്പിക്കാൻ തുടങ്ങി. ബാരൻപ്രഭു ആളുകളെയെല്ലാം അഭിവാദ്യം ചെയ്യുന്നത് കാണാമായിരുന്നു. അതിനുശേഷം അയാൾ പോപ്പിനെപ്പറ്റി ഇങ്ങനെ പറഞ്ഞു:

"പോപ്പിന്റെ പിതാവ് റോമാക്കാരനായ ഒരു ബാങ്കറായിരുന്നു. ഈ അരമനയായിരുന്നു അദ്ദേഹത്തിന്റെ വീട്. പോപ്പ് തന്റെ കുട്ടിക്കാലത്ത് പഠിച്ചത് കത്തോലിക്കാസഭയുടെ സ്കൂളിലായിരുന്നു. നല്ല അഴകും അറിവുമുണ്ടായിരുന്ന ആ കുട്ടി ഒരു സാധാരണക്കാരനെപ്പോലെയായിരുന്നു ജീവിച്ചിരുന്നത്. എന്നാൽ, ധനികനായ ആ ബാങ്കർക്ക് അതിൽ വിഷമമുണ്ടായിരുന്നു. അയാളുടെ ആഗ്രഹം മകൻ ഒരു വൈദികനാകണം എന്നതായിരുന്നു. അച്ഛനും മകനും തമ്മിൽ അതിനെച്ചൊല്ലി കലഹിക്കാറുണ്ടായിരുന്നു. ഒരുവർഷം മകൻ വിദേശത്ത് താമസിച്ചു. അച്ഛന്റെ മരണശേഷം റോമിലേക്ക് തിരിച്ചുവന്നു. പിന്നീട് പെട്ടെന്നയാൾ ഒരു വൈദികനായി മാറുകയായിരുന്നു. എന്തുകൊണ്ടാണ് പെട്ടെന്ന് അയാൾക്ക് അങ്ങനെ തോന്നിയത്. ആർക്കും ഒരെത്തുംപിടിയും കിട്ടിയില്ല."

"വല്ല പ്രേമ നൈരാശ്യവും സംഭവിച്ചിട്ടുണ്ടാവും." ഒരു സ്ത്രീ പറഞ്ഞു.

"അങ്ങനെയൊന്നും ആരും കേട്ടിട്ടില്ല. എന്നാൽ, ഇംഗ്ലണ്ടിൽപോയെന്നും അവിടെവെച്ച് കല്യാണംകഴിച്ചിരുന്നുവെന്നും കല്യാണം കഴിഞ്ഞ ഉടനെ ഭാര്യമരിച്ചുപോയെന്നും അതിനെത്തുടർന്നാണ് അദ്ദേഹം ഒരു വൈദികനായി മാറിയതെന്നും ഒരു ശ്രുതിയുണ്ട്. എന്നാൽ, ആർക്കും ഇക്കാര്യത്തിൽ ഒരുറപ്പുണ്ടായിരുന്നില്ല. ധാരാളം സമ്പത്തുണ്ടായിരുന്നു അദ്ദേഹത്തിന്. അച്ഛൻ ബാങ്കറായിരുന്നല്ലോ. തന്റെ പണമെല്ലാം ഉപേക്ഷിച്ച് മകൻ സാധാരണക്കാർക്കുവേണ്ടി ജീവിച്ചു. ആദ്യമൊക്കെ ആളുകൾ കരുതിയത് മകനൊരു സോഷ്യലിസ്റ്റാണെന്നാണ്. ഇംഗ്ലണ്ടിൽപ്പോയി പാവപ്പെട്ടവരുടെ ഇടയിൽ അദ്ദേഹം പ്രവർത്തിച്ചിരുന്നുവത്രേ. നാല്പതാമത്തെ വയസ്സിൽ അദ്ദേഹം ഇവിടേക്ക് വരികയായിരുന്നു. അവസാനം

അദ്ദേഹം പോപ്പായി നിയമിക്കപ്പെട്ടു. പോപ്പ് എന്നുപറഞ്ഞാൽ ലോകമെങ്ങുമുള്ള ക്രിസ്ത്യാനികളുടെ ആത്മീയാചാര്യനാണല്ലോ. മന്നവനാവട്ടെ യാചകനാവട്ടെ, പോപ്പിനെ ആദ്ധ്യാത്മികപുരുഷനായി വണങ്ങുന്നു. രാജാവിനെപ്പോലും ഭരിക്കാൻ അധികാരമുള്ള ആളാണ് പോപ്പ്. നഗരത്തിൽ ആളുകൾ പുതിയപുതിയ ദൃശ്യങ്ങൾ കാണുകയും ആരവങ്ങൾ ഉണ്ടാക്കുകയും ചെയ്തുകൊണ്ടിരുന്നു. അതിനിടയിൽ ബാരൻപ്രഭുവും ഡൊന്നാറോമയും ഒന്നിച്ചവിടെ പ്രത്യക്ഷപ്പെട്ടു.

റോമയെ കണ്ടതോടെ ആളുകളുടെ ആവേശം വർദ്ധിച്ചു. അതിമനോഹരമായി വസ്ത്രംധരിച്ച ആ സുന്ദരി ആളുകളെ മന്ദഹാസത്തോടെ സ്വീകരിക്കുന്നത് കാണാമായിരുന്നു. എല്ലാവരെയും കൊതിപ്പിക്കുന്ന സംഭാഷണമായിരുന്നു അവളുടേത്. ഒരു ഇംഗ്ലീഷുകാരനോട് അവളിങ്ങനെ പറഞ്ഞു:

“ഞാൻ ഒരു പാതി ഇംഗ്ലീഷുകാരിയാണ്. അതിലെനിക്ക് ഏറെ അഭിമാനമുണ്ട്.”

അവളുടെ പുഞ്ചിരി കാൺകെ ആളുകൾ മോഹാലസ്യപ്പെടുന്നുണ്ടോ എന്ന് സംശയമുണ്ടായി.

“റോമിലെ ആഘോഷങ്ങൾ കാണാനല്ല ഞാനിവിടെ എത്തിയത്. ഈ ആഘോഷക്കാഴ്ചകൾ എനിക്ക് മടുത്തിരിക്കുന്നു. ഞാനെന്തിനാണ് ഇവിടെ വന്നതെന്ന് നിങ്ങൾക്കറിയണ്ടേ” റോമ പറഞ്ഞു.

“ഒരു കലാകാരി എന്നനിലയിലായിരിക്കും നിങ്ങൾ ഇവിടെ എത്തിയത് അല്ലേ.” ഒരതിഥി അവളെ സന്തോഷിപ്പിക്കാൻവേണ്ടി പറഞ്ഞു.

“അല്ലേയല്ല. ഞാനൊരു സ്ത്രീയാണ്. ഒരു സ്ത്രീയായതുകൊണ്ടാണ് ഞാനിവിടെ വന്നിരിക്കുന്നത്. ഒരു പുരുഷനെ കാണാൻ.”

“എങ്കിൽ ആ പുരുഷൻ ഒരു മഹാഭാഗ്യവാൻതന്നെ”

“ആരായിരിക്കുമയാൾ”

“അയാളാണ് ബ്രൂണോ” റോമതന്നെ വെളിപ്പെടുത്തി. “കടുത്ത സോഷ്യലിസ്റ്റ് ആണ് ബ്രൂണോ. നല്ല ഒരു കലാകാരനാണ് അയാൾ. ബ്രൂണോ എപ്പോഴും തന്റെ ഉത്തമനായ ഒരു സ്നേഹിതനെപ്പറ്റി പറയും. അതുപറയുമ്പോൾ ബ്രൂണോയ്ക്ക് അനേകം നാവാണ്.” ഇതുംപറഞ്ഞുകൊണ്ട് റോമ പൊട്ടിച്ചിരിച്ചു. ആ പൊട്ടിച്ചിരി മണി മുഴങ്ങുന്നതുപോലെയായിരുന്നു. ആ മുഴക്കത്തിൽ അവിടെയുള്ള ആണുങ്ങളും പെണ്ണുങ്ങളുമെല്ലാം മതിമറന്നുപോയി.

റോമയുടെ ഹൃദയം കവർന്ന ബ്രൂണോയുടെ ഉത്തമനായ ആ സ്നേഹിതൻ ആരാണെന്നറിയേണ്ടേ-ഒരു പാർലമെന്റ് മെമ്പറായ ഇടതുപക്ഷനേതാവാണദ്ദേഹം. ഉയർന്ന രാഷ്ട്രീയബോധമുള്ള ഒരു വ്യക്തി. അയാളിന്ന് റോമിലെത്തിയത് പോപ്പിന്റെ മഹാ ആഘോഷയാത്ര തടയാനാണ്. എന്നിട്ട് പോപ്പിന് ഒരു ഭീമഹർജിബോധിപ്പിക്കും അദ്ദേഹം. അയാളുടെ പേര് ഡേവിഡ് റോസ്സിയെന്നാണ്. അയാളെപ്പറ്റി ആളുകൾ പറയുന്നത്, വാളുപോലെയുള്ള നാവും കുന്തംപോലെയുള്ള തൂലിക

യുമുള്ള ആളാണെന്നാണ്. വിഖ്യാത പത്രപ്രവർത്തകനാണയാൾ. കുറിക്കുകൊള്ളുന്ന ഭാഷയിൽ എഴുതാനയാൾക്കറിയാം. അയാളുടെ പേനയുടെ മുറിവേറ്റ് പലരുടെയും ശരീരത്തിൽനിന്ന് രക്തം ചിന്തിയിട്ടുണ്ട്. രൂക്ഷമായ ആക്ഷേപഹാസ്യശൈലിയിലാണ് അയാൾ എഴുതാറുള്ളത്. സുന്ദരികളായ പെണ്ണുങ്ങളെ അയാൾ രൂക്ഷമായി പരിഹസിക്കും. അവരുടെ ആഡംബരപൂർണ്ണമായ വസ്ത്രധാരണത്തെ പരിഹസിക്കും. നാടുമുടിക്കുന്ന പെണ്ണുങ്ങളെന്നാണ് അയാൾ അവരെപ്പറ്റി പറയുന്നത്. ഇതുകൊണ്ടെല്ലാം അയാൾക്ക് ഒട്ടേറെ ശത്രുക്കളുണ്ട്. അതുകൊണ്ട് പലരും അദ്ദേഹത്തെപ്പറ്റി റോമിൽ ദൂഷണം പറയും.

"ഡേവിഡ് റോസ്സി ഇന്ന് റോമിൽ വരുന്നുണ്ടല്ലോ?" ആളുകൾ അയാളെപ്പറ്റി സംസാരിക്കാൻ തുടങ്ങി.

"അതെ."

"എന്തിനാണയാൾ വരുന്നത്?"

"പോപ്പിന് ഹർജിസമർപ്പിക്കാൻ."

"എന്ത് ഹർജി?"

"സാധാരണക്കാരന്റെ മേൽ രാജാവ് അമിതമായി നികുതിചുമത്തുന്നതിനെതിരെ"

"അയാൾ പാർലമെന്റിൽ രാജാവിനോട് തോറ്റ ആളല്ലേ, അയാളിപ്പോൾ പോപ്പിന് ഹർജികൊടുക്കാൻ വന്നിരിക്കുകയാണോ?"

"പൊതുജനസമ്മതി കിട്ടാനാണ്."

"അതെ. ആരാണ് ഈ ഡോക്ടർ റോസ്സി?"

"പോപ്പിനെയും രാജാവിനെയും അംഗീകരിക്കാത്ത ആളാണ്."

"പക്ഷേ, അദ്ദേഹം വളരെ ഉയർന്ന മനസ്സുള്ളവനും സംസ്കാരസമ്പന്നനുമാണ്. അയാൾക്ക് ഉന്നതമായ ജീവിതലക്ഷ്യങ്ങളുണ്ട്. പോപ്പിനെപ്പോലെതന്നെ ഉദാത്തമായ ആദർശങ്ങളുണ്ട്. *ബൈബിളിൽ* പറയുന്നതുപോലെ ഉന്നതമായ ഒരു ലോകം ഭൂമിയിൽ നിലവിൽവരണമെന്നാണ് അദ്ദേഹം ആഗ്രഹിക്കുന്നത്. അദ്ദേഹം നല്ലവനും വിശാലഹൃദയമുള്ളവനുമാണ്. വിപ്ലവകാരിയാണ്. ദാരിദ്ര്യം അയാൾക്കിഷ്ടമില്ല. സമ്പന്നരെ അയാൾക്ക് കണ്ടുകൂട. അയാൾ ഒരു പുതിയ സമൂഹത്തിനുവേണ്ടി നിലകൊള്ളുന്നു."

"ഈ സ്വപ്നജീവി എവിടെനിന്നാണ് പൊട്ടിവീണത്?"

"ഇയാൾ റോമാക്കാരനാണ്. പക്ഷേ, കൂടുതൽ കാലവും അയാൾ ജീവിച്ചത് ഇംഗ്ലണ്ടിലാണ്. അയാളെപ്പറ്റി കൂടുതലൊന്നും ആർക്കും അറിഞ്ഞുകൂട. അച്ഛനമ്മമാർ ആരാണെന്നും അറിയുകയില്ല. ആരോടും വ്യക്തിപരമായ കാര്യങ്ങൾ വെളിപ്പെടുത്താറില്ല. അയാളുടെ കുട്ടിക്കാലത്തെപ്പറ്റി ആർക്കും ഒന്നും അറിഞ്ഞുകൂട. എട്ടുവർഷമായി അയാൾ റോമിൽ ജീവിക്കുന്നു. ഇതിനിടയിൽ തന്റെ ഉദാത്തമായ രാഷ്ട്രീയാദർശങ്ങളെക്കുറിച്ച് അയാൾ റോമിൽ ഒട്ടേറെ പ്രചാരണങ്ങൾ നടത്തിയിട്ടുണ്ട്. മൂന്നുതവണ പാർലമെന്റിലേക്ക് മത്സരിച്ചിട്ടുണ്ട്. വിജയിച്ചിട്ടുണ്ട്.

പാർലമെന്റ് മെമ്പറായിരിക്കെ മികച്ച പ്രകടനമാണ് അദ്ദേഹം കാഴ്ച വെച്ചത്. മന്ത്രിമാരുടെ കഴിവുകേടിനെ അയാൾ രൂക്ഷമായി വിമർശിച്ചിട്ടുണ്ട്. തൊഴിലാളികളുടെയും കർഷകരുടെയും മികച്ച സുഹൃത്താണയാൾ. തൊഴിലാളികളോട് നികുതി കൊടുക്കാതിരിക്കാനും കൃഷിക്കാരോട് കരംകൊടുക്കാതിരിക്കാനും അദ്ദേഹം ആഹ്വാനം ചെയ്തിട്ടുണ്ട്. തന്റെ കാലത്തെ സമൂഹത്തെ മാറ്റിമറിച്ച് പുതിയൊരു സമൂഹം വാർത്തെടുക്കുക എന്നതാണ് അയാളുടെ ലക്ഷ്യം. പുതിയൊരു സോഷ്യലിസ്റ്റ് സമൂഹം അയാൾ സ്വപ്നം കാണുന്നു. അവിടെ ദാരിദ്ര്യമില്ല. അതിസമ്പത്തുമില്ല. എല്ലാവരും സമന്മാരായി ജീവിക്കുന്ന ഒരു ആദർശസമൂഹമാണ് അദ്ദേഹം സ്വപ്നം കാണുന്നത്. അദ്ദേഹം ഇംഗ്ലണ്ടിലാണ് ജനിച്ചത് എന്നാണ് ആളുകൾ കരുതുന്നത്."

ആകർഷകമായ ആകാരവടിവും അഴകും ഉള്ള ആ മനുഷ്യനെ ഒന്നു കാണണമെന്ന് നമ്മുടെ റോമയ്ക്കും ആഗ്രഹമുണ്ടായിരുന്നു. റോമ ഇങ്ങനെ പറഞ്ഞു:

"ആ യുവയോഗ്യനെ എനിക്കൊന്നുകാണണം." ഇതുകേട്ട് അവിടെ കൂടിയിരുന്നവരെല്ലാം ഉറക്കെ ചിരിക്കാൻ തുടങ്ങി.

പിയാസായിൽ ആളുകളുടെ ആരവം ഉയർന്നുകേട്ടു. ആഹ്ലാദപൂർവ്വം ആളുകൾ ഉച്ചത്തിൽ സംസാരിക്കുന്നു.

"എന്തൊരു ബഹളം, ഇവിടെയെന്താ കല്യാണാഘോഷമാണോ?"

"അതെ, നിങ്ങൾ പെണ്ണുങ്ങൾക്ക് കല്യാണത്തിന്റെ ഒരു വിചാരം മാത്രമല്ലേയുള്ളൂ. കുഞ്ഞായിരിക്കുമ്പോഴേ ഒരു പെണ്ണ് ചിന്തിക്കുന്നത് കല്യാണത്തെപ്പറ്റിയാണ്. അവരുടെ അസ്ഥിയിൽ കടന്നുകയറിയിട്ടുണ്ട് ആ ചിന്ത."

"അതേ, ആദമിൽനിന്ന് ഊരിയെടുത്ത അസ്ഥിയാണല്ലോ പെണ്ണിന്റെ അസ്ഥി." ഇതുപറഞ്ഞത് റോമയാണ്. എന്നിട്ടവൾ ആൾക്കൂട്ടത്തെ ചൂണ്ടി അവിടെ ഡേവിഡ് റോസ്സിയുണ്ടോ എന്ന് വിളിച്ചുചോദിക്കുന്നുണ്ടായിരുന്നു. കറുത്ത തൊപ്പിവെച്ച് പുറംതിരിഞ്ഞുനില്ക്കുന്ന ഉയരം കൂടിയ ആ മനുഷ്യനെ ചൂണ്ടി അയാളെന്താണ് തിരിഞ്ഞുനില്ക്കാത്തതെന്ന് അവൾ ചോദിക്കുന്നുണ്ടായിരുന്നു.

"യാതൊരു പരിസരബോധവുമില്ലാത്ത ഈ കിഴങ്ങനെയാണോ റോമ പ്രേമിക്കുന്നത്."

"ഓ ഈ പ്രേമത്തിന് കണ്ണില്ലല്ലോ. ഒരാണും പെണ്ണും കണ്ടുമുട്ടുന്നു ഇഷ്ടപ്പെടുന്നു. അതിൽക്കവിഞ്ഞ് എന്ത്. താൻ ഇഷ്ടപ്പെടുന്ന ആൾക്ക് കണ്ണുണ്ടോ മൂക്കുണ്ടോ എന്നൊന്നും അറിയേണ്ടതില്ലല്ലോ."

"ഇപ്പോൾ സമയമെത്രയായി കാണും."

"പതിനൊന്ന് കഴിഞ്ഞു"

പൊടുന്നനെ ആഘോഷത്തിലെ വാദ്യസംഗീതം നിലച്ചു. ആരവം അണഞ്ഞു. ജനം നിശ്ശബ്ദരായി. ആയിരക്കണക്കിന് ജനങ്ങൾ തിങ്ങിക്കൂടിയ റോമിലെ പിയാസായിലെ ആ ആഘോഷാന്തരീക്ഷം പൂർണ്ണനി

ശ്ശബ്ദം. വൈദികർ സഭാവേദിയിലേക്ക് കടന്നുവരാൻ തുടങ്ങി. ജനങ്ങൾ ശ്വാസമടക്കിപ്പിടിച്ചുകൊണ്ട് അവരെ ഉറ്റുനോക്കുന്നുണ്ടായിരുന്നു. സ്വർഗ്ഗ ലോകത്ത് പ്രത്യക്ഷപ്പെടുന്ന മാലാഖമാരെപ്പോലെ തോന്നിച്ചു അവർ. വൈദികർക്കിടയിൽ മുഖ്യവൈദികനായ പോപ്പ് പ്രത്യക്ഷപ്പെട്ടതോടെ ആൾക്കൂട്ടം നിശ്ശബ്ദത ഭഞ്ജിച്ചു. പോപ്പിന്റെ ഇരിപ്പിടം സ്വർണ്ണവും വെള്ളിയും കൊണ്ട് കെട്ടിയതായിരുന്നു. അതിന്റെ നിറം ചുവപ്പായിരുന്നു. പോപ്പിന്റെ ശിരസ്സിൽ തൂവെള്ള നിറത്തിലുള്ള പട്ടിന്റെ കിരീടം കാണാമായിരുന്നു. ആദ്ധ്യാത്മിക പ്രതിപുരുഷനായ പോപ്പ് ജനക്കൂട്ടത്തെ കൈവീശി അഭിവാദ്യംചെയ്തു. അപ്പോൾ മാത്രമാണ് അയാൾക്ക് ജീവനുണ്ടെന്ന് ആളുകൾക്ക് തോന്നിയത്.എന്നുവെച്ചാൽ ഒരു ശില്പമാണെന്നാണ് അദ്ദേഹത്തിന്റെ ഇരിപ്പ് കണ്ടാൽ പ്രത്യക്ഷത്തിൽ നമുക്ക് തോന്നുക. വൃദ്ധനെങ്കിലും അയാളുടെ മുഖകാന്തി അപാരമായിരുന്നു. എന്തെന്നില്ലാത്ത പ്രസാദാത്മകതയും ദിവ്യചൈതന്യവും ആ മുഖത്ത് പ്രകാശിച്ചിരുന്നു. കുന്തിരിക്കത്തിന്റെ പുക അവിടെ ഉയർന്നിരുന്നു.

"പോപ്പ് നീണാൾ വാഴട്ടെ."

"മഹാനായ പോപ്പ് നീണാൾ വാഴട്ടെ." ജനങ്ങൾ ആർത്തുവിളിച്ചു.

"എന്തു സൗന്ദര്യമാണ് അദ്ദേഹത്തിന്."

"അതെ. സൂര്യതേജസ്സുപോലെ." എല്ലാവരും അദ്ദേഹത്തിനുമുമ്പിൽ സർവ്വാംഗം നമസ്കരിക്കുന്നത് കാണാമായിരുന്നു. ഇടിവാളിനു മുമ്പിൽ വൃക്ഷലതാദികൾപോലെ പോപ്പിനുമുന്നിൽ വൈദികരും മറ്റും പ്രണാമം ചെയ്യുകയാണ്. ഒരു ദൈവദൂതനെപ്പോലെ അദ്ദേഹം കാണപ്പെട്ടു. പൊടുന്നനെ ഒരു ബഹളം കേട്ടു. എന്താണവിടെ സംഭവിച്ചതെന്നോ. ഡേവിഡ് റോസ്സി അവിടേക്ക് ഇരച്ചുകയറി. ഡേവിഡ് റോസ്സിയെ കണ്ടതോടെ നമ്മുടെ സൗന്ദര്യത്തിടമ്പായ റോമയുടെ ഉടലാകെ പുളകംകൊണ്ടു. റോസ്സി പോപ്പിനെ വണങ്ങിയിട്ട് ഹർജി കൊടുക്കും എന്നതാണ് എല്ലാവരും പ്രതീക്ഷിക്കുന്നത്. അതെ, അതിനാണ് അദ്ദേഹം വന്നത്. ഡേവിഡ് റോസ്സി അവിടെ വന്നതോടെ എല്ലാവരുടെയും ശ്രദ്ധ അയാളിലേക്കായി. ഡേവിഡ് റോസ്സി എന്ന വിപ്ലവകാരി പ്രസംഗിക്കാൻ തുടങ്ങുകയാണ്. അദ്ദേഹത്തിന് ചുറ്റും ധാരാളം അനുയായികളുണ്ടായിരുന്നു. അവരുടെയെല്ലാം കൈയിൽ പതാകകളുണ്ടായിരുന്നു. ഡേവിഡ് റോസ്സി പ്രസംഗിക്കുകയാണ്. ഉജ്ജ്വലമായ ആ ശബ്ദം ഉയർന്നതോടെ ജനമാകെ നിശ്ശബ്ദരായി;

"സഹോദരീ സഹോദരന്മാരെ, മഹാനായ ക്രിസ്തു ഒരു കഴുതപ്പുറത്താണ് സഞ്ചരിച്ചിരുന്നത്. കുഷ്ഠരോഗികളുടെയും കുരുടന്മാരുടെയും തൊഴിലാളികളുടെയും മുടന്തന്മാരുടെയും ആശ്രയമായിരുന്നു ക്രിസ്തു. ക്രിസ്തു അവരെ സമാശ്വസിപ്പിച്ച് രോഗം ഭേദമാക്കി. എന്നാൽ, ഇന്ന് ക്രിസ്തു ഇല്ല. പക്ഷേ രോഗികളും കുരുടന്മാരും മുടന്തന്മാരും തൊഴിലാളികളുമുണ്ട്..............."

ഡേവിഡ് റോസ്സിയുടെ പ്രസംഗം ആളുകൾ കേൾക്കുന്നത് അര

ങ്ങിലെ ഒരു നടന്റെ അഭിനയം ആസ്വദിക്കുന്നതുപോലെയായിരുന്നു. അത്യന്തം നാടകീയമായിരുന്നു ആ ഭാഷണവും ഭാവഹാവാദികളും. അതു തുടരുകയാണ്;

"സഹോദരരേ, പണ്ട് പണ്ട് കിഴക്ക് കിഴക്കൊരു ദേശത്ത് ഒരു കൊച്ചു കുടിലിൽ പരമ ദരിദ്രനായ ഒരു മഹാസന്ന്യാസി ജനിച്ചിരുന്നു. ആ സന്ന്യാസിക്ക് ഒരൊറ്റ പ്രാർത്ഥനമാത്രമേ ഉണ്ടായിരുന്നുള്ളൂ. എന്തായിരുന്നു ആ പ്രാർത്ഥനയെന്നോ അത്,-സ്വർഗ്ഗസ്ഥനായ ഞങ്ങളുടെ പിതാവേ എന്നുള്ള പ്രാർത്ഥനയായിരുന്നു അത്. ആ മഹാഗുരു മനുഷ്യരെ ദൈവത്തിന്റെ മാർഗ്ഗത്തിലേക്ക് നയിച്ചു. എങ്ങനെ പ്രാർത്ഥിക്കണമെന്നുമാത്രമല്ല, എങ്ങനെ ജീവിക്കണമെന്നും അദ്ദേഹം ജനങ്ങളെ പഠിപ്പിച്ചു. അദ്ദേഹമൊരു മാതൃകാ ഗുരുവായിരുന്നു. ആണുങ്ങളെല്ലാം ആ ഗുരുവിന്റെ സഹോദരരും പെണ്ണുങ്ങൾ സഹോദരിമാരുമായിരുന്നു. ദിവ്യനായ ആ മഹാഗുരുവിന് വീടില്ലായിരുന്നു. സ്വന്തമായി സമ്പാദ്യമില്ലായിരുന്നു. ഒരൊറ്റ വസ്ത്രം മാത്രം ധരിച്ചാണ് അദ്ദേഹം ജീവിച്ചത്. ഹിംസയെ അഹിംസകൊണ്ട് നേരിടാൻ ആ മഹാഗുരു മനുഷ്യരെ പഠിപ്പിച്ചു. ആ ഗുരു അനീതിക്കെതിരെ ശബ്ദിച്ചു. പ്രിയമുള്ളവരെ ആ ഗുരുവിന്റെ കാലം കഴിഞ്ഞ് പത്തമ്പത് നൂറ്റാണ്ടുകൾ പിന്നിട്ടിരിക്കുന്നു. ഇന്ന് ആ മഹാഗുരു ലോകം മുഴുവൻ ആരാധിക്കപ്പെടുന്ന പ്രവാചകനാണ്. ദരിദ്രർക്കും നിലാരംബർക്കും വേണ്ടി ജീവിക്കുകയും മരിക്കുകയും ചെയ്ത് ആ പുണ്യപുരുഷന്റെ ജീവിതം ഇന്ന് ലോകത്തിനുമുഴുവൻ ഒരു തുറന്ന പാഠപുസ്തകമാണ്. അദ്ദേഹത്തിന്റെ പേരിൽ അദ്ദേഹം ഉയർത്തിപ്പിടിച്ച ആശയങ്ങളെ ആസ്പദമാക്കി ഒരു ലോകമതംതന്നെ ഉയർന്നുവന്നിരിക്കുന്നു. ആ മതത്തിന്റെ സഭ ആ പുണ്യപുരുഷന്റെ ആശയങ്ങളുടെ അടിസ്ഥാനത്തിൽ അറിയപ്പെടുന്നു. ക്രിസ്തീയസഭ എന്ന ആ സഭയിൽ ക്രൈസ്തവസാമ്രാജ്യവും ഇന്ന് ആ മഹാപുരുഷന്റെ ആശയങ്ങൾ ഉയർത്തിപ്പിടിക്കുന്നു. ആ ദിവ്യപുരുഷൻ എന്താണ് ലോകത്തെ പഠിപ്പിച്ചത്? ഹിംസയെ ഹിംസകൊണ്ട് എതിർക്കരുതെന്ന്. ഒരു ചെകിട്ടത്തടിച്ചാൽ മറ്റേ ചെവിടും കാണിച്ചുകൊടുക്കണമെന്ന്. പക്ഷേ, എല്ലാ ക്രിസ്ത്യൻ രാഷ്ട്രങ്ങളും ഇന്ന് ആയുധങ്ങൾ കൂമ്പാരമാക്കുകയാണ്. അതിശക്തമായ സൈന്യത്തെ നിലനിർത്തുകയാണ്. അതുപോലെതന്നെ സ്വകാര്യ സമ്പത്ത് സൂക്ഷിക്കരുതെന്നായിരുന്നു ആ പ്രവാചകന്റെ ഉപദേശം. എന്നാൽ, ഇന്ന് ലോകത്തിലെ ധനികരിൽ ഭൂരിഭാഗവും ക്രിസ്ത്യാനികളാണെന്ന കാര്യം നിങ്ങൾക്കറിയില്ലേ. ലോകത്തിലെ ഏറ്റവും ധനമുള്ള മതസംഘടന ക്രിസ്ത്യൻസഭയും ക്രിസ്ത്യൻ ദേവാലയങ്ങളുമാണ്................."

ഡേവിഡ് റോസ്സിയുടെ ഉജ്ജ്വലമായ പ്രഭാഷണം തുടരുകയാണ്: "പരസ്പരം സ്നേഹിക്കാനും സഹോദരങ്ങളെപ്പോലെ ജീവിക്കാനും ഉപദേശിച്ച മഹാനായ യേശുക്രിസ്തുവിന്റെ അനുയായികൾ പരസ്പരം വെറുക്കുകയും കൊല്ലുകയും ചെയ്യുകയാണ്. രാഷ്ട്രങ്ങളുടെപേരിൽ

മഹായുദ്ധങ്ങൾ നടത്തുകയാണ്. ഇതിന്റെയെല്ലാം ഫലമായി എന്തെല്ലാം അനർത്ഥങ്ങളാണ് ലോകത്തിലുണ്ടാകുന്നത്. എത്ര ആയിരങ്ങളാണ്, പതിനായിരങ്ങളാണ്, ലക്ഷങ്ങളാണ് കൊലചെയ്യപ്പെടുന്നത്."

"അതെ അതെ ശരിയാണ്."

"യേശുക്രിസ്തുവാണ് മനുഷ്യസ്നേഹമെന്തെന്ന് ലോകത്തെ പഠിപ്പിച്ചത്."

"അതെ നമ്മളെല്ലാം ക്രിസ്തുവിന്റെ അനുയായികളാണ്."

"സംസാരിക്കാതിരിക്കൂ. അദ്ദേഹം പ്രസംഗിക്കട്ടെ."

"നമ്മൾ ഇറ്റലിക്കാർ എത്ര ആയിരങ്ങളെ പട്ടിണിക്കിട്ടു. എത്ര പാവങ്ങളെയാണ് നാം കഷ്ടപ്പെടുത്തിയത്. എന്തിനുവേണ്ടിയാണ് നാം ഇതു ചെയ്തത്. ഒരു രാജ്യത്തിന് മറ്റൊരു രാജ്യത്തെ എതിർക്കാൻ. യുദ്ധം ചെയ്യാൻ. യുദ്ധത്തിന് പണമുണ്ടാക്കാൻ. സമാധാനത്തിന്റെ രാജാവാണ് പോപ്പ്. ആ പോപ്പിനോട് ഞാൻ യാചിക്കുന്നു. എന്നാൽ, അദ്ദേഹമത് ശ്രദ്ധിക്കുന്നേയില്ല."

ഡേവിഡ് റോസ്സിയുടെ പ്രസംഗം അവിടെ കൂടിയിരുന്ന അനേകായിരങ്ങളെ ഇളക്കിമറിക്കുകയായിരുന്നു. ജനങ്ങൾ ആർത്തലച്ചു. ഇതെല്ലാം കണ്ടും കേട്ടും റോമയുടെ മുഖം അരുണാഭമായി. അവൾ വളരെ കാതുകൂർപ്പിച്ചു കണ്ണുമിഴിച്ച് നില്ക്കുന്നുണ്ടായിരുന്നു. ഡേവിഡ് റോസ്സി തുടരുകയാണ്:

"മാന്യ സഹോദരന്മാരെ, സഹോദരികളെ, നമ്മളെല്ലാം റോമാക്കാരാണ്. നമുക്ക് രണ്ട് അധികാരകേന്ദ്രങ്ങളുണ്ട്. ഒരു വൻരാഷ്ട്രവും ഒരു മഹത്തായ സഭയും. നമുക്ക് അനേകായിരങ്ങളെ കൊന്നൊടുക്കാൻ ശേഷിയുള്ള സൈന്യമുണ്ട്. മരിക്കേണ്ടത് എങ്ങനെയെന്ന് ഉപദേശിക്കാൻ പുരോഹിതന്മാരുണ്ട്. പക്ഷേ, ഒന്നിനുമാത്രം ആളില്ല. ഇങ്ങനെയാണ് ജീവിക്കേണ്ടത് എന്ന് ജനങ്ങളെ പഠിപ്പിക്കാൻ ഇന്ന് ലോകത്തിലാരുമില്ല. എന്തൊരുകഷ്ടം."

"അതെ, അതെ, മഹാകഷ്ടംതന്നെ."

"അതെ, സഹോദരന്മാരെ വളരെ മോശമാണത്. നമുക്കെല്ലാവർക്കുമറിയാം നമ്മുടെ ഭരണാധികാരികൾ അറുവഷളന്മാരാണെന്ന്. നമ്മുടെ ഭരണാധികാരികളുടെ വഷളത്തരങ്ങളും ചെറ്റത്തരങ്ങളും അറിഞ്ഞുകൂടാത്തവരായി ആരാണ് ഇവിടെയുള്ളത്. ഭരണകർത്താക്കളുടെ വെപ്പാട്ടികളല്ലേ ഭരണം നിയന്ത്രിക്കുന്നത്. അവരുമായുള്ള അവിഹിതബന്ധങ്ങളല്ലേ നമ്മുടെ ഭരണകാര്യങ്ങളെ രൂപപ്പെടുത്തുന്നത്. ഇത് ശരിയല്ലെന്ന് പറയാൻ ആരാണ് ഇവിടെയുള്ളത്. എല്ലാവർക്കുമറിയാം അതു ശരിയല്ലെന്ന്. എന്നാൽ, ഈ ഭരണകർത്താക്കളെ ഉപദേശിക്കാൻ ആർക്ക് കഴിയും."

ഇതുകേട്ടതോടെ റോമയുടെ മുഖം വിവർണ്ണമായി. അവൾ നിന്ന സ്ഥലത്തുനിന്നും അല്പം മാറിനിന്നു. അവളുടെ അടുത്തുള്ളവർ അവളുടെ ഭാവമാറ്റംകണ്ട് അർത്ഥഗർഭമായി ചിരിക്കാൻ തുടങ്ങി.

"ആഡംബരപൂർണ്ണമായ ജീവിതമാണ് ഇക്കൂട്ടരെല്ലാം നയിക്കുന്നത്. എല്ലാവർക്കും ഇവരുടെ കാര്യത്തിൽ അറപ്പുതോന്നുന്നു. ജനങ്ങളുടെ രക്തം ഊറ്റിക്കുടിക്കുന്ന കൊതുകുകളാണിവർ. ഈ രാഷ്ട്രമാകെ ഇക്കൂട്ടരെ വെറുക്കുന്നു. അജ്ഞാതരായ സ്ത്രീകളുടെ അധമമായ വികാരങ്ങൾക്ക് വശംവദരായിട്ടാണ് നമ്മളുടെ ഉദ്യോഗസ്ഥന്മാരെല്ലാം ജീവിക്കുന്നത്. അധോലോക നായികമാരുടെ ഉപദേശങ്ങൾ കേട്ടുകൊണ്ടാണ് ഭരണകർത്താക്കൾ ഭരണം നടത്തുന്നത്. ഉദ്യോഗസ്ഥവൃന്ദമാകെത്തന്നെ ഇന്ന് ഈ അധോലോക വൃന്ദത്തിന്റെ കൈയിലാണ്. ഇതിനുവേണ്ടിയാണോ നമ്മുടെ രാജ്യം സൃഷ്ടിക്കപ്പെട്ടത്. സ്വന്തം സുഖഭോഗങ്ങൾക്കും സ്വകാര്യമോഹങ്ങൾക്കുംവേണ്ടി രാജ്യത്തെ ഒറ്റുകൊടുക്കുകയാണ് ഇവർ. രാജ്യത്തെ അവർ നശിപ്പിക്കുന്നു. അവർ യഥാർത്ഥത്തിൽ ചെയ്യുന്നത് അവരുടെ സ്വന്തം അമ്മമാരെ ഒറ്റിക്കൊടുക്കുകയാണ്. പാവങ്ങളെ പട്ടിണിക്കിട്ടുകൊണ്ട് സമ്പന്നർ സുഖഭോഗത്തിൽ ആറാടുകയാണ്. ഇത്തരത്തിലുള്ള ഉദ്യോഗസ്ഥന്മാരും ഭരണാധികാരികളും എല്ലാം തന്നെ ഇന്നല്ലെങ്കിൽ നാളെ ചരിത്രത്തിന്റെ ചവറ്റുകൊട്ടയിലേക്ക് വലിച്ചെറിയപ്പെടുമെന്നതിന് യാതൊരു സംശയവും വേണ്ട. എല്ലാ സ്വേച്ഛാധിപതികളുടെയും സിംഹാസനങ്ങൾ തകർന്നുവീഴുന്നു. രാജാവ് രാജ്യഭ്രഷ്ടനാകുന്നു. അപ്പോൾ മാത്രമേ സ്വാതന്ത്ര്യത്തിന്റെ മണിനാദം നമ്മുടെ പാവങ്ങളുടെ കൂരകളിൽ മുഴങ്ങുകയുള്ളൂ. അന്നുമാത്രമേ, സ്വാതന്ത്ര്യത്തിന്റെ മഹാനാദം കേട്ട് നമ്മുടെ ജനത ഉണർന്നെണീക്കുകയുള്ളൂ. അന്നുമാത്രമേ സ്വാതന്ത്ര്യത്തിന്റെ കാഹളശബ്ദം കേട്ട് നമ്മുടെ നാട് ഉണരുകയുള്ളൂ."

ഇതുകേട്ടതോടെ ജനങ്ങളെല്ലാം ആവേശംകൊണ്ട് അലറിവിളിക്കാൻ തുടങ്ങി:

"ഡേവിഡ് റോസ്സി നീണാൾവാഴട്ടെ." എന്നാൽ, ചിലർ റോസ്സിക്കെതിരായി മുദ്രാവാക്യം വിളിക്കുന്നുണ്ടായിരുന്നു. അങ്ങനെ ഒരു വലിയ ബഹളം അവിടെയുണ്ടായി. റോസ്സിയെ കൈവിലങ്ങ് വെച്ചതായി ചിലർ വിളിച്ചുപറയുന്നുണ്ടായിരുന്നു. അവിടെ എന്താണ് സംഭവിച്ചത് എന്ന് കണ്ട് മനസ്സിലാക്കാൻ കഴിയില്ലായിരുന്നു. അത്രമാത്രം ആളുകൾ വേദിയിലേക്ക് തള്ളിക്കയറുകയും തടിച്ചുകൂടുകയും ചെയ്തിരുന്നു. ചിലർ റോമയ്ക്കുവേണ്ടി സംസാരിക്കാൻ തുടങ്ങിയിരുന്നു. അവളാകെ മൂകയായി നില്ക്കുകയായിരുന്നു. തലകുനിച്ച് അവൾ അനങ്ങാതെ നിന്നു. അവളുടെ കണ്ണുകൾ നിറഞ്ഞൊഴുകുന്നുണ്ടായിരുന്നു. ചുണ്ടുകൾ വിതുമ്പുന്നുണ്ടായിരുന്നു. വികാരം നിയന്ത്രിക്കാൻ കഴിയാതെ അവൾ അടുത്തുള്ള ഒരു മുറിയിലേക്ക് ഓടിക്കയറി വാതിലടച്ചുകളഞ്ഞു. അവളുടെ അഭിമാനമാണ് റോമിൽവെച്ച് തകർന്നുവീണത്. അവൾക്ക് സംഭവിച്ച മാനഹാനി വാക്കുകൾക്കതീതമായിരുന്നു. അവൾ തന്റെ സുന്ദരമായ കൈകൾകൊണ്ട് കണ്ണുകൾപൊത്തി കരയാൻ തുടങ്ങി. ആ മുറിയിൽ ഏകാകിനിയായി അവൾ തേങ്ങിത്തേങ്ങി കരഞ്ഞു. അപ്പോൾ ആ മുറി

യിലേക്ക് ഒരാൾ കടന്നുവന്നു. അപരിചിതന്റെ കൈ അവളുടെ ചുമലിൽ സ്പർശിച്ചതോടെ അവൾ തലയുയർത്തി. കടുത്ത ദേഷ്യത്തോടെ അവൾ പിന്നോട്ടുമാറി. എന്നിട്ട് ഒരു കൊടുങ്കാറ്റുപോലെ മുറിയിൽ അങ്ങോട്ടുമിങ്ങോട്ടും നടന്നു. അവൾ തന്റെ ചുവന്നചുണ്ടുകൾ കടിച്ചുപിടിക്കുന്നുണ്ടായിരുന്നു. കോപവും ദുഖവും സഹിക്കാൻ കഴിയാതെ അവൾ അലറിവിളിച്ചു:

"അയാൾ പ്രസംഗിച്ചത് കേട്ടില്ലേ. ഇന്നയാൾ പറഞ്ഞതെല്ലാം ഒറ്റ രാത്രികൊണ്ട് റോമിലെല്ലാം കാട്ടുതീ പോലെ പരക്കും. നാളത്തെ പത്രങ്ങളിലെല്ലാം അത് വലിയ വാർത്തയാകും."

ആ മുറിയിലേക്ക് കടന്നുവന്നത് ബാരൻപ്രഭുവായിരുന്നു. അയാൾ ഒന്നും പറയാനാവാതെ നിശ്ചലനായി നിന്നു.

"ഞാനിതെങ്ങനെ സഹിക്കും. എങ്ങനെ സഹിക്കും." റോമയുടെ ശരീരമാകെ വിറയ്ക്കുന്നുണ്ടായിരുന്നു. വികാരങ്ങൾ താങ്ങാനാവാതെ അവൾ അവിടെയുള്ള കസേരയിലിരുന്ന് മുഖം മേശമേൽ കമിഴ്ത്തിവെച്ചു. അപ്പോൾ ഫെലിസ് വന്ന് ആഞ്ചലി എന്നൊരാൾ വന്നിട്ടുണ്ടെന്ന് അറിയിച്ചു. ബാരൻപ്രഭു അയാളോട് ഇരിക്കാനുള്ള നിർദ്ദേശം കൊടുത്തു. ബാരൻ പറഞ്ഞു:

"എന്നോടെന്തിനാണ് ഇത്ര ദേഷ്യം കാണിക്കുന്നത്. എനിക്ക് റോമയുടെ വികാരങ്ങൾ മനസ്സിലാവും. ആ ഹൃദയത്തിൽ എന്തുമാത്രം ദുഃഖമുണ്ടെന്ന് ഞാനറിയുന്നു. ഞാനല്ലല്ലോ അതിന്റെ കാരണക്കാരൻ."

"പിന്നെ ആരാണ് കുറ്റക്കാരൻ. നിങ്ങളല്ലെങ്കിൽ പിന്നെ ആരാണ് പറ."

"പ്രിയപ്പെട്ട റോമാ വിഷമിക്കാതിരിക്കൂ. ഇങ്ങനെയുള്ള ദുഷ്ടന്മാരെയെല്ലാം ഞാനൊരു പാഠം പഠിപ്പിക്കുന്നുണ്ട്."

ഇതുകേട്ടപ്പോൾ അവൾക്ക് സമാധാനമായി. അവൾ ഒന്നു നിറഞ്ഞ് മന്ദഹസിച്ചു. ബാരൻപ്രഭു അവളുടെ അടുത്തുവന്ന് അവളെ തുരുതുരാ ചുംബിച്ചു. അവളുടെ കൈകൾ കോർത്തുപിടിച്ച് അവളെ നെഞ്ചോട് അണച്ചുപിടിച്ചു.

"ആ ബ്രൂണോയെ പുറത്താക്കണം."

"ഇന്നുതന്നെ അവനെ ഞാൻ പുറത്താക്കും" ബാരൻപ്രഭു പറഞ്ഞു.

.... "അയാളെ ഞാൻ ഇല്ലാതാക്കും." റോമയാണിത് പറഞ്ഞത്.

"റോമ ആരെയാണ് ഉദ്ദേശിച്ചത്."

"ഡേവിഡ് റോസ്സിയെ."

"അവന് ഉചിതമായ ശിക്ഷ ഞാൻ കൊടുക്കും."

"എന്തിന്?"

"അവൻ രാജ്യദ്രോഹിയാണ്. കാരണം അവൻ രാജാവിനെതിരെ സംസാരിച്ചു. അത് വലിയൊരപരാധമാണ്. അവനെ അറസ്റ്റുചെയ്ത് ജയിലിലടയ്ക്കണം."

"എന്നിട്ടെന്താ?"

"അങ്ങനെ അവന്റെ ഉപദ്രവവും ഇല്ലാതാകും. അവന്റെ വായ മൂടി ക്കെട്ടാൻ കഴിയും" ഇതുകേട്ട് റോമ ബാരനെ ഒന്നുനോക്കി. അവളുടെ കണ്ണുകളിൽ പുച്ഛഭാവമുണ്ടായിരുന്നു. അതു തീർത്തും പ്രകടമാക്കുന്ന രീതിയിൽ അവൾ അയാളെനോക്കി പുഞ്ചിരിച്ചു. എന്നിട്ട് പറഞ്ഞു:

"ഡേവിഡ് റോസ്സിയെപ്പോലുള്ള ഒരാളെ ജയിലിലടച്ചുകൊണ്ട് നിശ്ശ ബ്ദനാക്കാൻ കഴിയുമെന്നാണോ നിങ്ങൾ കരുതുന്നത്. അയാൾക്ക് വേണ്ടി സംസാരിക്കാനും ഇവിടെ ധാരാളം ആളുകളുണ്ട്. അയാൾ പറ ഞ്ഞത് സത്യമാണെന്നും സത്യംപറഞ്ഞതിനാണ് അയാളെ ജയിലിലട ച്ചതെന്നും അയാളുടെ ആളുകൾ പറയും."

ബാരൻ ആകെ അസ്വസ്ഥനായി.

"അയാളെ ജയിലിലടച്ചതുകൊണ്ട് യാതൊരു കാര്യവുമില്ല. പ്രശ്ന ങ്ങൾ കൂടുതൽ വഷളാവും. അതോടെ അയാൾക്കുവേണ്ടി ആളുകൾ സംസാരിക്കാൻ തുടങ്ങും. അയാളുടെ ആശയങ്ങൾക്ക് കൂടുതൽ പ്രചാ രണം ലഭിക്കും." റോമ പറഞ്ഞു. ബാരന് ഒന്നും പറയാൻ കഴിഞ്ഞില്ല. അയാൾ അവളുടെ മനോഹരമായ മുഖത്തേക്ക് കണ്ണയയ്ക്കാതെ നോക്കി നിന്നു. അവളുടെ മുഖം വിവർണ്ണമാകുന്നത് അയാൾ കണ്ടു. അവളുടെ ഉടലാകെ വേദനകൊണ്ട് പുളയുന്നത് അയാൾക്ക് കാണാമായിരുന്നു.

"ഞാനൊരുപായം പറയാം." റോമ പറഞ്ഞു.

"എന്താണത്."

"ഡേവിഡ് റോസ്സിയെ നാളെ ഇങ്ങോട്ടു കൊണ്ടുവരണം. ഈ പ്രശ്നത്തിന് ഞാൻ ഇവിടെവെച്ച് പരിഹാരം കാണും."

"എങ്ങനെ" ബാരൻ ചോദിച്ചു.

"എങ്ങനെയെന്ന് ഞാൻ ഇവിടെവെച്ച് കാണിച്ചുതരാം. ആദ്യം അയാളെ ഇങ്ങോട്ടു കൊണ്ടുവരൂ."

"റോമ!"

"അതെ, അയാളുമായി ബന്ധപ്പെട്ട് പല രഹസ്യങ്ങളുമുണ്ടെന്ന് നിങ്ങ ളെന്നോട് പറഞ്ഞില്ലേ. അയാളാരാണ്, അയാളുടെ പിതാവാരാണ്, റോമി നുപുറത്ത് അയാൾ എവിടെ ജീവിച്ചു. എങ്ങനെ ജീവിച്ചു, എന്നെല്ലാം നമുക്കറിയണം." റോമ പറഞ്ഞു.

"അതെ, എനിക്കും അതറിയണമെന്നുണ്ട്." ബാരനും ഉത്സാഹം വർദ്ധിച്ചു.

"അയാളുടെ ലക്ഷ്യങ്ങളെന്തൊക്കെയാണ് എന്ന് നമുക്ക് മനസ്സിലാ ക്കണം."

"അയാളുടെ ആശയങ്ങളെന്തെന്ന് അറിയണം."

"അയാളുമായി ബന്ധപ്പെട്ടതെല്ലാം നമുക്ക് കണ്ടുപിടിക്കണം."

"അതിനാദ്യം വേണ്ടത് അയാളെ നാളെ എന്റെ അടുത്ത് എത്തി ക്കുകയാണ്. അയാളുടെ മുഴുവൻ രഹസ്യങ്ങളും ഞാൻ ഒരു മാസത്തി നുള്ളിൽ കണ്ടുപിടിക്കും." ഇതുംപറഞ്ഞ് റോമ ചിന്താഭാരത്തോടെ മുറി യിൽ അങ്ങോട്ടുമിങ്ങോട്ടും നടക്കാൻ തുടങ്ങി. തന്റെ അസാധാരണമായ

അംഗലാവണ്യംകൊണ്ട് ഡേവിഡ് റോസ്സിയെ വശീകരിച്ച് അങ്ങനെ അവന്റെ എല്ലാ രഹസ്യങ്ങളും ചോർത്തിയെടുത്ത് അവസാനം ഒന്നുമില്ലാതാക്കാനാണ് അവളുടെ പരിപാടിയെന്നും ബാരൻ ഊഹിച്ചു.

"അതെ, അവന് പറ്റിയ ശിക്ഷ ഞാൻ കൊടുക്കും. ഇതെനിക്ക് വളരെ എളുപ്പമാണ്. ആർക്കും ഒരു സംശയവും എന്റെമേൽ ഉണ്ടാവുകയില്ല."

"എല്ലാം ശരിയാണ് റോമ, പക്ഷേ അവന്റെ കാര്യത്തിൽ ഒരു പ്രത്യേക ശ്രദ്ധവേണം. ഒന്നാമത് അവൻ വളരെ ചെറുപ്പമാണ്. സുന്ദരനും." അതുകേട്ട് റോമ ചിരിക്കാൻ തുടങ്ങി. ഒരു സ്ത്രീക്കും സഹിക്കാനാവാത്ത വിധത്തിലാണ് അവൻ പരിഹസിച്ചത്. അതിനെക്കുറിച്ച് ബാരന് ഉത്തമബോദ്ധ്യമുണ്ടായിരുന്നു.

രണ്ട്

പൗരാണിക റോമാസാമ്രാജ്യത്തിന്റെ ഹൃദയമാണ് പിയാസ നവോന. ലോകത്തിലെ അപൂർവ്വനഗരങ്ങളിലൊന്നാണിത്. ലോകത്തിലേതൊരു നഗരംകണ്ടാലും നമ്മൾ ചോദിച്ചേക്കാം, "ഇത് ന്യൂയോർക്കാണോ", "ഇത് പാരീസാണോ"......... എന്നാൽ, പിയാസ നവോന കണ്ടാൽ നാം ഒരിക്കലും അങ്ങനെ ചോദിക്കില്ല. അത്രയ്ക്ക് വ്യത്യസ്തമാണത്. ആർക്കും എളുപ്പത്തിൽ തിരിച്ചറിയാവുന്ന ലോകനഗരം.

ഡേവിഡ് റോസ്സി ഏഴ് സംവത്സരം പാർലമെന്റിൽ റോമിനെ പ്രതിനിധീകരിച്ചുകൊണ്ട് പ്രവർത്തിച്ചിട്ടുണ്ട്. ആ കാലത്തെല്ലാം അദ്ദേഹം താമസിച്ചത് പിയാസയിലാണ്. ആ കെട്ടിടത്തിന്റെ നാലാം നിലയിൽ മൂന്നു മുറികളുണ്ടായിരുന്നു.

റോമിൽ പോപ്പിന്റെ ജൂബിലി ആഘോഷങ്ങൾ കൊഴുത്തുകൊണ്ടിരിക്കെ, ഡേവിഡ് റോസ്സിയുടെ പിയാസയിലുള്ള മുറിയിലിരുന്ന് ഒരു യുവതി എന്തോ തുന്നിക്കൊണ്ടിരിക്കുകയായിരുന്നു. അവളുടെ മടിയിൽ ഒരു ഗ്രന്ഥമുണ്ടായിരുന്നു. അഞ്ചാറുവയസ്സുള്ള ഒരു കുട്ടി അവളുടെ അരികിൽ മുട്ടുകുത്തി നില്ക്കുന്നുണ്ടായിരുന്നു. ആ കുട്ടിയുടെ പേര് ജോസഫ് എന്നായിരുന്നു. അവൾ കൊച്ചു ജോസഫിനെക്കൊണ്ട് കഥാപുസ്തകം വായിപ്പിക്കുകയായിരുന്നു. എന്നാൽ, ആ കുട്ടിയുടെ കണ്ണ് കഥാപുസ്തകത്തിലായിരുന്നില്ല. അവൻ പുറത്ത് എന്തോ തിരയുന്നുണ്ടായിരുന്നു. ആരെയോ കാത്തിരിക്കുകയായിരുന്നു അവൻ. ഭിത്തിയിലെ ക്ലോക്കിലേക്കും പുറത്തേക്കും അവൻ മാറിമാറി നോക്കിക്കൊണ്ടിരുന്നു. എന്നിട്ട് അമ്മയോട് ഇങ്ങനെ ചോദിച്ചു:

"രണ്ട് മണിക്ക് അവരിങ്ങോട്ട് വരുമെന്ന് അമ്മ എന്നോട് പറഞ്ഞില്ലേ."

"അതേ മകനെ. ഡേവിഡ് റോസ്സിയെ മോചിപ്പിച്ചാൽ ഉടൻതന്നെ അച്ഛനും അദ്ദേഹവും ഇങ്ങോട്ടുവരും." ഇതുകേട്ടതോടെ അവനാശ്വാസമായി. അവന്റെ അമ്മ അവന് കഥ വായിച്ചുകൊടുക്കുകയാണ്;

"പണ്ട് പണ്ടൊരിക്കൽ ഒരിടത്ത് ....ഒരു............" ജോസഫ് കഥ വായിക്കാൻ തുടങ്ങി. ഒരു നിമിഷം കഴിഞ്ഞ് അവൻ വീണ്ടും;

"അമ്മേ"

"എന്താണ് ജോസഫ് പാഠം പഠിക്കാനല്ലേ പറഞ്ഞത്."

ജോസഫ് വീണ്ടും കഥവായിക്കാൻ തുടങ്ങുമ്പോഴേക്കും ആരോ വാതിലിൽ മുട്ടുന്നതുകേട്ടു. അവൻ ആഹ്ലാദംകൊണ്ട് തുള്ളിച്ചാടി. എന്നിട്ട് 'അങ്കിൾ ഡേവിഡ്' എന്നുവിളിച്ചുകൊണ്ട് വാതിൽക്കലേക്കോടി.

"ആരാ ജോസഫ്" ആ ചോദ്യം കേട്ടതോടെ അവന്റെ ബഹളം നിലച്ചു. ജോസഫ് പതിഞ്ഞ സ്വരത്തിൽ പറഞ്ഞു:

"ഒരാൾ..."

* * * *

വൃദ്ധനായ ഫ്രെഞ്ചുകാരന്റെ കുതിരവണ്ടിക്കടുത്ത് നിന്നിരുന്ന ആകർഷകമായ വ്യക്തിത്വമുള്ള താടിക്കാരനായ റോമൻ യുവാവായിരുന്നു അത്. അയാളുടെ കണ്ണുകൾ നിരീക്ഷണഭാവമുള്ളതായിരുന്നു. അയാൾ പറഞ്ഞു:

"മിസ്റ്റർ ഡേവിഡ് റോസ്സി, തന്റെ വലിയൊരു അനുയായി വൃന്ദത്തോടൊപ്പം ഇങ്ങോട്ട് വരുന്നുണ്ട്. എനിക്ക് മിസ്റ്റർ റോസ്സിയെ അത്യാവശ്യമായി ഒന്നുകാണേണ്ടതുണ്ട്. ഗൗരവമായ കാര്യങ്ങൾ എനിക്ക് അദ്ദേഹത്തോട് സംസാരിക്കാനുണ്ട്. നിങ്ങൾക്കതിന് വിഷമമൊന്നുമില്ലല്ലോ."

"ഏയ്. യാതൊരു വിഷമവുമില്ല. സന്തോഷമാണ്. താങ്കൾ ഇരിക്കൂ. അപ്പോൾ അദ്ദേഹം മോചിതനായി അല്ലേ." അങ്ങനെ ചോദിക്കുമ്പോൾ അവളുടെ കണ്ണുകൾ തിളങ്ങുന്നുണ്ടായിരുന്നു.

"അതെ, അദ്ദേഹം മോചിതനായി. അദ്ദേഹത്തിന്റെ കൈകളിൽനിന്നും വിലങ്ങഴിക്കുന്നത് ഞാൻ കണ്ടതാണ്."

"താങ്കൾ കണ്ടതാണോ"

"അതെ, അദ്ദേഹത്തെ അറസ്റ്റുചെയ്തപ്പോൾ ജനങ്ങൾ ബഹളം വെച്ചു. ആകെ പ്രശ്നമായി. ജനക്കൂട്ടത്തെ പിരിച്ചുവിടാൻ പൊലീസ് വെടിവെക്കാൻ ഒരുങ്ങിയതാണ്." യുവാവ് ആ സംഭവം സ്ത്രീയോട് ഇങ്ങനെ വിവരിച്ചു

"ജനങ്ങൾ ബഹളം വെച്ചപ്പോൾ അദ്ദേഹം കൈ ഉയർത്തിക്കൊണ്ട് ഇങ്ങനെ പറഞ്ഞു; "സഹോദരീ സഹോദരന്മാരെ, എന്റെ പേരിൽ ഇവിടെ ഒരുതുള്ളി രക്തം ചിന്താൻ പാടില്ല. ദൈവം എന്നെ തുണയ്ക്കും. നിങ്ങളെല്ലാവരും സമാധാനത്തോടുകൂടി വീട്ടിലേക്ക് തിരിച്ചുപോണം."

അത് കേൾക്കേണ്ട താമസം ജനക്കൂട്ടം സമാധാനത്തോടെ പിരിഞ്ഞുപോയി. ഒരു വലിയ ദുരന്തം അങ്ങനെ അദ്ദേഹം ഇല്ലാതാക്കി. പൊലീസ് അദ്ദേഹത്തെയും കൂട്ടി ജയിലിലേക്കും പോയി.

"അപ്പോൾ അദ്ദേഹം മോചിതനായി എന്നുപറഞ്ഞതോ."

"അതെ, കുറച്ചുകഴിഞ്ഞപ്പോൾ മോചിതനായി. ആ വാർത്തയറിഞ്ഞ് ജനങ്ങൾ വീണ്ടും തടിച്ചുകൂടി. അവർ ആഹ്ലാദപുരസ്സരം അദ്ദേഹത്തിന്റെ

പേര് ആർത്തുവിളിച്ചു.” അയാളിത് പറയുമ്പോൾ യുവതിയുടെ മുഖത്ത് എന്തെന്നില്ലാത്ത ആഹ്ലാദം അലയടിക്കുന്നുണ്ടായിരുന്നു. അത് കണ്ട് അയാൾ ചോദിച്ചു:

“അദ്ദേഹത്തിന്റെ പത്നിയാണോ?”

“അല്ല അദ്ദേഹത്തിന്റെ സുഹൃത്തിന്റെ പത്നിയാണ്.”

“ഇവിടെയാണല്ലേ താമസം.”

“അതെ.” ആ സമയത്ത് ആ മുറിയിൽ പക്ഷികളുടെ കൂജനം കേൾക്കാമായിരുന്നു.

“അത് ഡേവിഡ് റോസ്സിയുടെ പക്ഷികളാണ്. അദ്ദേഹത്തിന് അവയെ വളരെ ഇഷ്ടമാണ്. പക്ഷികളെ മാത്രമല്ല പട്ടികൾ, എലികൾ, വിശേഷിച്ചും അണ്ണാൻകുഞ്ഞുങ്ങൾ ഇവയൊക്കെ അയാൾക്കിഷ്ടമാണ്.”

“ഇവിടത്തെ കുട്ടി”

“അതെ എന്റെ മകൻ. അവന് ഡേവിഡിനെ എന്തിഷ്ടമാണെന്നോ. അങ്കിൾ ഡേവിഡ് എന്നാണ് അവൻ അദ്ദേഹത്തെ വിളിക്കുക. അവർ വലിയ ചങ്ങാതിമാരാണ്.” ആ വീട്ടിലെ പല വിശേഷങ്ങളും സ്ത്രീ വിവരിച്ചു. വീട്ടുസാമാനങ്ങളെല്ലാം ചൂണ്ടിക്കാണിച്ചുകൊണ്ട് അതെല്ലാം ലോകത്തിന്റെ പലഭാഗത്തുനിന്നും ലഭിച്ചതാണെന്ന് പറഞ്ഞു. “അതെ, ലോകജനപ്രിയനാണ് ഡേവിഡ് റോസ്സി. ഫ്രാൻസ്, ഇംഗ്ലണ്ട്, ജർമ്മനി തുടങ്ങിയ പലരാജ്യങ്ങളിൽനിന്നും അദ്ദേഹത്തിന് വിലപ്പെട്ട സമ്മാനങ്ങൾ ലഭിക്കുന്നു. ഒരാഴ്ചമുമ്പാണ് അദ്ദേഹത്തിന് ഒരു സംഗീതോപകരണം ലഭിച്ചത്. എൽബാ ദ്വീപിൽനിന്നും ലഭിച്ചതാണത്.”

“എൽബ. ജയിൽപ്പുള്ളികൾ അയച്ചുകൊടുത്തതായിരിക്കും.”

“അതെ, അന്ത്യസന്ദേശം എന്നാണ് അതിനെ അദ്ദേഹം വിശേഷിപ്പിക്കുന്നത്. പക്ഷേ, അദ്ദേഹം ആ സംഗീതോപകരണം തൊട്ടിട്ടില്ല.”

“എന്തായിരുന്നു ആ സന്ദേശം.”

“ഞാനത് ചോദിച്ചിട്ടില്ല” ഭിത്തിയിലെ ഒരു വൃദ്ധന്റെ ഫോട്ടോ ചൂണ്ടി അയാൾ ചോദിച്ചു

“ഇതാരാണ്?”

“റോസ്സിയുടെ ഏതോ ഇംഗ്ലീഷ് സുഹൃത്താണ്.” ആ സമയത്ത് പിയാസായ്ക്ക് പുറത്ത് വലിയൊരു ബഹളം കേട്ടു. ആൾക്കൂട്ടത്തിന്റെ ശബ്ദം. അപ്പോഴാണ് ജോസഫ് പുറത്തുചാടിയത്. റോസ്സി വരികയാണ്. അതോടെ ആ സ്ത്രീയും തിടുക്കത്തിൽ മുറിവിട്ടു.

ജനങ്ങളുടെ ആഘോഷമാണ് അവിടെ കണ്ടത്. ആൾക്കൂട്ടം ആടുകയും പാടുകയും ചെയ്യുന്നു. പൊട്ടിച്ചിരിയുടെ മണിമുഴക്കം. കരഘോഷങ്ങൾ. ആർപ്പുവിളികൾ. വെടിക്കെട്ടുകൾ. അവർ ഡേവിഡ് റോസ്സിയെയും തോളിലേറ്റി വരികയാണ്. ആളുകൾ അദ്ദേഹത്തെ തൊടാനും ചുംബിക്കാനുംവേണ്ടി മത്സരിക്കുകയാണ്. അവർ ബാരൻപ്രഭുവിനെ തെറിവിളിക്കുന്നുണ്ട്. ചിലർ കത്തോലിക്കാസഭയെ അധിക്ഷേപിക്കുന്നു. മതമേധാവിത്വത്തിനെതിരെ അവർ ഉച്ചത്തിൽ സംസാരിക്കുന്നുണ്ട്. ബിഷ

പ്പുമാരുടെയും കത്തോലിക്കാ സഭയുടെയും ധാർഷ്ട്യത്തെ ജനങ്ങൾ രൂക്ഷമായി വിമർശിക്കുകയാണ്. പള്ളിയുടെ നിസ്സംഗതയെ ജനങ്ങൾ കഠിനമായി അപലപിച്ചു. ഒരാൾ ഇങ്ങനെ പറഞ്ഞു:

"സഭ മലയെപ്പോലെയാണ്. അതനങ്ങാതെ നില്ക്കും. ഇവിടെ ചലിക്കുന്നത് മനുഷ്യരാണ്. മല ജോസഫിന്റെ അടുത്തേക്ക് വന്നില്ലെങ്കിൽ ജോസഫ് മലയുടെ സഹായമില്ലാതെ നടക്കും."

ആ ആൾക്കൂട്ടത്തിന്റെ ആഹ്ലാദ ആദരവുകൾ സ്വീകരിച്ചുകൊണ്ട് വിപ്ലവകാരിയായ ഡേവിഡ് റോസ്സി ജനക്കൂട്ടത്തെ അഭിവാദ്യംചെയ്യാൻ തുടങ്ങി:

"സഹോദരീ സഹോദരന്മാരെ, നമ്മളൊരിക്കലും വിവേകം കൈവിടരുത്. നമ്മൾ കിഴവനായ പോപ്പിനെതിരെ കലാപമുണ്ടാക്കരുത്. അയാൾ ആർക്കും ഒരു ഉപദ്രവവും ഇതുവരെ ചെയ്തിട്ടില്ല. അയാൾ ആർക്കും ഒരു സഹായം ചെയ്യുന്നില്ല എന്നുള്ളത് വാസ്തവമാണ്. എന്നാൽ, ഒരു ആത്മീയപുരുഷനാണ് അദ്ദേഹമെന്നത് നാം ഒരിക്കലും വിസ്മരിക്കരുത്. നമ്മളെപ്പോഴും സമാധാനത്തോടുകൂടി പ്രവർത്തിക്കണം. മനസ്സാ വാചാ കർമ്മണാ നാം ആരെയും ഉപദ്രവിക്കരുത്. എപ്പോഴും ശാന്തരായി പ്രവർത്തിക്കണം. ക്ഷമാശീലവും സഹനശക്തിയും കൈവിടരുത്. തല്ക്കാലം നിങ്ങളെല്ലാവരും അവരവരുടെ വീടുകളിലേക്ക് പോവുക."

"പോകുന്നതിനുമുമ്പ് ഒന്നു നില്ക്കൂ." ഒരാൾ എന്തോ വായിച്ചു കേൾപ്പിക്കാൻ ഒരുങ്ങുകയാണ്. അയാൾ ഒരു കടലാസ് നിവർത്തി വായിക്കുകയാണ്.

"സർക്കാർ ജനങ്ങളുടെമേൽ അന്യായമായി കരം ചുമത്തിയിരിക്കുകയാണ്. ഇതൊരിക്കലും അംഗീകരിക്കാവുന്നതുമല്ല. ഇതുമായി ബന്ധപ്പെട്ട് പാർലമെന്റിൽ പരാതി ബോധിപ്പിച്ചുകഴിഞ്ഞതാണ്. പക്ഷേ, എന്തു ഫലം. അതിനുശേഷം പോപ്പിനോട് കെഞ്ചുകയുണ്ടായി. അതിനും ഫലമുണ്ടായില്ല. അതുകൊണ്ട് സുഹൃത്തുക്കളെ കഷ്ടപ്പെടുന്ന ജനങ്ങൾ തങ്ങളുടെ കഷ്ടപ്പാടുകൾക്ക് അറുതിവരുത്താൻവേണ്ടി കർമ്മനിരതരാവാൻ തുടങ്ങിയിരിക്കുന്നു. സർക്കാർ പുതിയ നികുതി ചുമത്തുന്നത് ഫെബ്രുവരി ഒന്നാം തീയതിയാണ്. ആ ദിവസം നമ്മൾ ബന്ദു നടത്തും. ആരും പുറത്തിറങ്ങരുത്. കുട്ടകളൊഴിച്ച് ആരും ആഹാരം കഴിക്കരുത്. അന്നുരാത്രി മുഴുപ്പട്ടിണിക്കാരായ റോമൻജനത ഒരൊറ്റ മനസ്സോടെ അല്ലെങ്കിൽ ഒരൊറ്റ മനുഷ്യനായി കൊളിസായിൽ യോഗം ചേരണം. നമ്മുടെ ദാരിദ്ര്യവും കഷ്ടപ്പാടുകളുമെല്ലാം അവസാനിപ്പിക്കുന്നത് എങ്ങനെയെന്നതിനെക്കുറിച്ച് നമുക്ക് അവിടെവെച്ച് ആലോചിക്കണം. ഭാവി പ്രവർത്തനങ്ങൾ ആസൂത്രണം ചെയ്യണം."

"അതെ, അത് നല്ലതുതന്നെ." ബ്രൂണോ ആ കടലാസിൽ ഒപ്പുവെക്കാനൊരുങ്ങി. അപ്പോൾ റോസ്സി പറഞ്ഞു:

"സഹോദരന്മാരെ, നമ്മൾ ഒരിക്കലും സമാധാനം വെടിയരുത്.

അക്രമം നടത്തരുത്. നമ്മൾ വിപ്ലവകാരികളാണ്. നമ്മുടെ ശത്രുക്കൾ നമ്മളെ അങ്ങനെയാണ് വിളിക്കുന്നത്. ആ വിളികേൾക്കാനാണ് നമ്മളും ഇഷ്ടപ്പെടുന്നത്. അതിലും വലിയൊരു പദമില്ല. ശത്രുവർഗ്ഗം പരാജയപ്പെടും. അവരെ നാം പരാജയപ്പെടുത്തും. ഈ ലോകത്ത് നീതിയും നിയമവും സമത്വവും നിലനിർത്തുകയെന്നതാണ് നമ്മുടെ ലക്ഷ്യമെന്ന് നാം ലോകത്തെ പഠിപ്പിക്കണം. അതുകൊണ്ട് ഒരിക്കലും നാം അക്രമാസക്തരാവരുത്."

റോസ്സിയുടെ ആഹ്വാനം ജനങ്ങൾ ആഹ്ലാദപുരസ്സരം സ്വീകരിച്ചു. അങ്ങനെ അവിടെക്കൂടിയിരുന്ന ആളുകളെല്ലാം അവരവരുടെ വീടുകളിലേക്ക് പോയി. അവസാനം ഒരാൾമാത്രം അവിടെനിന്നു. അത് ആ റോമൻയുവാവായിരുന്നു. അയാൾ ഒരു എഴുത്ത് ഡേവിഡ് റോസ്സിക്ക് കൊടുത്തു. റോസ്സി ആ എഴുത്ത് വായിച്ചു. അതിങ്ങനെയായിരുന്നു:

"ഈ കത്തുമായി വരുന്ന മി. ചാൾസ് മിങ്കിളി നമ്മുടെ രാഷ്ട്രീയ സംഘടനയിൽപ്പെട്ട വ്യക്തിയാണ്. ഇദ്ദേഹത്തിന് മഹത്തായ ഒരു രാഷ്ട്രീയലക്ഷ്യമുണ്ട്. ആ ലക്ഷ്യം സാക്ഷാൽക്കരിക്കാൻവേണ്ടിയാണ് അദ്ദേഹം പ്രവർത്തിക്കുന്നത്. കൂടുതൽകാര്യങ്ങൾ അദ്ദേഹം നിങ്ങളോട് നേരിട്ട് സംസാരിക്കും."

"താങ്കൾ ലണ്ടനിൽനിന്നാണോ വരുന്നത്?"

"അതെ"

"എന്താണ് താങ്കൾക്ക് പറയാനുള്ളത്?"

"ഞാൻ പറയാം" ബ്രൂണോയെ നോക്കിക്കൊണ്ട് റോമൻയുവാവ് ഇങ്ങനെ പറഞ്ഞു:

"സംഗതി അതീവരഹസ്യമാണ്."

"അകത്തേക്കുവരൂ" ഡേവിഡ് റോസ്സി റോമൻയുവാവിനെ തന്റെ കിടപ്പറയിലേക്ക് വിളിച്ചുകൊണ്ടുപോയി.

*   *   *   *

"ചാൾസ് മിങ്കിളി അല്ലേ" ഡേവിഡ് റോസ്സി റോമൻയുവാവിനോട് ചോദിച്ചു.

"അതാണെന്റെ പേര്."

"എന്താണ് താങ്കൾക്ക് പറയാനുള്ളത്?"

"എനിക്ക് ഒരു മഹത്തായ ലക്ഷ്യമുണ്ട്."

"പറയൂ."

"എനിക്ക് തുറന്നുപറയാമല്ലോ."

"എന്തുകൊണ്ടും പറയാം"

"ശരി എനിക്ക് താങ്കളുടെ രാഷ്ട്രീയലക്ഷ്യം എന്താണെന്ന് മനസ്സിലാവുന്നുണ്ട്. പക്ഷേ, നിങ്ങളുടെ രാഷ്ട്രീയം ആദർശാത്മകമാണ്. അത് പ്രായോഗികമല്ല."

“എന്തുകൊണ്ടാണ് നിങ്ങളങ്ങനെ പറയുന്നത്. “ഞാൻ പറയാം നിങ്ങൾ കൊളിസിയത്തിൽ ഒരു വലിയ സമ്മേളനം ചേർന്നുവല്ലോ. നികുതി ചുമത്തുന്നതിന് എതിരായിട്ടായിരുന്നുവല്ലേ. സർക്കാർ ആ യോഗം നിരോധിച്ചിരുന്നെങ്കിലോ.നിങ്ങൾക്കെങ്ങനെ അത്തരം പ്രവർത്ത നങ്ങളെ എതിർക്കാൻ കഴിയും. പ്രവർത്തനസ്വാതന്ത്ര്യം മൗലികാവകാ ശമല്ലേ. നിങ്ങളുടെ നിലപാടെന്താണ് പറയൂ?”

ഡേവിഡ് റോസ്സി നിശ്ശബ്ദനായിരുന്നു. അയാൾ എന്തൊക്കെയോ വരച്ചുകൊണ്ടിരിക്കുകയായിരുന്നു. ചാൾസ് മിങ്കിളി ഇങ്ങനെ പറഞ്ഞു:

“സർക്കാരിന് നിങ്ങളുടെ രാഷ്ട്രീയപ്രവർത്തനം നിരോധിക്കാൻ കഴിയും. അതിനു സർക്കാരിന് ശക്തിയുണ്ട്. അധികാരമുണ്ട്. അപ്പോൾ നിങ്ങളെന്തുചെയ്യുമെന്നാണ് ഞാൻ ചോദിക്കുന്നത്. ഒരു ഭാഗത്ത് സമ്പ ന്നരും ആയുധങ്ങൾ കൈവശംവെച്ച പ്രമാണിമാരും ഒരുമിച്ച് അണിനിര ന്നിരിക്കുന്നു. മറുഭാഗത്ത് പാവപ്പെട്ടവരും നിരാശ്രയരുമായ ജനങ്ങൾ സമാ ധാനത്തോടെ അണിനിരന്നിരിക്കുന്നു.അപ്പോൾ എന്താണ് സംഭവിക്കുക. നിങ്ങളുടെ ആദർശമനുസരിച്ച് ജനങ്ങൾ സമാധാനപരമായ മാർഗ്ഗത്തി ലൂടെ നീങ്ങണം. അതെങ്ങനെ പ്രായോഗികമാകും.”

ഡേവിഡ് റോസ്സിക്ക് ഉത്തരം പറയാനായില്ല. അയാൾ ഇരിപ്പിട ത്തിൽനിന്നെഴുന്നേറ്റ് തന്റെ മുറിയിൽ അങ്ങോട്ടുമിങ്ങോട്ടും നടക്കാൻ തുടങ്ങി. എന്നിട്ട് ചോദിച്ചു:

“താങ്കൾ പറഞ്ഞുവരുന്നത്?” ചാൾസ് മിങ്കിളി ക്രുദ്ധനായി പറഞ്ഞു

“ജനശത്രുവിനെ റോമിൽനിന്ന് പുറത്താക്കണം.”

“പ്രധാനമന്ത്രിയേയാണോ താങ്കളുദ്ദേശിക്കുന്നത്.”

“അതെ പ്രധാനമന്ത്രിയെത്തന്നെ.” ഡേവിഡ് റോസ്സി ഒരുവേള നിശ്ശ ബ്ദനായി. അതിനുശേഷം ചോദിച്ചു:

“താങ്കൾ ഉദ്ദേശിക്കുന്നതെന്താണ്?”

“അയാളെ പുറത്താക്കണം.”

“ഞാൻ തന്നെ ചെയ്യണമോ?”

“വേണ്ട. താങ്കൾക്കുവേണ്ടി ഞാൻ ചെയ്തോളാം.”

ഡേവിഡ് റോസ്സി കസേരയിലിരുന്നുകൊണ്ട് റോമൻയുവാവിനോട് ഇങ്ങനെ ചോദിച്ചു:

“അപ്പോഴതാണ് താങ്കളുടെ മഹത്തായ ലക്ഷ്യം.”

“താങ്കളെന്തിനാണ് എന്നെ കാണാൻ വന്നത്?”

“താങ്കൾക്ക് എന്നെ സഹായിക്കാൻ പറ്റും. നിങ്ങൾ പാർലമെന്റ് മെമ്പറായിരുന്നല്ലോ. താങ്കളുടെ പ്രവേശനകാർഡ് എനിക്ക് തരണം.”

“അയാൾ കൊല്ലപ്പെടണം എന്ന കാര്യത്തിൽ എനിക്ക് വിയോജി പ്പില്ല.”

“ജനങ്ങൾ അദ്ദേഹത്തിന്റെ മരണമാഗ്രഹിക്കുന്നു.”

ഇതും പറഞ്ഞ് ചാൾസ് ഡേവിഡ് റോസ്സിയുടെ മേശപ്പുറത്തെ കത്തി കൈയിലെടുത്തു.

"ഞാനിതെടുക്കുന്നു. ഈ കത്തി ഞാൻ ഒരു ബൊക്കയിൽ ഒളിപ്പിച്ചുവെക്കുന്നു."

"എനിക്ക് പറയാനുള്ളത് ഇതാണ്. താങ്കളുടെ ലക്ഷ്യം മനുഷ്യസേവനമാണെങ്കിൽ അതിൽ വ്യക്തിവിദ്വേഷത്തിന് സ്ഥാനമില്ല" ചാൾസിന്റെ കൈകൾ വിറയ്ക്കുന്നുണ്ടായിരുന്നു.

"നമ്മളെല്ലാം മനുഷ്യരാണ്. അതോർമ്മിക്കാതെ മൃഗീയത കാണിക്കരുത്." റോസ്സി പറഞ്ഞു. റോസ്സിക്ക് ചാൾസിന്റെ രാഷ്ട്രീയമാർഗ്ഗത്തോട് ഒട്ടുംതന്നെ അനുഭാവമുണ്ടായിരുന്നില്ല. അയാൾ പറഞ്ഞു: "ഒരക്രമിക്ക് സ്വാതന്ത്ര്യത്തിന് അർഹതയില്ല."

ഇത് കേട്ട് ക്രുദ്ധനായ ചാൾസ് മിങ്കിളി തന്റെ കൈയിലെ കഠാര റോസ്സിയുടെ മേശപ്പുറത്തേക്ക് വലിച്ചെറിഞ്ഞു. എന്നിട്ട് ഇങ്ങനെ പറഞ്ഞു:

"താങ്കൾക്ക് ഇതൊക്കെ പ്രസംഗിക്കാം. ജനങ്ങൾ അത് വിശ്വസിക്കും. എന്നാൽ, നിങ്ങളുടെ ഉള്ളിലിരിപ്പ് എനിക്കറിയാമല്ലോ."

"മി. ചാൾസ് മിങ്കിളി നമുക്കീ സംസാരം ഇവിടെവെച്ചവസാനിപ്പിക്കാം."

"താങ്കളെന്നെ ഒഴിവാക്കുകയാണോ?"

"അതെ, നിങ്ങളെപ്പോലുള്ളവരാണ് ലോകത്തെ നശിപ്പിക്കുന്നത്. നിങ്ങൾ പുരോഗതിക്കെതിരാണ്. ലോകം നന്നാവുന്നതിനെ നിങ്ങൾ തടയുന്നു. മനുഷ്യസമൂഹത്തിലെ നിയമങ്ങളെ നശിപ്പിക്കുകയാണ് നിങ്ങളുടെ ലക്ഷ്യം. നിങ്ങളുടെ രാഷ്ട്രീയബോധം വികലവും വക്രവുമാണ്. മാത്രമല്ല ശത്രുവിനോടുള്ള വെറുപ്പാണ് നിങ്ങളുടെ മൂലധനം."

"എനിക്ക് മന്ത്രിമാരോട് വിരോധമുണ്ടായിരിക്കാം. ഇന്നു നിങ്ങൾ പ്രസംഗിക്കുന്നത് ഞാൻ കേട്ടു. ആ പ്രസംഗത്തിൽ നിങ്ങളുദ്ദേശിച്ചത് ഡൊന്നാറോമ എന്ന സ്ത്രീയെയല്ലേ.അവൾ വൊളാനാക്കാരിയല്ല. ലണ്ടനിലെ തെരുവിൽവെച്ച് ഞാൻ കണ്ടെടുത്ത അനാഥപ്പെൺകുട്ടിയാണവൾ. ഇപ്പോളാമനുഷ്യൻ ഏതോ വലിയ തറവാട്ടിൽപ്പിറന്ന പെണ്ണാണെന്നുപറഞ്ഞ് അവളെ വെച്ചുകൊണ്ടിരിക്കുകയാണ്. എന്താണ് കാരണം. അയാളൊരു വഞ്ചകനും നുണയനുമാണ്. അതുതന്നെ കാരണം."

ഇതുകേട്ട് ഡേവിഡ് റോസ്സി ആകെ ഞെട്ടിപ്പോയി. മിങ്കിളി തുടർന്നു:

"റോമ എന്നുതന്നെയാണ് അവളുടെ പേര്. ആ പേരാണ് അതീവ രഹസ്യമായി സൂക്ഷിച്ച ആ കാര്യം കണ്ടുപിടിക്കാൻ എനിക്കു സഹായകമായത്." ഇതുകേട്ടതോടെ ഡേവിഡ് റോസ്സിയുടെ മുഖം വിവർണ്ണമായി. അദ്ദേഹം ആകെ വിഷമിക്കുന്നുണ്ടായിരുന്നു. അദ്ദേഹം ഉച്ചത്തിൽ ശ്വാസം വലിക്കുന്നത് ശ്രദ്ധിച്ച് ചാൾസ് മിങ്കിളി ഇങ്ങനെ പറഞ്ഞു:

"ഞാൻ ബോധമില്ലാതെ പറയുന്നതല്ല. പത്തുകൊല്ലം മുമ്പ് ഒരു പാതിരാത്രിയിലായിരുന്നു അത്. അന്ന് ഞാൻ ലണ്ടനിലായിരുന്നു. ഒരു പെൺകുട്ടി ലണ്ടൻ തെരുവിൽ പ്രത്യക്ഷപ്പെട്ടു. അവൾ ഇറ്റലിക്കാരിയായിരുന്നു. പൊലീസ് ഊർജ്ജിതമായി അവളെക്കുറിച്ച് അന്വേഷിച്ചുകൊണ്ടിരുന്നു. അതെല്ലാം എന്റെ ശ്രദ്ധയിൽപ്പെട്ടു. ഞാനും വളരെ താല്പ

ര്യത്തോടുകൂടി കാര്യങ്ങൾ അന്വേഷിച്ചു. അമ്മയില്ലാത്ത കുട്ടിയായിരുന്ന അവളെ സ്വന്തം പിതാവാണ് ആരെയോ ഏല്പിച്ചത്. എന്നാൽ, അവളുടെ വിധി വളരെ ദുരിതപൂർണ്ണമായിരുന്നു. അവളോട് വളരെ ക്രൂരമായിട്ടാണ് പുതിയ രക്ഷാകർത്താക്കൾ പെരുമാറിയത്. അവൾ അതിനെക്കുറിച്ച് കോടതിയിൽ പറയുന്നതിന് ഞാൻ സാക്ഷിയായിരുന്നു. എന്നാൽ, അവൾ പറഞ്ഞ കഥകളെല്ലാം എനിക്ക് വിശ്വസിക്കാൻ കഴിഞ്ഞില്ല. അവസാനം അവളുടെ ചുമതല ആ രക്ഷാകർത്തക്കൾക്കുതന്നെ വന്നുചേർന്നു. ഒരു മാസം കഴിഞ്ഞില്ല. ആ പെൺകുട്ടി എങ്ങോട്ടോ അപ്രത്യക്ഷയായി." റോസ്സി ആകെ പ്രയാസപ്പെടുന്നുണ്ടായിരുന്നു.

"ആ സംഭവത്തിനുശേഷം കഴിഞ്ഞ ദിവസമാണ് ഞാനാ പെൺകുട്ടിയെ കാണുന്നത്. എവിടെവെച്ചെന്ന് ചോദിക്കൂ."

"എവിടെ വെച്ച്?"

"റോമിൽവെച്ച്. എനിക്ക് പ്രധാനമന്ത്രിയെ സന്ദർശിക്കേണ്ടതുണ്ടായിരുന്നു. ഇവിടെ വന്നപ്പോൾ പലരും പറഞ്ഞു പ്രധാനമന്ത്രിയെ കാണണമെങ്കിൽ ഡൊന്നാറോമയുടെ ശുപാർശവേണമെന്ന്. അങ്ങനെയാണ് ഞാനവളെ കണ്ടത്. കണ്ടപ്പോൾത്തന്നെ അവളാരാണെന്ന് എനിക്ക് മനസ്സിലായി. ഡൊന്നാറോമ വൊളാന! അതെ, പത്ത് വർഷം മുമ്പ് ലണ്ടനിലെ പാതിരാവിൽ ഞാൻ കണ്ട റോമ റോസലി എന്ന പെൺകുട്ടിയായിരുന്നു അത്."

ഡേവിഡ് റോസ്സി ഇരുന്നിടത്തുനിന്ന് എഴുന്നേറ്റുപോയി. അദ്ദേഹമാകെ അസ്വസ്ഥനായിരുന്നു.

"കള്ളനാണ് നിങ്ങൾ." റോസ്സി പറഞ്ഞു.

"കള്ളനോ?"

"അതെ. അവളെ എനിക്കറിയാം ചെറുപ്പംമുതൽതന്നെ. ഏഴുവയസ്സുവരെ എനിക്കവളൊരു കൂട്ടുകാരിയെപ്പോലെയായിരുന്നു. ഒരു സഹോദരിയായിരുന്നു അവളെനിക്ക്. അവളുടെ കുടുംബവുമായി അടുത്ത ബന്ധമുണ്ട് എനിക്ക്. അവളുടെ പിതാവ് എനിക്കെന്റെ പിതാവിനെപ്പോലെയായിരുന്നു. എടാ അവൾ എന്റെ കുഞ്ഞുസഹോദരിയാണ്. നിങ്ങൾ പറയുന്നു എന്റെ കുഞ്ഞുസഹോദരി പ്രധാനമന്ത്രിയുടെ വെപ്പാട്ടിയാണെന്ന്. കടന്നുപോ എന്റെ മുറിയിൽനിന്ന്." റോമൻ യുവാവ് ആകെ സ്തംഭിച്ചുപോയി. അദ്ദേഹത്തിന്റെ കണ്ണുകൾ മാളിപ്പോയി. എങ്ങനെയോ അദ്ദേഹം അവിടെനിന്ന് കടന്നുകളഞ്ഞു.

* * * *

ചാൾസ് മിങ്കിളി പുറത്തുപോയതോടെ ഡേവിഡ് റോസ്സി തന്റെ കൈയിലുള്ള എഴുത്ത് വലിച്ചുകീറി തീയിലിട്ടുകത്തിച്ചു. ആരാണ് വന്നതെന്ന് ബ്രൂണോ റോസ്സിയോട് ചോദിച്ചു.

"അത് ചാൾസ് മിങ്കിളിയാണ്."

"ഓ, എനിക്കറിയാം അയാളെ. ഒരു കളവുകേസിലെ പ്രതിയായിരുന്നു അയാൾ. അങ്ങനെയാണ് അയാൾക്ക് ജോലി നഷ്ടപ്പെട്ടത്."

"ഓ അതാണ് അയാൾക്ക് പ്രധാനമന്ത്രിയോട് ഇത്ര വിദ്വേഷം. പ്രധാനമന്ത്രിയെ കൊല്ലാൻ എന്നെ ഒരു ഇരയാക്കുകയാണ് അയാളുടെ ലക്ഷ്യം."

"അപ്പോൾ അതിനാണ് അദ്ദേഹം വന്നത്. എന്തുകൊണ്ട് എന്നെ വിളിച്ചില്ല. ആ കള്ളനെ കാതിന് പിടിച്ച് ഞാൻ ചവിട്ടി പുറത്താക്കുമായിരുന്നല്ലോ. ഒരിക്കൽ ഞാനയാളെ ഡൊന്നാറോമയോടൊപ്പം കണ്ടിട്ടുണ്ട്."

ആ രാത്രി എല്ലാവരും ഒരുമിച്ച് ആഹാരം കഴിക്കാനിരുന്നു. തീൻമേശയുടെ രണ്ടറ്റത്തായി ബ്രൂണോയും അയാളുടെ പത്നിയും സോഫയിൽ ഡേവിഡ് റോസ്സി, ഇരുവശത്തുമായി ജോസഫും പിന്നെ അവന്റെ പൂച്ചക്കുട്ടിയും.

"ഈശ്വരൻ ഇദ്ദേഹത്തിന് സന്താനലാഭം നല്കിയില്ല" ആഹാരം വിളമ്പിക്കൊണ്ടിരുന്ന വൃദ്ധ റോസ്സിയെ ഉദ്ദേശിച്ച് പറഞ്ഞു.

"എനിക്കൊരു കുഞ്ഞുണ്ടല്ലോ. ദാ കണ്ടില്ലേ." ജോസഫിനെ ചൂണ്ടി റോസ്സി പറഞ്ഞു.

"ഈശ്വരൻ ഒരു പെണ്ണിനെയാണ് ആദ്യം അയാൾക്ക് കൊടുക്കേണ്ടത്." ബ്രൂണോ പറഞ്ഞു.

"അങ്ങനെ സംഭവിച്ചില്ല." ഡേവിഡ് റോസ്സി പറഞ്ഞു.

"നമ്മുടെ ജീവിതത്തിൽ ദുഃഖത്തിലും ആഹ്ലാദത്തിലും പങ്കുചേരാൻ ഒരു മനസ്സുണ്ടാകുക എന്നത് ഏറ്റവും വലിയ കാര്യമാണ്. കുഞ്ഞേ, അതിന് നമുക്കൊരാൾ കൂടിയേ പറ്റൂ. അതിനുള്ള സമ്മർദ്ദം നഷ്ടപ്പെടുത്തുന്നത് ആണുങ്ങൾക്ക് പറ്റിയതല്ല. പ്രായമാവുമ്പോൾ നമ്മെ ശുശ്രൂഷിക്കാനും ആശ്വസിപ്പിക്കാനും പാർലമെന്റുകൾ മതിയാവുമെന്നാണോ എന്റെ മോൻ കരുതുന്നത്." വൃദ്ധയുടെ ചോദ്യമായിരുന്നു ഇത്.

"മനുഷ്യനെ സേവിക്കുന്ന ഒരാളുടെ ജീവിതത്തിൽ പലതും നഷ്ടപ്പെടും. അങ്ങനെയുള്ള ഒരാൾ പലകാര്യങ്ങളും ഉപേക്ഷിക്കണം. അച്ഛൻ, അമ്മ, ഭാര്യ, കുഞ്ഞുങ്ങൾ ഇവരെയെല്ലാം പരിത്യജിക്കേണ്ടിവരും."

"ഇന്ന് ഡൊന്നാറോമയ്ക്ക് കനത്ത പ്രഹരമാണ് ലഭിച്ചത്." ബ്രൂണോയുടെ കമന്റായിരുന്നു അത്.

"അവളെക്കുറിച്ചോർക്കുമ്പോൾ എനിക്ക് വലിയ ദുഃഖമാണ്."

"ദുഃഖിക്കാനെന്തിരിക്കുന്നു. സത്യമല്ലേ പറഞ്ഞത്. നമ്മുടെ മന്ത്രിമാരെയും ഉദ്യോഗസ്ഥന്മാരെയും നിയന്ത്രിക്കുന്നത് അവളല്ലേ."

"എന്റെ മനസ്സിൽ ആ മനുഷ്യനായിരുന്നു അപ്പോൾ."

"എനിക്ക് അവളെപ്പറ്റി പറഞ്ഞത് തീരെ ഇഷ്ടപ്പെട്ടിട്ടില്ല. ഒരുപക്ഷേ, അത് പരദൂഷണമാവാം. കാരണം പരദൂഷണം എളുപ്പത്തിൽ പടരും. ജനങ്ങളാണെന്നു കരുതി പറയുന്നതെല്ലാം വിശ്വസിക്കരുത്. സത്യമെന്താണെന്ന് നമുക്കറിയില്ലല്ലോ." ബ്രൂണോയുടെ ഭാര്യയാണ് അത് പറഞ്ഞത്. വിഷയംമാറ്റാൻവേണ്ടി ബ്രൂണോ ഇങ്ങനെ ചോദിച്ചു:

"വിദേശത്തുനിന്നുകിട്ടിയ ആ സംഗീതോപകരണം എന്താണ് നിങ്ങൾ ഉപയോഗിക്കാത്തത്."

"അതിനൊരു കാരണമുണ്ട്. ആ സംഗീതോപകരണം ഉപയോഗിച്ചിരുന്ന മനുഷ്യൻ ഇന്ന് ജീവിച്ചിരിപ്പില്ല. അതിൽനിന്നുയരുന്ന സംഗീതം ശ്മശാനസംഗീതമായിരിക്കും. എനിക്ക് പേടിയാണ് അതിന്റെ ശബ്ദം കേൾക്കാൻ."

"അതുകൊണ്ടുവന്ന ആൾ അടുത്ത ആളായിരുന്നോ?"

"എനിക്കേറ്റവും പ്രിയങ്കരനായ സുഹൃത്തായിരുന്നു. ഒരർത്ഥത്തിൽ എനിക്കെന്റെ അച്ഛനെപ്പോലെയായിരുന്നു. അത്രയ്ക്ക് ആത്മബന്ധമായിരുന്നു."

"ഉവ്വോ."

"അതെ. എനിക്കദ്ദേഹം വളർത്തച്ഛനായിരുന്നു. നാല് സംവത്സരം എന്നെ വളർത്തിയത് ആ വലിയ മനുഷ്യനാണ്. എന്നെ പഠിപ്പിച്ചത് അദ്ദേഹമാണ്. എന്നുമെനിക്ക് അച്ഛന്റെ സ്നേഹം തന്നു."

"അദ്ദേഹത്തിന് മക്കളുണ്ടായിരുന്നില്ലേ."

"ഒരു മകളുണ്ടായിരുന്നു. അവളെ ഞാൻ കാണുമ്പോൾ നമ്മുടെ ജോസഫിന്റെ പ്രായമായിരുന്നു. റോമ എന്നായിരുന്നു പേര്."

"റോമയോ?"

"അതെ."

"അവളിപ്പോൾ."

"ഒരു ഡോക്ടറായിരുന്നു അവളുടെ അച്ഛൻ. അന്നു ഞാൻ ഇറ്റലിയിലെ കാരാഗൃഹത്തിലായിരുന്നു. അപ്പോഴവൾ ലണ്ടനിലുണ്ടായിരുന്നു. എനിക്കന്ന് അവളെ ഏറ്റെടുക്കാൻ കഴിഞ്ഞില്ല. ലണ്ടനിൽനിന്നും ഇംഗ്ലണ്ടിലേക്കും അതിനുശേഷം അമേരിക്കയിലേക്കും എനിക്കുപോകേണ്ടിയിരുന്നു."

"അവൾ............"

"അവൾ മരിച്ച, ഞാൻ ലണ്ടനിൽനിന്നും തിരിച്ചുവരുന്നതിനുമുമ്പ്...."

"അപ്പോൾ ഇവിടെയുള്ള ഡൊന്നാറോമയും ലണ്ടനിൽനിന്നാണല്ലോ വന്നത്. അവർ രണ്ടുപേരും യഥാർത്ഥത്തിൽ ഒരാളാണോ?"

"ഡേവിഡ് റോസ്സിയുടെ റോമ മരിച്ചുപോയെന്നല്ലേ പറഞ്ഞത്." ബ്രൂണോയുടെ ഭാര്യ പറഞ്ഞു.

"അവൾ മരിച്ചുപോയി." ബ്രൂണോ പറഞ്ഞു.

അതുകേട്ടതോടെ ഡേവിഡ് റോസ്സി ആകെ തകർന്നുപോയി. തലച്ചോറിൽ ഒരു തേനീച്ചക്കൂട് ഇളകിമറിഞ്ഞപോലെ. അത്യധികം വിഷാദത്തോടെ അയാൾ തന്റെ മുറിയിലേക്കുപോയി.

* * * *

ദിനപത്രം വായിക്കാൻവേണ്ടി ബ്രൂണോ സുഹൃത്തുക്കളോടൊപ്പം താഴത്തേക്കുവന്നു. ജോസഫിന് ഉറക്കം വരുന്നുണ്ടായിരുന്നു. എന്നാൽ, ഡേവിഡ് റോസ്സിയെ കാത്തിരിക്കുകയാണവൻ. അയാൾ വന്നിട്ടേ അവനുറങ്ങുള്ളൂ. അത് ബ്രൂണോയുടെ ഭാര്യ എലനയ്ക്ക് നന്നായറിയാമായി

രുന്നു. പക്ഷേ, അന്ന് വളരെ ക്ഷീണമുള്ളതിനാൽ കുട്ടി ഉറങ്ങിപ്പോയി. പാതിരാത്രി ആയതോടെ ആരുടെയോ ഒരു ശബ്ദം കേട്ട് എലന ഞെട്ടി യുണർന്നു. അവളുടെ സിരകളിൽ ഒരു മരവിപ്പ് വ്യാപിച്ചു. അവൾ കാതോർത്തു. പുറത്തുനിന്നാണ് ശബ്ദം കേട്ടത്. സ്പഷ്ടമായിട്ടില്ല. അത്യധികം ദുഃഖംകലർന്ന ശബ്ദമായിരുന്നു അത് എന്ന് അവൾക്ക് മന സ്സിലായി. അവൾ കേട്ടത് ഇതാണ്.

"ഞാനത് ചെയ്യുമെന്ന് ദൈവത്തെച്ചൊല്ലി സത്യംചെയ്യുന്നു."

ആരുടേതാണ് ഈ സ്വരം എനിക്ക് പരിചയമുള്ളതാണല്ലോ ഇത്. അവളാകെ അമ്പരന്നുപോയി. ഡേവിഡ് റോസ്സിയുടെ ശബ്ദമാണത്. അദ്ദേഹത്തിന്റെ മുറിയിൽ അദ്ദേഹമൊറ്റയ്ക്കാണല്ലോ. പിന്നെ ആരോ ടാണ് റോസ്സി സംസാരിക്കുന്നത്. അവൾ കാതുകൂർപ്പിച്ചു. ഇപ്പോളവൾക്ക് ഡേവിഡ് റോസ്സിയുടെ ശബ്ദം സ്പഷ്ടമായി കേൾക്കാം. അതീവ ദുഃഖിതനാണദ്ദേഹം എന്ന് അവൾക്ക് മനസ്സിലായി. എലന വാതിലിനടു ത്തേക്ക് വന്ന് ശ്രദ്ധിച്ചു. അതേ അയാൾ പറയുകയാണ്.

"നീ എന്റെ അപേക്ഷ തള്ളിക്കളയരുത്. എന്തുതന്നെ ചെയ്താലും ശരി. കുട്ടിയോട് കരുണകാണിക്കണം. ഒരിക്കലും അത് മറക്കരുത്. മകനെ ഞാൻ പോകുന്നു, എന്റെ അന്ത്യമടുത്തിരിക്കുന്നു. ദൈവം എന്നെ സ്വീക രിച്ചില്ലെങ്കിൽ ഭൂമിയിലുള്ളവർ എന്റെ സുഹൃത്തുക്കളായിരിക്കും. ഞാൻ പോകുന്നു മകനേ. ദൈവനാമത്തിൽ ഞാൻ സത്യം ചെയ്യുന്നു. ഞാൻ സത്യംചെയ്യുന്നു."

ഡേവിഡ് റോസ്സിയുടെ ദുഃഖം എലനയെ വല്ലാതെ ഉലച്ചുകളഞ്ഞു. സധൈര്യം അവൾ അയാളുടെ വാതിലിൽ മുട്ടി. പക്ഷേ, യാതൊരു മറു പടിയും കിട്ടിയില്ല. അവൾ ശക്തിയിൽ വീണ്ടും മുട്ടി.

"ആരാണത്." കോപത്തോടെയുള്ള ചോദ്യമായിരുന്നു അത്. "ഞാനാണ് എലന. താങ്കൾക്കെന്തുപറ്റി. സുഖമില്ലേ."

"ഓ എലനയോ!" അയാൾ മുറിവിട്ടിറങ്ങി. വർദ്ധിച്ച ഭയത്തോടെ അയാൾ എലനയെ നോക്കി അയാളാകെ വിയർത്തുകുളിച്ചിരുന്നു. ഒരു പുഞ്ചിരികൊണ്ട് ഭയം മറയ്ക്കാൻ അയാൾ ശ്രമിച്ചു.

"എലന പേടിച്ചുപോയോ."

"താങ്കൾക്ക് സുഖമില്ലേ."

"എനിക്കൊന്നുമില്ല."

"ഈ വെള്ളം കുടിക്കൂ."

"ഹാ നല്ല സുഖംതോന്നുന്നു. പ്രിയപ്പെട്ട എലനാ നീ ഇപ്പോൾ ഇവിടെ കേട്ടത് ആരോടും പറയരുത്. നാം പ്രതീക്ഷിക്കാത്ത പലതും ഭാവിയിൽ നാം കേട്ടെന്നുവരും. കേട്ടതെല്ലാം നീ രഹസ്യമായി സൂക്ഷി ക്കണം. ആരോടും പറയരുത്. എനിക്കുവാക്കുതരൂ."

"എനിക്കതിന്റെ ആവശ്യമെന്താണ്."

"ധീരനായ മനുഷ്യനാണ് ബ്രൂണോ..........പക്ഷേ............."

"എല്ലാമെനിക്കറിയാം." സന്തോഷത്തോടെ അവൾ ജോസഫിന്റെ

അടുത്തേക്കുപോയി. പോകുമ്പോൾ തിരിഞ്ഞുനിന്നുകൊണ്ട് അവൾ പറഞ്ഞു: "കണ്ടോ കുട്ടി കിടക്കുന്നത്. അമ്മാവൻ ഡേവിഡ് വന്നാലെ ഈ പിടിവാശിക്കാരൻ സാധാരണ ഉറങ്ങാറുള്ളൂ"

"മിടുക്കനാണവൻ." അതുംപറഞ്ഞ് അയാൾ കുട്ടിയുടെ അടുത്തേക്ക് വന്നു. അദ്ദേഹത്തിന്റെ മുഖമാകെ വിവർണ്ണമായിരുന്നു. അയാൾ എലനായോട് ചോദിച്ചു:

"എവിടെയാണ് ഡൊന്നാറോമയുടെ താമസം."

"ട്രിനിറ്റിമോണ്ടിയിൽ."

"നേരമേറെയായെന്ന് തോന്നുന്നു."

"എട്ടര കഴിഞ്ഞു." അതോടെ അയാൾ കുട്ടിയെ എടുക്കാനൊരുങ്ങി. അപ്പോൾ കോണിപ്പടിയുടെ ശബ്ദം. ആരോ വരുന്നുണ്ട്. അതിനുശേഷം ആരോ വാതിലിൽ മുട്ടി. ഒരു സ്ത്രീയായിരുന്നു അത്. അതെ ഡൊന്നാറോമ. അവളുടെ നിറഞ്ഞമാറിടം ഉയരുകയും താഴുകയും ചെയ്യുന്നുണ്ടായിരുന്നു.

"ഡേവിഡ് റോസ്സിയെ എനിക്കുടൻ കാണണം." അപ്പോൾ അയാൾ ജോസഫിനെയുമെടുത്ത് കിടപ്പുമുറിയിലേക്ക് പോകാനൊരുങ്ങുകയായിരുന്നു. ഡേവിഡ് റോസ്സി അവളുടെ നേരെനോക്കി. ഒരു നിമിഷം ഡൊന്നാറോമ ആകെ സ്തംഭിച്ചപോലെയായി. ഡേവിഡ് റോസ്സിയും ആകെ വികാരഭരിതനായി. സ്വയം നിയന്ത്രിച്ചുകൊണ്ട് സൗമ്യനായി അയാൾ പറഞ്ഞു:

"അകത്തേക്കു വരൂ." ഡൊന്നാറോമ സ്വീകരണമുറിയിലിരുന്നു. അയാൾ ജോസഫിനെയും കൊണ്ട് അകത്തേക്കുപോയി. അവനെ കിടക്കയിൽ കിടത്തിയശേഷം അയാൾ ഡൊന്നാറോമയുടെ അടുത്തേക്ക് വന്നു.

* * * *

റോസ്സി മുറിയിലേക്ക് പോയ ആ ഒരു നിമിഷം ഡൊന്നാറോമ അവിടമാകെ സൂക്ഷിച്ചുനോക്കി. ധാരാളം സാധനങ്ങൾ അവിടെ നിരത്തിവെച്ചിരുന്നു. അവളതിലേക്കെല്ലാം കണ്ണയച്ചു. പിയാനോയും മറ്റും അവളെ വല്ലാതെ ആകർഷിച്ചു. വിദേശത്തുനിന്നുകൊണ്ടുവന്ന ഒരു സവിശേഷ സംഗീതോപകരണത്തിന്റെ കമ്പികൾ ഒന്ന് തൊടാൻ അവൾക്ക് അതിയായ ആഗ്രഹമുണ്ടായി. ഭിത്തിയിലെ കണ്ണാടിയിലേക്കും അവൾ നോക്കി. അതിൽ തെളിഞ്ഞുകണ്ട അവളുടെ നിറഞ്ഞ സൗന്ദര്യം അവളെ അത്ഭുതപ്പെടുത്തി.

ഡേവിഡ് റോസ്സി തന്റെ അടുത്തേക്ക് വരികയാണ്. ധൈര്യം അവലംബിച്ചുകൊണ്ട് അവൾ കസേരയിലിരുന്നു. പക്ഷേ, അകാരണമായ ഭയം അവളുടെ ഉള്ളിൽ തികട്ടിവരുന്നുണ്ടായിരുന്നു. ഒരു വേദിയിൽ നൃത്തം അവതരിപ്പിക്കുന്ന നർത്തകിക്ക് തുടക്കത്തിലേ സംഗീതം കേൾക്കുമ്പോഴുണ്ടാകുന്നതുപോലെ അവളുടെ ചങ്ക് പടപടാന്ന് മിടിക്കുന്നുണ്ടായിരുന്നു. ഡേവിഡ് റോസ്സിയുടെ കാൽപ്പെരുമാറ്റം അവളറിഞ്ഞു. മുറിയിൽ അവരിരുവരും മാത്രം. റോസ്സി കസേരയിലിരിക്കാതെ അതിൽ

ചാരിനിന്നു. ഭയവും ആശങ്കയും അവളുടെ മനസ്സിനെ വല്ലാതെ ഉലയ്ക്കുന്നുണ്ടായിരുന്നു. എങ്കിലും ശക്തിസംഭരിച്ചുകൊണ്ട് അവൾ പറഞ്ഞു:

"താങ്കളെ കാണാനാണ് ഞാൻ വന്നിരിക്കുന്നത്. താങ്കൾക്കിത് അവിശ്വസനീയമായി തോന്നാം. എന്നാൽ, അതാണ് സത്യം. എന്നെ വിശ്വസിക്കൂ." ഡേവിഡ് റോസ്സി അവളുടെ മുഖത്തേക്ക് സൂക്ഷിച്ചുനോക്കി. അവൾ മിഴിതാഴ്ത്തിനിന്നു. തന്നെ ശരിക്കും കാണാൻ അത് വളരെ സഹായകമാണെന്ന് അവൾ കരുതി.

"ഞാൻ താങ്കളുടെ പ്രസംഗം കേട്ടു. താങ്കൾ അധിക്ഷേപിച്ചത് എന്നെയല്ല എന്ന് പറയാൻപറ്റുമോ."

ഡേവിഡ് റോസ്സി നിശ്ശബ്ദനായി നിന്നു.

"ഒരു പുരുഷനായിരുന്നു ഞാനെങ്കിൽ ഞാനെന്തുചെയ്യുമായിരുന്നു എന്ന് നിങ്ങൾക്കറിയുമായിരുന്നോ. ഞാനൊരു സ്ത്രീയായിപ്പോയല്ലോ. അതുകൊണ്ടുതന്നെയാണ് ഞാൻ നിങ്ങളുടെ അടുത്തുവന്നത്. ഞാൻ വന്നത് എന്തിനാണെന്നറിയാമോ. നിങ്ങൾ ചെയ്തത് തെറ്റാണ് എന്നുപറയാൻ. അല്ലെങ്കിൽ നിങ്ങൾക്ക് തെറ്റിപ്പോയി."

"എനിക്ക് തെറ്റുപറ്റിയെന്നോ?"

"അതെ. ഗംഭീരമായ തെറ്റ്."

"നിങ്ങൾ പറയുന്നതെന്താണ്?"

"അതെ, എന്നെക്കുറിച്ചുള്ള നിങ്ങളുടെ അറിവ് തീർത്തും തെറ്റാണ്." കണ്ണുകൾ വിടർത്തിക്കൊണ്ട് അവൾ പറഞ്ഞു. അപ്പോഴും അയാൾ അവളെ നന്നായി ശ്രദ്ധിക്കുന്നുണ്ടായിരുന്നു. ആ ശ്രദ്ധയെ തടസ്സപ്പെടുത്താതിരിക്കാൻവേണ്ടി അവൾ കണ്ണുകൾ താഴ്ത്താൻ ശ്രമിച്ചുകൊണ്ടിരുന്നു.

"ഞാൻ നിങ്ങളെ ദ്രോഹിച്ചോ." കനത്ത ശബ്ദത്തിൽ അയാൾ ചോദിച്ചു.

"അതെ, നിങ്ങളെന്നെ ദ്രോഹിച്ചു. ഭീകരമായി ദ്രോഹിച്ചു."

അയാളാകെ അസ്വസ്ഥനായി കാണപ്പെട്ടു.

"നിങ്ങളിപ്പോൾ ചിന്തിക്കുന്നത് എന്നെ എങ്ങനെ വിശ്വസിക്കും എന്നായിരിക്കും. എന്നാൽ, നിങ്ങൾക്കെന്നെ വിശ്വസിക്കാം."

"ഞാൻ പറഞ്ഞത് ജനങ്ങൾ പറയുന്നതാണ്. എന്നാൽ അതെല്ലാം തെറ്റാണെന്ന് നിങ്ങൾ പറയുകയാണെങ്കിൽ............"

ഡൊന്നാറോമ മിഴിയുയർത്തി അയാളെതന്നെ തറപ്പിച്ചുനോക്കി.

"അതെ, നിർഭയമായി ഞാൻ പറയുകയാണ്."

"എങ്കിൽ ഞാൻ നിങ്ങളെ വിശ്വസിക്കാം. പൂർണ്ണ മനസ്സോടെ ഞാനിപ്പോൾ നിങ്ങളെ വിശ്വസിക്കുന്നു." ഡൊന്നാറോമ തന്റെ മിഴികൾ താഴ്ത്തി വലതുകൈവിരലിലെ മോതിരത്തിൽ തടവിക്കൊണ്ട് പറഞ്ഞു

"ജീവിതത്തിൽ ഞാൻ പലതെറ്റുകളും ചെയ്തിട്ടുണ്ട്. പല ദുർഘടഘട്ടങ്ങളിലും ചിന്തിക്കാതെ പ്രവർത്തിച്ചിട്ടുണ്ട്. എന്നാൽ, അതിൽ ഞാൻ മാത്രമല്ല കുറ്റക്കാരി. പുരുഷന്മാരും കുറ്റക്കാരാണ്. ഞാനെന്റെ സാഹച

ര്യത്തിൽ തെറ്റുകൾ ചെയ്തിട്ടില്ല എന്ന് പറയുന്നില്ല. എന്നാൽ എന്നോടുള്ള പുരുഷന്മാരുടെ പെരുമാറ്റം എന്തായിരുന്നുവെന്ന് നിങ്ങൾ മനസ്സിലാക്കണം. അത്തരം പുരുഷന്മാരുടെ സ്വാധീനവലയത്തിൽനിന്നും പൂർണ്ണമായും വിട്ടുനില്ക്കാൻ ഏതെങ്കിലും ഒരു സ്ത്രീക്ക് കഴിയുമെന്ന് നിങ്ങൾ കരുതുന്നുണ്ടോ." അവളുടെ സ്വരം അല്പംകൂടി സൗമ്യമായി. അസാധാരണമായ ആർദ്രതയോടെ അവൾ തുടർന്നു:

"അനാവശ്യമായി എന്നെ സ്തുതിക്കാത്ത എന്നാൽ ആവശ്യത്തിന് പ്രശംസിക്കുകയും ചെയ്തിട്ടുള്ള ഞാൻകണ്ട ആദ്യത്തെ പുരുഷനാണ് നിങ്ങൾ."

"എന്റെ മനസ്സിൽ ഈ നിങ്ങളായിരുന്നില്ല."

റോസ്സി പറഞ്ഞു: "മറ്റൊരാളായിരുന്നു എന്റെ മനസ്സിൽ. എന്റെ ചിന്താവിഷയം നിങ്ങളായിരുന്നില്ല. ഒരു ചെറിയന്യൂനപക്ഷം സുഖസമൃദ്ധിയിലാറാടുമ്പോൾ കണ്ണീരിലും പട്ടിണിയിലും നരകിക്കുന്ന അനേകായിരം പാവങ്ങളായ പെണ്ണുങ്ങളെപ്പറ്റിയാണ് ഞാൻ ചിന്തിച്ചത്."

ഡൊന്നാറോമ മിഴിയുയർത്തി മന്ദഹസിച്ചു. "ആദർശധീരനാണ് നിങ്ങൾ." അതിന്റെ പേരിൽ താങ്കളെ എത്ര അഭിനന്ദിച്ചാലും മതിയാവില്ല. നിങ്ങളെപ്പോലുള്ള പുരുഷന്മാരെ ഞാനെന്റെ ജീവിതത്തിൽ ഇതുവരെ കണ്ടുമുട്ടിയിട്ടില്ല. നിങ്ങളെ ഞാൻ മുമ്പ് കണ്ടിരുന്നുവെങ്കിൽ എന്റെ ജീവിതം ഇതുപോലെയാകുമായിരുന്നില്ല. ഞാൻ തികച്ചും മറ്റൊരാളായി മാറുമായിരുന്നു. പണ്ട് ഞാൻ ആഗ്രഹിച്ചതുപോലെയുള്ള ഒരാളായി മാറുമായിരുന്നു. നിങ്ങൾക്കറിയാമോ എന്തെന്തു പ്രതീക്ഷകളായിരുന്നു എന്റെ മനസ്സിലെന്ന്. ഉന്നതമായ ആശയങ്ങളുള്ള ഒരു മനുഷ്യനുമായി സൗഹൃദം സ്ഥാപിക്കണമെന്ന് ഞാൻ എന്തുമാത്രം അഭിലഷിച്ചിരുന്നു. നിങ്ങളും അങ്ങനെ ആഗ്രഹിച്ചിരുന്നില്ലേ. ജീവിതത്തിലെ സുഖദുഃഖങ്ങളിലും നന്മതിന്മകളിലും കൈകോർത്തുപിടിച്ചുനില്ക്കാൻ ധൈര്യവും ആർജ്ജവവുമുള്ള ഒരു സ്ത്രീയെ നിങ്ങൾ ആശിച്ചിരുന്നില്ലേ."

ഡൊന്നാറോമയുടെ വാക്കുകൾ അവളെ അനുസരിക്കാതെ ഒഴുകാൻ തുടങ്ങി.

"സ്വപ്നങ്ങൾ...... എല്ലാവർക്കും അവരുടേതായ സ്വപ്നങ്ങളുണ്ട്." ഡേവിഡ് റോസ്സി പറഞ്ഞു.

"അതെ, യഥാർത്ഥത്തിൽ ഒരു സ്വപ്നംതന്നെ. പല പുരുഷന്മാർ എന്റെ ജീവിതത്തിലേക്ക് കടന്നുവന്നു. എന്നാൽ, അദ്ദേഹം ആ കൂട്ടത്തിൽ ഇല്ലായിരുന്നു. വന്ന പുരുഷന്മാരെല്ലാം എന്തിനും തയ്യാറായിരുന്നു. എനിക്കുവേണ്ടി മരിക്കാൻപോലും. ചിലരെ ഞാൻ പ്രണയിച്ചിട്ടുമുണ്ട്. പക്ഷേ, ആരെയും ഞാൻ ആദരിച്ചിട്ടില്ല. പല പുരുഷന്മാരെയും ഞാൻ കളിപ്പിക്കുകയായിരുന്നു. നിങ്ങൾ പൊതുവേദിയിൽവെച്ച് പ്രഖ്യാപിച്ചത് അവരെല്ലാം രഹസ്യമായി പറഞ്ഞിട്ടുള്ളത് തന്നെയാകാം." അവൾ അയാളുടെ മുഖത്തേക്കുനോക്കി. അയാളുടെ കണ്ണുകളിൽ വിഷാദാർദ്രഭാവമവൾ കണ്ടു. ആ വിഷാദച്ഛവി അവളെ വല്ലാതെ അസ്വസ്ഥയാക്കി.

അവൾക്ക് അയാളോട് കരുണതോന്നി.

"ഞങ്ങൾ പുരുഷന്മാരാണ് അപരാധികൾ. എതിർക്കുമ്പോഴും യുദ്ധംചെയ്യുമ്പോഴും ഞങ്ങൾ കരുതുന്നത് അവരവരാണ് ശരി എന്നാണ്. പക്ഷേ, ഞങ്ങൾ ശത്രുക്കളെ മാത്രമേ കാണുന്നുള്ളൂ. ആ ശത്രുവിന്റെ നിഴലിൽ ജീവിക്കുന്ന അമ്മ അല്ലെങ്കിൽ സഹോദരി അല്ലെങ്കിൽ ഭാര്യ അല്ലെങ്കിൽ പ്രണയിനി ഇവരെയൊന്നും ഞങ്ങൾ കാണുന്നില്ല, കണ്ടില്ല. പലപ്പോഴും യാഥാർത്ഥ്യങ്ങൾ ഞങ്ങൾ കാണാറില്ല. ദൈവം ഞങ്ങൾക്ക് മാപ്പ് തരട്ടെ." പെട്ടെന്ന് ഡൊന്നാറോമയുടെ മുഖത്ത് ഒരസാധാരണവികാരം പടർന്നുപിടിച്ചു. എന്തെന്നില്ലാത്ത ചിന്താഭാരം അവളെ തളർത്തി. അവൾ പറഞ്ഞു:

"നിങ്ങൾ പറയുന്നത് പട്ടിണികിടക്കുകയും കഷ്ടപ്പെടുകയും ചെയ്യുന്ന പാവപ്പെട്ടവരെക്കുറിച്ചാണല്ലേ. ശരിയാണ്. എനിക്കത് ഉൾക്കൊള്ളാൻ കഴിയും. പക്ഷേ, നിങ്ങളെന്നെക്കുറിച്ചോർക്കൂ. ഈ നഗരത്തിന്റെ നിഷ്ഠുരതയിൽ ആരോരുമില്ലാത്ത, ഏകയായ ഒരു സ്ത്രീയുടെ ദുഃഖം എന്താണെന്നാലോചിച്ചുനോക്കൂ. ഏകാകിനിയാണ് ഞാൻ"

ഡൊന്നാറോമയ്ക്ക് നിയന്ത്രണം വിട്ടുപോയി. കണ്ണുനീർ കുടുകുടാ ഒഴുകി. പക്ഷേ, പൊടുന്നനേ തന്നെ അവൾ സ്വയം നിയന്ത്രിച്ചു. പിന്നെ മൂകമായ വിഷാദമായിരുന്നു അന്തരീക്ഷത്തിൽ നിറഞ്ഞുനിന്നത്. പിന്നീടവൾ പറഞ്ഞു:

"ജീവിതത്തിലിന്നുവരെ ഒരു പുരുഷനോടും ഞാനിങ്ങനെയൊന്നും സംസാരിച്ചിട്ടില്ല. നിങ്ങളോട് മാത്രമാണ്....... എന്തുകൊണ്ടെന്നറിയാമോ?...... ഇല്ല, എനിക്കുമറിയില്ല." ഡൊന്നാറോമ ഇതുംപറഞ്ഞുകൊണ്ട് എഴുന്നേറ്റു. ഡേവിഡ് റോസ്സി അവളുടെ അടുത്തേക്ക് വന്നു. അംഗലാവണ്യം വഴിഞ്ഞൊഴുകുന്ന അവളുടെ ഓരത്തുവന്നുനിന്ന് ആ നീലക്കണ്ണുകളിലേക്കയാൾ സൂക്ഷിച്ചുനോക്കിക്കൊണ്ട് ചോദിച്ചു:

"പറയൂ, നിങ്ങൾ ഇതിനുമുമ്പെന്നെകണ്ടിട്ടുണ്ടോ?"

"ഇല്ല."

"ഇരിക്കൂ. എനിക്കൊരു കാര്യംപറയാനുണ്ട്."

ഡൊന്നാറോമ കസേരയിലിരുന്നു. അവളുടെ മുഖത്ത് ഒരു കള്ളച്ചിരിപടർന്നു.

"നിങ്ങൾ നിങ്ങളെപ്പറ്റി പറഞ്ഞുകഴിഞ്ഞു. ഇനി എന്നെപ്പറ്റി ഞാനല്പം പറയട്ടെ."

ഡൊന്നാറോമ വീണ്ടും മന്ദഹസിച്ചു. ഈ പുരുഷന്മാർ എത്ര ദുർബ്ബലരാണ്. അവർ കാരുണ്യമർഹിക്കുന്നു. വലിയൊരു യുദ്ധമാണവൾ പ്രതീക്ഷിച്ചത്. പക്ഷേ, ഇതാ ആ യുദ്ധവീരൻ യുദ്ധംചെയ്യുന്നതിന് പകരം അദ്ദേഹത്തെ പൂർണ്ണമായി എന്റെ കൈയിൽ സമർപ്പിക്കുകയാണ്. അവളുടെ കണ്ണുകളിലെ വിഷാദവും ദയനീയഭാവവും അയാളെ ആകെ ഉലച്ചുകഴിഞ്ഞിരുന്നു. അവളുടെ അധരങ്ങളിൽ നിന്ദ കലർന്ന പുഞ്ചിരിവിടർന്നു. തന്റെ തൂവാലയെടുത്ത് അവൾ വായമറച്ചുകൊണ്ട് ചുമയ്ക്കാൻ

തുടങ്ങി. അതിനുശേഷം കാലിന്മേൽ കാല് കയറ്റിവെച്ച് അയാൾ പറയുന്നത് കേൾക്കാൻ തയ്യാറായി ഇരുന്നു.

"ഒരു വലിയ തറവാട്ടിലെ സന്തതിയാണ് നിങ്ങൾ എന്നെനിക്കറിയാം. വളരെയേറെ ദുഃഖങ്ങൾ നിങ്ങൾ സഹിച്ചിട്ടുണ്ട്. നിങ്ങൾക്കൊരമ്മയുണ്ടായിരുന്നു. സ്നേഹം തന്ന അച്ഛനുണ്ടായിരുന്നു. സ്വന്തമായി ഒരു കുടുംബമുണ്ടായിരുന്നു. അങ്ങനെയുള്ള നിങ്ങൾക്ക് അച്ഛനോ അമ്മയോ ഇല്ലാത്ത ഊരുംപേരുമില്ലാത്ത ഒരനാഥന്റെ ജീവിതമെന്തെന്ന് മനസ്സിലാക്കാൻ കഴിയില്ല." അയാളത് പറഞ്ഞപ്പോൾ ഡൊന്നാറോമ അയാളുടെ നെറ്റിയിലേക്ക് നോക്കി. അവിടെ അസാധാരണമായ ചുളിവുകൾ വിടർന്നിരുന്നു.

"നിഷ്ഠുരവും ക്രൂരവുമായ ഈ ലോകത്തിൽ ഒരു മനുഷ്യനുവേണ്ടത് തന്നെ സ്നേഹിക്കുന്ന ഒരു ഹൃദയമാണ്. അത് ലഭിച്ചുകഴിഞ്ഞാൽ ഏതൊരുകുഞ്ഞും ഈ ലോകത്തിൽ ഭാഗ്യവാനാണ്. നിങ്ങൾക്കറിയാമോ എന്റെ അമ്മയെ ഞാൻ കണ്ടിട്ടില്ല."

ഇപ്പോൾ റോമയുടെ മുഖത്തുനിന്ന് നിന്ദാഭാവം മാഞ്ഞുപോയിരുന്നു. അവൾ കയറ്റിവെച്ച കാൽ താഴെ ഇറക്കിവെച്ചു.

"നിഷ്ഠുരമായ നിയമവും നിഷ്ഠുരനായ ഒരു മനുഷ്യനും എന്റെ അമ്മയുടെ ജീവിതം തകർത്തു. കുഞ്ഞിനെ ഉല്പാദിപ്പിച്ചവന്റെ പേര് കടലാസിലെഴുതി കുഞ്ഞിന്റെ കൈയിൽ വെച്ച്കെട്ടി എന്റെ അമ്മ എന്നെ ഒരനാഥമന്ദിരത്തിന്റെ പൂമുഖത്ത് കിടത്തി ടൈബർനദിയിൽ ചാടിമരിച്ചു."

റോമയുടെ മുഖം വിവർണ്ണമായി.

"അങ്ങനെ അമ്മ എന്നന്നേക്കുമായി എനിക്കു നഷ്ടപ്പെട്ടു."

"അമ്മ........."

"അതെ, അനാഥാലയത്തിൽനിന്ന് ഒരു പാവപ്പെട്ടവൻ എന്നെ ഏറ്റുവാങ്ങി. അച്ഛനുമമ്മയുമില്ലാത്ത ഞാൻ ഒരു പാവം കർഷകന്റെ ചെറ്റക്കുടിലിൽ വളർന്നു. അതു വിപ്ലവത്തിന്റെ കാലഘട്ടമായിരുന്നു. അടിമകളെ വില്ക്കുകയും വാങ്ങുകയും ചെയ്യുന്ന കാലമായിരുന്നു അത്. ആ പാവപ്പെട്ട കർഷകൻ വളർന്നുവലുതായ എന്നെ അടിമക്കച്ചവടക്കാർക്ക് വിറ്റു. അടിമക്കച്ചവടക്കാർ ഒരു മൃഗത്തെ എന്നപോലെ എന്നെ വണ്ടിയിൽ കയറ്റി ലണ്ടൻനഗരത്തിലേക്ക് കൊണ്ടുവന്നു."

ഡൊന്നാറോമ ദീർഘമായി ഒന്നു നിശ്വസിച്ചു. അവളുടെ കണ്ണുകൾ നനയാൻതുടങ്ങി.

"ഞങ്ങൾ അമ്പതോളം കുട്ടികളെ ജീർണ്ണിച്ചുപഴകിയ ഒരു കെട്ടിടത്തിൽ താമസിപ്പിച്ചു. വലിയകുട്ടികളുടെ കൈയിൽ അവർ ഓടക്കുഴലും ചെറിയകുട്ടികളുടെ കൈയിൽ അണ്ണാനെയും തന്ന് തെരുവിലേക്ക് പറഞ്ഞയയ്ക്കും. രാവിലത്തെ ആഹാരം എന്താണെന്നറിയാമോ ഒരു കഷ്ണം റൊട്ടി ഒരു കോപ്പ ചായ. രാത്രിക്കുള്ള ഭക്ഷണം ഞങ്ങൾ ഇരന്നുനേടിയില്ലെങ്കിൽ ഞങ്ങളെ രാത്രി കെട്ടിടത്തിലേക്ക് കയറ്റില്ല. അങ്ങനെ എത്രയെത്ര രാത്രികളിൽ ഒന്നു കഴിക്കാതെ കടുത്ത തണുപ്പിൽ മര

വിച്ച് കൂരിരുട്ടിൽ ഞങ്ങൾ ലണ്ടൻ തെരുവുകളിൽ കഴിഞ്ഞുകൂടിയിട്ടുണ്ടെന്നോ......... എത്രയെത്ര രാത്രികൾ." റോമയുടെ കണ്ണുകൾ കലങ്ങി. അവൾക്ക് സങ്കടം നിയന്ത്രിക്കാനായില്ല.

"എങ്കിലും എനിക്കോർക്കാൻ ഒന്നുണ്ട്. ഒരു മധുരസ്മരണ. ഒരു നല്ല മനുഷ്യനെക്കുറിച്ചുള്ള ഓർമ്മ. അല്ലെങ്കിൽ ഒരറിവ്. ഭൂമിയിലെ മനുഷ്യർക്കിടയിൽ ജീവിച്ച ആ വിശുദ്ധനായ മനുഷ്യൻ പട്ടിണികിടക്കുന്നവർക്കും നിരാലംബർക്കുംവേണ്ടി ജീവിച്ച പരിശുദ്ധനായ മനുഷ്യൻ."

റോമ അത്യന്തം ശ്രദ്ധയോടെ അയാളെ വീക്ഷിച്ചു.

"ആ മനുഷ്യൻ തന്റെ ഹൃദയവും ഭവനവും പാവങ്ങൾക്കുവേണ്ടി തുറന്നിട്ടു. നിരാലംബരായ ആളുകളും അനാഥരായ കുട്ടികളും അദ്ദേഹത്തിന്റെ അടുത്തെത്തി. അവരെ അദ്ദേഹം എഴുതാനും വായിക്കാനും പഠിപ്പിച്ചു.കുട്ടികൾക്ക് അദ്ദേഹം പലകഥകളും പറഞ്ഞുകൊടുക്കും. അദ്ദേഹം ഇന്ന് ജീവിച്ചിരിപ്പില്ല. പക്ഷേ, ആ മനസ്സ് ഇപ്പോഴും ജീവിക്കുന്നുണ്ടെന്നേ എനിക്കുതോന്നു. ആ വലിയമനുഷ്യന്റെ കാരുണ്യവും സ്നേഹവും ഏറ്റുവളർന്ന ലക്ഷക്കണക്കിന് ആളുകളുടെ ഓർമ്മകളിൽ ആ മനസ്സിന്നും ജീവനോടെ ഇരിപ്പുണ്ട്. അവരുടെ ഹൃദയങ്ങളിൽ ഇപ്പോഴും അദ്ദേഹം ജീവിക്കുന്നു."

റോമയുടെ കൺപോളകൾ ചുളുങ്ങിമടങ്ങുന്നതുപോലെ തോന്നി. തൊണ്ടയ്ക്കുള്ളിൽ എന്തെന്നില്ലാത്ത ഒരു കിടുകിടുപ്പ്. വിങ്ങലോടെ അവൾ ചോദിച്ചു:

"ആരായിരുന്നു ആ മനുഷ്യൻ."

"ഒരു ഡോക്ടർ."

"പേര്."

"ജോസഫ് റോസ്സലി."

റോമ മിന്നൽവേഗതയിൽ ഇരുന്നിടത്തുനിന്ന് ഉയർന്നു. പക്ഷേ, അവൾക്ക് എഴുന്നേല്ക്കാനായില്ല. അവൾ കസേരയിലേക്കുതന്നെ താണുപോയി. കൈയിൽനിന്നും തൂവാല തെന്നിത്താഴെവീണു.

"വർഷങ്ങൾ കടന്നുപോയി. ആ നല്ല മനുഷ്യൻ ഒരു റോമാക്കാരനായിരുന്നു എന്ന് എനിക്ക് മനസ്സിലായി. നീതിക്കുവേണ്ടിയും സ്വാതന്ത്ര്യത്തിനുവേണ്ടിയും വീടും കുടുംബവും വെടിഞ്ഞ് ദാരിദ്ര്യത്തെ കൈനീട്ടി സ്വീകരിച്ച് പ്രവാസജീവിതം നയിച്ച മഹാത്മാവായിരുന്നു അദ്ദേഹം."

വിഷാദവതിയായി റോമ തളർന്നിരുന്നു.

"ഒരു ദിനം ഇറ്റലിയിൽനിന്നും അദ്ദേഹത്തിനൊരു കത്തുലഭിച്ചു. ഇറ്റലി ഒരു വിപ്ലവത്തിന്റെ വക്കിലായിരുന്നു അന്ന്. നാടുഭരിക്കുന്ന രാജാവിനെ പുറത്താക്കാൻവേണ്ടിയുള്ള പ്രക്ഷോഭത്തിന്റെ നേതൃത്വം ഏറ്റെടുക്കാൻവേണ്ടിയുള്ള കത്തായിരുന്നു അത്. യഥാർത്ഥത്തിൽ അതൊരു ചതിയായിരുന്നു. ആ ചതിചെയ്തവന് കഠിനമായ ശിക്ഷതന്നെ ലഭിച്ചു. ഇതെല്ലാം ഞാൻ പിന്നീടാണ് അറിഞ്ഞത്. അതായത് ഇന്ന് രാത്രി."

ഒരുവേള നിശ്ശബ്ദത. ഡേവിഡ് റോസ്സി അദ്ദേഹത്തിന്റെ കണ്ണുകളിൽ അമർത്തുന്നത് കാണാമായിരുന്നു.

"എന്നിട്ട് എന്തു സംഭവിച്ചു."

"ഇംഗ്ലണ്ടിൽനിന്ന് ആ മനുഷ്യനെ ഇറ്റലിയിലേക്ക് കൊണ്ടുവരികയായിരുന്നു. അയാൾ ഒരു സുഹൃത്തുമായി നടത്തിയ കത്തിടപാടുകൾ കണ്ടുപിടിക്കപ്പെട്ടു. അതെല്ലാം ഇറ്റാലിയൻ സർക്കാരിനെ അറിയിച്ചു. അങ്ങനെ അദ്ദേഹം പിടിയിലായി. ചതിവിലാണ് അദ്ദേഹത്തെ ഇറ്റലിയിലേക്ക് കൊണ്ടുവന്നത്. കോടതിയിൽ വിചാരണചെയ്യാതെ അദ്ദേഹത്തെ നാടുകടത്തുകയായിരുന്നു."

"പിന്നീടദ്ദേഹത്തിന് എന്തുസംഭവിച്ചു?"

"ഒരു വിവരവും ലഭിച്ചില്ല. എന്ന് ഒരിക്കൽ ഒരു സുഹൃത്ത് പറഞ്ഞു."

അതുകേട്ടതോടെ റോമയുടെ തലകറങ്ങാൻ തുടങ്ങി. അവൾ ഏതോ ആഴമാർന്ന ഒരു ഗർത്തത്തിലേക്ക് വീഴുകയാണെന്ന് തോന്നി. ഒരു നിമിഷത്തിനുശേഷം ഉൽക്കണ്ഠയോടെ അവൾ ചോദിച്ചു:

"ആ സുഹൃത്ത് ആരായിരുന്നു?"

"ഒരു പാവം പയ്യൻ."

"പാവം പയ്യനോ!"

"അതെ. ആ പയ്യൻ അദ്ദേഹത്തെ പിതാവിനെപ്പോലെ സ്നേഹിക്കുകയും ബഹുമാനിക്കുകയും ചെയ്തിരുന്നു."

"ആരാണയാൾ?"

"ഡേവിഡ് ലിയോൺ."

റോമയ്ക്ക് പിന്നെ സംസാരിക്കാൻ കഴിഞ്ഞില്ല. വിക്കിവിക്കി അവൾ ചോദിച്ചു.

"അ...വ...ൻ......."

"ഇറ്റാലിയൻ കോടതി അവനെ വധശിക്ഷയ്ക്ക് വിധിച്ചു."

"പിന്നെ."

"പക്ഷേ, അവൻ അന്ന് ഇംഗ്ലണ്ടിലായിരുന്നു. അവിടെ നിന്ന് അവനെ പുറത്താക്കി. അങ്ങനെ അവൻ അമേരിക്കക്ക് പോയി."

"ഇപ്പോഴും അവിടെത്തന്നെയുണ്ടോ?"

"ഇല്ല ഇറ്റലിയിലേക്കുവന്നു."

"ഇപ്പോഴെവിടെയുണ്ട്!"

"ഇപ്പോളിവിടെയുണ്ട്."

"ഇവിടെ എന്നുവെച്ചാൽ."

"ഇവിടെ ഈ മുറിയിൽ........നിന്റെ മുമ്പിൽ."

"നിങ്ങൾ...............ഡേവിഡ് ലിയോൺ."

അയാൾ കൈ ഉയർത്തി.

"ഡേവിഡ് ലിയോൺ മരിച്ചുപോയി."

അല്പനേരത്തെ നിശ്ശബ്ദത. റോമയുടെ നെഞ്ചിൽ പെരുമ്പറ മുഴങ്ങുകയായിരുന്നു. അവളുടെ മനസ്സ് മന്ത്രിച്ചു.

"അതെ, എനിക്കിപ്പോൾ മനസ്സിലായി. ഡേവിഡ് ലിയോൺ മരിച്ചു പോയി. ജീവിച്ചിരിക്കുന്നത് ഡേവിഡ് റോസ്സിയാണ്."

"ഇതെല്ലാം എന്റെ മുമ്പിൽ വെളിപ്പെടുത്താൻ നിങ്ങൾക്ക് പേടിയില്ലേ."

"ഇല്ല."

റോമയുടെ കണ്ണുകൾ വിടർന്നു. ആ പുരികങ്ങൾ എഴുന്നുനിന്നു. അധരങ്ങൾ വിറച്ചു.

"എന്നെ ആൾക്കൂട്ടത്തിന് മുമ്പിൽവെച്ച് അധിക്ഷേപിക്കുകയും അപമാനിക്കുകയും ചെയ്തവനാണ് നിങ്ങൾ. അപ്പോൾ നിങ്ങൾ കരുതുന്നുണ്ടോ ഞാനിതെല്ലാം രഹസ്യമായി സൂക്ഷിക്കുമെന്ന്?"

"ഞാൻ അങ്ങനെ വിശ്വസിക്കുന്നു."

അവളുടെ ഹൃദയം തുടിക്കുകയായിരുന്നു. കണ്ണുകളിൽ ആഹ്ലാദം അലതല്ലി. ഡേവിഡ് റോസ്സിക്ക് നേരെ അവൾ കൈ നീട്ടി. അയാൾ തെല്ലിട മടിച്ചെങ്കിലും ആ കരങ്ങൾ സ്വീകരിച്ചു. അവർ പരസ്പരം ആലിംഗബദ്ധരായി. മൃദുലമായ അവളുടെ കൈകളിൽ അയാൾ തുരുതുരാ ചുംബിച്ചു.

അവളുടെ ഉടലിലാകെ പൊൻമുകുളങ്ങൾ ഉണർന്നു. പ്രതീക്ഷകൾ മിന്നൽപ്പിണറുകളെപ്പോലെ പ്രവഹിക്കുകയായിരുന്നു. എന്നാൽ, വീണ്ടും അവൾ ശോകഭാവം പൂണ്ടു. അവൾക്കെന്തോ പറയണമെന്നുണ്ടായിരുന്നു. അതെന്താണെന്ന് അവൾക്കുതന്നെ അറിയുമായിരുന്നില്ല. ഡേവിഡ് ലിയോൺ മരിച്ചു. ആ പ്രസ്താവന അവളുടെ കാതുകളിൽ മുഴങ്ങി. എന്തിനാണ് അവളവിടേക്ക് വന്നത്? ആ പ്രേരണ എന്തായിരുന്നു എന്നാണവൾ ആലോചിച്ചത്. അവളുടെ കണ്ണുകൾ വീണ്ടും നിറയാൻ തുടങ്ങി. അവളുടെ മനസ്സാകെ തളർന്നുപോയി. ഒന്നും മിണ്ടാതെ അവിടെനിന്ന് ഓടിക്കളയാൻ അവളുടെ മനസ്സ് വെമ്പി. ഒന്നും പറയാനവൾക്ക് സാധിക്കുന്നില്ല. അയാൾക്കും പറ്റുന്നില്ല. ചെങ്കുത്തായ മലയുടെ നെറുകയിൽ താഴോട്ട് കാലുംതൂക്കിയിട്ടിരിക്കുന്നതുപോലെയായിരുന്നു അവർ. നിശ്ശബ്ദത മാത്രമായിരുന്നു അവർക്കൊരു അത്താണി. അവസാനം ആ അത്താണിയെയും ഭഞ്ജിച്ചുകൊണ്ട് അവൾ ചോദിച്ചു:

"ഞാൻ പോട്ടെ." അത് ചോദിക്കുമ്പോൾ അവളുടെ ശബ്ദം ചിലമ്പിച്ചിരുന്നു. കാലുകൾ വിറയ്ക്കുന്നുണ്ടായിരുന്നു. തെന്നിത്തെന്നി അവൾ നടന്നു. വാതിലിനടുത്തേക്ക്.

*   *   *   *

പുറത്തേക്കുപോകാനൊരുങ്ങിയ ഡൊന്നാറോമ തിരിഞ്ഞുനിന്ന് പറഞ്ഞു: "നിങ്ങളെ കാണണമെന്ന് ഞാൻ ആഗ്രഹിച്ചു. എന്നാൽ ഞാനാഗ്രഹിച്ച നിങ്ങളല്ല.........നിങ്ങൾ."

"നിങ്ങളും ഞാനുദ്ദേശിച്ച സ്ത്രീയല്ല."

"എന്നെ നിങ്ങൾ ഇതിനുമുമ്പ് കണ്ടിട്ടില്ലേ." അവൾ ചോദിച്ചു.

"ഡൊന്നാറോമ വൊളാനയെ ഞാനാദ്യമായിട്ടാണ് കാണുന്നത്."

"ഞാൻ നിങ്ങളെ കാണാൻവന്നതിന് മാപ്പുതരണം."

"നിങ്ങളെന്നെ കാണാൻവന്നതിന് ഞാൻ നന്ദിപറയണം. വല്ലാതെ ദ്രോഹിച്ചു നിങ്ങളെ ഞാൻ. ഇനിമുതൽ ഞാൻ നിങ്ങൾക്ക് ഉത്തമസുഹൃത്തും സംരക്ഷകനുമായിരിക്കും. ഞാൻ നിങ്ങളോട് ചെയ്ത തെറ്റുകൾക്ക് ഞാൻ അങ്ങനെ പ്രായശ്ചിത്തം ചെയ്യും. എന്റെ തെറ്റിദ്ധാരണ കൊണ്ടാണ് ഞാൻ നിങ്ങളെ പൊതുജനസമക്ഷം അപമാനിച്ചത്, അധിക്ഷേപിച്ചത്. നിങ്ങളതിന് മാപ്പ് തരില്ലേ."

"എങ്ങനെ."

"പൊതുജനങ്ങളുടെ മുമ്പിൽ ഞാൻ വന്നുപറയും നിങ്ങളെപ്പറ്റി ഞാൻ പറഞ്ഞതെല്ലാം തെറ്റായിരുന്നുവെന്ന്. ഞാൻ പരസ്യമായി മാപ്പുപറയും."

"പരസ്യമായിട്ടോ."

"അതെ, പരസ്യമായിട്ടു തന്നെ."

"ഞാൻ കണ്ടിട്ടുള്ളതിൽവെച്ച് ഏറ്റവും മാന്യനും ധീരനുമായ സുഹൃത്താണ് നിങ്ങൾ. പക്ഷേ, നിങ്ങൾ പരസ്യമായി മാപ്പുപറയുന്നത് എനിക്കിഷ്ടമല്ല. അങ്ങനെ ചെയ്യണമെന്ന് ഞാൻ പറയില്ല."

"അതെ. അതുശരിയാണ്. അതെനിക്ക് മനസ്സിലാക്കാൻ കഴിയുന്നു. ഒരിക്കൽ ഒരു കള്ളം പറഞ്ഞുകഴിഞ്ഞാൽപ്പിന്നെ അത് തിരുത്തിപ്പറയുന്നതുകൊണ്ട് യാതൊരു ഗുണവുമില്ല. ഒരു മലയുടെ മുകളിൽനിന്ന് ഉരുട്ടിവിട്ട കല്ലുപോലെയാണ് നുണകൾ. ഉരുട്ടിവിട്ട് കഴിഞ്ഞാൽപ്പിന്നെ അത് അതിന്റെ വഴിയേ പോകും. തള്ളിവിട്ടവന് അതിനെ തടുത്തുനിർത്താൻ കഴിയില്ല. നുണകൾ ജനങ്ങളുടെ മനസ്സിൽ എളുപ്പത്തിൽ വേരുപിടിക്കും. പിന്നെ ഞാൻ എന്താണ് ചെയ്യുക നിങ്ങൾ പറയൂ."

അവളൊന്നും പറയാതെ ശിരസ്സ് കുനിച്ചുനിന്നു. പക്ഷേ, അവളുടെ മുഖത്ത് ആഹ്ലാദം അലതല്ലുന്നുണ്ടായിരുന്നു.

"നിങ്ങൾക്ക് ഒരുവഴിയുണ്ട്. പക്ഷേ, അതിലെ പോവുക വളരെ വിഷമകരമാണ്."

"എന്താണത്?"

"ഞാൻ ഇവിടെ വന്നപ്പോൾ എന്റെ മനസ്സ് മന്ത്രിച്ചതാണ്."

"എന്താണെങ്കിലും പറയൂ."

"വേണ്ട."

"ദയവുചെയ്ത് പറയൂ."

ഒരുനിമിഷം അവളൊന്നും മിണ്ടിയില്ല. അവളുടെ മനോഹരമായ മുഖം താമരമൊട്ടുപോലെ കൂമ്പിനില്ക്കുകയായിരുന്നു. ആ കാഴ്ച അയാൾക്ക് വളരെ മധുരോദാരമായിത്തോന്നി.

"നിങ്ങൾ എന്റെ അതിഥിയായി വീട്ടിൽവരണം. അവിടെ എന്റെ മറ്റ് സ്നേഹിതന്മാരുമുണ്ടാകും. അതുതന്നെയാണ് നിങ്ങൾക്കുള്ള പ്രായശ്ചിത്തം. പക്ഷേ.............."

"അതുകൊണ്ട്?"

"നിങ്ങൾക്ക് പേടിയാവില്ലേ?"

"പേടിയോ."

ഇരുവരും പരസ്പരം നോക്കി. അവരുടെ കണ്ണുകളിൽനിന്നും അസാധാരണമായ ഒരു പ്രകാശം വമിക്കുന്നുണ്ടോ എന്ന് തോന്നിപ്പിക്കുന്ന അന്തരീക്ഷമായിരുന്നു അത്.

"എനിക്ക് മറ്റൊന്നുകൂടി പറയാനുണ്ട്."

"എന്താണത്."

"ഞാൻ ചിത്രം വരയ്ക്കും. നിങ്ങളുടെ ചിത്രം വരയ്ക്കണമെന്ന് എനിക്ക് അതിയായ ആഗ്രഹമുണ്ട്."

"അതിന്."

"നിങ്ങൾ എന്റെ മുമ്പിൽ ഇരുന്നുതരണം."

"ഞാൻ പൂർണ്ണമനസ്സോടെ തയ്യാറാണ്."

"എങ്കിൽ നാളെത്തന്നെയാവട്ടെ."

ഒരു നിമിഷം അവളുടെ മുഖം വിവർണ്ണമായി. അവളുടെ ശിരസ്സ് വീണ്ടും കുനിഞ്ഞു. അവളുടെ കണ്ണുകളിലേക്ക് ഉറ്റുനോക്കാൻ അയാൾ അതിയായി ആഗ്രഹിച്ചു. എന്നാൽ, ആഹ്ലാദത്തിന് അവളെ സംബന്ധിച്ചിടത്തോളം അതിയായ ഭാരമുണ്ടായിരുന്നു. അതവളുടെ ശിരസ്സിനെ വല്ലാതെ താഴ്ത്തിനിർത്തി. അവളുടെ കണ്ണുകളിലും അധരങ്ങളിലും ആഹ്ലാദം തിങ്ങിവിങ്ങുന്നുണ്ടായിരുന്നു. അതിന്റെ ആഹ്ലാദത്തിൽ അവൾ മുഖം തിരിച്ചുകളഞ്ഞു.

"ഞാൻ നിങ്ങളുടെ സമയം വല്ലാതെ അപഹരിച്ചു." പോകാനൊരുങ്ങിയ അവൾ പറഞ്ഞു.

"അതിന് ഞാൻ നിങ്ങളോട് നന്ദിയുള്ളവനാണ്. നിങ്ങൾ കുറെസമയം ഇവിടെ നിന്നില്ലായിരുന്നുവെങ്കിൽ എന്നോട് മാപ്പുപറയേണ്ടിവരുമായിരുന്നു."

"നിങ്ങൾക്ക് എന്നോട് വെറുപ്പുതോന്നുണ്ടോ?"

"ഉണ്ടായിരുന്നെങ്കിൽത്തന്നെ അതെല്ലാം ഇതാ അപ്രത്യക്ഷമായിരിക്കുന്നു."

"എന്റെ മനസ്സിലുള്ള വെറുപ്പും അപ്രത്യക്ഷമായിരിക്കുന്നു."

"ഞാൻ നിങ്ങളെ അനുഗമിക്കാം."

അപ്പോൾ അവൾ അയാളെ വല്ലാതെ ഒന്നു നോക്കി.

വരുമോ, എന്നായിരുന്നു ആ വല്ലാതെയുള്ള നോട്ടത്തിന്റെ അർത്ഥം. അങ്ങനെ അവർ രണ്ടുപേരും ഒരുമിച്ച് കോണിപ്പടികളിറങ്ങി നടക്കുമ്പോൾ അവരുടെ ഉടലുകൾ മുട്ടിയുരുമ്മിയിരുന്നുവോ എന്ന് അറിയില്ല.

"എന്റെ മേൽവിലാസം പറയാം. 18, ട്രിനിറ്റാമോണ്ടി" അവൾ പറഞ്ഞു."

"18, ട്രിനിറ്റാമോണ്ടി"

അവർ താഴത്തെ നിലയിലെത്തി.

"എനിക്ക് നിങ്ങളെ എവിടെയോ വെച്ച് പരിചയമുണ്ടെന്ന്

തോന്നുന്നു.”

“അതെയോ,”

“അതെ എവിടെയോ ഞാൻ നിങ്ങളെ മുമ്പ് കണ്ടിട്ടുണ്ട്. അത് തീർച്ച.”

“അത് സ്വപ്നസാമ്രാജ്യത്തിലായിരിക്കും.” അയാൾ പറഞ്ഞു.

“അതെ, സ്വപ്നസാമ്രാജ്യത്തിൽ.”

അവർ ഏറ്റവും താഴെയെത്തി. ഡൊന്നാറോമയെ അവളുടെ കാറിനടുത്തേക്ക് അയാൾ പിന്തുടർന്നു. അവർ പരസ്പരം ഹസ്തദാനം ചെയ്തു. അവളുടെ കൈകൾ തമ്മിൽ പുണർന്നതോടെ എന്തെന്നില്ലാത്ത ഒരു വികാരം അവരെ തമ്മിലടുപ്പിച്ചു. അപ്പോൾ അവിടെ ഇരുട്ടായിരുന്നു. എങ്കിലും അവൾ അയാളെ ശിരസ്സുയർത്തി നോക്കി. നല്ല വെളിച്ചമുള്ളപ്പോൾ ആ മുറിയിൽനിന്ന് അവൾക്കങ്ങനെ അയാളെ നോക്കാൻ കഴിഞ്ഞിരുന്നില്ല.

“ഗുഡ്നൈറ്റ്.” അവൾ പറഞ്ഞു.

“ഗുഡ്നൈറ്റ്”

“നാളെ പുലർച്ചെ നിങ്ങൾ വരണം. എനിക്ക് നിങ്ങളോട് ധാരാളം കാര്യങ്ങൾ പറയാനുണ്ട്.”

അതുകേട്ടപ്പോൾ അയാളുടെ കണ്ണുകളിൽ ഒരു നീലവെളിച്ചം പടർന്നതായി തോന്നി. അയാളുടെ മുഖം ഒരാൺകുട്ടിയുടേതെന്ന പോലെയായി മാറി. അയാൾ കാറിന്റെ കതകടച്ചു. അവർ പരസ്പരം കൈവീശി. അവർ വീണ്ടും ശുഭരാത്രി ആശംസിച്ചു.

അവളുടെ കാർ മുന്നോട്ടുനീങ്ങുന്നത് അയാൾ നോക്കിനിന്നു. പോകുമ്പോൾ കാറിന്റെ ജനലിലൂടെ അവൾ ഡേവിഡ് റോസ്സിയെ ശിരസ്സ് നമിച്ചുകൊണ്ട് തൊഴുതു.

മൂന്ന്

ട്രിനിറ്റി മോണ്ടിയിലെ ഒരു ഗംഭീരമായ കെട്ടിടത്തിലാണ് ഡൊന്നാറോമ താമസിച്ചിരുന്നത്. അതിന്റെ രണ്ടാം നിലയിൽ ആർഭാടപൂർണ്ണമായിരുന്നു അവളുടെ ഫ്ളാറ്റ്. അതിൽ അവൾക്ക് പന്ത്രണ്ട് മുറികളുണ്ടായിരുന്നു. അവളെ സഹായിക്കാൻ നിരവധി വേലക്കാരും. അകന്ന ബന്ധത്തിൽപ്പെട്ട ഒരമ്മായിയും ഉണ്ടായിരുന്നു. താഴത്തെ മുറി അവളുടെ ചിത്രം വരയ്ക്കുന്ന സ്റ്റുഡിയോ ആയിരുന്നു. അവിടെനിന്നും മുകളിലോട്ട് കയറിപ്പോകാൻ ഒരു പ്രത്യേക കോണിയും ഉണ്ടായിരുന്നു.

ഡൊന്നാറോമയും ഡേവിഡ് റോസ്സിയും തമ്മിൽ കണ്ടുമുട്ടിയതിന്റെ പിറ്റേദിവസം റോമയുടെ സേവകൻ, ബാരൻപ്രഭുവിന്റെ ഒരെഴുത്ത് അവൾക്ക് കൊടുത്തു. അതിൽ ഇങ്ങനെ എഴുതിയിരുന്നു.

“ഈ മനുഷ്യൻ വലിയൊരു നിധിയാണ്. അവൻ നിങ്ങളെ സഹാ

യിക്കാൻവേണ്ടി അവിടെനിന്നുകൊള്ളട്ടെ. അവൻ നിങ്ങൾക്ക് വലിയൊരു സഹായമായിരിക്കും."

ആ കത്ത് വായിച്ചുകഴിഞ്ഞപ്പോഴേക്കും ഒരു സ്ത്രീ റോമയെ കാണാൻ അവിടെവന്നു. അവളുടെ പേര് ലീന എന്നായിരുന്നു. അവളൊരു ജേർണലിസ്റ്റായിരുന്നു. ആ സ്ത്രീ ഇങ്ങനെ പറഞ്ഞു:

"നിങ്ങളെക്കുറിച്ച് ഡേവിഡ് റോസ്സി കഴിഞ്ഞദിവസം നടത്തിയ പ്രസംഗം, ഇതാ *ഓൾഗ* എന്ന പത്രം റിപ്പോർട്ടുചെയ്തത് കണ്ടോ. എന്തൊരു വഷളൻ റിപ്പോർട്ട്. ഞങ്ങളുടെ എഡിറ്ററാണ് എന്നെ നിങ്ങളുടെ അടുത്തേക്ക് പറഞ്ഞയച്ചത്. നിങ്ങൾക്ക് പറയാനുള്ളതെല്ലാം ഞങ്ങൾ റിപ്പോർട്ട് ചെയ്യും. ഈ പത്രത്തിന് അങ്ങനെ നല്ല ഒരു മറുപടി കൊടുക്കാം."

"അതെ, അതുവേണം." റോമ പറഞ്ഞു.

ലീന പോകുന്നതിനുമുമ്പ് അവിടേക്ക് റോമൻ മേയർ കടന്നുവന്നു. അയാൾ റോമയ്ക്ക് അനുഭാവം പ്രകടിപ്പിച്ചുകൊണ്ട് ഇങ്ങനെ പറഞ്ഞു:

"പത്രക്കാരുടെ ഒരു രീതികണ്ടോ. അവർക്ക് എന്തും പറയാമെന്നായിരിക്കുന്നു. ഇത് മാധ്യമഭീകരതയാണ്. എല്ലാ പത്രങ്ങളും കരുതുന്നത് തങ്ങൾക്ക് എന്തുമെഴുതാമെന്നാണ്. ഇന്നത്തെ എല്ലാ പത്രത്തിലും ഇതുണ്ട്. പല വൃത്തികേടുകളും വഷളത്തരങ്ങളും അവർ എഴുതിപ്പിടിപ്പിച്ചിരിക്കുന്നു. തീർച്ചയായും ഇതിനൊരു മറുപടി കൊടുക്കണം. ഇതങ്ങനെ വിടാൻ പാടില്ല."

റോമ ഒന്നും മിണ്ടാതെ നിന്നു. അപ്പോൾ അയാൾ തന്റെ ശൈലി ഒന്ന് മാറ്റി. അവളെ സഹായിക്കാനല്ല തനിക്ക് ഒരു സഹായം ലഭിക്കാൻവേണ്ടിയാണ് അവിടെ വന്നത് എന്ന രീതിയിൽ പറഞ്ഞു:

"സർക്കാർ ഒരു ചാരപ്പൊലീസ് സംഘടിപ്പിക്കാൻ ഉദ്ദേശിക്കുന്നുണ്ട്. അതിവിടെ തീർത്തും അനിവാര്യമാണ്. അങ്ങനെ ഒരു പൊലീസ് സേന സംഘടിപ്പിക്കുകയാണെങ്കിൽ ആ വകുപ്പിന്റെ തലവനായി എന്റെ മരുമകൻ ചാൾസ് മിങ്കിളിയെ നിയമിക്കണം എന്ന് അപേക്ഷിക്കാനാണ് ഞാൻ വന്നത്. അവൻ വളരെ സമർത്ഥനും ജോലി അറിയുന്നവനുമാണ്. റോമ വിചാരിച്ചാൽ അവൻ ആ സ്ഥാനത്തേക്ക് നിയമിക്കപ്പെടും എന്നകാര്യത്തിൽ എനിക്ക് യാതൊരു സംശയവുമില്ല."

മേയർ അതുംപറഞ്ഞ് അവിടെത്തന്നെ കുറ്റിയടിച്ചപോലെ നിന്നു. ആ സമയം മറ്റൊരാൾകൂടി അവിടേക്ക് വന്നു. അത് മാഡം സെലാ ആയിരുന്നു. അവരും പത്രവാർത്ത കണ്ടിട്ട് വന്നതാണ്. എന്നാൽ, അവർക്ക് മറ്റൊരുകാര്യംകൂടി ബോധിപ്പിക്കാനുണ്ടായിരുന്നു. ഡൊന്നാറോമയെ വണങ്ങിക്കൊണ്ട് ആ സ്ത്രീ ഇങ്ങനെ പറഞ്ഞു:

"അടുത്തയാഴ്ച എന്റെ വീട്ടിൽ ഒരു വലിയ സൽക്കാരം ഒരുക്കുന്നുണ്ട്. ബാരൻപ്രഭുകൂടി അതിൽ പങ്കെടുക്കണം. അതിന് നിങ്ങൾ ശുപാർശചെയ്യണം."

പിന്നെ അവിടേക്ക് കയറിവന്നത് ഒരു പ്രഭുവാണ്. അയാളുടെ പേര്

മാരിയോ. അയാൾ റോമായുടെ ഫ്ളാറ്റിന്റെ ഉടമസ്ഥനായിരുന്നു. അയാൾ പറഞ്ഞു: "ബാരൻപ്രഭു ഇതുകൊണ്ടൊന്നും രാജിവെക്കുമെന്ന് കരുതണ്ട." അതുപറഞ്ഞ് അയാൾ ജനലിന്റെ അടുത്തേക്ക് നീങ്ങി. എന്നിട്ട് പുറംകാഴ്ച ആസ്വദിച്ചുകൊണ്ട് പറഞ്ഞു:

"ഹായ് എന്തു ഗംഭീരമായ കാഴ്ചകൾ. എത്ര മനോഹരം. റോമാനഗരത്തിൽവെച്ച് ഏറ്റവും പ്രൗഢമായ ഫ്ളാറ്റാണിത്. ഇവിടെനിന്നു നോക്കിയാൽ കാണുന്ന കാഴ്ച മറ്റൊരിടത്തുനിന്നും നമുക്ക് കിട്ടില്ല. അതായത് യൂറോപ്പിൽവെച്ചേറ്റവും മനോഹരമായ കാഴ്ചയാണിത്. ഞാനേറ്റവും ഇഷ്ടപ്പെടുന്ന കാഴ്ച. റോമയായതുകൊണ്ടുമാത്രമാണ് ഞാൻ ഈ ഫ്ളാറ്റ് നിങ്ങൾക്ക് തന്നത്. വേറെ വല്ലവരുമായിരുന്നെങ്കിൽ അവരെ പുറത്താക്കി ഞാനിവിടെ താമസിക്കുമായിരുന്നു. തീർച്ച. ങാ....... ഞാനൊരു കാര്യം പറയാൻ മറന്നു. സെന്റ് പീറ്റേഴ്സ് ബർഗ്ഗ് എനിക്ക് മടുത്തു. എനിക്ക് പാരീസിലേക്ക് ഒരു ട്രാൻസ്ഫർ വേണം. അതിനുവേണ്ടി ഞാൻ മന്ത്രിക്ക് അപേക്ഷ കൊടുത്തിട്ടുണ്ട്. പക്ഷേ, ആരെങ്കിലും ഒന്ന് ശുപാർശചെയ്യണം." റഷ്യയിലെ ഇറ്റാലിയൻ അംബാസിഡർകൂടിയായ ആ കെട്ടിട ഉടമസ്ഥൻ റോമയുടെ ശുപാർശ ഉദ്ദേശിച്ചാണ് ഇങ്ങനെ പറഞ്ഞത്. അയാളുടെ വളഞ്ഞ വഴികളും കാപട്യവും റോമയെ ദേഷ്യം പിടിപ്പിച്ചു. അവൾക്കയാളോട് അങ്ങേയറ്റം നീരസം തോന്നി. അയാളോട് മാത്രമല്ല എല്ലാവരോടും. എല്ലാവർക്കും സ്വന്തം കാര്യങ്ങൾ നേടിയെടുക്കണം. അതൊരൊറ്റ ലക്ഷ്യമേയുള്ളൂ. അതിനുവേണ്ടി എന്തും സ്വീകരിക്കും. അതില്പരം മറ്റൊരുലക്ഷ്യം അവർക്കൊന്നുമില്ല.

ഡൊന്നാറോമ അവളുടെ അകന്ന ബന്ധത്തിൽപ്പെട്ട അമ്മായി താമസിക്കുന്ന മുറിയിലേക്ക് കടന്നു. അപ്പോൾ ആ സ്ത്രീ ഇങ്ങനെ പറഞ്ഞു:

"ഓ ഇപ്പോഴെങ്കിലും എന്നെ ഒന്ന് കാണാൻതോന്നിയല്ലോ. ഇന്നലെ വരുമെന്ന് ഞാൻ കരുതി. ഞാനെത്രനേരം കാത്തിരുന്നു എന്നറിയാമോ. എങ്കിലും ഇപ്പോൾ വന്നത് വളരെ സന്തോഷം."

"ഇന്നലെ എനിക്ക് നല്ല തലവേദനയായിരുന്നു. അതുകൊണ്ടാണ് വരാൻ പറ്റാഞ്ഞത്."

"എനിക്കെന്നും തലവേദനയാണ്. എന്റെ തലവേദന ആര് കാണാൻ."

അപ്പോൾ റോമ ജനവാതിലിനടുത്തേക്ക് നടന്നടുത്തു. അപ്പോൾ വൃദ്ധ പറയാൻ തുടങ്ങി.

"റോമാ നിന്റെ തലവേദന എന്താണെന്ന് എനിക്കറിയാം. നീ അയാളെ ഇങ്ങോട്ട് ക്ഷണിക്കുന്നുണ്ടോ?"

"അതെ, ഈ പ്രഭാതത്തിൽ അദ്ദേഹം ഇവിടെ എത്തും."

"ങാ. അതാണ് പറഞ്ഞത്. നിന്റെ തലവേദന എനിക്കുമനസ്സിലായി. നിന്നെ ഉപദേശിച്ചിട്ട് കാര്യമില്ല. എനിക്കറിയാമ്മേല എന്റീശ്വരാ...... എന്താണ് നമ്മുടെകാലത്തെ പെൺകുട്ടികളൊക്കെ ഇങ്ങനെ വാലുവളഞ്ഞുപോകുന്നത്. ഞാനും നിങ്ങളുടെയൊക്കെ പ്രായമൊക്കെ കടന്നിട്ടാ

ണ് വരുന്നത്. പക്ഷേ, എന്റെ പ്രായത്തിൽ ഒരുത്തനും ഈ പടി ചവിട്ടി ല്ലായിരുന്നു. നീ പറഞ്ഞ മനുഷ്യനുണ്ടല്ലോ അയാളെ പണ്ടേ ജയിലിലിട യ്ക്കേണ്ടതായിരുന്നു."

"അമ്മായി."

"എന്താ"

"അദ്ദേഹവും എന്റെ അച്ഛനുമായി വല്ല പ്രശ്നവുമുണ്ടായിരുന്നോ?"

"പ്രശ്നമൊന്നുമില്ല. പക്ഷേ, ഒരു ചെറിയ തർക്കമുണ്ടായിരുന്നു കുടുംബത്തിൽ അയാളുടെ അച്ഛനമ്മമാരുടെ ചങ്ക് തകർന്നുപോയില്ലേ. അമ്മ അതിനുശേഷം കൊട്ടാരത്തിൽനിന്ന് പുറത്തിറങ്ങിയിട്ടില്ല."

"അമ്മായി ഈ ഭൂമിയിൽ ജീവിക്കുന്ന ഓരോ മനുഷ്യനും സ്വാത ന്ത്ര്യമില്ലേ. സ്വന്തം ഇഷ്ടത്തിനനുസരിച്ച് ജീവിക്കാനുള്ള സ്വാതന്ത്ര്യം എല്ലാവർക്കുമില്ലേ. അച്ഛന് അതായിരുന്നു ഇഷ്ടമെങ്കിൽ പിന്നെ എന്താ യിരുന്നു പ്രശ്നം?"

"ഒരു കുടുംബം കലക്കുന്നത് സ്വാതന്ത്ര്യമാണോ. എല്ലാം നശിപ്പി ച്ചില്ലേ. സ്വത്തുക്കളും പദവികളുമെല്ലാം തകർന്നില്ലേ. മുടിച്ചില്ലേ." കോപ ത്തോടെ അമ്മായി പറഞ്ഞു.

"ഞാൻ കരുതിയത് അതെല്ലാം കവർന്നത് ബാരൻപ്രഭുവാണ് എന്നാണ്."

"നാണമില്ലേ റോമാ നിനക്കിങ്ങനെ പറയാൻ. അദ്ദേഹമെത്ര മര്യാ ദക്കാരനായിരുന്നുവെന്നോ. നിന്റെ അച്ഛന്റെ കാര്യമാലോചിക്കുമ്പോഴാണ് എനിക്ക് കോപം അരിച്ചുകയറുന്നത്. കുടുംബത്തിന്റെ പേരുകളഞ്ഞു. സ്വത്തുക്കളെല്ലാം നശിപ്പിച്ചു. വീടിന്റെ അടിത്തറയിളക്കി. എന്തിനുവേ ണ്ടിയായിരുന്നു ഇതെല്ലാം."

"എല്ലാം രാജ്യത്തിനുവേണ്ടിയായിരുന്നില്ലേ?"

"രാജ്യത്തിനുവേണ്ടി............അഹങ്കാരി."

റോമ പിന്നെ അവിടെ നിന്നില്ല. അവൾ തന്റെ സ്റ്റുഡിയോവിലേക്ക് പോയി. അപ്പോഴും അമ്മായിയുടെ ഉച്ചത്തിലുള്ള സംസാരം കേൾക്കാ മായിരുന്നു. അവർ അവരുടെ വേലക്കാരിയെ വഴക്കുപറയുകയാണ്.

റോമ സ്റ്റുഡിയോവിലെത്തി. അവിടെ ബ്രൂണോ ഉണ്ടായിരുന്നു. അയാൾ ജോലിത്തിരക്കിലായിരുന്നു. ചെയ്തുപൂർത്തിയാക്കാത്ത ഒരുപാട് ചിത്രങ്ങളും മറ്റും അവിടെ ഉണ്ടായിരുന്നു. റോമ അവിടെയി രുന്ന് ബാരന് ഒരു മറുപടിക്കത്തെഴുതുകയാണ്.

"പ്രിയപ്പെട്ട ബാരൻ,

താങ്കളുടെ കത്ത് എനിക്കുകിട്ടി. വളരെ നന്ദി. ഞാനെല്ലാം ആസൂ ത്രണം ചെയ്തുവെച്ചിട്ടുണ്ട്. ഇന്നലെ ഞാൻ അദ്ദേഹത്തെ സന്ദർശിച്ചു. പക്ഷേ, ഒരു കാര്യം ഞാൻ പറയാൻ ആഗ്രഹിക്കുന്നു. എനിക്കയാളോ ടുള്ള വെറുപ്പിന് ഒരയവുവന്നിട്ടുണ്ട്. അയാളുടെ രഹസ്യങ്ങളെല്ലാം കണ്ടു പിടിക്കാനായിരുന്നു ഇന്നലെരാത്രി ഞാനയാളെ അയാളുടെ വീട്ടിൽപ്പോയി കണ്ടത്. പക്ഷേ, അവിടെ എത്തിയ ഉടനെ അയാൾ എന്നെ

പ്പറ്റിയും എന്റെ പിതാവിനെപ്പറ്റിയുമെല്ലാം പറഞ്ഞു."

കത്തുതുടരുകയാണ്;

"മിസ്റ്റർ ഡേവിഡ് റോസ്സി കാണാൻ സുന്ദരനാണ്. ജ്വലിക്കുന്ന കണ്ണുകൾ, സ്ഫുടമായ സ്വരം, പക്ഷേ, എന്തുചെയ്യാം. ഒരു പെണ്ണിനെ അടുത്തുകണ്ടപ്പോഴേക്കും ഭയന്നുപോയി. ഞാൻ കരുതുന്നത് അദ്ദേഹം ജീവിതത്തിൽ ഇതുവരെ ഒരു പെണ്ണിനെയും പ്രേമിച്ചിട്ടില്ല എന്നാണ്. എന്നാൽ, എന്റെ അടുത്ത് ഒന്നും നടക്കില്ലെന്ന് അയാൾക്കുണ്ടോ അറിയുന്നു. ഇന്നദ്ദേഹം എന്റെ വീട്ടിലേക്ക് വരുന്നുണ്ട്. ശേഷം മുഖദാവിൽ.

റോമ."

ആ സമയത്ത് വേലക്കാരൻ ഫെലിസ് വന്നുപറഞ്ഞു;

"മിസ്റ്റർ ഡേവിഡ് റോസ്സി വന്നിട്ടുണ്ട്." നിമിഷങ്ങൾക്കകം ഡേവിഡ് റോസ്സി ഡൊന്നാറോമയുടെ സ്റ്റുഡിയോവിലേക്ക് കടന്നുവന്നു. അദ്ദേഹം വന്നഉടനെ അവിടെ ഇരുന്നു. അദ്ദേഹത്തെ മോഡലാക്കി റോമ ചിത്രംവരയ്ക്കാനുള്ള തയ്യാറെടുപ്പിലായി. അതിനിടയിൽ അവർ പലകാര്യങ്ങളും സംസാരിച്ചു. പിന്നെ റോമ സ്വയം സംസാരിക്കാൻ തുടങ്ങി. ഡേവിഡ് റോസ്സി പക്ഷേ, കൂടുതൽ സംസാരിച്ചില്ല. അവളുടെ മുഖത്തേക്കയാൾ ഇടയ്ക്കിടയ്ക്ക് ഒളികണ്ണിട്ട് നോക്കിയിരുന്നു. അതിനിടയ്ക്ക് അയാൾ പുറത്തേക്കും നോക്കിക്കൊണ്ടിരുന്നു. പുറത്ത് ജ്വലിച്ചുവരുന്ന സൂര്യൻ. മനോഹരമായ നീലാകാശത്തിൽ കിളികളുടെ മധുരമായ കൂജനം ആസ്വദിച്ചുകൊണ്ട് അയാൾ പറഞ്ഞു:

"എത്ര മനോഹരമാണിവിടെ. ഈ അന്തരീക്ഷം ഉല്ലാസകരമാണ്. വെറുതെയാണോ സഞ്ചാരികൾ ഈ പ്രദേശത്തെ പറുദീസ എന്നുവിശേഷിപ്പിക്കുന്നത്. അതേ ഇംഗ്ലീഷുകാരുടെയും അമേരിക്കക്കാരുടെയും എന്നല്ല ലോകത്തിന്റെ തന്നെ പറുദീസയാണിവിടം. പക്ഷേ,"

"എന്താണൊരു പക്ഷേ"

"ഒന്നുണ്ട്. ഈ പറുദീസയിൽ, ദൈവാനുഗ്രഹമുള്ള ഈ പുണ്യഭൂമിയിൽ, എന്തെല്ലാം പ്രശ്നങ്ങളാണുണ്ടാകുന്നത്. കാര്യങ്ങൾ വഷളായിത്തുടങ്ങുകയാണ്. പലപ്പോഴും ഞാൻ ചിന്തിക്കാറുണ്ട്. ഇവിടെനിന്നും എങ്ങോട്ടെങ്കിലും പോയ്ക്കളഞ്ഞാലെങ്കിലെന്ന്. കാരണം ഇവിടെ അത്രയ്ക്ക് അസ്വസ്ഥതകളാണ്. സഹിക്കാൻ കഴിയില്ല."

"സ്വല്പം ചരിഞ്ഞിരിക്കൂ." അവൾ പറഞ്ഞു. അയാൾ തുടരുകയാണ്. "ഈ റോമിൽ സംരക്ഷിക്കപ്പെടേണ്ട ആയിരക്കണക്കിന് ജനങ്ങളുണ്ട്. അവരുടെ ജീവിതം അങ്ങേയറ്റം ദുരിതപൂർണ്ണമാണ്. അനാഥർ.......... ഉപേക്ഷിക്കപ്പെട്ടവർ...........അശരണർ..........വിസ്മരിക്കപ്പെട്ടവർ..........ഉറ്റവരും ഉടയവരുമില്ലാത്തവർ........രോഗികൾ..........ഇരുട്ടറകളിൽ തളയ്ക്കപ്പെട്ടവർ...........അക്കൂട്ടത്തിൽ കലാകാരന്മാരുണ്ട്, സംഗീതജ്ഞരുണ്ട്, ബുദ്ധിജീവികളുണ്ട്, സർവ്വകലാവല്ലഭന്മാരുണ്ട്, യാചകരുണ്ട്. ഇവരെല്ലാം ദൈവത്തിന്റെ കൈയിലെ ആയുധങ്ങളാണ്. ഭരണാധികാരികളുടെ അധികാര ദുർവ്വിനിയോഗത്തെയും അവരുടെ സിംഹാസനങ്ങളെയും തകർ

ക്കാൻ ദൈവം അവരെ ഉപയോഗിക്കുന്നു."

"നിങ്ങൾക്ക് ഇതെല്ലാം നന്നായി അറിയുമല്ലോ."

"അതെ."

"എങ്ങനെ."

"ലണ്ടനിലായിരുന്നപ്പോഴേ അറിയും."

അയാൾ തുടർന്നു. "ലണ്ടൻനഗരം വളരെ പരിഷ്കാരമുള്ള നഗരമാണ്. അതിന്റെ പഴയ ഒരു ഭാഗമാണ് സോഹ്യോ. ജനങ്ങൾ ഇടതിങ്ങിപ്പാർക്കുന്ന ഒരു ഇടമാണത്. അതൊരു അധോലോകതാവളമാണ്. എന്തെല്ലാം വൃത്തികേടുകളാണ് അവിടെ നടക്കുന്നതെന്നറിയാമോ. വിപ്ലവകാരികൾക്ക് പറ്റിയ ഇടമാണത്. യൂറോപ്പിൽനിന്നും നാടുകടത്തപ്പെട്ടവർ അതുപോലെതന്നെ അഭയാർത്ഥികൾ, കുറ്റവാളികൾ എല്ലാവരുമെത്തുന്ന ഒരിടം. അവിടെ താമസിക്കുന്നവരിൽ ഭൂരിഭാഗവും ദരിദ്രരും ദുഃഖിതരുമാണ്. ആളുകൾ സുഖം പങ്കിടുന്നതുപോലെ ദുഃഖവും പങ്കിടുമല്ലോ. അങ്ങനെ ലോകത്തിലെ ദുഃഖിതരുടെ ഇടമായി അത് വർത്തിക്കുന്നു."

"നിങ്ങൾ അവിടെയായിരുന്നോ?"

"അതെ."

"അവിടെ താമസിച്ചിരുന്നോ?"

"വളരെക്കാലം."

അപ്പോൾ റോമ തന്റെ തൂവാലയെടുത്ത് വിരലുകളെല്ലാം തുടയ്ക്കുന്നുണ്ടായിരുന്നു. അതിനുശേഷം ജനവാതിലിലൂടെ പുറത്തെ കാഴ്ചകൾ നോക്കിക്കൊണ്ട് ചോദിച്ചു:

"താങ്കളുടെ സുഹൃത്ത് ഡോ. റോസ്സലിയും താമസിക്കുന്നത് അവിടെയാണോ?"

"അതെ. ഞാനദ്ദേഹത്തെ പരിചയപ്പെടുന്നത് അവിടെവെച്ചാണ്. അവിടെ ഒരു വീടുണ്ട്. അത് വടക്കോട്ട് തിരിഞ്ഞാണ് നില്ക്കുന്നത്. ആ ഭവനത്തിന്റെ മുറ്റത്തിരുന്ന് ഞങ്ങൾ സംസാരിച്ചിട്ടുണ്ട്. അവിടത്തെ വൃക്ഷത്തണലിലിരുന്ന്."

റോമയുടെ കൈയിൽനിന്ന് തൂവാല വീണുപോയിരുന്നു. അവൾ വീണ്ടും ചിത്രംവരയ്ക്കാൻ തുടങ്ങി.

അതിനിടയിൽ അവൾ പറഞ്ഞു: "നിങ്ങളുടെ സുഹൃത്ത് ഇറ്റലിയിലുള്ളതെല്ലാം ഉപേക്ഷിച്ചു അല്ലേ. അത് ശരിയായിരുന്നുവെന്ന് നിങ്ങൾക്ക് തോന്നുന്നുണ്ടോ. അത് പാടില്ലായിരുന്നു. നിങ്ങൾ അദ്ദേഹത്തിന്റെ അപ്പനെപ്പറ്റി ഒന്ന് ഓർത്തുനോക്കൂ. ആ അപ്പന്റെ ചങ്ക് തകർന്നുപോയില്ലേ."

"അത് ശരിയാണ്. എന്റെ സുഹൃത്ത് അങ്ങനെ ചെയ്തിട്ടുണ്ട് എന്ന് കേട്ടു. അയാളുടെ അപ്പൻ ആ പടുവൃദ്ധൻ തന്റെ മകനെ ശപിച്ചു. അവൻ തന്റെ മകനല്ലെന്നുപോലും പറഞ്ഞു."

"അതെ,"

"എന്നാൽ എന്റെ സുഹൃത്ത് തന്റെ അപ്പനെ ഒരിക്കലും എതിർത്തി

രുന്നില്ല. എപ്പോഴും പിതാവിനെപ്പറ്റി നല്ലതേ പറഞ്ഞിട്ടുള്ളൂ എന്നാണ് ഞാൻ അറിഞ്ഞത്."

അപ്പോൾ റോമയുടെ കൈയിൽനിന്ന് ബ്രഷും അറിയാതെ വീണു പോയി. അവൾ ചോദിച്ചു:

"എന്തു വിഡ്ഢിത്തമാണ് അയാൾ ചെയ്തത്."

"അതെ... അതെ"

"അദ്ദേഹത്തിന്റെ അമ്മയെ........."

"കണ്ടിട്ടില്ല. അത് വളരെ ദുഃഖകരമായിരുന്നു. നാട്ടിലേക്ക് തിരിച്ചു വരാൻവേണ്ടി ആ പാവം സ്ത്രീ മകന് ഒരുപാട് കത്തുകളെഴുതി. അതിന് അവന്റെ മറുപടി ഇതായിരുന്നു; അമ്മ ഒന്നുമനസ്സിലാക്കണം. അമ്മ ലോകത്തിലെ ധാരാളം അമ്മമാരിൽവെച്ച് ഏറ്റവും വിശിഷ്ടയാണ്. പക്ഷേ, എന്തുചെയ്യാം എനിക്ക് തിരിച്ചുവരാൻ പറ്റില്ല."

"പിന്നെ, അദ്ദേഹം തന്റെ അമ്മയെ കണ്ടിട്ടില്ലേ."

"കണ്ടിട്ടില്ല. പക്ഷേ, അമ്മ എന്റെ സുഹൃത്തിന്റെ ഒരു ആരാദ്ധ്യയായിരുന്നു. അയാളുടെ ശക്തിമുഴുവൻ അയാളുടെ അമ്മയായിരുന്നു എന്ന് എന്നോട് എപ്പോഴും പറയുമായിരുന്നു. പക്ഷേ, ചിലപ്പോൾ ഇങ്ങനെ പറയും; അമ്മമാരെ, നിങ്ങളുടെ ശക്തി എന്താണെന്ന് നിങ്ങൾക്കുതന്നെ അറിയില്ല. ലോകത്തിൽ അമ്മയില്ലാത്ത ധാരാളം കുട്ടികളുണ്ട്. അവരെയെല്ലാം ദൈവം രക്ഷിക്കട്ടെ."

അപ്പോൾ റോമ തൊണ്ടയിടറിക്കൊണ്ട് ചോദിച്ചു:

"വിവാഹം കഴിച്ചിരുന്നോ?"

"ഉവ്വ്. ഒരു ഇംഗ്ലീഷുകാരിയെ."

"ആ സ്ത്രീക്ക് അയാളെ ശരിക്കും അറിയുമായിരുന്നോ?"

"ഇല്ല ഒരു സാധു ഇറ്റാലിയൻ ഡോക്ടർ എന്നനിലയിൽ മാത്രമാണ് അയാളവിടെ അറിയപ്പെട്ടിരുന്നത്."

"അവരുടെ ജീവിതം സന്തോഷകരമായിരുന്നോ"

"അതെ അവരുടെ ജീവിതം ആഹ്ലാദകരമായിരുന്നു. സ്നേഹസമ്പന്നമായിരുന്നു. ദാരിദ്ര്യമുണ്ടായിരുന്നെങ്കിലും പ്രണയംകൊണ്ടും ആഹ്ലാദംകൊണ്ടും അവർ ഏറെ സമ്പന്നരായിട്ടാണ് അവിടെ ജീവിച്ചത്."

"ദാരിദ്ര്യമോ?"

"അതെ, വലിയ ദാരിദ്ര്യം അനുഭവിച്ചിരുന്നു. അദ്ദേഹം ഒരു വിപ്ലവകാരിയാണെന്ന് അറിഞ്ഞതോടെ അദ്ദേഹത്തിന്റെ രോഗികൾ പേടിച്ചു പോയി. അങ്ങനെ പുതിയ സ്ഥലത്തേക്ക് മാറിത്താമസിച്ചു. വളരെ ചെറിയ ഒരുവീട്. അതിൽ രണ്ട് മുറികൾ മാത്രം. ഞങ്ങൾ നാലുപേരും അവിടെയാണ് താമസിച്ചത്. ആ പാവം സ്ത്രീ എന്തെല്ലാം സഹിച്ചു. എന്നിട്ടുമവർ വളരെ സന്തോഷത്തോടെ ജീവിച്ചു."

റോമയുടെ ചങ്കിടിക്കുകയായിരുന്നു.

"ആ സ്ത്രീ ജീവിച്ചിരിപ്പുണ്ടോ?"

ഡേവിഡ് റോസ്സി തലതാഴ്ത്തിപ്പറഞ്ഞു:

"കൊടിയ ദാരിദ്ര്യത്തിനിടയിൽ ഒരു ദിനം ആ സ്ത്രീ മരിച്ചു. ഒരു ക്രിസ്തുമസ് കാലമായിരുന്നു അത്. ഇംഗ്ലണ്ടിൽ അന്ന് പുതിയ തണുപ്പായിരുന്നു. അവർക്ക് ന്യൂമോണിയ പിടിപെട്ടിരുന്നു. വീട്ടിലെ പിൻവശത്തുള്ള മുറിയിലാണ് ആ പാവം കിടന്നിരുന്നത്. മൂന്നുനാലുദിവസം ആ കിടപ്പ് കിടന്നു. ഡോക്ടർ അവരെ നന്നായി ശുശ്രൂഷിച്ചു. പാവം സ്ത്രീ. അവർ പ്രാണനുവേണ്ടി അതിശക്തമായി പൊരുതി. അവർക്ക് വിഷമം തന്റെ കുഞ്ഞിനെ ഓർത്തായിരുന്നു. താൻ മരിച്ചാൽ കുഞ്ഞ് കഷ്ടപ്പെടുമല്ലോ എന്നുകരുതി. അപ്പോൾ അവൾക്ക് ആറുവയസ്സേ ഉണ്ടായിരുന്നുള്ളൂ. അവൾ കളിപ്പാവയുമെടുത്ത് കളിക്കുന്ന പ്രായമായിരുന്നു."

അയാളുടെ തൊണ്ട ഇടറിയിരുന്നു. ഇടറിയ ശബ്ദത്തോടെ അയാൾ തുടർന്നു:

"അങ്ങനെ എല്ലാം ഒടുങ്ങി. അവർ ഞങ്ങളെ വിട്ടുപോയി. പിന്നെ ആ വീട്ടിൽ ഞങ്ങൾ മൂന്നുപേർ ബാക്കിയായി. ഞാനോർക്കുന്നു. ആ ദുർദ്ദിനം. തണുത്തുമരവിച്ച അവരുടെ ശരീരം കെട്ടിപ്പിടിച്ച് അപ്പനും മകളും വാവിട്ടുകരഞ്ഞു. ഞാനും കരഞ്ഞു. വല്ലാത്തൊരു ദിനമായിരുന്നു അത്." അതുംപറഞ്ഞ് അയാൾ ജനലിലൂടെ പുറംകാഴ്ചകൾ നോക്കി നിന്നു. അതെല്ലാം കേട്ട് റോമയുടെ കണ്ണുകൾ നിറയുന്നുണ്ടായിരുന്നു. പുറത്തേക്കുനോക്കിക്കൊണ്ട് അയാൾ പറഞ്ഞു:

"കൊടിയദാരിദ്ര്യത്തിനിടയിൽ ഞങ്ങൾ ആ മഹതിയെ എങ്ങനെയോ സംസ്കരിച്ചു. ഒരർത്ഥത്തിൽ ഈ ലോകത്തിലെ ദരിദ്രരാണ് ഏറ്റവും വലിയ ധനവാന്മാർ. അവരുടെ ജീവിതം സ്നേഹംകൊണ്ട് ധന്യമാണ്. ഞാനേറ്റവും സ്നേഹിക്കുന്നത് അവരെയാണ്. അവരെമാത്രം." അതുപറയുമ്പോൾ റോമയുടെ നെഞ്ചാകെ പിടഞ്ഞു. അവൾക്ക് പിന്നെ അയാളെ അഭിമുഖീകരിക്കാൻപോലും പ്രയാസമായി.

"അവിടത്തെ ഒരു സെമിത്തേരിയിൽ ഞങ്ങളവരെ സംസ്കരിച്ചു. മഞ്ഞുപെയ്യുന്ന ഒരു ദിവസം. കൊടിയ മഞ്ഞായിരുന്നു. മഞ്ഞിൽ കണ്ണുപോലും കാണാൻകഴിയുമായിരുന്നില്ല. ടോർച്ച് പിടിച്ചുകൊണ്ടാണ് സെമിത്തേരിയിൽ കുഴിവെട്ടിയത്. ഡോക്ടറും കുഞ്ഞും കൂടെയുണ്ടായിരുന്നു. സംസ്കാരംകഴിഞ്ഞ് തിരിച്ചുവരുംവഴി കുഞ്ഞ് വണ്ടിയുടെ ജനലിലൂടെ പുറത്തേക്ക്നോക്കി തെരുവിലെ കാഴ്ചകൾ കണ്ട് ചിരിക്കുകയായിരുന്നു. അവൾക്കൊന്നുമറിയുമായിരുന്നില്ല. ആദ്യമായിട്ടാണ് അവൾ അത്തരത്തിലുള്ള വണ്ടിയിൽ കയറുന്നത്."

അതുകേട്ടുകൊണ്ട് ദുഃഖത്തോടെ അവൾ പറഞ്ഞു:

"വരച്ചിട്ട് ശരിയാവുന്നില്ല. ചിലസമയങ്ങളിൽ അങ്ങനെയാണ്. താങ്കൾ ദയവുചെയ്ത് നാളെ ഒന്നുകൂടിവരണം."

"അതിനെന്താ ഞാൻ വരുമല്ലോ." അതുംപറഞ്ഞ് അദ്ദേഹം പോയി.

റോമ താൻവരച്ച ചിത്രത്തിലേക്കുതന്നെ സൂക്ഷിച്ചുനോക്കി. എന്നിട്ട് സ്വയം പറഞ്ഞു:

"അയാളുടെ മുഖം ജോണിന്റെ മുഖമാണ്. അതാണ് അദ്ദേഹത്തിന്

ഏറ്റവും യോജിക്കുന്ന മുഖം." അപ്പോൾ സേവകൻ ഫെലിസ് ഒരു കത്തുമായി വന്നു. റോമ ആ കത്ത് വായിച്ചു.

"പ്രിയമുള്ള റോമ,

നിങ്ങൾ ചാൾസ് മിങ്കിളിക്കുവേണ്ടി തന്നയച്ച കത്തുവായിച്ചു. ഞാൻ അയാളെ ജോലിയിൽ നിയമിച്ചു. പിതാവിനെക്കുറിച്ച് നിങ്ങൾ നല്കിയ വിവരം വളരെ ഉപകാരപ്രദമായി. ഞാനതെല്ലാം ചാൾസ്മിങ്കിളിയെയും അറിയിച്ചിട്ടുണ്ട്. നിങ്ങൾ സ്വീകരിച്ച സാമർത്ഥ്യം അപാരംതന്നെ. അത് വിജയിക്കുമെന്നാണ് എന്റെ പ്രതീക്ഷ. ഇപ്പോഴൊന്നും ഞാനവിടേക്ക് വരില്ല.

സ്നേഹത്തോടെ

ബോനലി"

*   *   *   *

പതിവുപോലെ പിറ്റേദിവസവും റോമ അമ്മായിയുടെ മുറിയിലേക്ക് കടന്നുചെന്നു.

"അമ്മായി, എന്റെ അപ്പനെ ചതിവിലാണോ ഇവിടേക്ക് കൊണ്ടുവന്നത്. അങ്ങനെ പറഞ്ഞുകേൾക്കുന്നല്ലോ. ശരിയാണോ?"

"എനിക്കറിയില്ല. ചതിവിലാണ് കൊണ്ടുവന്നത് എങ്കിൽത്തന്നെ അതിലെന്തിരിക്കുന്നു. അയാൾ വലിയ വിപ്ലവം നടത്തുകയല്ലായിരുന്നോ? ശരിക്കും അയാളെ പിടിച്ചുകൊണ്ടുവരേണ്ടിയിരുന്നില്ലേ..... മാത്രമല്ല........."

"എന്താണ്?"

"ധാരാളം സ്വത്തുണ്ടായിരുന്നില്ലേ അയാൾക്ക്. അയാളെ കൊണ്ടുവന്നില്ലായിരുന്നെങ്കിൽ ആ സ്വത്ത് അന്യാധീനപ്പെട്ട് പോകുമായിരുന്നില്ലേ."

"അപ്പോഴതാണ് കാര്യം. അപ്പന്റെ സ്വത്ത് പിടിച്ചെടുക്കാൻവേണ്ടിയാണ് ഇറ്റലിയിലേക്ക് കടത്തിക്കൊണ്ടുവന്നത്."

"കുട്ടീ നീ ഇങ്ങനെ പറയരുത്. നന്ദികേട് കാണിക്കരുത്."

"അതിന് ഞാൻ ബാരനെപ്പറ്റിയല്ലല്ലോ പറഞ്ഞത്."

"അങ്ങനെ പറഞ്ഞിരുന്നെങ്കിൽ നീ നന്ദികെട്ട പെണ്ണാവും. പിന്നെ നീയെന്താണ് താഴെയിരുന്ന് അയാളുമായി സംസാരിച്ചത്. കൂട്ടുകൂടാൻ പറ്റിയ ഒരാൾ. അയാളാരാണെന്ന് അറിയാമോ. നിന്നെ അടിമയാക്കിയവൻ. അവർ നിന്നെ ഒരു ദരിദ്രന്റെ വീട്ടിൽ താമസിപ്പിച്ചില്ലേ."

"മെല്ലെ സംസാരിക്കൂ അമ്മായി."

"പിന്നെ നീ എന്തിനാണ് ഇമ്മാതിരി ആളുകൾക്ക് വേണ്ടി വർത്തമാനം പറയുന്നത്. ഇതെല്ലാം കേട്ടിട്ട് എന്റെ തലപെരുക്കുന്നു."

"എന്റെ അപ്പന്റെ ഭാഗം പറയുകയല്ല. പക്ഷേ, ഒന്നുണ്ട്."

"മിണ്ടരുത്. ബാരൻ ഇല്ലാതിരുന്നുവെങ്കിൽ എന്തായിരുന്നു നിന്റെ അവസ്ഥ. നിന്നെ കണ്ടുപിടിച്ച് കൊണ്ടുവന്നത് അയാളല്ലേ. പിന്നെ നിന്നെ പഠിപ്പിച്ചു. നിന്റെ അപ്പന്റെ പാതിസ്വത്ത് നിനക്ക് തന്നു. അതയാളല്ലേ വാങ്ങിത്തന്നത്. അല്ലായിരുന്നുവെങ്കിൽ എന്റെ ദൈവമേ നിന്റെ ഗതിയെ

ന്താകുമായിരുന്നു. നീ ആ ണ്ടെൻ തെരുവിൽ.......... മനസ്സിലായില്ലേ?"

ഈ സംസാരത്തിനിടയിൽ ബെലിനി പ്രഭ്വി ഡൊന്നാറോമയെ കാണാൻവേണ്ടി വന്നു. അവർ അടുത്ത സ്നേഹിതകളായിരുന്നു. അവർ പറഞ്ഞു:

"മി. ഡേവിഡ് റോസ്സി ഇവിടെ വരാറുണ്ടെന്ന് കേട്ടു. എനിക്കൊരപേക്ഷയുണ്ട്. നിങ്ങളിരുവരും ഇന്ന് തിയേറ്ററിലേക്ക് വരണം."

ബെലിനിയും റോമയും സംസാരിച്ചുകൊണ്ടിരിക്കെ ഡേവിഡ് റോസ്സിയും അങ്ങോട്ട് വന്നു. ഡൊന്നാറോമ തന്റെ സ്നേഹിതയെ അയാൾക്ക് പരിചയപ്പെടുത്തിക്കൊടുത്തു. ലജ്ജയോടെ പ്രഭ്വി പറഞ്ഞു:

"നിങ്ങളിരുവരും നാളെ തിയേറ്ററിലേക്ക് വരണം. ഒരപേക്ഷയാണ്" റോസ്സി റോമയെ നോക്കി.

"റോമ വരും."

"എങ്കിൽ ഞാനും വരാം."

"വളരെ സന്തോഷം. അതിനുശേഷം നമുക്ക് ഗ്രാന്റ് ഹോട്ടലിൽനിന്ന് വിഭവസമൃദ്ധമായ ആഹാരം കഴിക്കണം. അപ്പോൾ ഞാൻ പോകുന്നു."

റോസ്സി സ്റ്റുഡിയോയിൽ ഇരുന്നു. റോമയും. അതിനിടയിൽ അവൾ പറഞ്ഞു:

"ഇന്നലെ രാത്രിമുഴുവൻ എന്നോട് നിങ്ങൾ പറഞ്ഞ കാര്യത്തെപ്പറ്റി ഞാൻ ആലോചിക്കുകയായിരുന്നു. നിങ്ങളുടെ സ്നേഹിതൻ ഒരു നല്ല മനുഷ്യനായിരിക്കാം. അതിലെനിക്ക് യാതൊരു സംശയവുമില്ല. പക്ഷേ, എത്രപേരെയാണ് അയാൾ ദുഃഖക്കടലിൽ ആഴ്ത്തിയത്. ബന്ധുക്കളെയും മറ്റും ഉപേക്ഷിച്ചുകൊണ്ട് ആർക്കാണ് വിപ്ലവത്തിൽ പങ്കുകൊണ്ടിട്ട് നേട്ടം. മാത്രമല്ല സ്വന്തം ജീവിതവും ചോരയും ബലികൊടുത്ത് ലോകനന്മയ്ക്കുവേണ്ടി കഷ്ടപ്പെടാൻ ഇന്നത്തെകാലത്ത് ആരെങ്കിലും മുന്നോട്ടുവരുമോ?"

"വിപ്ലവത്തിനുവേണ്ടി മുന്നിട്ടിറങ്ങുന്നവർക്ക് അതൊക്കെ ചെയ്യേണ്ടിവരും."

"പക്ഷേ, ആ കൊച്ചുകുഞ്ഞ് എന്തുപിഴച്ചു. അവൾക്കെല്ലാം നഷ്ടമായില്ലേ. അവസാനം അപ്പനും അവൾക്ക് നഷ്ടപ്പെട്ടു. യഥാർത്ഥത്തിൽ അയാൾ തന്റെ മകളെ സ്നേഹിച്ചിരുന്നോ?"

"നിങ്ങളെന്താണ് ചോദിച്ചത്. അപ്പൻ മകളെ സ്നേഹിച്ചിരുന്നോ എന്നോ? അയാൾ ജീവിച്ചതുതന്നെ അവൾക്കുവേണ്ടിയായിരുന്നു. അയാളുടെ പുന്നാര പൈതലായിരുന്നു അവൾ. അദ്ദേഹത്തിന് എല്ലാം അവളായിരുന്നു. അയാളുടെ ജീവിതത്തിൽ എന്തെല്ലാം ലക്ഷ്യങ്ങളുണ്ടായിരുന്നുവോ അതുപോലെതന്നെ അയാൾ ആ കുഞ്ഞിനെയും അഗാധമായി സ്നേഹിച്ചിരുന്നു."

റോമയുടെ അധരങ്ങളിൽ ഒരു പുഞ്ചിരി പടർന്നു.

"അദ്ദേഹത്തിന്റെ ഭാര്യ മരിച്ചതോടെ അയാൾ എല്ലാം നഷ്ടപ്പെട്ടവനായി. ഒരു ലുബ്ധനെപ്പോലെ. പിന്നെ അയാൾക്ക് എല്ലാം തന്റെ മകളാ

യിരുന്നു.”

റോമയുടെ ചുണ്ടുകൾ വിടർന്നു. എന്തോ ഒരു സംശയം അവളെ പിടികൂടി. അയാൾ പറഞ്ഞു:

“ആ കുഞ്ഞ് എന്തുമാത്രം സുന്ദരിയായിരുന്നെന്നോ! ഞാനിപ്പോഴും ഓർക്കുന്നു അവളെ.”

അതുകേട്ടതോടെ അവൾ റോസ്സിലിയുടെ മുഖത്തേക്കുനോക്കി. യാതൊരു ഭാവഭേദവും അവിടെയില്ലായിരുന്നു. അവളുടെ മനസ്സ് മന്ത്രിച്ചു.

“അദ്ദേഹത്തിന് എന്നെ മനസ്സിലായിരിക്കുമോ?”

അവൾ ലജ്ജാവതിയായി മിഴിതാഴ്ത്തി. എന്നിട്ട് ചോദിച്ചു:

“പക്ഷേ, എന്നിട്ടെന്തിനാണ് അദ്ദേഹം അവളെ ഒറ്റയ്ക്ക് വിട്ട് ഇറ്റലിയിലേക്ക് പോയത്.”

....

“ഒറ്റയ്ക്ക് ഒരു പെൺകുട്ടിക്ക് എങ്ങനെ ജീവിക്കാൻ കഴിയും.”

....

“ഒറ്റയ്ക്ക് ഒരു കുഞ്ഞിനെ ഉപേക്ഷിച്ച് പോവുക അത് ശരിയാണോ?”

“അതായിരുന്നു ഏറ്റവും ദുഃഖകരം. തന്റെ മകളോട് അദ്ദേഹത്തിന് അഗാധമായ സ്നേഹമായിരുന്നു. പക്ഷേ, അദ്ദേഹത്തിന് അവിടം വിടേണ്ടിവന്നു. ആ ദുഃഖം അദ്ദേഹത്തെ വേട്ടയാടിയിരുന്നു. അവളെ അദ്ദേഹം സ്നേഹിച്ചിരുന്നില്ലായെന്ന് ലോകം പറയുമല്ലോ എന്നതല്ല. ലോകം അവളോടുപറയുമല്ലോ, അവളത് വിശ്വസിക്കുമല്ലോ, എന്നൊക്കെ ഓർത്തായിരുന്നു അയാളുടെ ദുഃഖം.”

പ്രസാദാത്മകമായ മുഖഭാവത്തോടെ റോസ്സി തുടരുകയാണ്. ഇറ്റലിയിൽനിന്നും വ്യാജമായ ഒരെഴുത്ത് അദ്ദേഹത്തിന് ലഭിച്ചതോടെ ഇംഗ്ലണ്ടിൽ നില്ക്കാൻ അദ്ദേഹത്തിന് കഴിഞ്ഞില്ല. ജീവനോടെ കുഴിമാടത്തിലടയ്ക്കപ്പെട്ട ഒരാളുടെ കുഴിമാടം തുറന്ന മനുഷ്യനോട് തന്നെ രക്ഷിക്കണം എന്ന് അപേക്ഷിക്കുന്നതുപോലെയായിരുന്നു അദ്ദേഹത്തെ സംബന്ധിച്ചിടത്തോളം ആ കത്ത്. തന്റെ മകളെ എന്തുചെയ്യുമെന്ന ചിന്ത അയാളെ വല്ലാതെ അലട്ടിയിരുന്നു. അയാൾക്ക് ഒരു അയൽവാസിയുണ്ടായിരുന്നു. ഒരു റൊട്ടിക്കച്ചവടക്കാരൻ. അയാൾ അദ്ദേഹത്തെ സമീപിച്ചു. താനൊരു പരമദരിദ്രനാണെന്നും തനിക്കൊരു കൊച്ചുമകളുണ്ടെന്നും അവളെപ്പോലെ ആ കുഞ്ഞിനെയും പോറ്റാമെന്നയാൾ പറഞ്ഞു. അതായിരുന്നു സംഭവിച്ചത്. പിന്നെയെല്ലാം ദൈവത്തിന്റെ വിധി എന്നുകരുതി അയാൾ പോയി.”

റോമ സശ്രദ്ധം കേട്ടിരുന്നു.

“ഒരു ദിനം അദ്ദേഹം തന്റെ മകളെ പുതുവസ്ത്രം ധരിപ്പിച്ച് അവളുടെ മനോഹരമായ ചുരുണ്ടമുടി ചീകിയശേഷം അവളെയും കൂട്ടി പുറത്തേക്കിറങ്ങി. അവൾക്കൊരു പുതിയ കൂട്ടുകാരിയുണ്ടെന്നും അവളോടൊപ്പം കളിക്കാമെന്നും പറഞ്ഞു. കുട്ടിക്ക് അത് കേട്ടതോടെ വലിയ

ആഹ്ലാദമായിരുന്നു. അവൾ പൊട്ടിച്ചിരിച്ചു. അവൾ അച്ഛന്റെ കൈ പിടിച്ച് തുള്ളിച്ചാടി നടന്നു.അന്നെന്നോട് അദ്ദേഹം പറഞ്ഞു. ഒരപ്പം വാങ്ങി കുട്ടിക്ക് കൊടുക്കാൻ. ഞാനത് വാങ്ങിക്കൊടുത്തു. അതും തിന്ന് റോഡിലൂടെ അവൾ സന്തോഷത്തോടെ തുള്ളിച്ചാടിനടന്നത് ഞാനിന്നും വ്യക്തമായി ഓർക്കുന്നു."

ഇതൊക്കെ കേട്ടതോടെ റോമയുടെ നെഞ്ച് പിടയ്ക്കാൻ തുടങ്ങി. അയാൾ തുടർന്നു:

"അവസാനം ഞങ്ങൾ റൊട്ടിക്കടക്കാരന്റെ കുടിലിലേക്ക് കയറി. ഒരു ചെറ്റക്കുടിൽ എങ്കിലും നല്ല ശുചിത്വമുണ്ട്. അവിടുത്തെ കുട്ടി ഞങ്ങളുടെ കുഞ്ഞിനെ കണ്ടതോടെ കൈപിടിച്ച് സ്വീകരിച്ചു. പൊടുന്നനെ അവർ കൂട്ടുകാരികളായി. കളിച്ച് രസിക്കാൻ തുടങ്ങി. റൊട്ടിക്കച്ചവടക്കാരൻ എന്തെല്ലാമോ പറയുന്നുണ്ടായിരുന്നു. പക്ഷേ, ഡോക്ടർക്ക് അതൊന്നും ശ്രദ്ധിക്കാൻ കഴിഞ്ഞില്ല. കുഞ്ഞ് കാണാതെ ഞങ്ങളിരുവരും അവിടം വിടുകയായിരുന്നു."

റോമയുടെ കണ്ണുകൾ നിറഞ്ഞു. വര തുടരാനവൾക്ക് കഴിഞ്ഞില്ല. കൈയിൽനിന്നും ബ്രഷ് വിറയ്ക്കുകയായിരുന്നു. പിന്നെ തെല്ലിട ആരുമൊന്നും മിണ്ടിയില്ല. സമീപത്തുള്ള കോൺവെന്റിൽനിന്ന് കന്യാസ്ത്രീകളുടെ പാട്ടുകേൾക്കാമായിരുന്നു. അതൊരു പ്രാർത്ഥനാഗീതമായിരുന്നു.

"ഇന്ന് ഒന്നും ശരിയാവുന്നില്ല. വെളിച്ചം മങ്ങിയിരിക്കുന്നു എന്നു തോന്നുന്നു. കണ്ണിന് വല്ലാത്തൊരു വേദന." റോമ പറഞ്ഞു.

"മറ്റൊരുദിവസമാവാം."

"നാളെ തിയേറ്ററിൽ പോവണ്ടേ?"

"പോവാം."

അവളെ താൻ വല്ലാതെ ദുഃഖിപ്പിച്ചുവെന്നും അതിനു പരിഹാരം ചെയ്യാനുള്ള പറ്റിയ സന്ദർഭമാണ് എന്നും അയാൾ മനസ്സിലാക്കി. അവൾക്കാകട്ടെ അയാളുടെ മുഖത്തേക്ക് സൂക്ഷിച്ചുനോക്കാൻ കഴിഞ്ഞില്ല. അവൾ ശിരസ്സ് നമിച്ചിരിക്കുകയായിരുന്നു. അയാൾ എളുപ്പം അവിടെനിന്നും പോയി. ആഹാരത്തിന് ശേഷം അവൾ ബാരന് മറുപടികത്തെഴുതി.

"പ്രിയപ്പെട്ട ബാരൻ,

മിങ്കിളി ഇടപെടാൻ വരട്ടെ, ഒരു സുഹൃത്ത് പറഞ്ഞു എന്നതുകൊണ്ട് ഇത്രയും വലിയ പദവിയിൽ ഒരു മനുഷ്യനെ നിയമിക്കുന്നത് ശരിയാണോ. അത് പ്രധാനമന്ത്രിക്ക് പറ്റിയതാണോ. അയാളെപ്പറ്റികൂടുതൽ കാര്യങ്ങൾ അന്വേഷിക്കേണ്ടതുണ്ടായിരുന്നല്ലോ. ലണ്ടനിൽനിന്നും മിങ്കിളി തിരിച്ചുവിടപ്പെട്ടതാണ്. അതെന്തിനായിരുന്നുവെന്ന് അന്വേഷിച്ചോ?

ഡേവിഡ് റോസ്സി എന്നെ തിരിച്ചറിഞ്ഞിരിക്കുന്നു എന്നാണ് ഞാൻ കരുതിയത്. എന്നാൽ, അതെന്റെ തെറ്റിദ്ധാരണയായിരുന്നു. എന്നെ ഇനിയും അദ്ദേഹം തിരിച്ചറിഞ്ഞിട്ടില്ല. അതുകൊണ്ട് അദ്ദേഹത്തിന്റെ രഹ

സ്യങ്ങളും പരിപാടികളും മനസ്സിലാക്കുന്നതിന് മിങ്കിളിയെ ചുമതലപ്പെടുത്തേണ്ടതില്ല. അതെല്ലാം ഞാനേറ്റു.

നാളെ ഞാൻ തിയേറ്ററിൽ പോകും. എന്റെ കൂടെ മി.റോസ്സിയും വരും. അദ്ദേഹം സമ്മതിച്ചിട്ടുണ്ട്. അദ്ദേഹം എന്നോടൊപ്പം തിയേറ്ററിലിരിക്കുന്നത് ജനങ്ങൾക്ക് കാണാമല്ലോ.

എന്ന്,
റോമ"

* * * *

പിറ്റേന്ന് തിയേറ്ററിൽ നല്ല തിരക്കായിരുന്നു. സാൻസെൻ ആന്റ് ദലീല എന്ന നാടകമാണ് അവിടെ കളിക്കുന്നത്. ഡേവിഡ് റോസ്സി പ്രത്യക്ഷപ്പെട്ടതോടെ നാടകസമിതിയുടെ പ്രധാന സംഘാടക അദ്ദേഹത്തെ സ്വീകരിച്ചിരുത്തി. റോമ നേരത്തെ വന്നിരുന്നു. അവരിരുവരും പരസ്പരം കണ്ടു. അവരടുത്തടുത്ത് ഇരുന്നു. അത് ജനങ്ങളെ സംബന്ധിച്ചിടത്തോളം ഒരു കൗതുകക്കാഴ്ചയായിരുന്നു. ആളുകൾ പരസ്പരം എന്തൊക്കെയോ മന്ത്രിക്കാൻതുടങ്ങി. കുറെ ആളുകൾ പരസ്പരം പൊട്ടിച്ചിരിക്കുന്നുണ്ടായിരുന്നു. പലരും അവരെ അത്ഭുതത്തോടെ നോക്കിനിന്നു.

എന്നാൽ, ഡേവിഡ് റോസ്സി യാതൊരു ഭാവഭേദവും കാണിക്കാതെ കസേരയിലിരുന്നു. ആളുകളുടെ പൊട്ടിച്ചിരിയും പരിഹാസങ്ങളും കുശുകുശുപ്പുകളും എല്ലാം നേരിടാൻ അദ്ദേഹം തയ്യാറായി വന്നിരിക്കുകയാണെന്നുതോന്നും ആ ഇരിപ്പ് കണ്ടാൽ. എന്നാൽ, റോമ ലജ്ജാവതിയായി ശിരസ്സ് കുനിച്ചിരുന്നു.

നാടകം തുടങ്ങി. സമയം കുറെ കടന്നുപോയി. ഇടവേളയിൽ ബാരൻപ്രഭു കടന്നുവന്നു. രാജാവിന്റെ അതിഥി സൽക്കാരത്തിന് പോയിരുന്നതുകൊണ്ടാണ് അദ്ദേഹം വൈകിയത്. തിയേറ്ററിലേക്ക് വന്ന ബാരൻ റോസ്സിയോട് എന്തോ സംസാരിച്ചു. പിന്നീട് റോമയെയും കൂട്ടി പുറത്തുപോയി. കോറിഡോറിൽനിന്ന് അയാൾ പറഞ്ഞു:

"റോസ്സിയെ തിയേറ്ററിലേക്ക് കൊണ്ടുവന്നത് ഏതായാലും നല്ല കാര്യം. ജനങ്ങൾ പറയുന്നത് റോമയെ ഉദ്ദേശിച്ചായിരിക്കില്ല അദ്ദേഹമന്ന് പ്രസംഗിച്ചതെന്നാണ്. എന്തായാലും അയാളുടെ പ്രസംഗം കൊണ്ട് യാതൊരുകാര്യവുമുണ്ടായില്ല എന്നു വ്യക്തമായി."

"തന്റെ കത്തു കിട്ടിയോ?"

"കിട്ടി. എന്തായിരുന്നു ചാൾസ് മിങ്കിളിയുടെ കുറ്റം. കളവായിരുന്നു അല്ലേ?"

"കളവ് അത്ര ഗൗരവമുള്ള കാര്യമല്ലേ."

"പൊലീസിലായിരുന്നല്ലോ. അതുകൊണ്ട് വലിയ പ്രശ്നമൊന്നുമില്ല." അതുകേട്ടപ്പോൾ അവൾക്ക് ദേഷ്യംവന്നു.

"അയാൾക്കെന്തെങ്കിലും വിവരം കിട്ടിയോ?"

"ഇല്ല" ബാരൻ വളരെ സ്നേഹത്തോടെ അവളുടെ കരം കവർന്നു. എന്നിട്ട് പറഞ്ഞു:

"റോമാ ഞാൻ നാളെ ലണ്ടനിലേക്ക് പോവുകയാണ്. അവിടെ നിന്ന് എനിക്കൊരു രഹസ്യം മനസ്സിലാക്കാനുണ്ട്."

റോമ അയാളുടെ കൈ സാവധാനം വിടുവിച്ചു. എന്നിട്ട് ചോദിച്ചു:

"ലണ്ടനിലേക്കാണോ നിങ്ങൾ പോകുന്നത്. അപ്പന്റെ വിവരം മനസ്സിലാക്കാനാണോ?"

"അതെ, ലണ്ടനിലേക്കുതന്നെ. ഏതായാലും കുട്ടിയുടെ സാമർത്ഥ്യം ഫലം ചെയ്തു. റോസ്സി നിന്നോട് ചെയ്ത ദ്രോഹത്തിന് നല്ല പരിഹാരം അയാൾ തന്നെ ചെയ്തു. ഞങ്ങളൊക്കെ വിദഗ്ദ്ധരാണെന്ന് പറയാനല്ലേ കഴിയൂ. കാര്യങ്ങളെല്ലാം സൂത്രത്തിൽ സാധിക്കണമെങ്കിൽ പെൺകുട്ടികൾ തന്നെവേണം. അതു നീ തെളിയിച്ചു."

റോമ തിയേറ്ററിൽ വന്നിരുന്നു. നാടകം പുനരാരംഭിക്കുകയാണ്. ബാരൻ കവർന്ന തന്റെ കൈവെള്ളയുടെ ഭാഗത്തേക്ക് അവൾ നോക്കി. അവൾക്കാകെ വെറുപ്പുതോന്നി. അപ്പോൾ അടുത്തിരുന്ന റോസ്സി ചോദിച്ചു:

"റോമാ വെളിച്ചം കണ്ണിലടിച്ച് പ്രയാസമുണ്ടാക്കുന്നുണ്ടോ?"

റോസ്സി തന്റെ ഇരിപ്പിടം റോമയ്ക്ക് കൊടുത്തു. റോസ്സി റോമയുടെ ഇരിപ്പിടത്തിൽ ഇരുന്നു. അതിനിടയിൽ ആൾക്കൂട്ടത്തിൽ ഒരു ബഹളം കേട്ടു.

"അയാളുടെ ശ്രമം വ്യർത്ഥമാണ്."

നാടകം കഴിഞ്ഞതോടെ റോമയും റോസ്സിയും പരസ്പരം കൈപിടിച്ചുകൊണ്ട് ആൾക്കൂട്ടത്തിനിടയിലൂടെ നടന്നു. ആൾക്കൂട്ടത്തിന്റെ തുറിച്ചുള്ള നോട്ടവും സംസാരങ്ങളും റോമയെ ആകെ പരവശയാക്കിയിരുന്നു. റോസ്സി കൈപിടിച്ചില്ലായിരുന്നെങ്കിൽ തനിക്ക് നേരെ നില്ക്കാൻ കഴിയുകയില്ല എന്നവൾക്കു തോന്നി.

തിയേറ്ററിൽനിന്നും അവർ പോയത് ഹോട്ടലിലേക്കാണ്. ഹോട്ടലിൽ ധാരാളമാളുകൾ ഉണ്ടായിരുന്നു. റോമിലെ ഏറ്റവും അഭിജാതരായ ആളുകളും സമ്പന്നരും കയറുന്ന ഹോട്ടലാണത്. വലിയ ബഹളമായിരുന്നു അവിടെ. ആളുകൾ ഉറക്കെ സംസാരിക്കുന്നുണ്ടായിരുന്നു. സ്ത്രീകൾ പൊട്ടിച്ചിരിക്കുന്നത് കേൾക്കാമായിരുന്നു. അവിടെയും റോസ്സി സൗമ്യനും ഗംഭീരനുമായി കാണപ്പെട്ടു. അപ്പോൾ ഒരാൾ പറഞ്ഞു:

"ഇത്തരം സന്ദർഭത്തിൽ ഈ ഹോട്ടലിൽ വരണം. നല്ല സുന്ദരികളായ പെണ്ണുങ്ങളെ ഇവിടെ കാണാം."

"നല്ല സുന്ദരന്മാരെയും."

അപ്പോൾ അടുത്തിരുന്ന ലൂയി എന്നൊരാൾ ദേഷ്യത്തോടെ ചോദിച്ചു.

"ഈ മനുഷ്യനെ മന്ത്രി എന്താണ് പിടിക്കാത്തത്."

"അതിനുവേണ്ടിയുള്ള വലയൊക്കെ വിരിച്ചിട്ടുണ്ട്."

"ആര്?"

"ഒരു പെണ്ണുവഴി."

ആ സംസാരമെല്ലാം റോമ കേട്ടു. അവൾക്ക് വല്ലാത്ത വിഷമംതോന്നി. അതെല്ലാം റോസ്സി കേട്ടതിലായിരുന്നു അവൾക്കുവിഷമം. ആ ഹോട്ടലിൽനിന്നും എങ്ങനെയെങ്കിലും രക്ഷപ്പെടാൻ അവൾ കൊതിച്ചു. റോസ്സിയാവട്ടെ യാതൊരു ഭാവഭേദവുമില്ലാതെ അവിടെ ഇരിക്കുകയാണ്. അയാൾ അധികമൊന്നും സംസാരിച്ചില്ല. എന്നാൽ, തന്റെ അടുത്തിരിക്കുന്ന ആളുകൾ പറയുന്നത് അയാൾ കേട്ടിരുന്നു. ഒരു സ്ത്രീ പറഞ്ഞു:

"ഇയാൾ മറ്റൊരു ക്രിസ്തുവാണ്. മുൾക്കിരീടമില്ലെന്നേയുള്ളൂ."

"ഇയാളാദ്യമായിട്ടാണ് ഇവിടെ വന്നതെന്ന് തോന്നുന്നു."

ഞാൻ ഇദ്ദേഹത്തെ ഒന്ന് തട്ടിനോക്കട്ടെ. എന്നിട്ട് ആ സ്ത്രീ, റോസ്സിയോട് ഇങ്ങനെ പറഞ്ഞു:

"ഗംഭീരമായ ഹോട്ടൽ അല്ലേ. വളരെ മനോഹരം."

"അതെ വളരെ മനോഹരം."

"ഇവിടെ ആദ്യമാണോ."

"അല്ല എട്ടുവർഷം മുമ്പ് ഞാനിവിടെ ജോലിചെയ്തിരുന്നു." അതു കേട്ടപ്പോൾ റോമയുടെ നെഞ്ചാകെ കലങ്ങിമറിഞ്ഞു. അവളുടെ മസ്തിഷ്കത്തിൽ ഒരു കൊടുങ്കാറ്റടിച്ചതുപോലെ. ലജ്ജകൊണ്ടവൾ കൂമ്പിപ്പോയി. സങ്കോചംകൊണ്ടവൾ തളർന്നുപോയി. എങ്കിലും അവൾക്കഭിമാനമുണ്ടായി. ഡേവിഡ് റോസ്സിയുടെ ആത്മധൈര്യം കണ്ടിട്ടുള്ള അഭിമാനമായിരുന്നു അത്. ഹോട്ടലിൽനിന്നും പിരിഞ്ഞ് രാത്രി വിടപറയുമ്പോൾ റോമ പറഞ്ഞു:

"ചിത്രം വര തീർന്നില്ല. നാളെ പുലർച്ചെ വരണം." വീട്ടിലെത്തിയ റോമയോട് അമ്മായി ചോദിച്ചു:

"റോമാ, നീ ഇങ്ങനെ അയാളുടെ കൂടെ നടക്കുന്നത് ബാരൻ കണ്ടാൽ എന്തുണ്ടാവുമെന്നറിയാമോ. ബാരന്റെ ശത്രുവല്ലേ അയാൾ?"

"ബാരനും ഇന്ന് തിയേറ്ററിൽ ഉണ്ടായിരുന്നു. ഞങ്ങളെ ഒരുമിച്ച് കണ്ടപ്പോൾ അയാൾക്ക് സന്തോഷമായിരുന്നു."

"മിണ്ടരുത്. അവൻ നല്ലവനായതുകൊണ്ട് ഒന്നും പറഞ്ഞില്ലെന്നേയുള്ളൂ. അവന് സന്തോഷമാണല്ലേ. അവനെ നീ ദേഷ്യം പിടിപ്പിക്കരുത്. അത് നമുക്ക് നല്ലതിനല്ല. നിന്റെ അപ്പന്റെ സ്വത്തെല്ലാം അദ്ദേഹത്തിന്റെ അടുക്കലാണുള്ളത്. നാളെ നമുക്കത് തരരുത് എന്ന് അയാൾ വിചാരിച്ചാൽ എല്ലാം തകർന്നില്ലേ. അതുകൊണ്ട് നീ എല്ലാകാര്യത്തിലും ശ്രദ്ധിക്കണം. നീ ചെറുപ്പക്കാരിയാണ്. നിനക്ക് കാര്യങ്ങൾ എങ്ങനെയെങ്കിലും നടന്നുപോകും. എനിക്കാണെങ്കിൽ പ്രായമായി. എന്നെ ആലോചിച്ചെങ്കിലും നീ അയാളെ പിണക്കരുത്."

അതുകേട്ടപ്പോൾ റോമയ്ക്ക് ദേഷ്യംവന്നു. അവൾക്ക് ബോധം നഷ്ടപ്പെടുന്നതുപോലെതോന്നി.

"അതാണ് അമ്മായിയുടെ ഉള്ളിലിരുപ്പ്. എന്തൊരു ധാർമ്മികത. അമ്മായിയുടെ ജീവിതം സുരക്ഷിതമാക്കാൻവേണ്ടി ഞാനെന്നെ അയാൾക്ക് വില്ക്കണം."

"റോമാ നാണമില്ലേ നിനക്ക് ഇങ്ങനെയൊക്കെ പറയാൻ."

"നാണമില്ലാത്തത് അമ്മായിക്കല്ലേ. അമ്മായിയല്ലേ എന്നെ അയാളുടെ കൈയിലേല്പിച്ചത്."

"നീ എന്താണീ പറയുന്നത്?"

"എന്റെ അപ്പനെപ്പറ്റി പരദൂഷണം പറഞ്ഞ് എന്റെ മനസ്സിൽ അപ്പനോട് വെറുപ്പുണ്ടാക്കി. എന്നാൽ ഞാൻ മനസ്സിലാക്കിയിരിക്കുന്നു എന്റെ അപ്പൻ നല്ലവനാണെന്ന്."

"നിന്നോട് ആരാണിത് പറഞ്ഞത്."

"ആരാകിലെന്ത് എന്റെ അപ്പൻ ഒരു വലിയ മനുഷ്യനായിരുന്നു. മഹാനായിരുന്നു. ഒരു രക്തസാക്ഷി."

"രക്തസാക്ഷിയോ, ഒരു വിപ്ലവകാരിയല്ലേ?"

"അദ്ദേഹം ഒരു രാഷ്ട്രീയക്കാരനായിരുന്നു. അതെന്തെങ്കിലുമാവട്ടെ. അദ്ദേഹത്തെക്കുറിച്ച് പരദൂഷണം പറയാൻ അമ്മായിക്കെന്താണവകാശം."

അതുപറയുമ്പോൾ റോമയുടെ മുഖം അഭിമാനംകൊണ്ട് വിടർന്നിരുന്നു. അവൾ ശിരസ്സ് ഉയർത്തിപ്പിടിച്ചു. അവളുടെ നീലക്കണ്ണുകളിലാകെ പ്രകാശം നിറയുന്നുണ്ടായിരുന്നു.

"അപ്പോൾ നീ എന്നെ കൊല്ലാനാണ് ഉദ്ദേശിക്കുന്നത്." അമ്മായി പറഞ്ഞു. റോമ അതിന് മറുപടിയൊന്നും പറഞ്ഞില്ല. അന്നുരാത്രി അവൾ ബാരന് എഴുതി.

"തെറ്റാണ് നിങ്ങൾ ചെയ്തത്. നിങ്ങൾ ലണ്ടനിലേക്ക് വിട്ട ചാൾസ് മിങ്കിളി എന്ന കള്ളൻ ഒന്നും കണ്ടുപിടിക്കുകയില്ല. വെറുതെ എന്തിനാണ് പൊതുസമ്പത്ത് നശിപ്പിക്കുന്നത്. മാത്രമല്ല അവസാനം നിങ്ങൾ നിരാശനാവുകയും ചെയ്യും. അതുകൊണ്ട് അയാളെ ലണ്ടനിലേക്ക് വിടരുത്.

ഡേവിഡ് റോസ്സി ഇന്ന് ജനങ്ങൾ കേൾക്കെ ഒരു കാര്യം പറഞ്ഞിരിക്കുന്നു. അയാൾ ഇവിടുത്തെ ഏറ്റവും വലിയ ഒരു ഹോട്ടലിലെ കൂലിപ്പണിക്കാരനായിരുന്നുവത്രെ."

* * * *

പിറ്റേന്ന് പുലർച്ചെതന്നെ ഡേവിഡ് റോസ്സി ഡൊന്നാറോമയുടെ സ്റ്റുഡിയോവിലെത്തി. വളരെ വിശേഷപ്പെട്ട ഒരു ചിത്രമാണ് അവൾ വരയ്ക്കുന്നത്. യേശുക്രിസ്തുവിന്റെ പ്രിയശിഷ്യനായ യോഹന്നാന്റെ ഛായയിലാണ് റോമ റോസിയെ വരയ്ക്കുന്നത്. എന്നാൽ, പിന്നീട് അവൾക്കു തോന്നി പത്രോസിന്റെ രൂപമാണ് കൂടുതൽ അനുയോജ്യമെന്ന്. പത്രോസ് നല്ലവ്യക്തിയായിരുന്നു. റോസി വന്നതോടെ ചിത്രത്തിന് പറ്റിയരീതിയിൽ അവൾ അയാളെ ഇരുത്തി. ദൃഷ്ടി മാറ്റിയും മറിച്ചും അവൾ പറയുന്നതെല്ലാം അനുസരിച്ച് അയാൾ ഇരുന്നു. വരയ്ക്കുന്നതിനിടയിൽ അവൾ പറഞ്ഞു:

"നാടകം എങ്ങനെ ഉണ്ടായിരുന്നു?"

"നന്നായി. അതിലെ മനുഷ്യജീവിതം എന്റെ ഹൃദയത്തിൽ തറഞ്ഞു.

ഞാനൊരു കലാകാരനല്ലെങ്കിലും എനിക്കത് വളരെ ഇഷ്ടപ്പെട്ടു. ഈ ചിത്രംവര നിങ്ങളെവിടന്നു പഠിച്ചു."

"പാരീസിൽവെച്ച്."

"നിങ്ങൾ ജനിച്ചത് ലണ്ടനിലല്ലേ?"

"ഉവ്വ്. പിന്നെ റോമിൽ."

"ഞങ്ങളൊക്കെ യഥാർത്ഥത്തിൽ റോമാക്കാരാണ്.എന്റെ പേരു തന്നെ റോമ എന്നല്ലേ."

"എനിക്കൊരു റോമയെ പണ്ടേ അറിയാം."

"വേറൊരു റോമയോ?"

അവളുടെ ശബ്ദം ഇടറിയിരുന്നു.

"അതെ. എന്റെ സ്നേഹിതന്റെ മകൾ."

റോമയുടെ നെഞ്ച് കനത്തു.

"അവസാനമായി ഞാനവളെ കാണുമ്പോൾ കഷ്ടിച്ച് ഏഴ് വയസ്സ് പ്രായംകാണും."

"എപ്പോഴാണ് അവളെ കണ്ടത്."

"പതിനേഴ് വർഷങ്ങൾക്കുമുമ്പ്."

"അപ്പോൾ ഇന്നവൾക്ക് എന്റെ അത്ര പ്രായംകാണും." റോമ പറഞ്ഞു

"ആദ്യമായി ഞാനവളെ കാണുമ്പോൾ ഒരു മൂന്നുവയസ്സുള്ള കുഞ്ഞായിരുന്നു. ഒരു കൊടിയ മഞ്ഞുള്ള രാത്രിയിൽ അവളപ്പോൾ ഉറങ്ങാൻ പോവുന്ന സമയമായിരുന്നു."

റോമ ചിരിക്കാൻ തുടങ്ങി.

"ആ രാത്രിയിൽ കൊച്ചുപെൺകുട്ടി ഒരു പൂച്ചകുഞ്ഞിനെയുമെടുത്ത് എന്റെ അടുത്തേക്ക് വന്നതും എനിക്ക് മിഠായി തന്നതും പിന്നെ മുട്ടുകുത്തി പ്രാർത്ഥിച്ചതും എല്ലാം ഇന്നും മനസ്സിൽ തെളിഞ്ഞുനില്ക്കുന്നു."

അതുംപറഞ്ഞ് റോസ്സി റോമയുടെ കൊഞ്ചിക്കൊഞ്ചിയുള്ള ആ പ്രാർത്ഥന അനുകരിച്ചു. റോമ റോസ്സിയോടൊപ്പം ചേർന്ന് ചിരിച്ചു. റോസ്സി പറഞ്ഞു

"നിങ്ങൾക്കതിൽ അത്ഭുതം തോന്നുമായിരിക്കാം. എന്നാൽ എനിക്ക് അതൊന്നും ഒരിക്കലും മറക്കാവുന്നതല്ല."

"ഉവ്വോ."

"അതെ, ഞാനമേരിക്കയിലായിരുന്നപ്പോഴും എത്രയോ രാത്രികളിൽ അതോർത്തിട്ടുണ്ട്. അവളുടെ കൊഞ്ചിക്കൊഞ്ചിയുള്ള വർത്തമാനം, ചിരി. ഒന്നും മറക്കാവുന്നതല്ല."

കുറേനേരത്തേക്ക് റോമ ഒന്നും മിണ്ടിയില്ല. അവൾ യാന്ത്രികമായി ജോലിചെയ്തുകൊണ്ടിരുന്നു. അവളുടെ ശരീരത്തിലാകെ പൊള്ളുന്നതുപോലെ. അപ്പോഴത്തെ നിശ്ശബ്ദത അവൾക്ക് താങ്ങാനാവുന്നതായിരുന്നില്ല. വികാരങ്ങൾ കലങ്ങിമറിഞ്ഞ് അവളുടെ നെഞ്ചിലേക്കും ഹൃദയത്തിലേക്കും കണ്ണിലേക്കുമെല്ലാം തള്ളിവരുന്നതുപോലെ. വേലക്കാരൻ

വന്ന് ആഹാരം കഴിക്കാൻ പറഞ്ഞു. ആഹാരം കഴിക്കുമ്പോഴും അവളുടെ മനസ്സിൽ അനേകം വിചാരങ്ങൾ തിങ്ങിവിങ്ങിയിരുന്നു.

എന്നെ അയാൾക്ക് മനസ്സിലായിട്ടുണ്ടോ. അവൾ ചിന്തിച്ചു. എനിക്ക് തോന്നുന്നത് ഉണ്ടെന്നാണ്. റോസ്സിയുമായി പരിചയപ്പെടാനുണ്ടായ സാഹചര്യത്തെക്കുറിച്ചോർത്തപ്പോൾ അവളുടെ മനസ്സിൽ ലജ്ജയുണ്ടായി. ജയിൽചാടിയ കുറ്റവാളിയുടെ രഹസ്യം പുറത്താകുമോ. അങ്ങനെ വന്നാൽ അതയാൾക്ക് അപകടകരമായിരിക്കില്ലേ.

ഡേവിഡ് ലിയോൺ മരിച്ചു. എന്താണതിന്റെ അർത്ഥം. അതിന്റെ പിന്നിലുള്ള രഹസ്യം എന്താണ്. അതിരുവരും അറിയുന്നത് അപായകരമല്ലേ. പക്ഷേ, യാതൊരുരക്ഷയുമില്ല അവൾക്ക് അവളുടെ ഹൃദയം അയാൾക്കുമുമ്പിൽ തുറന്നേപറ്റൂ. ഇനിയും മറച്ചുവെക്കാനാവില്ല. സ്വാതന്ത്ര്യത്തിനുവേണ്ടി നിലകൊണ്ട മഹാനായ ഒരു മനുഷ്യന്റെ മകളാണെന്ന സത്യം തുറന്നുപറഞ്ഞേപറ്റൂ. അതുപോലെതന്നെ ആ മഹാനായ പിതാവിന്റെ വളർത്തുപുത്രന്റെ രഹസ്യം സൂക്ഷിക്കുകയും വേണം. അങ്ങനെ അവൾ ഒരു തീരുമാനത്തിലെത്തി. അതോടെ അവളുടെ നെഞ്ചിന്റെ ഭാരം കുറയാൻ തുടങ്ങി.

ആഹാരം കഴിച്ചു. അവർ വീണ്ടും സ്റ്റുഡിയോവിലെത്തി. എല്ലാം തുറന്നുപറയാൻ സമയമായി എന്നോർത്തപ്പോൾ വല്ലാത്തൊരമ്പരപ്പ്. അപ്പോൾ ഏതാനും സൈനികർ ആവഴി കടന്നുപോകുന്നത് അവർ കണ്ടു.

"ഇത് കാണുമ്പോൾ എന്റെ മനസ്സിലേക്ക് പഴയ പലകാര്യങ്ങളും ഓടിയെത്തുകയാണ്. അവൾക്കന്ന് കഷ്ടിച്ച് ആറുവയസ്സുകാണും."

"റോമയ്ക്കോ"

"അതെ, കുറെ സൈനികർ അന്നവിടെ വന്നിരുന്നു. അവരോടൊപ്പം ഞങ്ങളെല്ലാവരും ആഘോഷങ്ങൾ കാണാൻപോയി. പിയാസപോലെ തന്നെ അവിടെയും ഒരു മൈതാനമുണ്ട്. ആ മൈതാനത്തിലായിരുന്നു ആഘോഷം."

"അതെ, ട്രാഫൽഗർ സ്ക്വയർ."

"ധാരാളം ആളുകൾ അവിടെ ഒത്തുചേർന്നു. അവിടെയുള്ള പള്ളിയുടെ നടയിൽ ഞങ്ങൾ കയറിനിന്നു."

"എനിക്കതോർമ്മയുണ്ട്. സെയ്ൻറ് മാർട്ടിൻപള്ളി. അതെനിക്കറിയാം ലണ്ടനിലെ പള്ളി."

"റയിൽവേസ്റ്റേഷൻ വഴിയാണ് സൈനികർ വന്നത്."

"ആ സ്റ്റേഷന്റെ പേര് ചാറിങ് ക്രോസ് എന്നല്ലേ."

അന്ന് ഡോക്ടർ മകളോടുപറഞ്ഞു: "നോക്കൂ മോളേ എന്നാൽ റോമ അപ്പനോട് ചോദിക്കുകയാണ്, പപ്പാ അത് ദൈവമാണോ എന്ന്. എനിക്ക് നല്ല ഉയരമുണ്ടായിരുന്നതിനാൽ ഞാൻ പിന്നിലായിരുന്നു നിന്നത്." അപ്പോൾ ഡോക്ടർ പറഞ്ഞു: "ഈ കാഴ്ചകളൊന്നും ഒരിക്കലും ഇവൾ മറക്കില്ല ഡേവിഡ് എന്ന്."

"ഇല്ല, അവൾ മറന്നിട്ടില്ല. അവൾക്കതൊക്കെ മറക്കാൻ കഴിയുമോ. ആട്ടെ അവസാനം അവൾക്കെന്തുപറ്റി. അത് നിങ്ങൾ പറഞ്ഞില്ലല്ലോ."

അവൾക്ക് എന്തുപറ്റിയെന്ന് അവൾതന്നെ പറയാനുള്ള സന്ദർഭമായി. ഒരൊറ്റ നിമിഷംകൂടി ബാക്കിയുണ്ട്. മധുരിക്കുന്നതെങ്കിലും ഈ ഒളിച്ചുകളി ഇനിയും തുടരാൻ വയ്യ.

"അവൾക്കെന്തു സംഭവിച്ചു എന്ന് നിങ്ങളെന്നോട് പറഞ്ഞോ. പറഞ്ഞില്ലല്ലോ."

റോസ്സി തലതാഴ്ത്തിക്കൊണ്ട് പറഞ്ഞു.

"മരിച്ചു." റോമയുടെ കൈയിലെ ബ്രഷ് നിലത്തുവീണുപോയി.

"ഞാൻ കുറെക്കാലം അമേരിക്കയിലായിരുന്നല്ലോ. ലണ്ടനിൽ തിരിച്ചെത്തിയ ഉടനെ സോഹ്യോയിലുള്ള എന്റെ കടയിലേക്ക് പോയി." റോമയുടെ ശ്വാസഗതി ആകെ അവതാളത്തിലായി. എന്നാൽ, റോസ്സി നിസ്സംഗമായി ജനലിൽക്കൂടി പുറത്തേക്കുനോക്കിക്കൊണ്ട് തുടരുകയാണ്.

"റോമ ഒഴിച്ച് എല്ലാവരും അവിടെയുണ്ടായിരുന്നു." അയാളത് പറയുമ്പോൾ അവളുടെ ഉള്ളിൽനിന്ന് ചുടുനിശ്വാസം ഉയരുന്നതിന്റെ ശബ്ദം അവൾക്ക് കേൾക്കാമായിരുന്നു.

"ആളുകൾ പറയുന്നത് കേട്ടു അവളെ ഒരാഴ്ചയായി കാണാനില്ലെന്ന്. പിന്നീട് അവളുടെ ജഡം ഏതോ ഒരു പുഴയിൽ പൊങ്ങിയത്രേ."

റോമയാകെ ജീവച്ഛവമായിമാറി. അയാൾ തുടർന്നു:

"അദ്ദേഹം എന്നെ ശ്മശാനത്തിലേക്ക് കൊണ്ടുപോയി. കെൻസാലിൻ എന്നായിരുന്നു ആ ശ്മശാനത്തിന്റെ പേര്. അവിടെയായിരുന്നല്ലോ അവളുടെ അമ്മയെ സംസ്കരിച്ചത്. അവളുടെ അമ്മയുടെ പേരിനുതാഴെ ഇങ്ങനെ എഴുതിയിരുന്നു:

"തെയിംസ് നദിയിൽ മുങ്ങിമരിച്ച പന്ത്രണ്ട് വയസ്സുള്ള റോമറോസ്സലിയുടെ സ്മരണയ്ക്ക്."

ഇതുകൂടികേട്ടതോടെ റോമയുടെ ഞരമ്പുകളിലെ രക്തം ആകെ തണുത്തുറഞ്ഞുപോയി.

ഇന്നിനി ഒന്നും പറയാൻ നില്ക്കേണ്ടെന്ന് അവൾ തീരുമാനിച്ചു. അപ്പോഴേക്കും ഡേവിഡ് റോസ്സിക്കും പോകാനുള്ള തിടുക്കമായിരുന്നു. എന്നാൽ, റോമ മറ്റ് പല വിഷയങ്ങളിലേക്കും അയാളുടെ ശ്രദ്ധതിരിക്കാൻ ശ്രമിച്ചു. ഇനി എന്നായിരിക്കും അയാൾ വീണ്ടും വരുന്നത് എന്നവൾ ചിന്തിച്ചു. താനാണ് ആ റോമയെന്ന് തുറന്നുപറയാൻ ഇനി കഴിയില്ല. നിയമസഭ ചേരാൻ പോകുകയാണ്. അദ്ദേഹത്തിനിനി വലിയ തിരക്കായിരിക്കും. എങ്കിലും റോമയ്ക്ക് ഒന്നും പറയാൻ കഴിഞ്ഞില്ല. റോസ്സിയാവട്ടെ അവളോട് യാത്രപറഞ്ഞ് പുറപ്പെട്ടു. അയാൾ പോയതോടെ ബാരന്റെ കത്തുമായി വേലക്കാരൻ വന്നു.

"പ്രിയപ്പെട്ട റോമാ,

ഹോട്ടലിനെക്കുറിച്ച് ലഭിച്ചവിവരം വളരെ സഹായകരമായി. അതു നല്കിയതിന് നന്ദിപറയട്ടെ. ഇതെല്ലാം ഞാൻ ഉടൻതന്നെ ചാൾസ് മിങ്കി

ളിയോട് പറഞ്ഞിട്ടുണ്ട്. എല്ലാം വിശദമായി എഴുതി. ഇനി അയാളെന്തെല്ലാമാണ് കണ്ടുപിടിക്കുന്നത് എന്നറിയാൻ നിന്നെപ്പോലെതന്നെ എനിക്കും ജിജ്ഞാസയുണ്ട്. പ്രിയ റോമാ, നിന്റെ കത്തിനെന്ത് സംഭവിച്ചു. അതിലെ അക്ഷരങ്ങൾ തീരെ വ്യക്തമല്ലല്ലോ. പലതും മനസ്സിലാവുന്നില്ല.

ബാരൻ"

ബാരനുള്ള റോമയുടെ മറുപടിക്കത്ത് ഇതായിരുന്നു.

"ബഹുമാനപ്പെട്ട രക്ഷിതാവിന്,

ചാൾസ് മിങ്കിളി ലണ്ടനിൽ എന്താണ് കണ്ടുപിടിക്കുന്നത് എന്ന കാര്യത്തിൽ എനിക്ക് യാതൊരുവിധ ജിജ്ഞാസയുമില്ല. എനിക്ക് വളരെ സ്പഷ്ടമായി അറിയാവുന്നകാര്യം ഞാൻ നിങ്ങളോട് പറഞ്ഞതാണ്. അയാൾക്കൊന്നിനും കഴിയില്ല. അയാളെന്തുതന്നെ പറഞ്ഞാലും ഞാനത് വിശ്വസിക്കില്ല. ഡേവിഡ് റോസ്സിക്ക് എന്നെ തിരിച്ചറിയാൻ കഴിഞ്ഞിട്ടില്ലെന്ന് ഞാനുറപ്പിച്ചു പറയുന്നു. അയാളിപ്പോഴും കരുതുന്നത് അയാളുടെ രക്ഷിതാവിന്റെ മകൾ മരിച്ചുഎന്നാണ്. തെയിംസ്നദിയിൽനിന്ന് അവളുടെ മൃതദേഹം കണ്ടെടുത്തുവെന്നും അത് അമ്മയുടെ കുഴിമാടത്തിനരുകിൽ സംസ്കരിച്ചുവെന്നുമാണ് അയാൾ പറയുന്നത്. ഇതൊരു ഭീകരമായ കഥതന്നെ. ആ കാലത്താണ് താങ്കൾ എന്നെ ഇവിടേക്ക് കൊണ്ടുപോന്നത്. അദ്ദേഹം ആ കുഴിമാടം നേരിട്ടുകണ്ടു എന്നാണ് പറയുന്നത്. എന്താണ് ഇതിനർത്ഥം. ഒരു കള്ളൻ ഇതിന്റെയെല്ലാം പിറകിൽ പ്രവർത്തിക്കുന്നുണ്ട്. ആരായിരിക്കുമത്?

റോമ"

പിറ്റേദിവസവും ഡൊന്നാറോമ തന്റെ സ്റ്റുഡിയോവിൽ ഡേവിഡ്റോസ്സിയെ പതിവുപോലെ വരവേല്ക്കാൻവേണ്ടി ഒരുങ്ങിനിന്നു. പക്ഷേ, അയാൾ വരികയുണ്ടായില്ല. അയാളെ കാണാത്തതുകൊണ്ട് റോമയ്ക്ക് വലിയപ്രയാസമൊന്നുമുണ്ടായില്ല. അവൾക്കന്ന് അല്പം ശാന്തിയും സമാധാനവും അനുഭവപ്പെട്ടു. പലകാര്യങ്ങളും സ്വസ്ഥമായി ചിന്തിക്കേണ്ടതുണ്ടായിരുന്നു. അതിന്റെ പിറ്റേദിവസവും അയാൾ വന്നില്ല. റോമയാവട്ടെ, അയാൾ പറഞ്ഞ ഓരോകാര്യങ്ങളും ഓർത്ത് അതിനെക്കുറിച്ചുള്ള വിചാരങ്ങളിൽ മുഴുകി.

ഡേവിഡ് റോസ്സിക്ക് തന്നെ മനസ്സിലായിട്ടുണ്ടാകുമോ എന്ന ചിന്ത അവളുടെ ഉള്ളിൽ തികട്ടിവരാൻ തുടങ്ങി. മനസ്സിലായിട്ടുണ്ടാവാം. ഉണ്ടാവാമെന്നല്ല. മനസ്സിലായി. മനസ്സിലായതുകൊണ്ടാണ് അയാൾ തന്നിൽ ഇത്രമാത്രം സമർപ്പണം നടത്തിയത്. റോമയോട് അയാൾക്ക് എന്തെന്നില്ലാത്ത ആത്മസമർപ്പണമുണ്ടായിരുന്നു.

പിറ്റേന്നും അയാൾ വന്നില്ല. അതോടെ അവളുടെ മനസ്സിൽ ഭയാശങ്കകൾ ഉയർന്നു. അയാൾ തന്നെ ഗൗനിക്കുന്നില്ലെന്ന് തോന്നുന്നു. എല്ലാം വെറും മിഥ്യാബോധമായിരുന്നോ. ഇതെല്ലാം ആരോട് പറയും. ബ്രൂണോയോട് ഇതിനെപ്പറ്റിപ്പറയാൻ അവൾക്ക് മനസ്സുണ്ടായിരുന്നില്ല. എന്നാൽ, പറയാതിരിക്കാനും പറ്റുമായിരുന്നില്ല. അങ്ങനെ അവസാനം അവൾ

ബ്രൂണോയോട് അതെല്ലാം പങ്കുവെച്ചു.

"പാർലമെന്റ് ചേരുന്ന സമയമല്ലേ. അദ്ദേഹത്തിന് വലിയ തിരക്കുണ്ടായിരിക്കും." ബ്രൂണോ പറഞ്ഞു.

"നാളെ ഒന്ന് വരാൻപറയുമോ?"

"ശരി."

"എന്നാൽ ഡേവിഡ് റോസ്സി വന്നില്ല. അതിനെക്കുറിച്ച് ബ്രൂണോവിന് ഒന്നും പറയാനില്ലായിരുന്നു ഡൊന്നാറോമയ്ക്കാകട്ടെ അത് വല്ലാത്ത ഒരാഘാതമായി. റോസ്സി ഇനിയൊരിക്കലും തന്നെ കാണാൻ വരില്ലെന്ന് അവൾ വിചാരിച്ചു. അവളുടെ ഹൃദയം ആകെ ദുഃഖപൂർണ്ണമായി. അവളുടെ ജീവിതത്തിലേക്ക് ഇരുട്ട് വ്യാപിക്കുന്നതായി അവൾക്ക്തോന്നി. രാത്രിയിൽ അവൾക്ക് ഉറങ്ങാൻ കഴിഞ്ഞില്ല. പാതിരാത്രിമുഴുവൻ അവൾ നിലാവിൽ മുറ്റത്ത് അങ്ങോട്ടുമിങ്ങോട്ടും നടന്ന് സമയം ചെലവഴിച്ചു. പുലരാറായപ്പോൾ അവിടേക്ക് ആരോ വരുന്നുണ്ടായിരുന്നു. അതെ, അത് റോസ്സിയായിരുന്നു. എന്നാൽ, അയാൾ അവളുടെ അടുത്തേക്കല്ല. മറ്റെവിടേക്കോ പോവുകയാണ്. റോസ്സി അവളെ കണ്ടില്ല. അയാളെ ഉച്ചത്തിൽ വിളിക്കണമെന്ന് അവൾക്ക് തോന്നി. എന്നാൽ, ശബ്ദമുയിരുന്നില്ല. നാടിഞരമ്പുകളിലൂടെ രക്തം ശക്തിയിൽ പായുന്നു. കാലുകൾ മരവിച്ചതുപോലെ. അവൾ, അദ്ദേഹം നടന്നുനീങ്ങുന്നത് നോക്കിനിന്നു. അയാൾ അവളുടെ ഫ്ളാറ്റിലേക്ക് നോക്കിയപ്പോൾ റോമ ഒന്നുകൂടി അയാളെ വിളിക്കാൻ ശ്രമിച്ചു. പക്ഷേ, അപ്പോഴും അവളുടെ ശബ്ദം തൊണ്ടയിൽ കുരുങ്ങി. റോസ്സിയാകട്ടെ, അകലത്തേക്ക് നടന്നുമറിഞ്ഞു. അവൾ മുറിയിലേക്ക് പോയി. ഭിത്തിയിലെ നിലക്കണ്ണാടിയിൽ അവൾ മുഖം നോക്കി. മുഖം അസാമാന്യമായി വീർത്തിരിക്കുന്നു. എന്നാൽ, കണ്ണുകൾക്ക് അപ്പോഴും തിളക്കമുണ്ടായിരുന്നു. ജനവാതിലിലിലൂടെ അവൾ ആകാശത്തെ നക്ഷത്രങ്ങളുടെ പ്രകാശം കണ്ടു. ആകാശത്ത് താരകങ്ങളും ചന്ദ്രനും യുഗ്മഗാനം ആലപിക്കുകയാണോ എന്നവൾക്കുതോന്നി. ഏതോ ഒരു വിഷാദാർദ്രസംഗീതം അവളുടെ ഹൃദയത്തിലേക്ക് ചേക്കേറി.

"സത്യം തെളിഞ്ഞുവരുമോ?" അവളുടെ ഹൃദയം ശക്തിയിൽ മിടിക്കാൻ തുടങ്ങി. പിറ്റേന്ന് ബ്രൂണോയോട് അവൾ സംസാരിച്ചു.

"ഞാൻ പറയുന്നത് സത്യമാണ്." റോമ പറഞ്ഞു.

"ലോകനന്മയ്ക്കുവേണ്ടി കഷ്ടപ്പെടുന്ന ഒരാൾക്ക് കുടുംബത്തെക്കുറിച്ചുള്ള ചിന്ത ഉണ്ടാവരുത് - ഇതാണ് അയാളുടെ ആദർശം."

"യഥാർത്ഥത്തിൽ അതുതന്നെയാണോ. അതിൽ എന്താണ് കഴമ്പ്. നമുക്ക് നമ്മുടെ അച്ഛനമ്മമാരെ ഉപേക്ഷിക്കാൻ കഴിയുമോ."

"എന്നാൽ, നമുക്ക് നമ്മുടെ വിവാഹ ജീവിതം ഒഴിവാക്കാൻ കഴിയില്ലേ. ലോകനന്മയ്ക്കുവേണ്ടി പ്രവർത്തിക്കുന്ന ഒരു മനുഷ്യൻ. ഒരു പുരോഹിതനെപ്പോലെ എല്ലാ ലൗകികബന്ധങ്ങളും പരിത്യജിക്കണമെന്നാണ് റോസ്സിയുടെ അഭിപ്രായം."

"എന്നുവെച്ചാൽ."

"അദ്ദേഹം പരീക്ഷണത്തിന് നില്ക്കില്ല."

"എന്നെനിക്കും തോന്നുന്നു. അതുകൊണ്ടാണ് അദ്ദേഹം സ്ത്രീകളെ ഒഴിവാക്കുന്നത്."

"അതുമാത്രമല്ല. സ്ത്രീകളെക്കുറിച്ച് അദ്ദേഹത്തിന് നല്ല അഭിപ്രായമില്ല."

"അഭിപ്രായമില്ലെന്നോ. സ്ത്രീകളെക്കുറിച്ച് അദ്ദേഹത്തിനുള്ളത്ര അഭിപ്രായം മറ്റൊരാൾക്കും ഇല്ലെന്നാണ് ഞാൻ മനസ്സിലാക്കുന്നത്. അദ്ദേഹത്തെ ഒരു ഏകാന്തദ്വീപിലേക്ക് ആരെങ്കിലും നാടുകടത്തുകയാണെങ്കിൽ ലക്ഷംപുരുഷന്മാരുടെ കൂടെയല്ല അദ്ദേഹം വസിക്കാനിഷ്ടപ്പെടുക. ഒരു സ്ത്രീയുടെ സാന്നിദ്ധ്യമാണ് അദ്ദേഹം ആഗ്രഹിക്കുക."

"റോസ്സിക്ക് അനുരൂപയായ ഒരു സ്ത്രീ ഈ ലോകത്ത് ഇനിയും ജനിച്ചിട്ടില്ല അല്ലേ ബ്രൂണോ."

"ജനിച്ചിട്ടില്ലായിരിക്കാം. ഒരുപക്ഷേ, ജനിച്ചിരിക്കാം."

"അങ്ങനെ ആരെങ്കിലും ഉണ്ടെങ്കിൽ ബ്രൂണോയ്ക്ക് ഒന്ന് കണ്ടുപിടിക്കാമോ?"

"എനിക്കതിന് സാധിച്ചേക്കാം. സാധിച്ചില്ലെന്നുംവരാം. എന്നാൽ, പ്രണയത്തിനുവേണ്ടിയുള്ള സമരത്തിൽ ആരാണോ വേഗത്തിൽ പറക്കുന്നത് അവൻ വിജയിക്കും." ബ്രൂണോ പറഞ്ഞു.

"ശരിയാണ്. റോസ്സി അങ്ങനെ പറയാറുണ്ട്. ഒരിക്കൽ ആ വൃദ്ധ അദ്ദേഹത്തിന് ഒരാശകൊടുക്കാൻ നോക്കി. നമ്മുടെ സുഖദുഃഖങ്ങളിൽ പങ്കുചേരാൻ ഒരു പെണ്ണുണ്ടാവുക എന്നത് വലിയകാര്യമാണെന്ന് അവർ അയാളോട് പറഞ്ഞിരുന്നു."

"എന്നിട്ട്."

"അദ്ദേഹത്തിന്റെ അഭിപ്രായം വളരെ അനുകൂലമായിരുന്നു. ലോകത്തിലേക്കുവെച്ചേറ്റവും മധുരമുള്ളത് ഒരു സ്ത്രീയുടെ സ്നേഹമാണെന്ന് അയാൾ പറഞ്ഞു. പക്ഷേ, അദ്ദേഹം ഒന്നുകൂടി കൂട്ടിച്ചേർത്തു. അദ്ദേഹത്തിന് ആരോടെങ്കിലും പ്രണയം തോന്നിയാൽ ആ സ്ത്രീയിൽനിന്നും അയാൾ ഓടിരക്ഷപ്പെടുമെന്ന്."

"സത്യത്തിൽ അദ്ദേഹമങ്ങനെ പറഞ്ഞോ?"

"പറഞ്ഞു." ആ സംഭാഷണം ഇരുവർക്കും വളരെയേറെ ആഹ്ലാദപരമായിരുന്നു.

മദ്ധ്യാഹ്നമായതോടെ കമിലൊ ഒരു സ്ത്രീയോടൊപ്പം റോമയെ കാണാൻവന്നു. ഗ്രാമത്തിൽ ഒരു വിനോദസഞ്ചാരം നടത്താനാണ് അവരുടെ പരിപാടി. റോമയെക്കൂടി ക്ഷണിക്കാനാണവർ വന്നത്. എന്നാൽ, അവർക്ക് മറ്റൊരു ഉദ്ദേശ്യംകൂടി ഉണ്ടായിരുന്നു. റോസ്സിയെക്കൂടി വിനോദയാത്രയ്ക്ക് ക്ഷണിക്കണം.

"ഞാൻ പറയാം."

റോമ വേഗം അണിഞ്ഞൊരുങ്ങിപ്പുറപ്പെട്ടു. കമിലൊ അപ്പോൾ അമ്മായിയുടെ മുറിയിലായിരുന്നു. അവർ പുറത്തിറങ്ങുമ്പോഴേക്കും റോമ വണ്ടി

യിൽ കയറിയിരുന്നു.അവൾ ഒരു കത്തുവായിക്കുകയായിരുന്നു.

"പ്രിയമുള്ളവളെ,

കുറേദിവസമായി ഞാനിവിടെ ഉണ്ടായിരുന്നില്ല. അതാണ് കത്തെഴുതാൻ വൈകിയത്. ഞാൻ പറഞ്ഞ ആ മരണത്തെക്കുറിച്ച് ആലോചിച്ച് വിഷമിക്കേണ്ട. അവൾ മരിച്ചത് ശരിയാണ് എങ്കിൽ നല്ലത്. പിന്നീടൊരിക്കലും കുട്ടിയതിനെക്കുറിച്ച് ആലോചിച്ച് ദുഃഖിക്കേണ്ടല്ലോ. എന്നാൽ, എനിക്കുതോന്നുന്നത് ഡോ. റോസ്സലിക്ക് റോസ്സിയെക്കുറിച്ച് നന്നായി അറിയാമെന്നാണ്. അല്ലായിരുന്നെങ്കിൽ റോസ്സിക്ക് എങ്ങനെ ഡോക്ടറെക്കുറിച്ച് ഇത്രയേറെ പറയാൻ കഴിയും. എന്തോ ഒരു രഹസ്യം ഒളിഞ്ഞുകിടപ്പുണ്ട്. ഇന്ന് രാത്രി ഇവിടെ നടക്കുന്ന ഡിന്നറിലേക്ക് ഫെലിസിനെ ഒന്നയയ്ക്കണം. കുട്ടിയുടെ പല സ്നേഹിതകളും ഡിന്നറിൽ പങ്കെടുക്കും. എന്നാൽ കുട്ടിക്ക് വരാൻ പറ്റില്ലല്ലോ. സാരമില്ല

എന്ന്,

ബോനലി."

* * * *

ഡൊന്നാറോമ മുറിയിലേക്ക് കയറുമ്പോൾ അവിടെ ഒരു ചെറിയ ബഹളംതന്നെയായിരുന്നു. ബ്രൂണോവളരെ ഉച്ചത്തിൽ സംസാരിക്കുന്നു. ജോസഫ് കുണുങ്ങിക്കുണുങ്ങി ചിരിക്കുന്നു. എലനയാവട്ടെ വളരെ സൗമ്യമായിട്ടാണ് സംസാരിക്കുന്നത്. റോമയെ കണ്ട ഉടനെ റോസ്സി വളരെ ആഹ്ലാദത്തോടെ അവളെ സ്വീകരിച്ചു.

"വിശിഷ്ടാതിഥി കടന്നുവരൂ."

എന്നിട്ട് ജോസഫിനോടായി റോസ്സി പറഞ്ഞു:

"അവരെ സ്വീകരിച്ചിരുത്തൂ കുട്ടീ." ജോസഫാകട്ടെ, ലജ്ജകൊണ്ട് മാറിനിന്നു. റോമ സ്നേഹവാത്സല്യങ്ങളോടെ അവനെ തന്റെ അടുത്തേക്ക് വിളിച്ച് മടിയിലിരുത്തി ലാളിച്ചു.

"മുമ്പ് ഞാനിവിടെ വന്നപ്പോൾ ഉറങ്ങിക്കിടന്നത് മോനായിരുന്നില്ലേ. പിന്നെ മി. റോസ്സി തോളിലിട്ട് മുറിയിലേക്കുകൊണ്ടുപോയി. അല്ലേ."

"കുട്ടികളെ അത്രയ്ക്ക് ഇഷ്ടമാണോ." എലന ചോദിച്ചു.

"വളരെ" ആ സമയത്ത് ബ്രൂണോ വളരെ തിടുക്കത്തിൽ താഴോട്ടിറങ്ങിപ്പോയി.

"മോനിങ്ങ് വരൂ." അവന്റെ അമ്മ വിളിച്ചു.

റോമായോട് റോസ്സി ചോദിച്ചു:

"സൽക്കാരത്തിന് പോകുന്നുണ്ടോ?"

"വരാം."

"എങ്കിൽ സന്തോഷമായി." റോമ പോകാനൊരുങ്ങിയപ്പോൾ റോസ്സി പറഞ്ഞു:

"ഒന്നു നില്ക്കൂ, നിങ്ങൾക്ക് ഞാൻ ഒരു സാധനം കാണിച്ചുതരാം."

"എന്ത്?"

"വരൂ."

റോസ്സി റോമയെ തന്റെ മുറിയിലേക്ക് നയിച്ചു.

"ഒരുനിമിഷം ഇരിക്കൂ." റോസ്സി റോമയെ അവിടെ ഇരുത്തി തൊട്ടടുത്ത മുറിയിൽപ്പോയി ഒരു ചെറിയ പൊതിയുമായി തിരിച്ചുവന്നു.

"എന്റെ ഒരു പഴയ സുഹൃത്ത് റോസ്സലിയെക്കുറിച്ച് നാം ഒരുപാട് സംസാരിച്ചതോർമ്മയില്ലേ. അദ്ദേഹത്തിന്റെ ഫോട്ടോയാണിത്."

"അദ്ദേഹത്തിന്റെ ഫോട്ടോയോ."

"ഇത് നോക്കൂ," ഡേവിഡ് റോസ്സി തന്റെ അടുത്തുള്ള ഫോട്ടോ റോമയുടെ കൈയിൽവെച്ചുകൊടുത്തു. റോമ ആ ഫോട്ടോയിലേക്ക് തന്നെ സൂക്ഷിച്ചുനോക്കുന്നത് കാണാമായിരുന്നു. അവൾക്ക് കുറച്ചുനേരത്തേക്ക് ഒന്നും മിണ്ടാൻ കഴിഞ്ഞില്ല. പതറുന്ന ശബ്ദത്തിൽ അവൾ ചോദിച്ചു:

"റോമയുടെ പിതാവാണല്ലേ?"

"അതെ."

"സത്യമായും."

"അതെ, സത്യമായും."

"സുന്ദരമായ മുഖം ആരെയും ആകർഷിക്കുന്ന തലയെടുപ്പ്. അദ്ദേഹം ശരിക്കും കാഴ്ചയിൽ ഇങ്ങനെതന്നെയായിരുന്നോ."

"ഇങ്ങനെ തന്നെയായിരുന്നു."

അത് കേട്ടപ്പോൾ അവൾക്ക് വളരെ സന്തോഷമായി. സന്തോഷം ഒരുതരം ആവേശമായി പരിണമിച്ചു. വർദ്ധിച്ച ആഹ്ലാദത്തോടെയും ആവേശത്തോടെയും അവൾ ആ ഫോട്ടോയിൽ ചുംബിച്ചു. അവളിൽ വികാരത്തിന്റെ കടിഞ്ഞാൺ അറ്റുപോയിരുന്നു. ശ്വാസഗതി വേഗത്തിലായി. ആഹ്ലാദംവർദ്ധിച്ച് അത് കരച്ചിലായിമാറി. പിന്നെ അതൊരു പൊട്ടിച്ചിരിയായി. അവൾ പറഞ്ഞു:

"നിങ്ങളുടെ ആത്മസുഹൃത്തല്ലേ..... അതുമാത്രമല്ല എന്റെ പേരുള്ള ഒരു മകളുടെ..... അച്ഛനും..... അതുകൊണ്ടാ....."

ഡേവിഡ് റോസ്സി ഒന്നും പറയാതെ നിന്നു. പക്ഷേ, ആ നിശ്ശബ്ദത വളരെ വാചാലമായിരുന്നു. അവർക്കിരുവർക്കുമിടയിൽ പരോക്ഷമായി എന്തൊക്കെയോ ആശയങ്ങൾ വിനിമയം ചെയ്യപ്പെടുന്നുണ്ടായിരുന്നു.

"മകൾ അർഹിക്കുന്നതിനേക്കാൾ വലിയൊരുപിതാവായിരുന്നു അദ്ദേഹം. അല്ലേ? ലോകത്തിലേതെങ്കിലും ഒരു മകൾക്ക് ഇത്രയും നല്ല ഒരു അച്ഛനെ കിട്ടുമോ......... എന്നാൽ മകളോ............."

"അവളൊരു കുഞ്ഞായിരുന്നില്ലേ." റോസ്സി ചോദിച്ചു.

"എങ്കിലും."

"വെറും ഏഴ് വയസ്സുപ്രായമല്ലേ."

"എന്നാലും അവളൊരു സ്വാർത്ഥയായ കുഞ്ഞായിരുന്നു അല്ലേ."

"ഒരു കൊച്ചുമോളെ അങ്ങനെ പറയാൻ പറ്റില്ല." അതുകേട്ടതോടെ റോമയുടെ കണ്ണുകൾ തിളങ്ങി. അവളുടെ ഹൃദയം ശക്തിയിൽ തുടിച്ചു. ഇനിയും പലകാര്യങ്ങളും റോസ്സിയിൽനിന്ന് അവളെക്കുറിച്ച് പറഞ്ഞു

കേൾക്കണമെന്ന് റോമ അതിയായി ആഗ്രഹിച്ചിരുന്നെങ്കിലും അവൾക്ക തിനുള്ള ശക്തിയുണ്ടായിരുന്നില്ല.

"എനിക്ക് മാപ്പ് തരണം." അവൾ പറഞ്ഞു

"നിങ്ങൾക്ക് എന്നെക്കാൾ അത് നന്നായറിയാമല്ലോ. വർഷങ്ങൾ കഴിഞ്ഞ് തന്റെ അച്ഛനാരായിരുന്നുവെന്ന് അവൾ മനസ്സിലാക്കിയിരുന്നെ ങ്കിൽ അവൾക്കെന്തൊരഭിമാനമാവും ഉണ്ടാവുക. എന്നാൽ നിർഭാഗ്യ ത്തിന് അവൾ മരിച്ചുപോയല്ലോ."

റോമയും റോസ്സിയും പരസ്പരം നോക്കിനിന്നു. അവളാകെ അമ്പ രന്നുപോയിരുന്നു.

"ഞാനീ ഫോട്ടോ നിങ്ങൾക്ക് തരാം."

"എനിക്കോ."

"നിങ്ങൾക്കാഗ്രഹമില്ലേ."

"അതിയായ ആഗ്രഹമുണ്ട്. നിങ്ങളത് എനിക്ക് തരികയാണെങ്കിൽ ലോകത്തിലേക്കുവെച്ച് ഏറ്റവും വലിയ സമ്മാനമായിരിക്കും എനിക്കത്. പക്ഷേ, നിങ്ങളുടെ ഏറ്റവും വിലപ്പെട്ട സൂക്ഷിപ്പ് അല്ലേ ഇത്."

"ഏറ്റവും വലിയ സൂക്ഷിപ്പ്."

"എന്നിട്ടും നിങ്ങളത് എനിക്കുതരുന്നുവെന്നോ."

"ഈ ലോകത്തിൽ മറ്റാർക്കും ഞാനത് കൊടുക്കുകയില്ല. നിങ്ങൾക്ക് ഇത് തരുന്നതിൽ എനിക്ക് ഏറെ ആഹ്ലാദമുണ്ട്." റോമ കൂടു തൽ വികാരവതിയായി. അവൾക്കുറക്കെ കരയണമെന്നുണ്ടായിരുന്നു. അവൾ ആ ഫോട്ടോയിൽ തുരുതുരാ ചുംബിച്ചു. റോസ്സി അതുകണ്ട് നിറഞ്ഞ് ചിരിച്ചു. അവളും ചിരിച്ചു. അങ്ങനെ അവർ അസാധാരണമായ ആഹ്ലാദം പങ്കുവെച്ചുകൊണ്ടിരുന്നപ്പോൾ ജോസഫ് അവരെ ഒളിഞ്ഞുനി ന്നുനോക്കി.

"എന്നെ വിളിച്ചാലും ഞാൻ വരില്ല." ജോസഫ് പറഞ്ഞു.

"ജോസഫ് നല്ല കുട്ടിയല്ലേ." റോമ പറഞ്ഞു.

"എങ്കീ ഞാൻ വരാം." പുഞ്ചിരിച്ചുകൊണ്ട് ജോസഫ് അവരുടെ അടുത്തേക്കുവന്നു. അവനെ സന്തോഷിപ്പിക്കാൻവേണ്ടി റോമ ഒരു മനോ ഹരഗാനം പാടി. അപ്പോൾ ഡേവിഡ് അവളെ സൂക്ഷിച്ചുനോക്കുന്നത് അവൾക്ക് കാണാമായിരുന്നു. പെട്ടെന്നവൾ പാട്ടുനിർത്തി. പിന്നീട് നിശ്ശബ്ദത ഭേദിച്ചത് റോമതന്നെയാണ്.

"ജോസഫ് മിടുക്കനാവും."

"അവൻ പറയുന്നത് അവനൊരു പോർട്ടറായാൽ മതിയെന്നാണ്."

"എങ്കിൽ ഞാൻ എന്റെ പോർട്ടറായി അവനെ നിയമിക്കും." അതു കേട്ടപ്പോൾ ജോസഫിന് വലിയ സന്തോഷമായി. അപ്പോൾ അവിടേക്ക് എലന കയറിവന്നു. അവൾക്ക് റോമയുടെ കാര്യത്തിൽ വലിയ ആശങ്ക യായിരുന്നു. ആളുകൾ അവളെക്കുറിച്ച് പലനുണകളും പറഞ്ഞുപരത്തു ന്നത് എലനയ്ക്ക് സഹിക്കാൻ കഴിയുമായിരുന്നില്ല. നേരം ഇരുട്ടുകയാ യിരുന്നു. അസ്തമയത്തിനുശേഷമുള്ള പ്രഭ അവരുടെ മുറിയിലേക്കൊ

ഴുകിവന്നു. എലനയും ജോസഫും അകത്തേക്കുപോയിട്ടും അവരവിടെ ത്തന്നെ നിന്നു. അവരിരുവരും പലകാര്യങ്ങളും സംസാരിച്ചുകൊണ്ടിരു ന്നു. പതിവിലും വ്യത്യസ്തമായ സംസാരമായിരുന്നു അത്. സൗമ്യമായ ചോദ്യങ്ങൾ. സൗമ്യമായ ഉത്തരങ്ങൾ. അവൾക്ക് പലതും അയാളോട് തുറന്നുപറയണമെന്നുണ്ടായിരുന്നു. എന്നാൽ, അതിനവൾക്ക് കഴിഞ്ഞില്ല. നിശ്ശബ്ദത അവർക്കിടയിൽ അനുഭൂതിയുടെ വലകൾ നെയ്തുകൊണ്ടി രുന്നു. മധുരോദാരമായ ആ നിശ്ശബ്ദത സമ്മാനിച്ച അനുഭൂതിയിൽ അവൾ മതിമറന്നുപോയി. അപ്പോഴേക്കും ആ മുറിയിലേക്ക് ഇരുട്ടിന്റെ നേർത്ത അലകൾ ഒഴുകിവരുന്നുണ്ടായിരുന്നു അവരതറിഞ്ഞില്ല. ഇരുട്ടിൽ അവർ പരസ്പരം അടുത്തുപോയി. കാഴ്ചയുടെ അഭാവം അവരുടെ മനസ്സു കളെ കൂടുതൽ അടുപ്പിച്ചിരിക്കണം. തനിക്ക് പറയാനുള്ളത് കുറെകഴി ഞ്ഞുമാത്രം പറയാം എന്നവൾ ആശ്വസിച്ചു. ആ ആശ്വാസത്തിനപ്പുറം മറ്റൊന്നും അവളുടെ മനസ്സിൽ ഉണ്ടായിരുന്നില്ല.

"റോമ മരിച്ചുവെന്ന് നിങ്ങൾ പറഞ്ഞ ആ കഥ, അതായിരുന്നു ഇന്നലെ മുഴുവൻ എന്റെ മനസ്സിൽ. അവളുടെ മരണവും ശവസംസ്കാ രവും ഒരു നുണയായിരിക്കാനാണ് സാദ്ധ്യത എന്ന് നിങ്ങൾക്ക് തോന്നി യിട്ടില്ലേ."

"ഒരിക്കലുമില്ല."

"എനിക്കുതോന്നുന്നത് റോമ മരിച്ചുവെന്ന് പറഞ്ഞുപരത്തുന്നതിന് പിറകിൽ ചില നിക്ഷിപ്ത താല്പര്യക്കാരുണ്ടെന്നാണ്. നിങ്ങൾക്കങ്ങനെ തോന്നിയിട്ടില്ലേ. അവളിപ്പോഴും ജീവിച്ചിരിപ്പുണ്ടെന്ന് നിങ്ങൾക്ക് തോന്നുണ്ടോ?"

"ഇല്ല എനിക്കങ്ങനെ തോന്നുന്നില്ല. പക്ഷേ, ഒന്നുണ്ട് റോമ നല്ലവ ളാണ്.നല്ല പെൺകുട്ടി."

"അവളിപ്പോഴും ജീവിച്ചിരിപ്പുണ്ടെങ്കിൽ."

"എങ്കിലും അവളൊരു നല്ല സ്ത്രീയായിരിക്കും." ഇതുകേട്ടതോടെ അവളുടെ മുഖം തുടുത്തു. ആഹ്ലാദംകൊണ്ട് അവൾക്ക് ഒന്നും പറയാൻ കഴിഞ്ഞില്ല. റോമയുടെ വിശുദ്ധിയിലുള്ള റോസ്സിയുടെ വിശ്വാസം അവൾക്ക് താങ്ങാൻ കഴിയുന്നതായിരുന്നില്ല. അവളാകെ വീർപ്പുമുട്ടി. എല്ലാം തുറന്ന് പറയാൻ അവളാഗ്രഹിച്ചിരുന്നെങ്കിലും അവൾക്കതിന് ശക്തിയുണ്ടായിരുന്നില്ല. കുറെ നേരം അവർ മൂകരായി നിന്നു. അല്പം കഴിഞ്ഞ് അവൾ പറഞ്ഞു:

"നിങ്ങളെന്നെ റോമ എന്നുവിളിക്കുമോ. ഞാനാണ് ആ കൊച്ചുറോമ എന്ന് വിചാരിക്കാൻ താങ്കൾ ശ്രമിക്കുമോ?"

അത് പറയുമ്പോൾ അവളാകെ ദുഃഖവതിയായിരുന്നു. ഒരു കരച്ചി ലിന്റെ രൂപത്തിലാണ് അവളത് പറഞ്ഞത്. അവൾ അത് പറഞ്ഞുതീർക്കു മ്പോഴേക്കും അവളുടെ കാലുകൾ തളരുന്നുണ്ടായിരുന്നു. അവൾ മെല്ലെ അടുത്തുള്ള സോഫയിലേക്ക് ചെരിഞ്ഞത് മാത്രമേ അവൾക്കോർമ്മയു ള്ളൂ. അവൾക്ക് പിന്നീട് ബോധം വന്നപ്പോൾ റോമ അവളുടെ മുറിയിൽ

കിടക്കുകയായിരുന്നു. തൊട്ടടുത്ത് അമ്മായി അവളെ ശുശ്രൂഷിക്കുന്നുണ്ടായിരുന്നു. തളർന്നുകിടക്കുന്ന റോമയോട് അമ്മായി പറഞ്ഞു:

"മോളെ, നീ ബാരന്റെ പെണ്ണാണ്. അത് മറക്കരുത്." ആഹാരം കഴിക്കുന്നതിന് മുമ്പ് അവൾ മന്ത്രിക്ക് എഴുതി.

"പ്രിയപ്പെട്ട ബാരൻ ബോനലി,

ചാൾസ് മിങ്കിളിക്ക് ഒന്നും കഴിയില്ലെന്ന് ഞാൻ പറഞ്ഞത് ഓർക്കുന്നുണ്ടോ. റോസ്സിയുടെ രഹസ്യങ്ങളൊന്നും കണ്ടുപിടിക്കാൻ അയാൾക്ക് കഴിയുകയില്ല. അയാളോട് അതിന് ശ്രമിക്കേണ്ടെന്നു പറയൂ. ഡിന്നറിന് എന്റെ എല്ലാ മംഗളാശംസകളും.

റോമ"

* * * *

ഡൊന്നാറോമയും ഡേവിഡ് റോസ്സിയും കുതിരപ്പുറത്തുകയറി സഞ്ചരിക്കുകയായിരുന്നു. അപ്പോൾ സമയം രണ്ടുമണി.

"എനിക്കുവല്ലാതെ വിശക്കുന്നു." റോമ പറഞ്ഞു.

"ഇവിടെ എവിടെയോ ഒരു ചെറിയ സത്രമുണ്ട്. നമുക്കവിടെപ്പോയി വല്ലതും കഴിക്കാം."

വൃക്ഷക്കൂട്ടങ്ങൾക്കിടയിലൂടെ റോസ്സി അവളോടൊപ്പം ഒരു വീട്ടിലേക്ക് കയറി. മുറ്റത്തെത്തിയപ്പോഴേക്കും അവിടെയുള്ള ഒരു യുവാവ് വന്ന് അവരെ സ്വീകരിച്ചു. യുവാവ് അവരുടെ കുതിരയെ മുറ്റത്ത് കെട്ടി. അവിടെ ഒരു വൃദ്ധനുമുണ്ടായിരുന്നു. അയാൾ ഇരുവരെയും തൊഴുകൈയോടെ സ്വീകരിച്ചു. ആ വീട്ടിലുള്ള വൃദ്ധയ്ക്ക് ആകെ പരിഭ്രമമായി. റോസ്സി ആഹാരത്തിനാവശ്യപ്പെട്ടു. വൃദ്ധ ആഹാരം പാചകം ചെയ്യാൻ അകത്തേക്കുപോയി. റോമയും റോസ്സിയും മുറ്റത്തെ മരച്ചോട്ടിലിരുന്നു.

"എത്ര സുന്ദരമായ പ്രദേശം." റോമ പറഞ്ഞു

"ഈജിപ്തിലെ ഫറോന്റെ പുത്രി മോസ്സസ് എന്ന പ്രവാചകനെ കണ്ടുമുട്ടിയത് ഇവിടെവെച്ചായിരിക്കണം."

"അല്ല. ആദം ആദ്യമായി ഹവ്വയെ കണ്ട ഏദൻതോട്ടമാണിത്." റോസ്സിയാണത് പറഞ്ഞത്. അയാൾ മനോഹരമായ വയലറ്റ് പുഷ്പങ്ങൾ പറിച്ച് റോമയ്ക്ക് സമ്മാനിച്ചു. അവർ പരസ്പരം കണ്ണുകളിലേക്ക് നോക്കി പുഞ്ചിരി തൂകി.

"ആദം അന്ന് എന്തുമാത്രം അത്ഭുതപ്പെട്ടിട്ടുണ്ടാവണം."

"ഹവ്വ എവിടെനിന്നു വന്നു എന്നാലോചിച്ചിട്ടായിരിക്കും അയാൾ അത്ഭുതപ്പെട്ടത്."

"നീല നിലാവത്ത് മാനത്തെക്കൊട്ടാരത്തിൽനിന്ന് ഇറങ്ങിവന്ന ഹവ്വ പുലർച്ചെ തിരിച്ചുപോകാൻ മറന്നുപോയത് ഈ സ്ഥലത്തിന്റെ സൗന്ദര്യം കണ്ടിട്ടായിരിക്കണം."

"അതല്ല, ഹവ്വ ഒരു സ്ത്രീയാണെന്ന് അയാൾ തിരിച്ചറിഞ്ഞ് കാണും."

"ഒന്നാലോചിച്ചുനോക്കൂ, അന്ന് ലോകത്തിൽ ഒറ്റപ്പെണ്ണേ ഉണ്ടാ

യിരുന്നുള്ളൂ."

"അതെ അവനും ഒരൊറ്റ പുരുഷന്മാത്രം."

അവരിരുവരും ആഹാരം കഴിക്കാനിരുന്നു. ആഹാരത്തിന് പറയത്തക്ക രുചിയോ ഗുണമോ ഉണ്ടായിരുന്നില്ലെങ്കിലും അവരതിലൊന്നും ശ്രദ്ധിക്കാതെ തൃപ്തിയോടെ അതെല്ലാം കഴിച്ചു. പെട്ടെന്ന് റോമ പറഞ്ഞു:

"ഒരു കാര്യം ഞാൻ മറന്നുപോയി."

"എന്താണത്?"

"ഇന്ന് മുഴുവൻ ഞാൻ നിങ്ങൾക്ക് നിങ്ങളുടെ കൊച്ചുറോമയല്ലേ."

"അതെ, ഇനി അല്ലെങ്കിലും അങ്ങനെയാണെന്നുവെച്ചോളൂ."

"അല്ല,"

"അതെന്താ."

"അങ്ങനെയായിരുന്നെങ്കിൽ."

"എങ്കിൽ, നിങ്ങൾ എന്നെ ആ കൊച്ചുപേർ വിളിക്കുമായിരുന്നു."

"അതിന് അവളെന്നെയും എന്റെ പേരുവിളിക്കണമല്ലോ."

"അതുശരിയല്ല." റോമയുടെ മുഖം വികസിച്ചു. ജീവിതത്തിന്റെ അമൃതപ്രവാഹം അവളുടെ കണ്ണിലെ കൃഷ്ണമണികളെ പ്രകാശിപ്പിച്ചു.

അപ്പോൾ തൊട്ടടുത്തുള്ള മുന്തിരിത്തോപ്പിൽനിന്നും അഴകാർന്ന ഒരു പെൺകുട്ടി പാട്ടുപാടുന്നുണ്ടായിരുന്നു. സ്വയം മറന്നവൾ പാടുകയാണ്. അവർ അവളെ ശ്രദ്ധിച്ചു. അവൾ പാടുന്ന മോഹനമായ ഗാനങ്ങളിൽ അവർ ലയിച്ചിരുന്നുപോയി. ഒരമ്മ മകനുവേണ്ടി പാടുന്ന പാട്ടാണത്. മകൻ അമ്മയോട് വിടപറഞ്ഞു. അവൻ സുന്ദരിയായ ഒരു പെണ്ണിനെ പ്രണയിച്ചു അവളോടൊപ്പം അവൻ പോയി. അവനൊരിക്കലും അമ്മയുടെ അടുത്തേക്ക് തിരിച്ചുവരില്ല. അവനമ്മയെ മറന്നു. പക്ഷേ, വൃദ്ധയായ അമ്മ ആ മകൻ എപ്പോഴെങ്കിലും തിരിച്ചുവരും എന്നുകരുതി കാത്തിരിക്കുകയാണ്. മോനെ ഞാൻ നിന്നെ കാത്തിരിക്കുന്നു. നീ എന്നെങ്കിലും വരുമ്പോൾ നിന്നെ പുണർന്നുമ്മവയ്ക്കാൻ കാത്തിരിക്കുകയാണ് ഞാൻ. ആ പാട്ടിന്റെ ശീലുകൾ അവരെ വല്ലാതെ സ്പർശിച്ചു. റോമയുടെയും റോസ്സിയുടെയും കണ്ണുകൾ നിറഞ്ഞു.

അതിനുശേഷം അവർ വൃദ്ധനെ വിളിച്ച് ചോദിച്ചു:

"എത്രകാലമായി ഇവിടെ?"

"വളരെക്കാലമായി സാർ."

"പണ്ട് ഇവിടെയായിരുന്നില്ലേ?"

"അല്ല."

"നിങ്ങളുടെ യജമാനൻ മരിച്ചപ്പോൾ അദ്ദേഹത്തിന്റെ മകളെ കല്യാണം കഴിച്ചത് നിങ്ങളല്ലേ. അങ്ങനെയല്ലേ നിങ്ങളിവിടെ എത്തിയത്. ഈ തോട്ടം നിങ്ങളുടെ യജമാനന്റെയല്ലേ."

"എടീ ആഞ്ജലാ, സാറിന് നമ്മെയൊക്കെ നന്നായറിയാം." വൃദ്ധൻ പറഞ്ഞു. അയാൾ റോസ്സിയോടായി ഇങ്ങനെ ചോദിച്ചു:

"പത്തുമുപ്പതു കൊല്ലങ്ങൾക്കുമുമ്പ് ഒരപ്പന്റെ കൈയിൽത്തൂങ്ങി ഇവിടെ വരാറുള്ള കൊച്ചല്ലേ അങ്ങ്." റോസ്സിക്കത്ഭുതമായി.

"നിങ്ങളിപ്പോഴും ആ കൊച്ചനെ ഓർക്കുന്നു അല്ലേ." വൃദ്ധൻ ചിരിച്ചു. റോസ്സി അയാളുടെ മുഖത്തേക്ക് സൂക്ഷിച്ചുനോക്കിയിട്ട് ചോദിച്ചു:

"അന്ന് നിങ്ങളുടെ കൂടെ താമസിച്ചിരുന്ന ഒരു പാവംപയ്യനെ ഓർമ്മയുണ്ടോ?" ഇതുകേട്ടതോടെ വൃദ്ധന്റെ മുഖത്തെ ചിരിമാറി. അയാൾ പറഞ്ഞു:

"അങ്ങനെയൊരു കുട്ടിയുണ്ടായിരുന്നില്ലല്ലോ."

"നൂറുഫ്രാങ്കിന് നിങ്ങളവനെ വിറ്റതല്ലേ."

"ഇല്ല അങ്ങനെയൊരു സംഭവം നടന്നിട്ടില്ല."

"അപ്പോൾ നിങ്ങളാപ്പയ്യനെ ഓർക്കുന്നില്ല അല്ലേ?"

തീർച്ചയായും ഓർക്കുന്നില്ല."

"നിങ്ങളോർക്കുന്നോ?" വൃദ്ധയോട് റോസ്സി ചോദിച്ചു. ആ ചോദ്യം കേട്ടതോടെ വൃദ്ധയാകെ വിളറിപ്പോയി.

വൃദ്ധനും വൃദ്ധയും പരസ്പരം നോക്കി. ആ നോട്ടത്തിൽ എന്തൊക്കെയോ രഹസ്യങ്ങളും ദുരൂഹതകളും ഒളിഞ്ഞിരിപ്പുണ്ടായിരുന്നു. റോസ്സി കഴിച്ച ആഹാരത്തിന്റെ പണം അവർക്ക് കൊടുത്തു. അപ്പോഴേക്കും അവിടത്തെ ചെറുപ്പക്കാരൻ അവർക്കു കയറാൻവേണ്ടി കുതിരകളെ തയ്യാറാക്കിയിരുന്നു.

"ഇവിടെവന്നിട്ട് എത്രനാളായി?" റോമ അവനോട് ചോദിച്ചു.

"പത്തുവർഷമായി."

"അവനിവിടെ വരുമ്പോൾ പന്ത്രണ്ട് വയസ്സായിരുന്നു പ്രായം. അവന്റെ അച്ഛനമ്മമാരൊക്കെ മരിച്ചുപോയി." വൃദ്ധൻ പറഞ്ഞു

"പാവം" റോമയ്ക്ക് അവനോട് വല്ലാത്ത സഹതാപം തോന്നി. അവൾ ഒരു പണസഞ്ചി അവന്റെ കൈയിലേക്കിട്ടുകൊടുത്തു.

അങ്ങനെ അവർ അവിടെനിന്നും പോയി. പോകുമ്പോൾ അവർ കൂടുതലായി ഒന്നും സംസാരിച്ചില്ല. അപ്പോൾ സൂര്യൻ അസ്തമിക്കാറായിരുന്നു. പടിഞ്ഞാറൻ ചക്രവാളത്തിൽ ചുവപ്പ് വർണ്ണത്തിന്റെ ഒരു മേളം തന്നെയായിരുന്നു. റോമയെയും റോസ്സിയെയും വഹിച്ചുകൊണ്ട് പായുന്ന കുതിരകളുടെ വേഗത കുറഞ്ഞുകുറഞ്ഞുവന്നു. പിന്നീട് കുതിരകൾ നടക്കാൻതുടങ്ങി.

"വളർന്നത് അവിടെത്തന്നെയായിരുന്നോ?" റോമ ചോദിച്ചു.

"അതെ,"

"ആ വൃദ്ധദമ്പതികളാണോ നിങ്ങളെ അടിമക്കച്ചവടക്കാർക്ക് വിറ്റത്."

"അതെ."

"എളുപ്പത്തിൽ അവരുടെ കള്ളത്തരം പുറത്തുകൊണ്ടുവരാമായിരുന്നല്ലോ."

"അതെ."

"പിന്നെ എന്തുകൊണ്ട് അത് ചെയ്തില്ല."

"എന്തുകാര്യത്തിന്, മാത്രമല്ല അവർ മാത്രമല്ലല്ലോ കുറ്റക്കാർ."

"അതെ, നിങ്ങളുടെ അച്ഛനെയാണ് പറയേണ്ടത്. നിങ്ങൾ എത്ര മാത്രം കഷ്ടപ്പാടുകൾ സഹിച്ചു. എന്നിട്ടും നിങ്ങൾക്ക് നിങ്ങളുടെ അച്ഛനോട് വെറുപ്പുതോന്നുന്നില്ലേ." റോസ്സി നിഷേധഭാവത്തിൽ തലകുലുക്കി. എന്നിട്ട് പറഞ്ഞു:

"ആ മഹാനാണ് എന്നെ വിദ്വേഷത്തിൽനിന്നും മോചിപ്പിച്ചത്. അദ്ദേഹമെന്നോടു പറഞ്ഞു. സ്വന്തം മകനെ അടിമക്കച്ചവടക്കാർക്ക് വിറ്റ നിന്റെ അച്ഛനെ ഒരിക്കലും നീ വെറുക്കരുതെന്ന്. എപ്പോഴെങ്കിലും അയാളെ കണ്ടുമുട്ടിയാൽ പ്രതികാരം ചെയ്യാൻ ശ്രമിക്കരുതെന്ന്. അദ്ദേഹം പറഞ്ഞു. നിന്റെ അച്ഛനാരാണെന്ന് ഒരിക്കലും ലോകം അന്വേഷിക്കുകയില്ല. മറിച്ച് നീ ആരാണെന്നേ അന്വേഷിക്കൂ. അച്ഛൻ ഒരുപക്ഷേ, കൊള്ളരുതാത്തവനായിരിക്കാം. അല്ലെങ്കിൽ യോഗ്യനായിരിക്കാം. അതൊന്നും നമ്മുടെ വിഷയങ്ങളല്ല."

"അല്ലെങ്കിലും അച്ഛനെപ്പറ്റി മോശമായി ചിന്തിക്കുന്നത് ക്രൂരതയാണ്." റോമ പറഞ്ഞു. റോസ്സി ഒന്നും മിണ്ടിയില്ല.

"നിങ്ങളുടെ അച്ഛൻ നിരപരാധിയായിരുന്നുവെന്ന് ലോകം കരുതുന്ന ഒരു കാലം വരില്ലെന്ന് ആരുകണ്ടു."

"ശരിയാണ്. എല്ലാ സത്യവും നമ്മൾക്കറിയണമെന്നില്ലല്ലോ."

ഡേവിഡ് റോസ്സിയും റോമയും യൂക്കാലിപ്റ്റസ് വൃക്ഷങ്ങൾ തിങ്ങിക്കൂടിയ ഒരു പ്രദേശത്തുകൂടി കടന്നുപോകുകയായിരുന്നു. സാന്ദ്രനിശ്ശബ്ദമായ ഒരു വനസ്ഥലിയായിരുന്നു അത്. ഒരർത്ഥത്തിൽ അത് നിശ്ശബ്ദതയുടെ മനോഹരമായ ഒരു ഭവനം തന്നെയായിരുന്നു. ആ നിറവാർന്ന നിശ്ശബ്ദതയുടെ മനോഹാരിത അവർ നന്നായി ആസ്വദിച്ചു. അവിടെ ഉയരത്തിലുള്ള ഒരു മതിലുണ്ടായിരുന്നു. അവിടെനിന്നും നോക്കിയാൽ വിശാലമായ കാടുകാണാം. ആ നിശ്ശബ്ദതയിൽ അവരിരുവരും എന്തൊക്കെയോ കൈമാറി. അവാച്യമായ ഭാഷയിൽ .... മുമ്പെങ്ങുമില്ലാത്ത വിധം. ആ ഭാഷയ്ക്ക് അസാധാരണമായ ശക്തിയും സൗകുമാര്യവുമുണ്ടായിരുന്നു. ആ അന്തരീക്ഷം, അതുനല്കിയ അനുപമമായ വശ്യത, അവാച്യമായ അനുഭൂതി, അതെല്ലാം ചേർന്ന് അവളെ കീഴടക്കി. അവൾക്ക് ഒന്നും സംസാരിക്കാൻ കഴിഞ്ഞില്ല. അവൾ കരയാൻ തുടങ്ങി. കരച്ചിൽ പൊട്ടിക്കരച്ചിലായിമാറി.

"എന്തുപറ്റി റോമ?" അയാൾ ചോദിച്ചു. റോമ ഒന്നും മിണ്ടിയില്ല. അവൾ കണ്ണുനീർ തുടച്ചു. പിന്നീട് എന്തൊക്കെയോ പറഞ്ഞ് ചിരിക്കാനും തുടങ്ങി. അവളുടെ മനസ്സിൽ എന്തെന്നില്ലാത്ത ദുഃഖം ഉരുണ്ടുകൂടി. അതമർത്തിവെക്കുന്നതിനായി അവൾ ശ്രമിച്ചു. അവൾ പറഞ്ഞു:

"സത്രത്തിൽ നാം കണ്ട കുട്ടി ഒരു പാവംതന്നെ."

"അതെ."

"ഇതുപോലൊരു രാത്രിയുടെ അനുഭവം എനിക്കുണ്ട്. പക്ഷേ, അതിതിലും കഠിനമായിരുന്നു എന്നുവേണം പറയാൻ. അതെന്റെ ലണ്ടൻ

അനുഭവമായിരുന്നു. ഒരുദിവസം അർദ്ധരാത്രിയിൽ കൊടിയ മഞ്ഞുപെയ്യുന്ന ലണ്ടൻ തെരുവിൽ കക്ഷത്തിലൊരു അണ്ണാൻകൂടും കുഞ്ഞിക്കൈയിൽ ഒരോടക്കുഴലുംപിടിച്ച് ഒരു കുട്ടി എന്റെ വീട്ടിൽവന്നുപെട്ടു. കീറിപ്പറിഞ്ഞവസ്ത്രങ്ങളായിരുന്നു അവൻ ധരിച്ചിരുന്നത്. വിശപ്പും തണുപ്പും അവനെ ആകെ പരവശനാക്കിയിരുന്നു. ഒരടിമപ്പയ്യനായിരുന്നു അവൻ. വീട്ടിലെത്തിയ അവന് ബോധമുണ്ടായിരുന്നില്ല. അച്ഛനുമമ്മയും അവനെ ശുശ്രൂഷിച്ചു. കുറെകഴിഞ്ഞ് അവൻ കണ്ണുതുറന്ന് ചുറ്റും നോക്കി. അവൻ തന്റെ അണ്ണാൻകുഞ്ഞിനെ തിരയുകയായിരുന്നു. ആ അണ്ണാൻകുഞ്ഞ് അതിനകം ചത്തുപോയിരുന്നു. എന്നിട്ടും ആ ജഡം അവൻ വിടാതെ പിടിച്ചു. അവൻ ദുഃഖംകൊണ്ട് തേങ്ങിക്കരയുന്നുണ്ടായിരുന്നു. എഴുന്നേല്ക്കാൻപോലും കഴിയുന്നുണ്ടായിരുന്നില്ല. അവനെക്കുറിച്ചുള്ള ഓർമ്മകൾ ഇന്നുമെന്റെ ഹൃദയത്തിൽ മായാതെ കിടപ്പുണ്ട്. ഇന്ന് സത്രത്തിൽ ആ കുട്ടിയെകണ്ടപ്പോൾ ഞാനവനെയാണ് ഓർത്തത്. അവന്റെ അതേ ഛായ. അവൻതന്നെയാണോ എന്ന് ഞാൻ സംശയിച്ചുപോയി."

അവളിതുപറയുമ്പോൾ കണ്ഠമിടറുന്നുണ്ടായിരുന്നു. അവൾക്ക് വീണ്ടും സംസാരിക്കണമെന്നുണ്ടായിരുന്നെങ്കിലും കഴിഞ്ഞില്ല.

"റോമ." ഡേവിഡ് റോസ്സി സ്തംഭിച്ചുപോയി.

"ഡേവിഡ്." അവൾ വിക്കിവിക്കിപ്പറഞ്ഞു

"അവരുടെ കണ്ണുകൾ പരസ്പരം ഉടക്കിനിന്നു. കൈകൾ വൈദ്യുതിവേഗത്തിൽ പരസ്പരം പുണർന്നു. പ്രണയത്തിന്റെ മാസ്മരിക ആകർഷണം അവരെ തമ്മിലടുപ്പിച്ചു. ആ രണ്ടു മനുഷ്യാത്മാക്കൾ ഒരു നിമിഷം നിശ്ചലമായി നിന്നുപോയി.

"നിങ്ങളെന്നെ അറിയും................" റോമ മന്ത്രിച്ചു. ആ മന്ത്രസ്വനം അയാളെ പിടിച്ചുനിർത്തി. അയാൾ പറഞ്ഞു:

"നിന്നെ ആദ്യമായിക്കണ്ട ആ രാത്രിതന്നെ ....നിനക്കോ."

"നിങ്ങളുടെ ഈ സ്വരം ആദ്യമായികേട്ടനിമിഷംതന്നെ."

അവൾ സന്തോഷംകൊണ്ട് പൊട്ടിച്ചിരിച്ചു. ജീവിതത്തിന്റെ ആനന്ദമെന്തെന്ന് അവൾ ആദ്യമായി അറിഞ്ഞു. അവനും. അവർ പിന്നെയും സഞ്ചരിച്ചു. ഇടയ്ക്കെല്ലാം പരസ്പരം നോക്കി പുഞ്ചിരിച്ചു. കൂടുതൽ സംസാരിക്കാൻ അവർക്ക് കഴിഞ്ഞില്ല. കാരണം പ്രണയത്തിന്റെ ചൂടിൽ അവരുടെ ഹൃദയം തപിക്കുകയായിരുന്നു. ചിലപ്പോൾ പ്രണയം കൊടിയ ശൈത്യമായി അവരുടെ നാവുകളെ മരവിപ്പിക്കും. ചിലപ്പോൾ ഊഷ്മളമായ പ്രവാഹമായി പ്രണയം അവരുടെ രക്തത്തിലൂടെ ഒഴുകും. പള്ളിയിൽ മണിനാദം മുഴങ്ങി. നേരം രാത്രിയോടടുത്തു. അവർ കുതിരകളെ തെല്ലിടനിർത്തി ഒരു സ്ഥലത്ത് വിശ്രമിച്ചു. പിന്നീടവർ യാത്രതുടർന്നു. അങ്ങനെ അവസാനം ട്രിനിറ്റിമോണ്ടിയിൽ അവരെത്തി.

"ഇന്നു രാത്രി നിങ്ങൾ വരരുത്. മനസ്സിലായോ." റോമയ്ക്ക് ആ രാത്രി ഏകാന്തമായി ഇരിക്കണമെന്നും അതിയായ മോഹമുണ്ടായിരുന്നു. ആ ഏകാന്തതയിൽ അവൾക്ക് തന്റെ ജീവിതത്തിന്റെ ഗതകാല

സ്മരണകളിലേക്ക് ഊളിയിടണം. എന്തെന്നില്ലാത്ത വികാരാവേശം അവളെ കീഴടക്കിയിരുന്നു.

വീട്ടിലെത്തിയപ്പോൾ വേലക്കാരൻ അവളെ കാത്തുനില്ക്കുന്നുണ്ടായിരുന്നു. അവൻ അവളെ അമ്മായിയുടെ അടുത്തേക്ക് നയിച്ചു. തന്റെ വസ്ത്രം മാറാതെതന്നെ അവൾ അമ്മായിയെ കാണാൻപോയി. അമ്മായി ആകെ ദേഷ്യംപിടിച്ച് വിറച്ചുകൊണ്ട് ഇരിക്കുകയായിരുന്നു. അവരുടെ ചുണ്ടുകൾ അവർ കടിച്ചുവെക്കുന്നത് റോമകണ്ടു. വേലക്കാരന്റെ മുമ്പിലിട്ടുതന്നെ അവർ റോമയെ വഴക്കുപറയാൻതുടങ്ങി.

"അമ്മായി എന്തിനാണ് എന്നെ കാണണമെന്നു പറഞ്ഞത്?"

"ഞാനങ്ങനെ പറഞ്ഞെന്നോ." അമ്മായിയുടെ സംഭാഷണത്തിൽ ഒരു പരിഹാസധ്വനി ഉണ്ടായിരുന്നു.

"നീ കാലെടുത്തുവെച്ചതുമുതൽ എനിക്ക് കഷ്ടകാലമാണ്."

"എന്താണ് ഞാൻ ചെയ്തത്."

"എന്തു നീ ചെയ്തില്ല എന്നുപറയണം. ഇന്നലെയും നീ അയാളെ കണ്ടു അല്ലേ. കണ്ടില്ലെന്നുപറയാൻ ശ്രമിക്കണ്ട."

"കണ്ടില്ലെന്ന് ഞാൻ പറയുന്നില്ല."

"അപ്പോൾ ഞാൻ പറഞ്ഞത് സത്യമാണ്."

"അതെ."

"എന്റെ ദൈവമേ. അവളെല്ലാം തീരുമാനിച്ചുറപ്പിച്ചതാണ്. ഒരുമ്പെട്ടവൾ."

"വെറുതെ ഞാൻ അദ്ദേഹത്തെ കാണാൻപോയി."

"നീ അവന്റെ മുറിയിലേക്ക് കയറിച്ചെന്നു അല്ലേ. നിനക്കെങ്ങനെ അതിനുകഴിഞ്ഞു."

"ഞങ്ങൾ തനിച്ചൊരു മുറിയിലിരുന്നു."

"എന്റെ ദൈവമേ കല്യാണം കഴിക്കാത്ത ഒരു പെണ്ണ് ഒരാണുമായി കൂട്ടുകൂടി."

റോമയ്ക്കാകെ ദേഷ്യമിരട്ടിച്ചു.

"അതെ,ഒരു കള്ളന്റെ കൂടെ....... വലിയ നീതിമാനും ആദർശധീരനും എന്ന ഭാവവും." അമ്മായി പരിഹസിച്ചുകൊണ്ടു പറഞ്ഞു.

"ഞാനിന്നലെ റോസ്സിയോടൊപ്പം മുറിയിൽ കഴിഞ്ഞു. അതിലെന്തു കുറ്റമുണ്ടെങ്കിലും ഞാനതേറ്റെടുക്കുന്നു."

"നീ ഏറ്റെടുക്കുന്നു. അല്ലേ. നീ ഏതുതരക്കാരിയാണെന്ന് ഞാൻ പറയണോ."

"എന്നെപ്പറ്റി ആർക്കും എന്തും വിധിയെഴുതാം. ആരാണ് ഇവിടെ പുണ്യവാളന്മാരായി ഉള്ളത്. എന്നെപ്പറ്റി ഇവന്മാരൊക്കെ എന്തുപറഞ്ഞാലും ഞാനത് ഗൗനിക്കുന്നില്ല."

"നിനക്ക് ഭ്രാന്താണ്. നിനക്ക് ബാരൻബോനലിയെപ്പറ്റി വല്ല വിചാരവുമുണ്ടോ. സമൂഹത്തിൽ ഉയർന്ന നിലയുള്ള ഒരു വലിയ മനുഷ്യനാണയാൾ. നിന്നെ അയാൾ വിവാഹം കഴിക്കാനിഷ്ടപ്പെടുന്നു. പക്ഷേ,

ഇതെല്ലാം അയാളറിയുമ്പോൾ എന്തുസംഭവിക്കുമെന്നറിയാമോ?"

"എന്തുസംഭവിച്ചാലും എനിക്കൊരുപ്രശ്നവുമില്ല അമ്മായി. ഈ പുണ്യവാളന്മാരോട് എനിക്കത്ര കമ്പവുമില്ല."

"അതെടീ നിനക്കിഷ്ടം ആ നിരീശ്വരവാദിയെയാണ്." അമ്മായി പലതും പറഞ്ഞതുകൊണ്ട് റോമയ്ക്ക് അത് കേൾക്കാൻ കഴിയുമായിരുന്നില്ല. അവൾ പുറത്തേക്കിറങ്ങി മുറിയിൽപ്പോയി വാതിലടച്ചുകളഞ്ഞു. അവൾക്ക് ആരെയും കാണാൻ ഇഷ്ടമായിരുന്നില്ല. സ്വസ്ഥമായി ഇരിക്കാൻ അവളിഷ്ടപ്പെട്ടു. റോസ്സിയുടെ ചിത്രംവര അവൾ തുടർന്നു. ആ ജോലി നേരംവെളുത്തപ്പോഴാണ് അവസാനിപ്പിച്ചത്.

പ്രഭാതമായപ്പോൾ അവൾക്ക് എന്തെന്നില്ലാത്ത ആഹ്ലാദം തോന്നി. ആകാശത്തെ നക്ഷത്രപഥങ്ങളിലൂടെ ഒഴുകിനടക്കുന്നതായി അവൾക്കു തോന്നി.

പള്ളിമണിയുടെ ശബ്ദം അവൾ കേട്ടു. അവളുടെ വേലക്കാരി കുറേ കത്തുകളുമായി മുറിയിലേക്കുവന്നു. മേയറുടെ കത്തായിരുന്നു അതിലൊന്ന്. വേറെയും ചില കത്തുകളുണ്ടായിരുന്നു. എല്ലാം ഉന്നതരായ ആളുകളുടെയും ഉദ്യോഗസ്ഥരുടെതും ആയിരുന്നു. ആ കത്തുകളെല്ലാം കണ്ടപ്പോൾ റോമയ്ക്ക് ജാള്യത തോന്നി. ആ കത്തുകളിലെ അക്ഷരങ്ങളിലെല്ലാം അധർമ്മം അതിന്റെ രക്തക്കറ പതിപ്പിച്ചിരുന്നുവെന്ന് അവൾക്കു തോന്നി. മന്ത്രിയുടെ കത്തിന്റെ കൂടെ മറ്റൊരുകത്തുകൂടി ഉണ്ടായിരുന്നു. ആ കത്തവൾ തുറന്നുവായിച്ചു:

"പ്രിയപ്പെട്ട കുട്ടീ,

ശുഭകരമായ വാർത്തകൾ ലഭിച്ചുതുടങ്ങി. ഡേവിഡ് റോസ്സി എന്ന ആൾ യഥാർത്ഥത്തിൽ ഡേവിഡ് റോസ്സിയല്ല. നമ്മുടെ നാടിനുകൊള്ളാത്ത കുറ്റവാളിയാണയാൾ. ആഹ്ലാദമായില്ലേ? നിന്നെ അവൻ വല്ലാതെ അധിക്ഷേപിച്ചു. അപമാനിച്ചു. എന്നെയും അപമാനിച്ചു. ആ അപമാനത്തിന് നീ പ്രതികാരം ചെയ്യണം. മിങ്കിളി ഇത്രയും കാര്യങ്ങൾ കണ്ടുപിടിച്ചത് നിന്റെ സഹായങ്ങളുള്ളതുകൊണ്ടാണ്.

ഹോട്ടൽ, ലണ്ടനിലെ ജീവിതം, റോമയുടെ മരണം, ശവസംസ്കാരം,............. നീ ബുദ്ധിമതിയാണ്.

നമുക്ക് അവനെ വലയിൽ കുരുക്കണം.

ബാരൻ ബോനലി"

ആ കത്തിലെ വിഷബീജങ്ങൾ അവളുടെ കണ്ണുകളെ അന്ധകാരമയമാക്കി. ആ കത്ത് അവളുടെ കൈയിൽനിന്നുവീണുപോയി. സൂര്യവെളിച്ചത്തിൽ കുളിച്ചുനില്ക്കുന്ന നഗരത്തെനോക്കി അവൾ നിശ്ശബ്ദയായിരുന്നു. അവളെ സംബന്ധിച്ചിടത്തോളം അത് ഇരുട്ടിന്റെ നഗരമായിരുന്നു. ഇരുട്ട് ലോകത്തെമുഴുവൻ മൂടുന്നതുപോലെയാണ് അവൾക്ക് തോന്നിയത്.

"ഇല്ല, ഒരിക്കലും ഞാനദ്ദേഹത്തെ വഞ്ചിക്കുകയില്ല.......... ഒറ്റിക്കൊടുക്കുകയില്ല. ഞാനദ്ദേഹത്തെ സംരക്ഷിക്കും. എന്നെ അദ്ദേഹം അപമാ

നിച്ചുവെങ്കിലും അധിക്ഷേപിച്ചുവെങ്കിലും അദ്ദേഹമെന്റെ ശത്രുവായിരുന്നെങ്കിലും ഞാനദ്ദേഹത്തെ രക്ഷിക്കും. കാരണം ഞാനദ്ദേഹത്തെ സ്നേഹിക്കുന്നു............... പ്രണയിക്കുന്നു. ഞാനദ്ദേഹത്തെ പ്രണയിക്കും................. എന്നും."

നാല്

ഡേവിഡ് റോസ്സി പിറ്റേദിവസത്തേക്കുള്ള പത്രത്തിനുവേണ്ടി തന്റെ മുറിയിലിരുന്ന് മുഖപ്രസംഗമെഴുതുകയായിരുന്നു. അദ്ദേഹത്തിന്റെ മുറിയിൽ നല്ലവെളിച്ചമുണ്ടായിരുന്നു. നിറഞ്ഞനിശ്ശബ്ദതയിൽ രാത്രിവൈകുന്നതുവരെ അയാൾ എഴുതിക്കൊണ്ടേയിരുന്നു.

ആ സമയത്ത് ബ്രൂണോ അദ്ദേഹത്തിന്റെ മുറിയിലേക്ക് കടന്നുവന്നു. അദ്ദേഹത്തിന്റെ കൈയിൽ ഒരു കത്തുണ്ടായിരുന്നു. റോമയുടെ കത്തായിരുന്നു അത്.

"പ്രിയപ്പെട്ട ഡേവിഡ് റോസ്സി,

പ്രത്യേകിച്ച് ഒന്നിനുമല്ലെങ്കിലും നിങ്ങളെന്റെ അടുത്ത് വരുമെന്ന് ഞാനാഗ്രഹിച്ചിരുന്നു. എനിക്ക് പ്രധാനപ്പെട്ട ഒരു കാര്യം പറയാനുണ്ട്. അതു നിങ്ങൾ ശ്രദ്ധിച്ച് കേൾക്കണം. താങ്കൾക്ക് വളരെ ജോലിത്തിരക്കുണ്ടെന്ന് എനിക്കറിയാം. എങ്കിലും താങ്കൾ ഇങ്ങോട്ട് വരുമെന്ന് ഞാൻ പ്രതീക്ഷിക്കുന്നു. വരാതിരിക്കരുത്. എല്ലാ കാര്യങ്ങളും എഴുതാൻ നിർവ്വാഹമില്ല. തീർച്ചയായും താങ്കൾ വരണം. പ്രതീക്ഷയോടെ

റോമ"

ആദ്യമായി റോമ ഡേവിഡ് റോസ്സിക്ക് എഴുതുന്ന കത്തായിരുന്നു അത്. പ്രണയത്തിന്റെ മാന്ത്രികസ്പർശം ആ കത്തിലൂടെ അയാൾ അനുഭവിച്ചു. ആ എഴുത്ത് അയാൾ തന്റെ ചുണ്ടുകളോടടുപ്പിച്ചു. അസാധാരണമാംവിധം അയാൾ മാറിപ്പോയിരുന്നു. കാരണം ബ്രൂണോ അടുത്തിരിക്കുന്നത് വിസ്മരിച്ചുകൊണ്ടായിരുന്നു അയാളത് ചെയ്തത്.

"ബ്രൂണോവിന് എന്നോടെന്തെങ്കിലും പറയാനുണ്ടോ?"

"ഉണ്ട്."

"എന്താണത്?"

ബ്രൂണോ പരിഭ്രമിച്ചുകൊണ്ട് നിന്നു. എന്താണ് പറയേണ്ടത് എങ്ങനെയാണ് പറയേണ്ടത് എന്നൊന്നും അയാൾക്കറിയുമായിരുന്നില്ല. അയാൾ കൊണ്ടുവന്ന കത്തിനെക്കുറിച്ചായിരുന്നു അയാൾക്ക് പറയാനുണ്ടായിരുന്നത്.

"കത്തിനെപ്പറ്റിയാണ് സാർ."

"എന്താ."

"സാർ, ആളുകൾ പലതും പറഞ്ഞുപരത്തുന്നു."

"എന്ത്."

"എല്ലാം തകർന്നുതരിപ്പണമായി സാർ."

"ഉവ്വോ."

"താങ്കളെക്കുറിച്ച് എല്ലാവർക്കും വലിയ പ്രതീക്ഷകളായിരുന്നു. എല്ലാം തുലഞ്ഞു സാർ. കൊളോസിയത്തിലെ യോഗങ്ങളിൽപ്പോലും ഇനി താങ്കൾ വരില്ലെന്നാണ് നാട്ടുകാർ പറയുന്നത്. ഇനി താങ്കളെവിടെയായിരിക്കും എന്നും അവർ പറയുന്നു.

"എവിടെയായിരിക്കും?"

"വേശ്യാലയത്തിൽ."

"ബ്രൂണോ............എന്തു ധിക്കാരമാണ് സംസാരിക്കുന്നത്." ബ്രൂണോ ആകെ ഭയന്നുപോയി.

"ഞാൻ താങ്കളുടെ ഒരു നല്ല സുഹൃത്താണു സാർ. അതിന്റെ അധികാരത്തിലാണു പറയുന്നത്. ജനങ്ങൾ താങ്കളെ അധിക്ഷേപിക്കുന്നത് എനിക്ക് കേൾക്കാൻ കഴിയില്ല. ആ പെണ്ണ് താങ്കൾക്കുവേണ്ടി ഒരു വലിയ വല വിരിച്ചിരിക്കുന്നു. നമ്മുടെ കാരണവന്മാർ പറയാറുണ്ട് പെണ്ണ് എണ്ണയും പുരുഷൻ തീയുമാണെന്ന്." ഡേവിഡ് റോസ്സി ക്രുദ്ധനായി ബ്രൂണോവിന്റെ മുഖത്തേക്കുനോക്കി

"സാർ, താങ്കൾക്കുമുന്നിൽ ഈ കെണി ഒരുക്കിയിരിക്കുന്നത് മന്ത്രിയാണ്. അയാളുടെ പിൻബലത്തിലാണ് റോമ താങ്കളുമായി ചങ്ങാത്തത്തിലായത്. അവൾ നിങ്ങളെ ഒറ്റുകൊടുക്കും. അവൾ ഒറ്റുകൊടുത്തുകൊണ്ടിരിക്കുകയാണ്. ദിവസവും അവൾ നിങ്ങളെക്കുറിച്ചുള്ള വിവരങ്ങൾ അയാളെ അറിയിക്കുന്നു. അതെല്ലാം എനിക്ക് വളരെ വിശദമായിട്ടറിയാം. അവളുടെ എല്ലാം അയാളുടേതാണ്. റോമ അവൾ നിങ്ങളെ ചതിക്കും സാർ. താങ്കളത് മനസ്സിലാക്കണം."

"ബ്രൂണോ...............ഇനി മിണ്ടരുത്."

"ഇതെല്ലാം നാടെങ്ങും പരന്നിരിക്കുന്നു സാർ."

"ശരി താങ്കൾ പോയ്ക്കൊള്ളു."

"ഇല്ല സാർ. താങ്കളത് മനസ്സിലാക്കണം."

"പോ പോകാനാണ് പറഞ്ഞത്. താൻ കാരണമാണ് ഞാനാ പാവം സ്ത്രീയെ ഉപദ്രവിച്ചത്."

"ഞാൻ കാരണമോ."

"അതെ."

"ഒരിക്കലുമല്ല."

"അതെ, താൻതന്നെ കാരണം. അവളെ ഞാൻ നേരിട്ട് അറിഞ്ഞിരുന്നുവെങ്കിൽ ഒരിക്കലും തന്റെ കഥകൾ ഞാൻ വിശ്വസിക്കുകയില്ലായിരുന്നു. അവളെ കുറച്ചുകൂടി നേരത്തെ കണ്ടിരുന്നുവെങ്കിൽ അവളെ ഞാൻ അപമാനിക്കുകയില്ലായിരുന്നു, അധിക്ഷേപിക്കുകയില്ലായിരുന്നു."

"അവളെപ്പറ്റി താങ്കൾ പറഞ്ഞതെല്ലാം അവൾ അർഹിക്കുന്നു സർ."

"ഇല്ല അവളർഹിക്കുന്നില്ല."

"തീർച്ചയായും സർ, അവൾ അർഹിക്കുന്നു."

"എല്ലാം തന്റെ പരദൂഷണമാണ്. താനൊരു ഏഷണിക്കാരനാണ്."

അത് ബ്രൂണോയെ സംബന്ധിച്ചിടത്തോളം ഒരുവലിയ അടിയായിരുന്നു. അയാൾ പറഞ്ഞു:

"മി. ഡേവിഡ് റോസ്സി ഇനി ഒന്നും പറയരുത്."

"നീ നിന്റെ കള്ളത്തരങ്ങളും നുണപറയലും അവസാനിപ്പിക്കണം. അവളുടെ അന്നംതിന്നിട്ട് ഇതൊന്നും ചെയ്യരുത്."

"ഞാൻ നന്നായി അദ്ധ്വാനിച്ചിട്ടാണ് അന്നംതിന്നുന്നത്."

"ക്ഷമിക്കണം ബ്രൂണോ, താങ്കൾക്ക് റോമയെക്കുറിച്ചുള്ള അറിവുകൾ എല്ലാം തെറ്റാണ്." അപ്പോൾ ബ്രൂണോ അയാളുടെ കൈ കൂട്ടിപ്പിടിച്ചുകൊണ്ട് ഇങ്ങനെ ചോദിച്ചു:

"താങ്കൾ കരുതുന്നത് റോമ ഒരു നല്ല സ്ത്രീയാണെന്നാണോ."

"തീർച്ചയായും അവൾ ഐശ്വര്യമുള്ള, നല്ലവളായ ഒരു സ്ത്രീയാണ്. ഞാനവളെ അപമാനിച്ചതും അധിക്ഷേപിച്ചതും എന്റെ തെറ്റ്."

"താങ്കളങ്ങനെയാണോ കരുതുന്നത്."

"അതെ,"

"രണ്ട് വർഷമായി എനിക്കവളെ അറിയാം."

"എനിക്കവളെ ഇരുപത്കൊല്ലമായി അറിയാം."

"എന്ത്."

"അതെ."

"എങ്ങനെ."

"അതിനുമുമ്പ് ആരാണ് അവളെന്ന് ഞാൻ പറയാം."

"എന്റെ ആ പഴയസ്നേഹിതന്റെ മകളാണ് റോമ."

"ആ ഡോക്ടറുടെയോ?"

"അതെ."

"താങ്കളെ പോറ്റിവളർത്തി പഠിപ്പിച്ച ആ മനുഷ്യന്റേയോ?"

"അതെ. ഉന്നതനായ ആ മനുഷ്യന്റെ മകളാണ് ഡൊന്നാറോമ."

"അതെയോ."

"അതെ."

"അപ്പോൾ അവൾ മരിച്ചു എന്ന് പറഞ്ഞത്."

"അതൊരു കളവായിരുന്നു."

പിന്നെ ബ്രൂണോയ്ക്ക് ഒന്നും മിണ്ടാൻ കഴിഞ്ഞില്ല. ദുഃഖിതനായി അയാൾ പറഞ്ഞു:

"എനിക്ക് മാപ്പ്തരണം സർ."

"അതിന്റെ ആവശ്യമില്ല. എങ്കിലും ഞാൻ നിങ്ങളോട് ക്ഷമിക്കുന്നു. റോമയ്ക്കുവേണ്ടി." അപ്പോൾ ഒന്നും പറയാനാവാതെ ബ്രൂണോ നടന്നുനീങ്ങി. കുറെ നടന്നതിനുശേഷം അദ്ദേഹം തിരിഞ്ഞുനിന്ന് പറഞ്ഞു:

"സർ, അവളെപ്പറ്റി ഞാൻ പറഞ്ഞതെല്ലാം അങ്ങ് മറക്കണം."

ബ്രൂണോ പോയ ഉടനെ റോസ്സി എഴുതാനിരുന്നു. അതിനുമുമ്പ് അയാൾ ഇങ്ങനെ മന്ത്രിച്ചു

"ഒരിക്കലും എനിക്ക് അതുമറക്കുവാൻ കഴിയില്ല. ഞാൻ ഇനി റോമയെ കാണാൻവേണ്ടി അവളുടെ മുറിയിലേക്ക് പോവുകയില്ല." കുറച്ചുനേരം അയാൾ മൂകനായി ഇരുന്നു. സമയം അർദ്ധരാത്രിയായിക്കാണും. അയാൾ ആകെ വിഷമിച്ചിരുന്നു. നിശ്ശബ്ദമായ ആ രാത്രിയിൽ റോസ്സി റോമയ്ക്ക് എഴുതി.

"പ്രിയമുള്ളവളെ,

ക്ഷമിക്കണം. ഇനിമേൽ നമുക്ക് സ്നേഹിതരായി മുന്നോട്ടുപോകാനാവില്ല. കാരണം, ഞാനൊരുസ്ത്രീയുമായി പ്രണയത്തിലാണ്. നിനക്ക് അവളെ നന്നായറിയാം. പക്ഷേ, ഞങ്ങളുടെ പ്രണയത്തിന് ഒരുപാട് തടസ്സങ്ങളുണ്ട്. ഞാൻ നിന്നെ കാണാൻ വരുന്നത് അവളോട് ചെയ്യുന്ന വഞ്ചനയാണ്. അതെന്നിൽ കുറ്റബോധമുളവാക്കുന്നു. അതുകൊണ്ട് ഇനി ഞാൻ റോമയെ കാണാൻവരികയില്ല.

നമ്മൾ പങ്കുവെച്ചനിമിഷങ്ങൾ, ആഹ്ലാദങ്ങൾ......... എല്ലാറ്റിനും ഞാൻ നന്ദിപറയുന്നു. റോമാ........... ഞാൻ നിന്റെ സഹോദരനാണ്. നീ അങ്ങനെ കരുതണം. എന്തുസഹായം വേണമെങ്കിലും എപ്പോൾ വേണമെങ്കിലും എന്നെ സമീപിക്കാം. ഞാനവിടെ പറന്നെത്തും.

പിന്നെ റോമ പറഞ്ഞില്ലേ ഞാനുമായി ബന്ധപ്പെട്ട, എന്നെ സംബന്ധിക്കുന്ന എന്തോ പറയാനുണ്ടെന്ന്. തീച്ചൂളയിൽ ജനിച്ചവനാണ് ഞാൻ. അതുകൊണ്ട് അപായങ്ങൾ എന്നെ ഭയപ്പെടുത്തുന്നില്ല. ഭയപ്പെടുത്തുകയുമില്ല. എന്നെ ഓർത്ത് നീ ഒരിക്കലും വിഷമിക്കരുത്.

സ്നേഹത്തോടെ
റോസ്സി"

* * * *

പിറ്റേന്നുതന്നെ റോസ്സിക്ക് റോമയുടെ മറുപടിക്കത്തുകിട്ടി.

"പ്രിയമുള്ള ഡേവിഡ്,

താങ്കളുടെ എഴുത്ത് എന്നെ വല്ലാതെ സ്പർശിച്ചു, എന്നെ വേദനിപ്പിച്ചു. ഞാനിപ്പോൾ ഒന്നും ചെയ്യാൻ കഴിയാത്ത അവസ്ഥയിലാണ്.

നമ്മുടെ പ്രണയബന്ധം അല്ലെങ്കിൽ സ്നേഹബന്ധം മുറിച്ചിടണമെന്നാണോ. എനിക്കാകെ കരച്ചിൽവരുന്നു റോസ്സി. ഒരുതവണയെങ്കിലും എന്റെ അടുത്തുവന്ന് സംസാരിക്കരുതോ. താങ്കൾ പറഞ്ഞില്ലേ ഒരു സഹോദരി എപ്പോൾ ആവശ്യപ്പെട്ടാലും സഹോദരനെന്നനിലയിൽ പറന്നെത്തുമെന്ന്. ആ സഹോദരിയുടെ അധികാരമുപയോഗിച്ച് ഞാൻ പറയുന്നു താങ്കൾ ഉടൻതന്നെ എന്റെ അടുത്ത് വരണം.

പിന്നെ താങ്കൾ ഒരു സ്ത്രീയെക്കുറിച്ച് പറഞ്ഞു. താങ്കൾ പ്രണയിക്കുന്ന സ്ത്രീ. എനിക്കതിൽ സന്തോഷമേയുള്ളൂ. അവൾ ആദാമിന്റെ മകളല്ലേ. അവളാരാണെന്നറിയാൻ എനിക്ക് അധികാരമുണ്ട്. നിങ്ങൾ പറഞ്ഞു ഞാനറിയുന്ന സ്ത്രീയാണെന്ന്. ആരാണവൾ. താങ്കൾ അവളെ പ്രണയിക്കുന്നവിവരം അവളറിയമോ. അവൾ കാണാൻ സുന്ദരിയാണോ. പേരുപറയാൻ കഴിയില്ലെങ്കിൽ പേരിന്റെ ആദ്യത്തെ അക്ഷരം പറയൂ.........

ഒരക്ഷരം മതി. എന്തിനാണ് എന്നെ ഇങ്ങനെ ഇരുട്ടിലിട്ട് അസ്വസ്ഥയാക്കുന്നത്.

താങ്കൾ പ്രണയത്തിന്റെ തടസ്സങ്ങളെപ്പറ്റി പറഞ്ഞു. എന്താണ് ആ തടസ്സം. താങ്കളുടെ സാഹചര്യങ്ങളാണോ. എങ്കിൽ അതിജീവിക്കാൻ കഴിയണം.

നിങ്ങൾ ആലോചിച്ചേക്കാം എന്തിനാണ് അറിയപ്പെടാത്ത ഒരു സ്ത്രീക്കുവേണ്ടി ഞാൻ സംസാരിക്കുന്നത് എന്ന്. പറയൂ ആരാണ് അവളെന്ന് എന്നോട് പറയൂ. എനിക്ക് നിങ്ങളെ സഹായിക്കാൻ കഴിയും. നിങ്ങൾ കാര്യങ്ങളെല്ലാം എന്നോട് തുറന്നുപറയണം.

ഒരുവേള നിങ്ങൾ പറഞ്ഞ ആ സ്ത്രീ നിങ്ങളുടെ സ്നേഹം അർഹിക്കാൻ കഴിയാത്തവിധം മോശപ്പെട്ടവളാണോ? അങ്ങനെയാണെങ്കിൽ ആ തടസ്സം നീക്കുക വളരെ ബുദ്ധിമുട്ടാണ്. താങ്കൾ മഹാനായ ഒരു മനുഷ്യനാണ്. ആദർശവാനാണ്. ഉയർന്ന ചിന്തകളുള്ള ആളാണ്. നിങ്ങൾ പ്രണയിക്കുന്ന സ്ത്രീ നിങ്ങളുദ്ദേശിക്കുന്ന തലത്തിലേക്ക് ഉയരുന്നില്ല എന്ന ചിന്തയാണോ നിങ്ങളുടെ പ്രണയത്തിന് തടസ്സമായി നില്ക്കുന്നത് എങ്കിൽ പറയൂ എല്ലാം ദയവുചെയ്ത് എന്നോട് തുറന്നുപറയണം.

എനിക്ക് വേറൊരുകാര്യംകൂടി പറയാനുണ്ട്. നിങ്ങൾ ആട്ടിപ്പായിച്ച വ്യക്തിയെപ്പറ്റി എന്നോട് പറഞ്ഞില്ലേ........... ഓർമ്മയില്ലേ. അവനൊരു വൃത്തികെട്ടവനാണ്. വഷളനാണവൻ. ഇപ്പോഴവൻ ഇംഗ്ലണ്ടിലാണ്. താങ്കളെക്കുറിച്ചുള്ള രഹസ്യങ്ങൾ കണ്ടുപിടിക്കാൻവേണ്ടിയാണ് അവനെ ഇംഗ്ലണ്ടിലേക്കയച്ചിരിക്കുന്നത്. ചില കാര്യങ്ങൾ അവന് പിടികിട്ടി എന്നാണ് പറഞ്ഞുകേൾക്കുന്നത്. ഞാൻ പറയുന്നത് ശ്രദ്ധിച്ചുകേൾക്കണം. താങ്കൾക്കുചുറ്റും അപായം അതിന്റെ വലവിരിച്ചിരിക്കുകയാണ്. അതുകൊണ്ട് ഉടൻതന്നെ താങ്കൾ ഇങ്ങോട്ടുവരണം.

നാളെ നിയമസഭാസമ്മേളനം തുടങ്ങുകയാണല്ലോ. എനിക്ക് പ്രവേശനപാസ് കിട്ടിയിട്ടുണ്ട്. മുകളിലത്തെ ഗ്യാലറിയിൽ ഞാനുണ്ടായിരിക്കും.

എന്ന്

പ്രിയപ്പെട്ട സഹോദരി

റോമ"

പിറ്റേദിവസം തന്നെ ഡേവിഡ് റോസ്സി റോമയ്ക്ക് കത്തെഴുതി.

"പ്രിയമുള്ളവളെ,

നമ്മുടെ സ്നേഹബന്ധം മുറിക്കുന്നത് നല്ല മനസ്സോടെയല്ല. എന്റെ ദുഃഖം കനത്തുവരികയാണ്. നിന്റെ എഴുത്ത് അതിന്റെ കനം വർദ്ധിപ്പിച്ചിരിക്കുകയാണ്. പ്രിയപ്പെട്ട റോമാ നീ ചോദിച്ചു. ഞാൻ പ്രണയിക്കുന്ന സ്ത്രീ കാണാൻ സുന്ദരിയാണോ എന്ന്. അത്, റോമാ ഞാൻ പറയട്ടെ, അവൾ വെറുമൊരു സുന്ദരിയല്ല. അത്ഭുതകരമാം വിധം സുന്ദരിയാണ്, അതിസുന്ദരിയാണ്. പിന്നെ നീ ചോദിച്ചു. ഞാനവളെ പ്രണയിക്കുന്നത് അവളറിയുമോ എന്ന്. ഞാനവളോട് ഇതുവരെ എന്റെ പ്രണയം വെളിപ്പെടുത്തിയിട്ടില്ല. പക്ഷേ, ഞാനത് വെളിപ്പെടുത്താൻ ആഗ്രഹിക്കുന്നു.

പിന്നെ നീ ചോദിച്ചു. അവൾ എന്റെ പ്രണയത്തിന് അർഹയാണോ എന്ന്. സത്യം പറയട്ടെ, എന്റെ അല്ല. ഈ ലോകത്തിലെ ഏറ്റവും ഉന്നതനായ മനുഷ്യന്റെ പ്രണയത്തിന് അർഹയായ സ്ത്രീയാണവൾ.

ഇനി അഥവാ എന്റെ സ്നേഹത്തിന് അർഹയല്ല അവളെന്നുവരികിൽക്കൂടി, നീ പറഞ്ഞപോലെ അവൾ ചീത്തയാണെങ്കിൽത്തന്നെ എനിക്കെന്തധികാരമാണ്, എന്തവകാശമാണ് അവളെ അങ്ങനെ വിധിക്കാൻ.

നമ്മുടെ ലോകത്തിലെ സ്ത്രീകളെയെല്ലാം കെണിയിൽപ്പെടുത്തുന്നത് അവരുടെ സാഹചര്യങ്ങളും പിന്നെ ഭോഗാസക്തരായ പുരുഷന്മാർ അവർക്ക് ചുറ്റും വിരിച്ചിരിക്കുന്ന വലകളുമാണ്. പുരുഷന്മാർ തെറ്റുചെയ്താൽ അതിന് അവർക്കുതന്നെ പരിഹാരം കാണാമെങ്കിൽ ഒരു സ്ത്രീക്ക് അതിന് കഴിയില്ലെന്നുണ്ടോ. അല്ലെങ്കിൽ പാടില്ലെന്നുണ്ടോ. ഒരു സ്ത്രീ നന്നാവാൻ ശ്രമിക്കുകയാണെങ്കിൽ അങ്ങനെ ശ്രമിക്കുന്ന ഒരു സ്ത്രീയെ, അവൾ ആണ്ടുകിടക്കുന്ന ചെളിയിൽനിന്ന് എഴുന്നേല്ക്കാൻ ശ്രമിക്കുന്ന സ്ത്രീയെ കൈപിടിച്ച് കയറ്റുന്നതിന് പകരം അതിലേക്കുതന്നെ തള്ളിവിടുന്ന ആളല്ല ഞാൻ. നമ്മളെല്ലാം പാപംചെയ്യുന്നതുപോലെ, കുറ്റംചെയ്യുന്നതുപോലെ, ആ സ്ത്രീയും കുറ്റം ചെയ്തിരിക്കാം. പലതും സഹിച്ചിരിക്കാം. ഞാനവളെ സ്നേഹിക്കുന്നു, പ്രണയിക്കുന്നു. ഇപ്പോൾ ഞങ്ങൾ ഒരൊറ്റ ഹൃദയമാണ്, ഒറ്റ ആത്മാവാണ്, ഒറ്റ ശരീരമാണ്. ഞങ്ങളൊന്നിച്ച് ജീവിക്കും. അല്ലെങ്കിൽ ഒന്നിച്ച് മരിക്കും.

റോമാ, നീ അറിയുമോ അവളെ കാണാൻ എന്തൊരു അഴകാണെന്ന്. സത്യസന്ധയാണവൾ, ധീരയാണവൾ, വിശാലമായ മനസ്സിന്റെ ഉടമയാണവൾ. അവളുടെ ഹൃദയത്തിൽ ലവലേശം കളങ്കമില്ല. ഇനി അഥവാ അങ്ങനെ ഉണ്ടെങ്കിൽ ഞാൻ പറയും. അവൾ അവളുടെ മഹാനായ പിതാവിന്റെ മകളാവാൻ അർഹതയുള്ളവളല്ലെന്ന്. ലോകത്തിലെ മഹാന്മാരിൽ മഹാനാണ് അദ്ദേഹം. പിന്നെ തടസ്സത്തിന്റെ കാര്യം. തടസ്സം ഞങ്ങൾക്കു മുന്നിലല്ല. എന്റെ ഉള്ളിലാണ്. പിന്നെ എന്റെ ചുറ്റുപാടുകൾ. എന്റെ ജീവിതാവസ്ഥകൾ.............

ഇനിയും കൂടുതൽ ദീർഘിപ്പിക്കുന്നില്ല. തടസ്സങ്ങൾ അതിശക്തമാണ്. അത് ശാശ്വതവുമാണ്. കാലം ആ തടസ്സങ്ങളെയെല്ലാം നീക്കം ചെയ്യുമെന്ന് ഞാൻ വിചാരിച്ചാൽ അതു ഞാൻ എന്നോടുതന്നെ ചെയ്യുന്ന വലിയ കുറ്റമായിരിക്കും.

എനിക്ക് എന്റെ പ്രണയം അവളുടെ മുന്നിൽ വെളിപ്പെടുത്താൻ കഴിയില്ല. കാരണം അവളുമായുള്ള എന്റെ ബന്ധത്തിന് ചില തടസ്സങ്ങളുണ്ടെന്ന് പറഞ്ഞില്ലേ, അതെനിക്ക് വെട്ടിമാറ്റാൻ പറ്റില്ല. അപകടകരമായി അത് വളർന്നിരിക്കുന്നു. ഞാനതുകൊണ്ടാണ് അവളിൽനിന്നും രക്ഷപ്രാപിക്കാൻ ആഗ്രഹിക്കുന്നത്. അവളുടെ സാന്നിദ്ധ്യം എന്നെ അപകടത്തിൽപ്പെടുത്തുന്നു. അവളുടെ ഒരു സ്പർശം പോലും എന്നിൽ ആഹ്ലാദപുളകങ്ങൾ സൃഷ്ടിക്കുന്നു. എന്നിൽ പ്രണയത്തിന്റെ മായികമായ അലകൾ തീർക്കുന്നു. അവളുടെ സാന്നിദ്ധ്യത്തിൽ എനിക്കെന്നെതന്നെ നിയ

ന്ത്രിക്കാനുള്ള കഴിവ് നഷ്ടപ്പെടുന്നു. അവളുടെ പ്രണയസുരഭിലമായ ഒരു നോട്ടം പോലും എന്റെ മനസ്സിൽ വികാരത്തിന്റെ ഇന്ദ്രജാലങ്ങൾ സൃഷ്ടിക്കുന്നു.

റോമാ, ഞാനെന്റെ കർമ്മങ്ങൾക്കുവേണ്ടി എന്റെ പ്രണയത്തെ ബലിയർപ്പിക്കുകയാണ്. പക്ഷേ, ഞാനവളെ ഗാഢമായി പ്രണയിക്കുന്നു. സമ്പൂർണ്ണമായി ഞാനവളെ സ്നേഹിക്കുന്നു. ആ തീവ്രമായ, സമ്പൂർണ്ണമായ പ്രണയം ഒന്നുകൊണ്ടുമാത്രമാണ് ഞാൻ പറയുന്നത്. ഞാനും അവളും തമ്മിൽ ഇനിയൊരിക്കലും കാണരുതെന്ന്. ദൈവം റോമയെ അനുഗ്രഹിക്കട്ടെ.

സ്വന്തം ഡേവിഡ്"

* * * *

പാർലമെന്റ് സമ്മേളനം നടക്കുന്ന ദിനം. റോമാനഗരം മുഴുവൻ പ്രൗഢവും മനോഹരവുമായി അലങ്കരിക്കപ്പെട്ടിരിക്കുന്നു. എങ്ങും ഒരു ആഘോഷത്തിന്റെ പ്രതീതി. എല്ലാ പാർലമെന്റംഗങ്ങളും സമ്മേളനഹാളിൽ നേരത്തെ വന്നുചേർന്നിട്ടുണ്ടായിരുന്നു. സ്ത്രീകൾ ആടയാഭരണങ്ങളണിഞ്ഞ് മുകളിലത്തെ സന്ദർശകഗ്യാലറിയിൽ ഇരിക്കുന്നു.

ആചാരവെടിമുഴങ്ങി. രാജാവ് എഴുന്നള്ളുന്നതിന്റെ സൂചനയാണത്. അതോടെ എല്ലാവരും നിശ്ശബ്ദരായി. സൈനികരുടെ നടുവിലൂടെ രാജാവ് പാർലമെന്റ് ഹാളിലേക്ക് കടന്നുവന്നു. യുവാവായ ആ രാജാവിനെ അനുഗമിച്ചുകൊണ്ട് മന്ത്രിമാരും കടന്നുവരുന്നു. രാജാവിന്റെ കൂടെ രാജ്ഞിയുമുണ്ടായിരുന്നു. രാജ്ഞിക്ക് അകമ്പടിയായി സുന്ദരികളായ സ്ത്രീകളുമുണ്ടായിരുന്നു. രാജാവ് ഹാളിലെത്തിയ ഉടനെ എല്ലാ അംഗങ്ങളെയും വണങ്ങി തന്റെ സിംഹാസനത്തിലിരുന്നു. രാജാവിന്റെ വലതുവശത്ത് രാജ്ഞിയിരുന്നു. ഇടതുവശത്ത് മന്ത്രിമാരും.

രാജാവിനരികെ മന്ത്രി ബോനലിയും ഉണ്ടായിരുന്നു. അദ്ദേഹം രാജാവിന്റെ കൈയിൽ ഒരെഴുത്തുകൊടുത്തു. രാജാവ് സഭയിൽ നടത്തേണ്ടുന്ന പ്രസംഗമായിരുന്നു അത്. അദ്ദേഹം ആ എഴുതിത്തയ്യാറാക്കിയ പ്രസംഗം അവിടെ വായിച്ചു. അതിലെ പ്രധാനപ്പെട്ട ആശയം ഇതായിരുന്നു.

"സമാധാനപരമായ ഒരു വിദേശനയമാണ് നാം ആഗ്രഹിക്കുന്നത്. അതിന് നാം ദൈവത്തോട് കടപ്പെട്ടിരിക്കുന്നു. നമ്മുടെ രാജ്യത്ത് എല്ലാവർക്കും ഐശ്വര്യവും സമൃദ്ധിയും സമാധാനവും കൈവരാൻ സർവ്വശക്തനായ ദൈവം നമ്മെ സഹായിക്കട്ടെ.

പിന്നെ സൈന്യത്തിന്റെ കാര്യം. എന്റെ പിതാവ് ഒരു സൈനികനായിരുന്നു. പിതാമഹനും ഒരു യോദ്ധാവായിരുന്നു. ഞങ്ങൾ പരമ്പരയായി സൈനികയോദ്ധാക്കളുടെ കുടുംബത്തിൽപ്പെട്ടവരാണ്. നാടിന്റെ സ്വാതന്ത്ര്യം പരിരക്ഷിക്കാനും പ്രജകളുടെ സുരക്ഷിതത്ത്വം ഉറപ്പുവരുത്താനും സൈന്യം അത്യാവശ്യമാണ്. അതുകൊണ്ട് നമ്മുടെ സൈനികശക്തി വികസിപ്പിക്കാൻ സർക്കാർ ഒരു ബില്ല് ഇവിടെ പാസാക്കുകയാണ്.-ഉച്ചത്തിലുള്ള കൈയടി- "നമ്മുടെ പ്രജകൾക്കെല്ലാം സ്വാതന്ത്ര്യം

ഉറപ്പുവരുത്താൻ സർക്കാർ ബാദ്ധ്യസ്ഥരാണ്. ഇനിമുതൽ നമ്മുടെ ജനങ്ങളെല്ലാം സ്വതന്ത്രരാണ്.

എന്നാൽ, നമ്മുടെ രാജ്യത്ത് ചില ദുഷ്ടാത്മാക്കൾ വിപ്ലവത്തിന്റെ വിത്ത് വിതയ്ക്കാൻ ശ്രമിക്കുന്നു. അവർ അച്ചടക്കത്തിനെതിരാണ്. ദൈവത്തിനുമെതിരാണ്. അവർ ലോകത്തിനുതന്നെ ഭീഷണിയാണ്. ഈ ലോകത്തിന്റെ പലഭാഗങ്ങളിലും അപകടകരമായ വിപ്ലവങ്ങൾക്കും മറ്റ് ഗൂഢപ്രവർത്തനങ്ങൾക്കും നേതൃത്വം കൊടുത്തവരാണ് അവർ. അപകടകാരികളായ അത്തരക്കാരെ ശിക്ഷിക്കുക എന്നത് സർക്കാരിന്റെ ഉത്തരവാദിത്വമാണ്." -ഇത് പറയുമ്പോൾ അവിടെ കൂടിയിരുന്ന എല്ലാവരും ഡേവിഡ് റോസ്സിയെ നോക്കി.

"നമ്മുടെ നാട്ടിൽ ധാരാളം രാഷ്ട്രീയസംഘടനകളും സമിതികളും സംഘങ്ങളുമുണ്ട്. അവയെല്ലാം സാംസ്കാരികവും സാമൂഹികവുമായ പുരോഗതിയല്ല കാംക്ഷിക്കുന്നത്. നമ്മുടെ രാഷ്ട്രത്തിന്റെ ഭദ്രതയെ കാർന്നുതിന്നുന്ന എലികളാണ് അവയെല്ലാം. നമ്മുടെ രാഷ്ട്രം മുന്നോട്ടുതന്നെ പോകും എന്നകാര്യത്തിൽ യാതൊരുവിധ സംശയവുമില്ല. ജനങ്ങളുടെ ക്ഷേമവും സമാധാനവും സുരക്ഷിതത്വവും ഉറപ്പുവരുത്തുക എന്നത് എന്റെ കടമയാണ്. നമ്മുടെ രാഷ്ട്രം സുശക്തമായിരിക്കണം, സുസ്ഥിരമായിരിക്കണം. രാഷ്ട്രപുരോഗതിക്കെതിരായി പ്രവർത്തിക്കുന്ന എല്ലാ ഛിദ്രശക്തികളെയും നമുക്ക് നാമാവശേഷമാക്കണം. രാഷ്ട്രത്തിനെതിരായി പ്രവർത്തിക്കുന്ന എല്ലാ സംഘടനകളെയും നിരോധിക്കണം. നശിപ്പിക്കണം. ഇനിമുതൽ രാജ്യത്ത് ഒരു അടിയന്തരാവസ്ഥ പ്രഖ്യാപിക്കാൻ ഞാൻ ആഗ്രഹിക്കുന്നു. അതനുസരിച്ച് പൊതുയോഗങ്ങൾ കർശനമായി നിയന്ത്രിക്കും."

പ്രസംഗം അവസാനിച്ചതോടെ ജനങ്ങൾ മുഴുവൻ ഹർഷാരവം മുഴക്കി.

രാജാവ് ഉദ്ദേശിച്ചത് ഡേവിഡ് റോസ്സിയെക്കൂടിയാണ് എന്ന അർത്ഥത്തിൽ പലരും അദ്ദേഹത്തെ തുറിച്ചുനോക്കി.

രാജാവ് സദസ്സിനെ വണങ്ങിയശേഷം സ്ഥലം വിട്ടു.

"മഹാനായ രാജാവ് നീണാൾവാഴട്ടെ,"

കൈയടിയുടെ പെരുംപൂരം.

രാജാവ് പോയതോടെ സമ്മേളനസ്ഥലത്ത് നല്ല ബഹളമായിരുന്നു. ആളുകൾ തമ്മിൽ കൂടിനിന്നുകൊണ്ട് പലകാര്യങ്ങളും ഉച്ചത്തിൽ സംസാരിക്കുന്നുണ്ടായിരുന്നു. ഡേവിഡ് റോസ്സി അസ്വസ്ഥനായി എഴുന്നേറ്റു. അദ്ദേഹത്തിനവിടെ കൂടുതൽ സമയം നില്ക്കാൻ കഴിഞ്ഞില്ല. ആളുകൾ ഡേവിഡ് റോസ്സിയുടെ പേര് പറഞ്ഞുകൊണ്ട് പലതും സംസാരിക്കുന്നത് അയാൾകേട്ടു. ആ സമയത്ത് അവിടേക്ക് ഒരു സ്ത്രീ കടന്നുവന്നു.

"മി. ഡേവിഡ് റോസ്സി."

അവളെ കണ്ടതോടെ റോസ്സിയാകെ പുളകിതനായി.

റോമയായിരുന്നു അത്. അവളുടെ നോട്ടം അയാളെ വല്ലാതെ കീഴ

ടക്കിക്കളഞ്ഞു. അവളുടെ മുഖത്തേക്ക് നോക്കാൻ അയാൾക്ക് കഴിഞ്ഞില്ല. അവളുടെ മുഖത്ത് എന്തുഭാവമാണ് ഉള്ളതെന്ന് ആ ശബ്ദത്തിൽനിന്നും അയാൾക്ക് മനസ്സിലാക്കാൻ കഴിഞ്ഞിരുന്നു. അവളെ അയാളൊന്ന് തറപ്പിച്ചുനോക്കിയാൽ അവൾ പൊട്ടിക്കരഞ്ഞുപോകുമായിരുന്നുവെന്ന് അയാൾക്ക് വ്യക്തമായി അറിയാമായിരുന്നു.

അവളുടെ അടുത്തുനിന്നും അയാൾ രക്ഷപ്പെടുകയായിരുന്നു. അയാൾ പത്രമാഫീസിലേക്കുകയറിച്ചെന്നു. അതിനടുത്തുള്ള ഒരു കടയിൽനിന്നും അയാൾ കാപ്പിവാങ്ങിക്കഴിച്ചു. പിന്നീടദ്ദേഹം പാർലമെന്റ് സമ്മേളനത്തെക്കുറിച്ചുള്ള പത്രറിപ്പോർട്ട് എഴുതാനിരുന്നു. അസാധാരണമാംവിധം ധീരമായിട്ടാണ് അയാൾ ആ റിപ്പോർട്ട് എഴുതിയത്. തീക്ഷ്ണമായ രാഷ്ട്രീയവിമർശം അതിലുണ്ടായിരുന്നു. അതിങ്ങനെയായിരുന്നു.

"ഗംഭീരമായ ആഘോഷച്ചടങ്ങുകളാൽ നഗരം പൂർണ്ണമായും മുഖരിതമായി. എന്നാൽ, ജനങ്ങളെ സംബന്ധിച്ചിടത്തോളം അത് ആഹ്ലാദത്തിന്റെ ദിവസമാണെന്ന് പറയാൻവയ്യ. നമ്മുടെ ബലഹീനതയുടെയും ലജ്ജയുടെയും ദിവസമായിരുന്നു ഇന്നലെ. യഥാർത്ഥത്തിൽ നമ്മുടെ നാടിനെ ശ്മശാനത്തിലേക്ക് നയിക്കുകയാണ് സർക്കാർ ചെയ്യുന്നത്. ശ്മശാനത്തിലേക്കുള്ള വിലാപയാത്രയാണ് രാജാവ് നയിച്ചത്. നമുക്ക് മഹത്തായ ഒരു സാംസ്കാരിക പാരമ്പര്യമുണ്ടായിട്ടും രാഷ്ട്രീയമായി നമ്മളിന്നും കിരാതന്മാരാണെന്നാണ് ഇതെല്ലാം തെളിയിക്കുന്നത്."

റോസ്സി ഈ റിപ്പോർട്ട് എഴുതി പത്രാധിപർക്ക് കൊടുത്തു. പത്രാധിപർ അമ്പരപ്പോടെ അത് വായിച്ച് റോസ്സിയോട് ഇങ്ങനെ ചോദിച്ചു:

"ഇത് പത്രത്തിൽ അച്ചടിച്ചുവരാനുള്ളതാണോ സർ."

"നിശ്ചയമായും."

പത്രാധിപർ മുകളിലേക്ക് പോയ ഉടനെതന്നെ റോസ്സി മടങ്ങിപ്പോയി. പാർലമെന്റ് നടപടികളെപ്പറ്റിയും രാജാവിന്റെ പ്രസംഗത്തെപ്പറ്റിയും അനുകൂലമായ റിപ്പോർട്ടുകളാണ് മറ്റ് പത്രങ്ങളിലെല്ലാം വന്നത്.

ഡേവിഡ് റോസ്സിയുടെ മനസ്സിലൂടെ പല ചിന്തകളും കടന്നുപോയി. ജീവിതത്തിൽ ധീരമായ നിലപാടുകൾ എടുക്കുന്നവൻ അതിന്റെയെല്ലാ ഭവിഷ്യത്തുകളും ധീരമായിത്തന്നെ അഭിമുഖീകരിക്കണം. ജനങ്ങൾക്കുവേണ്ടി ശബ്ദിക്കുന്ന ആളെന്ന നിലയിൽ എന്തും നേരിടാൻ അയാൾ തയ്യാറായിരുന്നു. ജനങ്ങളെ സേവിക്കുക എന്നതുമാത്രമായിരുന്നു അദ്ദേഹത്തിന്റെ ലക്ഷ്യം. അതിനുമുന്നിൽ ഒന്നും തടസ്സമായിക്കൂട. യാതൊരുവിധ വിട്ടുവീഴ്ചയ്ക്കും ഒഴിവുകഴിവുകൾക്കും വഴങ്ങിക്കൂട. അതിനെക്കുറിച്ച് ആലോചിക്കാൻപോലും വയ്യാതിരുന്നു അദ്ദേഹത്തിന്.

വീട്ടിലെത്തിയ റോസ്സി മേശപ്പുറത്ത് കിടക്കുന്ന കത്തുകൾ കൈയിലെടുത്തു. അതിലൊന്ന് പാർലമെന്റ് സമ്മേളനത്തെ സംബന്ധിച്ചുള്ളതും മറ്റേത് റോമയുടേതുമായിരുന്നു. റോമയുടെ കത്ത് അയാൾ പൊട്ടിച്ച് വായിച്ചു. അത് വായിക്കുമ്പോൾ അദ്ദേഹത്തിന്റെ കൈകൾ വിറച്ചിരുന്നു.

"പ്രിയമുള്ളവനേ,

എനിക്കുമനസ്സിലാക്കാൻ സാധിക്കുന്നു. കഴിഞ്ഞ ഒരു ദിവസം എന്റെ മനസ്സിൽ അങ്ങയെക്കാണാനുള്ള അതിയായ അഭിലാഷം ഉണ്ടായിരുന്നു. നിർഭാഗ്യകരം എന്നുപറയട്ടെ, താങ്കൾ വന്നില്ല. അതേദിവസം ബ്രൂണോ പറഞ്ഞത് താങ്കൾക്ക് ജനങ്ങളെ സേവിക്കാനുള്ളതുകൊണ്ടാണ് എന്നെ മാറ്റിനിർത്തുന്നത് എന്നാണ്. ജനങ്ങൾക്കുവേണ്ടി പ്രവർത്തിക്കുന്ന ഒരു വിപ്ലവകാരി പലതും പരിത്യജിക്കണം. അച്ഛൻ അമ്മ, കുടുംബം എന്നിവയെല്ലാം. എന്നിട്ട് പുരോഹിതതുല്യമായ ഒരു ജീവിതം നയിക്കണം. ഇതാണ് താങ്കളുടെ കാഴ്ചപ്പാട്. എനിക്ക് താങ്കളുടെ കാഴ്ചപ്പാട് ഉൾക്കൊള്ളാൻ കഴിയുന്നു. ഇക്കാര്യത്തിൽ എനിക്കങ്ങയോട് ആദരവുണ്ട്. പ്രശസ്തിക്കും സ്വാർത്ഥതാല്പര്യങ്ങൾക്കും വേണ്ടി രാഷ്ട്രീയപ്രവർത്തനം നടത്തുന്നവരാണ് ഇന്നുള്ളതെങ്കിൽ അവർക്കിടയിൽ താങ്കളുടെ അപൂർവ്വമാതൃക ഏവർക്കും ആവേശകരമാണ്. ജനങ്ങളുടെ ആരാദ്ധ്യപുരുഷനാണ് അങ്ങ്. താങ്കൾക്ക് എന്റെ ആശംസകൾ. ഞാനങ്ങയെ നമിക്കുന്നു.

താങ്കൾപറഞ്ഞ ആ പ്രണയിനിയിൽ എനിക്ക് വലിയ വിശ്വാസമില്ല. അങ്ങ് പറയുന്നു, അവൾ മനോഹരിയാണെന്ന്. അവൾ സത്യസന്ധയും മനോഹരിയുമായിരിക്കാം. ഞാനത് വിശ്വസിക്കുന്നു. പക്ഷേ, അവൾ ഒരു വലിയ മനസ്സിന് ഉടമയാണ് എന്ന് അങ്ങ് പറഞ്ഞാൽ എനിക്കത് വിശ്വസിക്കാൻ പ്രയാസമുണ്ട്. എന്തുകൊണ്ടെന്നാൽ, അവൾ വിശാലമനസ്കയായിരുന്നെങ്കിൽ അവളൊരിക്കലും നിങ്ങളുടെ ജീവിതത്തിന് തടസ്സമായി നില്ക്കില്ലായിരുന്നു. താങ്കളുടെ മഹത്തായ ജീവിതലക്ഷ്യങ്ങൾ ഉൾക്കൊള്ളാൻ അവൾക്ക് കഴിയുമായിരുന്നു. പക്ഷേ, എന്റെ ദൈവമേ, ആ സ്ത്രീ താങ്കളെ എങ്ങനെ ആണ് മനസ്സിലാക്കുന്നത് എന്നോർക്കുമ്പോൾ എന്റെ മനസ്സിൽ ആശങ്കയുണരുന്നു. താങ്കളൊരു സാധാരണ മനുഷ്യനാണെന്നാണോ അവൾ കരുതുന്നത്.

താങ്കൾ കരുതുന്നതുപോലെ മഹാനായ ഒരു മനുഷ്യന്റെ മകളായിരുന്നു അവളെങ്കിൽ അവൾക്ക് സ്വന്തം ഉത്തരവാദിത്വങ്ങളെപ്പറ്റി ബോദ്ധ്യമുണ്ടാകുമായിരുന്നു. തന്റെ പ്രിയതമൻ എവിടെയായിരുന്നാലും അദ്ദേഹത്തോടൊപ്പം നില്ക്കുവാനും അദ്ദേഹത്തെ അനുഗമിക്കാനും അദ്ദേഹത്തിന്റെ എല്ലാ നിയോഗങ്ങളുടെയും ഭാഗമാകുവാനും അവൾക്ക് കഴിയുമായിരുന്നു.

എനിക്ക് താങ്കളോട് പറയാനുള്ളത് ഇതാണ്. താങ്കൾ താങ്കളുടെ മനസ്സ് അവൾക്കുമുമ്പിൽ തുറക്കണം. ഒരു കാര്യം സ്പഷ്ടമാക്കാൻ ഞാനുദ്ദേശിക്കുന്നു. താങ്കൾക്ക് അവളോടുള്ള സ്നേഹം അതിതീവ്രമാണെങ്കിൽ അവൾ താങ്കളെയും അതുപോലെതന്നെ പ്രണയിക്കുന്നുണ്ടാകും. അവൾ താങ്കളെ അഗാധമായി വിശ്വസിക്കുകയും ചെയ്യും. അതുകൊണ്ട് ഞാൻ പറയുന്നത് കേൾക്കൂ. അവളെ കാണാൻ പോകൂ. അവൾക്ക് ഈ വിരഹം ഒരിക്കലും താങ്ങാൻ കഴിയുന്നതല്ല.

നാളെക്കഴിഞ്ഞ് ഞാൻ പൊതുകാര്യങ്ങളിൽ കൂടുതൽ താല്പര്യപൂർവ്വം ഇറങ്ങുകയാണ്. ആ ചാൾസ് മിങ്കിളിയെ താങ്കൾ ഗൗനിക്കുന്നില്ല അല്ലേ. ഞാൻ ഓർമ്മിപ്പിക്കുന്നത് എന്തെന്നാൽ, അയാളെ സൂക്ഷിക്കണം. അയാൾ പല കഥകളും മെനയാൻ ശ്രമിക്കുന്നുണ്ട്. ഉടൻതന്നെ അയാൾ റോമിലെത്തും. അയാളുടെ ഗൂഢാലോചനകളെക്കുറിച്ച് ജാഗ്രതയുണ്ടായിരിക്കണം.

എന്ന് അങ്ങയുടെ സ്നേഹിത റോമ"

പിറ്റേന്ന് പത്രാധിപർ ഡേവിഡ് റോസ്സിയെ സന്ദർശിച്ചു. ഡേവിഡ് റോസ്സിയുടെ മുഖപ്രസംഗം കൊള്ളേണ്ടിടത്ത് കൊണ്ടിരിക്കുന്നു. രാജാവിന്റെ പ്രസംഗത്തെയും അവിടെ നടന്ന മഹാ ആഘോഷങ്ങളെയും രൂക്ഷമായി വിമർശിച്ചുകൊണ്ട് അദ്ദേഹം നടത്തിയ വിമർശനം അദ്ദേഹത്തെ സർക്കാരിന്റെ നോട്ടപ്പുള്ളിയാക്കിയിരിക്കുന്നു. പൊലീസുകാർ അദ്ദേഹത്തെ നിരീക്ഷിക്കുവാൻ തുടങ്ങിയിരിക്കുന്നു. ഇതെല്ലാം പത്രപ്രവർത്തകരെ വിഷമിപ്പിച്ചിരിക്കുന്നു. റോസ്സിയോടാണ് അവർക്ക് കോപം. റോസ്സിയോട് ഉടൻതന്നെ അവരെ കാണാൻ ആവശ്യപ്പെട്ടിരിക്കുന്നു.

"ഞാൻ സാധാരണ വരുംപോലെ നാലുമണിക്ക് ഓഫീസിൽ വരുമെന്ന് അവരെ അറിയിക്കൂ." റോസ്സി പറഞ്ഞു. അതിനുശേഷം അയാൾ എന്തോ എഴുതാൻ തുടങ്ങി.

റോമയ്ക്കുള്ള കത്തായിരുന്നു അത്. എഴുതാൻ തുടങ്ങുമ്പോഴേക്കും അയാളുടെ മനസ്സിൽ എന്തെന്നില്ലാത്ത ആഹ്ലാദം ഉണ്ടായി. അവളോട് നേരിൽ സംസാരിക്കുന്ന പ്രതീതിയായിരുന്നു അയാൾക്ക്. അകലെയാണെങ്കിലും അവൾ തന്റെ ചാരത്തുതന്നെ ഉണ്ടെന്ന തോന്നൽ. ദൂരത്തിരുന്നുകൊണ്ട് അവൾ തന്നെ സ്പർശിക്കുന്നതായി അയാൾക്ക് തോന്നി. അവളുടെ സംഗീതത്തിന്റെ മായികദ്ധ്വനികൾ അയാളുടെ സാങ്കല്പികമായ കാതുകൾകൊണ്ട് കേൾക്കുന്നുണ്ടായിരുന്നു. ആ സംഗീതത്തിൽ അയാളുടെ ഹൃദയമാകെ മുങ്ങിപ്പോയി.

"എന്റെ മുഴുവൻ ജീവിതാനന്ദങ്ങളും എന്റെ ജീവിതലക്ഷ്യത്തിനു വേണ്ടി ഞാൻ ബലിയർപ്പിക്കുകയാണ്. അത് അത്യന്തം വേദനാജനകമായ ഒന്നാണ്. എന്നാൽ, ആ വേദനയെ തീക്ഷ്ണമാക്കുകയാണ് റോമയുടെ എഴുത്ത് ചെയ്യുന്നത്. റോമ കരുതുംപോലെ നിസ്സാരമല്ല എന്റെ മുന്നിലുള്ള തടസ്സങ്ങൾ. അത് റോമ ഉദ്ദേശിക്കുന്ന തടസ്സങ്ങളുമല്ല. തികച്ചും വ്യത്യസ്തമായ ഒന്നാണ് എന്നെ പ്രയാസപ്പെടുത്തുന്നത്. പുരുഷൻ എന്ന നിലയിൽ ഞാൻ നല്കുന്നതും എനിക്ക് ലഭിക്കുന്നതും തമ്മിൽ ഏറ്റവും വലിയ അന്തരമുണ്ട്.

ഒരു സ്ത്രീ തന്റെ ജീവിതം മുഴുവൻ ഭർത്താവിന് സമർപ്പിക്കുന്നു. അങ്ങനെ ആ ഭാഗ്യം ലഭിക്കുന്ന പുരുഷനോ അവളെ ഉപയോഗിച്ചുകൊണ്ട് ബുദ്ധിശക്തിയെ വികസിപ്പിക്കുന്നു. അതിനെ ഉജ്ജ്വലിപ്പിക്കു

ന്നു. അങ്ങനെ അതിന്റെ ആനന്ദം അവൻ നുകരുമ്പോൾ സ്ത്രീ അവനു വേണ്ടി ബലിയാടായി മാറുന്നു.

ഇത്തരത്തിലുള്ള ഒരു സാധാരണപുരുഷനല്ല ഞാൻ. അങ്ങനെയാണ് ഞാനെന്നുവരികിൽ ഞാനും മറ്റുള്ളവരെപ്പോലെ വെറും സ്വാർത്ഥനായിരിക്കും. എങ്കിൽ മറ്റുള്ളവരെക്കാൾ വലിയ കുറ്റവാളിയായിരിക്കും ഞാൻ. എന്തെന്നാൽ ഞാനൊരു പൊതുപ്രവർത്തകനാണ്. ഒരു പൊതുപ്രവർത്തകനെ ജനങ്ങൾ ഏറെ വിശ്വസിക്കുന്നു. പൊതുപ്രവർത്തകൻ ജനങ്ങളെ ആഴത്തിൽ സ്വാധീനിക്കുന്നു. ജനങ്ങൾക്ക് മാതൃകയാണവൻ. അങ്ങനെയുള്ള ഒരാൾ കാപട്യം കാണിക്കുമ്പോൾ അല്ലെങ്കിൽ സ്വാർത്ഥനാവുമ്പോൾ അത് ജനങ്ങളുടെ ജീവിതത്തിൽ വലിയ പ്രത്യാഘാതങ്ങൾ സൃഷ്ടിക്കും. അങ്ങനെ വരുമ്പോൾ എനിക്കത് എന്നോടുതന്നെ ക്ഷമിക്കാൻ കഴിയില്ല.

എന്നെ പ്രണയിക്കുന്ന സ്ത്രീ ഒരു ഉയർന്നകുടുംബത്തിൽ ജനിച്ചവളാണ്. അവളിന്ന് സമ്പൽസമൃദ്ധിയുടെ ഉന്നത ഗോപുരത്തിലാണ് കഴിയുന്നത്. എന്നാലെന്താണ് എന്റെ നില. പരമദരിദ്രനാണ് ഞാൻ. എന്താണ് എന്റെ ഭൂതകാലം. കൊടിയ ദാരിദ്ര്യവും ദുഃഖവും അനാഥത്വവും, എനിക്ക് സ്വന്തമായിട്ടെന്താണുള്ളത്.

ഇങ്ങനെയുള്ള ഞാൻ ഈ വിധമുള്ള ഒരു സ്ത്രീയോട് എന്റെ ജീവിതത്തിലേക്ക് പ്രവേശിക്കാൻ ക്ഷണിച്ചാൽ അതിന്റെ ഫലമെന്തായിരിക്കും. ദാരിദ്ര്യവും സമ്പത്തും തമ്മിൽ എങ്ങനെ ചേരും. എന്റെ ദീനതകളും ദുഃഖങ്ങളും പങ്കിടാൻവേണ്ടി അവൾ അവളുടെ സുഖമെല്ലാം വെടിയണം. വേണ്ട ഒരിക്കലും അതുവേണ്ട.

മാത്രമല്ല, അവളുടെ ജീവിതം എന്റെ ആദർശങ്ങൾക്ക് ബലികൊടുക്കാനുള്ളതുമല്ല. അവൾ വിശ്വസ്തയും നിസ്വാർത്ഥയുമായി ജീവിക്കട്ടെ. കാപട്യമെന്തെന്നറിയാത്ത അവൾ അങ്ങനെതന്നെ ജിവിക്കട്ടെ. എനിക്കൊരിക്കലും എന്റെ പ്രണയം അവളോട് വെളിപ്പെടുത്താൻ കഴിയില്ല. അസാദ്ധ്യമായതിനെ സാദ്ധ്യമാക്കാൻ എന്നോടുപറയരുത്. ഒരു സ്ത്രീയെന്ന നിലയിൽ അവൾക്ക് സമ്പത്തിനോടും സുഖസമൃദ്ധികളോടും പ്രതിപത്തി ഉണ്ട് എന്നത് ഒരു വാസ്തവമാണ്. ദാരിദ്ര്യവും കഷ്ടപ്പാടുകളുമൊന്നും സഹിച്ചുവളർന്നവളല്ല അവൾ. എന്നാൽ, ഞാൻ അതിൽ ജനിച്ച് ജീവിച്ചവനാണ്. അത് എന്റെ നിയോഗം. അതിലേക്ക് ഞാനെന്തിന് മറ്റൊരാളെ എടുത്ത് ചാടിക്കണം.

എന്നാൽ, ഇതൊന്നുമല്ല ഏറ്റവും പ്രധാനപ്പെട്ട പ്രശ്നം. ഭീമാകാരമായ ഒരു തടസ്സം എന്റെ മുന്നിലുണ്ട്. എന്റെ പ്രണയത്തിന്റെ ഉന്നത സീമയിൽനിന്നും ഞാൻ മാറിനില്ക്കാൻ കാരണം ആ തടസ്സമാണ്. ഉത്തരവാദിത്വബോധവും എന്നോട് മാറിനില്ക്കാൻ പറയുന്നു. ഇനിയും കൂടുതൽ വിശദീകരിക്കാൻ റോമ പറയരുത്. എന്തുകൊണ്ടാണ് ഞാൻ റോമയുടെ ചോദ്യങ്ങൾക്കുത്തരം തരാത്തത്. അവൾക്കുവേണ്ടി-അവൾക്കുവേണ്ടിമാത്രം. എന്നെ വിശ്വസിക്കൂ.

റോമാ, എനിക്ക് മറ്റൊരു കാര്യംകൂടി പറയാനുണ്ട്. നീ പറഞ്ഞില്ലേ, ഞാനവളെ പ്രണയിക്കുമ്പോലെ അവളെന്നെയും പ്രണയിക്കുന്നുണ്ടാവുമെന്ന്. റോമാ, എനിക്ക് അങ്ങനെ കരുതാനുള്ള അവകാശമില്ല. അവളെന്നെയും പ്രണയിക്കുന്നുണ്ടെങ്കിൽ അത് എന്നെ ആഹ്ലാദിപ്പിക്കുകയല്ല, വേദനിപ്പിക്കുകയാണ് ചെയ്യുക. കാരണം പ്രണയം എന്നത് കേവലം ആനന്ദപൂർണ്ണമായ ഒരു സംഗതിയല്ല കുട്ടി. അതിന്റെ മാർഗ്ഗങ്ങൾ ദുരിതപൂർണ്ണമായിരിക്കും. പ്രത്യേകിച്ചും എന്നെപ്പോലുള്ള ഒരാളോടുള്ള പ്രണയം. അവൾ എന്തെല്ലാം ദുഃഖങ്ങൾ അനുഭവിക്കേണ്ടിവരും. നിഷ്കളങ്കയും നിരപരാധിയുമായ അവൾ അത്തരമൊരുജീവിതം നയിക്കരുതെന്നാണ് എന്റെ ആഗ്രഹം. അവൾ മഹാനായ ഒരു മനുഷ്യന്റെ മകളാണ്. അതുകൊണ്ടുതന്നെ അവൾ ധീരയും ശക്തയുമാണ്. എനിക്കതിലെല്ലാം ഉറച്ചവിശ്വാസമുണ്ട്.

സർവ്വശക്തനായ ദൈവം, റോമയെ അനുഗ്രഹിക്കട്ടെ.

ഡേവിഡ്"

മിങ്കിളിയെ എനിക്ക് തീരെ പേടിയില്ല. അയാൾക്ക് ചെയ്യാനുള്ളതെല്ലാം അയാൾ ചെയ്യട്ടെ. അയാൾ വരികയോ, പോവുകയോ ചെയ്യട്ടെ. ഈ റോമിൽ ഒരാൾക്ക്മാത്രമേ എന്നോട് എതിർക്കാനുള്ള ശക്തിയും അറിവുമുള്ളൂ. ആ വ്യക്തിയൊരു സ്ത്രീയാണ്. അവളെ എന്റെ ഹൃദയരക്തത്തിൽത്തൊട്ട് എനിക്ക് വിശ്വസിക്കാൻ കഴിയും.

* * * *

പിറ്റേന്ന് പാർലമെന്റ് സമ്മേളനത്തിന് മുഴുവനാളുകളും രണ്ടുമണിയോടെ ഹാളിലെത്തിച്ചേർന്നു. പ്രധാനമന്ത്രി കടന്നുവന്നതോടെ ജനങ്ങൾ ഹർഷാരവം മുഴക്കി. അദ്ദേഹം സൗമ്യനായി ജനങ്ങളെ എതിരേറ്റു. അദ്ദേഹത്തിന്റെ മുഖത്ത് നിറഞ്ഞ മന്ദഹാസമുണ്ടായിരുന്നു. പ്രതിപക്ഷനേതാവിന് ലഭിച്ച സ്വീകരണം അത്ര ഗംഭീരമായിരുന്നില്ല. പിന്നീട് കടന്നുവന്ന പ്രധാനപ്പെട്ട വ്യക്തി ഡേവിഡ് റോസ്സി തന്നെയായിരുന്നു. അദ്ദേഹത്തിന് യാതൊരുവിധ വരവേല്പും ലഭിച്ചില്ല. എന്നാൽ, എല്ലാവരും അദ്ദേഹത്തെ ഗൗരവത്തോടെ നോക്കി. ചിലർ എന്തൊക്കെയോ കുശുകുശുക്കുന്നുണ്ടായിരുന്നു. പ്രസിഡണ്ട് കടന്നുവന്ന് തന്റെ അദ്ധ്യക്ഷസ്ഥാനത്തിരുന്നു. പൂർണ്ണനിശ്ശബ്ദമായിരുന്നു അവിടെ അപ്പോൾ. കൃത്യം ഒരുമണിക്ക് സമ്മേളനനടപടികൾ ആരംഭിച്ചു.

ആദ്യത്തെ അജണ്ട, രാജാവിന്റെ പ്രസംഗത്തിനുള്ള മറുപടിയായിരുന്നു. അതിനുവേണ്ടി തെരഞ്ഞെടുക്കപ്പെട്ട ഉന്നതനും വിദ്യാസമ്പന്നനുമായ യുവാവ് പ്രസംഗിക്കാൻ തുടങ്ങി.

"ഇന്നലെ രാജാവ് ഒരു പ്രധാനപ്പെട്ട കാര്യം നമ്മോട് പറഞ്ഞു. നമ്മുടെ സൈനികശക്തി വർദ്ധിപ്പിക്കാനുള്ള തീരുമാനമായിരുന്നു അത്. രാജഭക്തരാണ് നമ്മളെല്ലാം. രാജ്യത്തിനോടുള്ള കൂറും സ്നേഹവുമാണ് നമ്മെ മുന്നോട്ടുനയിക്കുന്നത്. നമ്മുടെ രാജ്യത്തിനുവേണ്ടി എന്തുത്യാഗവും സഹിക്കാനും നാം തയ്യാറാവണം. ആരെങ്കിലും ഇതിനെതിരായി

നില്ക്കുന്നുണ്ടെങ്കിൽ അവർ തികഞ്ഞ രാജദ്രോഹികൾ തന്നെയായിരിക്കും എന്നതിന് യാതൊരുസംശയവുമില്ല.

ഈ രാജ്യത്ത് പല ഛിദ്രശക്തികളും പ്രവർത്തിക്കുന്നുണ്ട്. പല തരം സംഘടനകൾ. അരാജകത്വം സൃഷ്ടിക്കുകയാണ് അവരുടെ ലക്ഷ്യം. മാത്രമല്ല അവർ രാജാവിൽ അവിശ്വാസവും ജനിപ്പിക്കുന്നു. സോഷ്യലിസ്റ്റുകളും ജനാധിപത്യവാദികളുമാണവർ. അവരിൽ ചിലർ പോപ്പുമായും യോജിച്ചുപ്രവർത്തിക്കുന്നുണ്ട്."

ഇതുകേട്ടതോടെ സഭാഹാളിലെ ഇടതുപക്ഷവിഭാഗക്കാർ ശക്തമായി പ്രതിഷേധിച്ചു.

ശരിയല്ല ശരിയല്ല എന്നവർ പറയുന്നുണ്ടായിരുന്നു.

"ശാന്തരായിരിക്കണം. ശാന്തരായിരിക്കണം." പ്രസിഡണ്ട് മണിയടിച്ചു. യുവാവിന്റെ പ്രസംഗം തുടർന്നു.

"സോഷ്യലിസ്റ്റുകളുടെയും ജനാധിപത്യവാദികളുടെയും വിഷംചീറ്റുന്ന പല്ലുകൾ പറിച്ചെടുത്തല്ലാതെ നമുക്ക് മുന്നോട്ടുപോകാനാകില്ല. അവർ രാജ്യത്ത് ദാരിദ്ര്യം വിതയ്ക്കുകയാണ്. ജനങ്ങൾക്കിടയിൽ അസ്വസ്ഥതയും അക്രമവാസനയും അവർ വളർത്തുന്നു. ഇത്തരം രാഷ്ട്രീയ പാർട്ടികളെയെല്ലാം ഇല്ലാതാക്കേണ്ടത് കാലഘട്ടത്തിന്റെ ആവശ്യമാണ്."

പ്രസംഗം അവസാനിച്ചു. പ്രസംഗംകേട്ട പലരും ഡേവിഡ് റോസ്സിയെ നോക്കി അദ്ദേഹം ഗൗരവത്തോടെ തന്റെ കൈകൾ കെട്ടി ശിരസ്സ് താഴ്ത്തിയിരിക്കുകയായിരുന്നു. അവിടുന്ന് അദ്ദേഹം എഴുന്നേറ്റ് പറഞ്ഞു.

"എനിക്ക് സംസാരിക്കാൻ സമയം അനുവദിക്കുമോ?"

"താങ്കൾക്ക് സംസാരിക്കാം." അദ്ധ്യക്ഷൻ പറഞ്ഞു.

"അവിടെ പാസ്സാക്കിയ പ്രമേയത്തിന് ഒരു ഭേദഗതിയെന്നോണം ഡേവിഡ് റോസ്സി ചില കാര്യങ്ങൾ അവതരിപ്പിച്ചു. സൈനികശക്തി വർദ്ധിപ്പിക്കാനെന്ന പേരിൽ ജനങ്ങളുടെ മേൽ പുതിയ നികുതികൾ ചുമത്താൻപാടില്ലെന്നാണ് അദ്ദേഹം പറഞ്ഞത്. കഷ്ടപ്പാടുകളും ദുരിതങ്ങളും രാജ്യത്തെ ജനങ്ങളെ അങ്ങേയറ്റം ബുദ്ധിമുട്ടിക്കുന്ന സമയമാണെന്ന് അദ്ദേഹം ഓർമ്മിപ്പിച്ചു. ജനങ്ങളുടെമേൽ താങ്ങാനാവാത്ത ഭാരം കയറ്റിവെക്കരുതെന്ന് അദ്ദേഹം അഭ്യർത്ഥിക്കുകയായിരുന്നു."

ഇതുകേട്ടതോടെ സമ്മേളനഹാളിൽനിന്നും പലരും ബഹളമുണ്ടാക്കി.

"ശാന്തരാവണം. ശാന്തരാവണം" അദ്ധ്യക്ഷൻ പറഞ്ഞു.

ഡേവിഡ് റോസ്സി തന്റെ ഉജ്ജ്വലമായ ശബ്ദത്തിൽ പ്രസംഗിച്ചു.

"ചില സംഘടനകൾ പോപ്പുമായി സഖ്യമുണ്ടാക്കുന്നു എന്ന തരത്തിൽ ഇവിടെ പ്രസംഗിക്കുകയുണ്ടായി. അത് തീർച്ചയായും എന്റെ രാഷ്ട്രീയസംഘടനയിൽപ്പെട്ട ആളുകളെയാണ് ഉദ്ദേശിച്ചത് എന്ന് എനിക്കു മനസ്സിലായി. അത് ശരിയാണെങ്കിൽ ഞാനതിനെ അതിശക്തമായി നിഷേധിക്കുന്നു. അതുമായി ബന്ധപ്പെട്ട് ഒരു കാര്യം ഞാനിവിടെ സ്പഷ്ടമാക്കട്ടെ. ഞങ്ങളുടെ രാഷ്ട്രീയകക്ഷി പോപ്പുമായി യാതൊരു

വിധ ബന്ധവും ഉണ്ടാക്കിയിട്ടില്ല. ഒരിക്കലും അതുണ്ടാക്കുകയുമില്ല. മനുഷ്യരുടെ ജീവിതവുമായി ബന്ധപ്പെട്ട ഭൗതികകാര്യങ്ങളിൽ സഭയുടെ നിലപാട് ജനാധിപത്യത്തിനെതിരാണെന്ന് ഞങ്ങൾ കരുതുന്നു. അതുപോലെതന്നെ ജനാധിപത്യത്തിന്റെ അടിസ്ഥാനാശയങ്ങൾ സഭയുടെ ആശയങ്ങളെയും ഒരുപോലെ നിരാകരിക്കുന്നു. സഭയുടെ അടിസ്ഥാന തത്ത്വം എന്നുപറയുന്നത് പോപ്പിന് ജനങ്ങളെ ഭരിക്കാനുള്ള ദൈവദത്താധികാരം എന്നതാണ്. ഞങ്ങളതിന് എതിരാണ്. ജനങ്ങളെ ഭരിക്കാനുള്ള അധികാരം പോപ്പിനല്ല. അത് ജനങ്ങൾക്ക്തന്നെയാണെന്നാണ് ഞങ്ങൾ കരുതുന്നത്. ജനാധിപത്യത്തിന്റെ അടിസ്ഥാനതത്ത്വമാണിത്."

ഇതുകേട്ടതോടെ പലരും പരിഹസിക്കാൻതുടങ്ങി. ചിലർ ഗൗരവഭാവത്തിൽ ഇരുന്നു. അദ്ധ്യക്ഷൻ ശാന്തരാവാൻ എല്ലാവരോടും അഭ്യർത്ഥിച്ചു. ഡേവിഡ് റോസ്സി പ്രസംഗം തുടർന്നു:

"നമ്മുടെ രാജ്യത്തിനകത്താണ് സംഘർഷങ്ങളും പ്രശ്നങ്ങളും ഉള്ളത്. രാജ്യത്തിന് പുറത്ത് സമാധാനമാണുള്ളത്. രാജ്യത്തിന്റെ സമ്പത്തുമുഴുവൻ സൈനിക ചെലവിനുവേണ്ടി വിനിയോഗിക്കുന്നത് വളരെ അപകടകരമാണ്. ജനങ്ങളുടെ മനസ്സാക്ഷിക്കനുസരിച്ച് പ്രവർത്തിക്കേണ്ട സ്ഥാപനമാണ് പാർലമെന്റ്. എന്നാൽ, ആ നിലയ്ക്ക് അത് പ്രവർത്തിക്കുന്നില്ല എന്നതാണ് ഏറ്റവും ദുഃഖകരം. പാർലമെന്റാകുന്ന ജനമനസ്സാക്ഷിയുടെ സേവകനായിരിക്കണം ഭരണകൂടം. അങ്ങനെ പ്രവർത്തിക്കുന്ന ഒരു രാജ്യത്ത് വിപ്ലവത്തിന് പ്രസക്തിയില്ല. എന്നാൽ, നമ്മുടെ സർക്കാർ കരുതുന്നത് രാജ്യത്തിന്റെ യജമാനനാണ് എന്നാണ്. ജനങ്ങളെ അടിച്ചമർത്തുന്ന ഒരു സമീപനമാണ സർക്കാർ പിന്തുടരുന്നത്. അതാണ് നമ്മുടെ ഭരണകൂടത്തിന്റെ നയം. നമ്മുടെ പാർലമെന്റ് ചത്തുമലന്നുകിടക്കുകയാണ്. നമുക്ക് ഇനി ചെയ്യാനുള്ള ഒരേയൊരുകാര്യം ദൈവത്തെയോർത്ത് ഈ മൃതശരീരം സംസ്കരിക്കുക എന്നതാണ്."

ഇതുകേട്ടതോടെ സഭയിൽ ബഹളമായി. അംഗങ്ങളും മന്ത്രിയുമെല്ലാം ശക്തമായി പ്രതിഷേധിക്കാൻതുടങ്ങി. പക്ഷേ, പ്രഭാഷകൻ അതൊന്നും ഗൗനിച്ചില്ല. സഭാദ്ധ്യക്ഷൻ അപ്പോഴും സഭയിൽ നിശ്ശബ്ദത പാലിക്കുവാൻ കല്പിക്കുന്നുണ്ടായിരുന്നു. റോസ്സി തന്റെ പ്രസംഗം ഇങ്ങനെ തുടർന്നു:

"എന്തുകൊണ്ടാണ് നമ്മുടെ രാജ്യത്ത് അരാജകത്വവും അസ്വസ്ഥതകളും പടർന്നുപിടിക്കുന്നത് എന്ന് ഞാൻ പറയാം. നമ്മുടെ സർക്കാർ ജനങ്ങളെ മർദ്ദിക്കുന്നതുകൊണ്ടാണ്, സർക്കാർ ജനങ്ങൾക്ക് അഭിപ്രായം പറയാനുള്ള സ്വാതന്ത്ര്യം നിഷേധിക്കുന്നതുകൊണ്ടാണ്. നമ്മുടെ അയൽരാജ്യങ്ങളിലെല്ലാം ജനങ്ങൾക്ക് അവരുടെ വികാരങ്ങൾ പ്രകടിപ്പിക്കാനുള്ള സ്വാതന്ത്ര്യമുണ്ട്. ജനങ്ങൾ അക്രമംനടത്താതെ തങ്ങളുടെ അഭിപ്രായം പ്രകടിപ്പിക്കുന്നതുകൊണ്ട് അവിടെയൊന്നുംതന്നെ അവർ ശിക്ഷിക്കപ്പെടുന്നില്ല. റഷ്യയിലും അതുകഴിഞ്ഞാൽ ഇറ്റലിയിലുമാണ് ലോകത്ത് ആക്രമണം നടക്കുന്നത്. എന്താണ് നമ്മുടെ രാജ്യത്ത് നട

ക്കുന്നത്. ഇവിടെ ഒരു നിയമസംവിധാനമുണ്ടോ. മനുഷ്യരെ അവരുടെ ബന്ധുജനങ്ങളിൽനിന്നും പ്രിയപ്പെട്ടവരിൽനിന്നും പിടിച്ചെടുത്ത് കൊല ക്കളത്തിലേക്കെറിയുകയല്ലേ സർക്കാർ ചെയ്യുന്നത്. ഞാനെന്താണ് പറ യുന്നത് എന്നതിനെക്കുറിച്ച് എനിക്ക് വ്യക്തമായ ബോദ്ധ്യമുണ്ട്. കാരണം, ഇതെല്ലാംതന്നെ ഞാൻ അനുഭവിച്ചറിഞ്ഞതാണ്. തന്റെ അരു മയായ മകളിൽനിന്നും പറിച്ചെറിയപ്പെട്ട ഒരച്ഛനെ എനിക്ക് നേരിട്ടറിയാം. അമ്മനഷ്ടപ്പെട്ട ആ പിഞ്ചുപൈതൽ നമ്മുടെ ക്രൂരന്മാരായ ശത്രുക്ക ളുടെ ഇരയായിമാറുകയായിരുന്നു.”

ഈ സമയം സഭ തികച്ചും ശാന്തമായിരുന്നു. എന്നാൽ, മുകളിലത്തെ സന്ദർശകഗാലറിയിൽനിന്നും ഒരു ശബ്ദംകേട്ടു. ഒരു സ്ത്രീയുടെ കര ച്ചിലായിരുന്നു അത്. നിർത്താതെ കരയുകയാണവൾ. റോസ്സി അത് ശ്രവി ച്ചതോടെ അദ്ദേഹത്തിന്റെ പ്രസംഗം കുറെക്കൂടി സൗമ്യമായി.

“ഞാൻ പറയുന്നതിതാണ്. ഇറ്റലിയിലെ അരാജകത്വത്തെപ്പറ്റി. അരാ ജകത്വത്തിന് കാരണം ദാരിദ്ര്യമാണ്. അത് ഇറ്റലിയിലായാലും മറ്റെവി ടെയായാലും അതുതന്നെയാണ്. നിങ്ങൾ ഫെബ്രുവരി ഒന്നാംതീയതി വരെ ക്ഷമിച്ചിരിക്കൂ. ഇവിടെ ഒരു സൈന്യം കടന്നുവരുന്നത് കാണാം. അത് നാം ഇതുവരെ കാണാത്ത ഒരു സൈന്യമായിരിക്കും. ക്രൈസ്തവസഭയുടെ തലസ്ഥാനനഗരിയാണ് റോം. കാട്ടാളന്മാരെക്കാൾ അപരി ഷ്കൃതരായ മനുഷ്യർ റോമിലുണ്ട്. മൃഗസമാനരായി ജീവിക്കുന്ന പേക്കോ ലങ്ങളെ നിങ്ങൾക്കവിടെ കാണാം.

പുല്ലുകൊണ്ടുണ്ടാക്കിയ കൂരകളിലാണ് അവർ വസിക്കുന്നത്.അ വർ കിടക്കുന്നതോ ഇലകളിലും. അവർക്ക് ഉടുവസ്ത്രമില്ല. നഗ്നവാനര ന്മാരെപ്പോലെയാണ് അവർ ജീവിക്കുന്നത്. ആഹാരത്തിന് വകയില്ല. എന്നാലും ആ പാവങ്ങൾ പതിനെട്ടുമണിക്കൂർ അതികഠിനമായി ജോലി ചെയ്യണം. വിദേശത്ത്, പാരീസിലും റോമിലും സുഖിച്ച് ജീവിക്കുന്ന ഉട മകളുടെ അടിമകളാണവർ. നൂറുകണക്കിന് വരുന്ന ആണുങ്ങളും പെണ്ണു ങ്ങളും ഇവിടെ വിയർപ്പൊഴുക്കുന്നു. മൃഗങ്ങളോട് പെരുമാറുന്നതുപോ ലെയാണ് അവരോട് പെരുമാറുന്നത്. നായ്ക്കളെപ്പോലെയാണ് അവരെ ഇവിടുത്തെ യജമാനന്മാർ അടിക്കുന്നത്.”

“നുണയാണത്. നട്ടാൽ മുളയ്ക്കാത്ത നുണ.” ചിലർ ഉച്ചത്തിൽ പറഞ്ഞു. ഇതുകേട്ടതോടെ ഡേവിഡ് റോസ്സിയുടെ കണ്ണുകൾ ക്രോധ ത്തിന്റെ മുന്തിരിക്കുലകളായിമാറി. അദ്ദേഹത്തിന്റെ ശബ്ദമാകെ പത റാൻ തുടങ്ങി. അദ്ദേഹം ഉച്ചത്തിൽ പ്രഭാഷണം തുടർന്നു. “ഞാനീപ്പറ ഞ്ഞതൊന്നുംതന്നെ നിങ്ങൾക്ക് ഒരുവലിയ പ്രശ്നമല്ലെന്ന് എനിക്കറിയാം. വിശപ്പ് എന്താണെന്ന് നിങ്ങളറിഞ്ഞിട്ടുണ്ടോ. വായിൽ വെള്ളിക്കരണ്ടി യുമായി ജനിച്ചവരല്ലേ നിങ്ങൾ. എന്നാൽ, എന്നെ സംബന്ധിച്ചിടത്തോളം അങ്ങനെയല്ല. പട്ടിണിയുടെ ഘോരമായ പീഡനം എന്തെന്നറിഞ്ഞവ നാണ് ഞാൻ. അതുകൊണ്ട് നിങ്ങൾക്കെന്നോട് ഇതിനെക്കുറിച്ചൊന്നും പറയാൻ കഴിയില്ല. കാരണം. നിങ്ങളെയെല്ലാം നിങ്ങളുടെ അച്ഛനമ്മമാർ

നന്നായിപോറ്റിവളർത്തിയതാണ്. നിങ്ങൾക്ക് താമസിക്കാൻ വീടുണ്ടായിരുന്നു. എന്നാൽ, എനിക്ക് അച്ഛനമ്മമാരുടെ സ്നേഹലാളനകൾ ലഭിച്ചിട്ടില്ല. താമസിക്കാനൊരു വീടെനിക്കില്ലായിരുന്നു. കമ്പാനറോമനയിലെ ഒരു ചെറ്റക്കുടിലിലാണ് ഞാൻ വളർന്നത്. ഈ രാജ്യത്തെ നിയമസംവിധാനത്തിന്റെ ഗുണംകൊണ്ട് എന്റെ അമ്മ ടൈബർനദിയിൽ മുങ്ങിച്ചാവേണ്ടിവന്നു. ദാരിദ്ര്യവും പട്ടിണിയുമെന്തെന്നറിഞ്ഞ ആയിരങ്ങളിലൊരുവനാണ് ഞാൻ. ഇതാ ഈ റോമാനഗരത്തിന്റെ പൂമുഖത്ത്, ഈ ക്രൈസ്തവസർക്കാരിന്റെ പൂമുഖത്ത് മനസ്സുകൊണ്ടും ശരീരംകൊണ്ടും ആയിരക്കണക്കിന് ജനങ്ങൾ പട്ടിണികിടക്കുകയാണ്. ആയിരം സംവത്സരങ്ങൾക്ക് മുമ്പ് ഒരു കവിപറഞ്ഞകാര്യം ഞാനോർക്കുകയാണ്. മനുഷ്യസമൂഹം ഇന്ന് നിലനില്ക്കുന്നത് ഒരു ചെറുന്യൂനപക്ഷത്തിന്റെ താല്പര്യത്തിനുവേണ്ടിയാണെന്നാണ് അദ്ദേഹം പറഞ്ഞത്. എത്രമാത്രം ശരിയാണത്."

ഇതെല്ലാം കേട്ടതോടെ സഭയിൽ അർത്ഥഗർഭമായ ഒരു നിശ്ശബ്ദത പരന്നു. ആളുകളെല്ലാം സ്തംഭിച്ചിരുന്നുപോയി. ഡേവിഡ് റോസ്സി പ്രസംഗമവസാനിപ്പിച്ച് ഇരുന്നിട്ടും ആളുകളൊന്നുംതന്നെ അവിടെ ബഹളമുണ്ടാക്കാതെ ഇരുന്നു.

അപ്പോൾ, സഭാദ്ധ്യക്ഷൻ ചിലചോദ്യങ്ങൾ ചോദിച്ചു. റോസ്സിയുടെ ഭേദഗതി വോട്ടിനിട്ടപ്പോൾ തള്ളിപ്പോയി. ഔദ്യോഗികപ്രമേയം യാതൊരുഭേദഗതിയും കൂടാതെ അംഗീകരിക്കപ്പെട്ടു. അതിനുശേഷം യുദ്ധവകുപ്പ് മന്ത്രിയുടെ ഊഴമായിരുന്നു. സൈനികശക്തി വികസിപ്പിക്കുന്നതിനുവേണ്ടിയുള്ള ധനാഭ്യർത്ഥനയ്ക്കുള്ള ഒരു ബിൽ അവതരിപ്പിക്കുകയായിരുന്നു അദ്ദേഹത്തിന്റെ ദൗത്യം. അതിനായി അദ്ദേഹം എഴുന്നേറ്റു. അതിനുശേഷം ബാരൻബോനലി സംസാരിച്ചു. അദ്ദേഹത്തിന്റെ ദൗത്യം ക്രമസമാധാനപരിപാലത്തിനുവേണ്ടിയുള്ള അടിയന്തരാവസ്ഥ പ്രഖ്യാപിക്കുക എന്നതായിരുന്നു. അതനുസരിച്ച് പൊതുയോഗങ്ങളും സംഘടനാപ്രവർത്തനങ്ങളും പത്രസ്വാതന്ത്ര്യവും എല്ലാംതന്നെ അവിടെ കർശനമായി നിയന്ത്രിക്കപ്പെട്ടു.

വളരെ പരുഷമായ സ്വരത്തിലാണ് ആഭ്യന്തരവകുപ്പുമന്ത്രി ബാരൻ ബോനലി സംസാരിച്ചത്.

"നമ്മുടെ രാജ്യത്ത് സമാധാനം സ്ഥാപിക്കാൻവേണ്ടി രാഷ്ട്രീയപ്രവർത്തനങ്ങളും സംഘടനാപ്രവർത്തനങ്ങളും പൊതുയോഗങ്ങളും എല്ലാംതന്നെ കർശനപരമായി നിയന്ത്രിക്കേണ്ടത് അത്യാവശ്യമാണെന്ന് നിങ്ങൾക്കെല്ലാം തന്നെ വളരെ വ്യക്തമായിക്കാണും. നമ്മുടെ സഭാംഗങ്ങളിൽ ചിലർ വയറ്റത്തടിച്ച് പാട്ടുപാടുന്നുണ്ട്. അവരിനിയും ആ പാട്ടുപാടി തടസ്സമുണ്ടാക്കുന്നതിന് മുമ്പ് ഈ ബിൽ പാസാക്കിത്തരണമെന്ന് ഞാൻ സഭയോട് അഭ്യർത്ഥിക്കുന്നു."

ഇതുകേട്ടതോടെ സഭയിലെ ഇടതുപക്ഷത്തിൽപ്പെട്ടവർ ബഹളംവെക്കാൻ തുടങ്ങി. സഭാദ്ധ്യക്ഷൻ അവരെ ശാന്തമാക്കാൻ ശ്രമിച്ചു. എന്നാൽ

യാതൊരു ഗുണവുമുണ്ടായില്ല. അവസാനം അദ്ദേഹം തന്റെ തൊപ്പി ശിരസ്സിൽവെച്ചുകൊണ്ട് സഭവിട്ട് ഇറങ്ങിപ്പോയി. അതോടുകൂടി അന്നത്തെ പാർലമെന്റ് പിരിഞ്ഞു.

ഡേവിഡ് റോസ്സിക്ക് റോമയുടെ കത്ത് ലഭിച്ചു.

"സ്നേഹം നിറഞ്ഞ എന്റെ പ്രിയമുള്ളവനേ,

എനിക്ക് സംതൃപ്തിയായി. ഇനി ഒരിക്കലുംതന്നെ ഞാൻ അജ്ഞാതയും അദൃശ്യയുമായ ആ സഹോദരിയെപ്പറ്റി ചിന്തിക്കുന്നതല്ല. അവൾ ധീരയും നന്മനിറഞ്ഞവളുമാണെന്ന് താങ്കൾ പറഞ്ഞു. പക്ഷേ, അതേ, നാവുകൊണ്ടുതന്നെ താങ്കൾ പറയുന്നു അവൾ സമ്പത്തും സുഖവും ആഗ്രഹിക്കുന്നവളാണെന്ന്. എന്നാൽ, അവളുടെ ഏറ്റവുംവലിയ സമ്പത്ത് താങ്കളാണെങ്കിൽ മറ്റ് സമ്പത്തുകളെല്ലാംതന്നെ ഉപേക്ഷിക്കാൻ അവൾക്ക് കഴിയില്ലേ? അത്തരത്തിലുള്ള ഒരു സ്ത്രീയാണോ അവൾ. ഒരു ഭാര്യയെക്കുറിച്ചുള്ള താങ്കളുടെ സങ്കല്പമെന്താണ്? വസ്ത്രങ്ങളിൽ കെട്ടിപ്പൊതിഞ്ഞ് കാലിന്മേൽ കാല് വെച്ച് കഴിയുന്ന ഒരാളാണോ? അത്തരത്തിലുള്ള ഒരു സ്ത്രീയാണോ നിങ്ങളുടെ സങ്കല്പത്തിലുള്ളത്. എങ്കിൽ അവളെ എന്ത് വിളിക്കണം എന്ന് എന്റെ നാവിന്റെ തുമ്പത്ത് വരുന്നുണ്ട്. ആ പേര് എന്റെ നാവിൽ ചൊറിഞ്ഞുവരുന്നു. എനിക്കത് എന്റെ പേനകൊണ്ട് എഴുതാൻ കഴിയും. പക്ഷേ, അത് പാടില്ലെന്ന് ഞാൻ മനസ്സിലാക്കുന്നു. അതുകൊണ്ടുതന്നെ ആ സ്ത്രീ ധീരയാണെന്നുമാത്രം താങ്കളെന്നോട് പറയരുത്.

ഒരു പുരുഷന്റെ സ്നേഹമില്ലെങ്കിൽ ഭാര്യയ്ക്ക് എങ്ങനെ ധീരയാകാൻ കഴിയും. ആ ഗാഢമായ സ്നേഹത്തിന്റെ ഗർത്താരുണിമ കാണാനുള്ള കണ്ണവൾക്കുണ്ടെങ്കിൽ അവൾക്ക് മനുഷ്യബന്ധത്തിന്റെ അർത്ഥമെന്തെന്ന് മനസ്സിലാക്കാൻ കഴിയും. അങ്ങനെ വരുമ്പോൾ ജാതിയോ കുലമോ സമുദായമോ സമ്പത്തോ ഒന്നുംതന്നെ വിഷയമാവില്ല. പ്രണയത്തിന്റെ ആദ്യ ദർശനരശ്മികളേറ്റപ്പോൾതന്നെ അവളുടെ കണ്ണുകളിൽനിന്നും അവളുടെ ഹൃദയത്തിലേക്ക് അതിന്റെ സന്ദേശങ്ങളെത്തേണ്ടതായിരുന്നു. ആ പ്രണയരശ്മികൾ അവളുടെ അഹങ്കാരത്തെ നശിപ്പിക്കേണ്ടതായിരുന്നു. നിങ്ങളുടെ ജീവിതാവസ്ഥയെപ്പറ്റി, ദാരിദ്ര്യാവസ്ഥയെപ്പറ്റി, കുടുംബത്തെപ്പറ്റി എല്ലാം പറഞ്ഞ് ആളുകൾ നിങ്ങളെ പരിഹസിക്കുകയാണെങ്കിൽ അവളിങ്ങനെ പറയും - അദ്ദേഹം ദരിദ്രനാണെന്നുള്ളത് ഒരു യാഥാർത്ഥ്യമാണ്. അനാഥനായ അദ്ദേഹം ചെറുപ്പത്തിലേ അദ്ധ്വാനിച്ചാണ് ജീവിച്ചത് എന്നതിൽ ഞാനഭിമാനം കൊള്ളുന്നു. അതാണ് അദ്ദേഹത്തിന്റെ അന്തസ്സ്. ഇന്നദ്ദേഹം ലോകമറിയുന്ന മഹാനാണ്. ഭൗതികസമ്പത്ത് ഒരിക്കലും എന്നെ അദ്ദേഹത്തിൽനിന്നും അകറ്റുകയില്ല.

ഒരു സംഗതി വ്യക്തമാക്കാൻ ഞാനുദ്ദേശിക്കുന്നു. താങ്കൾ അവളിൽനിന്നും മാറിനില്ക്കുന്നതിന്റെ കാരണമെന്തെന്ന് നിങ്ങളവളെ പറഞ്ഞ് മനസ്സിലാക്കണം. അല്ലാത്തപക്ഷം അവൾ നിങ്ങളോട് ക്ഷമിക്കുകയില്ല.

സുന്ദരിയും ധീരയും ചെറുപ്പക്കാരിയുമായ അങ്ങയുടെ കാമുകിയെ അങ്ങ് പ്രകീർത്തിക്കുന്നത് ആഹ്ലാദകരമാണ്. എന്നാൽ, അതുകൊണ്ടൊന്നും ഫലമില്ല. താങ്കളെ ലഭിക്കുന്നില്ലെങ്കിൽ അവളുടെ ഈ സമ്പത്തെല്ലാം തന്നെ വ്യർത്ഥമാണ്. താങ്കളതിനെപ്പറ്റി ആലോചിച്ചിട്ടില്ല എന്നാണ് ഞാൻ മനസ്സിലാക്കുന്നത്.

ഇല്ല. താങ്കളത് മനസ്സിലാക്കുന്നില്ല. ഇല്ലേയില്ല. എന്റെ ദരിദ്രനായ സഹോദരാ, താങ്കളിത്ര ക്രൂരമായി അവളോട് പെരുമാററുത്. ഇരുട്ടിന്റെ നിശ്ശബ്ദതയിൽ ഞാനെത്രയോ രാവുകൾ അവളെക്കുറിച്ച് ഓർത്തിട്ടുണ്ട്. എനിക്കവളുടെ ഹൃദയം കാണാൻകഴിയുന്നു. ചിലപ്പോഴെനിക്ക് തോന്നാറുണ്ട് അവൾ ഞാനാണെന്ന്. അല്ലെങ്കിൽ ഞാനവളാണെന്ന്. അതൊരുപക്ഷേ എന്റെ അഹങ്കാരമായിരിക്കാം. എന്തുതന്നെയായിരുന്നാലും ശരി ആ സ്ത്രീക്കുവേണ്ടി ഞാൻ അടരാടാൻ തീരുമാനമെടുത്തുകഴിഞ്ഞിരിക്കുന്നു. അവളുടെ സമീപത്തേക്ക് താങ്കളെപ്പോഴാണ് പോകുന്നതെന്ന് ഞാൻ ചോദിക്കുന്നില്ല. എനിക്കത് തീർച്ചയാണ്. താങ്കൾക്ക് അവളെ കാണാതിരിക്കാനാവില്ല. പ്രിയപ്പെട്ടവനെ ഞാൻ ഇന്ന് ഒരു ജോലിയും ചെയ്തിട്ടില്ല. എനിക്ക് കഴിയുന്നില്ല. മനസ്സിന് ഒരു ഉന്മേഷവുമില്ല.

എന്ന്

സ്നേഹപൂർവ്വം റോമ,"

കിടക്കുന്നതിനുമുമ്പുതന്നെ ഡേവിഡ് റോസ്സി ഈ എഴുത്തിനുള്ള മറുപടി എഴുതിത്തയ്യാറാക്കി.

"പ്രിയമുള്ളവളെ, ഈ കത്ത് അവിടെ എത്തിക്കുന്നത് ബ്രൂണോ ആയിരിക്കും. ഞാനയാളോട് പറഞ്ഞിട്ടുണ്ട് വളരെ ശ്രദ്ധയോടെ വേണം ഇത് നിനക്കെത്തിക്കാനെന്ന്. കത്ത് വായിച്ചശേഷം വേഗംതന്നെ അത് നശിപ്പിച്ചുകളയണം. നമ്മുടെ രണ്ടുപേരുടെയും ഗുണത്തിന് വേണ്ടിയാണത്.

ഞാനെല്ലാം തുറന്നുപറയാം. ഇതുവരെ ഞാൻ പലതും മറച്ചുവെച്ചു. ചില കളവുകൾ പ്രണയത്തെ മധുരോദാരമാക്കും. എന്നാൽ, ഇനി ഞാനൊന്നും മറച്ചുവെക്കുന്നില്ല. എനിക്കതിന് കഴിയുന്നില്ല.

റോമാ, പ്രിയമുള്ളവളേ, ശരിയാണ് നീ പറഞ്ഞത്. നിന്നെ -നിന്നെത്തന്നെയാണ് ഞാൻ സ്നേഹിക്കുന്നത്. നീയും എന്നെ പൂർണ്ണമായും അഗാധമായും സ്നേഹിക്കുന്നുണ്ടെന്ന് എനിക്കറിയാം. അതിനൊന്നും തന്നെ ഞാനർഹനല്ലെന്നുമെനിക്കറിയാം. ഇനിയിതു മറച്ചുവെക്കാൻ എനിക്കുകഴിയില്ല. എന്നാൽ, ഇതുകൊണ്ടൊന്നും കാര്യമില്ലെന്നെനിക്കറിയാം. കാരണം, നമുക്കുതമ്മിൽ ബന്ധം സ്ഥാപിക്കാൻ കഴിയുമെന്ന് തോന്നുന്നില്ല. നമുക്ക് മുമ്പിൽ വലിയ തടസ്സങ്ങളാണുള്ളത്.

റോമാ, എന്റെ നിയോഗം പൊതുജനസേവനമാണ്. അതുതന്നെയാണ് നമ്മുടെ പ്രണയത്തിന്റെ തടസ്സവും. മാത്രമല്ല കുട്ടീ, നീ ഉയർന്ന കുടുംബത്തിൽ ജനിച്ചവളാണ്. ഞാനങ്ങനെയല്ല. എന്നാൽ, ഇത്തരം മനു

ഷ്യനിർമ്മിതമായ തടസ്സങ്ങളല്ല നമുക്കുമുമ്പിലുള്ളത്. ദൈവം മരണത്തിന്റെ രൂപത്തിൽ എനിക്കുമുമ്പിൽ നില്ക്കുകയാണ്.

രോഗം പിടിപെട്ട് സ്വാഭാവികമായി മരിക്കുന്നതിനെക്കുറിച്ച് നീ ആലോചിച്ചിട്ടില്ലേ. ഹൃദയത്തിൽ പ്രണയവും ശരീരത്തിൽ രോഗവുമായി ജീവിക്കുന്ന അവസ്ഥ എന്തുമാത്രം ഭീകരമാണ്. മരണത്തെക്കുറിച്ചുള്ള ചിന്ത അസഹ്യമാണ്. പ്രണയിനിയുടെ ഓരോ ചുംബനവും അവന് മരണത്തിന്റെ ഗന്ധമാണ് നല്കുന്നത്. ശവകുടീരത്തിലെ ശൈത്യമാണ് അവൻ അനുഭവിക്കുന്നത്.

ഭീകരമായ അവസ്ഥയാണ് അത് റോമാ. പക്ഷേ, നമുക്കാശ്വസിക്കാം. കാരണം പ്രകൃതി എന്നൊരുശക്തിയുണ്ട്. അതിന്റെ അത്ഭുതങ്ങൾ അപാരമാണ്. അവസാനംവരെ ജീവിക്കുക എന്നതാണ് ഒരേയൊരു പ്രതീക്ഷ. ദൈവം അനുഗ്രഹിക്കാതിരിക്കില്ല. എന്നാൽ, ഞാൻ പറയുന്ന മരണം ഇത്തരത്തിലുള്ള സാധാരണമരണമല്ല. യാതൊരുവിധ ആശ്വാസവും ആശയും നമുക്ക് തരാത്ത കരുണയില്ലാത്ത മരണമാണ്.

റോമാ, നീ ഓർക്കുന്നോ നാം തമ്മിൽ കണ്ട ആദ്യദിനം. അന്ന് ഞാൻ പറഞ്ഞത് നീ ഓർക്കുന്നോ. യാതൊരുവിധ വിചാരണയുംകൂടാതെ കൊല്ലപ്പെട്ട പിതാവിന്റെ കഥ. ആ പിതാവിന്റെ ആശയങ്ങളോട് യോജിക്കുന്നതുകൊണ്ട് ഭരണകൂടം എന്നെ വധശിക്ഷയ്ക്ക് വിധിച്ചു.

പക്ഷേ, തന്ത്രപൂർവ്വം ഞാനിവിടെയെത്തി. മറ്റൊരുപേരിലാണ് ഞാനിവിടെ വന്നിരിക്കുന്നത്. എന്റെ അമ്മയുടെ പേരിൽ. മരണം എന്റെ ശിരസ്സിനുമേൽ ഡമോക്ലിസിന്റെ വാളുപോലെ തൂങ്ങിക്കിടക്കുകയാണ്. എന്നാണെന്റെ ജീവിതം കഴുമരത്തിലൊടുങ്ങുക എന്ന് എനിക്ക് പറയാനാവില്ല.

ഞാനെന്തുചെയ്യട്ടെ റോമാ. എന്റെ റോമയെ ഞാൻ സ്നേഹിക്കുന്നു. നീ എന്നെയും സ്നേഹിക്കുന്നു. ക്ഷയരോഗിയെപ്പോലെ ഞാൻ വ്യർത്ഥമായി സ്വപ്നംകണ്ട് ജീവിക്കണോ. മാപ്പർഹിക്കാത്ത കുറ്റമല്ലേ അത്. അക്രമമല്ലേ തെറ്റല്ലേ.

ഇല്ല. എനിക്കത് സാദ്ധ്യമല്ല. എന്റെ ജീവൻ അപകടത്തിലാണ്. അത് നിനക്ക് വളരെ വ്യക്തമായറിയാം. എന്റെ ജീവിതത്തിലേക്ക് എപ്പോഴും അപായം കടന്നുവരാം. നിനക്കതിനെക്കുറിച്ച് വളരെ വ്യക്തമായി ബോദ്ധ്യമുണ്ടെന്ന് നീ എഴുതിയ കത്തിലെ വരികൾക്കിടയിൽനിന്ന് ഞാൻ വായിച്ചു. മിങ്കിളിയെ എന്തിനാണ് നീ പേടിക്കുന്നത്. റോമാ, നാം തമ്മിൽ പ്രണയിക്കുന്നതുകൊണ്ടുതന്നെ, ഈ പ്രണയം ശാശ്വതമായിരിക്കുന്നിടത്തോളംതന്നെ നാം തമ്മിൽ കാണരുത്.

നീ ഒരുപക്ഷേ ചിന്തിച്ചേക്കാം ഞാനെന്താണ് മരണത്തെപ്പറ്റി ചിന്തിച്ച് ഒരു ഭീരുവിനെപ്പോലെ വിറയ്ക്കുന്നതെന്ന്. ഭാവിയെ ഭയക്കുന്ന ഒരാളല്ല ഞാൻ. ഭൂതത്തെയോർത്ത് ദുഃഖിക്കുന്നുമില്ല. മഹത്കാര്യങ്ങൾ സാക്ഷാല്ക്കരിക്കാൻ മനുഷ്യർ ത്യാഗംചെയ്യേണ്ടതുണ്ട്. മനുഷ്യസമൂഹത്തിനുവേണ്ടി, നീതിക്കുവേണ്ടി, മർദ്ദിതർക്കുവേണ്ടി, അദ്ധ്വാനിക്കുന്ന ജനവിഭാഗങ്ങൾക്കുവേണ്ടി മരിക്കുക എന്നത് ഏറ്റവും ആഹ്ലാദകരമായ സംഗ

തിയാണ് റോമാ. മഹത്തായ ഒരു കാര്യത്തിനുവേണ്ടി, അല്ലെങ്കിൽ ദൈവത്തിന്റെ പേരിൽ തന്റെ പ്രിയതമയെ ത്യജിക്കുക എന്നത് മഹത്തായ കൃത്യമാണ്. ഏറ്റവുമേറ്റവും മഹനീയം. അഭിമാനബോധത്താൽ ഞാൻ വിജ്രുംഭിതനാകുന്നു. ഞാനിതാ നിലയെടുത്തുനില്ക്കുന്നു. എന്റെ മരണത്തോടുകൂടി പോരാട്ടം അവസാനിക്കുന്നില്ല. മർദ്ദിതരുടെ വിമോചനത്തിനുവേണ്ടി എന്റെ സിരകളിലെ രക്തത്തിന്റെ അവസാനതുള്ളിവരെ ഞാൻ നല്കാം. എന്ത് പരിഹാസങ്ങളും ആക്ഷേപങ്ങളും അപമാനങ്ങളും സഹിക്കാൻ ഞാനൊരുക്കമാണ്. പക്ഷേ, ഒന്നുണ്ട്. ഞാൻ എന്നെക്കാൾ ആയിരംമടങ്ങ് സ്നേഹിക്കുന്ന ഒരാളെ എന്റെ നിയോഗത്തിലേക്ക് വലിച്ചിഴയ്ക്കാൻ ഒരിക്കലും പറയരുത്.

എന്റെ പ്രണയപുഷ്പമേ, നിന്നെ ഞാൻ അഭിലഷിക്കുന്നു. നീ എനിക്കുവേണം. എന്റെ ആത്മാവ് മുഴുവനായും നിന്നെ അഭിലഷിക്കുന്നു. എന്നാൽ, എന്റെ നിയോഗം എനിക്ക് തടസ്സമാകുന്നു. മരണം, അവനെനിക്കുവേണ്ടി കാത്തുനില്പാണ്. ഇന്നല്ലെങ്കിൽ നാളെ അത് സുനിശ്ചിതമാണ്. അതിൽനിന്നും ഒരിക്കലും എനിക്ക് ഓടിയകലാൻ കഴിയില്ല.

എന്റെ ഓമനയായ റോമയെ ഞാൻ പരിണയിച്ചു എന്നു വിചാരിക്കൂ, നമ്മൾ അങ്ങനെ പരസ്പരം ഒന്നാവുന്നു. ആലോചിച്ചുനോക്കൂ. അതുകൊണ്ടെന്താണ് കാര്യം. എന്റെ നിയോഗത്തിന് വല്ല മാറ്റവുമുണ്ടാകുമോ.......... ഇല്ല. അവൻ വരും തീർച്ച. അപ്പോൾ നിന്റെ ഗതിയെന്താവും. ദാരിദ്ര്യവും കഷ്ടപ്പാടുകളും കൊണ്ട് തകർന്ന ഒരു മനുഷ്യന്റെ ജീവിതത്തിലേക്ക് കടന്നുവന്ന സ്ത്രീയുടെ ഗതിയെന്തായിരിക്കും. അതോർത്ത് ഞാൻ വേദനിക്കുന്നു. നിന്റെ സ്വർഗ്ഗീയമായ ജീവിതത്തെ നരകതുല്യമാക്കാൻ ഞാനാഗ്രഹിക്കുന്നില്ല. അങ്ങനെ വന്നാൽ എനിക്ക് എന്റെ ശ്മശാനത്തിൽപ്പോലും ശാന്തിയുണ്ടാവില്ല.

ഈ ചിന്തകളെല്ലാം എന്റെ ശിരസ്സിനെ പിളർക്കുകയാണ്. റോമാ മറ്റുള്ളവരെപ്പോലെതന്നെ ഞാനും വികാരങ്ങളും പ്രതീക്ഷകളുമുള്ള ഒരു മനുഷ്യനായിരുന്നു. ഒരു കൂട്ടുകാരിയെ ജീവിതത്തിൽ ലഭിക്കുക എന്നത് എത്രമാത്രം ആഹ്ലാദകരമാണ്. തന്റെ വേദനകൾ പങ്കുവെക്കാൻ ഹൃദയത്തിന് സമാധാനം ലഭിക്കാൻ സ്വാന്ത്വനം ലഭിക്കാൻ ഒരു കൂട്ടുകാരിയെ ലഭിക്കുന്നതിലുള്ള ആനന്ദം കൊതിക്കുന്നതിനുള്ള മനസ്സ് എന്നിലുമുണ്ട്. ഞാനതൊരിക്കലും നിഷേധിക്കുന്നില്ല. പക്ഷേ, ദുരന്തത്തിന് പങ്കാളിയാവാൻ നിഷ്കളങ്കയായ എന്റെ പ്രണയിനിയെ ഞാൻ അനുവദിക്കുകയില്ല. ഞാനങ്ങനെ ചെയ്താൽ അതൊരു മഹാപാപമായിരിക്കും. ആ പാപകർമ്മം ചെയ്യാൻ ഞാൻ തയ്യാറല്ല. ദൈവം നിനക്ക് സകല നന്മകളും നല്കുമാറാകട്ടെ.

റോമാ എഴുതിയത് മതിയോ? ഈ കത്തെഴുതുമ്പോൾ എന്റെ മനസ്സിലുണ്ടായ ദുഃഖക്കയത്തിന്റെ ആഴം എന്തുമാത്രം ഉണ്ടാവുമെന്ന് ഊഹിക്കാൻ നിനക്ക് കഴിഞ്ഞാൽ നിനക്കതിന്റെ ഗൗരവം മനസ്സിലാകും. റോമാ ഇന്നേവരെ ഞാനാരോടും പറയാത്ത ആ രഹസ്യം ഞാൻ നിന്റെ കാതിൽ

മന്ത്രിക്കുകയാണ്. നീയതറിഞ്ഞുകഴിഞ്ഞു. അതെന്നും നിന്റെ മനസ്സിൽ മാത്രം ഒരു രഹസ്യമായി നില്ക്കട്ടെ.

പ്രിയമുള്ളവളേ, നമ്മൾ അകന്നിരുന്നേ പറ്റൂ. അത് അനിവാര്യമാണ്. അതുമായി നീ പൊരുത്തപ്പെടുക.അങ്ങനെവന്നാൽ നമ്മളിരുവരും ശക്തരാകും. നീ ഒന്ന് പറഞ്ഞാൽ ഏത് നിമിഷവും ഞാൻ പറന്നുവരും. ഞാൻ ജീവിച്ചിരിക്കുവോളം, പിടിക്കപ്പെടാതിരിക്കുന്നിടത്തോളം ഞാൻ അതിന് തയ്യാറായിരിക്കും. ഏത് നിമിഷവും നിനക്കുവേണ്ടി കാത്തിരിക്കുകയാണ്. എന്റെ മനസ്സ് ഏത് സമയവും നിന്റെകൂടെയാണ്. എന്റെ പ്രിയതമയെ ഈശ്വരൻ അനുഗ്രഹിക്കട്ടെ.

സ്നേഹപൂർവ്വം,
ഡേവിഡ് ലിയോൺ"

ഈ കത്തിന് മറുപടിയായി പിറ്റേദിവസംതന്നെ റോമ എഴുതി.

"പ്രിയ റോസ്സി,

താങ്കളുടെ എഴുത്തുവായിച്ചു. ആ കത്തിൽ സൂചിപ്പിച്ചതുപോലെ ഞാനത് നശിപ്പിച്ചു. പക്ഷേ, എന്റെ ഉള്ള് ഇപ്പോഴും കത്തുകയാണ്. താങ്കൾ ബുദ്ധിമാനാണ്. ഞാനെന്താണ് ചെയ്യേണ്ടതെന്ന് താങ്കൾക്ക് നല്ല വണ്ണം അറിയാം. നിങ്ങൾ പറയുന്നതെന്തും അനുസരിക്കാൻ ഞാൻ തയ്യാറാണ്.

അത്യാവശ്യമായി എനിക്ക് താങ്കളെ ഒന്നുകാണണം. പ്രധാനപ്പെട്ട ഒരു വിഷയം ചർച്ചചെയ്യാനുണ്ട്. ഇനി അസ്വസ്ഥമായ ചിന്തകൾ നമുക്ക് മാറ്റിനിർത്താം.

താങ്കൾ ഇങ്ങോട്ട് വരുന്നില്ലെങ്കിൽ ഞാനവിടെ പറന്നെത്തും. പള്ളിയിൽ മണിയടിക്കുന്ന സമയത്ത്, സായാഹ്നത്തിൽ ഞാനവിടെ എത്തും. എനിക്ക് നിങ്ങളെ ഒറ്റയ്ക്ക് കിട്ടണം. കാത്തിരിക്കുമെന്ന പ്രതീക്ഷയോടെ,

താങ്കളുടെ റോമ"

സമയം വൈകുന്നേരമാവുന്നു. പള്ളിയിൽ മണിയടിക്കാൻ ഇനി ഏതാനുംനിമിഷങ്ങളേയുള്ളൂ. ഡേവിഡ് റോസ്സിയുടെ മനസ്സിൽ അസ്വസ്ഥത പടരാൻതുടങ്ങി. കാറ്റടിക്കാത്ത ഒരു സായാഹ്നമായിരുന്നു അത്. ആകാശം നിശ്ചലവും ശൂന്യവുമായി കാണപ്പെട്ടു. അപ്പോൾ പുറത്ത് ഒരു വാഹനം വന്നുനില്ക്കുന്ന ശബ്ദംകേട്ട് റോസ്സി ശ്രദ്ധിക്കാൻ തുടങ്ങി. അദ്ദേഹത്തിന്റെ ഹൃദയം പടപടാമിടിക്കുന്നുണ്ടായിരുന്നു.

വാഹനത്തിന്റെ വാതിൽതുറന്ന് റോമ പുറത്തുവന്നു. അവൾക്ക് അസാധാരണമായ സൗന്ദര്യം കൈവന്നതായി അയാൾക്കുതോന്നി. അയാളുടെ മനസ്സിൽ അസ്വസ്ഥത ഇരട്ടിക്കുകയായിരുന്നു.

"ഒരൊറ്റനിമിഷം എനിക്ക് നിങ്ങളോട് സംസാരിക്കണം, നിങ്ങൾക്കെന്റെ കത്ത് കിട്ടിയില്ലേ."

റോസ്സി ഒന്നും മിണ്ടിയില്ല.

"പ്രിയപ്പെട്ട ഡേവിഡ് നിങ്ങൾ വാക്കുപാലിക്കണം."

"എന്തുവാക്ക്."

"നിങ്ങൾ മുമ്പ് പറഞ്ഞത് ഓർമ്മയില്ലേ. എപ്പോൾ ഞാൻ നിങ്ങളെ കാണാൻ ആഗ്രഹിക്കുന്നുവോ അപ്പോൾ നിങ്ങളെന്റെ അടുത്ത് പറന്നെത്തുമെന്ന് പറഞ്ഞതോർമ്മയില്ലേ. എന്റെ ജോലി അവസാനിച്ചു. എന്റെ ചിത്രം നാളെ പ്രദർശിപ്പിക്കുകയാണ്. അത് കാണാൻ പലരുമെത്തും. താങ്കൾ നിർബ്ബന്ധമായും വരണം."

"ഞാൻ വരണോ?"

"തീർച്ചയായും വരണം."

റോമ ദൃഢമായസ്വരത്തിലാണ് അത് പറഞ്ഞത്. ഡേവിഡ് റോസ്സി അവളുടെ കവിളുകളിലേക്ക് നോക്കി. അവ ആകെ ചുവന്ന് തുടുത്തിരുന്നു. കണ്ണുകളിൽ നീലനിറത്തിന്റെ പ്രവാഹം. പതിവിന് വിപരീതമായ ആ മുഖകാന്തി അയാളെ അത്ഭുതപ്പെടുത്തി. അതിന്റെ നിഗൂഢത എന്തെന്ന് അയാൾ സ്വയം ചോദിക്കുകയായിരുന്നു.

"ശരി നാളെ ഞാൻ വരാം."

"വളരെ സന്തോഷം. ആദ്യം വിചാരിച്ചത് കത്തെഴുതാമെന്നാണ്. പക്ഷേ താങ്കൾ വന്നില്ലെങ്കിലോ എന്ന് കരുതി. ആര് വന്നില്ലെങ്കിലും താങ്കൾ നാളെ വരാതിരിക്കരുത് എന്ന് എനിക്ക് നിർബ്ബന്ധമാണ്. ഇനി ഞാൻ പോട്ടെ." റോമ പോകാനൊരുങ്ങി.

"റോമാ" അയാളുടെ കണ്ഠമിടറുന്നുണ്ടായിരുന്നു. റോമ നിന്നു. അവളൊന്നും പറഞ്ഞില്ല. അയാളുടെ മനസ്സ് ആകെ ഉലയുന്നുണ്ടായിരുന്നു.

"എന്റെ കത്തിൽ ഞാൻ പറഞ്ഞ കാര്യങ്ങളെല്ലാം റോമ സമ്മതിച്ച് എനിക്ക് വളരെ ആഹ്ലാദം നല്കുന്നു."

"നല്ലത്, പക്ഷേ അങ്ങയെ മറക്കാൻമാത്രം പറയരുത്."

"മറക്കുന്നതാണ് നല്ലത്. നമ്മുടെ ജീവിതം ഒരിക്കലും മുന്നോട്ടു പോകില്ല. അനിശ്ചിതത്വം നമ്മുടെ ജീവിതത്തെ വേട്ടയാടും. അത്തരത്തിലുള്ള ഒരു ജീവിതത്തിലേക്ക് നമ്മൾ അറിഞ്ഞുകൊണ്ട് പ്രവേശിക്കരുത്."

"ഈ വിഷയം നമ്മൾ സംസാരിക്കില്ലെന്ന് മുമ്പ് പറഞ്ഞതല്ലേ." അവൾ അല്പം ക്ഷോഭത്തോടെ പറഞ്ഞു. റോമയുടെയും റോസ്സിയുടെയും കണ്ണുകൾ ഇടഞ്ഞു. സ്വന്തം ജീവിതത്തിൽനിന്ന് ആനന്ദത്തിന്റെ എല്ലാ തലങ്ങളും വലിച്ചെറിയുന്ന ഒരുതരം ത്യാഗചിന്ത നല്ലതാണോ എന്ന് അദ്ദേഹത്തിനപ്പോൾ സംശയംതോന്നി.

"റോമാ ഇനിയും നീ എനിക്കെഴുതണം." റോമയുടെ കവിളുകൾ ഇരുണ്ടു. ദേഷ്യത്തിൽ അവൾ ചോദിച്ചു:

"ഞാൻ വന്നത് ഇഷ്ടമായില്ലേ?"

"ഇഷ്ടമായില്ലെന്നോ" വലിയശബ്ദത്തിലായിരുന്നു അയാൾ പറഞ്ഞതെങ്കിലും അയാളുടെ പ്രണയം അവിടെ അലതല്ലുകയായിരുന്നു. അപ്പോൾ മഴ മെല്ലെ പെയ്യാൻതുടങ്ങി. ജനൽപ്പാളികളിൽ മഴത്തുള്ളികൾ ഉടഞ്ഞ് വീണ് ചിതറി.

"റോമാ ഈ മഴയത്ത് പോവണ്ട. ഈ പ്രദേശത്തേക്ക് ഇനി വരില്ല

ല്ലോ. ഞാൻ റോമയെ ചില കാര്യങ്ങൾ കേൾപ്പിക്കാം." റോമ ഒരു കസേരയിൽ ഇരുന്നു. റോസ്സി തന്റെ ഷെൽഫിൽനിന്ന് ഒരു പൊതിയെടുത്ത് കൊണ്ട് ചോദിച്ചു:

"റോമയ്ക്ക് അച്ഛനെകണ്ട ഓർമ്മയുണ്ടോ?"

"ഓർമ്മയുണ്ടോ എന്നോ?"

"എങ്കിലിതാ ഈ പൊതിയിൽ അതെല്ലാമുണ്ട്."

"എന്ത്?"

"റോമയുടെ അച്ഛൻ എൽബാ ദ്വീപിലേക്ക് നാടുകടത്തപ്പെട്ടപ്പോൾ ധാരാളം ജയിൽപ്പുള്ളികൾ അവിടെയുണ്ടായിരുന്നു. അവരിൽനിന്നും പല കാര്യങ്ങളും എനിക്കറിയാൻ കഴിഞ്ഞു."

"എന്നെപ്പറ്റി വല്ലതും കേട്ടിരുന്നോ?"

"കേട്ടിരുന്നു. റോമയെപ്പറ്റിയും എന്നെപ്പറ്റിയും കേട്ടിരുന്നു. എന്നെപ്പറ്റി അദ്ദേഹം പറയാറുണ്ടായിരുന്നു. ഡേവിഡ് റോസ്സി തന്റെ ഡേവിഡ് ലിയോൺ തന്നെയാണെന്ന് അദ്ദേഹം തിരിച്ചറിഞ്ഞിരുന്നു. അക്കാലത്ത് അദ്ദേഹം എനിക്കൊരു സന്ദേശം കൊടുത്തയച്ചിരുന്നു."

"സത്യമാണോ."

"അതെ, ഈ പൊതിയിൽ നിന്റെ പിതാവിന്റെ ശബ്ദമുണ്ട്."

"അച്ഛന്റെ ശബ്ദമോ." അയാൾ റോമയ്ക്ക് അച്ഛന്റെ ശബ്ദം കേൾപ്പിച്ചുകൊടുത്തു.

"പ്രിയപ്പെട്ട ഡേവിഡ് റോസ്സി, ഞാൻ നിനക്ക് എഴുതിയ കത്ത് കിട്ടിയില്ലെന്ന് മനസ്സിലായി. ഞാനാരാണെന്നും എന്തിനാണ് ഞാൻ പേരുമാറ്റിയതെന്നും ആയിരുന്നു ഞാനാ കത്തിലെഴുതിയത്. ഞാനിപ്പോൾ എന്റെ പിതാവിന്റെ പേരിലാണ് അറിയപ്പെടുന്നത്. ഭരണാധികാരികൾക്കും അവരുടെ ചാരന്മാർക്കും മാത്രമേ ഞാനാരാണെന്ന് ശരിക്കും അറിയുകയുള്ളൂ. പിന്നെ ഒരാൾക്ക് അറിയാം അതെന്റെ മകൾ റോമയ്ക്ക്."

"ഈ നരകത്തിൽ ഇരുന്നുകൊണ്ട് എനിക്ക് ചിലതെല്ലാം മനസ്സിലാകുന്നുണ്ട്. ഇറ്റലിയിലേക്ക് എന്നെ കൊണ്ടുവന്നതും പൊലീസിൽ ഏല്പിച്ചതും എന്റെ എല്ലാ സ്വത്തുക്കളും തട്ടിയെടുത്തതും അവനാണെന്ന് എനിക്കറിയാം."

"ബാരൻ." റോമ അത്ഭുതത്തോടെ ചോദിച്ചു.

ഡേവിഡ് റോസ്സി മറുപടി പറഞ്ഞില്ല.

"എന്തെങ്കിലും പറയൂ റോസ്സി." ഡേവിഡ് റോസ്സി ക്ഷുഭിതനായി ഇങ്ങനെ പറഞ്ഞു:

"അച്ഛനെ ഒറ്റിക്കൊടുത്ത ആ വഞ്ചകൻ റോമയെ സംരക്ഷിക്കുന്നത് എന്തിനാണെന്ന് ഈശ്വരന് മാത്രമേ പറയാൻകഴിയൂ. നിന്നെയും തിരഞ്ഞ് അയാൾ ഇംഗ്ലണ്ടിൽപ്പോയി. അവിടെനിന്ന് അവളെ തട്ടിയെടുത്തു. എന്നിട്ട് ഏതോ ഒരു പാവപ്പെട്ട പെൺകുഞ്ഞിന്റെ ശരീരം റോമയുടെതാണ് എന്നും പറഞ്ഞ് സംസ്കരിക്കുകയും അത് പ്രസിദ്ധപ്പെടുത്തുകയും ചെയ്തു." റോമയുടെ ശരീരമാകെ മരവിച്ചപോലെയായി. റിക്കാർഡ

റിൽനിന്ന് റോമയുടെ പിതാവിന്റെ ശബ്ദം പുറത്തുവരുമ്പോൾ അത് ഇടറുന്നതായി അവൾക്ക് തോന്നി.

"എന്റെ മകനേ റോസ്സി, എന്റെ മകൾ റോമ ഇപ്പോൾ റോമിലാണുള്ളത്. അപായകരവും അപമാനകരവുമായ ഒരവസ്ഥയിലാണ് അവളിപ്പോൾ. റോസ്സീ നീ അവളെ രക്ഷിക്കണം. എന്നെ വഞ്ചിച്ചവൻ അവളെയും വഞ്ചിക്കും. എങ്ങനെയെങ്കിലും അയാളിൽനിന്നും അവളെ സംരക്ഷിക്കണം. അതുമാത്രമാണ് എന്റെ അവസാനത്തെ അഭ്യർത്ഥന. എന്റെ അന്ത്യപ്രാർത്ഥനകൂടിയാണിത്.

റോസ്സീ, ഈ സന്ദേശം നിനക്ക് ലഭിക്കുംമുമ്പ് തന്നെ ഞാൻ ഇരുളടഞ്ഞ കുഴിമാടത്തിൽ അടയ്ക്കപ്പെടും. ഇതെന്റെ അന്ത്യയാത്രാമൊഴിയാണ്. ഇതിനെ നീ നിസ്സാരമായി കാണരുത്. നീ എന്റെ മകളോട് കരുണകാണിക്കണം. നിനക്കറിയാമോ ഞാനവളെ സ്വപ്നംകാണാത്ത ഒരൊറ്റ രാത്രിയും എന്റെ ജീവിതത്തിലൂടെ കടന്നുപോകുന്നില്ല. സ്നേഹത്തിന്റെ തരംഗമാലകൾ വിഷാദത്തിൽ കുതിർന്ന് എന്റെ ഹൃദയത്തിലൂടെ കടന്നുപോവുകയാണ്. ഈ ഹൃദയം ഞാനവൾക്കായി അയച്ചുകൊടുക്കുകയാണ്.

ഡേവിഡ് റോസ്സീ എന്റെ മരണം അടുത്തിരിക്കുന്നു. നിന്നെ ഈശ്വരൻ അനുഗ്രഹിക്കുമാറാകട്ടെ. മരിച്ചുകഴിഞ്ഞാൽ മനുഷ്യന് ചിന്തിക്കാൻ കഴിവുലഭിക്കുമെങ്കിൽ നിനക്കുവേണ്ടി എന്റെ എല്ലാ സഹായവും നല്കുന്നതാണെന്ന് ഞാനുറപ്പുനല്കുന്നു."

ആ സന്ദേശം അവിടെ അവസാനിച്ചു. കസേരയിലിരുന്ന റോമ മുഖം പൊത്തി വാവിട്ട് കരയാൻ തുടങ്ങി. അണപൊട്ടി ഒഴുകുന്ന ദുഃഖം സഹിക്കാനാവാതെ അവൾ നിലത്ത് മുട്ടുകുത്തിയിരുന്നു.

അലപ്നേരം അതേ ഇരിപ്പ് ഇരുന്ന അവൾ സാവധാനം എഴുന്നേറ്റ് ചോദിച്ചു: "അച്ഛന്റെ സന്ദേശം കിട്ടിയിട്ട് എത്രകാലമായി."

"ഞാൻ റോമയെ കണ്ട ആ രാത്രിയിൽ."

"ആ ദുഷ്ടനെപ്പറ്റി, ആ ബാരനെപ്പറ്റി നിങ്ങൾക്കെല്ലാം അറിയാമായിരുന്നിട്ടും എന്തിന് ഒളിപ്പിച്ചുവെച്ചു."

"ഞാൻ വല്ലതും പറഞ്ഞിരുന്നെങ്കിൽ നീ അന്ന് വിശ്വസിക്കുമായിരുന്നില്ല."

"എങ്കിൽ പിന്നെ പിന്നീട് പറഞ്ഞതോ?"

"അതിനു കാരണമുണ്ടായിരുന്നു."

"നമ്മളിപ്പോൾ പിരിയുകയാണ്. ഇപ്പോൾ പറഞ്ഞാൽമാത്രമേ നീ ഇതൊക്കെ വിശ്വസിക്കുകയുള്ളൂ എന്ന് എനിക്ക് ഉത്തമബോദ്ധ്യമുണ്ടായിരുന്നു."

റോമ അയാളുടെ കണ്ണുകളിലേക്ക് സൂക്ഷിച്ചുനോക്കി. അവൾ വിതുമ്പിക്കൊണ്ട് പറഞ്ഞു:

"പ്രിയപ്പെട്ട റോസ്സീ, താങ്കൾ നാളെ വീട്ടിൽവരണം. വരാതിരിക്കരുത്."

ഇനിയും അവിടെ നില്ക്കാനുള്ള ശക്തി അവൾക്കുണ്ടായിരുന്നില്ല. അവൾ പോകുന്നതും നോക്കി അയാൾ നെടുവീർപ്പിട്ടു. അയാളുടെ മന സ്സിൽനിന്ന് വലിയൊരു ഭാരം ഇറക്കിവെച്ചതുപോലെ തോന്നി.

പിറ്റേന്ന് പ്രഭാതത്തിൽത്തന്നെ ബ്രൂണോ റോസ്സിയെ കാണാനെ ത്തി.

"താങ്കൾ ഇന്നങ്ങോട്ട് പോകുന്നില്ലല്ലോ."

"ഞാൻ പോയാലെന്താ." ദൃഢമായ സ്വരത്തിൽ റോസ്സി ചോദിച്ചു.

"താങ്കൾ അങ്ങോട്ട് പോകരുത്. ജൂദാസിനെ വരയ്ക്കാൻവേണ്ടി അവൾ താങ്കളുടെ മുഖമാണ് ഉപയോഗിച്ചത്."

"അതുകൊണ്ടാണോ പോകരുതെന്ന് പറഞ്ഞത്."

"അത് നിസ്സാര സംഭവമാണോ."

"താങ്കളെ അപമാനിക്കാൻവേണ്ടിയല്ലേ അവൾ അങ്ങനെ ചെയ്തത്. ഇതറിഞ്ഞിട്ട് എനിക്ക് അവളോടുള്ള കലി അടങ്ങുന്നില്ല. അവളുടെ സ്വീക രണപരിപാടിയിൽ താങ്കൾ ഒരിക്കലും പങ്കുകൊള്ളരുത്."

"എന്നാൽ കേട്ടോളൂ. ഞാൻ ആ പരിപാടിയിൽ പങ്കെടുക്കും. എന്റെ മുഖം ജൂദാസിനെ വരയ്ക്കാൻ വേണ്ടി അവൾ ഉപയോഗിച്ചിരിക്കാം. ഇനി സാത്താനെ വരയ്ക്കാൻ ഉപയോഗിച്ചാലും എനിക്ക് പ്രശ്നമൊന്നുമില്ല. കാരണം ഞാനവളെ സ്നേഹിക്കുന്നു."

"സ്നേഹിക്കുന്നു എന്നോ."

"അതെ, സ്നേഹിക്കുന്നു. ബ്രൂണോയ്ക്ക് പോകാം."

ഉച്ചകഴിഞ്ഞ് റോസ്സി റോമയെ കാണാൻ പുറപ്പെട്ടപ്പോൾ തെരു വിൽനിന്നും ഒരു വലിയ ബഹളം കേട്ടു. ചെണ്ടക്കാരൻ ചെണ്ടകൊട്ടി ആഭ്യന്തരവകുപ്പ് മന്ത്രിയുടെ ഉത്തരവ് അറിയിക്കുകയാണ്.

"റോമൻ ജനങ്ങളെ, ഈ രാജ്യത്ത് നമ്മുടെ സർക്കാറിന്റെ നിയമ ങ്ങളെ അട്ടിമറിക്കാൻ ചില ആളുകൾ ബോധപൂർവ്വം ഇറങ്ങിപ്പുറപ്പെട്ട തായി രാജാവിന്റെ ശ്രദ്ധയിൽപ്പെട്ടിരിക്കുന്നു. ഈ രാജ്യത്ത് നീതിന്യാ യവ്യവസ്ഥ നിലനില്ക്കണമെങ്കിൽ ഇത്തരത്തിലുള്ള വിഷച്ചെടികളെ മുളയിലേ നുള്ളിക്കളയേണ്ടത് അത്യാവശ്യമാണെന്ന് നിങ്ങളെ അറിയി ക്കുന്നു. ഭരണകൂടത്തിനെതിരെ വിഷവിത്തുകൾ വിതച്ച് ജനങ്ങളുടെ മനസ്സിൽ വിദ്വേഷം വളർത്താനുള്ള ബോധപൂർവ്വമായ ശ്രമത്തെപ്പറ്റി നിങ്ങ ളെല്ലാവരും ബോധവാന്മാരാകേണ്ടതുണ്ട്. അതുകൊണ്ട് രാജ്യത്ത് എല്ലാ വിധത്തിലുള്ള പൊതുയോഗങ്ങളും സമ്മേളനങ്ങളും കർശനമായി നിരോ ധിച്ചതായി ഇതിനാൽ അറിയിച്ചുകൊള്ളുന്നു."

റോമായുടെ വീടിനുചുറ്റും ആളുകൾ തിങ്ങിക്കൂടിയിരിക്കുന്നു. വാഹ നങ്ങൾ നിരനിരയായി വന്നുകൊണ്ടിരിക്കുകയാണ്. ശാന്തഗംഭീരമായ ഭാവ ത്തിൽ റോസ്സി അവിടേക്ക് കടന്നുവന്നു. ആളുകൾ അദ്ദേഹത്തെ തുറി ച്ചുനോക്കുന്നുണ്ടായിരുന്നു. എന്നാൽ, റോമ അതൊന്നും കണക്കിലെടു ക്കാതെ റോസ്സിയുടെ അടുത്തേക്ക് ഓടിവന്ന് അദ്ദേഹത്തെ അഭിവാദ്യം ചെയ്തു.

"മിസ്റ്റർ റോസ്സിക്ക് എന്റെ അഭിവാദ്യങ്ങൾ. ഇനി ഞാൻ പറയാതെ ഇവിടുന്ന് പോകരുത്." അവൾ അയാളുടെ ചെവിയിൽ പറഞ്ഞു. ആളുകളെല്ലാം സംഭാഷണത്തിൽ ഏർപ്പെട്ടിരിക്കുകയാണ്. റോമ ഡേവിഡ് റോസ്സിയെയും അതിഥികളെയും അവളുടെ മുറിയിലേക്ക് നയിച്ചു. അവിടെ റോസ്സിവരച്ച മനോഹരമായ ചിത്രം കണ്ട് എല്ലാവരും വിസ്മയിച്ചുപോയി.

"ഗംഭീരമായിരിക്കുന്നു. അപാരം." ആളുകൾ അവളെ അഭിനന്ദിച്ചു.

"പക്ഷേ, ഒരു പ്രധാനപ്പെട്ട കാര്യം ശരിയായില്ല. ക്രിസ്തുവും തന്റെ ശിഷ്യന്മാരും ഒരുമിച്ചിരിക്കുന്ന ഈ ചിത്രത്തിൽ ക്രിസ്തുവിന്റെ ചിത്രം ശരിയായില്ല." ബാരൻ പറഞ്ഞു.

"ക്രിസ്തുമാത്രമല്ല ജൂദാസും ശരിയായില്ല." കമിലോ പറഞ്ഞു.

"ഞാനങ്ങനെ ബോധപൂർവ്വം വരച്ചതാണ്. കുറച്ച് സമയമെടുത്തേ അവരുടെ ഭാവം പൂർണ്ണമാക്കാൻ പറ്റുകയുള്ളൂ എന്ന് എനിക്ക് നന്നായറിയാം. ക്രിസ്തുവിന്റെയും ജൂദാസിന്റെയും മുഖഭാവം ഞാൻ പ്രത്യേകം തയ്യാറാക്കിവെച്ചിട്ടുണ്ട്. ഞാനത് നിങ്ങൾക്ക് കാണിച്ചുതരാം."

ആളുകൾ ചിത്രത്തിലെ ആശയത്തെപ്പറ്റി പലകാര്യങ്ങളും സംസാരിച്ചുകൊണ്ടു നില്ക്കുകയായിരുന്നു. കലയെപ്പറ്റിയും കലയുടെ ഉള്ളടക്കത്തെപ്പറ്റിയും രാഷ്ട്രീയത്തെപ്പറ്റിയും മതത്തെപ്പറ്റിയുമെല്ലാം അവർ തർക്കത്തിൽ ഏർപ്പെടുന്നുണ്ടായിരുന്നു.

റോമ അതിഥികളെ അവളുടെ മറ്റൊരു മുറിയിലേക്ക് നയിച്ചു. അവിടെ രണ്ട് ചിത്രങ്ങൾ മൂടിവെച്ചിട്ടുണ്ടായിരുന്നു. ഒരു ചിത്രം നനഞ്ഞ തുണികൊണ്ടും മറ്റേത് മസ്ലിം തുണികൊണ്ടുമായിരുന്നു മറച്ചുവെച്ചത്. രണ്ടാമത്തെ ചിത്രത്തിന്റെ അടുത്തേക്ക് നടന്നുകൊണ്ട് റോമ പറഞ്ഞു:

"യേശുക്രിസ്തുവിനെ വരയ്ക്കാനാണ് ഏറ്റവും പ്രയാസം. അതോർത്ത് പലപ്പോഴും എനിക്ക് ദുഃഖം തോന്നിയിട്ടുണ്ട്. ഈ വര പൂർത്തിയാക്കാൻ കഴിയുമോ എന്നുപോലും എനിക്ക് സംശയമായിരുന്നു. ദരിദ്രനായതുകൊണ്ട് ആളുകളുടെ മുമ്പിൽ പരിഹസിക്കപ്പെടുകയും നിന്ദിക്കപ്പെടുകയും ചെയ്ത ഒരു വ്യക്തിയെ എനിക്ക് കണ്ടുമുട്ടാൻ കഴിഞ്ഞു. അതോടുകൂടിയാണ് യേശുക്രിസ്തുവിനെ വരയ്ക്കുക എന്ന എന്റെ ജോലി എളുപ്പമായിത്തുടങ്ങിയത്. ഭൂമിയിലെ പീഡിതർക്കും ദുഃഖിതർക്കുംവേണ്ടി അദ്ധ്വാനിക്കുന്ന മനുഷ്യനാണ് അദ്ദേഹം. താനനുഭവിക്കുന്ന പരിഹാസങ്ങൾക്കും അപമാനങ്ങൾക്കും എതിരെ പ്രതികാരം ചെയ്യാൻ അദ്ദേഹം ആഗ്രഹിക്കുന്നില്ല. കാരണം അദ്ദേഹം നിസ്വാർത്ഥനായ ഒരു മനുഷ്യനാണ്. അങ്ങനെയാണ് എനിക്കിത് വരയ്ക്കാൻ കഴിഞ്ഞത്."

റോമ മസ്ലിം തുണികൊണ്ട് മറച്ചുവെച്ച ആ ചിത്രം ആളുകൾക്കുമുമ്പിൽ അനാവരണം ചെയ്തു.

ആളുകളാകെ അമ്പരന്നുപോയി. ഡേവിഡ് റോസ്സിയുടെ മുഖമായിരുന്നു അവൾ വരച്ചുവെച്ചത്. ഔന്നത്യവും മനുഷ്യസ്നേഹവും അല

തല്ലുന്ന മുഖം. അതിന്റെ സൗന്ദര്യം അപാരമായിരുന്നു.

പരിപൂർണ്ണനിശ്ശബ്ദതയായിരുന്നു അപ്പോൾ. ആളുകൾ കുറച്ചുകഴിഞ്ഞപ്പോൾ കുശുകുശുക്കാൻ തുടങ്ങി.

"ആരാണിത്?"

"ക്രിസ്തുതന്നെ ആയിരിക്കും."

"ക്രിസ്തുതന്നെയോ!"

"അതെ,"

"പക്ഷേ, മറ്റൊരാളുടെ മുഖംപോലെ തോന്നുന്നു."

"ആരുടെ?"

"പോപ്പിന്റെയാണോ?"

"അല്ലല്ല."

"പിന്നെ ആരുടെ?"

"മനസ്സിലായില്ലേ."

"ഇല്ല."

"മഹാ കഷ്ടം."

"ലജ്ജാകരം."

"അല്ല, അക്രമം."

"തീർത്തും ശരിയായില്ല അല്ലേ, എന്നാൽ എന്റെ ജൂദാസ് കുറെക്കൂടി നന്നായിട്ടുണ്ട്. നിങ്ങളതൊന്ന് കാണൂ."

റോമ മറ്റേ ചിത്രംകൂടി അനാവരണം ചെയ്തു. എന്നിട്ട് പറഞ്ഞു:

"ബാരൻ, നിങ്ങളിതുകാണൂ. ഒരു വലിയ വഞ്ചനയുടെ പ്രതിരൂപം. ഇത് മിസ്റ്റർ ബാരനാണ്. ഇയാളൊരിക്കൽ എന്നോട് ഒരു നിഷ്കളങ്കനായ മനുഷ്യനെപ്പറ്റി നുണപറഞ്ഞു. ഒരു വലിയ ചതിയനാണിയാൾ. മുപ്പത് വെള്ളിക്കാശിനുവേണ്ടി നിഷ്കളങ്കനായ ഒരു മനുഷ്യനെ വഞ്ചിക്കുകയും ഒറ്റിക്കൊടുക്കുകയും ചെയ്ത വേറൊരു ജൂദാസാണിത്."

ക്രൂരതയും വഞ്ചനയും ഭോഗാസക്തിയും ചാപല്യവും സൂത്രവും ആ ചിത്രത്തിൽ പ്രകടമായിരുന്നു. ആളുകൾ പരസ്പരം സംസാരിക്കാൻതുടങ്ങി.

"ഇത് ബാരനാണല്ലോ."

"ഏയ് ബാരനാവാൻ തരമില്ല."

"അതെ ഇത് ബാരൻതന്നെയാണ്."

"എന്തൊരക്രമം."

"ഭയങ്കരം തന്നെ." റോമ അവരോടായി പറഞ്ഞു.

"എന്റെ ജൂദാസിനെ നിങ്ങൾക്കിഷ്ടമായില്ലേ. എന്തുചെയ്യാം എനിക്കും ഇയാളെ അത്ര ഇഷ്ടമല്ല. വെറുപ്പാണ് എനിക്ക് ഇയാളോട്."

ഒരു കമ്പിക്കഷ്ണമെടുത്ത് അവൾ ആ ചിത്രത്തിന്റെ കഴുത്തിൽ ഒരു മുറിവുണ്ടാക്കി. എന്നിട്ട് ആ മുറിവിലൂടെ കമ്പി വട്ടത്തിൽ പായിച്ചു. ചിത്രത്തിൽനിന്ന് ജൂദാസ്സിന്റെ മുഖം അടർന്ന് താഴത്ത് വീണു.

"കലാകാരന്മാർക്ക് ചിലപ്പോൾ ഭ്രാന്തുണ്ടാകാറുണ്ട്. അതുകൊണ്ട്

ഇതൊന്നും അത്ര കാര്യമാക്കേണ്ടതില്ല." ബാരൻ പറഞ്ഞു.

"റോമാ, ഞങ്ങൾ പോകുന്നു. നിനക്ക് നന്ദി." ബാരൻ അവിടെനിന്നും പോയി. അയാൾ അവിടെനിന്നു പോകുമെന്ന് ആളുകളെല്ലാം പ്രതീക്ഷിച്ചിരുന്നതാണ്. ചിലർ അയാളോട് ഇങ്ങനെ പറഞ്ഞു:

"അവൾക്ക് ഇതിനൊക്കെ പകരം കിട്ടും. പലിശയടക്കം കിട്ടും."

ആളുകൾ മെല്ലെ മെല്ലെ അപ്രത്യക്ഷരാകാൻ തുടങ്ങി. റോമയുടെ മുഖം ആഹ്ലാദംകൊണ്ട് വികസിച്ചു. എല്ലാവരും പോയതിനുശേഷം റോമ തന്റെ മുറിയുടെ വാതിലടച്ചു. മുറിയിൽ റോസ്സി ഉണ്ടായിരുന്നു. അവൾ വിതുമ്പിവിതുമ്പിക്കരഞ്ഞുകൊണ്ട് റോസ്സിയുടെ കാലിൽ മുട്ടുകുത്തി.

"റോമാ, എഴുന്നേല്ക്കൂ." റോസ്സിയുടെ മനസ്സ് ആകെ അസ്വസ്ഥമായിരുന്നു. വലിയൊരു അപായസന്ധിയിലാണിപ്പോൾ. അയാളുടെ ഹൃദയം പടപടാമിടിക്കാൻതുടങ്ങി.

"വല്ല കുഴപ്പവുമുണ്ടായോ. എന്റെ പ്രവർത്തനത്തിൽ വല്ല പിശകും പറ്റിയോ. എന്റെ സ്വത്തിന്റെ പേരിൽ താങ്കളെന്നെ പരിഹസിച്ചില്ലേ. ഞാൻ സമ്പന്നയാണെന്ന് പറഞ്ഞില്ലേ. എന്നാൽ, ഞാനിപ്പോൾ നിങ്ങളെപോലെ തന്നെ ദരിദ്രയാണ്. ബാരനായിരുന്നു എനിക്ക് പണമെല്ലാം തന്നത്.- അതെല്ലാം എന്റെ പിതാവിന്റേതാണെങ്കിൽപ്പോലും. ആ സ്വത്തുക്കളെല്ലാം ഇപ്പോൾ അയാളുടെ സ്വന്തമാണ്. ഞാനിന്നൊരു കടക്കാരിയാണ്. ആ നിലയ്ക്ക്തന്നെയാണ് അയാൾ ഇന്നേവരെ എന്നോട് പെരുമാറിയിട്ടുള്ളതും. എന്റെ കടങ്ങൾ വീട്ടണമെങ്കിൽ എനിക്കെന്റെ വീടും എല്ലാം വില്ക്കേണ്ടിവരും. അങ്ങനെ ഞാനൊന്നുമില്ലാത്തവളാകും."

"റോമാ,"

ആ വിളി അവളിൽ യാതൊരു ചലനവുമുണ്ടാക്കിയില്ല.

"വീട്, സ്വത്തുക്കൾ, സമ്മാനങ്ങൾ, വാഹനങ്ങൾ, കുതിരകൾ എല്ലാം വരുംപോകും. അവസാനം ഒന്നും ഉണ്ടാവില്ല. താങ്കൾ പറഞ്ഞില്ലേ പെണ്ണെന്നാൽ സ്വത്തും സുഖവും മോഹിക്കുന്നവളാണെന്ന്. അവയെ സ്നേഹിക്കുന്നവളാണെന്ന്. എന്നാൽ, അതുമാത്രമാണോ സ്ത്രീ. ലോകത്തിൽ മറ്റൊന്നും ഞങ്ങൾക്ക് പ്രിയപ്പെട്ടതായിട്ടില്ലെന്നാണോ നിങ്ങൾ മനസ്സിലാക്കിയത്. ഇപ്പോൾ എന്നെപ്പറ്റി നിങ്ങൾക്കെന്തുതോന്നുന്നു."

"റോമാ, ഇങ്ങനെയൊന്നും സംസാരിക്കരുത്. എനിക്കിത് സഹിക്കാൻ കഴിയില്ല."

"ഞാനൊരു സാധാരണ സ്ത്രീയാണെന്ന് പറഞ്ഞ് നിങ്ങളെന്നെ പരിഹസിച്ചു. നിങ്ങൾ കരുതി എന്നിൽ ത്യാഗമനോഭാവവും സ്നേഹവും ഒന്നുമില്ലെന്ന്. പുരുഷന്റെ വെറുമൊരു കളിപ്പാട്ടം മാത്രമാണോ ഞാൻ. നിങ്ങൾ കരുതിയത് ഭർത്താവിന്റെ മേൽ സ്വാധീനം ചെലുത്തുന്ന ഒരു സ്ത്രീയാവാൻ ആഗ്രഹിക്കുന്നവളാണ് ഞാനെന്നല്ലേ. നോക്കൂ. എനിക്ക് എന്റെ ഭർത്താവിന്റെ പത്നിയായാൽ മാത്രം മതി. ജീവിതത്തിലെ സുഖവും ദുഃഖവും എല്ലാം പങ്കുവെക്കാൻ. ജീവിതം ആഹ്ലാദകരമായാലും ദുഃഖകരമായാലും അതിൽ പങ്കാളിയാവാൻ. പൊട്ടിക്കരഞ്ഞുകൊണ്ടാണ്

അവൾ അത് പറഞ്ഞ് തീർത്തത്.

"ദൈവത്തെയോർത്ത് റോമാ........"

"എനിക്ക് താങ്കളുടെ കഠിനമായ അനുഭവങ്ങളെപ്പറ്റിയെല്ലാം അറിയാം. ഒരു സ്ത്രീ എന്നാൽ ഭർത്താവിന്റെ കർമ്മങ്ങൾക്കുമുമ്പിൽ ഒരു വിലങ്ങുതടിയാണെന്നാണോ നിങ്ങൾ കരുതിയത്. ഉത്തരവാദിത്വങ്ങളൊന്നും നിറവേറ്റാനില്ലാത്ത ഒരു ഭർത്താവിനെയാണോ ഒരു സ്ത്രീ ആഗ്രഹിക്കുന്നത്. അത്തരത്തിലുള്ള ഒരു ഭർത്താവിനോട് എനിക്ക് വെറുപ്പാണ്."

"റോമാ."

"പിന്നെ താങ്കൾ, താങ്കളുടെ മരണത്തെക്കുറിച്ച് പറഞ്ഞുകൊണ്ട് എന്നെ ഭയപ്പെടുത്തി. അങ്ങ് മരിച്ചാൽ ഞാനീലോകത്തിൽ അനാഥയാകും എന്നല്ലേ നിങ്ങൾ പറഞ്ഞത്. പക്ഷേ, താങ്കൾക്ക് തെറ്റി. ഞാൻ താങ്കളെ സ്നേഹിക്കുന്നതുപോലെ, പ്രണയിക്കുന്നതുപോലെ, ഒരു പെണ്ണ് ആണിനെ സ്നേഹിച്ചാൽ, പ്രണയിച്ചാൽ പിന്നെ അവളുടെ ജീവിതം അനാഥമാവുമെന്ന് തോന്നുന്നുണ്ടോ."

റോസ്സിക്ക് ഒന്നും പറയാൻ കഴിഞ്ഞില്ല. അയാളുടെ നാവ് വരണ്ടുപോയിരുന്നു.

"താങ്കൾ മരണത്തെക്കുറിച്ച് പറഞ്ഞു. അത് താങ്കളുടെ കുറ്റംകൊണ്ടുണ്ടായതല്ല. എന്റെ അച്ഛനെ നിങ്ങളങ്ങേയറ്റം ബഹുമാനിച്ചു. സ്നേഹിച്ചു. ആ ബഹുമാനവും സ്നേഹവും നിങ്ങൾക്കുതന്ന ഫലമാണത്. അതുകൊണ്ടാണ് താങ്കളുടെ ജീവിതത്തിൽ പങ്കാളിയാവാൻ എനിക്കും അവകാശമുണ്ടാകുന്നത്. താങ്കൾ മരിച്ചുകഴിഞ്ഞാൽ ഞാൻ ജീവിക്കുകയില്ല."

"റോസ്സി അവളുടെ കൈകൾ വാരിയെടുത്തു."

"പ്രിയപ്പെട്ട റോമാ, നീ വാക്ക് തെറ്റിച്ചു."

"അതുസാരമില്ല."

"പതിനായിരം വാഗ്ദാനങ്ങൾ ഇനിയും ഞാൻ ലംഘിച്ചേക്കാം. പക്ഷേ, അതെല്ലാം താങ്കളോടുള്ള സ്നേഹംകൊണ്ടായിരുന്നു."

"റോമാ, എന്റെ മനസ്സിൽ റോമയെ രക്ഷിക്കുന്ന റോസ്സിയും അവളെ അകറ്റാൻ ശ്രമിക്കുന്ന റോസ്സിയുമുണ്ടായിരുന്നു. നീ അനുഭവിക്കാൻപോകുന്ന ദുരന്തങ്ങളും ദുരിതങ്ങളും ഒഴിവാക്കാൻവേണ്ടിയുള്ളതായിരുന്നു അത്."

"പ്രിയപ്പെട്ട ഡേവിഡ് താങ്കൾ എന്നെ അതിരറ്റ് സ്നേഹിക്കുന്നു. പ്രണയിക്കുന്നു. ശരിയല്ലേ? അല്ലെങ്കിൽ ഇപ്പോൾ പറയണം. ഈ നിമിഷം."

"ഇതിനുത്തരം പറയാൻ എനിക്ക് നിർവ്വാഹമില്ല. ഞാൻ പോകുന്നു."

"പക്ഷേ, ഞാൻ ധീരയാണ്. ഞാനെല്ലാം ഉപേക്ഷിച്ചവളാണ്. എന്റെ സുഹൃത്തുക്കളെയെല്ലാം ഞാൻ ഉപേക്ഷിച്ചു. ജീവിതത്തിൽ എന്ത് ദുരിതങ്ങളും ദുഃഖങ്ങളുമുണ്ടായായും. അവയെയെല്ലാം സ്വീകരിക്കാൻ തയ്യാറെടുത്തവളാണ് ഞാൻ ഒരു സ്ത്രീ. താങ്കളോ ഒരു പുരുഷൻ. എന്നിട്ടും

പേടിക്കുകയാണ്. എന്തിനാണ്? അങ്ങൊരു ഭീരുവാണോ? ഞാൻ പറയുന്നു ഭീരുവാണെന്ന്.......... ഇല്ല ഇല്ല........ ഞാനെന്താണ് പറഞ്ഞത് ഡേവിഡ്." റോമ റോസ്സിയുടെ കഴുത്തിൽ കെട്ടിപ്പിടിച്ചു. റോസ്സി ഇതുവരെ അതിരറ്റ പ്രണയത്തിന്റെയും കടുത്ത വേദനയുടെയും ഘോരയുദ്ധത്തിന്റെ മദ്ധ്യത്തിൽ ഉറച്ചുനില്ക്കുകയായിരുന്നു. എന്നാൽ, അയാളിപ്പോൾ പതറിപ്പോയിരിക്കുന്നു.

"വരൂ റോമാ."

റോസ്സി അവളെ വാരിപ്പുണർന്നു.

"റോസ്സി എന്നെ പ്രണയിക്കുന്നില്ലേ?"

"സത്യമായും, റോമയോ."

"സത്യമായും, സത്യം, സത്യം, സത്യം."

റോസ്സി അവളെ ഗാഢമായി പുണർന്നു. തുരുതുരാ ചുംബിച്ചു. അണകെട്ടി നിന്നിരുന്ന ഒരു വലിയ നദി അണക്കെട്ട് ഭേദിച്ച് പ്രവഹിക്കുംപോലെ അയാളുടെ ഹൃദയത്തിൽനിന്ന് പ്രണയത്തിന്റെ തീവ്രപ്രവാഹം അവളിലേക്ക് ആഞ്ഞുപതിക്കാൻ തുടങ്ങി.

അവളാകെ വിവശയായി. വാടിത്തളർന്ന് ഒരു പ്രണയമുല്ലപോലെ അവൾ അയാളുടെ ഉടലിൽ പടർന്നുനിന്നു.

"എന്നോട് പിണക്കമാണോ?"

"നീ എന്നെ പ്രണയിക്കുന്നതുകൊണ്ടോ."

"ഞാൻ ഇങ്ങനെയൊക്കെ പറഞ്ഞതിന്. കടുപ്പിച്ച് പറഞ്ഞതിന്."

"എന്റെ പ്രിയമുള്ളവളേ, നീയെന്റെ ഓമനയാണ്."

അവൾ ശിരസ്സുയർത്തി. അവളുടെ കണ്ണുകളിൽനിന്ന് ബാഷ്പകണങ്ങൾ അധരങ്ങളിലേക്ക് പ്രവഹിച്ചു. അയാളത് തന്റെ പ്രണയോഷ്മളമായ അധരങ്ങൾകൊണ്ട് ഒപ്പിയെടുത്തു.

"റോമാ, നീയൊന്നാലോചിച്ച് നോക്കൂ, എന്റെ ശത്രുക്കൾ തീരെ ദയയില്ലാത്തവരാണ്. അവർ നിന്നെ നിന്ദിക്കും."

"അതൊന്നും എനിക്ക് പ്രശ്നമില്ല."

അയാളവളെ വാരിയെടുത്ത് മടിയിലിരുത്തി ആ മുഖത്ത് തുരുതുരാ ചുംബിക്കാൻ തുടങ്ങി. മുടിയിൽ കഴുത്തിൽ കൈയിൽ വിരൽത്തുമ്പുകളിൽ..............

കുറെ നേരത്തേക്ക് അവർ ഒന്നും സംസാരിച്ചില്ല. വാചാലമായ മൗനത്തിന്റെ നിമിഷങ്ങൾ. അവർ വിജയിച്ചു. അവളും അയാളും. രണ്ടുപേരുടെയും മനസ്സിൽനിന്ന് ഭാരമേറിയ പലതും ഒഴിഞ്ഞുപോയതുപോലെ. അങ്ങനെ ഒരു വലിയ യുദ്ധം അവിടെ അവസാനിച്ചു.

റോസ്സി അവളെ ഒരു കസേരയിലിരുത്തി. ആ കസേരക്കൈയിൽ അയാളിരുന്നു. അപ്പോഴും അവളുടെ മൃദുലമായ കൈവിരലുകൾ അയാളുടെ കണ്ഠത്തെ വലയം ചെയ്തിരുന്നു. അവർക്കിരുവർക്കും അതൊരു സ്വപ്നംപോലെ അനുഭവപ്പെട്ടു. റോമായ്ക്ക് തീരെ വിശ്വസിക്കാൻ കഴിഞ്ഞില്ല അതൊന്നും. ദൈവതുല്യം അവൾ ആരാധിച്ച മനുഷ്യൻ അവളെ

പരിരംഭണം ചെയ്യുന്നു. ഓമനിക്കുന്നു. അയാളുടെ അധരചുംബനങ്ങളുടെ ലഹരിയിൽ അവൾ മതിമറന്നു.

റോമയുടെ മുടിച്ചുരുളുകളിൽ വിരലോടിച്ചുകൊണ്ട് അവളുടെ നെറ്റിത്തടത്തിൽ ചുംബിച്ചുകൊണ്ട്..............കഴുത്തിൽ ചുംബനം വർഷിച്ചുകൊണ്ട് നിമിഷങ്ങൾ കടന്നുപോയി. അവരിരുവരും മോതിരം കൈമാറി. പ്രണയത്തിന്റെ ഗാഢമുദ്രയായി. അപ്പോൾ അയാളുടെ മുഖത്ത് ഗൗരവവും ദുഃഖവും നിഴലിക്കുന്നുണ്ടായിരുന്നു. തന്റെ വെള്ളിമോതിരം അവളുടെ വിരലിലിട്ടുകൊടുത്തപ്പോൾ അവളതിൽ പലതവണ ചുംബിച്ചു. ഇരുവരും കാതുകളിൽ എന്തൊക്കെയോ മന്ത്രിച്ചു. പക്ഷേ, അത് അവരുടെ ഹൃദയത്തിന്റെ മന്ത്രസ്വനങ്ങളായിരുന്നു. പ്രണയാതുരമായ വാക്കുകൾക്ക് ഒരിക്കലും ഉയർന്നശബ്ദമുണ്ടാവില്ല. പ്രണയത്തിന്റെ സ്വരം മൃദുലവും താഴ്ന്നതുമാണ്. തന്നെ പ്രണയിക്കുന്നു എന്ന് ഒരിക്കൽക്കൂടി പറയാൻ അവൾ അയാളോട് കെഞ്ചി. അയാളത് പറഞ്ഞുതീരും മുമ്പെ അവൾ അയാളുടെ വായയെ ചുംബനത്താൽ മൂടിക്കളഞ്ഞു.

അവർ വീണ്ടും പലകാര്യങ്ങളെപ്പറ്റി സംസാരിച്ചിരുന്നു. ആവർത്തിച്ച ആലിംഗനങ്ങൾക്കും ചുംബനവർഷങ്ങൾക്കും ശേഷം മനസ്സില്ലാ മനസ്സോടെ അവർ പിരിഞ്ഞു.

ഡേവിഡ് റോസ്സി മുറിവിട്ട് പോയ ഉടനെതന്നെ റോമ തന്റെ നിലക്കണ്ണാടിയുടെ മുന്നിൽ ഇരുന്നു. അരുണാഭമായ അവളുടെ കവിളുകളിൽ എന്തെന്നില്ലാത്ത തിളക്കം അവളാസ്വദിച്ചു. അവളുടെ നീലച്ഛവിയാർന്ന കണ്ണുകളിൽ ഒരു തുള്ളിക്കണ്ണുനീരും ഉണ്ടായിരുന്നു. പ്രണയവിവശയായ റോമ കസേരയിലിരുന്ന് അയാൾക്കെഴുതി.

"പ്രിയമുള്ളവനേ,

അങ്ങ് എന്നെ പിരിഞ്ഞ് കുറച്ച് നിമിഷങ്ങൾ കഴിഞ്ഞതല്ലേയുള്ളൂ. ഞാനങ്ങേക്ക് എഴുതുന്നു. അവാച്യമായ ആനന്ദത്താൽ എന്റെ ഹൃദയം പെരുമ്പറകൊട്ടുന്നു. അങ്ങെന്നെ പ്രണയിക്കുന്നുണ്ടെന്ന് അറിയാമായിരുന്നു. പക്ഷേ, അതുപോര എനിക്കത് നേരിട്ട് അനുഭവിച്ച് അറിയണമായിരുന്നു. ഇപ്പോൾ ഞാൻ അനുഭവിക്കുന്ന അനുഭൂതിയുടെ ആഴം അങ്ങേക്ക് ഊഹിക്കാൻ കഴിയുമോ. ഓർത്തുനോക്കൂ ഒരു മാസം മുമ്പുവരെ നമ്മൾ രണ്ടുപേരും ഈ റോമിലുണ്ടായിരുന്നു. ഒരു മൈൽ ദൂരമേ നമ്മൾതമ്മിൽ ഉണ്ടായിരുന്നുള്ളൂ. ഈ അനശ്വരനഗരത്തിലെ കാറ്റേറ്റ് ഒരേ വായു ശ്വസിച്ച് നമ്മൾ ഇവിടെ കഴിഞ്ഞിരുന്നു. പക്ഷേ, നമ്മൾ പരസ്പരം അറിഞ്ഞിരുന്നില്ല.

പ്രിയ റോസ്സി എനിക്ക് കുറച്ച് കാര്യങ്ങൾ പറയാനുണ്ട്. അത് വളരെ പ്രധാനപ്പെട്ടതാണ്. അങ്ങേക്ക് അങ്ങയുടെ കർത്തവ്യങ്ങൾ മുന്നോട്ടുകൊണ്ടുപോകാം. എന്നെയോർത്ത് ഒരിക്കലും പ്രയാസപ്പെടരുത്. സ്ത്രീ പുരുഷന്റെ ആദർശങ്ങളെ പ്രോത്സാഹിപ്പിക്കുകയാണ് വേണ്ടത്. അതിനവൾക്ക് കഴിയുന്നില്ലെങ്കിൽ ഒരിക്കലും അതിന് തടസ്സമായി നില്ക്കരുത്. താങ്കളൊരിക്കലും എന്നെപ്പറ്റിയോർത്ത് വിഷമിക്കരുത്. താങ്കളുടെ കട

മകൾ ധീരമായി നിറവേറ്റുക. എന്റെ കാര്യങ്ങൾ ശ്രദ്ധിക്കാൻ എനിക്കു കഴിയും. അങ്ങെന്റെ പ്രിയസഖാവാണ്. ഞാൻ അങ്ങയുടെ ജീവിതസഖിയാണ്. പ്രിയമുള്ളവളാണ്. മാത്രമല്ല ഞാനങ്ങയെ സേവിക്കാനാഗ്രഹിക്കുകയും ചെയ്യുന്നു. സ്നേഹിക്കാൻമാത്രമെന്നെ പഠിപ്പിക്കുക. അങ്ങയുടെ വാക്കുകൾക്ക് ഞാൻ മറുപടിനല്കാം. അങ്ങയുടെ ചിന്തകളോട് ഞാൻ പ്രതികരിക്കാം. ആ ചിന്തകളെ ഞാൻ പിന്തുടരാം.

എനിക്ക് മറ്റൊരു കാര്യം കൂടി പറയാനുണ്ട്. എന്റെ ചില സൂത്രപ്രവൃത്തികൾ തെറ്റാണെന്ന് ഞാൻ സമ്മതിക്കുന്നു. ഇത് പൊതുവിൽ സ്ത്രീകളുടെ ഒരു സ്വഭാവമാണ്. ഓരോ സ്ത്രീയും ഓരോ രീതിയിൽ അത് ചെയ്യുന്നുവെന്ന് മാത്രം. എന്റെ സൂത്രപ്രയോഗം അങ്ങയെ സ്നേഹിക്കാൻവേണ്ടിമാത്രമുള്ളതായിരുന്നു. എങ്കിലും അത് ലജ്ജാകരമാണെന്ന് ഞാൻ സമ്മതിക്കുന്നു. പക്ഷേ, ലജ്ജിക്കുന്നതിനുപകരം ഞാനതിൽ ആഹ്ലാദിക്കുകയാണ്. പ്രണയം ഞാനാണ് ആരംഭിച്ചത്. അങ്ങ് പറഞ്ഞു. വേറൊരാളെ സ്നേഹിക്കുന്നുണ്ടെന്ന്. അപ്പഴേ എനിക്ക് മനസ്സിലായി അത് കളവാണെന്നും എന്നെയാണ് നിങ്ങൾ പ്രണയിക്കുന്നതെന്നും. എങ്കിലും നിങ്ങളുടെ ആ കളവിന് ഒരു സവിശേഷസുഖമുണ്ടായിരുന്നു. ഒളിച്ചുകളിയിലൂടെയുള്ള ആ പ്രണയം ഞാനേറെ ആസ്വദിച്ചു. നമ്മുടെ പ്രണയത്തിനുമുമ്പിലുള്ള തടസ്സങ്ങളെപ്പറ്റി എനിക്ക് നല്ല ബോദ്ധ്യമുണ്ട്. പക്ഷേ, നമ്മൾ അടുക്കാതിരുന്നാൽ സ്നേഹിക്കാതിരുന്നാൽ തടസ്സങ്ങൾ കുറയുകയില്ല. അത് കൂടിക്കൊണ്ടിരിക്കും. അതുകൊണ്ടാണ് ഞാൻ ധീരമായി ഈ പ്രണയസമരത്തിൽ ഏർപ്പെട്ടത്.

നിങ്ങൾ പറഞ്ഞു, നിങ്ങളുടെ ശത്രുക്കൾ കണ്ണിൽ ചോരയില്ലാത്തവരാണെന്ന്. അവരെപ്പറ്റി എനിക്ക് നന്നായറിയാം. ആ മിങ്കിളിയെപ്പോലുള്ളവരെ ഞാൻ ശരിക്കും തിരിച്ചറിഞ്ഞിട്ടുണ്ട്. അയാൾ നിങ്ങളെ ശരിക്കും മനസ്സിലാക്കിയിരിക്കുന്നു. വളരെ വൈകാതെതന്നെ അയാൾ ഇവിടെയെത്തും. അത് പല പ്രശ്നങ്ങളും സൃഷ്ടിക്കുമെന്ന് എനിക്ക് ഊഹിക്കാൻകഴിയും. എല്ലാ പ്രതിബന്ധങ്ങളെയും തരണംചെയ്യാൻ നമ്മുടെ സമരോത്സുഖമായ പ്രണയത്തിനുമാത്രമേ സാധിക്കുകയുള്ളൂ. അതിനാൽ നമ്മൾ വൈകരുത്. എന്നെ സംബന്ധിച്ചിടത്തോളം യഥാർത്ഥജീവിതം ഇതാ ഇപ്പോഴാണ് ആരംഭിക്കുന്നത്.

എന്ന് പ്രണയപൂർവ്വം റോമ."

രാത്രിയിൽ റോമ തന്റെ കിടപ്പുമുറിയിൽ ഇരുന്നുകൊണ്ട് പഴയകാര്യങ്ങളെല്ലാം ചിന്തിച്ചു. ഏറെ വൈകിയാണ് അവൾ ഉറങ്ങിയത്.

പിറ്റേന്ന് എഴുന്നേല്ക്കുമ്പോൾ വളരെ വൈകിയിരുന്നു. എങ്കിലും എന്തെന്നില്ലാത്ത ആഹ്ലാദം അവളുടെ ഹൃദയത്തിൽ അലതല്ലി. ബാരൻ ഒരു കാരമുള്ളുപോലെ അവളുടെ ഹൃദയത്തെ വേദനിപ്പിച്ചു. എങ്കിലും റോസ്സിയുമായുള്ള തുറന്നുപറച്ചിലും അയാളുടെ സ്നേഹവും അവളുടെ ഹൃദയത്തിൽ ആഹ്ലാദം കോരിച്ചൊരിഞ്ഞു. അങ്ങനെയിരിക്കുമ്പോഴാണ് അവൾക്ക് ബാരന്റെ കത്ത് കിട്ടുന്നത്. കത്തിലെ സന്ദേശം ഇതായിരുന്നു.

"മിങ്കിളി ഇംഗ്ലണ്ടിൽനിന്നും തിരിച്ചുവന്നിരിക്കുന്നു. എനിക്ക് റോമയോട് ഒരു കാര്യം സംസാരിക്കാനുണ്ട്. എനിക്കുവേണ്ടി അരമണിക്കൂർ സമയം നീക്കിവെക്കണം."

സമയം അസ്തമയത്തോടടുത്തു. എങ്ങും ഇരുട്ട് വ്യാപിക്കാൻ തുടങ്ങി. മെല്ലെ മെല്ലെ ഇരുട്ട് ഭൂമിയെമുഴുവൻ മൂടി.

അഞ്ച്

ഞായറാഴ്ചരാത്രി കൃത്യം 11 മണിക്ക് ബാരൻ റോമയെ കാണാനെത്തി. വീട്ടലെത്തിയ ബാരനെ ഫെലിസ് സ്വീകരിച്ചു.

"എന്തൊക്കെയുണ്ട് ഫെലിസ് വിശേഷങ്ങൾ?"

റോമയുടെ മുഖത്ത് ഭയവും ഗൗരവവും നിഴലിച്ചുനിന്നിരുന്നു. ബാരനാവട്ടെ ഒന്നും പ്രത്യേകിച്ച് പ്രകടിപ്പിക്കാതെ റോമയെ അഭിവാദ്യം ചെയ്തു. തലേദിവസം നടന്ന കാര്യത്തെപ്പറ്റിയൊന്നും അയാൾ പറഞ്ഞില്ല. കളിതമാശകൾ പറഞ്ഞുകൊണ്ട് അയാൾ തന്റെ ആഗമനോദ്ദേശ്യം പ്രകടമാക്കുംവിധം ഇങ്ങനെ പറഞ്ഞു:

"റോമാ, നമ്മളെത്രകാലമായി ഇവിടെ ഇങ്ങനെ ഒറ്റയ്ക്ക് കഴിഞ്ഞിട്ട്. നീ പറഞ്ഞതുപോലെതന്നെ ഒരു മാസം ഞാനിവിടെനിന്നും വിട്ടുനിന്നു. ഇത്രയും കാലം എന്നെ സംബന്ധിച്ചിടത്തോളം വളരെ പ്രയാസകരമായിരുന്നു. പക്ഷേ, നിനക്കുവേണ്ടി, നിനക്കുവേണ്ടിമാത്രം ഞാനീപ്രയാസങ്ങളെല്ലാം സഹിച്ചു. നീ പറഞ്ഞതുകൊണ്ട് ശരി. ഇനി നിനക്ക് പറയാനുള്ളത് പറയൂ."

"എനിക്കൊന്നും പറയാനില്ല."

"ഒന്നും."

"ഒന്നും പറയാനില്ല." ബാരൻ റോമയുടെ മുഖത്ത് സൂക്ഷിച്ചുനോക്കി.

"റോമാ, നമുക്ക് പരസ്പരം അറിയാൻ ശ്രമിക്കാം. ഞാനൊരു സത്യം പറഞ്ഞാൽ എന്നോട് പിണങ്ങുമോ?"

റോമ ഒന്നും മിണ്ടിയില്ല. ബാരൻ പറഞ്ഞു:

"നമ്മുടെ നാട്ടിൽ കുറേകാലമായി സർക്കാരിനെ പ്രയാസപ്പെടുത്തിക്കൊണ്ടിരിക്കുന്ന ഒരു രാഷ്ട്രീയപ്രവർത്തകൻ ഒരു പ്രസംഗം നടത്തി. രാജ്യദ്രോഹപരമായിരുന്നു ആ പ്രസംഗം. അയാൾ എന്നെയും റോമയെയും അധിക്ഷേപിച്ചുകൊണ്ട് സംസാരിച്ചു. ആ മനുഷ്യനെ അറസ്റ്റു ചെയ്യാൻ ഞാനുത്തരവിട്ടു. അയാളെ ജയിലിലടയ്ക്കുകയോ രാജ്യഭ്രഷ്ടനാക്കുകയോ ചെയ്യേണ്ടതായിരുന്നു. പക്ഷേ, റോമ ഇടപെട്ടതുകൊണ്ട് അത് ചെയ്തില്ല. റോമ പറഞ്ഞു അയാളെ എന്തെങ്കിലും ഉപായം പ്രയോഗിച്ച് വലയിലാക്കാമെന്ന്. ഞാനത് സമ്മതിക്കുകയും ചെയ്തു. അയാളുടെ ജീവിതത്തിലെ രഹസ്യങ്ങളെല്ലാം നമുക്ക് കണ്ടുപിടിക്കാമെന്ന് റോമ പറഞ്ഞതുകൊണ്ടാണ് ഒരു മാസത്തിനുള്ളിൽ അയാളെ എന്നെ ഏല്പിക്കാമെന്ന് റോമ സമ്മതിച്ചത്."

ഇതെല്ലാം വളരെ മനഃപ്രയാസത്തോടുകൂടി റോമ കേട്ടിരുന്നു. അവൾ തീർത്തും നിശ്ശബ്ദയായിരുന്നു.

"റോമാ, ഒരു മാസം കഴിഞ്ഞിരിക്കുന്നു. നീ എന്താണ് അയാളുടെ ജീവിതത്തിലെ രഹസ്യങ്ങളുമായി ബന്ധപ്പെട്ട് കണ്ടുപിടിച്ചിരിക്കുന്നത്."

റോമ മൗനം ഭഞ്ജിച്ചു.

"ഞാനൊന്നും കണ്ടുപിടിച്ചിട്ടില്ല."

"റോമയുടെ പരിശ്രമം വെറുതെയായി അല്ലേ."

"അതെ."

സർക്കാരിന് അയാളെ പിടിക്കാതിരിക്കാൻ കഴിയുകയില്ല. നിന്റെ ശ്രമം നിഷ്ഫലമായതിൽ വ്യസനിക്കേണ്ട. നീ തന്നിട്ടുള്ളതിൽ ചില സൂചനകൾവെച്ചുകൊണ്ടുതന്നെ ഞങ്ങൾക്ക് അയാളെ പിടിക്കാൻ കഴിയും. ഡേവിഡ് ലിയോൺ എന്ന പേര് റോമ മുമ്പെങ്ങാനും കേട്ടിട്ടുണ്ടോ?"

റോമ താഴോട്ട് നോക്കിനിന്നതല്ലാതെ ഒന്നും പറഞ്ഞില്ല.

"റോമ പറയൂ, മിങ്കിളി ലണ്ടനിൽനിന്നു തിരിച്ചുവന്ന കാര്യം ഞാൻ പറഞ്ഞില്ലേ."

"ആ കള്ളനോ."

"അതെ, അയാൾ കള്ളൻതന്നെയാണ്. എങ്കിലും അത്തരത്തിലുള്ള ആളുകളെ നമുക്കാവശ്യമുണ്ട്. റോമ ഞങ്ങളെ സഹായിക്കണം."

"എന്തിനാണ് നിങ്ങളെന്നെ ഇങ്ങനെ വേദനിപ്പിക്കുന്നത്. ഞാൻ അദ്ദേഹത്തിന്റെ ശത്രുവല്ലെന്നും സ്നേഹിതയാണെന്നും നിങ്ങൾക്കറിയാവുന്നതല്ലേ."

"ഞാൻ പറയുന്നത് റോമ മനസ്സിലാക്കണം. കുട്ടി തന്ന വിവരങ്ങളനുസരിച്ചാണ് ഞങ്ങൾ മുന്നോട്ടുപോയത്. ഒന്നാമത് ഡോ. റോസ്സിയുടെ ജീവിതത്തെപ്പറ്റി അയാൾക്ക് അറിയാമെന്നായിരുന്നു റോമ തന്ന വിവരം. രണ്ടാമതായി ഡോ. റോസ്സലിയുടെ മകൾ റോമയെക്കുറിച്ചും അയാൾക്കറിയാം. പിന്നെ റോസ്സി ഒരിക്കൽ ഗ്രാന്റ് ഹോട്ടലിലെ ഒരു സേവകനായിരുന്നു- കുറച്ചുകാലം ന്യൂയോർക്കിലെ കുതിരക്കാരനും ആയിരുന്നു. അയാളുടെ അമ്മ ടൈബർനദിയിൽ മുങ്ങിമരിക്കുകയും അങ്ങനെ അയാളൊരു അനാഥനായി മാറുകയും ചെയ്തു, ഈ വിവരങ്ങളെല്ലാം വെച്ചുകൊണ്ടുതന്നെ ഞങ്ങൾ അന്വേഷണംനടത്തി. കുറെ വിവരങ്ങൾ ലഭ്യമായി. 30 സംവത്സരങ്ങൾക്കുമുമ്പ് ഒരു സ്ത്രീ ഒരു കുഞ്ഞിനെയുമെടുത്ത് രജിസ്ട്രാഫീസിലെത്തി. ലിയോണോറ ലിയോൺ എന്നായിരുന്നു ആ സ്ത്രീയുടെ പേര്. അവളുടെ കൈയിലെ കുഞ്ഞിന് ഡേവിഡ്‌ലിയോൺ എന്ന് പേരിടണമെന്ന് ആ സ്ത്രീ രജിസ്ട്രാറോടു പറഞ്ഞു. എന്നാൽ, ആ സ്ത്രീയുടെ പേര് ലിയോണോറാ റോസ്സി ആണെന്ന് റജിസ്ട്രാർ മനസ്സിലാക്കി. അങ്ങനെ കുട്ടിയുടെ പേര് ഡേവിഡ് റോസ്സിയാണെന്ന് അയാൾ റജിസ്റ്റർ ചെയ്തു. പിതാവിന്റെ പേര് രജിസ്ട്രാർക്ക് അറിയില്ലായിരുന്നു."

"ലജ്ജയില്ലല്ലോ ഇങ്ങനെയൊക്കെ സംസാരിക്കാൻ" റോമ പറഞ്ഞു.

ബാരൻ തുടർന്നു: "അതിന്റെ പിറ്റേന്നത്തെ രാത്രി ഒരു സ്ത്രീയുടെ മൃതദേഹം ടൈബർനദിയിൽ പൊങ്ങി. ലിയണോറാ റോസ്സിയുടേതായിരുന്നു അത്. ആ മൃതദേഹം ദരിദ്രരുടെ ശ്മശാനത്തിൽ അടക്കംചെയ്യപ്പെട്ടു. അന്നുരാത്രിതന്നെ അനാഥമന്ദിരത്തിന്റെ പടിവാതിലിൽനിന്ന് ഒരു കുഞ്ഞിനെ കണ്ടുകിട്ടി. ആ കുഞ്ഞിനെ ഉപേക്ഷിച്ചവർ അതിന്റെ കൈയിൽ ഒരു കടലാസ് കഷ്ണം വെച്ചിരുന്നു. അതിലിങ്ങനെ എഴുതിയിരുന്നു-ഡേവിഡ് ലിയോൺ.

പതിനാല് സംവത്സരങ്ങൾക്കുശേഷം ഡേവിഡ് ലിയോൺ ഇറ്റലിയിൽനിന്ന് രാജ്യഭ്രഷ്ടനാക്കപ്പെട്ട ഒരാളോടൊപ്പം ലണ്ടൻനഗരത്തിൽ താമസിച്ചു. രാജ്യഭ്രഷ്ടനാക്കപ്പെട്ട ഡോ. റോസ്സലി എന്ന ആ മനുഷ്യൻ ഒരു പ്രഭുകുമാരനായിരുന്നു. ഭാര്യയും നാലുവയസ്സ് പ്രായമുള്ള റോമ എന്ന മകളും അടങ്ങുന്നതായിരുന്നു അയാളുടെ കുടുംബം. ഡോ. റോസ്സിലിക്ക് ഡേവിഡ് ലിയോണിനെ ഒരു മഞ്ഞുപെയ്യുന്ന രാത്രിയിൽ ലണ്ടൻനഗരത്തിൽനിന്നാണ് കണ്ടുകിട്ടിയത്. ആ മനുഷ്യൻ അവനെ വളർത്തി.

റോമ വികാരവിവശയായി മുഖംപൊത്തിയിരുന്നു. ബാരൻ തുടർന്നു:

"നാല് സംവത്സരങ്ങൾക്കുശേഷം മിലാനിൽ ഒരു ഗൂഢാലോചന കണ്ടുപിടിക്കപ്പെട്ടു. ഇറ്റാലിയൻ രാജാവിനെ വധിക്കാനുള്ള ഗൂഢാലോചനയായിരുന്നു അത്. ഡോ. റോസ്സലിയായിരുന്നു അതിന്റെ പ്രധാന സൂത്രധാരൻ. ഗൂഢാലോചന നടത്തിയതിന്റെ പേരിൽ അദ്ദേഹത്തെ അവിടെനിന്നും നാടുകടത്തി. ഡോക്ടർക്ക് രഹസ്യകത്തുകൾ അയച്ചിരുന്ന ഡേവിഡ് ലിയോണും പിടിക്കപ്പെട്ടു. ഡേവിഡ് ലിയോണിനെ വധശിക്ഷയ്ക്ക് വിധിച്ചു.

റോമയുടെ കാലുകൾ വിറയ്ക്കാൻ തുടങ്ങി. എന്നാൽ, ബാരൻ നിർവ്വികാരമായി തുടർന്നു.

"ഡേവിഡ് ലിയോൺ പിന്നീട് ഇംഗ്ലണ്ടിൽനിന്നും അമേരിക്കയിലേക്കുപോയി. അമേരിക്കയിൽ ന്യൂയോർക്കിൽ ഒരു കുതിരാലയത്തിൽ അവൻ ജോലിചെയ്തു. അവിടെനിന്നും അവൻ ഒരു എഴുത്തുകാരനായിമാറി. ക്രമേണ ദാരിദ്ര്യമെല്ലാം വിട്ടൊഴിഞ്ഞു. മെല്ലെ മെല്ലെ അയാൾ രാഷ്ട്രീയപ്രവർത്തനത്തിൽ ഇടപെടാൻതുടങ്ങി. ജനങ്ങൾക്ക് അദ്ദേഹത്തോട് വലിയ ആദരവായിരുന്നു. അനന്തരം അയാൾ ന്യൂയോർക്കിൽനിന്നും എങ്ങോട്ടോ പോയി. എവിടെയാണെന്നോ എന്താണെന്നോ ഒരു പിടിയും ആർക്കുമില്ലായിരുന്നു. എല്ലാവരും കരുതിയത് അയാൾ മരിച്ചുപോയെന്നാണ്.

"ആ കുട്ടിയുടെ പേര് റജിസ്റ്റർ ചെയ്ത് സുമാർ 25 സംവത്സരം കഴിഞ്ഞതോടെ ചെറുപ്പക്കാരനായ ഡേവിഡ് റോസ്സി അമേരിക്കയിൽനിന്നും ഇംഗ്ലണ്ടിലെത്തി. റോമയെ അന്വേഷിക്കാൻ തുടങ്ങി. ഇംഗ്ലണ്ടിലെ സോഹ്യായിലുള്ള ഒരു ബേക്കറിക്കാരന്റെ കടയിലാണ് അയാൾ റോമയെ അന്വേഷിച്ചത്. അവിടെനിന്നും ഡോ. റോസ്സലി മരിച്ചു എന്ന വാർത്ത അദ്ദേഹം അറിഞ്ഞു.

"പിന്നീട് ഡേവിഡ് റോസ്സി റോമിൽ പൊന്തി. റോമിലെ ഗ്രാന്റ് ഹോട്ടലിൽ ഒരു സേവകനായിട്ടാണ് അദ്ദേഹം പ്രത്യക്ഷപ്പെട്ടത്. പക്ഷേ, പിന്നീടയാൾ ഒരുനല്ല എഴുത്തുകാരനെന്നനിലയിലും ഉജ്ജ്വലപ്രഭാഷകനെന്ന നിലയിലും അറിയപ്പെടാൻ തുടങ്ങി. അയാൾ അമേരിക്കയിൽ നടത്തിയ അതേ രാഷ്ട്രീയപ്രവർത്തനങ്ങൾ റോമിലും നടത്താൻ തുടങ്ങി."

"ശരി, അതിനെന്താണ് പ്രശ്നം? ഡേവിഡ് ലിയോൺ ഡേവിഡ് ലിയോൺ ആയിരുന്നു. ഡേവിഡ് റോസ്സി ഡേവിഡ് റോസ്സിയുമായിരുന്നു. ഇതിലെന്താണിത്ര കാര്യമായിട്ടുള്ളത്." റോമ ചോദിച്ചു.

"26 സംവത്സരങ്ങൾക്കുമുമ്പ് ഇറ്റലിയിലെ ടൈബർനദിയിൽ മുങ്ങിമരിച്ച ലിയണോറാ ലിയോൺ എന്ന സ്ത്രീയുടെ ശവകുടീരം അന്വേഷിച്ചുകൊണ്ട് ഒരു മനുഷ്യൻ അവിടെ എത്തി. എന്നാൽ, ആ ശവകുടീരത്തിൽ അതിനുശേഷം എത്രയോ ആളുകളുടെ ശവമടക്കിയിരുന്നു. എങ്കിലും ആ സ്ത്രീയുടെ ശവശരീരം അടക്കിയതെവിടെയെന്ന് കൃത്യമായി അയാൾ മനസ്സിലാക്കി. ആ ശവകുടീരത്തിലയാൾ പ്രാർത്ഥിച്ചു. എത്രയോ മണിക്കൂറുകൾ അയാൾ അവിടെത്തന്നെ നിന്നു. അവസാനം അവിടത്തെ അധികാരികൾ അയാളെ പറഞ്ഞുവിട്ടു. ആ സ്ത്രീയുടെ ശവകുടീരം അന്വേഷിച്ച് എത്തിയ ആ ഒരേഒരു മനുഷ്യൻ ആരാണെന്നോ? അതാണ് സാക്ഷാൽ ഡേവിഡ് റോസ്സി. അതായത്, ഡേവിഡ് ലിയോൺ. മുഴുവൻ തെളിവുകളോടും കൂടി ഞങ്ങളിപ്പോൾ ഡേവിഡ് റോസ്സിയെ പിടികൂടിയിരിക്കുകയാണ്."

"മനുഷ്യത്വം ഇല്ലാത്ത കരുണയും മനസ്സാക്ഷിയുമില്ലാത്ത ഒരു ചാരനെക്കൊണ്ട് നിങ്ങൾ ചെയ്തുകൂട്ടിയ ജോലി ഇതാണല്ലേ. നിങ്ങളോടെനിക്ക് അങ്ങേയറ്റം വെറുപ്പാണ്." റോമ ദേഷ്യം സഹിക്കാനാവാതെ ചുണ്ട് കടിച്ചുകൊണ്ടുപറഞ്ഞു.

"റോമാ, നീ നിയമവ്യവസ്ഥയെയാണ് ദ്രോഹിക്കുന്നത്. കരുണയും നീതിയും തമ്മിൽ ഒരുബന്ധവുമില്ല. നീതിയുടെ ഗ്രന്ഥത്തിൽ ഒറ്റ വാക്കേയുള്ളൂ. കർമ്മനിർവ്വഹണം. അയാൾ ചെയ്യുന്നത് രാജ്യദ്രോഹക്കുറ്റമാണ്. അതവസാനിപ്പിക്കാൻവേണ്ടി അയാളെ പിടികൂടുക എന്ന കർത്തവ്യമാണ് എനിക്കുള്ളത്. ഞാനെന്റെ കടമ നിറവേറ്റി. ഇനിയുള്ള ഉത്തരവാദിത്വം റോമയുടേതാണ്."

ബാരൻ തുടർന്നു: "എല്ലാ തെളിവുകളും ലഭ്യമായെങ്കിലും ഒരു കാര്യംകൂടി നടക്കേണ്ടതുണ്ട്. അത് നടന്നില്ലെങ്കിൽ ലഭ്യമായ തെളിവുകൾ നിഷ്ഫലമാവും. ഡേവിഡ് ലിയോണും ഡേവിഡ് റോസ്സിയും ഒരൊറ്റവ്യക്തിതന്നെയാണെന്ന് അയാളെ നന്നായറിയുന്ന ഒറു വ്യകതി സാക്ഷ്യപ്പെടുത്തണം."

"ശരി."

"എന്റെ കുട്ടീ, അതിന് ഒരൊറ്റ ആൾക്കേ കഴിയൂ, റോമയ്ക്ക് മാത്രം."

"നിങ്ങളൊരുവിഡ്ഢിയാണ്. റോമാ റോസ്സിലിക്ക് മാത്രമല്ലേ

അയാളെ പരിചയമുള്ളൂ. അവൾ മരിച്ചു എന്നല്ലെ പറഞ്ഞത്. എനിക്കിപ്പോൾ എല്ലാം മനസ്സിലായി. നിങ്ങളാണിതിന്റെയെല്ലാം സൂത്രധാരൻ."

"പ്രിയപ്പെട്ട റോമാ ഞാനെന്തെങ്കിലും ചെയ്തിട്ടുണ്ടെങ്കിൽ അതെല്ലാം റോമയുടെ നന്മയ്ക്കുവേണ്ടിമാത്രമാണ്. റോമാ റോസ്സിലി മരിച്ചിട്ടില്ലായെന്ന് സാക്ഷ്യപ്പെടുത്താൻ എനിക്ക് ഇംഗ്ലണ്ടിൽനിന്നും ചിലരെ ഇങ്ങോട്ട് വരുത്താൻ കഴിയും. നീ വിചാരിച്ചാൽ ഡേവിഡ് റോസ്സിയെ വലയിലാക്കാൻ കഴിയും. അതെ, നീ തന്നെ ആ സത്യം സാക്ഷ്യപ്പെടുത്തണം." ബാരൻ ദേഷ്യത്തോടെ പറഞ്ഞു.

"ഞാനത് ചെയ്യില്ല."

"അത് ചെയ്തേപറ്റൂ."

"ഇല്ല, നിങ്ങൾക്ക് ലജ്ജയില്ലേ ഇക്കാര്യം എന്നോട് പറയാൻ. നിങ്ങൾതന്നെയല്ലെ പറഞ്ഞത് എന്റെ അച്ഛന്റെ സുഹൃത്തായിരുന്നു ഡേവിഡ് ലിയോൺ എന്ന്. അങ്ങനെയുള്ള അയാളെ വലയിലാക്കാനാണോ എന്നോട് ആവശ്യപ്പെടുന്നത്. ഞാനൊരിക്കലും അതിന് കൂട്ടുനില്ക്കില്ല. നിങ്ങളുടെ അളവുകോൽവെച്ച് എല്ലാവരെയും അളക്കാൻ കഴിയില്ല."

"ഡേവിഡ് ലിയോൺ നിന്റെ അച്ഛന്റെ സുഹൃത്തായിരുന്നു. എന്നാൽ ഡേവിഡ് റോസ്സി റോമയുടെ ശത്രുവാണ്." ബാരൻ പറഞ്ഞു.

"ഡേവിഡ് റോസ്സി എന്റെ ശത്രുവാണെങ്കിൽ അത് ഞാൻ കൈകാര്യംചെയ്തുകൊള്ളാം. ഒരുപക്ഷേ, ഞാനദ്ദേഹത്തോട് ക്ഷമിച്ചെന്നുവരും. അല്ല ഞാനദ്ദേഹത്തിന് മാപ്പുകൊടുക്കുകതന്നെ ചെയ്യും. അതെന്റെ വ്യക്തിപരമായ കാര്യമാണ്. നിങ്ങൾ അതിൽ ഇടപെടേണ്ട ആവശ്യമില്ല."

"അത് നിന്റെ മാത്രം കാര്യമല്ല. എന്റെ കാര്യംകൂടിയാണ്. എന്റെ കാര്യം വിട്. എനിക്ക് ഒരുകാര്യത്തിലാണ് അത്ഭുതം. ഒരു മാസംമുമ്പ് ഇങ്ങനെയായിരുന്നില്ലല്ലോ. അന്ന് അയാളെ വലയിലാക്കാൻ തയ്യാറായിരുന്നതല്ലേ. എന്നിട്ടിപ്പോൾ സഹായിക്കാൻ ശ്രമിക്കുന്നു. എന്താണിതിന്റെ രഹസ്യം."

"ഞാൻ ആ മനുഷ്യനെ പ്രണയിക്കുന്നു. അതല്ലേ രഹസ്യം. സത്യമാണത്."

ഇരുവരും മൂകരായി താഴോട്ടുനോക്കിയിരുന്നു. അവസാനം ബാരൻ ഒരു ചെകുത്താനെപ്പോലെ ഇങ്ങനെ പറഞ്ഞു:

"എങ്കിൽ ശരി നമുക്കിനി കോടതിയിൽ കാണാം. സത്യംപറയാൻ നിന്നെക്കൊണ്ട് പറ്റുമോ എന്ന് നമുക്ക് കാണാം."

"നിങ്ങൾക്കൊരിക്കലും അതിനുസാധിക്കില്ല."

"എന്തുകൊണ്ട്."

"അതു നിങ്ങളറിയേണ്ട."

"എന്താണത്."

"നിങ്ങൾക്കാവില്ല അതുതന്നെ." ബാരൻ റോമയെ സൂക്ഷിച്ചുനോക്കി. അയാൾക്ക് ഒന്നും മനസ്സിലായില്ല. എങ്കിലും അയാൾ പറഞ്ഞു:

"നമുക്ക് കാണാം." അതുംപറഞ്ഞ് അയാൾ അമ്മായിയുടെ അടുത്തേക്ക് പോയി.

റോമയുടെ മനസ്സ് അസ്വസ്ഥമായി. ഡേവിഡ് റോസ്സിയോടുള്ള പ്രണയബന്ധം അയാളെ ചതിക്കാൻവേണ്ടിയായിരുന്നു ആരംഭിച്ചത് എന്നത് സത്യമാണ്. പക്ഷേ, പിന്നീടെല്ലാം മാറിക്കഴിഞ്ഞില്ലേ. എങ്കിലും ആ സത്യം കൂടി അയാളോട് പറയേണ്ടതായിരുന്നില്ലേ എന്നവൾ ചിന്തിച്ചു. അവൾ പറഞ്ഞുകഴിഞ്ഞാൽ അയാൾക്ക് അവളോടുള്ള പ്രണയം കൂടുകയേയുള്ളൂവെന്ന് അവൾക്കറിയാമായിരുന്നു. എങ്കിലും അതു പറയാൻ അവൾ മടിച്ചു. കാരണം അതയാളുടെ മനസ്സിനെ വേദനിപ്പിച്ചെങ്കിലോ. വിശ്വാസത്തെ മുറിപ്പെടുത്തിയെങ്കിലോ.

റോമ അവളുടെ മുറിയിലേക്ക് പോയി. ഭയവും വിഷാദവും അവളെ കാർന്നുതിന്നുകയായിരുന്നു. ഡേവിഡ് റോസ്സി ഇതുവരെ ഇത്രമാത്രം അപകടകരമായ ഒരവസ്ഥയിൽ എത്തിയിട്ടില്ലെന്ന് അവൾക്കറിയാമായിരുന്നു. അതിനുകാരണക്കാരി താൻതന്നെയാണെന്നുള്ള ചിന്ത അവളെ വല്ലാതെ ഉലച്ചു. ഇനി എന്തുചെയ്യും. അയാളെ വിവാഹംകഴിച്ചുകഴിഞ്ഞാൽ ഇറ്റലിയിലെ നിയമമനുസരിച്ച് അയാൾക്കെതിരെ സാക്ഷിപറയാൻ അവളെ നിർബ്ബന്ധിക്കില്ല. അതവൾക്ക് വ്യക്തമായി അറിയാമായിരുന്നു. അതേ, അപ്പോൾ വിവാഹം മാത്രമാണ് ഒരു മാർഗ്ഗം. വിവാഹം വൈകിയാൽ അപകടമാണ്. അസ്വസ്ഥമായ ചിന്തകൾ അവളെ വേട്ടയാടി. അന്നവൾ ആഹാരമൊന്നും കഴിച്ചില്ല. കിടക്കയിലേക്ക് അവൾ കിടന്നപ്പോൾ ആരോ വാതിലിൽ മുട്ടി. ബ്രൂണോ ആണ് വന്നതെന്ന് ഫെലിസ് പറഞ്ഞു: "റോമ താഴോട്ട് പോയി."

"ഒരെഴുത്താണ്." ബ്രൂണോ പറഞ്ഞു.

റോസ്സിയുടെ കത്തായിരുന്നു അത്. ആ കത്തുംവാങ്ങി ഒന്നും മിണ്ടാതെ അവൾ തന്റെ മുറിയിലേക്കുപോയി. അതിനുശേഷം അവൾ വീണ്ടും താഴോട്ട് ഇറങ്ങിവന്നു.

"നന്നായി. മിസ്റ്റർ റോസ്സിയോട് ഉടൻ ഇങ്ങോട്ട് വരാൻപറയണം. അല്ലെങ്കിൽ വേണ്ട. അദ്ദേഹത്തിന് ധാരാളം ജോലിത്തിരക്കുണ്ട്. അല്ലെങ്കിൽ നിങ്ങൾക്ക് ആഗ്രഹമുള്ളത് പറഞ്ഞേക്കൂ." ചിരിച്ചുകൊണ്ടാണ് റോമ അത് പറഞ്ഞത്.

"അദ്ദേഹത്തിന് നല്ലതിരക്കാണ്. ബുധനാഴ്ചയാണല്ലോ സമ്മേളനം. അതുകൊണ്ട് ധാരാളമാളുകൾ അദ്ദേഹത്തെ കാണാൻ വരുന്നുണ്ട്." ബ്രൂണോ പറഞ്ഞു.

"നിങ്ങൾ ജോസഫിനെ കൊണ്ടുവന്നത് വളരെ നന്നായി." ജോസഫിന്റെ മുഖത്തുനോക്കി റോമ പറഞ്ഞു.

"ജോലി കിട്ടാൻ വേണ്ടിയാണ് വന്നിരിക്കുന്നത്. അന്ന് ജോലി നല്കുമെന്ന് പറഞ്ഞില്ലേ. അപ്പോൾ തുടങ്ങിയതാണ് കുട്ടിയുടെ നിർബ്ബന്ധം ഇവിടെയെത്താൻ."

"നോക്കൂ കുട്ടീ, ഇതാരാണെന്നറിയുമോ?" ഡേവിഡ് റോസ്സിയുടെ

ചിത്രം ചൂണ്ടിക്കാണിച്ചുകൊണ്ട് റോമ ചോദിച്ചു.

"അങ്കിൾ ഡേവിഡ്" ജോസഫ് പറഞ്ഞു.

"നീ സമർത്ഥനാണ്."

"ഓ അതിനുവലിയ സാമർത്ഥ്യമൊന്നും വേണ്ട." ബ്രൂണോ പറഞ്ഞു.

"കുട്ടി വരൂ, ഞാൻ നിനക്ക് എന്തെല്ലാമാണ് കാണിച്ചുതരാൻ പോകുന്നത് എന്നറിയാമോ?" റോമ ജോസഫിന്റെ സഹായത്തോടുകൂടി ഒരു വലിയ പെട്ടി വലിച്ചുതുറന്നു. അതിൽ നിറയെ വസ്ത്രങ്ങളും കളിക്കോപ്പുകളുമായിരുന്നു.

"ജോസഫിന് ഇഷ്ടമുള്ളതെടുത്തോളൂ." റോമ പറഞ്ഞു.

എന്നാൽ, ജോസഫ് ചിരിക്കുകമാത്രം ചെയ്തു. എന്തുചെയ്യണമെന്നറിയാതെ അവൻ ബ്രൂണോയെ നോക്കി.

"ഇഷ്ടമുള്ളതെടുത്തോളൂ." റോമ വീണ്ടും നിർബ്ബന്ധിച്ചു. പക്ഷേ, ജോസഫ് അതിനുമുതിരാതെ അച്ഛന്റെ ചെവിയിൽ എന്തോ പറഞ്ഞു.

"എന്താണ്." റോമ ചോദിച്ചു.

"ബുധനാഴ്ച അവന്റെ ജന്മദിനമാണെന്ന്." ബ്രൂണോ പറഞ്ഞു

"വളരെ നല്ലത്, എങ്കിൽ ജോസഫ് ആ പെട്ടിയിലുള്ളതെല്ലാം എടുത്തോളൂ." ജോസഫ് ആഹ്ലാദം കൊണ്ട് തുള്ളിച്ചാടാൻ തുടങ്ങി. എന്നാൽ ബ്രൂണോ തലതാഴ്ത്തി നില്ക്കുകയാണ് ചെയ്തത്. എന്തുപറ്റി ബ്രൂണോ?"

"ഒരു മനുഷ്യൻ നിങ്ങളുടെ സ്വഭാവത്തെ അവമതിച്ചില്ലേ. നിങ്ങളുടെ ഔദാര്യംപറ്റിയ ആ വഞ്ചകൻ എന്തെല്ലാം നുണകളാണ് നല്ലവരായ നിങ്ങളെപ്പറ്റി പറഞ്ഞുപരത്തിയത്. ചവിട്ടി പുറത്താക്കണമവനെ."

"ആരെപ്പറ്റിയാണ് ബ്രൂണോ പറയുന്നത്."

"എന്നെപ്പറ്റിത്തന്നെയാണ്. ഞാനാണ് നിങ്ങളെക്കുറിച്ച് മിസ്റ്റർ റോസ്സിയോട് നുണപറഞ്ഞത്. അങ്ങനെയാണ് അയാൾ നിങ്ങൾക്കെതിരെ പ്രസംഗിച്ചത്. ഇവിടെ വരരുതെന്ന് ഞാനാണ് അയാളോട് പറഞ്ഞത്."

"അത് സത്യമാണോ."

"അതെ."

"എന്നിട്ട് ഡേവിഡ് റോസ്സി എന്തുപറഞ്ഞു?"

"അതൊക്കെ കേട്ടിട്ടും അയാൾ പറഞ്ഞത് നിങ്ങൾ ഒരു നല്ലസ്ത്രീയാണെന്നാണ്."

ഒരു ദീർഘനിശ്വാസത്തിനുശേഷം റോമ പറഞ്ഞു:

"നന്നായി ബ്രൂണോ. നിങ്ങളതൊക്കെ പറഞ്ഞുകൊടുത്തതുകൊണ്ടാണ് റോസ്സി അങ്ങനെ പ്രസംഗിച്ചത്. എങ്കിലും എല്ലാം നന്നായി അവസാനിച്ചില്ലേ."

"പക്ഷേ, അതുകൊണ്ടൊന്നും പ്രശ്നം പരിഹരിക്കപ്പെടുന്നില്ലല്ലോ. തെറ്റല്ലേ ഞാൻ ചെയ്തത്. അതിനുള്ള ശിക്ഷയായി നിങ്ങളെന്നെ ജോലിയിൽനിന്നും പിരിച്ചുവിടണം."

"ബ്രൂണോയെ ഇവിടെനിന്നും പിരിച്ചുവിടാനോ."

"ഞാനൊരിക്കലും പിരിഞ്ഞുപോകുകയില്ല. നിങ്ങളെ ശത്രുക്കളെ ഞാൻ..........." അതുപറയുമ്പോൾ ബ്രൂണോയുടെ മുഖത്ത് രക്തം ഇരച്ചുകയറുന്നുണ്ടായിരുന്നു.

"കുട്ടി ഇനിയും വരണം" ജോസഫിനെ സ്നേഹപൂർവ്വം തലോടിക്കൊണ്ട് റോമ പറഞ്ഞു.

"മിസ്റ്റർ റോസ്സിക്ക് ഇവനോട് എന്തിഷ്ടമാണെന്നോ, ബ്രൂണോക്കറിയില്ലേ അത്."

"അറിയാം. ഒരച്ഛനെപ്പോലെ അദ്ദേഹം ഇവനെ സ്നേഹിക്കുന്നു."

"അങ്ങനെയാണല്ലേ എങ്കിൽ ഞാനവന് ഒരമ്മയാണ്. ഇനിയും ഇവനെ ഇങ്ങോട്ട് കൊണ്ടുവരണം." ജോസഫ് ആഹ്ലാദപൂർവ്വം തലയാട്ടി. ബ്രൂണോ ജോസഫിനെയും വിളിച്ച് അവിടെനിന്നും പോയി.

അന്ന് രാത്രിയിൽ റോമ ഒരു കത്തെടുത്ത് ആഹ്ലാദപൂർവ്വം വായിക്കാൻ തുടങ്ങി.

"പ്രിയസഖീ,

കത്ത് വായിച്ച് ഞാൻ ആനന്ദത്തിന്റെ ലഹരിയിൽ ആറാടുകയാണ്. നമ്മൾതമ്മിലുള്ള പ്രണയബന്ധത്തിന് എന്തെല്ലാം തടസ്സങ്ങളാണ് ഞാൻ പറഞ്ഞത്. അതെല്ലാം ഓർത്ത് ഇപ്പോൾ ഞാൻ ഏറെ ലജ്ജിക്കുന്നു. സ്ത്രീകൾ എത്ര ധൈര്യമുള്ളവരാണെന്ന് എനിക്കിപ്പോൾ മനസ്സിലായിരിക്കുന്നു. തന്റെ കമിതാവിന്റെ അജ്ഞാതമായ വിധിക്കുമുമ്പിൽ ആത്മസമർപ്പണം ചെയ്യുന്നവൾ എത്ര ധീരയാണ്. ഒരു പുരുഷന് ഇത്രയും ധീരതയുണ്ടാവില്ല.

മിങ്കിളിയുമായി ബന്ധപ്പെട്ട വിഷയത്തിൽ എനിക്ക് വലിയ ഭീതിയൊന്നുമില്ല. എന്റെ പേരിന്റെ ഗൗരവത്തെക്കുറിച്ച്-ഒരു പേര് എന്നാൽ, ഒരു വെറും വാക്ക് മാത്രമാണ്. എന്നാൽ, ഒരു മനുഷ്യനെ സംബന്ധിച്ചിടത്തോളം അതെല്ലാമാണ്. ഒരാൾക്ക് നല്ല പേരുണ്ടെങ്കിൽ അതിൽ കരിപൂശാൻ പലരും ശ്രമിക്കുന്നു. എന്നാൽ, അയാളുടെ പേര് ചീത്തയാണെങ്കിൽ അത് നശിപ്പിക്കാനല്ല അതെക്കാലവും അവന്റെ മേൽത്തന്നെ തുന്നിപ്പിടിപ്പിക്കാനാണ് ആളുകൾ ശ്രമിക്കുന്നത്.

ഡേവിഡ് ലിയോൺ- അതൊരു മോശം പേരാണ്. കാരണം അതെന്റെ പിതാവിന്റെ പേരാണ്. ആത്മാർത്ഥതയില്ലാത്ത കൃത്രിമജീവികളായ അധികാരികൾ എന്റെ പിതാവിന്റെ പേരു ഉപയോഗിച്ച് എന്നെ വലയിലാക്കാൻ ശ്രമിക്കുകയാണ്.

ആ മഹാസംഭവത്തിനുള്ള ദിനം നമുക്ക് നിശ്ചയിക്കാം. ഞാൻ പ്രധാനപ്പെട്ട പല എഴുത്തുകുത്തുകളും നടത്തുകയാണ്. ബുധനാഴ്ച കഴിഞ്ഞേ ദിവസം നിശ്ചയിക്കാൻ കഴിയുകയുള്ളൂ. ബുധനാഴ്ച കൊളീസിയത്തിൽ മഹാസമ്മേളനം നടക്കുകയാണ്. സർക്കാർ നിരോധിച്ചിരിക്കുകയാണ് സമ്മേളനം. എങ്കിലും ജനങ്ങളോടെല്ലാം ഞാൻ അഭ്യർത്ഥിച്ചിരിക്കുകയാണ്, സമ്മേളനത്തിൽ പങ്കെടുക്കാൻ. പല പ്രശ്നങ്ങളും

അന്നുണ്ടാകും. എന്തുപ്രശ്നങ്ങളുണ്ടായാലും അതിനെയൊക്കെ നേരിടാൻതന്നെയാണ് ഞാൻ തീരുമാനിച്ചിരിക്കുന്നത്.

ഈ കത്ത് അവസാനിപ്പിക്കാൻ എന്റെ മനസ്സ് സമ്മതിക്കുന്നില്ല. ഞാൻ നിനക്ക് എഴുതുമ്പോൾ നീ എന്റെ അരികിലുണ്ടെന്നും ഞാൻ നിന്നോട് സംസാരിക്കുകയാണെന്നും എനിക്കുതോന്നുന്നു. എഴുതുന്നതിനിടയിൽ ഞാൻ ചിലപ്പോൾ കണ്ണുകളടയ്ക്കും. അപ്പോൾ നീ സംസാരിക്കുന്ന ശബ്ദം ഞാൻ കേൾക്കാറുണ്ട്. എന്റെ പ്രിയപ്പെട്ട റോമാ, എന്റെ ഓമന വരുന്നതുവരെ ഇരുൾമൂടിയ ഒരു ജീവിതമായിരുന്നു എന്റേത്. നിനക്ക് ഊഹിക്കാൻപോലും കഴിയാത്ത ജീവിതം. എന്നാൽ ഇന്ന് സംഗീതസാന്ദ്രമാണ് എന്റെ ജീവിതം.

എന്റെ പ്രിയസഖി റോമയ്ക്ക് പ്രിയസഖാവ് റോസ്സി."

വളരെ സമയമെടുത്താണ് റോമ ഈ കത്ത് വായിച്ചത്. ആ പ്രണയലേഖനത്തിലെ ഓരോ വാക്കിലും പ്രണയം സാന്ദ്രമായിരിക്കുന്നതുപോലെ അവൾക്കനുഭവപ്പെട്ടു. ആ എഴുത്തിൽ ചുംബനമർപ്പിച്ചുകൊണ്ട് അവളത് അവളുടെ തലയിണയ്ക്ക് കീഴെ വെച്ചു. അവൾ സുഖനിദ്രയിലേക്ക് വീണു. നിദ്രയിൽ അവളൊരു സ്വപ്നം കണ്ടു. ആ സ്വപ്നത്തിലെ നായകൻ ഡേവിഡ് റോസ്സിയായിരുന്നു.

പിറ്റേന്ന് റോമയ്ക്ക് ബാരന്റെ കത്തുകിട്ടി.

"പ്രിയപ്പെട്ട റോമാ,

നാളെ നീ പതിനൊന്ന് മണിക്ക് പലാസോയിൽ വരണം. ഉപേക്ഷ കാണിക്കരുത്. നീ വന്നില്ലെങ്കിൽ അത് നിനക്ക് വലിയൊരു നഷ്ടമായിരിക്കും -

എന്ന് ബാരൻ ബോനലി "

ഇറ്റാലിയൻ പ്രധാനമന്ത്രിയുടെ ആസ്ഥാനമന്ദിരം സ്ഥിതിചെയ്യുന്നത് പലാസോയിലാണ്. അംബരചുംബിയായ ഒരു കൊട്ടാരമാണത്.

കൃത്യം പതിനൊന്ന് മണിക്കുതന്നെ റോമ പലാസോയിലെത്തി. അവിടെ ധാരാളമാളുകൾ മന്ത്രിയെ കാത്തുനില്ക്കുന്നുണ്ടായിരുന്നു. റോമയെ കണ്ട ഉടൻതന്നെ ബാരൻ അവളെ മര്യാദയോടെ സ്വീകരിച്ചു. കൃത്യസമയത്ത് വന്നതിൽ അയാൾ അവളോട് നന്ദിപ്രകടിപ്പിച്ചു.

"എന്തിനാണ് വരാൻ പറഞ്ഞത്?"

"അഭിനന്ദിക്കേണ്ട കാര്യമുണ്ട് എന്ന് കേട്ടല്ലോ." ബാരൻ അത് പറഞ്ഞപ്പോൾ അവളുടെ മുഖത്ത് ഭാവമാറ്റം പ്രകടമായിരുന്നു.

"അന്ന് പറഞ്ഞതിന്റെ അർത്ഥം ഇപ്പോഴാണ് എനിക്ക് മനസ്സിലായത്. ഭർത്താവിനെതിരെ മൊഴികൊടുക്കാൻ റോമൻ നിയമവ്യവസ്ഥയനുസരിച്ച് ഭാര്യയെ വിളിച്ചുകൂടല്ലോ. വിവാഹത്തെപ്പറ്റി ആലോചിച്ചത് വലിയൊരു ധീരതതന്നെയെന്ന് തോന്നുണ്ട് അല്ലേ" ബാരൻ പറഞ്ഞു.

"വലിയൊരു ധീരതയോ?" റോമയുടെ മുഖം ദേഷ്യംകൊണ്ട് ചുവന്നു.

"വലിയൊരു ധീരത എന്നുപറയാൻ കാരണമെന്താണെന്നോ....... കഴി

ഞ്ഞതെല്ലാം ആലോചിക്കുമ്പോൾ ...."

കോപംകൊണ്ട് നില്ക്കക്കള്ളിയില്ലാതെ റോമ അവിടെനിന്ന് അസ്വസ്ഥയായി.

"ഇത് പറയാനാണോ നിങ്ങൾ വിളിച്ചത്." റോമ പോകാനൊരുങ്ങി.

"അല്ല, ദയവുചെയ്ത് ഇരിക്കൂ. റോമാ പ്രശ്നമിതാണ്. നീ ആഗ്രഹിച്ച വിവാഹം പ്രയാസമാവും. ചിലപ്പോൾ നടന്നില്ലെന്ന് വന്നേക്കാം. അതുപറയാനാണ് വിളിച്ചത്."

"എനിക്ക് വിവാഹപ്രായമായല്ലോ. പിന്നെ എന്ത് തടസ്സമാണ്."

"തടസ്സങ്ങൾ എവിടെയും എപ്പോഴും വരാം എന്റെ കുട്ടീ."

"നിങ്ങളുദ്ദേശിക്കുന്നത്..."

"പറയാം, പോകാൻ തിരക്കില്ലല്ലോ വളരെപ്പേർ എന്നെ കാത്ത് ഇവിടെ നില്ക്കുന്നുണ്ട്. റോമ ഇവിടെ ഇരിക്കൂ." ബാരൻ മണിയടിച്ചപ്പോൾ അവിടത്തെ സെക്രട്ടറി കയറിവന്നു.

"പുറത്താരാണ്?" ബാരൻ ചോദിച്ചു.

"പൊലീസ് കമ്മീഷണർ."

"വരാൻ പറയൂ." ബാരൻ റോമയെ പൊലീസ് കമ്മീഷണർക്ക് പരിചയപ്പെടുത്തി.

"ഇത് ഡൊന്നാറോമ, അറിയില്ലേ. ങാ.. പിന്നെ കാര്യങ്ങൾ എവിടം വരെയായി?"

പൊലീസ് കമ്മീഷണർ കാര്യങ്ങളെല്ലാം വിശദീകരിച്ചു. രാജ്യത്തെങ്ങും അടിയന്തരാവസ്ഥ നിലനില്ക്കുന്ന കാര്യം നാടെങ്ങും അറിയിച്ചിട്ടുണ്ട്. അതയാൾ വിശദീകരിച്ചു. എന്നാൽ, തലസ്ഥാനത്ത് വേണ്ടുന്ന സുരക്ഷാക്രമീകരണങ്ങളും സജ്ജീകരണങ്ങളും ചെയ്തിട്ടില്ലെന്ന് സൂചിപ്പിക്കുന്നതായിരുന്നു അയാളുടെ വിശദീകരണം.

"റോമിൽത്തന്നെയാണ് കുഴപ്പങ്ങൾ. തീവ്രവാദികളും അട്ടിമറിക്കാരും ഇവിടെ നിർബ്ബാധം വിലസുകയാണ്" അയാൾ പറഞ്ഞു.

അത് പറഞ്ഞതിനുശേഷം അയാൾ ഒരു പത്രമെടുത്ത് വായിക്കാൻ തുടങ്ങി.

"റോമൻ ജനങ്ങളെ, നമ്മുടെ പിതാമഹന്മാർ നമുക്ക് നേടിത്തന്ന സ്വാതന്ത്ര്യത്തെ മുച്ചൂടം നശിപ്പിക്കുന്നതാണ് ഇവിടുത്തെ അടിയന്തരാവസ്ഥയും പുതിയ നിയമങ്ങളും. അതുകൊണ്ട് നമ്മളെല്ലാവരും തന്നെ ഈ കരിനിയമങ്ങൾക്കെതിരായി ശക്തമായി പ്രതിഷേധിക്കണം. നമ്മൾ തീരുമാനിച്ചിട്ടുള്ള ഫെബ്രുവരി ഒന്നിന്റെ സമ്മേളനം അതിന്റെ തുടക്കമായിരിക്കണം. ജനങ്ങളുടെ സ്വാതന്ത്ര്യത്തെയും അവകാശങ്ങളെയും അടിച്ചമർത്താൻ ശ്രമിച്ചാൽ ഇതായിരിക്കും അനുഭവം എന്ന് നാം സർക്കാരിനെ ബോദ്ധ്യപ്പെടുത്തണം. സായാഹ്നമായാൽ എല്ലാവരും മൈതാനത്തുവരണം. എല്ലാവരും തികഞ്ഞ ശാന്തതയും സമാധാനവും നിലനിർത്തണം. രക്തംചിന്താൻ ഇടവരാതിരിക്കുവാൻ നമ്മുടെ ഭരണാധികാരികളെ ദൈവം അനുഗ്രഹിക്കട്ടെ."

"ഓ ഇത് സൂര്യോദയമെന്ന പത്രമല്ലേ?" ബാരൻ ചോദിച്ചു.

"അതെ സാർ, ഇത് അവസാനത്തെ അഭ്യർത്ഥനയായിരിക്കും. ഈ അഭ്യർത്ഥനകേട്ട് രാജ്യത്തിന്റെ എല്ലാ മുക്കിലും മൂലയിൽനിന്നും ജനങ്ങൾ റോമിലേക്ക് ഇരച്ചുകയറുകയാണ്."

"ഇവർ എത്ര ആളുകൾവരും?"

"50,000ൽ പരം ആളുകളുണ്ടാവും. സർ ഉടനടി എന്തെങ്കിലും ചെയ്തേ പറ്റൂ."

"എന്തുവേണം."

"ക്രമസമാധാനം തകർക്കാൻ ശ്രമിക്കുന്ന ഇത്തരം അട്ടിമറിക്കാരെ കൈകാര്യംചെയ്യാൻ പൊലീസിന് പൂർണ്ണ അധികാരം നല്കണം."

പൊലീസുദ്യോഗസ്ഥൻ അതുപറയുമ്പോൾ ബാരൻ റോമയുടെ മുഖത്തേക്കുനോക്കി. അവളുടെ ഭാവഭേദം അയാൾ ശ്രദ്ധിച്ചു.

"50,000 ൽ പരം ആളുകളെ നേരിടാൻ നിങ്ങളുടെ പൊലീസിന് കഴിയുമോ. എത്ര പൊലീസുകാരുണ്ട്?" ബാരൻ ചോദിച്ചു.

"മൊത്തം കണക്കുകൂട്ടിയാൽ 12,000 ത്തോളം വരും."

"50,000 ആളുകൾക്ക് 12,000 പൊലീസ്. എന്തുചെയ്യാനാണ്? അതുകൊണ്ട് തീർച്ചയായും പട്ടാളത്തെ വിളിക്കണം. അല്ലേ."

"തീർച്ചയായും വിളിക്കണം. കുറ്റവാളികൾ ആരായിരുന്നാലും അവരെ പിടിക്കാൻ പൊലീസിനു സർക്കാർ അനുവാദം നല്കണം. ചിലരെ മുൻകരുതൽ എന്ന നിലയിൽ പിടിക്കേണ്ടിവരും."

"ശരി" ബാരൻ പറഞ്ഞു.

പൊലീസ് കമ്മീഷണർ പോയപ്പോൾ റോമ ചോദിച്ചു.

"ഇതൊക്കെ എനിക്കിഷ്ടപ്പെടാത്തതാണെന്ന് അറിയില്ലാ അല്ലേ?"

"റോമ കേൾക്കൂ."

അതിനിടയിൽ ഒരു മന്ത്രി അവിടേക്ക് കടന്നുവന്നു. പ്രതിരോധവകുപ്പ് മന്ത്രിയായിരുന്നു അത്. അയാളോടായി ബാരൻ പറഞ്ഞു:

"വിവരങ്ങളെല്ലാം അറിഞ്ഞില്ലേ?"

"അറിഞ്ഞു."

"പൊലീസുദ്യോഗസ്ഥനുമായി ഞാൻ സംസാരിച്ചു. ഇവിടുത്തെ അട്ടമറിപ്രസ്ഥാനമാണ് ഇതെന്ന് അയാൾക്കും മനസ്സിലായിരിക്കുന്നു. അതിനെ കർശനമായി അടിച്ചമർത്താൻ സർക്കാരിന് എന്തെല്ലാം കാര്യങ്ങൾ ചെയ്യാൻ കഴിയും എന്നാണ് പൊലീസ് കമ്മീഷണർ ചോദിക്കുന്നത്."

"50,000 ത്തോളം സൈനികരുണ്ട് നമുക്ക്. ഇവിടുത്തെ പ്രതിരോധവകുപ്പ് മന്ത്രി എന്ന നിലയിൽ ക്രമസമാധാനനില പരിപാലിക്കാൻ ഞാൻ എല്ലാകാര്യത്തിലും തയ്യാറാണ്. എന്നാൽ, ഒരു സാധാരണ റോമൻ പൗരൻ എന്ന നിലയിൽ ഞാനാഗ്രഹിക്കുന്ന കാര്യമുണ്ട്. അതിതാണ്: നിയമത്തിനുവിരുദ്ധമായി ഞാനൊന്നും ചെയ്യില്ല. അത്തരത്തിലുള്ള ഒരു കാര്യവും ചെയ്യാൻ താങ്കൾ എന്നോട് ആവശ്യപ്പെടുകയില്ലെന്ന് ഉറപ്പ്

തരണം.”

“തീർച്ചയായും നിയമവിരുദ്ധമായി ഒന്നും ചെയ്യാൻ ഞാൻ ആവശ്യപ്പെടുകയില്ല. പക്ഷേ, കാര്യക്ഷമമായി പ്രവർത്തിക്കാൻ നിങ്ങൾ ഉദ്യോഗസ്ഥന്മാർക്ക് വേണ്ടുന്ന നിർദ്ദേശങ്ങൾ കൊടുക്കണം. കൊളീസിയത്തിലോ അതിനുചുറ്റുമുള്ള മറ്റെവിടെയെങ്കിലുമോ എന്തെങ്കിലും പ്രശ്നങ്ങൾ ഉണ്ടാവുകയാണെങ്കിൽ പൊലീസിന്റെ സഹായമില്ലാതെ അല്ലെങ്കിൽ അവരുമായി കൂടിയാലോചിക്കാതെ നിങ്ങൾ പട്ടാളക്കാർ ഒന്നിനും മുന്നിട്ടിറങ്ങരുതെന്ന് പ്രത്യേകം പറയണം.”

“തീർച്ചയായും.”

“വെടിവെയ്ക്കാൻ ആജ്ഞ ലഭിച്ചുകഴിഞ്ഞാൽ ഒരുകാര്യം പ്രത്യേകം ശ്രദ്ധിക്കണം. അതൊരിക്കലും ജനങ്ങൾക്ക് കൊള്ളരുത്. ആകാശത്തിലേക്കുമാത്രമേ വെടിവെക്കാവൂ.”

“ശരി.”

“ആകാശത്തേക്കു വെടിവെച്ചിട്ടും ജനം പിരിഞ്ഞുപോകുന്നില്ലെങ്കിൽ എന്തുചെയ്യും. വെടിവെച്ചുകഴിഞ്ഞാൽ ജനങ്ങൾ പ്രകോപിതരാകും. അവർ പട്ടാളക്കാർക്കെതിരെ ആക്രമണത്തിന് തുനിയും. അപ്പോൾ രണ്ടാമത്തെ വെടിവെക്കണം. അപ്പോഴും അത് ജനങ്ങൾക്ക് കൊള്ളരുത്. അത്തരം സാഹചര്യത്തിൽ നേതാക്കന്മാരെമാത്രം വെടിവെക്കുക. അതാണ് വേണ്ടത്.”

“ശരി.”

“സമ്മതിച്ചോ.”

“മറ്റുവഴികളില്ല.”

“മറ്റുവഴികളില്ലെങ്കിൽപ്പിന്നെ എന്ത് ചെയ്യും. എന്നാൽ നേതാവിനു നേരെ വെടിവെച്ചാൽ നേതാവിന്റെ രക്തം ജനങ്ങളെ പ്രകോപിപ്പിക്കും. അപ്പോൾ മൂന്നാമതൊരു വെടി വേണ്ടിവരില്ലേ.”

“അതോർക്കുമ്പോൾ എനിക്ക് ഭയമാകുന്നു. എന്നാൽ, ഞാൻ കരുതുന്നത് നേതാവ് വീണാൽ ജനങ്ങളെല്ലാം ഓടിപ്പോകുമെന്നാണ്. എന്നാൽ, എല്ലാകാര്യങ്ങളും നമുക്ക് ആലോചിച്ചുറപ്പിക്കാൻ കഴിയില്ല. കുറച്ചുകാര്യങ്ങൾ നമുക്ക് വിധിക്കുതന്നെ വിട്ടുകൊടുക്കണം.”

പ്രതിരോധവകുപ്പുമന്ത്രി പുറത്തേക്കുപോയപ്പോൾ റോമ പോകാനെഴുന്നേറ്റു.

“ഇമ്മാതിരി സംസാരം എനിക്ക് ....” റോമയുടെ വാക്കുകളെ തടസ്സപ്പെടുത്തിക്കൊണ്ട് ബാരൻ പറഞ്ഞു.

“റോമ ഇരിക്കൂ, പോകാൻ വരട്ടെ.”

അതിനിടയിൽ ആഞ്ചിലി അങ്ങോട്ട് കയറിവന്നു. മുഖ്യപൊലീസുദ്യോഗസ്ഥനാണദ്ദേഹം. വളരെ വിനയത്തോടുകൂടിയാണ് അദ്ദേഹം അങ്ങോട്ട് കയറിവന്നത്. അയാളോട് ബാരൻ ചോദിച്ചു:

“കൊളീസിയം ഹാളിൽ നടക്കുന്ന യോഗത്തിന് അവർ നിയമപ്രകാരമുള്ള അനുവാദം വാങ്ങിയിട്ടുണ്ടോ?”

"ഇല്ല സാർ."

"അങ്ങനെ വരുമ്പോൾ നിയമവിരുദ്ധമായിട്ടാണ് അവർ യോഗം ചേരുന്നത്."

"അതെ സാർ. നിശ്ചയമായും."

"ശ്രദ്ധിക്കൂ. നിങ്ങൾ പ്രതിരോധവകുപ്പുമന്ത്രിയുമായി പെട്ടെന്ന് തന്നെ സംസാരിക്കണം. പൊലീസിനെ സഹായിക്കാൻ അയാൾ 50,000 പട്ടാളക്കാരെ തരുന്നതായിരിക്കും. നിങ്ങൾക്ക് ആവശ്യംപോലെ ഉപയോഗിക്കാം. കൃത്യമായ നിർദ്ദേശങ്ങൾ അവർക്ക് കൊടുത്തിരിക്കണം. കലാപകാരികൾ ആക്രമണത്തിന് മുതിർന്നാൽ വെടിവെക്കാൻ ഉത്തരവ് കൊടുക്കണം. പിന്നെ ബാക്കികാര്യങ്ങളെല്ലാം സൈന്യം നോക്കിക്കൊള്ളും."

"ശരി സാർ."

"നാളെ അർദ്ധരാത്രി കഴിയുന്നതുവരെ ഏതുസമയവും നിങ്ങളെന്നെ ബന്ധപ്പെട്ടുകൊണ്ടിരിക്കണം. അപ്പപ്പോൾ നടക്കുന്നതെല്ലാം എനിക്കറിയണം. ചില സൂചനകൾ എനിക്ക് നല്കാൻവേണ്ടി വെടിപൊട്ടിക്കാൻ വേണ്ടുന്ന കാര്യങ്ങൾ ചെയ്യണം. നാളെ രാത്രി വലിയ തോക്കു പൊട്ടിയാൽ നഗരത്തിലെ എല്ലാ പ്രധാനകവാടങ്ങളും അടച്ചിടണം. പറഞ്ഞതെല്ലാം മനസ്സിലായല്ലോ."

"ശരി സാർ."

"സൂചനകിട്ടിയാൽ ആരും നഗരത്തിന് വെളിയിൽ പോകരുത്. ഒരു കമ്പിസന്ദേശവും അയയ്ക്കരുത്. റോമിന്റെ പൂർണ്ണനിയന്ത്രണം സർക്കാരിന്റെ കൈയിലായിരിക്കണം. തികഞ്ഞ അടിയന്തരാവസ്ഥ."

"ശരി സാർ."

"സൈന്യത്തിന് ഉത്തരവ് കൊടുത്തിട്ടുണ്ട്. ആദ്യത്തെ വെടി ആകാശത്തേക്ക്, രണ്ടാമത്തേത് നേതാക്കന്മാർക്ക് നേരെ. ഒരൊറ്റ നേതാവുപോലും രക്ഷപ്പെടരുത്. അങ്ങനെ വന്നാൽ.........."

"ഒരുത്തനും രക്ഷപ്പെടില്ല സാർ."

അതിനുശേഷം ആരും ഒന്നും സംസാരിച്ചില്ല. റോമ ഇതെല്ലാം കേട്ട് ആകെ അസ്വസ്ഥയായി. അവളുടെ ശ്വാസഗതി വർദ്ധിച്ചു. കരയാൻകഴിയാത്തതുകൊണ്ട് അവളുടെ കഴുത്ത് വേദനിക്കുന്നുണ്ടായിരുന്നു.

"ഒരൊറ്റ നിമിഷംകൊണ്ട് ഞാനയാളുടെ കഥകഴിച്ചേക്കാം." ബാരൻ പറഞ്ഞു. അതിനുശേഷം അങ്ങോട്ട് ചാൾസ് മിങ്കിളി കടന്നുവന്നു. ബാരൻ അയാളെ അഭിവാദ്യം ചെയ്തു.

"ഇരിക്കൂ മിസ്റ്റർ മിങ്കിളി. എല്ലാകാര്യങ്ങളും തുറന്നുപറഞ്ഞോളൂ. നിങ്ങൾക്ക് ഈ ജോലി കിട്ടാൻകാരണം റോമയാണല്ലോ. നമ്മുടെ പദ്ധതികളെക്കുറിച്ചെല്ലാം റോമയ്ക്ക് നല്ല ധാരണയുണ്ട്. കൊളീസിയത്തിൽ നടക്കാനിരിക്കുന്ന സമ്മേളനത്തെക്കുറിച്ച് നിങ്ങൾ കേട്ടിട്ടുണ്ടാവുമല്ലോ."

മിങ്കിളി തലതാഴ്ത്തിയിരുന്നു.

"അക്രമങ്ങൾ ഉണ്ടാവുകയാണെങ്കിൽ മാത്രമേ സൈന്യത്തിന്റെ സഹായം തേടാവൂ എന്ന് ഞാൻ കർശനമായി നിർദ്ദേശിച്ചിട്ടുണ്ട്. പാവ

പ്പെട്ടവരായ നമ്മുടെ നാട്ടിലെ സാധാരണക്കാരെ രക്ഷിക്കാൻ ഉത്തരവാദപ്പെട്ടവരാണ് നമ്മൾ. ജനങ്ങൾക്ക് വിവരമില്ല. എങ്കിലും ലോകത്തിന്റെ കണ്ണിൽ നമുക്ക് മര്യാദാരാമന്മാരാവണമല്ലോ. ഇതുപോലുള്ള യോഗങ്ങളിൽ കുഴപ്പങ്ങളുണ്ടാവാൻ അധികമൊന്നുംവേണ്ട."

അപ്പോഴും മിങ്കിളി ശിരസ് താഴ്ത്തിയിരുന്നു.

"സമ്മേളനം സമാധാനപരമായിട്ടായിരിക്കാം നടക്കുന്നത്. പക്ഷേ, അവിടെ കുഴപ്പങ്ങളുണ്ടാക്കണമല്ലോ. അല്ലെങ്കിൽ ഉണ്ടാവണമല്ലോ. എങ്ങനെ..... ഒരു തർക്കം ഒരു കല്ലേറ് ഇതൊക്കെ മതിയാവില്ലേ. മനസ്സിലാവുന്നുണ്ടോ മിങ്കിളിക്ക്."

മിങ്കിളി അപ്പോഴും ഒന്നും മിണ്ടാതിരുന്നു.

"ഇത്തരം സാഹചര്യങ്ങളിൽ എന്തെങ്കിലുമൊക്കെ ചെറിയ കശപിശകൾ സാധാരണയായി നടക്കും."

"ഉവ്വ് സാർ."

റോമയുടെ നെഞ്ചിടിപ്പ് വർദ്ധിക്കാൻ തുടങ്ങി.

"നിങ്ങളങ്ങോട്ട് പോകുമ്പോൾ എന്റെ സെക്രട്ടറിയോട് ഇവിടെ എത്താൻ പറയണം. ഒരു കത്ത് കൊടുത്തയയ്ക്കാനുണ്ട്. "വിദേശകാര്യമന്ത്രിക്കുള്ള കത്തായിരുന്നു അത്. അതിങ്ങനെയായിരുന്നു:

"പ്രിയസുഹൃത്തെ,

കലാപമുണ്ടാക്കാൻ ശ്രമിക്കുന്ന വിപ്ലവകാരികളെ പിടിക്കാനുള്ള ഒരു ലോകപ്രസ്ഥാനം ഉണ്ടാവണമെന്ന് പാശ്ചാത്യലോകത്തോടും അമേരിക്കയോടും നിങ്ങൾ നടത്തിയ അഭ്യർത്ഥനയ്ക്ക് ഞാൻ പൂർണ്ണപിന്തുണ നല്കുന്നു. കലാപകാരികളെ രക്ഷപ്പെടാൻ അനുവദിക്കരുത്. അവരുടെ മേൽ കൊലക്കുറ്റം ചുമത്തണം. കൊലപാതകികളായി അവരെ മുദ്രകുത്തണം. ഇറ്റലിയിലെ ഭരണകൂടം അതിനുവേണ്ടി എന്തുകാര്യങ്ങളും ചെയ്യാൻ സന്നദ്ധമാണെന്ന് താങ്കൾ ലോകത്തോട് പറയണം. വിദേശരാജ്യങ്ങളുടെ നിരുപാധികവും സമ്പൂർണ്ണവുമായ പിന്തുണ നമുക്ക് ഇക്കാര്യത്തിൽ അത്യാവശ്യമാണ്. സമൂഹത്തെ നശിപ്പിക്കാൻ ശ്രമിക്കുന്ന കലാപകാരികളെ അടിച്ചമർത്തിയേപറ്റൂ."

ഇതെല്ലാം കേട്ടതോടുകൂടി റോമയുടെ എല്ലാ നിയന്ത്രണവും തെറ്റാൻതുടങ്ങി. പുറത്തേക്കിറങ്ങിപ്പോയി ഉച്ചത്തിൽ നിലവിളിക്കണമെന്ന് അവൾക്കുതോന്നി. തന്നെ ഓഫീസിലേക്ക് വിളിപ്പിച്ചത് എന്തിനാണെന്ന് റോമയ്ക്ക് കൃത്യമായി ഇപ്പോൾ മനസ്സിലായി. തനിക്കൊരിക്കലും റോസ്സിയെ വിവാഹംകഴിക്കാൻ കഴിയില്ലാ എന്ന് തന്നെ നേരിട്ട് ബോദ്ധ്യപ്പെടുത്താനുള്ള ശ്രമമായിരുന്നു ബാരൻ നടത്തിയത്.

പതിനൊന്ന് ദിവസത്തിനുള്ളിൽ ഒരിക്കലും വിവാഹംചെയ്യാൻ കഴിയില്ല. പതിനൊന്ന് ദിവസം കഴിഞ്ഞാൽ അതിന്റെ പിറ്റേന്ന് സമ്മേളനം നടക്കുകയും ചെയ്യും. സമ്മേളനം കലാപത്തിൽ അവസാനിക്കും. ഡേവിഡ് റോസ്സി കൊല്ലപ്പെടും. ഇതെല്ലാം കൃത്യമായി മുമ്പേതന്നെ റോമയെ അറിയിക്കുക എന്നുള്ള ബാരന്റെ ശ്രമമാണ് ഇവിടെ നടന്നത്.

സെക്രട്ടറി പുറത്തേക്കുപോയപ്പോൾ ബാരൻ ഒരു മന്ദഹാസത്തോടെ റോമയെ സമീപിച്ചുകൊണ്ട് പറഞ്ഞു:

"ക്ഷമിക്കൂ റോമ, സമയം പന്ത്രണ്ടായി. നമുക്ക് പുറത്തുപോയി ആഹാരം കഴിക്കാം."

"ഇല്ല. ഞാൻ വീട്ടിലേക്കു പോവുകയാണ്." റോമ അതു പറയുമ്പോൾ ആകെ വിറയ്ക്കുന്നുണ്ടായിരുന്നു.

"റോമാ, നിനക്ക് സുഖമില്ലെന്നുതോന്നുന്നു. ഇതാ ഈ വെള്ളം കുടിക്കൂ."

"ഇല്ല ഞാൻ പോവുകയാണ്. എനിക്ക് ഇപ്പോഴെല്ലാം മനസ്സിലായി. എന്നാൽ, നിങ്ങൾക്ക് തെറ്റുപറ്റി. നിങ്ങളുടെ കണക്കുകൂട്ടലിൽ പെടാത്ത പലതുമുണ്ട്." അതുംപറഞ്ഞ് റോമ ദൃഢമായ ഭാവത്തിൽ പുറത്തേക്കു പോയി. വീട്ടിലെത്തിയ ഉടൻതന്നെ അവൾ റോസ്സിക്കെഴുതി.

"പ്രിയപ്പെട്ട റോസ്സി,

ഇന്നുരാത്രിതന്നെ എനിക്ക് താങ്കളെ കാണണം. എവിടെവെച്ച് കാണും. നിർബ്ബന്ധമായും കാണണം.ഇന്നുതന്നെ കാണണം. ഒരു കാരണവശാലും താമസിക്കരുത്.

എന്ന് റോമ"

ഈ കത്ത് ബ്രൂണോതന്നെ റോസ്സിക്ക് കൊടുത്ത് അതിന്റെ മറുപടിയും വാങ്ങിവന്നു. ഇതായിരുന്നു മറുപടി;

"പ്രിയപ്പെട്ട റോമാ,

ഇന്ന് രാത്രി ഓഫീസിലേക്ക് വരണം. എനിക്ക് നിന്റെ അടുത്തേക്ക് വരാൻ കഴിയാത്തതിൽ വ്യസനമുണ്ട്. പറ്റാഞ്ഞിട്ടാണ്.

ഇപ്പോൾ റോമയ്ക്ക് വേണ്ടി എന്തുംചെയ്യാൻ തയ്യാറാണ് ബ്രൂണോ. അവൾക്കുവേണ്ടി മരിക്കാനും അയാൾ സന്നദ്ധനാണ്."

*　　*　　*　　*

സൂര്യോദയം പത്രത്തിന്റെ ഓഫീസിൽ വലിയ ബഹളമായിരുന്നു. ധാരാളമാളുകൾ വന്നുംപോയുമിരുന്നു. പത്രാധിപരുടെ ഓഫീസിലായിരുന്നു വലിയ തിരക്ക്. ഡേവിഡ് റോസ്സിയുടെ നേതൃത്വത്തിലുള്ള പത്രമാണ് *സൂര്യോദയം*. പത്രാധിപരായ റോസ്സി തന്റെ അവസാനത്തെ സന്ദേശം ജനങ്ങൾക്ക് നല്കുകയായിരുന്നു. ആ സന്ദേശമിതായിരുന്നു.

"റോമൻ ജനങ്ങളെ, നമ്മുടെ സമ്മേളനം തടയാൻ ഭരണകൂടം തയ്യാറെടുത്തിരിക്കുകയാണ്. ഭരണകൂടത്തിന്റെ നിറതോക്കിനെ നേരിടാൻ സമാധാനപ്രിയരും ധീരന്മാരുമായ നിങ്ങളുടെ വിരിഞ്ഞ മാറിടമല്ലാതെ മറ്റൊരായുധവുമില്ല. അതുമാത്രം മതി. നമ്മളിൽ നൂറുകണക്കിനാളുകളെ വെടിവെച്ചുവീഴ്ത്തിയാൽ അവർ വിജയിച്ചു എന്നുകരുതും. പക്ഷേ, നാം ഒരിക്കലും പിന്നോട്ടല്ല. നമ്മുടെ ന്യായമായ ഈ പ്രതിഷേധംതന്നെ ഭരണകൂടത്തിന് കനത്ത ആഘാതമായിരിക്കും." എഴുതിയത് ശരിയായില്ലായെന്ന് റോസ്സിക്ക് തോന്നി. കുറെ ആളുകൾ വെടിവെച്ചുകൊല്ലപ്പെ

ട്ടാൽ അതെങ്ങനെ ഭരണകൂടത്തിന് ആഘാതമാകും. ജനങ്ങളെ അങ്ങനെ കൊല്ലാൻ വിടരുത്. റോസ്സി മുകളിലെഴുതിയത് കീറിക്കളഞ്ഞ് മറ്റൊന്ന് എഴുതാൻതുടങ്ങി.

"റോമൻ ജനങ്ങളെ രക്തച്ചൊരിച്ചിൽ ഇല്ലാതെ പരിഷ്കരണനടപടികൾ നടപ്പിലാക്കാൻ കഴിയില്ലെങ്കിൽ............." അതും ശരിയായില്ലെന്ന് റോസ്സിക്ക് തോന്നി. ഇതെല്ലാം ആ ഓഫീസിൽ നിന്ന് ഒരാൾ സൂക്ഷിച്ച് നിരീക്ഷിക്കുന്നുണ്ടായിരുന്നു. റോസ്സിയുടെ പത്രാധിപകസേരയിലിരിക്കാൻ നിയുക്തനായ ഒരാളായിരുന്നു അത്. *സൂര്യോദയം* എന്ന പത്രത്തിന്റെ ഉടമസ്ഥരാണ് അയാളെ നിയമിച്ചത്. അയാൾ റോസ്സിയുടെ അടുത്തുവന്ന് ഒരു സ്ത്രീ പുറത്ത് കാത്തുനില്ക്കുന്നുണ്ടെന്ന് അറിയിച്ചു.

"അവരെ എന്റെ മുറിയിലിരുത്തുക." റോസ്സി പറഞ്ഞു.

"അവരെ ഇവിടെനിന്ന് കാണാതിരിക്കുന്നതാണ് നല്ലത് എന്നുതോന്നുന്നു." അയാൾ പറഞ്ഞു.

"അവരെ ആ മുറിയിലിരുത്തൂ." റോസ്സി ആവർത്തിച്ചപ്പോൾ അയാൾ പോയി. റോസ്സി റോമയോട് ചോദിച്ചു:

"റോമയ്ക്ക് എന്തുപറ്റി. എന്താണ് മുഖമാകെ വിളറിയിരിക്കുന്നത്." ബാരൻ റോമയെ വിളിപ്പിച്ചതും അവിടെവെച്ച് നടന്ന സംഭാഷണങ്ങളും കാര്യങ്ങളുടെ ഗൗരവാവസ്ഥയും എല്ലാംതന്നെ റോമ റോസ്സിയെ ധരിപ്പിച്ചു. കൊളീസിയത്തിൽ നടക്കാൻപോകുന്ന സമ്മേളനത്തിൽ ബഹളമുണ്ടാകാൻ പോകുന്നതും തുടർന്ന് വെടിവെപ്പുണ്ടാകുന്നതും എല്ലാംതന്നെ റോമ വിശദീകരിച്ചു. റോസ്സിയെ വധിക്കുക എന്നതാണ് അവരുടെ ലക്ഷ്യമെന്നതുകൊണ്ട് അവിടെനിന്നും എത്രയുംപെട്ടെന്ന് പോകാൻ റോമ അയാളോട് കെഞ്ചി.

"അതുനല്ലത്. നല്ല കാര്യം. എനിക്കുമാത്രമേ അപകടം സംഭവിക്കുന്നുള്ളൂ എന്നുവന്നാൽ...." റോസ്സി പറഞ്ഞു.

"താങ്കൾക്ക് ഒന്നും മനസ്സിലായില്ല. നിങ്ങളുടെ ജീവൻ അപകടത്തിലാണ്. എത്രയുംപെട്ടെന്ന് ഇവിടം വിടണം."

"ഞാനൊരിക്കലും അതുചെയ്യില്ല. ഞാനിവിടുന്ന് സ്ഥലംവിടണം എന്നതാണ് അയാളുടെ ആഗ്രഹം. അതിനുവേണ്ടിയാണ് നിന്നെ വിളിച്ചുവരുത്തിയതും അങ്ങനെയൊക്കെ പറഞ്ഞതും. ഞാനിവിടുന്ന് പോയാൽ റോമ തനിച്ചാവും. ഇല്ല. റോമാ നിന്നെ വിട്ട് ഞാനൊരിക്കലും എവിടെയും പോകില്ല."

അതുകേട്ടതോടെ റോമയുടെ മുഖം തുടുത്തു. അയാളുടെ കഴുത്തിൽ കെട്ടിപ്പിടിച്ചുകൊണ്ട് അവൾ പറഞ്ഞു:

"നല്ലത്, എങ്കിൽ ഞാനും ഒപ്പം വരാം."

"പ്രിയസഖീ, പാടില്ല. പത്ത്ദിവസത്തിനുള്ളിൽ നമ്മുടെ വിവാഹം നടക്കില്ല" അവളെ ആലിംഗനം ചെയ്തുകൊണ്ടാണ് അയാളത് പറഞ്ഞത്.

"അതുപ്രശ്നമില്ല."

"റോമ എന്താണ് പറയുന്നത്."

"നമ്മളാണ് വിവാഹം കഴിക്കുന്നത്. അത് മറ്റുള്ളവരെ ബോധിപ്പിക്കേണ്ട കാര്യമല്ല."

"എന്റെ ഓമനേ."

റോമ റോസ്സിയുടെ കഴുത്തിൽനിന്നും കൈകൾ പിൻവലിച്ചുകൊണ്ട് പറഞ്ഞു:

"എന്നെ നിങ്ങൾ കൊണ്ടുപോകണം. അല്ലെങ്കിൽ എന്നെക്കാൾ നിങ്ങൾ മറ്റെന്തിനെയോ കൂടുതൽ സ്നേഹിക്കുന്നു എന്ന് ഞാൻ പറയും."

"കുട്ടീ എന്നെ ഇങ്ങനെ വേദനിപ്പിക്കരുത്. ഞാൻ മരിക്കാൻ തയ്യാറാണ്."

"ഒരിക്കലും അതുപറയരുത്. അങ്ങ് ജീവിക്കണം. അങ്ങ് ജീവിക്കാൻവേണ്ടി എന്തും ചെയ്യാൻ ഞാൻ തയ്യാറാണ്. എന്തും."

"എന്റെ പ്രിയപ്പെട്ടവളെ, നീ നല്ലവളാണ്. പരിശുദ്ധയാണ്. ഔന്നത്യമുള്ളവളാണ്. സത്യസന്ധയും ധീരയുമായ ഒരു സ്ത്രീക്ക് തന്റെ ഗുണങ്ങളുടെപേരിൽ എന്തെല്ലാം കളങ്കങ്ങൾ, പ്രതിസന്ധികൾ, അഭിമുഖീകരിക്കേണ്ടിവരുമെന്ന് നീ മനസ്സിലാക്കുന്നില്ല. മാത്രമല്ല നീ ഇവിടുത്തെ ജനങ്ങളെപ്പറ്റി ആലോചിച്ചുനോക്കൂ. യഥാർത്ഥത്തിൽ എനിക്ക് അർഹമായതിനേക്കാൾ ആദരവ് തരുന്ന നിഷ്കളങ്കരായ മനുഷ്യരാണവർ. എന്റെ വിളികേട്ട് അവർ വന്നു. ആയിരങ്ങൾ. ഇതാ അന്യരാജ്യങ്ങളിൽനിന്നും വന്നിരിക്കുന്നു ആളുകൾ. ഞാൻ എവിടേക്ക് വിളിച്ചാലും അവിടെയെത്തുമവർ. എന്റെ രക്ഷ അവർ നോക്കും. എന്റെ ആഹ്ലാദമാണ് അവർ അഭിലഷിക്കുന്നത്. ഇങ്ങനെയുള്ള അവരെ ഉപേക്ഷിച്ച് ഞാനോടിപ്പോകണോ. റോമ അങ്ങനെ പറയരുത്. റോമയ്ക്ക് അത് പറയാൻ ആവില്ല. റോമ അത് പറയില്ല. കാരണം റോമയെ എനിക്ക് മനസ്സിലാക്കാൻ കഴിയും."

അപ്പോൾ റോമ അയാളുടെ മാറിടത്തിൽനിന്നും ശിരസ്സ് പിൻവലിച്ചുകൊണ്ട് പറഞ്ഞു:

"ശരിയാണ് അങ്ങ് പറഞ്ഞത്. ഓടിപ്പോവരുത്."

"എന്റെ പ്രിയമുള്ളവളേ."

"ഭയന്നുപോയ ഞാൻ അങ്ങയോട് പലായനം ചെയ്യാൻ പറഞ്ഞതിൽ ക്ഷമിക്കണം."

"അങ്ങനെ പറഞ്ഞതിന് ഞാൻ നിന്നെ അധികമായി സ്നേഹിക്കുന്നു."

"ഞാനും കൂടെവരാമെന്ന് പറഞ്ഞത് തെറ്റായോ."

"അങ്ങനെ പറഞ്ഞതിനും ഞാൻ നിന്നെ കൂടുതൽ സ്നേഹിക്കുന്നു."

"എനിക്ക് അല്പംകൂടി ധൈര്യം വേണം." അവളത് പറയുമ്പോൾ അധരങ്ങൾ വിറയ്ക്കുന്നുണ്ടായിരുന്നു. അവളുടെ സ്വരമാകെ പതറിയിരുന്നു. കണ്ണുകൾ നിറഞ്ഞിരുന്നു.

"അങ്ങയുടെ കർമ്മങ്ങൾ ശരിയാണോ തെറ്റാണോ എന്ന് ഞാനല്ല തീരുമാനിക്കേണ്ടത്. അങ്ങേക്ക് ശരിയെന്നു തോന്നുന്ന കാര്യങ്ങൾ ചെയ്തുകൊള്ളൂ. അങ്ങയുടെ ആജ്ഞകൾക്കനുസരിച്ച് പ്രവർത്തിക്കുന്ന പടയാളിയാണ് ഞാൻ."

"നീ ധീരയാണ്."

"ഞാനെന്റെ അച്ഛന്റെ മകളാണ്. ത്യാഗിയായ അച്ഛൻ, അദ്ദേഹമെല്ലാം ഉപേക്ഷിച്ചു. ഞാനും ആ പാത പിന്തുടരുന്നു. നോക്കൂ നാളെ രാത്രി അവർ വന്ന് എന്നോട് പറയുകയാണെങ്കിൽ അങ്ങ്......."

റോമയുടെ മുഖം വിളറിയിരുന്നു.

"നീ സമർത്ഥയാണ്. എന്തൊരു സൗന്ദര്യമാണ് എന്റെ പ്രിയതമയുടെ മുഖത്തിന്. നീ ഒന്ന് പുഞ്ചിരിക്കൂ. കുഴപ്പങ്ങളൊക്കെ ഒരിക്കൽ അവസാനിക്കും. അപ്പോൾ ഈ ഡേവിഡ് റോസ്സി എന്തുചെയ്യുമെന്ന് നിനക്ക് ഊഹിക്കാമോ. നിന്നെ ചിരിപ്പിക്കാൻവേണ്ടി ജീവിക്കുകയായിരിക്കും ഞാൻ ചെയ്യുക."

റോമ അതുകേട്ടതോടെ തുള്ളിച്ചാടി റോസിയെ ചുംബിച്ചു.

"ഞാൻ പോകുന്നു. എന്താണ് വേണ്ടതെന്ന് എനിക്കറിയാം."

"എന്തുചെയ്യുന്നു."

"അതെന്നോട് ചോദിക്കരുത്." റോമ വാതിൽതുറന്ന് പോകാനൊരുങ്ങി. പോകുമ്പോൾ നാളെ രാത്രി അയാളെ കാത്തിരിക്കുമെന്നും അവൾ പറഞ്ഞു. അവളെന്താണ് ചെയ്യാൻ പോകുന്നതെന്ന് റോസ്സിക്ക് മനസ്സിലായില്ല. അയാൾ കുറച്ചുനേരം ആലോചിച്ച് നിന്നശേഷം തന്റെ മുറിയിലേക്ക് തിരിച്ചുവന്നു.

അപ്പോൾ അടുത്ത പത്രാധിപരാവാൻവേണ്ടി നിയമിക്കപ്പെട്ട ആൾ റോസ്സിയോട് ഇങ്ങനെ പറഞ്ഞു:

"മിസ്റ്റർ റോസ്സി, പത്രം നിർത്താൻ ഭരണാധികാരികൾ ഒരു കാരണത്തിനുവേണ്ടി കാത്തിരിക്കുകയാണ്. ആ പോയ സ്ത്രീയും പ്രധാനമന്ത്രിയും തമ്മിലുള്ള ബന്ധം............"

"സാർ, നിങ്ങൾ പത്രാധിപരാവുമ്പോൾ ഉചിതമായത് ചെയ്തുകൊള്ളുക. പക്ഷേ, ഇപ്പോൾ ഞാനാണ് പത്രാധിപർ. എന്റെ ഇച്ഛയ്ക്കനുസരിച്ച് കാര്യങ്ങൾ നടക്കും."

"പക്ഷേ."

"ഒന്നും പറയണ്ട."

"ഞാൻ..........."

"പുറത്തു പോ."

"എന്ത്?"

"വേഗം പുറത്തുപോകാനാണ് പറഞ്ഞത്." അയാൾ പോയതിനുശേഷം റോസ്സി എഴുതാൻ തുടങ്ങി.

"റോമൻ ജനങ്ങളെ, നിങ്ങൾ ഭയപ്പെടരുത്. ഭരണാധികാരികളുടെ ആയുധമുറകളും മറ്റും കണ്ട് നിങ്ങൾ പതറരുത്. ഒരിക്കലും നിങ്ങളെ

വഞ്ചിച്ചിട്ടില്ലാത്ത എന്നെ വിശ്വസിക്കുക. ജനങ്ങൾക്കെതിരെ ഭരണകൂടം വെടിയുണ്ട ഉതിർക്കില്ല. എന്നാൽ, ജനങ്ങൾ നിയമം ലംഘിക്കരുത്. വസ്തുവകകൾക്കൊന്നും നാശം വരുത്തരുത്. ബഹളമുണ്ടാക്കരുത്. എല്ലാറ്റിനുമുപരി ജീവന്റെ വിലയ്ക്ക് മൂല്യം കല്പിക്കണം. പ്രകോപനവും അക്രമവുമുണ്ടാക്കുന്നവർ ജനശത്രുക്കളാണ്. അവരെ കരുതിയിരിക്കണം. ധൈര്യവും ക്ഷമയും ശക്തിയും കൈവിടരുത്. ലോകംമുഴുവൻ ശ്രദ്ധിക്കുന്ന, ലോകമെങ്ങും പ്രതിദ്ധ്വനി സൃഷ്ടിക്കുന്ന ഒരു ശബ്ദം നമുക്ക് നാളെ സൃഷ്ടിക്കണം. പ്രിയറോമൻ ജനങ്ങളെ, നിങ്ങൾ നമ്മുടെ പൂർവ്വികരെ ഓർക്കുക. മഹത്ത്വത്തോടെ പെരുമാറുക."

ഡേവിഡ് റോസ്സി ആ മുഖലേഖനം അവിടുത്തെ സഹപത്രാധിപരുടെ അടുത്ത് കൊടുക്കുമ്പോൾ തികഞ്ഞ നിശ്ശബ്ദതയായിരുന്നു. അപ്പോൾ കുറച്ചാളുകൾ അവിടേക്ക് ഓടിയെത്തി. കുറെ പൊലീസുകാരായിരുന്നു അത്.

"പത്രം കണ്ടു കെട്ടാൻ ഉത്തരവ് വന്നിരിക്കുന്നു. എല്ലാ രേഖകളും പരിശോധിക്കണം. താക്കോൽ തരൂ." പൊലീസ് ഇൻസ്പെക്ടർ റോസ്സിയോട് പറഞ്ഞു.

"ആരും പുറത്തുപോകരുത്." ഇൻസ്പെക്ടർ പൊലീസുദ്യോഗസ്ഥന്മാർക്ക് കല്പനകൊടുത്തു.

"എന്താണിത്?"

റോസ്സി എഴുതിയ മുഖലേഖനം നോക്കിയിട്ട് ഇൻസ്പെക്ടർ ചോദിച്ചു:

"ഇവിടെനിന്നും കണ്ടുകെട്ടുന്ന സാധനങ്ങളുടെ ലിസ്റ്റ് എനിക്ക് തരണം." അടുത്ത പത്രാധിപരാവേണ്ട ആൾ പറഞ്ഞു.

"അതെല്ലാം സ്റ്റേഷനിലേക്കുവന്നാൽ കാണിച്ചുതരാം."

"ഞങ്ങളെയെല്ലാം അറസ്റ്റുചെയ്യുകയാണോ?"

"എല്ലാവരെയും അറസ്റ്റുചെയ്യുന്നില്ല. പാർലമെന്റ് മെമ്പറായതുകൊണ്ട് റോസ്സിയെ ഒഴിവാക്കുന്നു."

"അത് ഞാൻ ചിന്തിച്ചതാണ്." പുതിയ പത്രാധിപർ പുച്ഛത്തോടെ പറഞ്ഞു. എന്നിട്ട് ഒരു പരിഹാസച്ചിരിയോടെ റോസ്സിയോട് ഇങ്ങനെ പറഞ്ഞു:

"ഞാൻ നേരത്തെ പറഞ്ഞത് ഓർത്തില്ലേ."

പൊലീസുദ്യോഗസ്ഥർ ആ പത്രമോഫീസിലെ രേഖകളും മറ്റും പരിശോധിക്കുന്നതിനിടയിൽ റോസ്സി അവിടെനിന്നും പോയി. ഉച്ചയ്ക്ക് ബാരന് ഫെലിസ് ഒരു എഴുത്തുകൊടുത്തു. അതിതായിരുന്നു.

"നാളെ കൊളീസിയത്തിൽ നടക്കാൻപോകുന്ന മഹാസമ്മേളനത്തിൽ ഞാനും പങ്കെടുക്കുന്നുണ്ട്. അവിടെ നിങ്ങൾ വെടിവെക്കുകയാണെങ്കിൽ അത് എനിക്കും കൊള്ളുന്നതായിരിക്കുമെന്ന് ഓർത്തുകൊള്ളുക." റോമ കൊടുത്തയച്ച ആ കത്ത് വായിച്ച് ബാരൻ സ്വയം പറഞ്ഞു:

"ഈ പെണ്ണ് വളരെ സമർത്ഥയാണല്ലോ!" അതിനുശേഷം അയാൾ

മിങ്കിളിയെ ആളയച്ച് വരുത്താനുള്ള ഏർപ്പാടുകൾ ചെയ്തു.

പിറ്റേന്ന് പ്രഭാതംമുതൽ ജനങ്ങൾ കൊളീസിയത്തിലേക്ക് ഒഴുകാൻ തുടങ്ങി. കടകളെല്ലാം നേരത്തെ അടച്ചു. സൈനികവാഹനങ്ങൾ നഗരം മുഴുവൻ റോന്തുചുറ്റുന്നുണ്ടായിരുന്നു. എങ്ങും ഭയാശങ്കകളുടേതായ ഒര ന്തരീക്ഷം. സമ്മേളനം നടക്കേണ്ട സമയമാവുമ്പോഴേക്കും ആളുകളുടെ പ്രവാഹം ഇരട്ടിച്ചു.

എങ്കിലും റോസ്സി ഇരുന്നാലോചിക്കുകയായിരുന്നു. ജനങ്ങളോട് സമാധാനം പാലിക്കാൻ അഭ്യർത്ഥിച്ചിട്ടുണ്ടെങ്കിലും എന്തുസംഭവിക്കു മെന്ന് പ്രവചിക്കാൻ കഴിയില്ല. ചെറിയൊരു വാക്കുതർക്കമുണ്ടായാൽ മതി കുഴപ്പങ്ങളുണ്ടാവാൻ.

എലന റോസ്സിക്ക് കുടിക്കാൻവേണ്ടി കാപ്പിയുമായി വന്നു. അവൾ അയാളോട് പറഞ്ഞു:

"ചിലർ പുറത്ത് കാത്തുനില്പുണ്ട്."

"എനിക്കിപ്പോൾ പറ്റില്ലെന്ന് പറഞ്ഞേക്ക്."

അവൾ പോയി. എന്തൊക്കെയോ സംഭവിക്കാൻ പോകുന്നുണ്ട്. ദീർഘമായ ഒരു സവാരിക്ക് ഇറങ്ങിപ്പുറപ്പെട്ട സാഹസികനെപ്പോലെ റോസ്സി തയ്യാറെടുപ്പുകൾ നടത്തുകയായിരുന്നു. പല എഴുത്തുകുത്തു കളും അദ്ദേഹം നശിപ്പിച്ചുകളഞ്ഞു. എന്നാൽ, റോമയുടെ കത്തുകൾ നശിപ്പിക്കാൻ വിഷമം തോന്നി. പക്ഷേ, എന്തുചെയ്യും ആ കത്തുകളോ രോന്നും വീണ്ടും വീണ്ടും അയാൾ വായിച്ചു. അതിലെ ഓരോ അക്ഷ രവും മനസ്സിൽക്കുറിച്ചിട്ട് അവസാനം അതീവദുഃഖത്തോടെ അയാൾ അത് കത്തിച്ചുകളഞ്ഞു.

സമയം പന്ത്രണ്ടായി. ഉച്ചയ്ക്കത്തെ ആഹാരം കഴിച്ച് റോസ്സി ജോസ ഫിനെ വിളിച്ചു. എലനയാണ് അവനെ റോസ്സിയുടെ അടുത്തേക്ക് കൊണ്ടുവന്നത്. എലന പറഞ്ഞു

"അങ്കിൾ ഡേവിഡ് ഇന്നിവന് വല്ലാത്തൊരു വാശിതന്നെ. റോമ നല്കിയ വസ്ത്രങ്ങൾ ധരിച്ച് അവന് പുറത്തുപോകണം. അവൻ കര യുകയാണ്."

"ഇത്രയും വലുതായിട്ട് കരയുകയോ." ജോസഫിനെ അണച്ചുപി ടിച്ച് റോസ്സി ചോദിച്ചു. എന്നിട്ട് അവന്റെ കാതിൽ ഇങ്ങനെ മന്ത്രിച്ചു:

"ആ നീ ഉടുപ്പ് ധരിച്ചോളൂ. പുറത്തേക്കുപോകില്ലെന്ന് നീ വാക്കുപ റഞ്ഞതാണ്. അല്ലേ ജോസഫ്?"

"ഉവ്വ്."

അവൻ അവന്റെ ഉടുപ്പുകൾ ഇട്ട് ആഹ്ലാദത്തോടെ അവന്റെ മുറിയി ലേക്ക്പോയി. വൈകുന്നേരം ബ്രൂണോ എത്തി. അയാൾ പറഞ്ഞു:

"സാർ, ഇന്ന് കൊളീസിയത്തിൽ വെടിവെപ്പുണ്ടാകുമെന്ന് ആളു കൾ പറയുന്നു. ഞാൻ കൂടെ വരാം." അവർ പോകാനുള്ള തയ്യാറെടുപ്പി ലായി. പോകുന്നതിനുമുമ്പ് റോസ്സി ഇങ്ങനെ പറഞ്ഞു:

"സമയമായി. നിങ്ങൾ എനിക്ക് നല്കിയ എല്ലാ സഹായത്തിനും

ദൈവം നിങ്ങളെ അനുഗ്രഹിക്കുമാറാകാട്ടെ. എന്റെ ജോസഫിനെ പ്രത്യേകം ശ്രദ്ധിക്കണം." അതുംപറഞ്ഞ് അയാൾ ജോസഫിനോട് തന്നെ ചുംബിക്കുവാനാവശ്യപ്പെട്ടു. ജോസഫ് അയാളുടെ കഴുത്തിൽ കെട്ടിപ്പിടിച്ച് ചുംബിക്കുമ്പോൾ അവൻ പൊട്ടിക്കരയുന്നുണ്ടായിരുന്നു.

"അങ്കിളേ, അങ്കിൾ ഡേവിഡ് .... പപ്പാ, ..."

ജോസഫിന്റെ കരച്ചിലോടെയുള്ള വിളി അയാളുടെ കാതുകളിൽ മുഴങ്ങി.

കൊളീസിയം ജനങ്ങളെല്ലാം അവിടെ തടിച്ചുകൂടിയിരിക്കുകയാണ്. ഒരു മനുഷ്യമഹാസമുദ്രംതന്നെ. ഇതുപോലൊരു ജനക്കൂട്ടം ഇതിനുമുമ്പ് അവിടെ ഉണ്ടായിട്ടില്ല. പൂർണ്ണനിശ്ശബ്ദതയായിരുന്നു. എന്നിട്ടും എല്ലാവരും റോസ്സിയെ കാത്തിരിക്കുകയാണ്. ഇറ്റലിയുടെ ചരിത്രത്തിൽ ഒരു രാജാവിനുപോലും ഇതുപോലൊരു ജനസമ്മതിയും ആദരവും ലഭിച്ചിട്ടില്ല. അദ്ദേഹത്തെ കണ്ടമാത്രയിൽ ജനങ്ങൾ അഭിവാദ്യംചെയ്യാനും എതിരേല്ക്കാനും തുടങ്ങി. അവർ അദ്ദേഹത്തെ സമ്മേളനവേദിയിലേക്ക് നയിച്ചു. എന്നാൽ, അയാളുടെ ഉള്ളിൽ എന്തൊക്കെയോ കാണുന്നുണ്ടായിരുന്നു. രക്തച്ചൊരിച്ചിലുണ്ടാകരുതെന്നും കുഴപ്പങ്ങളൊന്നും സംഭവിക്കരുതെന്നും റോസ്സി ദൈവത്തോട് പ്രാർത്ഥിക്കുക്കയായിരുന്നു.

റോമ കുറച്ചുമുമ്പുതന്നെ കൊളീസിയത്തിൽ എത്തിയിരുന്നു. സമ്മേളനസ്ഥലത്ത് ചുറ്റും പൊലീസ് വലയം തീർത്തിരുന്നു. അവിടെ തിങ്ങിക്കൂടിയ ജനാവലിയിൽ ഭൂരിപക്ഷവും പാവപ്പെട്ടവരായിരുന്നു. അവരുടെ വസ്ത്രങ്ങൾ കീറിപ്പറിഞ്ഞതായിരുന്നു. റോസ്സി സമ്മേളന സ്ഥലത്തെത്തി. റോമയും അങ്ങോട്ട് കടന്നുവന്നു. പലസ്ഥലത്തും വിളക്കുകൾ കൊളുത്തിയിരുന്നു. റോസ്സി സംസാരിക്കാൻ തുടങ്ങി.

"റോമൻ ജനങ്ങളെ, സഹോദരീ, സഹോദരന്മാരെ," റോസ്സി സംസാരിക്കുമ്പോൾ അദ്ദേഹത്തിന്റെ അടുത്ത് ബ്രൂണോ ഇരിക്കുന്നുണ്ടായിരുന്നു. റോമയും അടുത്തുതന്നെ ഉണ്ടായിരുന്നു. റോസ്സി തുടർന്നു:

"ആദ്യമായി ഞാൻ നിങ്ങളോട് പറയുന്നത് എല്ലാവരും തികഞ്ഞ സമാധാനം പാലിക്കണമെന്നാണ്. നമ്മൾ എന്തെങ്കിലും പിഴവ് ചെയ്താൽ എല്ലാം തകർന്നുപോകും. നമ്മളെ ആക്രമകാരികളെന്ന് മുദ്രകുത്താനാണ് ഭരണകൂടം ശ്രമിക്കുന്നത്. ജനങ്ങളാണ് രാജ്യത്തിന്റെ അധികാരികളും അവകാശികളും. ജനങ്ങളെ ആക്രമിക്കുന്നവരാണ് യഥാർത്ഥ അക്രമികൾ. സർക്കാരിന്റെ സായുധസൈന്യം ജനങ്ങളെ അക്രമത്തിന് പ്രേരിപ്പിക്കാതിരിക്കട്ടെ. അക്രമം ഉണ്ടാക്കുന്നവരെ നമ്മൾ തോല്പിക്കണം. സൈന്യത്തിന്റെ വെടിയുണ്ടയ്ക്ക് മുമ്പിൽ നെഞ്ച് വിരിച്ച് നില്ക്കുകയാണ് ജനങ്ങൾ. മരണം ഞങ്ങൾക്ക് പുല്ലാണെന്ന് കാണിക്കാൻ. ഞാൻ പറയുന്നത് നിങ്ങൾ ശ്രദ്ധിച്ച് കേൾക്കണം. അന്യായമായൊരു കാര്യവും ചെയ്യരുത്. നിങ്ങളുടെ കാര്യത്തിൽ എനിക്ക് പൂർണ്ണമായ ഉത്തരവാദിത്വമുണ്ട്. നിങ്ങളുടെ പിഴവുകൊണ്ട് ഇവിടെ രക്തംചിന്തിയാൽ അതിലും വലിയൊരു ദുഃഖം എനിക്കുണ്ടാവാനിടയില്ല. അതുകൊണ്ട് ഞാൻ

ആവർത്തിച്ചുപറയുന്നു, അഭ്യർത്ഥിക്കുന്നു യാതൊരുവിധ പ്രകോപനമോ അക്രമമോ ഉണ്ടാകരുത്."

റോസ്സി ഇത് പറയുമ്പോൾ റോമ അവിടെനിന്ന സൈനികരെ സൂക്ഷിച്ചുനോക്കി.

"പ്രിയപ്പെട്ട റോമൻ ജനങ്ങളെ," റോസ്സി തുടർന്നു.

"അന്യായമായ നികുതിചുമത്തലിനെതിരെ ശക്തമായ ഒരു പ്രതിഷേധം ഒരു മാസംമുമ്പ് നമ്മൾ നടത്തുകയുണ്ടായി. സായുധരായ പൊലീസുകാർ അന്നു നമ്മെ വളഞ്ഞു. ഇന്നും നാം ഇവിടെ കൂടിയിരിക്കുന്നു. ഏത് പട്ടാളത്തെക്കാൾ ബലിഷ്ഠമായതും ഏത് നിയമസഭയെക്കാൾ അധികാരവും അവകാശമുള്ളതും, ഏത് രാജാവിനെക്കാളും ശക്തമായത്, ജനങ്ങളുടെ ഇച്ഛാശക്തിയാണ്, അവരുടെ ധർമ്മബോധമാണ്, അതാണ് ലോകത്തിന്റെ ധാർമ്മികബോധം. അതിനോട് നമ്മുടെ പരാതികൾ പറയാനാണ് ഇവിടെ ചേർന്നിരിക്കുന്നത്." റോസ്സിയുടെ ഈ വാക്കുകൾ കേട്ട് അവിടെ ജനങ്ങൾ കാതടപ്പിക്കുന്ന കരഘോഷം നടത്തുകയുണ്ടായി. അദ്ദേഹം തുടർന്നു:

"ദാരിദ്ര്യമാവുന്ന കീറപ്പായയിൽ കിടന്ന് വലയുന്ന അല്ലയോ റോമൻ ജനങ്ങളെ, നിങ്ങളുടെ ആഹാരം കണ്ണുനീരിന്റെ ഉപ്പുകലർന്നതാണ്. എങ്കിലും സഹനശക്തിയുടെ അനുഗ്രഹം നിങ്ങൾക്കുണ്ടാവട്ടെ. നോക്കൂ, ഈ ഘോരഭിത്തികളുടെ ചരിത്രത്തെപ്പറ്റി ചിന്തിക്കൂ. യേശുക്രിസ്തുവിന്റെ വാക്കുകൾ ഓർക്കൂ. ഏത് പ്രവാചകരുണ്ട് ലോകത്തിൽ കല്ലേറുകൊള്ളാത്തവരായി. മനുഷ്യന്റെ നന്മയ്ക്കായി, അവന്റെ മോചനത്തിനായി പടവെട്ടിയ എത്രയെത്ര പ്രവാചകന്മാരാണ് രക്തസാക്ഷികളായിട്ടുള്ളത്. രക്തസാക്ഷികളുടെ അനശ്വരനഗരമാണ് റോം. രക്തസാക്ഷികളുടെ മഹാരാഷ്ട്രമാണ് നമ്മുടേത്. അതുകൊണ്ട് തന്നെ നിങ്ങളുടെ ക്ഷമയും സഹനശക്തിയും നമ്മെ രക്ഷിക്കുമാറാകട്ടെ."

"പ്രിയസഹോദരീ സഹോദരന്മാരെ, വിശപ്പ് നിങ്ങളെ കാർന്നുതിന്നുന്നു. അങ്ങനെയുള്ള നിങ്ങളോട് സംസാരിക്കുന്നത് അത്യധികം ഹൃദയവേദനയോടെയാണ്. വിശപ്പിന്റെ ചെന്നായ്ക്കൾ നിങ്ങളുടെ കുഞ്ഞുങ്ങളെയും കാർന്നുതിന്നുന്നു. നിങ്ങളോടെ ഐക്യദാർഢ്യം പ്രഖ്യാപിച്ച് ഞാൻ നാളെമുതൽ ആഹാരം ഒരുനേരമാക്കിക്കുറയ്ക്കുകയാണ്. ഇന്നുവരെ ഞാൻ ദിവസവും രണ്ടുനേരമാണ് ആഹാരം കഴിച്ചിരുന്നത്. ഭരണകൂടം എന്തുതന്നെ അക്രമങ്ങളും മർദ്ദനങ്ങളും തുടർന്നുകൊള്ളട്ടെ, നിങ്ങളെ അവർ ജയിലിലടയ്ക്കുകയാണെങ്കിൽ നിങ്ങളെ ആയിരങ്ങൾ അനുഗമിക്കും. ഒരു ജനനേതാവിനെ ഭരണകൂടം വധിച്ചാൽ മറ്റൊരു നേതാവ് അവിടെ ഉയർന്നുവരും. രക്തസാക്ഷികളുടെ രക്തംകൊണ്ട് വിശുദ്ധമാക്കപ്പെട്ട ഈ മഹത്തായ കൊളീസിയത്തിൽവെച്ച് ഞാൻ നിങ്ങളോട് പറയുന്നു സത്യംചെയ്യുക നിങ്ങൾ എനിക്ക് വാക്കുതരിക. അനീതിക്കും അക്രമത്തിനുമെതിരെ പൊരുതുമെന്ന്. ഒരിക്കലും അതിന് കീഴടങ്ങുകയില്ലെന്ന്, വഴങ്ങുകയില്ലെന്ന്."

റോസ്സിയുടെ വാക്കുകൾ അവിടത്തെ ജനസഹസ്രങ്ങളെ ആവേശ ഭരിതരാക്കി. അദ്ദേഹം തന്റെ വലതുകൈ ഉയർത്തിക്കൊണ്ട് പറഞ്ഞു:

"സത്യം ചെയ്യുക."

ജനങ്ങൾ ആർത്തുവിളിച്ച് സത്യംചെയ്തു. ഭയങ്കരമായ ഒരു രംഗ മായിരുന്നു അത്.

റോസ്സി പ്രസംഗപീഠത്തിൽനിന്നും ഇറങ്ങി. റോമയ്ക്ക് ആശ്വാസമാ യി. ആഹ്ലാദംകൊണ്ട് അവളുടെ കണ്ണുകൾ നിറഞ്ഞു. അവൾ തിരിഞ്ഞു നടന്നു.അപ്പോൾ പിറകിൽ ആരുടെയോ കാലൊച്ച അവൾ കേട്ടു. ചാൾസ് മിങ്കിളിയായിരുന്നു അത്.

"റോമയ്ക്ക് എന്നെ മനസ്സിലായോ? ഞാൻ കൂടെ പോരണോ?"

"വേണ്ട. വലിയ ഉപകാരം." അയാളെ ആട്ടിപ്പായിക്കേണ്ടതായിരുന്നു എന്ന് അവൾക്ക് തോന്നി. പക്ഷേ, എന്തുകൊണ്ടോ അവൾ അത് ചെയ്തില്ല. അവളുടെ ഹൃദയം ആനന്ദലഹരിയിലായിരുന്നു. അവളുടെ നെഞ്ചിൽ അതുവരെ ഒരുവലിയ അമ്മിക്കല്ല് ഉണ്ടായിരുന്നു. അത് എടു ത്തുമാറ്റപ്പെട്ടതുപോലെ. അവൾ ആശ്വാസംകൊണ്ടു. അവൾ കൊളീസി യത്തെനോക്കി. ആനന്ദവും അഭിമാനവുംകൊണ്ട് അവളുടെ ഹൃദയം വിജ്രുംഭിതമായി.

ഡേവിഡ് റോസ്സിയും ബ്രൂണോയും ഒന്നിച്ചാണ് മടങ്ങിയത്.

പിറ്റേന്ന് രാത്രി റോമ ഡേവിഡ് റോസ്സിയെ കാത്തിരുന്നു. പുറത്ത് ശബ്ദംകേട്ടപ്പോൾ അവൾ വാതിൽ തുറന്നുനോക്കി. ഡേവിഡ് റോസ്സി യായിരിക്കുമെന്നാണ് അവൾ കരുതിയത്. എന്നാൽ, അത് ബാരൻബോ നലിയായിരുന്നു.

"ഞാനിന്നലെ റോമയുടെ കത്തുകിട്ടിയ ഉടൻതന്നെ ആഞ്ചലിക്ക് നിർദ്ദേശം കൊടുത്തിരുന്നു. യാതൊരുവിധ പ്രശ്നങ്ങളുമുണ്ടാകരുതെ ന്ന്. മാത്രമല്ല, റോമയെ പ്രത്യേകം സംരക്ഷിക്കണമെന്നും ഞാൻ ഉത്ത രവ് നല്കിയിരുന്നു. റോമയെ സൂക്ഷിക്കാൻവേണ്ടി മിങ്കിളിയെ അയയ്ക്കു കയും ചെയ്തു. റോമയ്ക്ക് തൃപ്തിയായില്ലേ?"

അവൾ നിസ്സംഗമായി തലകുലുക്കി.

"പക്ഷേ റോമാ, എനിക്കൊരു കാര്യം അറിയണമെന്നുണ്ട്. നീ റോസ്സിയെ വിവാഹംകഴിക്കാൻ പോകുന്നു അല്ലേ? ഒരു മാസംമുമ്പ് റോമയെ പരസ്യമായി അപമാനിക്കുകയും ആക്ഷേപിക്കുകയും ചെയ്ത ആളാണ് റോസ്സി. എന്താണ് ഇതിന്റെയൊക്കെ രഹസ്യം. പറയൂ."

"അത് രഹസ്യമല്ലേ. അതെങ്ങനെ പറയും."

"എങ്കിൽ ഞാനത് പറയാം. അന്ന് റോസ്സിക്ക് നിന്നെപ്പറ്റി ഉണ്ടായി രുന്ന അഭിപ്രായമല്ല ഇപ്പോഴുള്ളത്. അയാൾ നിന്നെ അപമാനിച്ചത് തെറ്റാ യിപ്പോയി എന്ന് മനസ്സിലാക്കുന്നു. അതിന്റെ പാപപരിഹാരാർത്ഥമായി ട്ടാണ് ഈ വിവാഹം അല്ലേ?"

"അല്ല. അദ്ദേഹമെന്നെ വിവാഹം കഴിക്കുന്നത് പാപപരി ഹാരാർത്ഥമായിട്ടല്ല. സ്നേഹംകൊണ്ടാണ്. പ്രണയംകൊണ്ടാണ്.അ

ദ്ദേഹം എന്നെ പത്നിയായി സ്വീകരിക്കാൻപോകുന്നത് അതുകൊണ്ടു മാത്രമാണ്."

"റോമ ആ വിവരം വെളിപ്പെടുത്തിയിട്ടില്ലേ?"

"എന്ത്?"

"സത്യം."

അവളൊന്നും പറഞ്ഞില്ല. ബാരൻ വീണ്ടും പറഞ്ഞു:

"റോമാ, നീ ഭയങ്കരമായ കുറ്റമാണ് ചെയ്യുന്നത്." അപ്പോൾ റോമയുടെ ഹൃദയം ശക്തിയിൽ മിടിക്കാൻതുടങ്ങി.

"എന്താണ് നിങ്ങൾ പറയുന്നത്. എന്തുകുറ്റമാണ് ഞാൻ ചെയ്തത്. ഞാൻ ഒരു നല്ല സ്ത്രീയാണെന്നുള്ളത് നിങ്ങൾക്കറിഞ്ഞുകൂടെ?"

"ലോകത്തിൽവെച്ചേറ്റവും നല്ല സ്ത്രീയാണ് നീ. ഞാൻ പറയുന്നത് നീ ശ്രദ്ധിക്കണം. നീ ഒരു കുറ്റം ചെയ്തു. വിവാഹംകഴിക്കാൻപോകുന്ന റോസ്സിയിൽനിന്നും നീയൊരു സത്യം മറച്ചുവെച്ചു. പക്ഷേ, നമ്മൾതമ്മിൽ യാതൊരു രഹസ്യവും നിലനില്ക്കുന്നില്ല."

റോമ അയാളെ സൂക്ഷിച്ചുനോക്കി.

"റോമയെ ഞാൻ സ്നേഹിക്കുന്നു. വിവാഹം കഴിക്കാൻ ഉദ്ദേശിക്കുന്നു. പക്ഷേ, നിന്നെ അഭിലഷിക്കുന്ന ആ പുരുഷനെ സംബന്ധിച്ചിടത്തോളം ഏറ്റവും പ്രധാനപ്പെട്ട ഒരു വിഷയമുണ്ട്. ഞാനത് വെളിപ്പെടുത്തണോ?"

"അതെന്റെ കാര്യമാണ്. അയാളുടെ കുറ്റം എന്തായിരുന്നാലും അതിനോട് എങ്ങനെ സമീപിക്കണമെന്ന് എനിക്കറിയാം. ഒരാളുടെ കുറ്റം ജീവിതകാലം മുഴുവൻ അയാളെ പിൻതുടരണം എന്നാണോ നിങ്ങൾ പറയുന്നത്. കഷ്ടംതന്നെ!"

"റോമ അയാളോട് കള്ളംപറഞ്ഞു അല്ലേ?"

റോമ അസ്വസ്ഥയായി.

"അതേതായാലും തെറ്റായിപ്പോയി. ആ സത്യം പിന്നീടാരെങ്കിലും പറഞ്ഞിട്ട് മനസ്സിലാക്കിയാലോ."

"എന്ത് മനസ്സിലാക്കാൻ."

"ആരെങ്കിലും പറഞ്ഞിട്ട്.........."

"നിങ്ങൾ പറഞ്ഞിട്ടോ?"

"എന്തുകൊണ്ട് സംഭവിച്ചുകൂടാ." റോമ ആകെ അസ്വസ്ഥയായി.

"നിങ്ങൾ പറയുമെന്നാണോ പറയുന്നത്." കുറച്ചുനേരം അവൾ മിണ്ടാതിരുന്നു. എന്നിട്ട് പുച്ഛത്തിൽ ഇങ്ങനെ പറഞ്ഞു:

"മനുഷ്യാ ഒന്നാലോചിച്ചുനോക്കൂ നിങ്ങൾക്കെന്താണ് അതുകൊണ്ട് ഗുണം. ഈ വിവാഹം തടയുക അതുകൊണ്ട് നിങ്ങൾക്ക് എന്ത് നേട്ടമാണുണ്ടാകാൻ പോകുന്നത്. ഡേവിഡ് റോസ്സി എന്നെ പ്രണയിക്കുന്നു. എന്നെപ്പറ്റി അദ്ദേഹത്തിനുള്ള വിശ്വാസം ഇല്ലാതാക്കാൻ നിങ്ങൾക്ക് കഴിഞ്ഞേക്കാം. എങ്കിൽ ആ ദുഃഖാഗ്നിയിൽ ഞാൻ എരിഞ്ഞുമരിക്കും."

"വളരെ ക്രൂരമായിട്ടാണ് റോമ സംസാരിക്കുന്നത്. നിനക്കെങ്ങനെ

ഇത്ര സ്വാർത്ഥയാവാൻ കഴിയും. നീ എന്നെപ്പറ്റി എന്റെ വേദനകളെപ്പറ്റി ആലോചിക്കുന്നില്ല. മനസ്സിലാക്കുന്നില്ല."

"ശരിയാണ്." അയാളുടെ കാലിൽ മുട്ടുകുത്തിക്കൊണ്ട് അവൾ പറഞ്ഞു:

"താങ്കൾ ഇതുവരെ എന്നോട് കാരുണ്യത്തോടുകൂടിയാണ് പെരുമാറിയിട്ടുള്ളത്. ഇങ്ങനെയൊക്കെ സംഭവിക്കുമെന്ന് ഞാനും ഓർത്തതല്ല. ഞാൻ കുറ്റക്കാരിയാണെന്ന് സമ്മതിക്കുന്നു. അഹങ്കാരംകൊണ്ടും അത്യാഗ്രഹംകൊണ്ടും ഞാൻ പലതും വെട്ടിപ്പിടിക്കാൻ ആഗ്രഹിച്ചവളാണ്. താങ്കൾ എന്നെ വശീകരിക്കാൻ ശ്രമിച്ചപ്പോൾ ഞാൻ ക്ഷമിക്കുകയാണ് ചെയ്തത്. അതെന്റെ തെറ്റാണ്.അത് ഞാൻ അംഗീകരിക്കുന്നു. ഞാൻ നിങ്ങളോട് ക്ഷമിക്കാൻ പാടില്ലായിരുന്നു. പിന്നീടാണ് ഞാനത് തിരിച്ചറിഞ്ഞത്. ഞാനിപ്പോഴാണ് കണ്ണുതുറന്നത്. എന്റെ അഹങ്കാരംകൊണ്ടും അല്പത്തംകൊണ്ടും എന്നെക്കാൾ മുപ്പത് വയസ്സ് കൂടുതലുള്ള ഒരു പുരുഷനോടൊപ്പം വിവാഹിതയായ സ്ത്രീയെപ്പോലെയാണ് ഞാൻ കഴിഞ്ഞത്. ഇതൊരു സത്യമാണ്. പക്ഷേ, പ്രണയരഹിതമായ ഒരു ജീവിതമായിരുന്നു നമ്മുടേത്. എന്നാൽ, പ്രണയത്തിന്റെ മാന്ത്രികമായ സാന്നിദ്ധ്യം അതിനെയെല്ലാം അപ്രസക്തമാക്കിയിരിക്കുന്നു. ഇപ്പോഴതിന് നിലനില്പില്ല. പ്രണയസുരഭിലമായ ഒരു ജീവിതം നയിക്കാൻ ഞാൻ ആഗ്രഹിക്കുന്നു. അതിനുനിങ്ങളെന്നെ അനുവദിക്കണം. എന്നിൽനിന്നും റോസ്സിയെ അറുത്തുമാറ്റരുത്. ദയവുചെയ്യണം."

ഇതുപറഞ്ഞ് ഒരു നിമിഷനേരം അവൾ നിശ്ശബ്ദയായി നിന്നു. പിന്നീട് അവളുടെ മനസ്സ് ഇളകിമറിയാൻതുടങ്ങി. താനെന്ത് വിഡ്ഢിത്തരമാണ് ചെയ്തത് എന്നവൾ ചിന്തിക്കാൻ തുടങ്ങി. അവൾ ചോദിച്ചു:

"ഡേവിഡ് റോസ്സിയെ വിശ്വസിപ്പിക്കാൻ നിങ്ങളെന്താണ് പറയുക?"

"ഞാൻ പറയും നീയെന്റെ ഭാര്യയാണെന്ന്."

"ഭാര്യയോ?"

"അതെ."

"എങ്ങനെ?"

"പ്രകൃതിയുടെ നിയമപ്രകാരം."

"ശരി, നിങ്ങൾ പറഞ്ഞോളൂ."

"ഞാൻ റോസ്സിയെ എതിർക്കും."

"പക്ഷേ, റോസ്സി എതിർക്കില്ല."

"എങ്കിൽ ഈ നാട്ടിൽ, ഇറ്റലിയിൽ റോസ്സി ശിരസ്സുയർത്തി നടക്കില്ല. അയാൾ വിവാഹംചെയ്യാൻപോകുന്ന സ്ത്രീ മറ്റൊരാളുടെ രഹസ്യ ഭാര്യയാണെന്ന് അയാൾ മനസ്സിലാക്കിയാൽ അയാൾ നിന്നെ പുറംതള്ളും. ഇല്ലെങ്കിൽ അയാൾക്ക് പിന്നെ കഷ്ടകാലമാണ്. മാനത്തിനും സൽപ്പേരിനുംവേണ്ടി അയാൾക്ക് ബുദ്ധിമുട്ടേണ്ടിവരും. ഇതുരണ്ടും ചെയ്യുന്നില്ലെങ്കിൽ അയാൾ ഒരു പുരുഷനായിരിക്കില്ല."

റോമ ഒന്നും മിണ്ടാതെ തലതാഴ്ത്തിനിന്നു.

"റോമ ഇതെല്ലാം ആലോചിച്ചുനോക്കിയിട്ടുണ്ടോ. അയാളാകെ അസ്വസ്ഥനാകും. വിവാഹം ചെയ്തില്ലെങ്കിലും വിവാഹിതരെപ്പോലെയാണ് നാം ജീവിച്ചത് എന്ന സത്യം അയാളറിയുമ്പോൾ അയാളിവിടുന്ന് ഓടേണ്ടിവരും. മാത്രമല്ല ഈ സത്യം അയാളിൽനിന്ന് റോമ ഒളിച്ചുവെച്ചതുകൊണ്ട് അയാൾക്കൊരിക്കലും മനസ്സമാധാനം ലഭിക്കില്ല. ഒരു ദുസ്സ്വപ്നംപോലെ അതയാളെ വേട്ടയാടും. ഇനി റോമ അവസാനം ഈ സത്യം വെളിപ്പെടുത്തുന്നു എന്നിരിക്കട്ടെ അപ്പോൾ അയാൾ ഭയങ്കരമായ നിരാശയ്ക്കടിപ്പെടും. അതയാളെ ആത്മഹത്യയിലേക്ക് നയിക്കും."

"നിർത്തണം." റോമ കരയാൻതുടങ്ങി. അതൊരുപൊട്ടിക്കരച്ചിലായിരുന്നു. അതുകണ്ടപ്പോൾ അയാളുടെ മനസ്സലിഞ്ഞു. എന്തുതന്നെയായാലും അവളുടെ കണ്ണുനീർകണ്ടാൽ അയാളുടെ മനസ്സിളകും. ബാരൻ അവളെ ആശ്വസിപ്പിച്ചു.

"റോമാ, ഞാൻ പോകുന്നു. ഇനി ഇതിനെപ്പറ്റി സംസാരമില്ല. ഇല്ല. നാം തമ്മിലുള്ള രഹസ്യം ഞാൻ ഒരാളോടും പറയില്ല. നീ പേടിക്കേണ്ട."

അപ്പോൾ അവിടേക്ക് ഫെലിസ് വന്നു. പൊലീസ് ഉദ്യോഗസ്ഥനായ ആഞ്ചിലി വന്നവിവരം പറയാനാണ് ഫെലിസ് അങ്ങോട്ട് വന്നത്.

റോമ ജനവാതിലിലൂടെ പുറത്തേക്കുനോക്കി. മഞ്ഞുപെയ്യുന്നുണ്ടായിരുന്നു. ശാന്തവും നിശ്ശബ്ദവുമായ അന്തരീക്ഷം. റോസ്സി ഇന്നിങ്ങോട്ട് വന്നിരുന്നെങ്കിൽ എന്നവൾ ആശിച്ചു.

* * * *

ബാരൻ കൊളീസിയത്തിൽനടന്ന സമ്മേളനത്തെപ്പറ്റി ചോദിച്ചറിയുകയാണ്.

"നിങ്ങൾ അവിടെ ഉണ്ടായിരുന്നില്ലേ?"

"അതെ,"

"ധാരാളം ജനങ്ങളുണ്ടായിരുന്നോ?"

"ഒരു ലക്ഷംപേർ."

"പ്രസംഗം എങ്ങനെയായിരുന്നു."

"സാധാരണപോലെ. ആളുകളെ ആവേശഭരിതരാക്കുന്ന പ്രസംഗം. തെറ്റായ ഒന്നും അയാൾ പറഞ്ഞില്ല. അദ്ദേഹത്തെ തൊടുകപോലും ചെയ്യരുതെന്ന് താങ്കൾ നിർദ്ദേശം തന്നില്ലായിരുന്നെങ്കിൽപ്പോലും ഞങ്ങൾക്കയാളെ ഒന്നും ചെയ്യാൻ പറ്റുമായിരുന്നില്ല."

"കത്തിടപാടുകളെല്ലാം നിർത്താനുള്ള നടപടിക്രമങ്ങൾ ചെയ്തില്ലേ?"

"ചെയ്തു."

"റോസ്സി തിരിച്ചുപോയോ?"

"പോയി."

"ജനങ്ങൾ ...."

"ആളുകൾ പാട്ടും നൃത്തവുമായി ആനന്ദലഹരിയിൽ നടന്നുപോവുകയാണ്."

"പുരുഷന്മാർ മാത്രമേയുള്ളൂ?"

"പുരുഷന്മാരും, സ്ത്രീകളും കുട്ടികളുമൊക്കെയുണ്ടായിരുന്നു."

"ഉജ്ജ്വലമായിരുന്നോ പരിപാടി?"

"ഉജ്ജ്വലം, അപാരം. എന്താ സംശയം."

"ഇപ്പോൾ ഉള്ള നിയമപ്രകാരം തെരുവിൽ കൂട്ടംകൂടുന്നതും നിയമവിരുദ്ധമാണെന്ന് അറിയിക്കണം. ആളുകളിപ്പോഴും കൂട്ടംകൂടി നില്ക്കുകയല്ലേ. നിങ്ങൾ കൃത്യമായി ചുമതലകൾ നിർവഹിക്കണം."

"ശരി."

"ഇന്നലെ ഞാൻ നിങ്ങൾക്ക് നിർദ്ദേശം തന്നില്ലേ?"

"ഉവ്വ്."

"രാഷ്ട്രീയപ്രവർത്തകരെ പ്രത്യേകം നിരീക്ഷിക്കണം. അവരെവിടെയാണ് പോകുന്നതെന്ന് മനസ്സിലാവില്ല. സമ്മേളനം നടത്തിയതുതന്നെ നിയമവിരുദ്ധമാണ്. അവർ നമ്മുടെ നിയമം ലംഘിക്കുകയാണ് ചെയ്തത്."

"അതെ."

"ശരി നിങ്ങൾ പോയ്ക്കോളൂ. സംഭവങ്ങളെല്ലാം അതത് സമയത്ത് അറിയിക്കണം. ഞാൻ ഇവിടെയുണ്ടാകും."

പൊലീസുദ്യോഗസ്ഥനായ ആഞ്ചലി പോയപ്പോൾ ബാരൻ ബോനലി റോമയോട് പറഞ്ഞു:

"ഇന്നലെ, എന്റെ സംസാരം കേട്ടപ്പോൾ ഞാൻ എന്തൊരു ഹൃദയമില്ലാത്തവനാണെന്ന് റോമ ചിന്തിച്ചുകാണും. സത്യത്തിൽ വളരെ കരുണയോടുകൂടിയാണ് ഞാൻ പെരുമാറിയത്. റോസ്സിയെ വലയിലാക്കാനുള്ള തയ്യാറെടുപ്പുകൾ ഞാൻ വിശദീകരിച്ചപ്പോൾ റോമ അയാളോട് ഓടിപ്പോകാൻ പറയും എന്നാണ് ഞാൻ കണക്കുകൂട്ടിയത്. പക്ഷേ, അങ്ങനെ സംഭവിച്ചില്ല. അതിന്റെ തിക്തഫലം അയാളനുഭവിക്കും."

റോമ ആ സമയം പുറത്തേക്ക് നോക്കിക്കൊണ്ടിരിക്കുകയായിരുന്നു. തെരുവിൽ ജനങ്ങളുടെ ഉച്ചത്തിലുള്ള സംസാരവും പൊട്ടിച്ചിരികളും മറ്റും കേൾക്കാമായിരുന്നു. കുറേപ്പേർ നന്നായി പാടുന്നുണ്ട്. ചിലർ ചൂളംവിളിക്കുന്നു. ആർപ്പുവിളികളും മുഴങ്ങുന്നുണ്ട്. അപ്പോൾ ജനവാതിലിലൂടെ പുറത്തേക്കുനോക്കിനില്ക്കുന്ന റോമയുടെ പിന്നിൽ വന്നുനിന്നുകൊണ്ട് ബാരൻ ഇങ്ങനെ പറഞ്ഞു:

"എന്തൊരു ബഹളമാണിത്. ഇങ്ങനെ അനാവശ്യമായി ആക്രോശങ്ങൾ ഉണ്ടാക്കുന്നവരുടെ കൈയിലാണ് ഭരണം ഏല്പിക്കേണ്ടതെന്ന് ചിലർ പറയുന്നു. അതിനാണത്രെ ജനാധിപത്യമെന്നുപറയുന്നത്. എങ്കിൽ എന്തായിരിക്കും അതിന്റെ അവസ്ഥ." അതുംപറഞ്ഞ് അയാൾ പുച്ഛിച്ച് ചിരിക്കാൻതുടങ്ങി. അതൊന്നും ഇഷ്ടപ്പെടാതെ റോമ മറ്റൊരു ജനവാതിലിന്റെ അടുത്തേക്ക് നീങ്ങി. അപ്പോൾ പുറത്തുനിന്നും പൊലീസുദ്യോഗസ്ഥന്റെ ഭയങ്കരമായ ശബ്ദം കേൾക്കാമായിരുന്നു. അയാൾ ജനങ്ങളോട് പിരിഞ്ഞുപോകാൻ കല്പിക്കുകയായിരുന്നു. എന്നാൽ, അതൊന്നും

വകവയ്ക്കാതെ ചിലർ മുദ്രാവാക്യങ്ങൾ ഉയർത്തുന്നുണ്ടായിരുന്നു. ഡേവിഡ് റോസ്സിക്ക് ജയ് വിളിച്ചുകൊണ്ടുള്ള മുദ്രാവാക്യങ്ങൾ ഉച്ചത്തിൽ കേൾക്കാമായിരുന്നു. അപ്പോഴെല്ലാംതന്നെ പൊലീസുദ്യോഗസ്ഥരുടെ അട്ട ഹാസങ്ങൾ കേൾക്കാമായിരുന്നു. അവസാനം പൊലീസുദ്യോഗസ്ഥൻ വെടിവെക്കാൻ കല്പിക്കുന്നതും ക്ഷണനേരംകൊണ്ട് വെടിപൊട്ടിയതും സ്ത്രീകളും കുട്ടികളും ഉറക്കെ കരയുന്നതും കേൾക്കാമായിരുന്നു.

"റോമ ഭയപ്പെടേണ്ട, ആർക്കും കൊള്ളാത്ത രീതിയിലാണ് വെടി വെക്കുക. അത് ആകാശത്തേക്കുമാത്രമായിരിക്കും. അത് ഞാൻ പ്രത്യേകം പറഞ്ഞിട്ടുണ്ട്." ബാരൻ പറഞ്ഞു. എന്നാൽ, റോമ വെടിവ യ്പുണ്ടാകുമെന്ന് മനസ്സിലാക്കി പുറത്തേക്കുപോകാനൊരുമ്പെട്ടപ്പോൾ അവിടെ ആഞ്ചലി നില്ക്കുന്നുണ്ടായിരുന്നു. അയാളോട് റോമ ചോദിച്ചു:

"എന്താണ് നിങ്ങൾ ചെയ്തത്?"

അയാളൊന്നും മിണ്ടാതെ നിന്നു. എന്നാൽ ബാരൻ താഴോട്ട് ഇറ ങ്ങിവന്നപ്പോൾ അയാളോട് ആഞ്ചലി ഇങ്ങനെ പറഞ്ഞു:

"ഒരു കുട്ടിക്ക് വെടികൊണ്ടു."

"എന്നിട്ട്?"

"അവൻ മരിച്ചു."

"ഏതാണ് ആ കുട്ടി?"

"അറിയില്ല. അവന്റെ അച്ഛൻ അവിടെയുണ്ട്. അയാൾ അലറിവിളി ക്കുകയാണ്. അയാളെ ഉടൻതന്നെ അറസ്റ്റുചെയ്തില്ലെങ്കിൽ ജനം ഇള കിമറിയും."

ബാരൻ ഒരു എഴുത്ത് പൊലീസുദ്യോഗസ്ഥന്റെ കൈയിൽ കൊ ടുത്തു.

"രാജാവിനെ നേരിട്ട് കാണാനുള്ള എല്ലാ ഏർപ്പാടുകളും ഉടൻതന്നെ ചെയ്യണം. ഈ കത്തിന് മറുപടി കിട്ടിയാൽ അത് പ്രതിരോധവകുപ്പ് മന്ത്രിക്ക് കൊടുക്കണം. അദ്ദേഹത്തെക്കൊണ്ട് നഗരത്തിലെ പ്രധാനക വാടങ്ങൾ അടപ്പിക്കാനുള്ള ഉത്തരവ് പുറപ്പെടുവിപ്പിക്കണം."

ആഞ്ചലി പോവാനൊരുങ്ങി. അപ്പോൾ ബാരൻ പിറകിൽനിന്ന് ഒരു പ്രധാനപ്പെട്ട നിർദ്ദേശം കൊടുത്തു.

"നില്ക്കൂ. നിങ്ങൾ ഉടൻതന്നെ ഡേവിഡ് റോസ്സിയെ അറസ്റ്റുചെ യ്യണം. പക്ഷേ വളരെ സൂക്ഷിക്കണം. 134, 252 എന്നീ വകുപ്പുകൾ അനു സരിച്ച് ഭരണകൂടത്തിന്റെ അധികാരത്തെ ലംഘിച്ചതാണ് അയാളുടെ കുറ്റം."

"കല്പനപോലെ."

അതുകേട്ട് റോമ വിതുമ്പിക്കരയുകയായിരുന്നു. ബാരൻ അവളെ ആശ്വസിപ്പിച്ചു. "എന്തുചെയ്യാനാണ് റോമാ, ഇതൊക്കെ വിധിയാണ്. അയാൾ ഒരു ആദർശവാദിയാണ്. ആദർശവാദിയുടെ ജീവിതം എന്നും അപകടങ്ങൾ നിറഞ്ഞതാണ്. റോമമാത്രമല്ല ജനങ്ങളെല്ലാം അയാളെ ആരാധിക്കുന്നു. പക്ഷേ, ഈ ആരാധനയെല്ലാം ക്ഷണപ്രഭാ ചഞ്ചലമാ

ണ്. അതെല്ലാം മാഞ്ഞുപോകും. അയാളെ അറസ്റ്റുചെയ്യുന്നതാണ് നമ്മുടെയൊക്കെ രക്ഷയ്ക്ക് നല്ലത്." അപ്പോൾ പുറത്തുനിന്ന് വലിയൊരു വെടിയൊച്ച കേട്ടു. അതൊരു സൂചനയായിരുന്നു. റോമിലെ നഗരകവാടങ്ങളെല്ലാം അതോടെ അടയ്ക്കപ്പെട്ടു.

കൊളീസിയത്തിൽനിന്ന് ഒഴുകിവരുന്ന പുരുഷാരത്തെക്കണ്ട് ജോസഫിന് വിസ്മയമായി. ആ ബഹളത്തിനിടയിൽ ആരുമറിയാതെ അവൻ പുറത്തുകടന്നു. പുറത്തെത്തിയപ്പോൾ മാത്രമാണ് താൻ വാക്ക് തെറ്റിച്ചതും അനുസരണക്കേട് കാണിച്ചതും അവന് മനസ്സിലായത്. അതവനെ വേദനിപ്പിച്ചു. എന്നാൽ, അപ്പോഴത്തെ ബഹളത്തിൽ ആ വേദന അപ്രത്യക്ഷമായി. ജനക്കൂട്ടത്തിലെ കുട്ടികളുടെ സാന്നിദ്ധ്യം അവനെ ഏറെ ആകർഷിച്ചു. തെരുവോരങ്ങളിലെ കടകളിലെ കളിപ്പാട്ടങ്ങളും മറ്റ് തിളങ്ങുന്ന വസ്തുക്കളും കണ്ടപ്പോൾ അവൻ ആനന്ദംകൊണ്ട് മതിമറന്നു. റോമയുടെ വീട്ടിലേക്ക് പോവുകയായിരുന്നു അവൻ. അവിടെ അവന് ജോലിതരുമെന്ന് പറഞ്ഞിരുന്നു. അവന്റെ അച്ഛൻ അവനോട് പറഞ്ഞിട്ടുണ്ട് ജോലിചെയ്താൽ ശമ്പളംകിട്ടുമെന്ന്. മാത്രമല്ല നല്ല ഉടുപ്പുകളും കിട്ടും. അതെല്ലാമോർത്ത് അവൻ ആഹ്ലാദംകൊണ്ട് തുള്ളിച്ചാടി. അങ്ങനെ ഏഴുവയസ്സുള്ള ജോസഫ് എന്ന കുട്ടി ജനപ്രവാഹത്തിനിടയിലൂടെ നടന്നുപോവുകയായിരുന്നു. അപ്പോൾ പട്ടാളക്കാരെകണ്ട് അവന് പേടിതോന്നി. ഒരു നിമിഷമവൻ ശങ്കിച്ചുനിന്നു. അപ്പോൾ ഏതോ ഒരു കൈ അവനെ തുണച്ചു. അതാരാണെന്ന് അറിയാൻ അവൻ ശിരസ്സുയർത്തിനോക്കിയപ്പോൾ, ഒരു പെൺകുട്ടി. നേരം സന്ധ്യയാവുകയായിരുന്നു. ആ വലിയ നഗരത്തിലെ ആൾക്കൂട്ടത്തിൽ ജോസഫിന് ആ പെൺകുട്ടിയുടെ സാന്നിദ്ധ്യം വളരെ ആശ്വാസകരമായി അനുഭവപ്പെട്ടു. അവൻ അവളെ പരിചയപ്പെട്ടു. അവർ പരസ്പരം പരിചയപ്പെട്ടു. എങ്ങോട്ടുപോകുന്നുവെന്നും എന്തിന് പോകുന്നുവെന്നും അവൻ അവളോട് പറഞ്ഞു. അങ്ങനെ കൈകൾ കോർത്ത് അവർ നടന്നു. ആഹ്ലാദത്തോടെ. അപ്പോൾ പെട്ടെന്ന് ഇടിയും മിന്നലുമുണ്ടായി. ജോസഫ് ആകെ ചുരുണ്ടുപോയി. അവൻ അവളുടെ അരികിലേക്ക് ചേർന്നുനടന്നു.

"ജോസഫ് പേടിച്ചുപോയോ?"

"ഇല്ല."

അവർ വീണ്ടും നടന്നു. നടന്നുനടന്ന് ഒരു വിളക്കുകാലിന്റെ ചുവട്ടിൽ നിന്നു. അവിടെനിന്നും റോമയുടെ വീട്ടിലേക്കുള്ള വഴി അവനറിയാമായിരുന്നു. അവിടെനിന്നും അവൻ നടന്ന് തുടങ്ങുമ്പോഴേക്കും അവന് ഉറക്കം വരുന്നുണ്ടായിരുന്നു.

പെട്ടെന്ന് ഒരു വെടി.

ജോസഫ് നിലത്തുവീണു. കണ്ണുതുറന്നപ്പോൾ അച്ഛന്റെ മടിയിലായിരുന്നു അവൻ.

രക്തത്തിൽ കുളിച്ചുകൊണ്ട് ജോസഫ് അവന്റെ അച്ഛനെ അവസാനമായി വിളിച്ചു

"അപ്പാ............."

എല്ലാം കഴിഞ്ഞിരുന്നു. ബ്രൂണോ അവനെ കോരിയെടുത്ത് ഭ്രാന്തനെപ്പോലെ ഓടുകയായിരുന്നു. എലന അവനെയും കാത്തിരിക്കുകയായിരുന്നു.

"ജോസഫ് റോമയുടെ അടുത്തുണ്ടാകും." റോസ്സി എലനയെ ആശ്വസിപ്പിച്ചു.

"ഉണ്ടാകുമോ?"

"ഉണ്ടാകും, പെട്ടെന്നുതന്നെ ബ്രൂണോ ജോസഫിനെയും കൊണ്ട് ഇവിടെയെത്തും." അപ്പോൾ പുറത്തുനിന്ന് ഭയങ്കരമായ ഒരു ശബ്ദം കേൾക്കുകയും റോസ്സി താഴോട്ടിറങ്ങിപ്പോവുകയും ചെയ്തു. ദൂരെനിന്നും ബ്രൂണോ ഓടിവരുന്നത് അയാൾ കണ്ടു. അയാളുടെ കൈയിൽ ഒരു കുട്ടി. പിറകിൽ ആളുകളുമുണ്ട്. ജോസഫിനെയുംകൊണ്ട് ഓടുകയാണ് ബ്രൂണോ. ബ്രൂണോ ജോസഫിനെ കട്ടിലിൽകിടത്തിയ ഉടൻതന്നെ എലന ഒരലർച്ചയോടെ അവന്റെ മേൽവീണു.

"എന്റെ മോനെന്തുപറ്റി. അവനെന്താണ് കണ്ണുതുറക്കാത്തത്.എന്താണവന്റെ മേൽ മുഴുവൻ ചോര. അവനെന്തുപറ്റി. എന്തുപറ്റി അവന്........ അവനെന്താ കണ്ണുതുറക്കാത്തത്. ആരാ അവനെ വെടിവെച്ചത്. ജോസഫേ............."

എലന തന്റെ ചെവി അവന്റെ നെഞ്ചിലമർത്തി.

"ഡോക്ടറെ കൊണ്ടുവരാൻ പറയൂ. ഡോക്ടറെ കൊണ്ടുവരാൻ പറയൂ."

അവിടെകൂടിയിരുന്നവർ ഒന്നും സംസാരിച്ചില്ല. എല്ലാവരും മരവിച്ചപോലെ നില്ക്കുന്നു. എലന അലറുകയാണ്.

"എന്റെ കുട്ടിപോയി. അവരവനെ കൊന്നിട്ടു. ഏഴ് വയസ്സാണവന്. ഇന്നവന്റെ പിറന്നാളാണ്. എന്താണവൻ ചെയ്ത കുറ്റം."

ജോസഫിന്റെ ദുരന്തമറിഞ്ഞ് ആളുകൾ അവിടേക്കൊഴുകുകയായിരുന്നു. ഒരിക്കലും അവിടെ വന്നിട്ടില്ലാത്ത അജ്ഞാതരായ ആളുകൾ അവിടേക്ക് കയറിവന്നു. അവർ മൂകരായിരുന്നു. അല്ല, അവരെ ജോസഫിന്റെ ദുരന്തം അവന്റെ വേർപാട് മൂകരാക്കുകയായിരുന്നു. ഡേവിഡ് റോസ്സി എലനയെ ആശ്വസിപ്പിക്കാൻ ശ്രമിച്ചു. എലന റോസ്സിയുടെ കാലിൽവീണ് കരയാൻതുടങ്ങി.

പുറത്ത് ഭയങ്കരമായ ലഹള. ഒരു യുവാവ് രക്തംപുരണ്ട ഒരു തൂവാല അന്തരീക്ഷത്തിൽ ഉയർത്തിപ്പിടിച്ച് നഗരത്തിലൂടെ ഓടുന്നതുകാണാമായിരുന്നു. ജനം ഇളകി മറിയുകയാണ്.

"ജനദ്രോഹികളെ നശിപ്പിക്കുക."

തെരുവിലെങ്ങും ജനങ്ങളുടെ അലർച്ചകൾ.

വലിയൊരു ജനാവലി ബ്രൂണോവിന്റെ, ജോസഫിന്റെ വീടിന്റെ മുന്നിലേക്ക് ഒഴുകുകയായിരുന്നു. ബ്രൂണോയുടെ കണ്ണുകളിൽ അജ്ഞാതമായ ഭാവം. പൈശാചികമായ ആനന്ദത്തിന്റെ, വിഭ്രാന്തിയുടെ ഒരു

തിരയിളക്കം. ജനങ്ങൾ ഇളകിമറിഞ്ഞ് ഇലക്ട്രിക് കമ്പികൾ വെട്ടിമുറിക്കുന്നുണ്ടായിരുന്നു. നഗരംമുഴുവൻ ഇരുട്ടിൽമുങ്ങി.

രാത്രി പത്തുമണിയായപ്പോൾ ബാരൻ റോമയുടെ മുറിയിലേക്ക് പ്രവേശിച്ചു. അപ്പോഴും നഗരത്തിലെ ബഹളം ഉയർന്നുകേൾക്കാമായിരുന്നു. പൊലീസുകാർ പലരെയും പിടിച്ചുകൊണ്ടുപോകുന്നുണ്ട്. റോമ ബാരനോട് ചോദിച്ചു:

"റോസ്സിയെ ജയിലിലിട്ടോ?"

"റോമ ദുഃഖിക്കരുത്. ഞാൻ നിന്നെ ഈ രാജ്യത്തെ ഏറ്റവുംവലിയ ധനികന്റെ പത്നിയാക്കാം. അങ്ങനെവരുമ്പോൾ റോമ എല്ലാ ദുഃഖങ്ങളും മറക്കും."

"ഇല്ല. എനിക്ക് മറക്കാനാവില്ല. എനിക്ക് ധനികന്റെ ഭാര്യയാവേണ്ട. എനിക്ക് നല്ല സ്ത്രീയായാൽ മതി."

"റോമാ, നീ നല്ലവളാണ്. എന്നും നല്ലവളായിരുന്നു. കുറ്റംചെയ്തത് ഞാനാണ്. ഡേവിഡ് റോസ്സിയെന്ന യുവാവിന്റെകൂടെ സ്വതന്ത്രമായി വിഹരിക്കാൻ ഞാൻ നിന്നെ അനുവദിച്ചു. അതാണ് ഞാൻ ചെയ്ത കുറ്റം. അയാളെ നീ മറക്കണം. റോമ അയാളെ മറന്നേപറ്റൂ. അയാളുടെ രാഷ്ട്രീയാശയങ്ങൾ ഭയങ്കരമാണ്. അയാൾ രാജ്യത്തെസംബന്ധിച്ചിടത്തോളം ഒരു വിഷകുംഭമാണ്. അയാളെ ഇവിടെ നിർത്തുന്നത് അപായമാണ്. അയാളെ ഇവിടെനിന്നും തൂത്തെറിയണം."

അപ്പോൾ അവിടേക്ക് പൊലീസുദ്യോഗസ്ഥൻ ആഞ്ചലിയും ചാൾസ് മിങ്കിളിയും കടന്നുവന്നു. ബാരൻ അവരെ സ്വീകരിക്കാൻപോയപ്പോൾ റോമ അവളുടെ ഇരുട്ടുമുറിയിൽ തനിച്ചായി. അപ്പുറത്തുനിന്നും സംഭാഷണം അവൾ കേൾക്കുന്നുണ്ടായിരുന്നു.

"ബഹളങ്ങൾ അടങ്ങി."

"നല്ലത്."

"സൈനികർ നഗരത്തിലൂടെ ഉലാത്തുകയാണ്."

"എല്ലാം ഒതുങ്ങി."

"പലരെയും പിടിച്ചു."

"നന്നായി."

"ആരാണ് മരിച്ചത്?"

"ഒരു കുട്ടി."

"ആരുടെ കുട്ടി?"

"അത് തിരിച്ചറിഞ്ഞു."

"വലിയകഷ്ടമായിപ്പോയി."

ഇതെല്ലാം കേട്ട് റോമ അസ്വസ്ഥയാവാൻതുടങ്ങി.അവളുടെ നെഞ്ചിലൂടെ ഒരു മിന്നൽപ്പിണർ പാഞ്ഞുപോയി.

"ഡൊന്നാറോമയുടെ ശമ്പളക്കാരനായ ബ്രൂണോ എന്ന ആളുടെ മകനാണത്രെ." ഡോന്നാറോമ ആർത്തുനിലവിളിക്കുന്ന ശബ്ദം കേട്ട് അവരുടെ സംസാരം നിന്നുപോയി.

"റോസ്സിയെ അറസ്റ്റുചെയ്തില്ലേ?"

"ഇല്ല."

"എന്തുപറ്റി?"

"അയാളെ കാണാനില്ല."

"എവിടെപ്പോയി."

"അറിയില്ല."

"അറിയില്ലേ?"

"ഒരുപിടിയുമില്ല. കക്ഷി സ്ഥലംവിട്ടെന്നാണ് തോന്നുന്നത്."

"സ്ഥലം വിട്ടെന്നോ?"

ഈ സംസാരം നടക്കുന്നതിനിടയിൽ റോമ കരയുകയായിരുന്നു. അവളുടെ കരച്ചിൽ കനത്ത് അവളുടെ കണ്ഠം വലിഞ്ഞുമുറുകാൻതുടങ്ങി.

"ഉടൻതന്നെ റോസ്സിയെ അറസ്റ്റുചെയ്യണം. ഉടൻ ഉത്തരവ് കൊടുക്കുക. നഗരത്തിലൂടെ ഓടുന്ന എല്ലാ വാഹനങ്ങളും തടഞ്ഞുനിർത്തി പരിശോധിക്കണം. റോസ്സിയുടെ മുഖച്ഛായയുള്ള എല്ലാവരെയും അറസ്റ്റുചെയ്യുക. അയാളുടെ പടം കൈയിൽ കരുതുക."

"അതിനയാളുടെ ഫോട്ടോ കിട്ടാനില്ലല്ലോ."

"ദാ ഇവിടെയുണ്ട്."

റോമയുടെ മുറിയിലേക്ക് കടന്നുവന്ന് ബാരൻ പറഞ്ഞു:

"റോമാ, ഈ ഛായാചിത്രം ഇങ്ങ് തരണം, ഇതിന്റെ ഫോട്ടോയെടുത്ത് ഇത് നിനക്കുതന്നെ തിരിച്ചുതരാം."

"അത് ഞാൻ തരില്ല." അതുംപറഞ്ഞ് അവൾ ആ ഛായാചിത്രം തട്ടിത്താഴത്തിട്ടു. അതാകെ തരിപ്പണമായിപ്പോയി. അതിനുമുമ്പിൽ അവൾ ഏറെനേരമിരുന്നു. അപ്പോൾ ബാരൻ വീണ്ടും അവളുടെ അടുത്തേക്ക് വന്നുകൊണ്ട് ഇങ്ങനെ പറഞ്ഞു:

"റോമേ, എനിക്കൊരു കാര്യംപറയാനുണ്ട്. പ്രകൃതിനിയമമനുസരിച്ച് എന്റെ ഭാര്യയാണു നീ. നിന്നെ ഒരിക്കലും ഞാനവന് വിട്ടുകൊടുക്കില്ല. എന്നെവിട്ട് നിങ്ങൾ ഒരുമിച്ച് ജീവിക്കാൻ തീരുമാനിക്കുകയാണെങ്കിൽ അതിന്റെ ശിക്ഷ കനത്തതായിരിക്കും. എനിക്കവനോട് വെറുപ്പാണ്. നിങ്ങളൊരുമ്മിച്ച് ജിവിക്കാൻ ശ്രമിച്ചാൽ രണ്ടുപേരുടെയും അന്ത്യമായിരിക്കും അത്."

ജോസഫിന്റെ മരണം ഡേവിഡ് റോസ്സിയെ ആകെ പരിഭ്രാന്തനാക്കിയിരുന്നു. അദ്ദേഹം മുറിയിൽനിന്നിറങ്ങിയോടി. രാജകൊട്ടാരത്തിന്റെ കവാടത്തിലെത്തി. അവിടെയുള്ള ശിപായി നല്ല ഉറക്കത്തിലായിരുന്നു. റോസ്സി കൊട്ടാരത്തിനകത്തുകടന്നു.

"ഞാനവനെ കൊല്ലും." റോസ്സി സ്വയംപറഞ്ഞു. റോസ്സിയുടെ സംയമനവും ശാന്തതയുമെല്ലാം നിലതെറ്റിയമട്ടായി.

"സംയമനമെന്നാൽ എന്തും സഹിക്കലാണോ. അല്ല. ദുഷ്ടന്മാരെ കണക്കിന് ശിക്ഷിക്കും എന്ന് ഞാനവനെ മനസ്സിലാക്കിക്കൊടുക്കും.

റോമിന്റെ പാരമ്പര്യം അതാണ്. അവന്റെ നാവിന്റെ മൂർച്ചയെക്കാൾ തീക്ഷ്ണമാണ് എന്റേത്." റോസ്സി തന്റെ കൈയിലെ കൈത്തോക്കുമായാണ് അരമനയിൽ പ്രവേശിച്ചത്. അവിടത്തെ സേവകൻ റോസ്സിയെകണ്ടതോടെ പേടിച്ചുപോയി. ബാരൻ അവിടെയുണ്ടായിരുന്നില്ല. അവിടെനിന്നും അയാൾ വിദേശകാര്യമന്ത്രിയുടെ ഓഫീസിലേക്ക് പോയിരുന്നു. അതറിഞ്ഞ റോസ്സി അവിടെനിന്ന് ഓടിപ്പോയി. വിദേശകാര്യമന്ത്രിയുടെ ഓഫീസിലും ആരും ഉണ്ടായിരുന്നില്ല.

തെരുവിലപ്പോഴും നിലയ്ക്കാത്ത ജനപ്രവാഹമായിരുന്നു. സ്ത്രീകളുടെയും കുട്ടികളുടെയും കരച്ചിൽ ഉയർന്നുകേൾക്കാമായിരുന്നു. റോസ്സി അവിടെനിന്നും തിരിച്ചുപോയി. പാതിരാത്രിയാവുമ്പോഴേക്കും നൂറുകണക്കിനാളുകളെ റോമൻപൊലീസ് അറസ്റ്റുചെയ്ത് ജയിലിലടച്ചുകഴിഞ്ഞിരുന്നു. പാതിരാവിൽ വീടുകളിൽനിന്ന് പുരുഷന്മാരെ അറസ്റ്റുചെയ്യുമ്പോൾ സ്ത്രീകളും കുട്ടികളും അലമുറയിട്ട് കരയുന്നുണ്ടായിരുന്നു. റോസ്സി തെരുവിലൂടെ നടന്നു. അപ്പോൾ എതിരെവന്ന ഒരു പെൺകുട്ടി അയാളോട് ചോദിച്ചു:

"അങ്കിൾ റോസ്സി, ആ കൊച്ച് മരിച്ചുവെന്ന് പറയുന്നത് ശരിയാണോ. അയ്യോ കഷ്ടം. ഞാനാണ് അവനെ കൈപിടിച്ച് നടത്തിച്ചത്. അയ്യോ. ഞാനവനെ വിളക്കുകാൽവരെയെ എത്തിച്ചുള്ളൂ. വീടുവരെ എത്തിച്ചില്ല. കഷ്ടമായിപ്പോയി."

പാതിരാവ് കഴിഞ്ഞതോടെ നഗരം നിശ്ശബ്ദമാവാൻ തുടങ്ങി. റോസ്സി വളരെ സാവധാനത്തിൽ റോമയുടെ മുറിക്കടുത്തേക്ക് പോയി. അവിടെനിന്ന് അയാൾ നോക്കിയപ്പോൾ അവൾ ഒരു കസേരയിൽ തലതാഴ്ത്തിയിരിക്കുകയായിരുന്നു. മുഖമാകെ ഇരുണ്ടിരുന്നു. കണ്ണുകൾ കരഞ്ഞ്കലങ്ങിയിരുന്നു. അയാൾ വിളിച്ചു:

"റോമാ."

"എന്റെ റോസ്സീ"

*   *   *   *

റോസ്സി കടന്നുവന്നതോടെ റോമയ്ക്ക് അല്പമാശ്വാസം ലഭിച്ചു. അവർ തമ്മിൽ ആലിംഗനം ചെയ്യുമ്പോൾ ഇരുവരും കരയുന്നുണ്ടായിരുന്നു. ആരും കാണാതിരിക്കാൻ അവർ കരുതിയിരുന്നു. റോമ മുറിയിലെ വിളക്ക് കെടുത്തി. ഇരുട്ടിൽ അവൾ ചോദിച്ചു:

"അപടകമൊന്നും പറ്റിയില്ലല്ലോ."

"ഭയങ്കരം തന്നെയാണ് സംഭവിച്ചത്."

"കഷ്ടം. എങ്ങനെ സഹിക്കും."

"ജനങ്ങൾ ശാന്തരായിരുന്നു. അവരൊരു കുഴപ്പവുമുണ്ടാക്കിയില്ല. ഒരു പ്രകോപനവുമില്ലാതെ പട്ടാളം വെടിവെച്ചു. കുട്ടിമരിച്ചു, നമ്മുടെ കുഞ്ഞ് മരിച്ചു."

"അവനെ അവർ കൊന്നു."

"ദുഷ്ടന്മാർ."

"അവർ അങ്ങയെ പിടിക്കാൻവേണ്ടി റോന്ത് ചുറ്റുകയാണ്. ഇനി എന്തുചെയ്യും."

"ബ്രൂണോയും പിടിക്കപ്പെട്ടു."

"താങ്കൾക്ക് വല്ലതും പറ്റിയോ?"

"ഇല്ല. സമാധാനം നിലനിർത്താൻ ഞാൻ ശ്രമിച്ചതെല്ലാം വെറുതെയായി. സമാധാനം നിലനിർത്താൻ ഞാൻ എന്റെ ജീവിതംതന്നെ ത്യജിക്കാൻ തയ്യാറായിരുന്നു."

"അത് ഈശ്വരനറിയാമല്ലോ?"

"ദാ ഈ തോക്ക് നീ പിടിച്ചോളൂ. എനിക്ക് എല്ലാ നിയന്ത്രണവും തെറ്റിയിരിക്കുന്നു."

"ഈ തോക്ക് നിങ്ങൾ ഉപയോഗിച്ചിട്ടില്ലല്ലോ?"

"ഇല്ല."

"ഈശ്വരാ."

"പക്ഷേ, ഞാനയാളെ കണ്ടിരുന്നെങ്കിൽ, ബാരനെ കണ്ടിരുന്നെങ്കിൽ കൊല്ലുമായിരുന്നു. അയാളെ എവിടെയും കാണാനില്ല. എന്നെ ഒരു കൊലപാതകത്തിൽനിന്നും രക്ഷിക്കുവാൻവേണ്ടിയായിരിക്കണം ഈശ്വരൻ അയാളെ അകറ്റിയത്."

റോമ അയാളെ കെട്ടിപ്പിടിച്ചു. റോമയുടെ മുടിച്ചുരുളുകളിൽ തടവിക്കൊണ്ട് റോസ്സി പറഞ്ഞു:

"റോമാ, നമ്മൾ ഇങ്ങനെ പിരിയേണ്ടിവരുമെന്ന് നീ എപ്പോഴെങ്കിലും കരുതിയിരുന്നോ. ഇന്നലെതന്നെ എന്നോട് സ്ഥലംവിടാൻ പറഞ്ഞതാണ് റോമ. എന്നാൽ, എനിക്ക് ഈ റോമിൽ ഒന്നിനെയും പേടിയുണ്ടായിരുന്നില്ല. ആരെയും ഭയമുണ്ടായിരുന്നില്ല. എന്നാലിന്ന്, ഇപ്പോൾ എനിക്കൊരാളെ ഭയമുണ്ട്. അതെന്നെത്തന്നെയാണ്."

"അങ്ങ് എന്തുചെയ്യും?"

"മുങ്ങുന്ന കപ്പലിൽനിന്ന് ഒരു കപ്പിത്താൻ രക്ഷപ്പെടണം. പക്ഷേ, അവസാനം രക്ഷപ്പെടുന്ന ആളായിരിക്കണം അയാൾ. അതാണ് ഉത്തമനായ ഒരു കപ്പിത്താൻ. ഞാൻ എല്ലാം ദൈവത്തെ ഏല്പിക്കുകയാണ്. എന്തും സംഭവിക്കാം. ദൈവം നിന്നെ സംരക്ഷിക്കും."

പരസ്പരം ഒന്നുംപറയാതെ കുറച്ചുനിമിഷം അവർ ....

നിശ്ശബ്ദത ഭഞ്ജിച്ചുകൊണ്ട് റോമ,

"എല്ലാം കഴിഞ്ഞു അല്ലേ..........."

"ഈ കറുത്ത രാത്രി. അന്ത്യത്തിന്റെ ആരംഭം മാത്രം. എന്നാൽ വിപ്ലവത്തിന്റെ തുടക്കമാണ്."

"നാം തമ്മിലുള്ളതെല്ലാം ഇവിടെ അവസാനിച്ചുവോ?"

"ഒരിക്കലുമില്ല. പക്ഷേ, നിന്നെ കൂടെകൊണ്ടുപോകാൻ എനിക്ക് സാദ്ധ്യമല്ല. ദാരിദ്ര്യം, കഷ്ടപ്പാടുകൾ ഒന്നും നീ സഹിക്കുന്നത് എനിക്ക് സഹിക്കില്ല."

"നമുക്ക് വിവാഹിതരാവാൻ ഇപ്പോൾ കഴിയില്ലേ?"

"കഴിയില്ല."

"ഒരിക്കലും."

"ആറുമാസത്തിനുള്ളിൽ ഞാൻ തിരിച്ചുവരും. എല്ലാം ശരിയാക്കി. നമുക്ക് ആനന്ദത്തോടെ ജീവിക്കണം. എത്ര ആനന്ദകരമായിരിക്കും നമ്മുടെ ജീവിതം."

"അതെ........."

"നീ ധൈര്യമായിരിക്കൂ. എന്റെ പ്രിയപ്പെട്ട റോമാ, എന്നും ധൈര്യത്തോടെയിരിക്കണം."

"എന്റെ പ്രിയസഖാവേ, അങ്ങ് തിരിച്ചുവരുമ്പോൾ ഞാൻ ഇവിടെ ഇല്ലാതിരിക്കുമോ?"

"നീ ആ മനുഷ്യന് കീഴടങ്ങുമെന്നാണോ."

ഒരിക്കലുമില്ലെന്നുള്ള അർത്ഥത്തിൽ അവൾ തലയാട്ടി.

"അവനൊരു കൊടുംരാക്ഷസനാണ്."

"അത് പ്രശ്നമല്ല."

"അവൻ റോമയെ ഉപദ്രവിക്കും."

"അത് പ്രശ്നമല്ല."

"ഞാൻ ഇവിടെ നില്ക്കണമെന്ന് നീ പറയുകയാണെങ്കിൽ ഞാനത് ചെയ്യാം."

"അതൊരിക്കലും വേണ്ട."

"പിന്നെ എന്താണ്."

"ഒന്നുമില്ല."

"ഈ ദുഃഖം."

"അറിയില്ല.......... നമ്മൾ എന്നന്നേക്കുമായി പിരിയുകയാണ് എന്ന് ആരോ എന്നോട് ഉള്ളിൽ മന്ത്രിക്കുംപോലെ." റോമയുടെ മുടിതടവിക്കൊണ്ട് അയാൾ പറഞ്ഞു:

"ശരിയായിരിക്കാം. ദൈവത്തിനുമാത്രം അറിയാം."

"ഞാൻ പലതും ആശിച്ചു. പലതും."

"ധൈര്യമായിരിക്കൂ റോമാ. നാം പലതും ത്യജിക്കേണ്ടിവരും. നീ കരയുകയാണോ."

"ഒരിക്കലുമില്ല. പ്രണയം............"

"പ്രണയം ചിലപ്പോൾ വൈകിവരും. അതുപോലെതന്നെ പോകുകയും ചെയ്യും."

റോമയുടെ ചുണ്ടുകൾ വിതുമ്പാൻതുടങ്ങിയിരുന്നു. അവളുടെ കണ്ഠമിടറി.

"ഇതെന്റെ വിധിയാണ്. സ്ത്രീകൾ പലരും പ്രണയത്തെപ്പറ്റിയും കുടുംബത്തെപ്പറ്റിയും കുട്ടികളെപ്പറ്റിയും ചിന്തിക്കുന്നുണ്ട്. എനിക്കത് വിധിച്ചിട്ടില്ല എന്നെനിക്ക് തോന്നുന്നു."

"റോമാ ഇങ്ങനെ പറയരുത്."

"അങ്ങ് ഒരു സത്യം ചെയ്യണം. എന്തുതന്നെ അങ്ങേക്ക് സംഭവിച്ചാലും എന്നും എന്നെക്കുറിച്ച് നല്ലതേ ചിന്തിക്കൂ എന്ന് എന്നോട് സത്യം ചെയ്യണം."

"റോമാ."

"ആര് എന്തൊക്കെ പറഞ്ഞാലും എനിക്ക് അങ്ങയോടുള്ള സ്നേഹം സത്യമായിരുന്നു. അങ്ങനെ ഒരിക്കലും അവിശ്വസിക്കരുത്."

"ഒരിക്കലും ഇങ്ങനെയൊന്നും പറയരുത്."

"നാം എന്നെന്നേക്കുമായി വേർപിരിയുകയാണെങ്കിൽ, ഈ ലോകത്തിലെ ഈ ജീവിതത്തിലെ എല്ലാ ആനന്ദങ്ങളോടും യാത്രപറയുകയാണെങ്കിൽ.................സത്യം ചെയ്യൂ...."

"റോമാ."

"സത്യം ചെയ്യണം."

"ചെയ്യാം."

"പക്ഷേ, റോമയും സത്യം ചെയ്യണം."

"ഞാനും സത്യം ചെയ്യാം. എന്തുതന്നെ എനിക്ക് സംഭവിച്ചാലും അവസാനനിമിഷംവരെ ഞാനങ്ങയെ പ്രണയിക്കും, സ്നേഹിക്കും." ഇരുവരും ഗാഢമായ ആലിംഗനത്തിലമർന്നു.

"പ്രിയപ്പെട്ട റോസ്സി, നമ്മളിപ്പോൾ വിവാഹിതരാവുകയാണ്. ആളുകൾ പള്ളിയിൽവെച്ച് അത് നടത്തുന്നു. മോതിരം മാറുന്നു. അങ്ങനെ വിവാഹിതരാവുന്നു. നമ്മൾ നമ്മുടെ ഹൃദയങ്ങളുടെ ഐക്യത്താൽ ഇപ്പോൾ ഇവിടെവെച്ച് വിവാഹിതരാവുകയാണ്. അതേ നമ്മൾ വിവാഹിതരായിരിക്കുന്നു."

കുറച്ച് നേരത്തേക്ക് അവർ നിശ്ശബ്ദരായിരുന്നു. അവൾ തന്റെ കുറച്ച് മുടിയിഴകൾ വെട്ടിയെടുത്ത് ചുരുട്ടിക്കെട്ടി റോസ്സിയുടെ കീശയിലിട്ടു. എന്നിട്ട് പറഞ്ഞു:

"അങ്ങ് പോയ്ക്കോളൂ."

"ഞാൻ പോട്ടെ."

"പുറത്ത് നല്ല ഇരുട്ടാണ്."

"എന്നെ അറസ്റ്റുചെയ്യണമെങ്കിൽ എത്രയോ തവണ അതിനു കഴിയുമായിരുന്നു."

"പക്ഷേ, സൂക്ഷിക്കണം."

"റോമാ, ഞാൻ നിന്നെയും കൂടെകൊണ്ടുപോകാത്തതിന് പല കാരണങ്ങളുമുണ്ട്. ഒന്നാമതായി നിന്നെ എനിക്ക് ഇവിടെ വേണം. ഞാനിവിടം വിട്ട് പോകുമ്പോൾ എത്രയോ ആളുകൾ തടവറയിൽകിടന്ന് നരകിക്കുന്നു. എന്റെ വിളികേട്ട് വന്നെത്തിയവർ കാരാഗൃഹങ്ങളിൽ പട്ടിണികിടക്കുകയാണ്. എന്റെ അഭാവത്തിൽ നീ ആയിരിക്കണം അവരുടെ നേതാവ്. ഞാൻ അയയ്ക്കുന്ന കത്തുകൾ നീ അവർക്ക് നല്കണം. എന്റെ അഭിലാഷങ്ങൾക്കനുസരിച്ച് പ്രവർത്തിക്കാൻ ഇവിടെ ഒരാൾ ഉണ്ടായിരിക്കണം. അപായകരമായൊരു ജോലിയാണത്. എന്നെ ഏറ്റവും

സ്നേഹിക്കുകയും വിശ്വസിക്കുകയും ചെയ്യുന്ന ഒരു വ്യക്തിക്കുമാത്രമേ, അത് ചെയ്യാൻ കഴിയുകയുള്ളൂ. ഒന്നാലോചിച്ച് നോക്കൂ എലനായുടെ ദുഃഖം. എന്തൊരു കഷ്ടമാണ്."

"ശരി. ഞാനെന്ത് ചെയ്യണമെന്ന് പറയൂ." കത്തുകളയക്കേണ്ടതെങ്ങനെയെന്നും മറ്റും റോസ്സി അവൾക്ക് വിശദീകരിച്ചുകൊടുത്തു. വിടപറയുമ്പോൾ അയാൾ പറഞ്ഞു:

"റോമാ, നമ്മുടെ ഈ ഗാന്ധർവ്വവിവാഹം പള്ളിയിൽപ്പോയി നടത്തുമോ?" അത് കേട്ട് റോമ ഭയന്നു.

"ഞാൻ പോയിക്കഴിഞ്ഞാൽ എന്താണ് ഉണ്ടാവുകയെന്ന് ഈശ്വരന് മാത്രമറിയാം. ബാരൻ നിന്നെ നിർബ്ബന്ധിക്കും വിവാഹംകഴിക്കാൻ. നമ്മൾ ദൈവത്തെ സാക്ഷിയാക്കി വിവാഹം ചെയ്തകാര്യം ആലോചിക്കുമ്പോൾ നിനക്ക് ധൈര്യം ലഭിക്കും. ലോകത്തിന്റെ ഏത് കോണിലാണെങ്കിലും എനിക്കപ്പോൾ ആഹ്ലാദവും ആശ്വാസവും ധൈര്യവുമുണ്ടാകും. നമ്മൾ പള്ളിയിൽപ്പോയാൽ മതി. അവിടെ പോയിട്ട് പുരോഹിതന്റെ മുമ്പിൽ വെച്ച് പറയണം ഞങ്ങൾ വിവാഹിതരാവുന്നു എന്ന്."

"പക്ഷേ, അത് അസാദ്ധ്യമാണ്."

"എന്തുകൊണ്ട്?"

"അതിനെവിടെ സമയം."

"റോമാ, നമ്മളെ അടുത്തുള്ള പള്ളിയിൽ കുർബ്ബാന സമയമാണിത്. നമുക്കങ്ങോട്ട് പോകാം."

"അങ്ങേക്ക് അതിഷ്ടമാണെങ്കിൽ, അങ്ങയുടെ മനസ്സിന് ആഹ്ലാദം നല്കുമെങ്കിൽ അത് നമുക്ക് രണ്ടുപേർക്കും ശക്തിയും ധൈര്യവും നല്കുമെങ്കിൽ അങ്ങനെ ചെയ്യാം."

"എന്നാൽ പോകാം."

"നല്ലപോലെ ആലോചിച്ചിട്ടുണ്ടല്ലോ. പിന്നീട് നിരാശവരുമോ?"

"ഒരിക്കലുമില്ല."

"പക്ഷേ, എനിക്ക് ദുഃഖകരമായ ഒരു കാര്യം ....പറയാനുണ്ട്....... എന്റെ കഴിഞ്ഞകാല ജീവിതത്തെപ്പറ്റി."

"കഴിഞ്ഞകാലം പോയിത്തുലയട്ടെ."

"അത് കേൾക്കേണ്ടേ നിങ്ങൾക്ക്."

"നിനക്ക് അത് ദുഃഖകരമാണെങ്കിൽ വേണ്ട."

"നമ്മളെ ആർക്കും അകറ്റാനാവില്ലല്ലോ."

"ആർക്കുമാവില്ല."

"എങ്കിൽ എന്നെ അങ്ങയുടെ ഭാര്യയായി സ്വീകരിച്ചാലും. ഞാൻ അങ്ങയുടേത് മാത്രമാണ്."

മഞ്ഞുവീണ് തണുത്തുവിറങ്ങലിച്ച രാത്രിയായിരുന്നു അത്. പള്ളിയിലെ അൾത്താര മെഴുകുതിരികൾകൊണ്ട് അലങ്കരിച്ചിരുന്നു. അവിടെ പൊന്നിൻനിറമാർന്ന വസ്ത്രങ്ങൾ ധരിച്ച് പുരോഹിതൻ കുർബ്ബാനചൊല്ലുന്നു. റോമയും റോസ്സിയും അവിടേക്ക് നടന്നടുത്തു. അവർ പുരോഹി

തന്റെ അടുത്തുവന്ന് തങ്ങളുടെ ആഗമനോദ്ദേശ്യം വെളിപ്പെടുത്തി. വൃദ്ധനായ ആ പുരോഹിതൻ ആകെ അമ്പരന്നുപോയി. അദ്ദേഹം അവരെ അനുഗമിച്ചു. അവർ അദ്ദേഹത്തിന്റെ മുന്നിൽവെച്ച് സത്യപ്രതിജ്ഞ ചെയ്തു. അങ്ങനെ അവർ വിവാഹിതരായി. പുരോഹിതൻ പള്ളിയുടെ വാതിൽവരെ അവരെ അനുഗമിച്ചു. പുറത്തിറങ്ങിയ റോസ്സിയും റോമയും പരസ്പരം പിരിയുകയാണ്.

"അങ്ങ് എനിക്ക് എഴുതാൻ മറക്കരുത്."

"എഴുതാം."

"അപ്പോൾ വിടപറയുന്നു. വീണ്ടും കാണുംവരെ."

"അകലെയാണെങ്കിലും അങ്ങ് എന്റെ അരികത്തുതന്നെ ഉണ്ടായിരിക്കും."

റോമ ഒരുനിമിഷം പതറി. പക്ഷേ, റോസ്സിക്ക് ശക്തിയും ധൈര്യവും കൊടുക്കാൻ അവൾ വേണമല്ലോ. അവളതിന് ആവോളം ശ്രമിച്ചു. റോമയുടെ കണ്ണുകൾ നിറയാൻതുടങ്ങി. അവളുടെ ശബ്ദമിടറി.

റോസ്സി അവളുടെ കരങ്ങൾ കവർന്നു. അവസാനചുംബനത്തിന്.

"എന്നെ ജയിലിലിട്ടാൽ."

"ഞാൻ കാത്തിരിക്കും."

"ജീവപര്യന്തം രാജ്യഭ്രഷ്ടനാക്കിയാലോ."

"എങ്കിൽ ഞാനും കൂടെവരും."

"വധശിക്ഷയാണെങ്കിലോ."

"അവിടെയും ഞാൻ അനുഗമിക്കും."

"നമ്മൾ വീണ്ടും കാണുകയാണെങ്കിൽ നമ്മളിപ്പോൾ പറഞ്ഞതൊക്കെ ഓർത്ത് ചിരിക്കണം."

"അങ്ങനെ വരട്ടെ."

"യാത്രപറയുന്നു."

"യാത്ര."

കുറച്ചുനേരത്തേക്ക് റോമയുടെ പ്രജ്ഞ അകന്നുപോയിരുന്നു. ബോധം മറഞ്ഞുപോയിരുന്നു. അതു തിരികെവരുമ്പോഴേക്കും റോസ്സി അവിടെ ഉണ്ടായിരുന്നില്ല. അയാൾ പോയിക്കഴിഞ്ഞിരുന്നു.

ആറ്

പിറ്റേന്ന് കാലത്ത് എഴുന്നേറ്റപ്പോൾ റോമയുടെ മനസ്സിൽ എന്തെന്നില്ലാത്ത ആഹ്ലാദത്തിന്റെ അലകളായിരുന്നു. അവളിൽ നിന്ന് റോസ്സിയുടെ ജീവനെപ്പറ്റിയുള്ള ആശങ്കകളെല്ലാം അകന്നുപോയിരുന്നു. എങ്കിലും അദ്ദേഹമിപ്പോൾ എവിടെയായിരിക്കുമെന്ന് അവളോർത്തു. വണ്ടിയിൽ പോയിക്കാണുമോ? അവൾ സമയം കണക്കുകൂട്ടിനോക്കി.

പരിചാരിക അവൾക്ക് ചായയും പത്രവും കൊണ്ടുവന്നു. അവൾ തുരുതുരാ സംസാരിക്കുകയാണ്. തലേന്നുനടന്ന അക്രമണങ്ങളെക്കു

റിച്ചും ബഹളങ്ങളെക്കുറിച്ചും എല്ലാമായിരുന്നു അവൾ സംസാരിച്ചത്. റോമ പത്രം വളരെ സൂക്ഷിച്ചു വായിച്ചു. റോസ്സിയെക്കുറിച്ച് പത്രത്തിൽ എന്താണ് പറഞ്ഞിട്ടുള്ളത് എന്നറിയാനായിരുന്നു അവളുടെ ആകാംക്ഷ. റോസ്സി നാടുവിട്ടെന്നും അദ്ദേഹത്തെ ഭരണകൂടത്തിന് പിടിക്കാൻ കഴിഞ്ഞിട്ടില്ലെന്നും അവൾ പത്രത്തിൽ വായിച്ചു. അവൾക്ക് സമാധാനമായി. അവൾ പത്രവായന തുടർന്നു. റോമാനഗരം ഇപ്പോൾ ശാന്തമാണ്. നഗരത്തിന്റെ ക്രമസമാധാനനില തിരിച്ചുപിടിക്കാൻ സർക്കാർ ഉയർന്ന പൊലീസുദ്യോഗസ്ഥന്മാരെ നിയമിച്ചിട്ടുണ്ടെന്ന് പത്രത്തിൽ പറയുന്നുണ്ടായിരുന്നു.

വിപ്ലവകാരികളെക്കുറിച്ചും പത്രത്തിൽ റിപ്പോർട്ടുണ്ടായിരുന്നു. രാജ്യത്ത് കലാപം ഉണ്ടാക്കുന്നതിൽ ഉത്സുകരായ സോഷ്യലിസ്റ്റുകാരെപ്പറ്റിയാണ് അതിൽ പറയുന്നത്. അവർ നിരീശ്വരവാദികളാണെന്നും രാജാവിനെയും പള്ളിയെയും തകർക്കുകയാണ് അവരുടെ ലക്ഷ്യമെന്നും പത്രക്കുറിപ്പുണ്ടായിരുന്നു. വിദ്യാഭ്യാസമില്ലാത്ത സാധാരണജനങ്ങളെക്കൊണ്ട് സർക്കാരിന്റെ നിയമം ലംഘിപ്പിക്കുന്ന അരാജകവാദികളായിട്ടാണ് സോഷ്യലിസ്റ്റ്നേതാക്കളെ അതിൽ വിശേഷിപ്പിച്ചിരിക്കുന്നത്.

തലേന്നുനടന്ന അക്രമത്തിൽ ഒരാൾ മാത്രമാണ് മരിച്ചത്. ജോസഫ്. അതുകൊണ്ടുതന്നെ സമാധാനം സ്ഥാപിക്കുന്നതിൽ സർക്കാർ വളരെയധികം ശ്രദ്ധിച്ചിരുന്നുവെന്നാണ് പത്രം പറയുന്നത്. പത്രംവായിക്കുന്നതിനിടയിൽ റോമ എലനയെ ഓർത്തു. എലനയെക്കുറിച്ച് റോസ്സി പോകുന്നതിനുമുമ്പ് ഇങ്ങനെ പറഞ്ഞിരുന്നു:

“റോമാ, പ്രഭാതത്തിൽ താങ്ങാനാവാത്ത വേദനയോടുകൂടി ഒറ്റയ്ക്കുണരേണ്ടിവരുന്ന എലനയെക്കുറിച്ച് ഓർക്കണം.”

റോമ ഉടൻതന്നെ അവളെ കാണാൻപോയി. സമയം പതിനൊന്ന് മണിയായിരുന്നു. വെട്ടിത്തിളങ്ങുന്ന സൂര്യൻ. റോം ഒരു ശ്മശാനംപോലെയായിരുന്നു. എങ്കിലും വിപ്ലവത്തിന്റെ ഗന്ധവും ശ്വാസവും നഗരത്തിലൂടെ പാഞ്ഞുപോകുന്നതായി അവൾക്ക് തോന്നി. കടകളെല്ലാം അടച്ചിട്ടിരിക്കുകയാണ്.

ഒരു കടമാത്രം അവിടെ തുറന്നുകണ്ടു. അതൊരു പൂക്കടയായിരുന്നു. റോമ അവിടെനിന്നും കുറെ പൂക്കൾവാങ്ങി അവൾ എലനയുടെ അടുത്തേക്ക് പോയി. അവിടെയുണ്ടായിരുന്ന സ്ത്രീപുരുഷന്മാർ റോമയുടെ അടുത്തുവന്ന് അവളുടെ കൈകളിൽ ചുംബിച്ചു.

റോമ മുകളിലത്തെ മുറിയിലെത്തി. അവിടെയാണ് ജോസഫിനെ കിടത്തിയിരിക്കുന്നത്. അവളവനെ സൂക്ഷിച്ചുനോക്കി. ജോസഫ്......... ഉറങ്ങിക്കിടക്കുന്നതുപോലെ. ചുറ്റും മെഴുകുതിരി കത്തിച്ചുവെച്ചിരിക്കുന്നു. ജന്മദിനത്തിന്റെ വസ്ത്രങ്ങൾതന്നെയാണ് അവൻ ധരിച്ചിരിക്കുന്നത്. അവനെപ്പോഴും തലയിൽവെക്കാറുള്ള തൊപ്പി അടുത്തുതന്നെയുണ്ട്. മുടി നന്നായി ചീകിവെച്ചിട്ടുണ്ട്. എലന പൊട്ടിക്കരയുന്നു.

“എന്റെ മോനിതാ കിടക്കുന്നു.”

റോമയ്ക്ക് ഒന്നും പറയാൻ കഴിഞ്ഞില്ല. അവൾ വാങ്ങിയ പൂക്കൾ അവന്റെ കാല്ക്കൽവെച്ചു. പിന്നീടവൾ എലനയുടെ കാല്ക്കൽ വീണു. അവിടെ കൂടിയിരുന്ന ആളുകളെല്ലാം പൊട്ടിക്കരയാൻതുടങ്ങിയിരുന്നു. ഡേവിഡ് റോസ്സിക്ക് അവൻ സ്വന്തം മകനെപ്പോലെയായിരുന്നുവെന്ന് അവിടെയുള്ള ഒരാൾ പറഞ്ഞു. റോസ്സിയുടെ ജീവന് വല്ല അപകടവും സംഭവിച്ചിട്ടുണ്ടോ എന്നായിരുന്നു ആളുകളുടെ ആശങ്ക. അപ്പോൾ റോമ പറഞ്ഞു:

"റോസ്സിയുടെ കാര്യത്തിൽ പേടിക്കേണ്ട." ബ്രൂണോയെ അറസ്റ്റ് ചെയ്ത് ജയിലിലടച്ചവിവരം മാത്രമേ റോമയ്ക്കറിയാമായിരുന്നുള്ളൂ. അയാളെപ്പറ്റി കൂടുതൽകാര്യങ്ങൾ റോമ ചോദിച്ചു. അപ്പോൾ എലന പറഞ്ഞു:

"എന്റെ ബ്രൂണോ ഇപ്പോൾ അവിടെക്കിടന്ന് പുളയുകയാവും."

"ഞാൻപോയി ബ്രൂണോയെ കാണാം." റോമ പറഞ്ഞു.

ജോസഫിന്റെ ശരീരം സംസ്കരിക്കുന്നതിനുള്ള എല്ലാ ഏർപ്പാടുകളും റോമ ചെയ്തു. എല്ലാം തീർന്നതിനുശേഷമേ അവൾ പോയുള്ളൂ. അതിനുവേണ്ടിയുള്ള എല്ലാ ചെലവുകളും റോമതന്നെ വഹിച്ചു. അവൾ പോകുമ്പോൾ അവിടെയുണ്ടായിരുന്നവരെല്ലാം അവളുടെ കൈയിൽ ചുംബനമർപ്പിച്ചു. പ്രായമുള്ളവർ അവളുടെ ശിരസ്സിൽകൈവെച്ച് അനുഗ്രഹം ചൊരിഞ്ഞു.

റോമൻ ജയിലിന്റെ പേര് സ്വർഗ്ഗത്തിന്റെ രാജ്ഞി എന്നാണ്. മഞ്ഞനിറമുള്ള ഒരു ഉയർന്നകെട്ടിടമാണത്. ഇറ്റലിയിലെ ടൈബർ നദിയുടെ തീരത്താണ് അത് സ്ഥിതിചെയ്യുന്നത്. ധാരാളം തടവുപുള്ളികൾ അവിടെയുണ്ടായിരുന്നു. കൂടുതലും പാവപ്പെട്ടവർ. അതുപോലെതന്നെ സ്ത്രീകൾ. അവരെല്ലാവരും അവിടെ ജയിലിന്റെ വാതിൽ തുറക്കാൻവേണ്ടി കാത്തുനില്ക്കുകയാണ്. അല്പനിമിഷത്തിനുള്ളിൽ ഇരുമ്പുവാതിൽ തുറക്കപ്പെട്ടു. അവിടെ വലിയ ബഹളമായിരുന്നു. ഭക്ഷണസാധനങ്ങൾ വിതരണം ചെയ്യുകയാണ്.

"ങാ, ബഹളമുണ്ടാക്കാതിരിക്കൂ."

"ഇതെന്റേതാണ്."

"ഇതെന്റെ."

"തള്ളാതിരിക്കൂ."

"ഒച്ചയുണ്ടാക്കാതിരിക്കൂ." പട്ടാളക്കാർ ഉച്ചത്തിൽ പറഞ്ഞു. പട്ടാളക്കാരുടെ അലർച്ചകേട്ട് സ്ത്രീകൾ നടുങ്ങിപ്പോയി. റോഡിലൂടെ പോകുന്ന ആളുകൾ ഈ കാഴ്ചയെല്ലാംകണ്ട് ചിരിക്കുന്നുണ്ടായിരുന്നു. റോമയുടെ വാഹനം അപ്പോൾ അവിടെയെത്തി. ബ്രൂണോയെ കാണാനാണ് അവൾ എത്തിയിരിക്കുന്നത്. അവളെ തിരിച്ചറിഞ്ഞ ഉദ്യോഗസ്ഥർ അവളുടെ അടുത്തേക്ക് പോയി സംസാരിച്ചു. റോമ പറഞ്ഞു:

"എനിക്കിവിടത്തെ ഉദ്യോഗസ്ഥരെ കാണണം."

"കാണാമല്ലോ."

"എവിടെ?"

"ഇപ്പോൾ ഇവിടെയില്ല."

"എപ്പോൾ കാണാൻപറ്റും."

"നാളെ കാലത്ത് വരും."

"ശരി. ഒരു കുറിപ്പ് ഇവിടെ ഒരാൾക്ക് കൊടുക്കണം."

"ശരി."

വളരെ പ്രധാനപ്പെട്ട ഒരുകാര്യം റോമ ഉദ്യോഗസ്ഥരോട് പറഞ്ഞു:

"ഒരാൾക്ക് ഈ ജയിലിൽ നല്ല സൗകര്യങ്ങളോടുകൂടിയ ഒരു മുറിയും നല്ല ഭക്ഷണവും ഏർപ്പാട് ചെയ്ത്കൊടുക്കുന്നതിന് നിങ്ങൾക്ക് വിരോധമുണ്ടോ?"

"ഒരു വിരോധവുമില്ല."

"എങ്കിൽ അതിന്റെ എല്ലാ ചെലവും ഞാനേറ്റെടുക്കാം."

അതിനുശേഷം റോമ ഒരു കുറിപ്പ് ബ്രൂണോയ്ക്ക് കൊടുത്തയച്ചു. അതിതായിരുന്നു:

"പ്രിയപ്പെട്ട സ്നേഹിതാ,

വേദനിക്കരുത്. വീട്ടിലെകാര്യങ്ങളെല്ലാം ഞാൻ ഏർപ്പാട് ചെയ്തിട്ടുണ്ട്. എല്ലാ സഹായവും ചെയ്തിട്ടുണ്ട്. എലനയ്ക്ക് സുഖമാണ്. നമ്മുടെ കുട്ടിയിപ്പോൾ സ്വർഗ്ഗത്തിലിരുന്ന് എല്ലാം കാണുന്നുണ്ടാകും. ആനന്ദിക്കുന്നുണ്ടാകും. ശാന്തനായിരിക്കൂ. പ്രയാസകരമായ ഈ ദിവസങ്ങൾ മാഞ്ഞുപോകും.

റോമ"

* * * *

അന്ന് രാത്രിതന്നെ റോസ്സിക്ക് റോമ എഴുതി:

"പ്രിയപ്പെട്ട റോസ്സി,

ഇങ്ങനെ അഭിസംബോധനചെയ്യാൻ എന്തുരസം. എല്ലാ വിവരങ്ങളും അറിയിക്കണമെന്ന് പറഞ്ഞിരുന്നല്ലോ. എല്ലാം വിശദമായി എഴുതാം. ഈ കത്ത് അങ്ങേക്ക് കിട്ടുമെന്ന് എനിക്കുറപ്പില്ല. കിട്ടുമെങ്കിൽത്തന്നെ അപ്പോൾ താങ്കൾ എവിടെയായിരിക്കുമെന്നും അറിയില്ല. എല്ലാം ഞാൻ ഈശ്വരന് വിട്ടുകൊടുത്തിരിക്കുന്നു. നമ്മൾതമ്മിൽ വേർപിരിഞ്ഞിട്ട് പതിനേഴ് മണിക്കൂറായിരിക്കുന്നു. ഈ പതിനേഴ് മണിക്കൂർ എനിക്ക് പതിനേഴ് സംവത്സരങ്ങൾപോലെ തോന്നുന്നു.

പ്രിയനേ, ഈ പതിനേഴ് മണിക്കൂർ കടന്നുപോയതിനുശേഷം അങ്ങയെപ്പറ്റി ചിന്തിക്കാത്ത ഒരൊറ്റ നിമിഷവും ഉണ്ടായിട്ടില്ല. ഉറക്കമില്ല. പ്രഭാതത്തിനുമുമ്പേ എഴുന്നേറ്റു. ഭീകരരാത്രിക്ക് ശേഷമുള്ള പ്രഭാതം. നിശ്ചലമായ നഗരം. കടകളെല്ലാം അടഞ്ഞുകിടക്കുന്നു. വാഹനങ്ങളൊന്നും ഓടുന്നില്ല. ആരും നിരത്തിലൂടെ നടക്കുന്നില്ല. ഒരു വലിയ ശ്മശാനം പോലെ.

ഞാൻ എലനയുടെ വീട്ടിൽപോയി. അവിടത്തെ കാര്യങ്ങളെല്ലാം നോക്കിനടത്തിയിട്ടുണ്ട്. ദൈവം അവർക്ക് ആശ്വാസം നല്കട്ടെ. എനിക്ക്

ബ്രൂണോയെ കാണാൻകഴിഞ്ഞില്ല. നാളെ ഞാൻ വീണ്ടും ജയിലിൽപോകും. അപ്പോൾ കാണുന്നതാണ്. ബ്രൂണോവിന് നല്ല മുറിയും ആഹാരവും പ്രത്യേകപരിഗണനയും കൊടുക്കാൻ ഞാൻ ഏർപ്പാട് ചെയ്തിട്ടുണ്ട്. ജയിലധികാരികൾ അത് സമ്മതിച്ചിട്ടുണ്ട്. അങ്ങയുടെ ധാരാളം സുഹൃത്തുക്കൾ ഇവിടുത്തെ ജയിലിലുണ്ട്. റോമിപ്പോൾ മൃതമായ ഒരവസ്ഥയിലാണ്. ഇവിടെ ആശുപത്രികളും പള്ളികളുംമാത്രമേ തുറന്നുകിടക്കുന്നുള്ളൂ. ജനങ്ങളിപ്പോഴും പുറത്തിറങ്ങിനടക്കാൻ തുടങ്ങിയിട്ടില്ല.

ഒരൊറ്റ പത്രം മാത്രമേ ഇന്ന് പുറത്തിറങ്ങിയിട്ടുള്ളൂ. അതിലാകട്ടെ, മുഴച്ചുനില്ക്കുന്നത് സർക്കാരിന്റെ പ്രഖ്യാപനങ്ങളും. കർശനനിർദ്ദേശങ്ങളാണ് സർക്കാർ ജനങ്ങൾക്ക് കൊടുത്തിരിക്കുന്നത്.കൃത്യം ഒൻപത് മണിക്കുമുമ്പുതന്നെ വീടുകളിലെത്തണം. എട്ടുമണി ആവുമ്പോഴേക്കും ഹോട്ടലുകൾ പൂട്ടണം. നാലിൽക്കൂടുതൽ ആളുകൾ പൊതുവഴിയിൽ കൂടിയിരിക്കാൻ പാടില്ല. മാപ്പുപറഞ്ഞാൽ അറസ്റ്റുചെയ്തവരെ വിട്ടയയ്ക്കും. നിയമംലംഘിക്കുന്നവരുടെ പേരുകൾ സർക്കാരിന് നല്കുന്നവർക്ക് ഉചിതമായ പ്രതിഫലം ലഭിക്കും. ഇത്തരത്തിലുള്ള ധാരാളം നിർദ്ദേശങ്ങളാണ് സർക്കാർ നല്കിയിരിക്കുന്നത്. പൊലീസ് അങ്ങയുടെ മുറിപരിശോധിച്ച് അവിടെയുള്ള കടലാസുകളും മറ്റും എടുത്തുകൊണ്ടുപോയി. മുറി മുദ്രവെച്ചിരിക്കുകയാണ്. ഇതൊക്കെയാണ് ഇവിടത്തെ വിശേഷങ്ങൾ.

താങ്കളിപ്പോൾ എവിടെയാണ്. ഞാനെപ്പോഴും അങ്ങയെപ്പറ്റിയാണ് ചിന്തിക്കുന്നത്. താങ്കൾ എന്നെപ്പറ്റി ആലോചിക്കാറുണ്ടോ? നിദ്രയിൽ ആദ്യസ്വപ്നത്തിൽ ഞാനങ്ങയെ കാണും. ഞാനങ്ങയെ പുണരും. ചുണ്ടുകൾ ചുണ്ടുകളോടും ഹൃദയം ഹൃദയത്തോടും ചേരുന്നു. എന്റെ പ്രിയതമന് നമസ്കാരം"

അവൾക്ക് ഒരു കാര്യംകൂടി ഒരു പ്രധാനപ്പെട്ട കാര്യം തന്റെജീവിതത്തിന്റെ രഹസ്യം അയാൾക്കുമുമ്പിൽ തുറന്നെഴുതണമെന്നുതോന്നി. പക്ഷേ, ആ നിഗൂഢത തുറക്കാൻ അവൾക്ക് ധൈര്യം വന്നില്ല. പിന്നീടൊരിക്കലാകാമെന്നുവിചാരിച്ചു. റോമ അയാൾക്കുള്ള കത്തിൽ ഉമ്മവെച്ചുകൊണ്ട് കിടന്നു.

പ്രഭാതത്തിൽ റോമ എഴുന്നേല്ക്കുമ്പോൾ അവളുടെ മനസ്സിൽ എന്തെന്നില്ലാത്ത ഒരസ്വസ്ഥതയുണ്ടായിരുന്നു. തന്റെ ജീവിതരഹസ്യം അവൾ മറച്ചുവെച്ചിരിക്കുകയാണ്. അത് പാപമല്ലേ. ദൈവത്തിന്റെ മുമ്പിൽ താൻ കുറ്റക്കാരിയല്ലേ. ഇങ്ങനെയുള്ള ചിന്തകളെല്ലാം അവളെ വലയം ചെയ്യാൻതുടങ്ങി. അധികം വൈകാതെതന്നെ ആ രഹസ്യം അയാൾക്കുമുമ്പിൽ തുറന്നേപറ്റൂ എന്ന് അവൾ ദൃഢനിശ്ചയംചെയ്തു. പ്രഭാതത്തിൽതന്നെ റോമയ്ക്ക് ഒരു കത്ത്കിട്ടി. റോസ്സിയുടെതായിരുന്നു അത്.

"ഞാൻ അതിർത്തികടന്നിരിക്കുന്നു. സുരക്ഷിതം."

റോമ ആ സന്ദേശം വായിച്ച് ആഹ്ലാദംകൊണ്ട് തുള്ളിച്ചാടി. തലേന്ന്

നടന്ന സംഭവങ്ങൾ അവളുടെ മനസ്സിലൂടെ കടന്നുപോയി. ജോസഫിന്റെ മൃതദേഹം സംസ്കരിച്ചതും, ബ്രൂണോയ്ക്ക് ജയിലിൽ പ്രത്യേകപരിഗണന ഏർപ്പാടുചെയ്തതും അങ്ങനെ പലതും. ജീവിതത്തെപ്പറ്റി റോമ ഇപ്പോൾ വളരെ ഗൗരവപൂർവ്വം ചിന്തിക്കാൻ തുടങ്ങിയിരിക്കുന്നു. ഇന്നലെവരെ ജീവിച്ചതുപോലെയല്ല ഇനിയുള്ള നാളുകൾ. ഇന്നിപ്പോൾ അവൾ ഡേവിഡ് റോസ്സിയുടെ ഭാര്യയാണ്. എന്നാൽ, ഭർത്താവ് അരികിലില്ല. എവിടെയാണെന്നോ എങ്ങനെയാണെന്നോ ഉറപ്പിച്ച് പറയാൻ എപ്പോഴും കഴിയില്ല. ഇതുവരെ ബാരന്റെ പരിരക്ഷയിലായിരുന്നു. ഇനി അതുണ്ടാവില്ല. സാമ്പത്തികമായ വിഷമതകൾ അനുഭവപ്പെട്ടുതുടങ്ങി. പുതിയവരുമാനമാർഗ്ഗം കണ്ടുപിടിക്കണം. കടം വർദ്ധിച്ചിരിക്കുന്നു. പരിചാരകൻ കടക്കാർ റോമയെ കാണാൻവന്നിരിക്കുന്ന വിവരമറിയിച്ചു. പണം ലഭിക്കാതെ അവർ പോവുകയില്ല. റോമ തന്റെ പേഴ്സ് തുറന്നുനോക്കി, അതിലേതാനും നാണയങ്ങൾ മാത്രമേ ഉണ്ടായിരുന്നുള്ളൂ. എങ്കിലും റോസ്സിയുടെ സന്ദേശം ലഭിച്ചതുകൊണ്ട് അവളുടെ മനസ്സിന് നല്ല ധൈര്യമുണ്ടായിരുന്നു.

പെട്ടെന്ന് അവളുടെ ഉള്ളിൽ ഒരാശയം ഉണ്ടായി. അവൾ ഉടൻതന്നെ കടലാസെടുത്ത് മേയർക്കെഴുതി:

"താങ്കൾ എന്നെ ഒരു കാര്യം ഏല്പിച്ചിരുന്നല്ലോ. കുറച്ച് ദിവസങ്ങൾ എന്നെ സംബന്ധിച്ചിടത്തോളം വളരെ പ്രയാസകരമായിരുന്നു. അതുകൊണ്ടാണ് ആ ജോലി പൂർത്തിയാക്കാൻ വൈകിയത്. രണ്ടാഴ്ചയ്ക്കുള്ളിൽ ഞാനത് പൂർത്തീകരിക്കും.

എനിക്ക് കുറച്ച് പണത്തിന്റെ ആവശ്യമുണ്ട്. ഞാനും താങ്കളും തമ്മിലുള്ള കരാർ പതിനഞ്ചായിരം ഫ്രാങ്കാണല്ലോ. അതിന്റെ പകുതിയെങ്കിലും എനിക്ക് അഡ്വാൻസായി തരാൻ മുനിസിപ്പാലിറ്റി ഉദ്യോഗസ്ഥരോട് പറയണം.

എന്ന്,
റോമ"

ഈ കത്ത് റോമ ഒരു പരിചാരകന്റെ കൈയിൽ കൊടുത്തയച്ചു. ഒരു മണിക്കൂറിനുള്ളിൽത്തന്നെ മേയർ അവളെ കാണാനെത്തി.

"നിങ്ങളുടെ കത്ത് കിട്ടിയിട്ടാണ് ഞാൻ വന്നത്. പക്ഷേ, നിങ്ങൾക്ക് ഒരു തെറ്റിദ്ധാരണ സംഭവിച്ചു എന്നുതോന്നുന്നു" മേയർ പറഞ്ഞു

"തെറ്റിദ്ധാരണയോ."

"അതെ, തെറ്റിദ്ധാരണ."

"നിങ്ങളെന്നോട് ഒരു ജോലിചെയ്യാൻ പറഞ്ഞു. ഞാനത് ചെയ്യുന്നു."

"അല്ല, നിങ്ങളുടെ കലാപരമായ അഭിരുചിയെ പ്രോത്സാഹിപ്പിക്കുക എന്നതായിരുന്നു എന്റെ ഉദ്ദേശ്യം. കലാകാരന്മാരെയും കലാകാരികളെയും പ്രോത്സാഹിപ്പിക്കാൻവേണ്ടി ഞാനങ്ങനെ സാധാരണ ചെയ്യാറുള്ളതാണ്. അതെല്ലാം ഒരു കരാറിന്റെ അടിസ്ഥാനത്തിലല്ല."

"എന്താണ് നിങ്ങൾ പറയുന്നത്?"

"അതെ, ഞാൻ നിങ്ങൾക്ക് കരാർ തന്നിട്ടില്ല."

"കരാർ തന്നിട്ടില്ലെന്നോ?"

"അതെ. കരാർ തന്നിട്ടില്ല ഞാൻ. എനിക്കെങ്ങനെ കരാർതരാൻപറ്റും. എനിക്ക് ഒറ്റയ്ക്ക് അത് ചെയ്യാൻപറ്റില്ല. കമ്മിറ്റി തീരുമാനിക്കണം."

"നിങ്ങൾ പറയുന്നത് ശരിയല്ല. നിങ്ങളെനിക്ക് കരാർതന്നത് ഇവിടെ പലർക്കുമറിയാം."

"ആർക്കറിയാം. ആളുകൾ എന്തെല്ലാം പറയും. അതൊക്കെ ശരിയാവണമെന്നുണ്ടോ?"

"ഞാൻ തെളിവുനല്കാം. സാക്ഷികളുണ്ട്."

"അതിലൊന്നും ഒരുകാര്യവുമില്ല. രേഖാമൂലം ഒന്നും തന്നിട്ടില്ലല്ലോ." മേയർ ചിരിച്ചുകൊണ്ടുപറഞ്ഞു.

"അപ്പോൾ നിങ്ങളെനിക്ക് നല്കിയ എഴുത്തുകളെല്ലാം........."

"എഴുത്തുകളോ?"

"അതെ. നിങ്ങളെത്ര എഴുത്തുകളെഴുതി. നിങ്ങൾക്കുവേണ്ടി ശുപാർശചെയ്യാൻ എഴുതിയില്ലേ."

"ശുപാർശയോ?"

"അതെ. പ്രധാനമന്ത്രിയോട് നിങ്ങൾക്കുവേണ്ടി പറയാൻ."

"എന്താണ് നിങ്ങൾ പറയുന്നത്. എന്തായിരുന്നാലും ഇങ്ങനെയൊക്കെ സംഭവിച്ചതിൽ എനിക്ക് ദുഃഖമുണ്ട്. കുറച്ച് സംഖ്യ ഞാൻ തരാം."

"ഭിക്ഷയായിട്ടാണോ?" ക്ഷുഭിതയായി റോമപറഞ്ഞു.

"അങ്ങനെയല്ല."

"പിന്നെ എങ്ങനെ. മുഴുവൻ പണവും എനിക്ക് തരുന്നുണ്ടെങ്കിൽ തന്നാൽമതി. അല്ലെങ്കിൽ നിങ്ങൾക്ക് പോകാം."

ഇതുകേട്ട് പെട്ടെന്നുതന്നെ മേയർ അവിടെനിന്നും പോയി. റോമയുടെ മനസ്സ് ആകെ കലങ്ങിമറിഞ്ഞു. എന്തെല്ലാം സ്വപ്നങ്ങളാണ് അവൾ കെട്ടിപ്പൊക്കിയത്. ആ കലാസൃഷ്ടി പൂർത്തീകരിച്ചാൽ ലഭിക്കുന്ന പ്രതിഫലത്തെപ്പറ്റി അവൾ മുമ്പേ കണക്കുകൂട്ടിയതായിരുന്നു. എല്ലാം പോയി. സങ്കല്പസാമ്രാജ്യങ്ങളെല്ലാം തകർന്നുവീണിരിക്കുന്നു. അവൾ താഴോട്ടിറങ്ങിവന്നു. താൻ ചെയ്ത കലാസൃഷ്ടിയെ സൂക്ഷിച്ചുനോക്കി. അവൾക്കാകെ നിരാശതോന്നി. അവൾ ദുഃഖത്തോടെ റോസ്സിക്കെഴുതി. പ്രിയപ്പെട്ട റോസ്സി ഇന്ന് പ്രഭാതത്തിലാണ് അങ്ങയുടെ കത്ത് കിട്ടിയത്. അതിലെ ഓരോ അക്ഷരങ്ങളും മാലാഖമാരായി വന്ന് എന്റെ ചെവിയിൽ മന്ത്രിക്കുന്നതുപോലെ തോന്നി. പിന്നെ ഇവിടത്തെ വിശേഷങ്ങൾ പറയാം. ഇന്നിറങ്ങിയ പത്രങ്ങളിലെല്ലാം അങ്ങയെ അധിക്ഷേപിച്ചുകൊണ്ടുള്ള വാർത്തകളാണ്.

ഇവിടെ അടിയന്തരാവസ്ഥയാണ്. ചിലപത്രങ്ങൾ മാത്രമേ നിരോധനത്തിൽനിന്നും ഒഴിവായിട്ടുള്ളൂ. തടവുകാരെയെല്ലാം പീഡിപ്പിക്കുകയാണ്. ചിലരെ അനുനയിപ്പിക്കാൻ നോക്കുന്നു. ഇവിടത്തെ പ്രതിരോധ

വകുപ്പുമന്ത്രി രാജിവെച്ചിരിക്കുന്നു. സർക്കാർ പോപ്പുമായി ധാരണയിലെത്തിയിരിക്കുകയാണ്. ആത്മീയനേതാവായ പോപ്പിനെക്കൊണ്ട് അങ്ങേക്കെതിരെ പ്രസ്താവന കൊടുപ്പിക്കാനാണ് സർക്കാറിന്റെ ശ്രമം.

പിന്നെ ഞാനിന്ന് ജയിൽ സന്ദർശിച്ചിരുന്നു. ഇന്നുമെനിക്ക് ബ്രൂണോയെ കാണാൻ പറ്റിയില്ല. മര്യാദയില്ലാതെയാണ് കമ്മീഷണർ എന്നോട് സംസാരിച്ചത്. അങ്ങയെപ്പറ്റി സൂചിപ്പിച്ചു അദ്ദേഹം. പിടികിട്ടാപ്പുള്ളിയുടെ അടുത്ത ആളെന്ന നിലയിൽ ബ്രൂണോവിന്റെ പേരിലുള്ള കേസ് അല്പം കുഴഞ്ഞുമറിഞ്ഞതാണെന്നാണ് അയാൾ പറഞ്ഞത്. ഞാൻ ബ്രൂണോയ്ക്കുവേണ്ടി ചെയ്യാൻകഴിയുന്നതൊക്കെ ചെയ്യുന്നുണ്ട്. നെപ്പോളിയൻ എന്നുപേരുള്ള ഒരു വക്കീലിനെ 500 ഫ്രാങ്ക് കൊടുത്ത് ഞാൻ ബ്രൂണോയ്ക്കുവേണ്ടി ഏർപ്പാടാക്കിയിട്ടുണ്ട്.

പിന്നെ വളരെ വിഷമകരമായ കാര്യം അറിയിക്കാനുണ്ട്. ഞാൻ മേയർപറഞ്ഞിട്ട് ഒരു ജോലി ചെയ്തിരുന്നല്ലോ. കുറച്ച് പണം ഞാനയാളോടാവശ്യപ്പെട്ടു. അയാൾ പറയുന്നത്, ഔദ്യോഗികമായി അങ്ങനെയൊരു കാര്യം എന്നെ ഏല്പിച്ചിട്ടില്ല എന്നാണ്. അതുവലിയ ചതിയായിപ്പോയി. എന്നെ സംബന്ധിച്ചിടത്തോളം പണത്തിന് വല്ലാത്ത ബുദ്ധിമുട്ടുണ്ട്. എങ്കിലും ആ മേയർ വെച്ചുനീട്ടിയ നക്കാപ്പിച്ച ഞാൻ വാങ്ങിയില്ല. അയാളൊരിക്കൽ എന്നെ പ്രശംസിച്ചതാണ്. അവരെല്ലാം ബാരന്റെ ആളുകളാണല്ലോ. ഞാൻ അയാളുടെ വാക്കുകൾ വിശ്വസിച്ചുപോയതാണ് എന്റെ കുറ്റം. അതിൽ ഞാനിപ്പോൾ ദുഃഖിക്കുന്നു.

വലിയ പ്രശ്നങ്ങളിലൂടെയാണ് ഞാൻ കടന്നുപോയ്ക്കൊണ്ടിരിക്കുന്നത്. എന്നാൽ, ഇതിൽനിന്നെല്ലാം അല്പമെങ്കിലും എനിക്കാശ്വാസം ലഭിക്കുന്നത് അങ്ങയെക്കുറിച്ചുള്ള ഓർമ്മകളിൽനിന്നാണ്, ചിന്തകളിൽനിന്നാണ്. എന്നെ സ്നേഹിക്കുന്ന അങ്ങ് അങ്ങയെ സ്നേഹിക്കുന്ന ഞാൻ............ അത് മാത്രം മതിയെനിക്ക്. അതാണെന്റെ ജീവിതം.

ഇപ്പോഴത്തെ പ്രശ്നങ്ങളൊന്നും ഞാൻ തീരെ ഗൗനിക്കുന്നില്ല. ഇത്തരം പ്രശ്നങ്ങളൊന്നും എന്റെ ആത്മാവിനെ ബാധിക്കുന്നവയല്ല. കഷ്ടപ്പാടുകളിൽനിന്ന് അല്പമൊരാശ്വാസം ലഭിക്കാൻവേണ്ടി ഞാനെന്റെ വണ്ടിയെയും കുതിരകളെയും വിറ്റു. ഈ കഷ്ടപ്പാടുകൾക്കിടയിൽ ഞാനെന്തിന് കുതിരവണ്ടിയിൽ സവാരി ചെയ്യണം. മാത്രമല്ല, അങ്ങയെപ്പോലെ ജീവിക്കാൻ ഞാനും കടപ്പെട്ടവളാണ്.

അങ്ങയുടെ പ്രിയപ്പെട്ട റോമ"

കത്തിൽ അവളെ അലട്ടിയ ആ രഹസ്യം ഉൾക്കൊള്ളിക്കാൻ അവൾ ആഗ്രഹിച്ചതാണ്, ശ്രമിച്ചതാണ്. പക്ഷേ, കഴിഞ്ഞില്ല. അവൾക്കതിനുള്ള ധൈര്യമുണ്ടായില്ല. നാളെയാകാമെന്നു വിചാരിച്ചു.

പിറ്റേന്ന് പ്രഭാതത്തിൽത്തന്നെ റോമയ്ക്ക് ഒരു സന്ദേശം ലഭിച്ചു. അവൾ താമസിക്കുന്ന വീടിന്റെ ഉടമസ്ഥന്റെ സന്ദേശമായിരുന്നു അത്. ആ സന്ദേശമിതായിരുന്നു;

"ബുദ്ധിമുട്ടിപ്പിക്കുന്നതിൽ ക്ഷമിക്കണം. പാരീസിൽനിന്ന് വരുന്ന

ഒരാൾക്ക് വീടുവേണം. നിങ്ങൾ വീടൊഴിഞ്ഞ് തരണം. മറ്റ് മാർഗ്ഗമില്ല."

"എന്നാണ് വരുന്നത്?" സന്ദേശം കൊണ്ടുവന്ന ആളോട് റോമ ചോദിച്ചു.

"ഈസ്റ്റർ കാലത്താണ്."

"അതിനിനിയും സമയമുണ്ടല്ലോ?"

"ശരി. ഉടൻതന്നെ ആ സന്ദേശവാഹകൻ ഒരു ബിൽ റോമയുടെ കൈയിൽ കൊടുത്തു. അവൾ പറഞ്ഞു:

"വാടക രണ്ടുദിവസത്തിനുള്ളിൽത്തരാം."

"ശരി, പക്ഷേ, അതിനുമുമ്പ് ഒരു സാധനങ്ങളും ഇവിടെനിന്ന് മാറ്റരുത്."

"നിങ്ങൾക്ക് തരാനുള്ള പണം തന്നിരിക്കും."

"അതുമതി." സന്ദേശവാഹകൻ പോയി. അയാൾ പോയ ഉടനെത്തന്നെ റോമ ഒരു സ്വർണ്ണവ്യാപാരിക്ക് എഴുതി.

"എന്റെ ആഭരണങ്ങൾ ഞാൻ വില്ക്കുകയാണ്. നിങ്ങൾക്ക് ഇത് വാങ്ങണമെന്ന് ആഗ്രഹമുണ്ടെങ്കിൽ വൈകുന്നേരം നാലുമണിക്ക് ഇവിടെ എത്തുക."

"റോമാ." അമ്മായിയാണ് വിളിച്ചത്. റോമ അമ്മായിയുടെ മുറിയിലേക്കുപോയി.

"ഞാനെന്താണ് കുട്ടീ കേട്ടത്.വണ്ടിയും കുതിരയെയും വിറ്റെന്നോ."

"അതെ. അമ്മായി."

"എന്റെ ദൈവമേ, കുതിരയെ വിറ്റെന്നോ, ഇനി ഇപ്പോൾ സ്വർണ്ണാഭരണങ്ങളും."

"അതെ."

"ഞാനെന്താണീ കേൾക്കുന്നത് എന്റെ ദൈവമേ."

"ദൈവങ്ങൾക്ക് ഇതുകേട്ടാൽ സന്തോഷമേ ഉണ്ടാവൂ." അതുംപറഞ്ഞ് റോമ അമ്മായിയുടെ മുറിവിട്ടു. രാത്രിയിൽ റോമ തന്റെ പ്രിയതമന് എഴുതി.

"പ്രിയസഖാവെ,

നിദ്രയ്ക്ക് മുമ്പ് ഞാൻ അവസാനം സംസാരിക്കുന്നത് അങ്ങയോടാണ്. ഈ രാത്രിയിലെ കാറ്റ് ഈ സന്ദേശങ്ങളെല്ലാം അങ്ങേക്ക് എത്തിച്ചുതന്നിരുന്നെങ്കിൽ....

ഇവിടുത്തെ വിശേഷങ്ങൾ കേൾക്കേണ്ടേ. ഇവിടെ ഭീകരമായ പട്ടാളഭരണമാണ്. ദിവസംകഴിയുന്തോറും അതിന്റെ ഭീകരത വർദ്ധിച്ചുവരുന്നു. ജയിൽപ്പുള്ളികളെയെല്ലാം ക്രൂരമായ ശിക്ഷയ്ക്ക് വിധിക്കുകയാണ്. ചിലർക്ക് ഇരുപത് വർഷമാണ് തടവ്. ഇന്നലെ വക്കീൽ ഇവിടെ വന്നിരുന്നു. ബ്രൂണോയെ അദ്ദേഹം കണ്ടു. എല്ലാ ഏർപ്പാടുകളും ചെയ്തിട്ടുണ്ടെന്നും അദ്ദേഹം പറഞ്ഞു. നാളെയും അയാൾ ബ്രൂണോയെ കാണും. ജയിലിൽ എന്തൊക്കെയോ നടക്കുന്നുണ്ടെന്ന് വക്കീലിന് സംശയമുണ്ട്.

ഒരുകാര്യംകൂടി. വീടിന്റെ ഉടമസ്ഥൻ വീടൊഴിഞ്ഞ് തരാൻ പറയു

ന്നു. വാടകയും കൊടുത്തിട്ടില്ല. ഈസ്റ്റർകാലത്ത് വീട് ഒഴിഞ്ഞുകൊടുക്കാമെന്നുപറഞ്ഞു. അതല്ല അത്ഭുതം. ഞാൻ പണംകൊടുക്കാനുള്ളവരെല്ലാം ഒരുമിച്ച് ഇന്നലെ വന്നു. അതെനിക്ക് വല്ലാത്ത കുറച്ചിലാണുണ്ടാക്കിയത്. അവരെ എന്തിനു പറയണം. അവരെന്നെ അപമാനിക്കാൻ വേണ്ടി വന്നവരല്ല. കാര്യങ്ങളെല്ലാം അവർ അറിഞ്ഞിരിക്കുന്നു. അതുകൊണ്ടാണ് ഇങ്ങനെയൊക്കെ സംഭവിച്ചത്.

പക്ഷേ, ഇതൊന്നും എന്നെ നിരാശയാക്കുന്നില്ല. തെല്ലുപോലും ഇതെന്റെ മനസ്സിനെ ഇളക്കുന്നില്ല. ഞാൻ ഒരു വലിയ ധനികയായിരുന്നപ്പോൾ യഥാർത്ഥത്തിൽ ഏറ്റവും ദുഃഖം അനുഭവിച്ച ഒരു സ്ത്രീയായിരുന്നു. എന്നാൽ, ഇന്ന് ദാരിദ്ര്യമുണ്ടെങ്കിലും ഞാൻ ആഹ്ലാദവതിയാണ്.

പക്ഷേ, ഒരൊറ്റ ദുഃഖം മാത്രമേയുള്ളൂ. അതു ഞാൻ അങ്ങയോട് പറയട്ടെ, പളുങ്കുപോലെ നിർമ്മലമാണ് അങ്ങയുടെ ഹൃദയം എന്നെനിക്കറിയാം. പൗരുഷമുള്ളവരെല്ലാം സ്ത്രീകളോട് കരുണകാണിക്കുന്നവരായിരിക്കും. എന്റെ ഒരു സ്നേഹിതയെപ്പറ്റിയാണ് ഞാൻ പറയുന്നത്. അവളിന്ന് വലിയൊരു പ്രശ്നത്തിൽപ്പെട്ടിരിക്കുകയാണ്.

കുറച്ചുവർഷങ്ങൾക്കുമുമ്പ് നല്ലവനായ ഒരു മനുഷ്യൻ ആ സ്നേഹിതയെ വിവാഹംചെയ്തു. അവർ പരസ്പരം പ്രണയിച്ചവരായിരുന്നു. അങ്ങനെയുള്ള അവർക്കിടയിൽ ഒരുരഹസ്യം നിലനില്ക്കാൻ പാടില്ലായിരുന്നു. എന്നാൽ, ഒരു വിഷയം അവർക്കിടയിൽ നിലനിൽക്കുന്നു. ഗുരുതരമായ ഒരു രഹസ്യം. എനിക്കും അവൾക്കും മാത്രമേ അതറിയുകയുള്ളൂ. ഞാനെങ്ങനെയാണ് അങ്ങയോട് അത് വിശദീകരിക്കേണ്ടത്.

കുറേവർഷങ്ങൾക്കുമുമ്പ് എന്റെ സ്നേഹിത മറ്റൊരാളുടെ ഒരു കളിപ്പാട്ടമായിരുന്നു. അല്ല വെറും ഇരയായിരുന്നു. കാരണം അവൾക്ക് സമ്മതമുണ്ടായിട്ടല്ല. പക്ഷേ, അവൾക്ക് നന്നായറിയാമായിരുന്നു. ഇരയാണെങ്കിലും അവളും കുറ്റംചെയ്തിരിക്കുന്നുവെന്ന്. അവളുടെ പാപക്കറ കഴുകാൻ ഒരു പുണ്യനദിയിലെ തീർത്ഥജലത്തിനും കഴിയില്ലെന്നും അവൾക്കറിയാമായിരുന്നു. പക്ഷേ, ആ രഹസ്യം അവളുടെ പ്രിയതമൻ അറിയുന്നില്ലല്ലോ. അതവളുടെ മനസ്സിൽക്കിടന്ന് വിങ്ങുന്നു, മനസ്സിൽക്കിടന്ന് കത്തുന്നു. അതദ്ദേഹത്തോട് വെളിപ്പെടുത്തേണ്ടതായിരുന്നു. അവളിന്ന് നീറിനീറി ദഹിച്ചുകൊണ്ടിരിക്കുകയാണ്. തന്റെ പ്രിയതമനോട് ആ രഹസ്യം എങ്ങനെ വെളിപ്പെടുത്തണമെന്ന് ഇപ്പോഴും അവൾക്കറിഞ്ഞുകൂട.

എന്റെ പ്രിയപ്പെട്ട റോസ്സീ അങ്ങ് അവളെ സഹായിക്കണം. അവളോട് ക്ഷമിക്കണമെന്നല്ല, കാരണം അവൾ ചെയ്തത് കുറ്റമാണ്. അവൾ ആ രഹസ്യം ഒളിച്ചുവെച്ചു. അത് കുറ്റമല്ലേ. തന്നെ സ്നേഹിക്കുകയും വിശ്വസിക്കുകയും ചെയ്ത തന്റെ പ്രാണസർവ്വസ്വമായ അയാളോട് അവൾ മുഴുവനും ഏറ്റുപറയേണ്ടതായിരുന്നില്ലേ.

അതേ, ഏറ്റുപറയേണ്ടതായിരുന്നു. അങ്ങനെമാത്രമേ അവളുടെ ഹൃദയത്തിലെ ആ പാപക്കറ കഴുകി അതിനെ നിർമ്മലമാക്കാൻ പറ്റുകയുള്ളൂ. എങ്കിൽമാത്രമേ അവളുടെ ജീവിതത്തിൽ ഒരു പുതിയയുഗം പിറ

വികൊള്ളുകയുള്ളൂ. അതിനവൾകൊതിക്കുന്നു. പക്ഷേ, അവൾക്കതിനുള്ള ധൈര്യമില്ല. ഞാൻ സത്യം ചെയ്യുന്നു. എന്റെ സ്നേഹിത ഒരു വഞ്ചകിയല്ല. അവളിന്ന് ജീവിതത്തിൽ ഏറ്റവും അധികം സ്നേഹിക്കുന്നത് തന്റെ പ്രിയതമനെയാണ്. ആ പ്രണയത്തിന്റെ തീവ്രത അത്രയ്ക്കുണ്ട്. അതുകൊണ്ടുതന്നെ അവളുടെ ദുഃഖത്തിന്റെ ആഴവും കണക്കാക്കാൻപറ്റാത്തതാണ്. നിദ്രാവിഹീനമാണ് അവളുടെ രാത്രികൾ. നിഷ്കളങ്കനായ ഒരു പുരുഷനെ വഞ്ചിച്ചുകൊണ്ട് അവൾക്ക് ജീവിക്കാനാവില്ല. അവളനുഭവിക്കുന്ന ദുഃഖം അവൾ അർഹിക്കുന്നതുതന്നെയാണെന്ന് ഞാൻ പറയും. പക്ഷേ, ഞാനെന്റെ സ്നേഹിതയെ അത്രയ്ക്കിഷ്ടപ്പെടുന്നു. എങ്ങനെയാണ് എനിക്ക് അവളെ സഹായിക്കാൻ കഴിയുക. എന്റെ പ്രാണസഖിയെ രക്ഷിക്കാൻ എന്റെ പ്രിയതമൻ എന്നെ സഹായിക്കുകയില്ലേ.”

ഇത്രയും എഴുതിക്കഴിഞ്ഞതോടെ റോമയുടെ മനസ്സിൽനിന്ന് പകുതി ഭാരം ഒഴിഞ്ഞതുപോലെ തോന്നി. അദ്ദേഹത്തിന് ഈ എഴുത്ത് കാണുമ്പോഴേക്കും കാര്യങ്ങൾ മനസ്സിലാകുമെന്ന് അവൾക്കറിയാമായിരുന്നു. അവളെഴുത്ത് തുടർന്നു.

“ഞാനിപ്പോൾ ഒരു ശിശുവായി മാറിപ്പോയപോലെ. എന്റെ ഹൃദയത്തെ ഉണർത്തിയത് അങ്ങാണ്. എനിക്കൊരു പുതിയ ജീവിതംതന്നു, ഒരു പുതിയ ലോകം, ഇപ്പോൾ സൂര്യോദയത്തിന് എന്തൊരു വശ്യത, ആകാശത്തിന് എന്തൊരു തെളിച്ചം, പൂവുകൾക്ക് എന്തൊരു മനോഹാരിത. പണ്ട് ഞാൻ ശരിയാണെന്ന് കരുതിയതൊക്കെ ഇപ്പോൾ തെറ്റാണെന്ന് തോന്നുന്നു. തെറ്റാണെന്ന് തോന്നിയതൊക്കെ ശരിയാണെന്നും തോന്നുന്നു. സമ്പന്നതയുടെ സ്വർഗ്ഗത്തിൽ ആറാട്ടുനടത്തിയിരുന്ന എന്റെ ജീവിതം ഒരു ജീവിതമേ ആയിരുന്നില്ല എന്ന് ഇപ്പോഴെനിക്ക് തോന്നുന്നു. അത് ഞാനായിരുന്നില്ല എന്നെനിക്ക് തോന്നുന്നു.

അങ്ങേക്കറിയാമോ, അങ്ങേക്ക് ഇരുപത് വയസ്സുള്ളപ്പോൾ ഞാൻ വെറുമൊരു പാവാടക്കാരിയായിരുന്നു. ഇപ്പോൾ നമ്മൾതമ്മിൽ ആ വ്യത്യാസമില്ല. ഞാനെന്റെ സ്നേഹിതയുടെ കാര്യം പറഞ്ഞല്ലോ. അങ്ങെന്നെ സഹായിക്കുമല്ലോ.

പ്രണയപൂർവ്വം റോമ”

* * * *

രണ്ട് ദിവസത്തിനുശേഷം റോമയ്ക്ക് ഒരുകത്തുകിട്ടി. സോഫ്യോയിൽനിന്നുലഭിച്ച കത്തായിരുന്നു അത്.

“എന്റെ പ്രിയപ്പെട്ടവൾക്ക്,

ഞാൻ ലണ്ടനിലെത്തിയിരിക്കുന്നു. എന്റെ ചിന്തയെല്ലാം ഇപ്പോൾ നിന്നെപ്പറ്റിയാണ്. നീ എന്തുമാത്രം കഷ്ടപ്പാടുകളാണ് അവിടെ അനുഭവിക്കുന്നത് എന്നറിഞ്ഞിട്ട് എന്റെ ഹൃദയം അതിയായി വേദനിക്കുകയാണ്. കാത്തിരിക്കൂ റോമാ, എന്റെ അഭാവത്തിൽ നീ വല്ലാതെ പ്രയാസപ്പെടുന്നുണ്ടെന്ന് എനിക്കറിയാം. നമ്മൾ വീണ്ടും കണ്ടുമുട്ടുമ്പോൾ എന്റെ

ദുഃഖങ്ങളെല്ലാം അസ്തമിക്കും. റോമാ, എന്നെ ഇപ്പോഴും സ്നേഹിക്കുന്നില്ലേ, ഉണ്ട്, തീർച്ചയായും ഉണ്ട്. റോമയുടെ പ്രണയമാണ് എന്നെ ജീവിപ്പിക്കുന്നത്. എല്ലാ ദുഃഖങ്ങളിൽനിന്നും വിഷമതകളിൽനിന്നും എനിക്ക് ശക്തിതരുന്നത് റോമയുടെ സ്നേഹമാണ്. പ്രണയിക്കുന്നവർക്ക്മാത്രം അറിയാവുന്ന ഒരു ജീവരഹസ്യമാണിത്. പ്രണയം എത്ര ഉജ്ജ്വലമാണ്. എത്ര സുന്ദരമാണ്. എത്ര സുരഭിലമാണ്.

ഇന്ന് പ്രഭാതത്തിലാണ് ഞാൻ ലണ്ടനിലെത്തിയത്. ഇവിടെയുള്ള എന്റെ സഖാക്കൾക്ക് ഞാൻ കമ്പിയടിച്ചിരുന്നു. ഇവിടെ എന്നെ സ്വീകരിക്കാൻ ധാരാളമാളുകൾ എത്തിയിരുന്നു. ഹൃദ്യമായ ഒരു വരവേല്പാണ് എനിക്ക് ഇവിടെ ലഭിച്ചത്. അതെന്റെ മനസ്സിനെ വല്ലാതെ ത്രസിപ്പിച്ചു. ഞാൻ വീണ്ടും നിനക്കെഴുതുന്നുണ്ട്. അവിടെയുള്ള ജനങ്ങൾക്ക് എന്റെ സന്ദേശം നീ നല്കണം. അതീ കത്തിലുണ്ട്. അതുനീ പ്രസിൽക്കൊടുത്ത് അച്ചടിപ്പിച്ച് വിതരണം ചെയ്യണം. അവിടെ ആൽബർട്ട് നിന്നെ സഹായിക്കും. സുഖമാണോ എലനായ്ക്ക് എന്നന്വേഷിക്കണം. പാവം എലന, പാവം ബ്രൂണോ.

പ്രിയപ്പെട്ട റോമാ ഒരു കാര്യം പ്രത്യേകം ശ്രദ്ധിക്കണം. ഞാനെപ്പോഴും നിന്നെപ്പറ്റിത്തന്നെ ചിന്തിക്കുകയാണ്. വേർപെട്ടവന്റെ ഹൃദയഭാരം അത് പറഞ്ഞറിയിക്കാൻ കഴിയില്ല. ഞാനെന്നെത്തന്നെയാണ് കുറ്റപ്പെടുത്തുന്നത്. എനിക്ക് നിന്നോട് വളരെയേറെ ഉത്തരവാദിത്വങ്ങളുണ്ട്. നീ എന്റേതാണ്. എന്റെ ഭാര്യ, എന്റെ പ്രാണസഖി. നിന്നെ അവിടെ വിട്ടാണ് ഞാനിങ്ങോട്ട് പോന്നത്. ഇനി നിനക്കുവേണ്ടി ഞാൻ എല്ലാം ഉപേക്ഷിക്കുന്ന കാലംവരും.

നിന്റെ റോസ്സി"

റോമ റോസ്സിയുടെ ഈ കത്തിന് മറുപടി എഴുതി.

"പ്രിയപ്പെട്ട റോസ്സീ,

താങ്കളുടെ കത്തെനിക്ക് കിട്ടി. പക്ഷേ, എന്തിനാണ് ആവശ്യമില്ലാതെ അങ്ങയെ സ്നേഹിക്കുന്നുണ്ടോ എന്നും മറ്റും ചോദിക്കുന്നത്. എത്രതവണ ഞാൻ അങ്ങയോട് പറഞ്ഞു, ഞാൻ അങ്ങയെ സ്നേഹിക്കുന്നുവെന്ന്. അങ്ങയെപ്പറ്റിമാത്രമാണ് ചിന്തിക്കുന്നത് എന്ന്. എന്നും നിശീഥിനിയിൽ ഞാൻ അങ്ങയെ ഓർക്കും. അതേ, പൂർണ്ണേന്ദുരാവിൽ ഒരു വലിയ ശശിബിംബത്തിന്റെ ചന്ദ്രിക ചുരത്തുന്നതുപോലെയാണ് [illegible] അനുഭവപ്പെടുക. നിദ്രയിൽ അങ്ങെന്റെ അന്തരംഗത്തിൽ പ്രത്യക്ഷപ്പെടും. സ്വപ്നങ്ങളിൽ നമ്മൾ ഒന്നാകും. പ്രഭാതത്തിൽ ഉണരുമ്പോൾ അതെ, ഉണരുകയല്ല അങ്ങ് വന്ന് എന്നെ ഉണർത്തുകയാണ്. എന്റെ ഹൃദയമപ്പോൾ പാടുന്ന കിളികളുടെ കൂടുപോലെയാണ്.

റോമിലെ വിശേഷങ്ങൾ അറിയേണ്ടേ. പട്ടാളഭരണം ശക്തിപ്പെട്ടുകൊണ്ടിരിക്കുകയാണ്. ജനങ്ങളുടെമേൽ ഭരണകൂടം മർദ്ദനങ്ങൾ അഴിച്ചുവിടുന്നു. ദാരിദ്ര്യമാണിവിടെ. താങ്കൾ, ജനങ്ങൾക്ക് നല്കിയ സന്ദേശം

പ്രസിൽക്കൊടുത്തു. നാളെ അത് വിതരണം ചെയ്യും. ഞാൻ എലനയെ ഇന്നലെ കാണാൻപോയി. വല്ലാത്തൊരു കാഴ്ചയായിരുന്നു അത്. അവ ളവിടെ ഉണ്ടായിരുന്നില്ല. അവിടെനിന്നും അവളുടെ കത്ത് എനിക്കുകി ട്ടി. അതിൽ വിശുദ്ധമാതാവിന്റെ രൂപം വരച്ചിരിക്കുന്നു. അതെനിക്കുവേണ്ടി വരച്ചുവെച്ചതാണവൾ. അവളുടെ കുഞ്ഞ് എന്നെന്നേക്കുമായി പോയ തുകൊണ്ട്, ഭർത്താവിനെ പിരിഞ്ഞതുകൊണ്ട് അവളെവിടെയെങ്കിലും പോയി ജീവനൊടുക്കിയോ എന്നാണ് ചിലർ സംശയിക്കുന്നത്. അങ്ങ നെയൊന്നും ചിന്തിക്കരുതെന്ന് ഞാനവരോട് പറഞ്ഞിട്ടുണ്ട്. അതെങ്ങാൻ ബ്രൂണോ അറിഞ്ഞാൽ എന്തായിരിക്കും സ്ഥിതി.

ഇന്നലെ ഞാൻ നമ്മുടെ നെപ്പോളിയൻ വക്കീലിനെ കണ്ടിരുന്നു. ഇന്നലെ എന്നെ കാണാൻ ഇവിടെ വന്നിരുന്നു അയാൾ. എനിക്കത്ഭുതം തോന്നി അയാളുടെ കാര്യം കേട്ടിട്ട്. അയാളുടെ ജീവന്റെ രക്ഷയ്ക്ക് ഒന്നും ചെയ്യുന്നില്ലത്രെ. എന്തോ രഹസ്യമുണ്ട് ഇതിൽ. ചാൾസ് മിങ്കിളി ഇവി ടെയില്ല. എവിടെയാണെന്ന് ആർക്കുമറിയില്ല.

പ്രിയപ്പെട്ട റോസ്സീ, എന്റെ ആഭരണങ്ങളൊക്കെ ഞാൻ വിറ്റിരിക്കു ന്നു. ഇനി എനിക്ക് എന്തിനാണ് ആഭരണങ്ങൾ. എന്തിനാണ് വേലക്കാർ. അങ്ങേക്ക് ഇതൊന്നുമില്ലല്ലോ. പിന്നെ എനിക്കുമാത്രമായി എന്തിനാണി തെല്ലാം. അങ്ങൊരിക്കലും എന്നെയോർത്ത് വിഷമിക്കരുത്, ദുഃഖിക്കരു ത്, എനിക്കിവിടെ നല്ല സന്തോഷമാണ്. ഞാൻ അങ്ങയെ പ്രണയിക്കു ന്നു. അതാണെന്റെ ആനന്ദത്തിന്റെ കാരണം. പക്ഷേ, ഒരു കാര്യം എന്നെ വിഷമിപ്പിക്കുന്നു. ഞാൻ എന്റെ ഒരു സ്നേഹിതയുടെ കാര്യം പറഞ്ഞി ല്ലേ. അവളിപ്പോഴും എന്നോടൊപ്പമുണ്ട്. അവളുടെ രഹസ്യം-ഞാൻ പറ ഞ്ഞില്ലേ എല്ലാം. അവളുടെ കാര്യം കഷ്ടമാണ്. മനസ്സുകൊണ്ട് അവൾ കുറ്റക്കാരിയല്ലെന്നാണ് അവൾ പറയുന്നത്. സ്ത്രീകൾ സാധാരണ അങ്ങ നെയാണ് പറയാറ്. അത് അവരുടെ കുറ്റബോധത്തിന്റെ കാഠിന്യം കുറ യ്ക്കും. അവൾ പറയുകയാണ്. അവൾ വഴങ്ങിക്കൊടുത്തത് കുറ്റമായി പ്പോയി എന്ന്. അതിലും നല്ലത് മരിക്കുന്നതായിരുന്നു എന്നാണ് അവൾ പറയുന്നത്. പാപബോധം അവളെ അലട്ടുന്നു. അത് ചെയ്തത് മന സ്സാണോ ശരീരമാണോ എന്ന ചോദ്യത്തിന് അവിടെ യാതൊരു പ്രസ ക്തിയുമില്ല.

പ്രിയ റോസ്സി, അവൾ എന്ത് കരച്ചിലാണെന്നോ. അവളുടെ കണ്ണു കൾ കരഞ്ഞ് വീർത്തിരിക്കുന്നു. അത് ചുവന്ന് കനംവെച്ചിരിക്കുന്നു. അവൾ മാപ്പർഹിക്കുന്നവളാണ്. അവളെ സംബന്ധിച്ചിടത്തോളം അവ ളുടെ രഹസ്യം അവളുടെ പ്രിയതമനോട് പറയുക എന്നത് അത്യധികം വേദനാജനകമാണ്. അതുകൊണ്ടുതന്നെ അവളത് പറയണമെന്ന് എനി ക്കുതോന്നുന്നില്ല. ശരിയല്ലേ.

എന്റെ സ്നേഹിതയുടെ കാര്യത്തിൽ ഒരു കാര്യംകൂടി എനിക്ക് വ്യക്തമാക്കാനുണ്ട്. അവളുടെ ജീവിതം ഇന്ന് അങ്ങേയറ്റം ദുഃഖഭരിത മാണ്. പക്ഷേ, തന്റെ പാപത്തെപ്പറ്റി ഓർത്തിട്ടുണ്ടാവുന്ന ദുഃഖമാണിത്.

എന്നാൽ, അവളുടെ ജീവിതം ഇന്നൊരു വഴിത്തിരിവിലാണ്. അവളിന്നൊരു പുതിയ സ്ത്രീയാണ്. അവളുടെ മനസ്സ് ഇന്ന് പാപരഹിതമാണ്. നിഷ്കളങ്കമാണ്. പരിശുദ്ധമാണ്. കുറ്റബോധം അവളുടെ മനസ്സിൽ അഗ്നിശുദ്ധിവരുത്തിയിരിക്കുന്നു. റോമിൽ ആഡംബരപൂർണ്ണമായ ജീവിതം നയിച്ച അവളിന്ന് അതെല്ലാം ഉപേക്ഷിച്ചിരിക്കുന്നു. അവളിന്നൊരു സാധാരണസ്ത്രീയാണ്.

കുറച്ചുദിവസങ്ങൾക്കുള്ളിൽ ഈ കത്ത് അങ്ങേക്ക് കിട്ടും. ഞാൻ അങ്ങയുടെ അരികിലെത്തിയിരുന്നെങ്കിൽ എന്ന് ആശിച്ചുപോവുകയാണ്. എന്റെ പ്രണയം അങ്ങേക്ക് ശക്തിനല്കട്ടെ. രാത്രികളിൽ ഞാനെന്റെ കിടപ്പുമുറിയുടെ ജാലകം തുറന്ന് നക്ഷത്രങ്ങൾക്ക് സ്തുതിപറയുന്നു. അവയോട് ഞാൻ അഭ്യർത്ഥിക്കുന്നു ആ പ്രകാശത്തിന്റെ പ്രവാഹം അങ്ങയിലേക്കെത്തിക്കാൻ.

എന്ന്
റോമ"

പിറ്റേദിവസം റോമയുടെ അമ്മായിക്ക് സുഖമില്ലാതായി. അവരങ്ങേയറ്റം അവശയായിരുന്നു. അവർ പറഞ്ഞു:

"റോമേ, എന്നെ ഡോക്ടറുടെ അടുത്തെത്തിക്കണം." ഡോക്ടർ വന്ന് അമ്മായിയെ പരിശോധിച്ചു. വളരെ വിദഗ്ദ്ധനായ ഡോക്ടറാണ് അയാൾ. അമ്മായിയെ പരിചരിക്കാൻ ഒരു ആയയെ വെക്കണമെന്ന് ഡോക്ടർ നിർദ്ദേശിച്ചു. അങ്ങനെ അതിനായി ഒരു ആയയെ റോമ നിയമിച്ചു. പിറ്റേന്ന്, പക്ഷേ അമ്മായിയുടെ അസുഖം വീണ്ടും കൂടി. ആഹാരമൊന്നും അവർ കഴിക്കുന്നില്ല. അന്ത്യകൂദാശയ്ക്കുള്ള സമയമായെന്ന് ഡോക്ടർ അഭിപ്രായപ്പെട്ടു. അമ്മായി കരയുകയായിരുന്നു. ഡോക്ടർ അവരെ സമാധാനിപ്പിച്ചു. പക്ഷേ, അമ്മായിക്ക് നല്ല ധൈര്യമായിരുന്നു. ബാംബിനോ എന്ന ക്രിസ്തുവിന്റെ തിരുസ്വരൂപത്തെ കണ്ടാൽ അവരുടെ എല്ലാ രോഗവും മാറുമെന്ന് ആ വൃദ്ധ വിശ്വസിച്ചു. രോഗികൾക്ക് ആശ്വാസം നല്കുന്നതെന്ന് വിശ്വസിക്കപ്പെട്ടുപോരുന്ന ഒരു തിരുസ്വരൂപമായിരുന്നു അത്. ആ തിരുസ്വരൂപത്തെ കണ്ടാൽ രോഗികളുടെ എല്ലാ പ്രയാസങ്ങളും മാറും എന്നാണ് ആളുകളുടെ വിശ്വാസം. അമ്മായിയുടെ ഇംഗിതമനുസരിച്ച് ആ രൂപത്തെ വീട്ടിൽക്കൊണ്ടുവരാനുള്ള ഏർപ്പാടുകളെല്ലാം റോമ ചെയ്തു. റോമ പറഞ്ഞു:

"പണത്തിനുവേണ്ടി ഇവിടെയുള്ള ചില മരസാമാനങ്ങൾ വില്ക്കണം."

പിറ്റേന്ന് ബാംബിനോ എന്ന തിരുസ്വരൂപത്തെ അമ്മായിയുടെ അടുത്തെത്തിച്ചു. ഒരു ഇരട്ടക്കുതിരവണ്ടിയിലായിരുന്നു അതിനെ കൊണ്ടുവന്നത്. തിരുസ്വരൂപത്തിന് അകമ്പടിയായി പുരോഹിതന്മാരുണ്ടായിരുന്നു. തിരുസ്വരൂപം കടന്നുവരുമ്പോൾ ആളുകൾ അതിനുമുമ്പിൽ മുട്ടുകുത്തി പ്രാർത്ഥിച്ചു. ആ വിശുദ്ധരൂപത്തെ അമ്മായിയുടെ മുറിയിലേക്കെത്തിച്ച ഉടനെത്തന്നെ അമ്മായി കരയാൻ തുടങ്ങി.

"വേണ്ട, എനിക്കിത് കാണേണ്ട. കണ്ടാൽ ഞാൻ മരിക്കും." അമ്മാ

യിയുടെ അപ്രതീക്ഷിതമായ ഈ പ്രതികരണം കേട്ട് ആളുകൾ അമ്പരന്നുപോയി. ആ രൂപത്തെ കൊണ്ടുപോയി. ആ തിരുസ്വരൂപം അവിടെ എത്തിക്കാൻ നൂറുഫ്രാങ്ക് ചെലവായിരുന്നു.

അന്നും ഡോക്ടർവന്ന് അമ്മായിയെ പരിശോധിച്ചു. വേദന അറിയാതിരിക്കാനുള്ള മരുന്ന് കൊടുക്കാൻ ഡോക്ടർ നിർദ്ദേശിച്ചു. അന്ന് അമ്മായിക്ക് മരുന്ന് കൊടുത്തത് റോമയായിരുന്നു. അവശയായ ആ വൃദ്ധ ഇങ്ങനെ പറഞ്ഞു:

"എനിക്കിപ്പോൾ പുരോഹിതന്മാരെ പേടിയാണ്. അവരോട് ദേഷ്യമാണ്. കറുത്ത ഉടുപ്പാണ് അവർ ധരിച്ചിരിക്കുന്നത്. അത് മരണത്തിന്റെ ഉടുപ്പാണ്. ഇനി എന്തിനാണ് കുമ്പസാരങ്ങൾ. എനിക്കതിൽ വിശ്വാസമില്ല. പ്രായശ്ചിത്തമാണ് ഏറ്റവും നല്ല പരിഹാരമാർഗ്ഗം. അത് ഒരാൾ സ്വയം ചെയ്തുകഴിഞ്ഞാൽപ്പിന്നെ എന്തിന് പുരോഹിതന്റെ മുമ്പിൽ കുമ്പസരിക്കുന്നു."

അതുകേട്ട് റോമ അത്ഭുതപ്പെട്ടു.

"എന്നെ എന്തിനാണ് ബാരൻ ഇവിടെ താമസിപ്പിച്ചത് എന്നെല്ലാം പുരോഹിതൻ ചോദിക്കില്ലേ എന്ന് പേടിച്ചായിരിക്കും അല്ലേ. അപ്പോൾ നിങ്ങൾ എന്നെപ്പറ്റിയുള്ള കാര്യങ്ങളും പുരോഹിതനോട് പറയേണ്ടിവരും. അതല്ലേ കുമ്പസാരത്തെ ഭയപ്പെടുന്നത്." റോമയുടെ ഈ ചോദ്യം കേട്ട് ആ വൃദ്ധ ഭയങ്കരമായൊരു ചിരിചിരിച്ചു.

റോമയ്ക്ക് വൃദ്ധയായ അമ്മായിയോട് അങ്ങേയറ്റം വെറുപ്പുതോന്നി. അവരാണ് തന്റെ ജീവിതത്തെ ഈ ഒരവസ്ഥയിലെത്തിച്ചത്. അപ്പോൾ അമ്മായി ഇങ്ങനെ വിളിച്ചുപറഞ്ഞു:

"എത്രകാലമായി അയാളെന്നെ ഉപദ്രവിക്കുന്നു. ഞാനെന്തിനാണ് അത് സമ്മതിച്ചത്. കുട്ടീ, എനിക്കൊരു കുഞ്ഞുണ്ടായിരുന്നു. ഭർത്താവ് എന്റെ അടുത്തില്ലാത്തപ്പോൾ ഉണ്ടായ ഒരു കുട്ടി. പിന്നീട് ഭർത്താവ് വരുമെന്നറിഞ്ഞപ്പോൾ ഞാനാകെ പേടിച്ചുപോയി." അമ്മായിയുടെ ഈ വാക്കുകൾകേട്ട് റോമയും പേടിച്ചുപോയി. അമ്മായി തുടർന്നു:

"എന്റെ ആ കുഞ്ഞ് മരിച്ചുപോയി. അതിനുശേഷം ഞാൻ കുമ്പസരിച്ചു. ബാരന് മാത്രമേ അതറിയാമായിരുന്നുള്ളൂ ആ രഹസ്യം. അതുകൊണ്ട് ഞാൻ അയാൾക്ക് വഴങ്ങിക്കൊടുത്തു." ഇതെല്ലാം പറയുമ്പോൾ അമ്മായി കിടുകിടാ വിറയ്ക്കുന്നുണ്ടായിരുന്നു. ശബ്ദം പതറുന്നുണ്ടായിരുന്നു. അവർ തന്റെ പാപങ്ങളെല്ലാം ഇങ്ങനെ വെളിപ്പെടുത്താൻ തുടങ്ങി. പിന്നെ മെല്ലെ ഉറക്കത്തിലേക്ക് വീണു. അവരുടെ മുഖം ആകെ ചുക്കിച്ചുളിഞ്ഞിരുന്നു. കുറച്ചു നിമിഷങ്ങൾക്കുള്ളിൽത്തന്നെ ആ വൃദ്ധ ഉണർന്ന് ചോദിച്ചു:

"റോമയാണോ."

"അതെ, അമ്മായി."

"എന്താണ് ഇരുട്ടത്ത്."

റോമ വിളക്കുകത്തിച്ചു. അതിന്റെ പ്രകാശത്തിൽ അമ്മായി ചോദിച്ചു:

"ഞാനെന്താണ് പറഞ്ഞത് റോമാ?"

"ഒന്നും പറഞ്ഞില്ലല്ലോ."

"അല്ല, എന്തോ പറഞ്ഞു. ഞാനുറക്കത്തിൽ......... പക്ഷേ അതൊക്കെ കള്ളമാണ് കേട്ടോ വിശ്വസിക്കരുത്." റോമ ഒന്നും പറഞ്ഞില്ല.

അന്ന് രാത്രി റോസ്സിക്ക് കത്തെഴുതാൻ അവൾക്ക് കഴിഞ്ഞില്ല. അവൾ വളരെനേരം പ്രാർത്ഥിച്ചു. സ്വന്തം കുറ്റങ്ങൾ മറച്ചുവെച്ചതിന്.............. അവളുടെ രഹസ്യം മനസ്സിനെ അലട്ടാൻതുടങ്ങി. അവളുടെ കണ്ണുകൾ നിറഞ്ഞു. ചുണ്ടുകൾ വിതുമ്പി. കരഞ്ഞുകലങ്ങിയ കണ്ണുകളടച്ച് അവൾ വീണ്ടും വീണ്ടും പ്രാർത്ഥിച്ചു. വളരെനേരത്തെ പ്രാർത്ഥനയ്ക്ക് ശേഷം അവളെഴുന്നേറ്റപ്പോൾ മനസ്സിന് എന്തെന്നില്ലാത്ത ആശ്വാസം തോന്നി.

* * * *

ഏതാനും ദിവസങ്ങൾക്കുശേഷം തെരുവിൽ പലയിടത്തും ഒരു പരസ്യം പ്രത്യക്ഷപ്പെട്ടു.

"കലാസൃഷ്ടികൾ വില്പനയ്ക്ക്"

റോമയുടെ വീട്ടിൽനിന്നും ഫർണീച്ചറുകളും കലാസൃഷ്ടികളും എടുത്തുമാറ്റുകയാണ്. ആഞ്ചലി റോമയെ കാണാനെത്തി. അയാൾ പറഞ്ഞു:

"അദ്ദേഹത്തിന്, ബാരന് വലിയ വിഷമമുണ്ട്. റോമയുടെ പ്രയാസങ്ങളും ദാരിദ്ര്യങ്ങളും എല്ലാം പരിഹരിക്കാൻവേണ്ടിയാണ് അദ്ദേഹം എന്നെ ഇങ്ങോട്ട് അയച്ചിരിക്കുന്നത്. റോമയ്ക്കുവേണ്ടി എന്തുചെയ്യാനും അയാൾ ഒരുക്കമാണ്. ഈ അവസാനനിമിഷത്തിൽ പ്രശ്നങ്ങൾ പരിഹരിക്കാൻ ശ്രമിക്കാം. എല്ലാം പരിഹരിക്കാം. പക്ഷേ, ഒരുവാക്ക് റോമ ഒരൊറ്റ വാക്കുപറഞ്ഞാൽ മതി."

റോമ തലതാഴ്ത്തി നിന്നതല്ലാതെ ഒന്നും പറഞ്ഞില്ല. അവൾ വഴങ്ങുകയാണോ എന്ന് ആഞ്ചലി സംശയിച്ചു.

വാതിലിൽ ആരോ മുട്ടുന്നു.

"വന്നോളൂ."

"അത് ലേലക്കാരനായിരുന്നു."

"ലേലത്തിന്റെ സമയമായിരിക്കുന്നു." അയാൾ റോമയുടെയും ആഞ്ചലിയുടെയും മുഖത്ത് സംശയത്തോടെ നോക്കി.

"ഒരു നിമിഷം." ആഞ്ചലി പറഞ്ഞു

"വേണ്ട." റോമ പറഞ്ഞു

ആഞ്ചലി പോകാനെഴുന്നേറ്റു. പോവുമ്പോൾ അദ്ദേഹം ചോദിച്ചു:

"ബാരനോട് ഞാൻ എന്താണ് പറയേണ്ടത്."

"ഒന്നും പറയേണ്ട."

അതോടെ അയാൾ സ്ഥലം വിട്ടു. പിന്നെ ലേലം തുടങ്ങാനുള്ള ഒരുക്കങ്ങളായി. റോമ അമ്മായിയെ കാണാൻവേണ്ടി അകത്തേക്കുപോയി.

അമ്മായി വേലക്കാരിയെ വിട്ട് വിളിപ്പിച്ചതാണ്. അവർ റോമയെ ശകാരിക്കുകയാണ്.

"റോമാ, നീ എന്നെ ഇങ്ങനെ അവഹേളിച്ചല്ലോ. ഞാനിങ്ങനെ വയ്യാതായിക്കിടക്കുമ്പോൾ നീ ലേലം വിളിപ്പിക്കുകയാണോ. ഇതിനെല്ലാം ഉത്തരവാദി നീയാണ്. നിനക്കറിയുമോ എത്രസുന്ദരിയായ ഒരു പെണ്ണ് കിടന്ന കട്ടിലായിരുന്നു ഇതെന്ന്.

പണം വേണമായിരുന്നെങ്കിൽ നിനക്ക് ബാരനോട് ചോദിച്ചാൽ പോരായിരുന്നോ. അല്ല നിനക്ക് പണമല്ല ആവശ്യം. എന്നെ അപമാനിക്കുകയാണ്. ഇപ്പോളെല്ലാം നിനക്ക് കിട്ടിക്കഴിഞ്ഞു. ഇനി ഞാൻ ഈ അപമാനവും അവമതിപ്പും സഹിച്ച് മരിക്കണം."

പുറത്ത് ലേലത്തിന്റെ ബഹളമാണ്. അമ്മായി ശകാരം തുടരുകയാണ്.

"താന്തോന്നിയായി നടക്കുന്ന അഴിഞ്ഞാട്ടക്കാരികൾക്ക് ഇങ്ങനെയൊക്കെയേ സംഭവിക്കൂ. കുടുംബത്തെയും സമൂഹത്തെയും ധിക്കരിച്ചതിന്റെ കൂലിയാണിത്. അവനവന് കഷ്ടപ്പെട്ടാൽ പോരല്ലോ. മറ്റുള്ളവരെക്കൂടി കഷ്ടപ്പാടുകളിലേക്ക് വലിച്ചിഴക്കുകയാണല്ലോ എന്റെ ദൈവമേ."

ശകാരം സഹിക്കാൻ കഴിയാതെ റോമ എഴുന്നേറ്റുപോയി.

അപ്പോൾ പുറത്ത് ലേലംവിളിയുടെ ഉച്ച ഉയർന്നുകേൾക്കാമായിരുന്നു. റോമാ വളരെ കഷ്ടപ്പെട്ട് മേയർക്കുവേണ്ടി ഉണ്ടാക്കിയ ആ കലാസൃഷ്ടിയെ ലേലം വിളിക്കുകയായിരുന്നു. എത്രദിവസം കഷ്ടപ്പെട്ട് ഉണ്ടാക്കിയതാണ് അത്. എന്നാൽ അതിനെ ലേലത്തിലെടുക്കാൻ ആരും തയ്യാറായിരുന്നില്ല.

"ഇത്രയും മൂല്യമുള്ള ഒരു വസ്തു ആർക്കും വേണ്ടെന്നോ. കല കലയ്ക്കുവേണ്ടി മാത്രം എന്നതാണോ സ്ഥിതി." ലേലക്കാരനാണ് ഇത് പറഞ്ഞത്. റോമയ്ക്ക് വല്ലാത്ത മനോവിഷമം തോന്നി. അവൾ സങ്കടം സഹിക്കാനാവാതെ തലതാഴ്ത്തിയിരുന്നു. അപ്പോൾ ആരോ വന്ന് അവളെ തട്ടിയുണർത്തി. വേലക്കാരി അവൾക്ക് ഒരു കത്തുമായി വന്നതാണ്.

"റോമയുടെ കത്ത് കിട്ടി. എന്റെ മുറിയിൽ താമസിച്ചോളൂ. അടുത്ത ജൂൺമാസംവരെയുള്ള വാടക ഞാനതിന് കൊടുത്തിട്ടുണ്ട്."

കത്ത് വായിച്ചതോടെ റോമയ്ക്ക് ധൈര്യമായി. പിന്നെ അവൾക്കൊന്നും പ്രശ്നമായിരുന്നില്ല. ലേലം അവസാനിച്ചു. ലേലക്കാരൻ പോയി. അതിനുശേഷം അവൾ റോസ്സിക്കെഴുതി.

"പ്രിയപ്പെട്ട റോസ്സീ,

ഇന്നിവിടെ എന്തെല്ലാം വിശേഷങ്ങൾ നടന്നുവെന്നോ. നല്ല വ്യാപാരമായിരുന്നു ഇവിടെ. അത്യാവശ്യവസ്തുക്കളൊഴിച്ച് ഫർണീച്ചറുകളും കലാസൃഷ്ടികളും എല്ലാം ഞാൻ വിറ്റു. ഞാനൊരു നല്ല വ്യാപാരിതന്നെയല്ലേ.

കളിയായിട്ട് പറഞ്ഞതാണ്. ഇനി പ്രധാനപ്പെട്ട ഒരു കാര്യം പറയാനുണ്ട്. വീടൊഴിഞ്ഞുകൊടുക്കാൻ നോട്ടീസ് കിട്ടിയതിനുശേഷം എല്ലാം

വിറ്റതാണ്. എനിക്കെന്തിന് ഇത്രയും കൂടുതൽ സാധനങ്ങൾ. മാത്രമല്ല പഴയപോലെ ആഡംബരപൂർണ്ണമായ ജീവിതം നയിക്കാൻ എനിക്കിപ്പോൾ ആശയില്ല. ഞാനെന്തിന് പട്ടുമെത്തയിൽ കിടന്ന് സുഖിക്കണം. അന്യ രാജ്യത്തുനിന്ന് നിങ്ങളിങ്ങനെ കഷ്ടപ്പെടുമ്പോൾ ഞാനെങ്ങനെയാണ് ഇവിടെ സുഖജീവിതം നയിക്കുക. അമ്മായിയുടെ അവസ്ഥ വളരെ മോശ മാണ്. അവർ എന്നെ വല്ലാതെ ശകാരിക്കുന്നു. മാത്രമല്ല നല്ല ചെലവും വരുത്തുകയാണവർ.

പ്രിയ റോസ്സീ, എന്തൊരു ഭീകരമായ ലോകമാണിത്. ഞാൻ ആവ ശ്യമില്ലാത്ത സാധനങ്ങൾ വില്ക്കുമ്പോൾ ആളുകൾ കരുതുന്നത് ഞാനാകെ തകർന്നുപോയി എന്നാണ്. നശിച്ചുപോയി എന്നാണ്. ഇവി ടുത്തെ ആളുകളുടെ സംസാരം കേട്ടാൽ റോസ്സി ചിരിച്ചുചത്തുപോകും. പക്ഷേ, കുറേകഴിഞ്ഞപ്പോൾ എനിക്ക് വല്ലാത്ത വിഷമമായി. ഞാനങ്ങനെ അസ്വസ്ഥമായി ഇരിക്കുമ്പോൾ ഒരു ദൈവദൂതനെപ്പോലെ അങ്ങയുടെ കത്ത് വന്നു. അപ്പോൾ എനിക്ക് ധൈര്യമായി. എനിക്ക് ശക്തിയായി. ഞാൻ ഒരു പുതിയ ഹവ്വയായി മാറി. പുറത്തിറങ്ങി ഒരു വാഹനംപിടിച്ച് അങ്ങയുടെ മുറിയിലേക്ക്പോയി. ഞാൻ പെരുവഴിയിലായെന്ന് വിചാരി ച്ചവരുടെ മുമ്പിൽ എനിക്ക് തലയുയർത്തിപ്പിടിച്ച് നടക്കണമെന്നുണ്ടായി രുന്നു. അതിനെനിക്ക് സാധിച്ചു. അറിയാമോ എന്റെ കാരുണ്യം അനുഭ വിച്ചവർ, പലതും നേടാൻവേണ്ടി ശുപാർശയ്ക്കുവന്നവർ, കാലുപിടിച്ച വർ, എന്നെ സ്തുതിച്ചവർ അവരെല്ലാം എന്റെ ഈ കഷ്ടകാലത്ത് പുച്ഛി ക്കുകയായിരുന്നു. അവരെയെല്ലാം ഞാൻ കണ്ടു.

പക്ഷേ, ഞാൻ ലജ്ജിച്ചില്ല. ഞാനാകെ തകർന്നുപോയില്ല. പ്രയാ സപ്പെട്ടില്ല. ധൈര്യപൂർവ്വം ശിരസ്സുയർത്തിപ്പിടിച്ച് അവരുടെ മുന്നിലൂടെ പോയി. എനിക്ക് ഉറച്ചവിശ്വാസമുണ്ടായിരുന്നു. എല്ലാ പ്രയാസങ്ങളും മാറുന്ന ഒരുദിനം വരുമെന്ന്. നമ്മൾ ഇവരെ പാഠം പഠിപ്പിക്കും. അവർ ലജ്ജിച്ച് ശിരസ്സ് താഴ്ത്തും. എനിക്കിപ്പോൾ യാതൊരു പതർച്ചയുമില്ല. നിങ്ങൾക്കറിയാമോ ലേലംവിളിയുടെ ബാന്റ് കേട്ടസമയത്ത് വളരെയ ധികം ആഹ്ലാദത്തോടെയും അഭിമാനത്തോടെയും കടന്നുപോയ ആൾ ആരാണെന്നറിയാമോ. പ്രിയപ്പെട്ട റോസ്സി ആ സമയത്ത് അങ്ങ് എന്നോ ടൊപ്പമുണ്ടായിരുന്നില്ലല്ലോ.

മറ്റൊരു കാര്യം നമ്മുടെ വക്കീൽ നെപ്പോളിയൻ ഇന്നുജയി ലിൽപ്പോയി ബ്രൂണോയെ കാണും.

അങ്ങേക്കായി ഞാനൊരു ചുംബനം നല്കുന്നു. അത് സ്വീകരി ക്കുക.

പിന്നെ ഒരു കാര്യംകൂടി. ഞാൻ മുമ്പ് പറഞ്ഞില്ലേ എന്റെ സ്നേഹി തയുടെ കാര്യം. അവളെന്നും ദൈവത്തോട് പ്രാർത്ഥിക്കുകയാണ്. ആ പ്രാർത്ഥനയാണ് അവളുടെ ശക്തി. അവളുടെ ജീവനെ നിലനിർത്തു ന്നത് അതാണ്. ആ പ്രാർത്ഥന ഇല്ലായിരുന്നെങ്കിൽ അവൾ എന്നേ ജീവിതം ഒടുക്കിയേനെ. അവളുടെ അവസ്ഥ അത്രയ്ക്ക് ഭീകരമാണ്.

അവളോടൊപ്പം ഭർത്താവില്ലല്ലോ. അതുകൊണ്ടുതന്നെ ആത്മഹത്യ ഒരിക്കലും ഒരു പരിഹാരമല്ലെന്ന് ഞാനവളോട് പറഞ്ഞു. ഞാനങ്ങയോട് പറഞ്ഞിട്ടുണ്ടല്ലോ അവളുടെ ഭർത്താവ് അകലെയെവിടെയോ ആണെന്ന്. ഓർത്തുനോക്കൂ. അങ്ങയുടെ അഭാവത്തിൽ ഞാൻ ആത്മഹത്യ ചെയ്യുകയാണെങ്കിൽ അല്ലെങ്കിൽ മരിക്കുകയാണെങ്കിൽ എന്തു കഷ്ടമായിരിക്കുമത്. അതുപോലെതന്നെ കഷ്ടമല്ലേ അവളുടെ അവസ്ഥയും. നോക്കൂ അവളെപ്പറ്റി നിങ്ങൾ എന്തുചിന്തിക്കുന്നു. എനിക്കത് അറിയാൻ അതിയായ ആഗ്രഹമുണ്ട്. പെട്ടെന്നുതന്നെ അങ്ങ് എനിക്ക് മറുപടി എഴുതണം.

എന്ന് സ്വന്തം റോമ”

റോമയുടെ അമ്മായിയുടെ അവസ്ഥ പിന്നെയും വഷളായി. പുരോഹിതൻ വന്നുനോക്കി. അമ്മായി കുമ്പസരിക്കുകയാണ്. തൊട്ടടുത്ത മുറിയിലിരുന്നുകൊണ്ട് അതെല്ലാം കേട്ടു. അവളുടെ ശരീരത്തിലൂടെ ഇഴജന്തുക്കൾ നീങ്ങുന്നതുപോലെ തോന്നി. പുരോഹിതൻ അമ്മായിയുടെ ചെവിയിൽ എന്തോ പറയുന്നുണ്ട്. അമ്മായി തേങ്ങിക്കരയുന്നത് കേൾക്കാമായിരുന്നു.

കുറച്ചുസമയത്തെ കുമ്പസാരത്തിനുശേഷം പുരോഹിതൻ പുറത്തുവന്നു. കുമ്പസാരം കഴിഞ്ഞതായി അയാളറിയിച്ചു. അവസാനത്തെ കുർബ്ബാനയും മറ്റും നല്കാൻ അയാൾ നിർദ്ദേശിച്ചു. അതൊക്കെ ചെയ്യാനുള്ള ഏർപ്പാടുകൾ അദ്ദേഹം ചെയ്യുകയുംചെയ്തു. അപ്പോൾ അവിടെയുണ്ടായിരുന്ന ആളുകളെല്ലാം മതപരമായ ആ കർമ്മങ്ങളിൽ പങ്കുകൊണ്ടു. വിശുദ്ധകുർബ്ബാനയും മറ്റും കഴിഞ്ഞ് പുരോഹിതൻപോയി. അപ്പോൾ ഒരു ആയ റോമയോട് പറഞ്ഞു:

“അമ്മായിയുടെ മുഖത്ത് വലിയ വ്യത്യാസമുണ്ട്. അവർക്ക് പുതുജീവിതം കൈവന്നപോലെ.”

റോമ അമ്മായിയെപ്പോയി നോക്കി. അവർ പറയുകയാണ്:

“എല്ലാം ഭേദമായി. എനിക്ക് പൂർണ്ണശാന്തി ലഭിച്ചു. എല്ലാം ദൈവത്തിന്റെ അനുഗ്രഹം. ഞാൻ ദൈവസന്നിധിയിലേക്ക് പോവുകയാണ്.” അവരത് പറയുമ്പോഴും യാതൊരു പശ്ചാത്താപവും ദുഃഖവും അവരുടെ മുഖത്തുണ്ടായിരുന്നില്ല എന്ന കാര്യം റോമ പ്രത്യേകം ശ്രദ്ധിച്ചിരുന്നു. അവരുടെ മുഖത്ത് ഒരു പുണ്യവതിയുടെ ഭാവമായിരുന്നു. റോമയെ ഒരു പാപി എന്ന നിലയിലാണ് അവരപ്പോഴും കണക്കാക്കിയത്.

“നീ വിഷയസുഖങ്ങളിൽനിന്നെല്ലാം മാറിനില്ക്കണം. പ്രലോഭനങ്ങളിൽ വീഴരുത്. റോമേ നീ ഒരു പാപിയായിരിക്കുന്നു. നിന്റെ അവസാനം ദുരന്തപൂർണ്ണമാകരുതെന്ന് എനിക്കാഗ്രഹമുണ്ട്. ഒരു കാര്യം തുറന്നുപറയാമല്ലോ. പാപിയും സ്വാർത്ഥയുമാണ് നീ. ഞാനത് പറയുന്നതുകൊണ്ട് വിഷമിക്കരുത്. നീ സാത്താന്റെ വഴികളിൽനിന്ന് മാറിനില്ക്കണം. ദൈവം നിന്നെ രക്ഷിക്കും.” മരണാസന്നയായ ആ സ്ത്രീയുടെ മുഖത്തെ വിജയഭാവവും അഹങ്കാരവും റോമയെ അത്ഭുതപ്പെടുത്തി.

അവർ പറഞ്ഞു:

"റോമാ, എന്റെ ശവസംസ്കാരം നീ ഗംഭീരമായി നടത്തണം. ഗ്രിഗോറിയൻ കുർബ്ബാന ആ സമയത്ത് ചൊല്ലാൻ മറക്കരുത്.അതിനു നല്ല പണച്ചെലവുണ്ട്. എന്നാൽ, നീ ചെലവുണ്ടെന്നുകരുതി അത് മുടക്കരുത്. എന്റെ മൃതദേഹം സംസ്കരിക്കേണ്ടത് പള്ളിയിലാണ്. സംസ്കരിച്ചുകഴിഞ്ഞാൽ വിലകൂടിയ മാർബിൾ കല്ലുകൊണ്ട് കല്ലറകെട്ടണം."

റോമ അത് മനസ്സില്ലാമനസ്സോടെ സമ്മതിച്ചു.

അമ്മായിയുടെ അവസ്ഥ വീണ്ടും വഷളായി. മരണമടുത്തതിന്റെ എല്ലാ ലക്ഷണങ്ങളും കണ്ടുതുടങ്ങി. അത്യാസന്നയായിക്കിടക്കുന്ന രോഗിയെക്കാണാൻ പുരോഹിതൻ വീണ്ടും വന്നു. എല്ലാവരും മുട്ടുകുത്തി പ്രാർത്ഥിക്കുകയാണ്.

പക്ഷേ, റോമമാത്രം അവിടെ മുട്ടുകുത്തിയില്ല. അവൾ ഉറച്ച കാലുകളോടെ നിന്നു. എന്നാൽ, അവളുടെ ഹൃദയം അമ്മായിയുടെ മുമ്പിൽ സാഷ്ടാംഗം പ്രണമിക്കുകയായിരുന്നു. പുരോഹിതൻ അനുഷ്ഠാനങ്ങൾക്ക് നേതൃത്വം കൊടുത്തു. പലതവണ പ്രാർത്ഥന മുഴങ്ങി. പുരോഹിതൻ അവിടെനിന്ന് പ്രാർത്ഥിക്കുകയാണ്.

"കർത്താവേ, ഈ സാധുവിന്റെ ആത്മാവിനെ കൈക്കൊള്ളേണമേ. അവരെ ഇതാ ഞാൻ കർത്താവിന്റെ കരങ്ങളിലേല്പിക്കുന്നു. ഇതോടുകൂടി അവർ ഇഹലോകത്തിലെ ജീവിതത്തിന് വിരാമമിടുകയാണ്. ഇനിമുതൽ ഇവരുടെ ജീവിതം സ്വർഗ്ഗത്തിലാവാൻ ഇടവരട്ടെ. പല പാപങ്ങളും അവർ ചെയ്തിട്ടുണ്ടാവാം. കർത്താവിന്റെ തിരുരക്തംകൊണ്ട് അതെല്ലാം അങ്ങ് കഴുകിക്കളയേണമേ. അവരെ സ്വീകരിക്കേണമേ. ആമേൻ."

എല്ലാം കഴിഞ്ഞിരുന്നു. പുരോഹിതൻ അവിടെനിന്ന് എഴുന്നേറ്റു. ഒരു മെഴുകുതിരികത്തിച്ച് അമ്മായിയുടെ ശിരസ്സിനടുത്തുവെച്ചു. അപ്പോൾ അസ്തമയം കഴിഞ്ഞിരുന്നു. മുറിയിലേക്ക് പോയി റോമ റോസ്സിക്കെഴുതി.

"പ്രിയ റോസ്സീ,

അമ്മായി മരിച്ചു. വളരെ വഷളായിരുന്നു അവരുടെ അവസ്ഥ. അവസാനഘട്ടത്തിൽ എന്തൊരു പരാക്രമമായിരുന്നെന്നോ. എന്തെല്ലാം പ്രവൃത്തികളാണ് അവർ ചെയ്തുകൂട്ടിയത്. അതിനെല്ലാം ഇനി ദൈവമാണ് കണക്കുപറയേണ്ടത്. പക്ഷേ, ഇതൊക്കെ പറയാൻ എനിക്ക് അർഹതയുണ്ടെന്ന് തോന്നുന്നില്ല. കാരണം പാവപ്പെട്ടവളായ ഈയുള്ളവളും ഒരു പാപിയാണല്ലോ.

കുമ്പസാരങ്ങളെല്ലാം കഴിഞ്ഞപ്പോൾ അവർക്ക് വലിയ സമാധാനമായിരുന്നു. അവർ കരുതിയത് കുമ്പസാരം ചെയ്യുന്നതോടെ ഒരാൾ പാപങ്ങളിൽനിന്നും മോചിപ്പിക്കപ്പെടുന്നു എന്നാണ്. അവരത് സ്വയം തീരുമാനിക്കുകയായിരുന്നു. എനിക്കുതോന്നുന്നു ഒരു പക്ഷേ അവർ പരിശുദ്ധാത്മാവായി മാറിയിരിക്കാമെന്ന്.

പക്ഷേ, അങ്ങനെ പറ്റുമോ? കുമ്പസാരത്തോടെ ഒരാൾക്ക് പരിശു

ദ്ധാത്മാവായി മാറാൻ പറ്റുമോ. ആ സമയത്ത് അവരുടെ മുഖത്തെ ഭാവം ഒന്നു കാണണമായിരുന്നു. ഒരു പുതുജീവിതം കൈവന്നതിന്റെ തിളക്കമായിരുന്നു അപ്പോൾ. വല്ലാത്തൊരു പ്രസാദം.

പ്രിയപ്പെട്ട റോസ്സീ, കൂടുതലൊന്നും എഴുതുന്നുന്നില്ല.

ചുംബനങ്ങളോടെ,

റോമ"

റോമ വാക്കുപാലിച്ചു. അവസാനസമയത്ത് അമ്മായി ആഗ്രഹിച്ചതുപോലെയുള്ള എല്ലാ മരണാനന്തര ചടങ്ങുകളും നടത്തി. അതൊക്കെ കാണാൻകഴിഞ്ഞിരുന്നെങ്കിൽ എന്ന് റോമ സ്വയം പറഞ്ഞു. ഗംഭീരമായിരുന്നു ആ ചടങ്ങുകൾ. ധാരാളമാളുകൾ പങ്കെടുത്തു. ആഘോഷപൂർവ്വമായ ആ ചടങ്ങ് നടത്താൻ വലിയൊരു സംഖ്യ ചെലവായിരുന്നു.

ചടങ്ങുകൾക്കുശേഷം റോമ പുറത്തേക്കുവന്നപ്പോൾ അവിടെ ബാരൻ ഉണ്ടായിരുന്നു. അയാൾ അമ്മായിയുടെ മരണസമയത്ത് വീട്ടിലുണ്ടായിരുന്നില്ല. അതെല്ലാം അവളോട് അയാൾ പറയുന്നുണ്ടായിരുന്നു. എന്നാൽ റോമ അതൊന്നും ശ്രദ്ധിച്ചിരുന്നില്ല. അപ്പോൾ ബാരൻ കടുപ്പിച്ചസ്വരത്തിൽ പറഞ്ഞു:

"സ്ഥലംമാറി അയാളുടെ സ്ഥലത്തേക്ക് താമസം മാറുന്നു എന്നു കേട്ടു. റോമാ, അതൊന്നും അത്ര നല്ലതിനല്ല കേട്ടോ."

റോമ ഒന്നും മിണ്ടിയില്ല.

ബാരൻ വീണ്ടും പറഞ്ഞു:

"റോമാ, ഞാനിപ്പോഴും ആ പഴയ ആൾതന്നെയാണ്. കഷ്ടപ്പാടിൽനിന്ന് നിന്നെ രക്ഷിക്കാൻ ഏതുസമയത്തും ഞാൻ ഒരുക്കമായിരിക്കും. അതിനുവേണ്ടി നീ ഒരിക്കലും മടിക്കരുത്."

അതും പറഞ്ഞ് ബാരൻപോയി. അപ്പോൾ ധാരാളം ആളുകൾ അവിടെയുണ്ടായിരുന്നു. പലരും പള്ളിയിൽനിന്ന് പ്രാർത്ഥനയിൽ മുഴുകുന്നതും നോക്കി അവൾ നിന്നു. ജയിലിലടയ്ക്കപ്പെട്ടവരുടെ ബന്ധുക്കളായ പല സ്ത്രീകളും അവിടെയുണ്ടായിരുന്നു. അതിൽ കൂടുതലാളുകളും ദരിദ്രരായിരുന്നു. സമാധാനത്തിനുവേണ്ടിയാണ് അവർ പള്ളിയിലെത്തിയത്. അവർ അവരുടെ കഷ്ടപ്പാടുകളെല്ലാം ദൈവത്തോട് പറയുകയാണ്. എന്തെല്ലാം യാതനകളാണ് അവർ അനുഭവിക്കുന്നത്. വൈദികൻ അവരെ ഉപദേശിച്ചു. പാപങ്ങൾകൊണ്ടാണ് ഇതൊക്കെ സംഭവിച്ചതെന്ന് അയാൾ പറഞ്ഞു. കുമ്പസരിച്ചുകൊണ്ടും ദൈവത്തിലുള്ള വിശ്വാസം ഉറപ്പിച്ചുകൊണ്ടും രക്ഷപ്രാപിക്കാമെന്ന് പുരോഹിതൻ ഉപദേശിച്ചു. എന്നാലപ്പോൾ ചില ആളുകൾ അതിനെ പരിഹസിക്കുന്നതായി തോന്നി.

അതൊന്നുംതന്നെ ഗൗനിക്കാതെ പുരോഹിതൻ ഭക്തജനങ്ങളെ ഉപദേശിക്കുകയാണ്. അയാൾ ദൈവത്തിന് സ്തുതി പറയുന്നു. അയാളുടെ കാൽമുട്ടിൽവീണ് പ്രാർത്ഥിക്കുന്നു ചിലർ. കുമ്പസാരവും പ്രാർത്ഥനയും കഴിഞ്ഞ് തിരിച്ചുപോകുന്നവരുടെ മുഖത്ത് എന്തെന്നില്ലാത്ത ആഹ്ലാദം കാണാമായിരുന്നു.

അപ്പോൾ റോമയുടെ മനസ്സിലും ചില തരംഗങ്ങളുണ്ടായി. തന്റെ മനസ്സിനെയും പാപഭാരത്തിൽനിന്ന് മുക്തമാക്കാൻ അവൾ ആഗ്രഹിച്ചു. അവൾ കുമ്പസാരത്തെക്കുറിച്ചാലോചിച്ചു.

അപ്പോൾ ഒരു പെൺകുട്ടി കരഞ്ഞുകൊണ്ട് കുമ്പസരിക്കുന്നതും ആഹ്ലാദത്തോടെ പിന്നീട് എഴുന്നേല്ക്കുന്നതും റോമ കണ്ടു. അതെല്ലാം കണ്ട് റോമ കുമ്പസാരക്കൂടിനടുത്തേക്ക് നീങ്ങി. അവളവിടെ മുട്ടുകുത്തി.

"റോമ അച്ചനോട് ഏറ്റുപറയുകയാണ്. "അവൾ വിങ്ങുന്നുണ്ടായിരുന്നു. അച്ചൻ ചോദിച്ചു:

"നീ ക്രിസ്ത്യാനിയാണോ?"

"അല്ല."

"ക്രിസ്ത്യാനിയല്ലെങ്കിൽ ഞാനീ കുമ്പസാരം കേൾക്കില്ല."

"പക്ഷേ, ഞാൻ ആകെ കഷ്ടത്തിലാണ്. ഞാൻ പറയുന്നത് അങ്ങ് ദയവായി കേൾക്കണം. അത്രയ്ക്ക് ദുഃഖമനുഭവിക്കുന്നു ഞാൻ."

മനസ്സലിഞ്ഞ് അയാൾ പറഞ്ഞു

"നീ ക്രിസ്ത്യാനിയല്ലാത്തതുകൊണ്ട് നിനക്ക് പാപവിമോചനം ലഭിക്കുന്നതല്ല. എന്നാൽ, ഞാനൊരു വൃദ്ധനായതിനാൽ നിന്റെ സമാധാനത്തിനുവേണ്ടി എന്നാൽ കഴിയുന്നത് ചെയ്യാം."

റോമ എല്ലാം ഏറ്റുപറഞ്ഞു. യാതൊരു മറയുമില്ലാതെ ഹൃദയംതുറന്ന് റോമ കുമ്പസരിച്ചു. എന്നാൽ, ഒരു വ്യക്തിയുടെയും പേര് അവൾ വെളിപ്പെടുത്തിയില്ല. അവളുടെ കുമ്പസാരത്തിൽ അവളാരെയും കുറ്റപ്പെടുത്തിയില്ല.

കുമ്പസാരത്തിനുശേഷം അവളുടെ വിങ്ങുന്ന ഹൃദയത്തിന് ആശ്വാസം ലഭിച്ചു.

അനന്തരം പൂർണ്ണനിശ്ശബ്ദത.

പുരോഹിതൻ പറഞ്ഞു:

"മകളേ, നീ ഈ വിഷയത്തിൽ യാതൊരു പാപവും ചെയ്തിട്ടില്ല. നീ കുമ്പസരിക്കേണ്ട ആവശ്യമില്ല. മാത്രമല്ല നിന്റെ മനസ്സ് വേണ്ടതിലധികം ദുഃഖം അനുഭവിച്ചതുകൊണ്ടുതന്നെ നീ നിഷ്കളങ്കയും പരിശുദ്ധയുമാണെന്ന് വന്നിരിക്കുന്നു.

മാത്രമല്ല, നീ കർത്താവിനോട് അടുത്തിരിക്കുന്നു. നിന്റെ ഉൽക്കണ്ഠകളെല്ലാം അസ്ഥാനത്താണ്. അകാരണമായ ദുഃഖവും വിഷമവും നിന്റെ ആരോഗ്യത്തിന് നല്ലതല്ല. നീ ചെയ്യാത്ത കുറ്റത്തെ ഓർത്ത് എന്തിനാണ് വിഷമിക്കുന്നത്. പല സ്ത്രീകളുടെയും സ്ഥിതി ഇതുതന്നെയാണ്. എന്നാൽ, പുരുഷന്മാരോ, അവരിൽ നല്ലൊരുഭാഗവും ഇങ്ങനെ പശ്ചാത്തപിക്കുന്നില്ല. നീ എന്തെങ്കിലും കുറ്റം ചെയ്തിട്ടുണ്ടെങ്കിൽത്തന്നെ അതിന് കാരണം നീയല്ല. അതിനാൽ മനസ്സമാധാനത്തോടെ നീ പോയ്ക്കോളൂ. ദൈവം നിന്നെ അനുഗ്രഹിക്കും."

"പക്ഷേ, അച്ചോ............"

“മകളേ, നീ ഇതെല്ലാം നിന്റെ ഭർത്താവിന്റെ മുമ്പിൽ തുറന്ന് പറയണമെന്ന് പറയാൻ ഞാനാളല്ല. വ്യക്തിപരമായി ഞാൻ പറയും അതു ചെയ്യരുതെന്ന്. മകൾ എന്തിനാണ് അയാളുടെ മനസ്സിനെ അസ്വസ്ഥമാക്കുന്നത്. അങ്ങനെ ചെയ്താൽ അത് മകളുടെ കുടുംബത്തിന്റെ സമാധാനം തകർക്കും. പാപംചെയ്താൽ പ്രകൃതി നിന്നെ ശിക്ഷിക്കും എന്ന ചിന്ത നിനക്കുള്ളതുകൊണ്ടുതന്നെ അതിന്റെ ആവശ്യമുണ്ടെന്ന് തോന്നുന്നില്ല. ഇതെല്ലാം ഒരു പരീക്ഷണമാണെന്നു കരുതി നീ നിന്റെ സമാധാനത്തിനുവേണ്ടി ഇതെല്ലാം നീ പേരുവെളിപ്പെടുത്താത്ത നിന്റെ ഭർത്താവിന്റെ മുമ്പിൽ പറഞ്ഞാൽ എന്തുസംഭവിക്കുമെന്ന് ഉറപ്പിച്ചുപറയാൻ എനിക്കുകഴിയില്ല.

ഏതായാലും ഞാൻ ഈ കാര്യം എന്നെക്കാൾ കഴിവുള്ളവരുമായി ആലോചിച്ച് ഒരു തീരുമാനത്തിലെത്തട്ടെ. ഞാൻ നിന്റെ രഹസ്യത്തെക്കുറിച്ച് ഒന്നുകൂടി ആലോചിക്കട്ടെ. നീ ഒരിക്കൽക്കൂടി ഇങ്ങോട്ട് വരണം. നിന്റെ പേരെന്താണെന്ന് പറഞ്ഞില്ല. നീ വീട്ടിൽപ്പോയി സമാധാനമായിട്ടിരിക്കൂ. ദൈവത്തിന്റെ അനുഗ്രഹം നിനക്ക് എല്ലായ്പ്പോഴും ഉണ്ടായിരിക്കും.”

റോമ കുമ്പാസാരക്കൂടിനടുത്തുനിന്ന് എഴുന്നേറ്റു. അവളുടെ ആത്മാവിന് ഒരു പുതുജീവൻ ലഭിച്ചിരിക്കുന്നു. നെഞ്ചിന്റെ കല്ലിപ്പ് കുറഞ്ഞിരിക്കുന്നു.

അപ്പോഴും ആ പള്ളിയിൽനിന്ന് ധാരാളം സ്ത്രീകളുടെയും പെൺകുട്ടികളുടെയും കരച്ചിൽ കേൾക്കാമായിരുന്നു. അവൾ വീട്ടിലേക്ക് പുറപ്പെട്ടു. അവളുടെ മനസ്സിന് വല്ലാത്തൊരു തെളിച്ചം കൈവന്നതുപോലെ.

പിറ്റേന്ന് റോമയ്ക്ക് ഒരു കത്തുകിട്ടി. റോസ്സിയുടെ കത്തായിരുന്നു അത്.

“എന്റെ പ്രിയമുള്ളവളെ,

നിന്റെ കത്ത് കിട്ടി. ആ കത്ത് വായിച്ചപ്പോൾ എനിക്ക് ദുഃഖവും ആഹ്ലാദവുമുണ്ടായി. നീ എങ്ങനെയാണ് ജീവിക്കുന്നത് എന്ന് നീ വിസ്തരിച്ചെഴുതിയപ്പോൾ നിന്നെക്കുറിച്ചെനിക്ക് അഭിമാനം തോന്നുന്നു. ഞാൻ കാരണമാണല്ലോ നീ നിന്റെ ഈ ആഹ്ലാദങ്ങളൊക്കെ പരിത്യജിക്കുന്നത്.

പ്രിയപ്പെട്ട റോമാ, നമുക്ക് ആഹ്ലാദകരമായ ഒരു ജീവിതമുണ്ടാകും. ദുഃഖത്തിന്റെ കടൽ നാം നീന്തിക്കയറി. എനിക്ക് എന്തൊരു അഭിലാഷമാണെന്നോ, ആഹ്ലാദമുള്ള നിന്റെ സ്വരം കേൾക്കാൻ. ഞാനതിനുവേണ്ടി കാത്തിരിക്കാം, നീയും കാത്തിരിക്കൂ. നമുക്ക് ജീവിക്കാൻ ഇനിയുമെത്രയോ കാലമിരിക്കുന്നു. നമ്മളിപ്പോഴും ചെറുപ്പമാണ്.

റോമാ, ഞാൻ രാത്രിയെന്നോ പകലെന്നോ ഇല്ലാതെ അദ്ധ്വാനിക്കുകയാണ്. സമ്മേളനങ്ങൾ, കമ്മിറ്റിയോഗങ്ങൾ, കത്തെഴുത്ത് അങ്ങനെ പാതിരാത്രിവരെ ചെയ്താലും തീരാത്ത ജോലികൾ. ഞാനൊരുപാട് കാര്യങ്ങൾ ആസൂത്രണം ചെയ്യുന്നുണ്ട്. അതൊക്കെ ഞാൻ നിന്നെ വഴിയേ അറിയിച്ചോളാം. നിന്റെ ഉത്തരാവാദിത്വബോധത്തിൽ ഞാൻ

വളരെ സന്തുഷ്ടനാണ്. നിന്റെ രാഷ്ട്രീയബോധം വളരെ ഉയർന്നിരിക്കുന്നു. എനിക്കിനി എന്തുകാര്യവും നിന്നോട് ധൈര്യപൂർവ്വം തുറന്നുപറയാം.

ഞങ്ങൾ ഒരു ആസ്ഥാനത്താണ് പ്രവർത്തിക്കുന്നത്. ഞങ്ങളുടെ പ്രവർത്തനകേന്ദ്രമാണത്. യൂറോപ്പിലെങ്ങും മാറ്റത്തിന്റെ കാഹളം ഉയരുകയാണ്. എന്നാൽ, അതിന്റെ നാന്ദി റോമിൽനിന്നായിരിക്കണം. ലോകത്തിന്റെ പലഭാഗങ്ങളിലുമുള്ള ജനങ്ങൾ ഞങ്ങൾക്ക് പിന്തുണ നല്കുന്നു. പലസംഘടനകളും ഞങ്ങളുടെ പ്രവർത്തനങ്ങൾക്ക് പിന്തുണനല്കുന്നു. ഭരണകൂടത്തിന്റെയും അധികാരകേന്ദ്രങ്ങളുടെയും ശക്തിയേക്കാൾ കരുത്തുള്ള ഒരു ശക്തി, ജനശക്തി ലോകത്തിൽ രൂപപ്പെട്ടുവരികയാണ്. അതിന്റെ കാഹളം ഉയർന്നുകഴിഞ്ഞിരിക്കുന്നു.

റോമ പറഞ്ഞത് ശരിയാണ്. ബ്രൂണോ ഇപ്പോൾ വല്ലാത്തൊരവസ്ഥയിലാണ്. ഞാൻ കാരണമാണ് അയാൾ കഷ്ടപ്പെടുന്നത്. എന്നെ പിടിക്കാൻവേണ്ടിയാണ് അയാളെ പീഡിപ്പിക്കുന്നത്. അയാൾ എന്നെ ശപിക്കുകയില്ലല്ലോ. ചാൾസ് മിങ്കിളിയെന്ന ദുഷ്ടൻ, ആ ചാരൻ ജയിലിൽക്കിടക്കുകയാണ്. അയാളൊരിക്കൽ ബാരനെ കൊല്ലാൻവേണ്ടി എന്റെ സഹായം ആവശ്യപ്പെട്ടതാണ്. പക്ഷേ, ഞാനത് ചെയ്യില്ലെന്നുപറഞ്ഞു. അങ്ങനെയാണ് അയാൾ കൂറുമാറിയത്. അവിടുത്തെ നിയമവ്യവസ്ഥ ഇപ്പോഴും ഭീകരമായ ഒന്നായിട്ടാണ് നിലകൊള്ളുന്നത്. അവിടെനിന്നും നീതിലഭിക്കുമെന്ന് ഒരിക്കലും കരുതരുത്. നിരപരാധികളായ എത്ര ആളുകളെയാണ് ജയിലിലിട്ടിരിക്കുന്നത്. എത്ര പാവങ്ങളാണ് ഇറ്റലിയിലെ ജയിലറകളിൽ നരകയാതന അനുഭവിക്കുന്നത്. ജയിലിലടയ്ക്കപ്പെടുന്ന ഒരാളെ ഭരണകൂടം ഒരു നികൃഷ്ടജീവിയാക്കിമാറ്റും. പൊലീസിന്റെ ഏജന്റായി ഭരണകൂടത്തിന്റെ ചാരനായി ജയിൽപ്പുള്ളിയെ മാറ്റുന്നു. അവന്റെ മനസ്സിലെ എല്ലാ നന്മകളും ഊറ്റിയെടുത്ത് അതിൽ കൊടുംവിഷം നിറയ്ക്കുന്നു. അവനെ ഒരു വഞ്ചകനാക്കി പരിവർത്തിപ്പിക്കുന്നു.

എന്റെ റോമാ, നീ ബ്രൂണോയെ ഒന്നു കാണണം. അയാളെയും ഇത്തരത്തിൽ പരിവർത്തിപ്പിക്കാനുള്ള ശ്രമം നടക്കും. നീ അയാളെ അതിൽനിന്നും രക്ഷിക്കണം. പിന്നെ നീ നിന്റെ സ്നേഹിതയെപ്പറ്റി പറഞ്ഞു. ഒരു ഭീകരയന്ത്രംവന്ന് നമ്മുടെ ശരീരത്തിൽ മുട്ടുകയാണെങ്കിൽ അത് നമ്മുടെ കുറ്റമാണോ. ഒരു മൃഗം അതിന്റെ കൂടുതുറന്ന് നമ്മെ ആക്രമിച്ചാൽ അത് നമ്മുടെ കുറ്റമാണോ? അത്രമാത്രമേ നിന്റെ കാര്യത്തിലുള്ളൂ. റോമാ, നീ അവളെ സമാശ്വസിപ്പിക്കൂ. ഇനി ഒരിക്കലും അവൾ അതോർത്ത് പ്രയാസപ്പെടരുത്. അതൊരിക്കലും ശരിയല്ല. അവളുടെ ശരീരംമാത്രമല്ല ആത്മാവും പീഡിപ്പിക്കപ്പെടുന്നു. റോമവേണം അവളെ അതിൽനിന്നും രക്ഷിക്കാൻ.

റോമ ചോദിച്ചു എന്റെ സ്നേഹിത ആ രഹസ്യം അവളുടെ ഭർത്താവിനോട് പറയണോ എന്ന്. ഞാൻ പറയുന്നത് പറയണമെന്നാണ്. അതെന്റെ ഉറച്ച അഭിപ്രായമാണ്. മനസ്സാക്ഷിയുടെ കോടതിയിൽ

അവൾക്ക് രക്ഷകിട്ടും. അവൾ അവളുടെ രഹസ്യം ഭർത്താവിനോട് പറയട്ടെ. ക്രിസ്തു എത്ര കുറ്റവാളികളോട് ക്ഷമിച്ചു. പക്ഷേ, രഹസ്യം,നുണ, സൂത്രപ്പണികൾ, ഇവയ്ക്ക് ഒരിക്കലും മാപ്പില്ല.

ഒരു കാര്യംകൂടി പറയാനുണ്ട്. നീ അത് ശ്രദ്ധിച്ചിട്ടുണ്ടാവില്ല. മറ്റേ വ്യക്തിയെപ്പറ്റി നീ പറഞ്ഞല്ലോ. അവളെ സ്വാധീനിക്കാൻ ശ്രമിക്കുന്ന ആളെപ്പറ്റി. രഹസ്യങ്ങളെല്ലാം അവളുടെ ഭർത്താവിനോട് പറയുമെന്ന് ഭീഷണിമുഴക്കുന്ന ആ മനുഷ്യൻ. അയാൾ പ്രശ്നമുണ്ടാക്കും. അയാൾ നിമിത്തം അവൾക്ക് വഴങ്ങിക്കൊടുക്കേണ്ടിവന്നേക്കാം. അയാൾ അവളുടെ രഹസ്യത്തെ ചൂഷണം ചെയ്യുകയാണ്. അവൻ തന്റെ ഭർത്താവിനോട് ആ രഹസ്യം വെളിപ്പെടുത്തും എന്നവൾ ഭയപ്പെടുന്നു. അയാളത് ഭയപ്പെടുത്തിയാൽപ്പിന്നെ ആ ഭർത്താവ് അവളെ വിശ്വസിക്കുമോ.

റോമാ, അതാണ് ഞാൻ പറയുന്നത്. ഈ കുഴപ്പങ്ങളെല്ലാം അവസാനിക്കാൻ ഒറ്റ മാർഗ്ഗമേയുള്ളൂ. നിന്റെ സ്നേഹിത എല്ലാം അവളുടെ ഭർത്താവിനോട് തുറന്നുപറയണം. ഭർത്താവിനെ അവൾ വിശ്വസിക്കട്ടെ. അവളുടെ ഭർത്താവ് ഒരു പുരുഷനാണെങ്കിൽ അവളുടെ നന്മകൊണ്ടാണ്, അവളുടെ പരിശുദ്ധികൊണ്ടാണ് ഇതെല്ലാം തുറന്നുപറഞ്ഞത് എന്ന് മനസ്സിലാക്കും.

റോമാ, അങ്ങനെ വന്നാൽ അയാൾ മുമ്പത്തേക്കാളുംകൂടുതൽ അവളെ സ്നേഹിക്കും. തല്ക്കാലം അയാൾക്ക് ചില മനഃപ്രയാസങ്ങൾ ഉണ്ടായേക്കാം. ഓരോ പുരുഷനും സ്ത്രീയെക്കുറിച്ച് എന്താണ് കരുതുന്നത്. അവൻ പറിച്ചെടുക്കുന്ന പൂവ് പരിശുദ്ധമായിരിക്കണമെന്ന്. എന്നാൽ നന്മയുള്ള മനുഷ്യർ മനസ്സിന്റെ പരിശുദ്ധിയെയാണ് ഇഷ്ടപ്പെടുന്നത്. അത്തരത്തിലുള്ള ഒരു പുരുഷൻ അവനെ സ്നേഹിക്കുന്ന സ്ത്രീയെ പൂർവ്വാധികം നന്നായി സ്നേഹിക്കും.

പ്രിയപ്പെട്ട റോമാ, നിനക്ക് എന്റെ ആയിരം പ്രണയപുഷ്പങ്ങൾ. നിന്റെ സ്നേഹിത ഒരു ഉത്തമസ്ത്രീയാണ്. നീ അവളോട് വളരെ കരുണ കാണിക്കണം. നീ നല്ലവളായതുകൊണ്ടാണ് അവളോട് നന്നായി പെരുമാറിയത്. നല്ലവർ എപ്പോഴും മറ്റുള്ളവരോട് നന്നായി പെരുമാറും. നീ നിന്റെ സ്നേഹിതയോട് കാണിച്ച കാരുണ്യം എനിക്ക് നിന്നോടുള്ള സ്നേഹം വർദ്ധിപ്പിക്കുന്നു.

സ്നേഹത്തോടെ
റോസ്സി"

റോസ്സിയുടെ ഈ എഴുത്തിന് റോമ ഇങ്ങനെ മറുപടി എഴുതി.

"പ്രിയപ്പെട്ട റോസ്സീ,

താങ്കളെനിക്കയച്ച കത്ത് ഇപ്പോഴുമെന്റെ കൈയിൽത്തന്നെയുണ്ട്. ഞാനത് എത്രതവണ വായിച്ചെന്നോ. ഇപ്പോഴും ഞാനത് വായിക്കുകയാണ്.

അങ്ങ് ബ്രൂണോയെപ്പറ്റി എഴുതിയത് കേട്ടപ്പോൾ പേടിതോന്നി. ജയിലിൽപ്പോയി അയാളെ കാണാൻവേണ്ടി ഞാൻ ജയിൽ ഡയറക്ടർക്കെ

ഴുതിയിട്ടുണ്ട്. ബ്രൂണോയെ രഹസ്യമായി വിചാരണചെയ്യണമെന്ന് നമ്മുടെ വക്കീൽ പറഞ്ഞിട്ടുണ്ട്. ഇറ്റലിയിലെ ദുർഭരണം അതിന്റെ പാരമ്യതയിലെത്തിയിരിക്കുന്നു. ജയിൽപ്പുള്ളികളെ പൊലീസിന്റെ ഏജന്റുമാരാക്കി മാറ്റാനുള്ള ശ്രമങ്ങൾ നടക്കുന്നുവെന്ന് അങ്ങ് പറഞ്ഞത് വളരെ ശരിയാണ്. അവർ അവരുടെ ഈ സൂത്രം എന്റെ മേലാണ് നടപ്പാക്കുന്നതെങ്കിൽ മരിക്കുകയല്ലാതെ മറ്റ് നിവൃത്തിയില്ല.

എന്റെ സ്നേഹിതയെപ്പറ്റി അങ്ങ് പറഞ്ഞത് ഞാൻ വായിച്ചു. അങ്ങ് അവരെ നല്ലവളായി കാണുന്നു. എന്നാൽ അങ്ങ് അങ്ങനെ ചിന്തിക്കും എന്ന് ഞാൻ മുൻകൂട്ടി കാണേണ്ടതായിരുന്നു.

എന്റെ പ്രിയസഖാവേ, ഇനി ഞാൻ എങ്ങനെയാണ് എഴുതുക. ഇനി ഞാനെഴുതുന്ന അക്ഷരങ്ങൾ എന്താണ് അങ്ങയോട് പറയുന്നത് എന്ന് അങ്ങേക്ക് ഊഹിക്കാമല്ലോ. അങ്ങയുടെ കത്ത് വായിച്ചതോടെ എല്ലാം തുറന്നുപറയാൻ എന്റെ മനസ്സ് എന്നെ പ്രചോദിപ്പിക്കുന്നു. എന്തും സംഭവിക്കട്ടെ. ഇനിയും എനിക്കീ ഭാരംപേറാൻ കഴിയില്ല. ആ സ്നേഹിത ആരാണെന്ന് അങ്ങേക്കറിയില്ലേ. നമ്മൾതമ്മിൽ ആദ്യംനടത്തിയ കത്തിടപാടുകൾ ഓർക്കുന്നില്ലേ. ആ കത്തുകളിൽ അങ്ങ് മറ്റാരെയോ സ്നേഹിക്കുന്നു എന്ന് ഭാവിച്ചുകൊണ്ട് എഴുതിയതോർമ്മയില്ലേ. അങ്ങയുടെ സ്നേഹവും പ്രണയവും ആ രീതിയിലാണ് അങ്ങ് പ്രകടിപ്പിച്ചത്. എന്നെ ജീവിതത്തിലെ ഏറ്റവും വലിയ സ്ഥാനത്തേക്കുയർത്തിയത് അങ്ങാണ്. ഞൻ പറഞ്ഞ എന്റെ സ്നേഹിത ഞാൻ തന്നെയാണ്.

അങ്ങ് എന്നെയാണ് സ്നേഹിക്കുന്നത് എന്ന് തുറന്നുപറയാതെ എനിക്കെഴുതിയ ആ കത്തുകൾ വായിച്ചപ്പോൾ എനിക്ക് ലജ്ജതോന്നിയിരുന്നു. കാരണം അങ്ങയുടെ സ്നേഹത്തിന് ഞാൻ അർഹയല്ലെന്ന് എനിക്കറിയാമായിരന്നു. പക്ഷേ, അങ്ങ് പറഞ്ഞു ഞാൻ നല്ലവളാണെന്ന്. ഞാൻ നല്ലവളാണെന്ന് അങ്ങ് പറഞ്ഞപ്പോൾ യഥാർത്ഥത്തിൽ അങ്ങയുടെ മുഖത്തുനോക്കാൻ എനിക്ക് ധൈര്യമുണ്ടായിരുന്നില്ല. എന്നെ അങ്ങ് ഉന്നതമായി ഒരു സ്ഥല്ത്ത് പ്രതിഷ്ഠിച്ചു. എന്നെപ്പറ്റി വളരെ നല്ല ഒരു ചിത്രംവരച്ചുവെച്ചു. അത് എങ്ങനെ വികൃതമാക്കാൻ എനിക്കു കഴിയും. ഏത് സ്ത്രീക്ക് അതിന് സാധിക്കും. തന്നെ സ്നേഹിക്കുന്ന പുരുഷന്റെ മനസ്സിലെ മനോഹരമായ സ്വരൂപത്തെ ഏത് സ്ത്രീക്ക് തച്ചുടയ്ക്കാൻ കഴിയും. ഒരു സ്ത്രീക്കും കഴിയില്ല. തന്നെ പ്രണയിക്കുന്ന പുരുഷന്റെ മനസ്സിൽ തന്നെപ്പറ്റിയുള്ള ആ സങ്കല്പത്തിലേക്ക് ഉയരാനാണ് ഏതൊരു സ്ത്രീയും ആഗ്രഹിക്കുക. ഞാനും അങ്ങനെ ആഗ്രഹിക്കുകയായിരുന്നു. അതിനുവേണ്ടിയുള്ള പിടച്ചിലായിരുന്നു എന്റെ ജിവിതം.

പ്രിയറോസ്സീ, ഞാൻ തെറ്റുകാരിയാണ്. എത്രയോ അവസരങ്ങൾ എനിക്കുണ്ടായിരുന്നു. പക്ഷേ, ഞാൻ തുറന്നുപറഞ്ഞില്ല. നമ്മൾ പള്ളിയിൽവെച്ച് വിവാഹംകഴിക്കുന്നതിനുമുമ്പ് നല്ല അവസരങ്ങൾ ഉണ്ടായിരുന്നു. ഞാനപ്പോൾ പറയാൻ ശ്രമിച്ചു. പക്ഷേ കഴിഞ്ഞതു കഴിഞ്ഞു

എന്നുപറഞ്ഞ് അങ്ങ് നിരുത്സാഹപ്പെടുത്തുകയാണ് ചെയ്തത്. അങ്ങനെ അങ്ങെന്നെ നിരുത്സാഹപ്പെടുത്തിയപ്പോൾ യഥാർത്ഥത്തിൽ എനിക്ക് സന്തോഷമാണ് തോന്നിയത്. പക്ഷേ, എനിക്ക് പറയാനുള്ളത് എന്താണെന്ന് അങ്ങ് മനസ്സിലാക്കിയില്ല. മനസ്സിലാക്കിയിരുന്നെങ്കിൽ അങ്ങ് അങ്ങനെ പറയുമായിരുന്നില്ല. പലപ്പോഴും അതെല്ലാമോർത്ത് ഞാൻ പിന്നീട് വേദനിച്ചിട്ടുണ്ട്. ഇപ്പോൾ ഞാൻ അങ്ങയോട് പറയാൻ എങ്ങനെയാണ് തുനിഞ്ഞത്. ഒരു സൂത്രപ്പണിയിലൂടെ. എന്നോട് ക്ഷമിക്കൂ.

പ്രിയമുള്ള റോസ്സി, അങ്ങ് പറഞ്ഞതുപോലെ മറ്റേയാൾ എന്നെ ഭീഷണിപ്പെടുത്തുമെന്ന് ഭയന്നിട്ടല്ല ഞാനിതിന് മുതിർന്നത്. ലോകത്തിൽ ഇന്നുനിലവിലുള്ള എല്ലാ അക്രമികളും ഒന്നിച്ചുവന്നാലും എന്നെ ഭയപ്പെടുത്താൻ ആവില്ല. പക്ഷേ, എനിക്കൊരു ഭയമുണ്ട്. അത് അങ്ങയെ ഓർത്തിട്ടാണ്. ഞാൻ ഇതെല്ലാം അങ്ങയോട് പറയുന്നതിനുമുമ്പ് അയാൾ വന്ന് അങ്ങയോട് പറയുമോ എന്നാലോചിച്ചാണ്. അങ്ങനെ വരുമ്പോൾ നമ്മൾ വേർപിരിഞ്ഞുപോയാലോ എന്നാലോചിച്ചിട്ടാണ്. ഈ ചിന്തയാണ് എന്നെ ഇത്രയുംനാൾ വേട്ടയാടിയത്.

പ്രിയറോസ്സി, മറ്റൊരുകാര്യംകൂടി പറയാനുണ്ട്. അങ്ങേക്കുവേണ്ടി ജീവൻ വെടിയാൻപോലും ഞാൻ തയ്യാറാണ്. അതിനുമുമ്പ് ഒരു കാര്യം കൂടി അങ്ങറിയണം. ആ മനുഷ്യൻ ആരാണെന്ന്. ദൈവത്തെ സാക്ഷിയാക്കി ഞാൻ പറയുന്നു, അയാളിൽനിന്നാണിതിന്റെയെല്ലാം തുടക്കം. എന്റെ അച്ഛന്റെ സ്വത്തിന്റെ ഒരു ഭാഗം എനിക്കനുവദിച്ചത് അയാളാണ്. അയാളുമായി ഞാൻ ചങ്ങാത്തം കൂടിയെന്നത് ശരിയാണ്. എന്റെ അവസ്ഥ അതായിരുന്നു. അപ്പോഴാണ് അങ്ങയുടെ പ്രസംഗം ഞാൻ കേൾക്കുന്നത്. അന്ന് അതെന്നെ ഭയപ്പെടുത്തി. അങ്ങ് എന്റെ ഭാവി തകർക്കുമെന്ന് കരുതിയതുകൊണ്ടാണ് ഞാൻ അങ്ങയെ ഇല്ലാതാക്കാൻ ശ്രമിച്ചത്.

ഭീകരമായ ആ കാര്യങ്ങളെല്ലാം ഇപ്പോൾ ഞാൻ വെളിപ്പെടുത്തുകയാണ്. അങ്ങയെ വഞ്ചിക്കാൻ ശ്രമിച്ചവളാണ് ഞാൻ. താങ്കളെന്നോട് ക്ഷമിക്കണം എന്ന് അപേക്ഷിക്കാൻപോലും എനിക്കിപ്പോൾ ഭയമാണ്. പക്ഷേ, അത്ഭുതകരമായി അങ്ങ് എല്ലാ അപായങ്ങളിൽനിന്നും രക്ഷപ്പെട്ടു. എന്റെ അച്ഛനെപ്പറ്റി എനിക്ക് പല തെറ്റിദ്ധാരണകളുമുണ്ടായിരുന്നു. അതെല്ലാം തിരുത്തി. അദ്ദേഹം ആരായിരുന്നുവെന്ന് എനിക്ക് ബോദ്ധ്യപ്പെടുത്തിയത് അങ്ങാണ്.

അതുമാത്രമല്ല പ്രിയറോസ്സീ, അങ്ങ് എന്റെ മനസ്സിന് പുതുജീവൻ തന്നു. എനിക്ക് ആത്മബോധം പകർന്നുതന്നു. ഇതെല്ലാം അങ്ങ് മനസ്സിലാക്കുമ്പോൾ എന്നെപ്പറ്റി ഇപ്പോൾ അങ്ങ് ഹീനമായി ചിന്തിക്കുകയില്ലെന്ന് എനിക്കുറപ്പുണ്ട്.

അങ്ങയിൽനിന്നാണെനിക്ക് പ്രണയം എന്താണെന്ന് അറിയാൻ കഴിഞ്ഞത്. ഞാൻ അതിനുവേണ്ടി എത്രമാത്രം കൊതിച്ചുവെന്ന് അങ്ങേക്ക് ഊഹിക്കാൻപോലും കഴിയുമെന്നുതോന്നുന്നില്ല. പ്രണയദാഹമാണ് ഈ

രഹസ്യം ഇതുവരെ നീട്ടിക്കൊണ്ടുപോകാൻ എന്നെ പ്രേരിപ്പിച്ചത്. ഒരർത്ഥത്തിൽ അതൊരു ഒളിച്ചുകളിയായിരുന്നു. പക്ഷേ, അത് പ്രണയത്തിന്റെ വിഭ്രാന്തിയിൽ സംഭവിച്ചതാണ്. എന്റെ ദാരിദ്ര്യം, എന്റെ കഷ്ടപ്പാടുകൾ ഇതെല്ലാം എന്നെ എത്തിച്ചത് ആ ഒരു അവസ്ഥയിലേക്കായിരുന്നു. പക്ഷേ, അവസാനം അങ്ങയുടെ പ്രണയസ്പർശം എനിക്ക് ലഭിച്ചതോടെ ഞാനനുഗ്രഹിക്കപ്പെട്ടവളായി. എന്നാൽ, എന്നെ ജീവിതത്തിൽ കഷ്ടപ്പെടുത്തിയവൻ അങ്ങയെയും കഷ്ടപ്പെടുത്തുമെന്ന് വന്നപ്പോൾ ഞാൻ പ്രയാസപ്പെട്ടു. പലതവണ ഞാൻ ആത്മാഹൂതിക്ക് ശ്രമിച്ചതാണ്. പക്ഷേ, എന്റെ ഹൃദയം പറഞ്ഞു, അതു പാടില്ലെന്ന്. അത് അങ്ങയുടെ ഹൃദയത്തെ വേദനിപ്പിക്കുമെന്ന് ഞാൻ മനസ്സിലാക്കി. മാത്രമല്ല എല്ലാ സത്യവും മനസ്സിലാക്കാൻ ഞാൻ ജീവിച്ചിരിക്കേണ്ടത് അത്യാവശ്യമാണെന്നും എനിക്കുതോന്നി.

എന്റെ പ്രിയതമൻ ഇപ്പോൾ എല്ലാ കാര്യങ്ങളും മനസ്സിലാക്കിയിട്ടുണ്ടാവും എന്നു ഞാൻ വിശ്വസിക്കുന്നു. ഇപ്പോൾ പറയൂ അങ്ങേക്ക് എന്നോട് ക്ഷമിക്കാൻ കഴിയുകയില്ലേ. യഥാർത്ഥത്തിൽ ഈ ചോദ്യം ചോദിക്കാൻപോലും എനിക്ക് ധൈര്യംവരുന്നില്ല. പറയൂ റോസ്സീ, ക്ഷമിക്കാൻ കഴിയുമോ, ഒരു വാക്ക് ഒരൊറ്റവാക്ക് പെട്ടെന്നുവേണം.

ഈ കത്തോടുകൂടി എന്റെ എല്ലാ പ്രണയവും ഉപേക്ഷിക്കാൻ എനിക്ക് കഴിയേണ്ടതായിരുന്നു. പക്ഷേ, എനിക്കതിനു ധൈര്യം വരുന്നില്ല. കാരണം അത്രമാത്രം ഞാനങ്ങയെ പ്രണയിച്ചു. മറ്റൊന്നിനും എനിക്കുവയ്യ. ഈ ലോകത്തിൽ എനിക്ക് ചെയ്യാവുന്ന ഒരേഒരു കാര്യം അങ്ങയെ സ്നേഹിക്കുക മാത്രമാണ്.

ഇപ്പോൾ നേരം പ്രഭാതം. മഞ്ഞ് വീഴുന്ന ഈ പ്രഭാതത്തിൽ എനിക്ക് ദേവാലയത്തിലെ വിശുദ്ധകുരിശ് കാണാൻകഴിയുന്നു. ഞാൻ കരുതുന്നത് ഇത് ശുഭസൂചനയാണെന്നാണ്. ഈ പ്രഭാതോദയത്തിൽ കിഴക്ക് കാണുന്ന പ്രഭയൊലി എനിക്ക് പ്രതീക്ഷയുടെ കിരണങ്ങളാണ്. ഈ അരുണാഭമായ പ്രതീക്ഷകൾ അങ്ങേക്കുമുണ്ടാകട്ടെ, എന്ന് ഞാനാശിക്കുന്നു. രാത്രിമുഴുവൻ മിനക്കെട്ടിരുന്ന് ഞാൻ ഈ കത്ത് എഴുതുകയാണ്. പണ്ട് ഒരു കത്ത് കത്തിച്ചുകളയാൻ എന്നോട് പറഞ്ഞതോർമ്മയുണ്ടോ. അങ്ങെയെപ്പറ്റിയുള്ള രഹസ്യങ്ങളായിരുന്നു ആ കത്തിൽ. അതുപോലെ ഈ എഴുത്തിൽ ഉള്ളത് എന്നെപ്പറ്റിയുള്ള രഹസ്യങ്ങളാണ്. വളരെ മോശം രഹസ്യങ്ങളാണത്. അപകടകരവുമാണത്.

എന്ന് അങ്ങയുടെ വിശ്വസ്തയായ റോമ”

പിറ്റേന്ന് റോമ തന്റെ സാധനങ്ങളടങ്ങിയ പെട്ടികളുമായി പുതിയ സ്ഥലത്തേക്ക് താമസം മാറ്റി. അച്ഛന്റെ ഫോട്ടോ, എലനായുടെ മാതാവിന്റെ തിരുസ്വരൂപം, വസ്ത്രങ്ങൾ, എന്നിവയായിരുന്നു റോമയുടെ സാധനങ്ങൾ. ബാക്കിയെല്ലാം വിറ്റുപോയിരുന്നു.

റോമയ്ക്ക് ഇപ്പോൾ വേലക്കാരൊന്നുമില്ല. കടയിൽപ്പോയി സാധനങ്ങൾ വാങ്ങുന്നതെല്ലാം അവൾതന്നെയാണ്. ആളുകൾക്ക് അവളെപ്പറ്റി

യുള്ള കാര്യങ്ങളെല്ലാം മനസ്സിലായിത്തുടങ്ങി. അവൾ ബാരനുമായുള്ള ബന്ധം അവസാനിപ്പിച്ചുവെന്നും റോസ്സിയുടെ ഭാര്യയാണെന്നും ആളുകൾക്ക് മനസ്സിലായി. ആ നിലയിൽത്തന്നെയാണ് ആളുകൾ റോമയോട് പെരുമാറിയത്. റോമ ഇപ്പോൾ താമസിക്കുന്നത് റോസ്സിയുടെ വീട്ടിലാണല്ലോ. അത് അവൾക്ക് എന്തെന്നില്ലാത്ത ആത്മധൈര്യവും ആനന്ദവും നല്കുന്നുണ്ട്. റോസ്സിയുടെ സാന്നിദ്ധ്യം അവിടെ അവൾ അനുഭവിക്കുന്നു. റോസ്സിയുടെ പിയാനോ, ഫോട്ടോകൾ, മറ്റു സാധനങ്ങൾ എന്നിവയെല്ലാം റോസ്സിയുടെ സാന്നിദ്ധ്യം വിളിച്ചറിയിക്കുന്നതായിരുന്നു. അവിടിത്തെ കിടപ്പറ ഒരു വിശുദ്ധസ്ഥലമായിരുന്നു. ആദ്യം അവൾക്ക് ആ മുറി ഉപയോഗിക്കാൻ ധൈര്യമുണ്ടായിരുന്നില്ല. മാതാവിന്റെ തിരുസ്വരൂപം അവിടെ കൊണ്ടുവെച്ചതോടെ അവൾക്ക് ധൈര്യമായി. പിന്നീട് അവിടെ കിടന്നുറങ്ങുന്നതിന് അവൾക്ക് സവിശേഷ താല്പര്യം തോന്നി.

റോസ്സിയുടെ സാന്നിദ്ധ്യമുള്ള ആ ഭവനത്തിൽ ജീവിക്കാൻതുടങ്ങിയതോടെ അവൾക്ക് അയാളെക്കുറിച്ച് പുതിയപുതിയ ആശയങ്ങൾ ഉണ്ടാവാൻ തുടങ്ങി. മുകളിലത്തെ കൂട്ടിലുള്ള അണ്ണാൻകുഞ്ഞിനെ കാണുമ്പോൾ അവളുടെ ഓർമ്മകൾ കുട്ടിക്കാലത്തേക്ക് പായും. അണ്ണാൻകുഞ്ഞിനെയുമെടുത്ത് ഡേവിഡ് അവളുടെ വീട്ടിൽ വന്നകാലംതൊട്ടുള്ള ഓർമ്മകൾ. അതുപോലെതന്നെ അയാൾക്ക് പ്രിയങ്കരമായ പക്ഷികൾ. അവയുടെ കളകൂജനം കേൾക്കുമ്പോൾ റോമ ആവേശഭരിതയാവും. അതുപോലെതന്നെ റോസ്സിക്ക് പല സ്ത്രീകളും മറ്റ് സുഹൃത്തുക്കളും അയച്ചുകൊടുത്തിട്ടുള്ള എഴുത്തുകൾ കാണുന്നതും അവളെ സംബന്ധിച്ചിടത്തോളം ഇപ്പോൾ ആഹ്ലാദകരമാണ്. ലോകത്തിന്റെ വിവിധഭാഗങ്ങളിൽനിന്ന് റോസ്സിക്ക് ലഭിച്ചിട്ടുള്ള വിലപ്പെട്ട സമ്മാനങ്ങൾ അവൾ വീണ്ടും വീണ്ടും എടുത്തുനോക്കി. അവൾക്ക് അഭിമാനംതോന്നുന്നു. എന്നാൽ, ചിലപ്പോൾ തെല്ലൊരു അസൂയയും.

അവളുടെ ഹൃദയത്തിൽ എപ്പോഴും റോസ്സിയെക്കുറിച്ചുള്ള ചിന്തകളേയുള്ളൂ. ഉറങ്ങിയെഴുന്നേല്ക്കുമ്പോൾ മുതൽ ഉറങ്ങുമ്പോഴും ഉറക്കത്തിലും റോസ്സിമാത്രം. ഉറങ്ങുന്നതിനുമുമ്പ് ഇരുട്ടിൽ അവൾ റോസ്സിയോട് പ്രണയാഭ്യർത്ഥന നടത്തും. അത് ഒരു പ്രാർത്ഥനപോലെ ശുദ്ധമായിരുന്നു. ഒരനുഷ്ഠാനമെന്നപോലെ അവളത് നടത്തും. അവൾ റോസ്സിയെ സ്നേഹിക്കുന്നതുപോലെ റോസ്സി അവളെയും സ്നേഹിക്കേണമേ എന്ന് അവൾ അകമഴിഞ്ഞ് പ്രാർത്ഥിക്കും. അവൾ ആ പ്രാർത്ഥനയിൽ വിശ്വസിച്ചിരുന്നു.

എന്നാൽ, ആഴ്ചകൾ കടന്നുപോയതോടെ അവളുടെ മനസ്സിൽ ആശങ്കയുടെ പുകപടലങ്ങൾ ഉയരാൻതുടങ്ങി. റോസ്സിക്കെഴുതിയ കത്തിനുള്ള മറുപടിക്കുവേണ്ടി കാത്തിരിക്കുകയാണവൾ. സാധാരണഗതിയിൽ വേഗത്തിൽത്തന്നെ മറുപടി കിട്ടുന്നതാണ്. എന്നാലിപ്പോൾ സ്വല്പം വൈകിയിരിക്കുന്നു. അതാണവളുടെ സംശയം. എന്തുകൊണ്ടാണ് തനിക്ക് മറുപടിയായി കമ്പിയടിക്കാത്തത് എന്നവൾ ചിന്തിച്ചു.

എന്നാൽ, എഴുതുന്നതാണ് നല്ലത് എന്ന് അയാൾ കരുതിയിട്ടുണ്ടാകുമെന്ന് അവൾക്ക് ചിലപ്പോൾ തോന്നും. നാലഞ്ചുദിവസംകൊണ്ട് എഴുത്ത് കിട്ടേണ്ടതാണ്. അഞ്ചാമത്തെ ദിവസം അവൾ കത്ത് വന്നിട്ടുണ്ടോ എന്ന് അന്വേഷിച്ചു. എന്നാൽ കിട്ടിയില്ല. പിറ്റേന്ന് വരുമെന്നുകരുതി. എന്നാൽ, പിറ്റേന്നും കിട്ടിയില്ല.

കത്ത് വരാൻ സമയമെടുക്കും എന്ന് അവൾ ചിന്തിക്കാൻ തുടങ്ങി. എന്നാലങ്ങനെ ചിന്തിക്കുമ്പോൾതന്നെ അവളുടെ ഉള്ളിൽ ഉൽക്കണ്ഠ ഉയരും. അത് അവളുടെ പ്രതീക്ഷയെ കെടുത്തും. അങ്ങനെ വരുമ്പോൾ പക്ഷികളുടെ പാട്ടുകേൾക്കുന്നതുപോലും അവൾക്ക് അസ്വസ്ഥതയായി അനുഭവപ്പെടും. മഴപെയ്യാനുള്ള ഒരുക്കത്തിലാണ് ആകാശം. എങ്ങും ഇരുൾമൂടുന്നപോലെ.

വൃദ്ധനായ ഗാരിബോൾഡും പത്നിയും റോമയെ കാണാൻവന്നു. അവരുടെ മുഖത്ത് ഒരു കടുത്തഭാവമായിരുന്നു. അവരുടെ കൈയിൽ ചില പ്രധാനപ്പെട്ട രേഖകൾ ഉണ്ടായിരുന്നു. ബ്രൂണോയുടെ വിചാരണ നടക്കാൻവേണ്ടി പോവുകയാണ്. അവർ സാക്ഷിമൊഴി കൊടുക്കണം. ഗാരിബോൾഡിന്റെ പത്നിക്ക് അതോർത്ത് വല്ലാത്തവിഷമമായിരുന്നു. കേസിന്റെ വിചാരണയെക്കുറിച്ച് റോമ ഉടൻതന്നെ വക്കീലിനെ കാണാൻപോയി.

ഓഫീസിൽ തന്നെ കാണാനെത്തിയ റോമയെ വക്കീൽ സ്വീകരിച്ചിരുത്തി. കാര്യങ്ങളെല്ലാം കൈവിട്ടുപോയെന്ന് വക്കീൽ പറഞ്ഞു. അയാളുടെ പ്രയത്നങ്ങളെല്ലാം നിഷ്ഫലമായി എന്നാണ് അയാൾ പറഞ്ഞത്.

"കുറ്റം ഏറ്റുപറഞ്ഞിരിക്കുകയാണ് ഒരാൾ."

റോമ ആകെ അമ്പരന്നുപോയി.

"സുഹൃത്തുക്കളുടെ രഹസ്യവും പുറത്തുപറഞ്ഞിരിക്കുന്നു."

"സുഹൃത്തുക്കളുടേയോ."

"അതെ. റോസ്സിയുടെയും."

"പിന്നെ."

"ഒരു പ്രധാനപ്പെട്ട ഗൂഢാലോചനയെപ്പറ്റിയും."

"ഗൂഢാലോചനയോ."

"അതുപുറത്തായിട്ടില്ല. എന്നാൽ അതുടൻ വരും?"

"എന്താണിതൊക്കെ."

"കേസിൽ മാപ്പുസാക്ഷിയാവാൻ പോവുകയാണ്. ഇനി അയാൾക്കു വേണ്ടി വാദിക്കേണ്ടതില്ല."

"അതിന്റെയൊക്കെ ഫലമെന്തായിരിക്കും."

"പത്തുദിവസത്തിനകം കോടതിയിൽ ഹാജരാകാൻ റോസ്സിക്ക് ഉത്തരവ് കൊടുക്കും. ആദ്യം നിങ്ങളെ അറിയിക്കും."

"കേസിന് ഹാജരാവാനുള്ള സമൻസ് അദ്ദേഹത്തിന്റെ വീടിന്റെ ഭിത്തിയിൽ പതിക്കും."

"പക്ഷേ, അദ്ദേഹമെങ്ങനെ അറിയും. ഇനി അറിഞ്ഞാൽത്തന്നെ

വന്നില്ലെങ്കിലോ?"

"എന്തായാലും വിചാരണ നടക്കും. പിന്നെ വിധിവാക്യം അതേ ഭിത്തിയിൽത്തന്നെ പതിക്കും."

"പിന്നെ."

"അതോടെ റോസ്സിക്ക് റോമിലുള്ള ജീവിതം അവസാനിക്കും. പാർലമെന്ററി മെമ്പർസ്ഥാനം നഷ്ടപ്പെടുകയും ചെയ്യും."

"ബ്രൂണോയ്ക്ക് എന്തുസംഭവിക്കും."

"അയാളെ വെറുതെ വിടും." റോമ പിന്നീട് അവിടെ നിന്നില്ല. അവൾ വീട്ടിലേക്കുപോയി.

വീട്ടിലെത്തിയ ഉടനെ അവൾക്ക് ഒരു കത്തുകിട്ടി. ജയിൽ ഡയറക്ടറുടേതായിരുന്നു അത്. ബ്രൂണോയെ കാണാൻ റോമയ്ക്ക് അനുവാദം നല്കിക്കൊണ്ടുള്ള കത്താണത്. സാധാരണനിലയിൽ ജയിൽപ്പുള്ളികളെ കാണാൻ അവരുടെ ബന്ധുക്കൾക്ക് മാത്രമേ അനുവാദം ലഭിക്കുകയുള്ളൂ. എന്നാൽ, ഈ കേസിന്റെ പ്രത്യേകാവസ്ഥവെച്ചുകൊണ്ട് റോമയെ അതിന് അനുവദിക്കുകയായിരുന്നു. ബ്രൂണോ റോമയ്ക്കുകീഴിലായിരുന്നല്ലോ ജോലിചെയ്തിരുന്നത്.

പിറ്റേന്ന് ബ്രൂണോയെക്കാണാൻ റോമ ജയിലിലെത്തുമ്പോൾ അവിടെ വലിയ ബഹളമായിരുന്നു. തടവുപുള്ളികളെ കാണാൻവേണ്ടി ധാരാളം സന്ദർശകർ ആ ജയിലിൽ തടിച്ചുകൂടിയിരുന്നു. പതിനഞ്ച് മിനിറ്റ് സമയമാണ് തടവുപുള്ളികളോട് സംസാരിക്കാൻ സന്ദർശകർക്ക് ലഭിച്ചിരുന്നത്. ഓരോരുത്തരും ഉച്ചത്തിൽ അവിടെനിന്ന് സംസാരിക്കുന്നത് കേൾക്കാമായിരുന്നു. എന്നാൽ, അവിടുത്തെ ബഹളം റോമയെ അസ്വസ്ഥയാക്കി. ആ ബഹളത്തിനിടയിൽ ബ്രൂണോയോട് സംസാരിക്കാൻ അവളാഗ്രഹിച്ചില്ല. അവൾ ജയിൽ ഡയറക്ടറോട് പറഞ്ഞു:

"ഈ ബഹളത്തിൽ ഞാനെങ്ങനെ സംസാരിക്കും. എനിക്ക് സ്വസ്ഥമായി ഒരു മുറിയിലിരുന്ന് അയാളോട് സംസാരിക്കണം. അതിന് അനുവാദമില്ലെങ്കിൽ ഞാൻ ആഭ്യന്തരമന്ത്രിയിൽനിന്നും അനുവാദം വാങ്ങിക്കൊള്ളാം."

"ആഭ്യന്തരമന്ത്രിയെക്കാണേണ്ട ആവശ്യമില്ല. ഇവിടെത്തന്നെ അതിന്റെ ഏർപ്പാട് ചെയ്തോളാം."

ജയിൽഡയറക്ടർ അതിനുള്ള ഏർപ്പാടുകൾ ചെയ്തു. അങ്ങനെ റോമായ്ക്ക് ബ്രൂണോയോട് ഒരു ഒഴിഞ്ഞ മുറിയിലിരുന്ന് സ്വസ്ഥമായി സംസാരിക്കാൻ അവസരം ലഭിച്ചു. രണ്ട് ജയിൽ വാർഡന്മാർ അവിടെ കാവൽനിന്നിരുന്നു. ബ്രൂണോ ആകെ മാറിപ്പോയിരിക്കുന്നു. റോമയ്ക്ക് അത്ഭുതംതോന്നി. മുഖമാകെ വിളറിയിരിക്കുന്നു. താടിരോമങ്ങൾ വളർന്നിരിക്കുന്നു. തുറിച്ച കണ്ണുകളായിരുന്നു അയാൾക്കപ്പോൾ. ആറാഴ്ച ജയിലിൽ കിടക്കുമ്പോഴേക്കും ബ്രൂണോയുടെ രൂപംതന്നെ മാറിപ്പോയി. അയാൾ ദേഷ്യത്തിൽ റോമയോട് ചോദിച്ചു:

"എന്നെക്കണ്ടിട്ടെന്താണ് കാര്യം?"

റോമ ആകെ പരിഭ്രമിച്ചു. അവൾ അയാളോട് ക്ഷമചോദിച്ചു. ബ്രൂണോയുടെ അധരങ്ങൾ വിറയ്ക്കുന്നുണ്ടായിരുന്നു. റോമ അയാളോട് പറഞ്ഞു:

"ഞാൻ കത്തയച്ചിരുന്നു."

"എന്ത് കത്ത്."

"ബ്രൂണോയ്ക്ക് നല്ല പരിചരണം ഇവിടെ ലഭിക്കാൻവേണ്ടി."

"പക്ഷേ, അതൊന്നും എനിക്ക് കിട്ടിയിരുന്നില്ല. കുടിക്കാൻ വെള്ളവും തിന്നാൻ റൊട്ടിയുമാണെനിക്ക് കിട്ടിയത്." റോമ ആകെ അസ്വസ്ഥയായി. ദേഷ്യഭാവത്തിൽ അയാൾ റോമയോട് ചോദിച്ചു "റോസ്സി എവിടെയാണ്?"

"ഇംഗ്ലണ്ടിൽ."

"എലനയോ?"

"എനിക്കറിയില്ല."

"അവൾ പറയാതെ പോയത് വലിയ തെറ്റായിപ്പോയി. റോസ്സിക്ക് വലിയ പ്രയാസമുണ്ട്."

"നിങ്ങളത് വിശ്വസിക്കുന്നുണ്ടോ?"

"നിശ്ചയമായും."

അതുകേട്ടതോടെ അയാൾക്ക് വല്ലാത്ത വിഷമം തോന്നി. അയാൾക്കപ്പോൾ ലജ്ജയാണ് തോന്നിയത്. ഇവർക്ക് വലിയ വിശ്വാസമാണെങ്കിൽ ഞാനെന്തിനാണ് സംശയിക്കുന്നത്. അയാൾ വിചാരിച്ചു. എന്നാൽ തെല്ലിടകഴിഞ്ഞ് അയാൾ മന്ദഹസിച്ചുകൊണ്ടു പറഞ്ഞു:

"ഡൊന്നാ റോമാ, എനിക്കറിയാം അവരെന്നെ ചതിച്ചു. ഇവിടെ ഒരു പാവം മനുഷ്യനുണ്ട്. ജയിൽപ്പുള്ളി. ഉദ്യോഗസ്ഥനാണ്. അയാൾക്കെല്ലാ വിവരങ്ങളും കിട്ടും. അയാളാണ് എന്നോട് എല്ലാം പറഞ്ഞത്."

"അയാളുടെ പേര്."

"നമ്പർ 333."

"അയാളെ കണ്ടിട്ടില്ലേ."

"മുഖം കണ്ടിട്ടില്ല. ശബ്ദം കേട്ടിട്ടുണ്ട്."

"മിങ്കിളിയാണോ."

"മിങ്കിളിയോ................"

"സമയം കഴിഞ്ഞു." ജയിൽ വാർഡൻ വന്നുപറഞ്ഞു.

"മി. ബ്രൂണോ, മിങ്കിളി ഇപ്പോൾ പൊലീസിന്റെ ചാരനാണെന്ന് എനിക്ക് നന്നായറിയാം. തടവുകാരനെന്നനിലയിൽ അയാളിവിടെ ഈ ജയിലിൽ താമസിക്കുകയാണ്. ലണ്ടൻ എംബസിയിൽനിന്ന് പുറത്താക്കപ്പെട്ട ആളാണയാൾ. അതിനുശേഷം അയാൾ റോസ്സിയുടെ സഹായം തേടി. എന്തിനാണെന്നോ ചീഫ്മിനിസ്റ്ററെ കൊല്ലാൻ" റോമ പറഞ്ഞു. അപ്പോഴേക്കും ബ്രൂണോവിനോട് പൊയ്ക്കോളാൻ വാർഡൻ പറഞ്ഞുകഴിഞ്ഞിരുന്നു. റോമ ബ്രൂണോയുടെ പിറകെ നടന്നു. അഴിയിട്ട ജയിൽമുറിയിൽ അയാളെത്തുന്നതുവരെ റോമ അനുഗമിച്ചു. അവിടെനിന്നയാൾ റോമയെ തിരിഞ്ഞുനോക്കി. അയാളുടെ കണ്ണുകളാകെ കലങ്ങിയിരുന്നു.

തന്റെ കൈ ഉയർത്തിക്കൊണ്ട് ദൃഢസ്വരത്തിൽ അയാൾ പറഞ്ഞു:

"സഹോദരീ, വിട, എല്ലാം ഞാനേറ്റു. എല്ലാം ഞാൻ ശ്രദ്ധിച്ചോളാം."

ജയിൽമുറിയിലിരുന്ന് ഒറ്റയ്ക്ക് സംസാരിക്കുന്നത് തടവുപുള്ളികളുടെ ഒരു ശീലമാണ്. അത് വലിയ വിനയാണ് വരുത്തിവെക്കുന്നത്. എല്ലാ കാര്യങ്ങളും പൊലീസിന്റെ ചെവിയിലെത്തും. ജയിൽ സൂപ്രണ്ട് പിറ്റേന്ന് റോയൽ കമ്മീഷണർക്ക് ഇങ്ങനെ എഴുതി:

"മി. ബ്രൂണോ തന്റെ കുറ്റസമ്മതം പിൻവലിക്കാൻ ആവശ്യപ്പെട്ടിരിക്കയാണ്. കഷ്ടം. പക്ഷേ, ഞാൻ സമ്മതിച്ചില്ല. അതിനാൽ ഞാനിത് മുൻകൂട്ടി അറിയിക്കുന്നു."

ഈ എഴുത്ത് കമ്മീഷണർ ആഭ്യന്തരമന്ത്രിക്ക് അയച്ചു. ആഭ്യന്തരമന്ത്രി പൊലീസുദ്യോഗസ്ഥനെ വിളിപ്പിച്ചു. പൊലീസുദ്യോഗസ്ഥനോട് ബാരൻ ചോദിച്ചു:

"മിങ്കിളിയെ എംബസിയിൽനിന്ന് പിരിച്ചുവിടാൻ എന്തായിരുന്നു കാരണം?"

"ചാരപ്രവൃത്തി."

"അയാൾക്ക് വാറണ്ട് അയച്ചതല്ലേ?"

"അതെ സാർ."

"റോസ്സിയുടെയും ബ്രൂണോയുടെയും പേരിലുള്ള ഫയലുകൾ മിങ്കിളി പരിശോധിക്കട്ടെ."

"ശരി സാർ."

"ബ്രൂണോയുടെ ഭാര്യ എലനയ്ക്ക് റോസ്സി എഴുതിയ കത്തുകളെപ്പറ്റി അന്വേഷിക്കണം."

"ശരി സാർ"

"അങ്ങനെ വല്ലതും കണ്ടുപിടിക്കപ്പെട്ടാൽ പെട്ടെന്നുതന്നെ അത് പ്രോസിക്യൂട്ടർക്ക് അയയ്ക്കണം."

"ശരി സാർ"

പിറ്റേന്ന് പ്രഭാതത്തിൽ റോമ വഴിക്കുവെച്ച് ബാരനെ കണ്ടു. വാഹനം നിർത്താൻ അയാളാവശ്യപ്പെട്ടു.

"കുട്ടീ, നീ വല്ലാതെ ക്ഷീണിച്ചല്ലോ."

"അതെ."

"ഒരു മാസമാവുമ്പോഴേക്കും ഇങ്ങനെയെല്ലാം സംഭവിച്ചോ?"

"സാരമില്ല."

"റോമാ, നീ എന്തിനിങ്ങനെ കഷ്ടപ്പാടനുഭവിക്കുന്നു. നീ ഈ കഷ്ടപ്പാടുകളിലേക്ക് നടന്നുകയറിയപ്പോൾ ഞാനതിന് അനുവദിച്ചത് എന്തുകൊണ്ടാണെന്ന് അറിയാമോ. നിന്നെ സഹായിക്കാൻ ഇവിടെ ആരൊക്കെയാണ് ഉള്ളത് എന്നും അവർക്കെന്തു ചെയ്യാൻ കഴിയുമെന്നും നീ നേരിട്ട് മനസ്സിലാക്കുക. റോമാ, ഞാനിപ്പോഴും ആ പഴയ ബാരൻ തന്നെയാണ്. നീയൊന്നു കൈ നൊടിച്ചാൽമതി ഞാൻ നിന്നെ രക്ഷിക്കാനെത്തും."

"നമ്മൾതമ്മിലുള്ള ബന്ധങ്ങളെല്ലാം അവസാനിച്ചു. ഇനി ഇങ്ങനെ സംസാരിച്ചതുകൊണ്ട് ഒരു കാര്യവുമില്ല. ഞാനിപ്പോൾ ഒരു പുതിയ സ്ത്രീയാണ്."

"സ്ത്രീകളുടെ പ്രണയം എന്നത് ഇത്രമാത്രം വിചിത്രമായ ഒരു രഹസ്യമാണോ. ഒരാളെ കൊല്ലാനാണ് നീപോയത്. ആ ആൾ ഇന്നു നിന്റെ യജമാനനായി. എന്നാൽ, അയാളൊരു യോഗ്യനാണെങ്കിൽ കുഴപ്പമില്ലായിരുന്നു."

"അയാൾ യോഗ്യനാണ്."

"അയാൾ യോഗ്യനല്ലെന്ന് നിനക്ക് മനസ്സിലായാലോ. നിന്നെ അയാൾ ചതിക്കുകയായിരുന്നുവെന്ന് നീ ഒരിക്കൽ മനസ്സിലാക്കുകയാണെങ്കിലോ...."

"അത് നുണയാണെന്ന് ഞാൻ പറയും."

"ഞാനിത് തെളിയിച്ചാൽ."

"എന്ത്!"

"അതെ, റോസ്സിയുടെ തൂലികകൊണ്ടുള്ള ഒരു തെളിവുതരാം."

"എനിക്ക് കേൾക്കേണ്ട. ഞാൻ പോവുകയാണ്."

"റോമാ, നീ, വീണ്ടും കഷ്ടപ്പാടിലേക്കാണ് സഞ്ചരിക്കുന്നത്. ഇത് ഒരുതരം ദുർവ്വാശിയാണ്."

ബാരൻ പറഞ്ഞത് വകവയ്ക്കാതെ റോമ നടന്നുപോയി.

പിറ്റേന്ന് വിചാരണയായിരുന്നു. റോമ ജയിലിലെത്തി. അവൾ അകത്ത് കടന്ന് വക്കീലന്മാരുടെ സമീപത്തായി ഇരുന്നു. റോമാ വരുന്നത് കണ്ടപ്പോൾ എല്ലാവരും അവളെ ശ്രദ്ധയോടെ വീക്ഷിച്ചു. ജഡ്ജിമാർ അവളെ സൂക്ഷ്മമായി നിരീക്ഷിക്കുന്നുണ്ടായിരുന്നു. അവിടം നിറയെ ആളുകളായിരുന്നു. ചിലർ പരസ്പരം എന്തൊക്കെയോ കുശുകുശുക്കുന്നു. ചിലർ തറപ്പിച്ചുനോക്കുന്നു. അതിനിടയിൽ ഒരാൾ അവളെ വളരെ സൂക്ഷ്മമായി നിരീക്ഷിക്കുന്നുണ്ടായിരുന്നു. അത് മറ്റാരുമായിരുന്നില്ല. ജയിൽപ്പുള്ളിയായ ബ്രൂണോ.

ബ്രൂണോയുടെ പേരിലുള്ള കുറ്റം കോടതിയിൽ വായിക്കപ്പെട്ടു. ഒന്നാമത്തെ കുറ്റം അയാൾ ഫെബ്രുവരി ലഹളയിൽ പങ്കെടുത്തു എന്നാണ്. രണ്ടാമതായി അയാൾ ഭരണഘടനാവിരുദ്ധമായി കലാപകാരികളുടെ സംഘടനകളുണ്ടാക്കുന്നതിൽ പങ്കുകൊണ്ടു. അങ്ങനെ നിരവധി കുറ്റങ്ങൾ അയാളുടെ പേരിൽ ചുമത്തപ്പെട്ടു. അതെല്ലാം വിശദമായി അവിടെ വായിക്കപ്പെട്ടു.

ചാർജ്ജ്ഷീറ്റ് മുഴുവൻ വായിച്ചതിനുശേഷം പബ്ലിക്പ്രോസിക്യൂട്ടർ അതിന്റെ വകുപ്പുകളെല്ലാം വിശദീകരിച്ചു. സമർത്ഥനായ പ്രോസിക്യൂട്ടറാണ് അയാൾ. ഉജ്ജ്വലമായ ഭാഷയിൽ വളരെ സമർത്ഥമായി അയാൾ കാര്യങ്ങൾ അവതരിപ്പിച്ചു.

പബ്ലിക്പ്രോസിക്യൂട്ടറുടെ പ്രസംഗത്തിൽ അരാജകപ്രസ്ഥാനങ്ങളെ രൂക്ഷമായി വിമർശിക്കുകയുണ്ടായി. രാജ്യത്തുണ്ടായ എല്ലാ പ്രശ്ന

ങ്ങൾക്കും ഉത്തരവാദികൾ കലാപകാരികളാണെന്നാണ് പ്രോസിക്യൂട്ടർ പറഞ്ഞത്.

"രാജാവ്, സൈന്യം, പൊലീസ് എന്നിവയൊന്നുമില്ലാതെ ഒരു സാങ്കല്പിക ജനാധിപത്യം സ്ഥാപിക്കുക എന്നതാണ് കലാപകാരികളുടെ ലക്ഷ്യം. അവർ പറയുന്നത് കേട്ടാൽ ഇതെല്ലാം വളരെ എളുപ്പമാണെന്ന് തോന്നും. വെറും ബാലാരിഷ്ടതകളാണിതെല്ലാം.പമ്പര വിഡ്ഢിത്തം. എന്നാൽ, ഇതിനെ അവഗണിക്കുക വയ്യ. രാജ്യത്തിന്റെ കെട്ടുറപ്പിനും പുരോഗതിക്കും എതിരാണിതെല്ലാം." അയാൾ തന്റെ പ്രസംഗത്തിൽ അവിടെക്കൂടിയിരുന്ന ആളുകളെയെല്ലാം വല്ലാതെ രസിപ്പിക്കുകയുണ്ടായി. പിന്നീടയാൾ ബ്രൂണോയെപ്പറ്റി പറഞ്ഞു. അയാൾ പാവപ്പെട്ടവനായ ഒരു കുടിയനാണെന്നും അപകടത്തിൽച്ചെന്ന് ചാടിയതാണെന്നും അയാൾ പറഞ്ഞു. അയാളെ യൂണിഫോം അണിയിച്ചാൽ ഒരു നല്ല പട്ടാളക്കാരനാവുമെന്നും അയാൾ പറഞ്ഞു. വെറുമൊരു പട്ടിയാണ് അയാളെന്നും വിശദീകരിച്ചു. പിന്നീട് അയാൾ റോസ്സിയുടെ അടിമയായത് എങ്ങനെയെന്നും പറഞ്ഞു. അയാൾക്കെതിരെ ശിക്ഷാനടപടികൾ എടുക്കേണ്ടതില്ലെന്ന് പബ്ലിക്പ്രോസിക്യൂട്ടർ വാദിച്ചു. മറിച്ച് രാജ്യത്ത് കലാപമുണ്ടാക്കുന്നവർക്കെതിരെ ഇയാളെ നിയോഗിക്കുകയാണ് വേണ്ടതെന്നും പറഞ്ഞു.

പബ്ലിക്പ്രോസിക്യൂട്ടറുടെ പ്രസംഗം കഴിഞ്ഞപ്പോൾ റോമ ബ്രൂണോയുടെ മുഖത്തേക്കുനോക്കി.

ജഡ്ജി ബ്രൂണോയോടായി പറഞ്ഞു:

"നിങ്ങളൊരു റോമാക്കാരനാണോ?"

"അതെ,"

പിന്നീട് സാക്ഷികളെ ഓരോന്നോരോന്നായി വിളിച്ചു. ബ്രൂണോയുടെ കുറ്റങ്ങൾ തെളിയിക്കപ്പെടേണ്ടതുണ്ട്. എല്ലാ സാക്ഷികളെയും പൊലീസ് തന്നെ നിയോഗിച്ചതാണ്. എല്ലാവരെയും വിസ്തരിച്ചതിന് ശേഷം ജഡ്ജി ബ്രൂണോയോട് ചോദിച്ചു:

"സാക്ഷികളോട് എന്തെങ്കിലും ചോദിക്കാനുണ്ടോ?"

"ഒന്നുമില്ല സാർ, അവർ പറഞ്ഞതെല്ലാം ശരിയാണ്. ഞാൻ കുറ്റം സമ്മതിക്കുന്നു."

പിന്നീട് വിസ്തരിച്ചത് പൊലീസ് ചീഫിനെയായിരുന്നു. ഭക്ഷ്യസാധനങ്ങളുടെ വിലകൂടിയതുകൊണ്ടല്ല. കലാപകാരികളുടെ അട്ടിമറികൾകൊണ്ടാണ് എല്ലാ പ്രശ്നങ്ങളുമുണ്ടായതെന്ന് അയാൾ പറഞ്ഞു. എന്നാൽ, ബ്രൂണോ ഒരു കുറ്റവാളിയാണെന്ന് പറയാനൊക്കില്ലെന്ന് അയാൾ പറഞ്ഞു. റോസ്സിയുടെ വെറുമൊരു കാവൽപ്പട്ടിയാണ് ബ്രൂണോ എന്നാണ് അയാളുടെ മതം. അപ്പോൾ ബ്രൂണോ ഇങ്ങനെ പ്രതികരിച്ചു:

"ഇയാളൊരു പമ്പരവിഡ്ഢിയാണ്. എന്താണ് വിചാരണ തുടരാത്തത്."

നിശ്ശബ്ദതപാലിക്കാൻ ജഡ്ജി ആവശ്യപ്പെട്ടു. എന്നാൽ, ബ്രൂണോ

പൊട്ടിച്ചിരിക്കുകയായിരുന്നു. റോമ അയാളുടെ മുഖത്തേക്കുനോക്കി. അയാളുടെ മുഖത്ത് എന്തെന്നില്ലാത്ത ഒരു ഭാവം. എന്താണെന്ന് സ്പഷ്ടമായി തിരിച്ചറിയാൻ കഴിയാത്ത ഒരു നിഗൂഢ ഭാവം.

പിന്നീട് സാക്ഷിയായി വിസ്തരിച്ചത് ഫ്രാൻസിസ്ക മരിയ എന്ന സ്ത്രീയെയായിരുന്നു. ബ്രൂണോയുടെ ഭാര്യയുടെ അമ്മയായിരുന്നു ആ വൃദ്ധ. തടവുകാരന്റെ ബന്ധുവായിരുന്നതിനാൽ അവരെക്കൊണ്ട് സത്യപ്രതിജ്ഞചെയ്യിപ്പിച്ചില്ല. കോടതി ഇങ്ങനെ ചോദിച്ചു:

"പേരെന്താണ്."

"ഫ്രാൻസിസ്കാ മരിയ."

"പിതാവ്."

"ഫ്രാൻസിസ്ക മരിയ."

"ഞാൻ ചോദിച്ചത് അച്ഛന്റെ പേരാണ്."

"എഴുപത്തഞ്ചായി സാർ."

"അച്ഛന്റെ പേര് എന്താണ്."

"ഒന്നുമില്ല സാർ."

അപ്പോൾ ഒരാൾ കോടതിയോട് പറഞ്ഞു: "ആ വൃദ്ധയ്ക്ക് ചെവി കേൾക്കാൻ വയ്യെന്ന്." ജഡ്ജിയുടെ ചോദ്യങ്ങൾക്കെല്ലാമുള്ള മറുപടികൾ അവിടെക്കൂടിയിരുന്ന ആളുകളെയെല്ലാം ചിരിപ്പിച്ചു. അതുകേട്ട് ജഡ്ജിക്ക് ദേഷ്യംവന്നു. അവരെ സാക്ഷിക്കൂട്ടിൽനിന്നും താഴിയിറക്കാൻ ജഡ്ജി കല്പിച്ചു.

പിന്നീട് വിസ്തരിച്ചത് ഗാരിബാൾഡിയെയാണ്. പതിവുചോദ്യങ്ങൾക്കുശേഷം അയാളോട് ചോദിച്ചത് ഇതാണ്:

"നിങ്ങൾ പോർട്ടറാണ് അല്ലേ?"

"അതെ."

"രാഷ്ട്രീയപ്പാർട്ടികളുടെ സമ്മേളനങ്ങളെപ്പറ്റി നിങ്ങൾക്ക് പറയാൻകഴിയും അല്ലേ."

"അതെ."

"ഈ നില്ക്കുന്ന ആളെ നിങ്ങളറിയുമോ?" ബ്രൂണോയെ ഉദ്ദേശിച്ച് ജഡ്ജി ചോദിച്ചു. പക്ഷേ അയാളൊന്നും മിണ്ടിയില്ല.

"ചോദിച്ചതിന് ഉത്തരം പറയൂ."

"സാർ ഇത് അനശ്വരനഗരമാണ്."

"ചോദിച്ചതിന് മറുപടിപറയൂ. അല്ലെങ്കിൽ നിങ്ങൾക്ക് ശിക്ഷകിട്ടും." അപ്പോൾ കിഴവന്റെ കണ്ണുകൾ നിറയാൻ തുടങ്ങി. അയാൾ താണുകേണ് ജഡ്ജിയോട് പറഞ്ഞു:

"ഞാനൊരു വയസ്സനാണ് സാർ, എന്നെക്കൊണ്ട് ആർക്കും ഇനി ഒരു ഗുണവുമില്ല. പക്ഷേ, ഒരുകാലത്ത് ഞാനൊരു സൈനികനായിരുന്നു. എന്റെ രാജ്യത്തിനുവേണ്ടി ചോരചിന്തിയവനാണ് ഞാൻ. ഇപ്പോഴെനിക്ക് എഴുപത് വയസ്സായി. എന്റെ ദിനങ്ങൾ എണ്ണപ്പെട്ടിരിക്കുന്നു. അങ്ങനെയുള്ള ഞാൻ എന്റെ സുഹൃത്തുക്കളെ ഒറ്റിക്കൊടുക്കണമെ

ന്നാണോ പറയുന്നത്."

"അടുത്ത സാക്ഷിയെ ഹാജരാക്കൂ." ജഡ്ജി പറഞ്ഞു.

"എന്താണ് വിചാരണ വേഗം നടക്കാത്തത്." ബ്രൂണോ ഉച്ചത്തിൽ ചോദിച്ചു.

"വിചാരണയെ തടസ്സപ്പെടുത്തിയാൽ വിചാരണ നിർത്തിവെച്ച് നിങ്ങളെ ഇവിടുന്ന് ചമ്മട്ടികൊണ്ടടിക്കും."

അതുകേട്ട് ബ്രൂണോ പൊട്ടിച്ചിരിക്കാൻ തുടങ്ങി. കഷണ്ടിക്കാരനായ ജഡ്ജി ബ്രൂണോയെ തറപ്പിച്ചുനോക്കി.

പിന്നീട് വിസ്തരിച്ചത് ജയിൽ ഡയറക്ടറെ ആയിരുന്നു. തടവുകാരുടെ പ്രസ്താവനയെല്ലാം എഴുതിവാങ്ങിയിട്ടുണ്ടെന്ന് അദ്ദേഹം കോടതിയിൽ ബോധിപ്പിച്ചു. റോസ്സിയാണ് എല്ലാ കുഴപ്പങ്ങൾക്കും ഉത്തരവാദിയെന്നും അയാൾ കുറ്റസമ്മതം നടത്തിയിട്ടുണ്ടെന്നും അയാൾ കോടതിയിൽ മൊഴിനല്കി.

അതിനുശേഷം ജഡ്ജി ബ്രൂണോയോട് ചോദിച്ചു:

"എന്തെങ്കിലും പറയാനുണ്ടോ?"

"ഉണ്ട് സാർ,"

ബ്രൂണോ എഴുന്നേറ്റുനിന്നു. തന്റെ മുമ്പിലുണ്ടായിരുന്ന ഒരു കസേര അയാൾ തള്ളിത്താഴത്തിട്ടു. എന്നിട്ട് കൈ രണ്ടുംകെട്ടി ഗംഭീരമായങ്ങനെ നിന്നു. എന്നിട്ട് ജയിൽഡയറക്ടറെ ചൂണ്ടി അയാൾ കോടതിയോട് പറഞ്ഞു:

"ഡേവിഡ് റോസ്സി കുറ്റക്കാരനാണെന്ന് കോടതിയിൽ പറഞ്ഞാൽ എന്നെ വെറുതെ വിടാമെന്ന് ഇന്നലെരാത്രി ഇയാളെന്നോട് പറഞ്ഞു. അതു ശരിയല്ലേയെന്ന് അയാളോട് ചോദിക്കൂ."

"അത് ശരിയല്ല സാർ. കോടതിയിൽ വെറുതെ നില്ക്കരുതെന്ന് മാത്രമേ ഞാൻ പറഞ്ഞിരുന്നുള്ളൂ. സത്യം പറയാൻ അയാളെ ഞാൻ ഉപദേശിച്ചു." ഡയറക്ടർ പറഞ്ഞു.

"റോസ്സി കുറ്റവാളിയാണെന്ന് പറഞ്ഞുകൊണ്ടുള്ള ആ പ്രസ്താവന അയാൾ തന്നെയല്ലേ തയ്യാറാക്കിയത് എന്ന് അയാളോട് ചോദിച്ചുനോക്കൂ." ബ്രൂണോ പറഞ്ഞു.

"ഇയാൾതന്നെയാണ് ആ പ്രസ്താവന ചെയ്തത്. അത് ഞാൻ എഴുതിയെടുക്കുക മാത്രമാണ് ചെയ്തത്."

"ഡേവിഡ് റോസ്സിയെ കുറ്റപ്പെടുത്തി ഞാൻ വല്ലതും പറഞ്ഞോ എന്ന് ചോദിക്കൂ സാർ."

"അയാളത് വേറൊരു തടവുകാരനോട് പറഞ്ഞപ്പോൾ എഴുതിയെടുക്കുകയായിരുന്നു സാർ."

അപ്പോൾ വക്കീൽ എഴുന്നേറ്റ് നിന്നു. എന്നിട്ട് പറഞ്ഞു.

"ജയിൽ ഡയറക്ടർ ബ്രൂണോ എന്ന തടവുകാരനിൽനിന്നും നേരിട്ട് ഒരുകാര്യവും മനസ്സിലാക്കിയിട്ടില്ല എന്നാണോ ഇതിനർത്ഥം."

ജയിൽ ഡയറക്ടർ ആകെ പരിഭ്രമിച്ചു. പിന്നീടതയാൾ സമ്മതിച്ചു.

"നീതിബോധംകൊണ്ടാണ് ഞാനെന്റെ ഉത്തരവാദിത്വങ്ങൾ നിറവേറ്റിയത്."

അപ്പോൾ ബ്രൂണോ ജയിലിൽനിന്ന് ഇങ്ങനെ അലറി.

"ഈ നില്ക്കുന്ന മനുഷ്യൻ എനിക്ക് കഴിക്കാൻ തന്നത് എന്താണെന്നോ? പൂത്ത റൊട്ടിയും പച്ചവെള്ളവും. എന്നെ കൊടുംകുറ്റവാളികളുടെ മുറിയിൽ കൊണ്ടുപോയിട്ട് ഭീകരമായി മർദ്ദിച്ചു. എന്നെ അതികഠിനമായി വേദനിപ്പിച്ചു. യേശുക്രിസ്തുവിന് ഏറ്റ പീഡനങ്ങളാണ് എനിക്കും ഏല്ക്കേണ്ടിവന്നത്. അങ്ങനെ എന്റെ മനസ്സും ശരീരവുമാകെ തകർന്ന സമയത്ത് ഈ നില്ക്കുന്ന മനുഷ്യൻ എന്റെ പ്രിയസ്നേഹിതനായ ഡേവിഡ് റോസ്സിക്കെതിരായി പ്രസ്താവന എന്നെക്കൊണ്ട് പറയിപ്പിച്ച് എഴുതിയെടുത്തതാണ്. എന്നിട്ട് എന്റെ വിരലുകൾകൊണ്ട് അതിൽ ഒപ്പുവെപ്പിച്ചു."

ഒരു അലർച്ചയോടെയാണ് ബ്രൂണോ ഇത് പറഞ്ഞവസാനിപ്പിച്ചത്. അയാളുടെ വാക്കുകൾകേട്ട് കോടതിമന്ദിരമാകെ കിടുങ്ങിപ്പോയി. അപ്പോൾ ജഡ്ജി പറഞ്ഞു:

"അലർച്ചയുണ്ടാക്കാതിരിക്കണം."

"എങ്ങനെ പറയണമെന്നും എങ്ങനെ ഒച്ചയിടണമെന്നും ഞാൻ തീരുമാനിക്കും." ബ്രൂണോ പറഞ്ഞു. അതുകേട്ടപ്പോൾ അവിടെക്കൂടിയിരുന്നവരാകെ പരിഭ്രമിച്ചുപോയി. അയാളുടെ ധീരതകണ്ട് എല്ലാവരും അമ്പരന്നു. അയാളെ എതിർക്കുന്നത് വെറുതെയാണെന്നും അയാളെ എതിർക്കാൻ ലോകത്തിൽ ഒരു ശക്തിക്കും സാദ്ധ്യമല്ലെന്നും അവിടെക്കൂടിയിരുന്നവർക്കെല്ലാം തോന്നിപ്പോകുംവിധമായിരുന്നു അയാളുടെ പെരുമാറ്റം.

"പിന്നീട് വിസ്തരിച്ചത് ജയിൽ വാർഡനെയാണ്. ബ്രൂണോ കുറ്റമേല്ക്കുന്ന സമയത്ത് അയാളവിടെ ഉണ്ടായിരുന്നുവെന്ന് മൊഴികൊടുത്തു. ആരും അയാളെ നിർബ്ബന്ധിച്ചിരുന്നില്ലെന്നും അയാൾ സ്വമേധയാ കുറ്റം സമ്മതിക്കുകയായിരുന്നുവെന്നും വാർഡൻ പറഞ്ഞു.

അപ്പോൾ ബ്രൂണോ ഉച്ചത്തിൽ പറഞ്ഞു:

"ഞായറാഴ്ച ഉച്ചയ്ക്കുശേഷം ഞാനാ കുറ്റസമ്മതം പിൻവലിക്കാൻ മുറിയിലേക്ക് പോയതല്ലയെന്നും അപ്പോൾ ഇയാൾ എന്നെ തടഞ്ഞതല്ലേയെന്നും ചോദിക്കൂ."

"അത് ശരിയല്ല." വാർഡൻ പറഞ്ഞു

അപ്പോൾ ബ്രൂണോ അലറി.

"നുണയാണത്. ഞാൻ പറയുന്നത് സത്യമാണെന്ന്, നിഷ്കളങ്കനായ ഒരാളെ, എന്റെ സുഹൃത്തിനെ കുരിശിലേറ്റാൻ എന്നെ പ്രേരിപ്പിക്കുകയാണോ താൻ ചെയ്യുന്നത് എന്ന് പറഞ്ഞുകൊണ്ട് നിന്റെ ചെകിട്ടത്ത് ഞാൻ അടിച്ചില്ലേ. ഇപ്പോഴും ആ അടിയുടെ അടയാളം തന്റെ മുഖത്തില്ലേ."

ബ്രൂണോ ഇങ്ങനെ പറഞ്ഞപ്പോൾ അയാളെ തടയാൻ ജഡ്ജി ശ്രമി

ച്ചില്ല. അപ്പോൾ ജഡ്ജിയുടെ മുഖത്ത് ഒരു ഭാവമാറ്റം പ്രകടമായിരുന്നു. ശക്തമായ ഒരു ഭാവപ്രവാഹം, നീതിദേവത ആ മുഖത്തെവിടെയോ സ്പർശിച്ചതായി തോന്നുന്നു.

അപ്പോൾ വാർഡൻ ഇങ്ങനെ പറഞ്ഞു:

"ഒരു തടവുപുള്ളിയെക്കൂടി വിസ്തരിക്കേണ്ടതുണ്ടായിരുന്നു. എന്നാൽ, അയാളെ മോചിപ്പിച്ചു."

അത് കേട്ടപ്പോൾ ബ്രൂണോ പൊട്ടിച്ചിരിച്ചു. എന്നിട്ട് പറഞ്ഞു:

"ദാ ഇരിക്കുന്നു ആ പുള്ളി. വലിയ ഉടുപ്പുമൊക്കെയിട്ട്. വേഷംകണ്ടാൽ മാന്യൻ. അയാളുടെ പേര് മിങ്കിളിയെന്നാണ്."

"ശരി അയാളെ ഹാജരാക്കൂ."

മിങ്കിളി ഹാജരായി. അയാൾ സാക്ഷിക്കൂട്ടിലേക്ക് കയറി. സത്യപ്രതിജ്ഞ ചൊല്ലി.

"ഇതിനുമുമ്പ് നിങ്ങൾ ജയിലിൽ പോയിരുന്നോ."

"ഉവ്വ്. സാർ."

"അത് കള്ളമാണ് സാർ." ബ്രൂണോ പറഞ്ഞു.

സാക്ഷിക്കൂട്ടിൽനിന്ന് മിങ്കിളി എല്ലാം വിസ്തരിച്ചു. ബ്രൂണോയുടെ മുറിക്കപ്പുറത്താണ് താൻ കഴിഞ്ഞിരുന്നതെന്നും അയാൾ മൊഴികൊടുത്തു. അവർ പലപ്പോഴും സംസാരിച്ചിട്ടുണ്ടെന്നും ആ സംസാരത്തിനിടയിൽ ഡേവിഡ് റോസ്സിയെപ്പറ്റി പറഞ്ഞിട്ടുണ്ടെന്നും അയാൾ വിശദീകരിച്ചു. പ്രധാനപ്പെട്ട ഒരു കാര്യം നിർവ്വഹിക്കാൻവേണ്ടി അയാൾ ഇംഗ്ലണ്ടിലേക്ക് പോയിരിക്കയാണെന്നും എനിക്ക് മനസ്സിലായി. അയാൾ പോയത് രാജാവിനെ വധിക്കാനാണെന്നും അയാൾ പറഞ്ഞു.

"എടാ, നുണയാ. നീ ഒരു വൈദികന്റെ മകനാണോ." ബ്രൂണോ അലറി.

"നിശ്ശബ്ദത പാലിക്കണം. നിങ്ങൾക്ക് നിയമസംരക്ഷണം ലഭിക്കും. നിങ്ങൾ ശാന്തമായി നില്ക്കൂ." ജഡ്ജി പറഞ്ഞു

പിന്നീട് ബ്രൂണോ കോടതിയിൽ ഇങ്ങനെ ബോധിപ്പിച്ചു

"സാർ, ഇയാൾ വെറുമൊരു ചാരനാണ്. എന്റെ സ്നേഹിതനെ ഒറ്റിക്കൊടുക്കാൻവേണ്ടി എന്നെ പ്രേരിപ്പിക്കുക എന്നതായിരുന്നു ഇയാളുടെ ലക്ഷ്യം. അതിനുവേണ്ടിയാണ് ഇയാളെ എന്റെ മുറിക്കടുത്ത് താമസിപ്പിച്ചത്. ഇതുവരെ ഞാനിയാളെ കണ്ടിരുന്നില്ല. പിന്നീട് അയാൾതന്നെ അയാളെ പരിചയപ്പെടുത്തി. അടുത്തമുറിയിൽനിന്ന് അയാൾ വിളിച്ചുപറഞ്ഞു. ഞാനയാളുടെ മുഖം അപ്പോഴും കണ്ടിരുന്നില്ല. അപ്പോൾ ഞാൻ എന്റെ മകന്റെ മരണത്തിന്റെ ആഘാതത്തിലായിരുന്നു. എന്റെ നെഞ്ചാകെ ഉരുകുകയായിരുന്നു. ഏഴ് വയസ്സുകാരനായിരുന്നു സാർ അവൻ. മിടുക്കനായ എന്റെ മോൻ. അവൻ പട്ടാളക്കാരുടെ വെടിയേറ്റ് മരിച്ചു. അങ്ങനെ ഞാൻ നീറിനീറി കഴിയുമ്പോൾ ഈ മനുഷ്യൻ എന്നോട് പറയുകയാണ്, എന്റെ പത്നി എലന ഡേവിഡ് റോസ്സിയോടൊപ്പം അതായത് എന്റെ സുഹൃത്തിനോടൊപ്പം ഒളിച്ചോടിപ്പോയെന്ന്.

നട്ടാൽ മുളയ്ക്കാത്ത നുണയായിരുന്നു സാർ അത്. എന്നാൽ, മകന്റെ വേർപാടിൽ നെഞ്ചുരുകി ചങ്കതകർന്ന് ഉണക്കറൊട്ടി മാത്രം തിന്ന് ചാട്ട വാറടി കൊണ്ട് കിടന്ന് പുളഞ്ഞ ഞാൻ ഇയാളുടെ വാക്കുകൾ വിശ്വസിച്ചുപോയി.

“അത്രയ്ക്ക് ഭീകരമായ നാളുകളായിരുന്നു സാർ അത്. അത്രമേൽ കൊടിയ ദണ്ഡനങ്ങളായിരുന്നു സാർ അന്ന് ഞാൻ അനുഭവിച്ചത്. എന്നാൽ, ഈ മനുഷ്യനാരാണെന്ന് പിന്നീടാണ് ഞാൻ മനസ്സിലാക്കിയത്. അപ്പോൾത്തന്നെ എന്റെ കുറ്റപത്രം പിൻവലിക്കാൻ ഞാൻ അധികൃതരോട് ആവശ്യപ്പെട്ടു.

“സാർ, അവർ അതിനെന്നെ അനുവദിച്ചില്ല. ഞാൻ പറയുന്നത് സത്യമാണ്. പക്ഷേ, ഇവർ പറയുന്നത് സത്യമല്ല. ഞാൻ കുറ്റം ചെയ്തിട്ടുണ്ട്. അത് ഞാനിവിടെ തുറന്നുപറഞ്ഞു സാർ. ഞാനത് ദൈവത്തിന്റെ മുമ്പിലും പറഞ്ഞുകഴിഞ്ഞു.

“സാർ, ഈ നില്ക്കുന്ന ആൾ ഒരു കൊലപാതകിയാണ്. ഈ വിവരമെനിക്ക് തെളിയിക്കാൻ കഴിയും. ലണ്ടനിലെ എംബസിയിൽ ഉദ്യോഗസ്ഥനായിരുന്ന ഇയാൾ അവിടെ നിന്ന് പുറത്താക്കപ്പെട്ടതാണ്. അവിടുന്ന് നേരെ ഇയാൾ റോസ്സിയുടെ അടുത്തെത്തി. എന്നിട്ട് പറഞ്ഞു: പ്രധാനമന്ത്രിയെ വധിക്കാൻ അയാൾ തയ്യാറാണെന്നും അതിന് റോസ്സിയുടെ സഹായം വേണമെന്നും. എന്നാൽ, റോസ്സി ഈ വഞ്ചകനെ ആട്ടിപ്പായിച്ചു. അതിന്റെ തുടർച്ചയായിരുന്നു സാർ ഇയാൾ എന്റെ അടുത്തെത്തിയതും മറ്റും.”

അപ്പോൾ മിങ്കിളി പറഞ്ഞു

“സത്യമല്ല സാർ ഇതൊന്നും.” അയാളത് പറയുമ്പോൾ അയാളുടെ മുഖമാകെ വിളറിയിരുന്നു.

“സാർ, ഒരു കുരിശെനിക്കുതരൂ. അതുതൊട്ട് ഞാൻ സത്യം ചെയ്യാം.” ബ്രൂണോ പറഞ്ഞു.

ഇതെല്ലാം കണ്ടുനിന്ന റോമായുടെ നെഞ്ചിടിപ്പ് വർദ്ധിക്കാൻ തുടങ്ങി. അവൾ കോടതിമുറിയിൽ എഴുന്നേറ്റുനിന്ന് എന്തോ പറയാൻ ഭാവിച്ചു. എന്നാൽ, വക്കീലവളെ തടഞ്ഞു. അയാൾ അതിനുശേഷം ബ്രൂണോയെപ്പറ്റി ഇങ്ങനെ പറഞ്ഞു:

“ബഹുമാനപ്പെട്ട കോടതി, മനുഷ്യത്വത്തിന്റെ അടിസ്ഥാനത്തിൽ ഞാൻ കോടതിയോട് ഉണർത്തിക്കുന്നു. ഇത്തരം കാടത്തങ്ങൾക്ക് ഇറ്റലിയിലെ നീതിയുടെ പിൻബലമില്ല. പ്രതികാരബുദ്ധിയാണ് ഇവിടെ നടപ്പാക്കുന്നത്.”

ആ വാക്കുകൾ ജഡ്ജിയെ വല്ലാതെ സ്പർശിച്ചു എന്ന് തോന്നുന്നു. പബ്ലിക് പ്രോസിക്യൂട്ടർ ചില ചോദ്യങ്ങൾ ചോദിക്കാനുണ്ടെന്ന് പറഞ്ഞു. കോടതി അയാൾക്കനുവാദം നല്കി. അയാൾ ചോദ്യങ്ങൾ ചോദിക്കാൻ തുടങ്ങി.

“നിങ്ങളുടെ പത്നി ഡേവിഡ് റോസ്സിയുടെ കൂടെ ഒളിച്ചോടിപ്പോയി

എന്ന് മിങ്കിളി നിങ്ങളോട് പറഞ്ഞുവെന്നാണോ?"

"അതെ, പറഞ്ഞു. പക്ഷേ, അത് നുണയായിരുന്നു."

"എന്ന് നിങ്ങളെങ്ങനെ പറയുന്നു. അത് നിങ്ങൾക്കെങ്ങനെ അറിയാം."

ബ്രൂണോ ഒന്നും പറഞ്ഞില്ല. പ്രോസിക്യൂട്ടർ തന്റെ ബാഗിൽനിന്നും ഒരു കത്തെടുത്തുകൊണ്ട് ബ്രൂണോയോട് ചോദിച്ചു:

"നിങ്ങൾക്ക് മി. റോസ്സിയുടെ കൈയക്ഷരം അറിയാമോ?"

"അറിയാം."

"ഈ കൈയക്ഷരം റോസ്സിയുടേതാണോ?"

"അതെ."

"തീർച്ചയാണോ?"

"തീർച്ച."

"ഇതദ്ദേഹം നിങ്ങളുടെ ഭാര്യക്കെഴുതിയതാണ്."

"അതെനിക്കറിയാം. പക്ഷേ, നിങ്ങൾ അതിനുവെച്ചവെള്ളം വാങ്ങിവെച്ചേക്കൂ. നിങ്ങളെന്താണ് പറയാൻ പോകുന്നതെന്ന് എനിക്കറിയാം."

അപ്പോൾ ജഡ്ജി ഇങ്ങനെ പറഞ്ഞു:

"ബ്രൂണോ കോടതിയിൽ ഇങ്ങനെയൊന്നും പറയരുത്. ഇദ്ദേഹത്തിന് നിങ്ങളെ വിചാരണ ചെയ്യാനുള്ള അവകാശമുണ്ട്."

"ശരി, സാർ ഞാൻ പറയാം. എന്റെ ഭാര്യയും എന്റെ സുഹൃത്ത് റോസ്സിയുംതമ്മിൽ സഹോദരങ്ങളെപ്പോലെയായിരുന്നു."

എന്നാൽ പ്രോസിക്യൂട്ടർ അയാളോട് ചോദിച്ചു:

"ഈ കത്ത് നിങ്ങൾക്ക് വായിക്കണ്ടേ?"

"വേണ്ട."

"എന്നാൽ, ഞാൻ വായിക്കാം."

അതും പറഞ്ഞ് അയാൾ കത്ത് വായിക്കാൻ തുടങ്ങി

"പ്രിയമുള്ള എലനാ," അപ്പോൾ ബ്രൂണോ ഇടയ്ക്കുകയറി പറഞ്ഞു

"അതിലെന്താണ് തെറ്റ്, അവർ സഹോദരങ്ങളെപ്പോലെയാണെന്ന് ഞാൻ പറഞ്ഞില്ലേ?"

പ്രോസിക്യൂട്ടർ വായനതുടർന്നു:

"നമ്മുടെ ജോസഫിന്റെ മരണത്തെപ്പറ്റി ഓർത്ത് ഞാൻ വല്ലാതെ ദുഃഖിക്കുകയാണ്."

അപ്പോൾ ബ്രൂണോ വീണ്ടും ഇടപെട്ടു.

"അതങ്ങനെയായിരുന്നു. അദ്ദേഹത്തിന് എന്റെ മകനെ വലിയ ഇഷ്ടമായിരുന്നു. സ്വന്തം മകനെപ്പോലെയാണ് അയാൾ എന്റെ മകനെ സ്നേഹിച്ചത്. ശരി. വായിച്ചോളൂ, വായിച്ചോളൂ."

"നമ്മുടെ കുട്ടി എന്നല്ലേ പറഞ്ഞിരിക്കുന്നത്." പ്രോസിക്യൂട്ടർ ചോദിച്ചു.

"അതിലെന്താണൊരു കുറ്റം, എന്താണ് തെറ്റ്."

"നമ്മുടെ ജോസഫ് പോയി. ബ്രൂണോ ജയിലിലുമടയ്ക്കപ്പെട്ടു.

ഇനിയും എത്രനാൾ അവിടെ കിടക്കും. നമ്മുടെ മുന്നിലുള്ള തടസ്സങ്ങളെല്ലാം പോയി. എന്റെ ഓമനേ ഇനി നമുക്ക് ഒന്നിച്ചുകൂടേ.വേഗം എന്റെ അടുത്തേക്കൂവരൂ."

പ്രോസിക്യൂട്ടർ ഇങ്ങനെ വായനതുടർന്നപ്പോൾ ബ്രൂണോ ചാടിയെഴുന്നേറ്റു

"മതിയെടാ, ഇനി നീ ഉണ്ടാക്കേണ്ട."

ആരും ഒന്നും മിണ്ടിയില്ല. അയാളെ ഇനി വെറുതെ ഉപദ്രവിക്കരുത് എന്ന ഭാവമായിരുന്നു എല്ലാവർക്കും ഉണ്ടായിരുന്നത്. റോമ ആകെ വിഷമിച്ചുപോയി. അവളുടെ മനസ്സും ഒന്നു പതറിപ്പോയി. അതുകൊണ്ടായിരിക്കുമോ ബാരൻ എന്നോട് അങ്ങനെ പറഞ്ഞത് എന്നവൾ ചിന്തിച്ചു. റോസ്സി വഞ്ചകനാണെന്ന് ബാരൻ പറഞ്ഞത് അതുകൊണ്ടായിരിക്കുമോ. റോസ്സിയുടെ കൈപ്പടയിലുള്ള എഴുത്തല്ലേ കോടതിയിൽ വായിച്ചത്. ഇങ്ങനെയെല്ലാം ചിന്തിച്ച് റോമ വിഷമിക്കാൻ തുടങ്ങി. അപ്പോൾ ബ്രൂണോ ആ ഭാഗം ഇങ്ങനെ ആവർത്തിച്ചു.

"നമ്മുടെ ജോസഫ് പോയി. ബ്രൂണോ ജയിലിലുമടയ്ക്കപ്പെട്ടു. ഇനിയും എത്രനാൾ അവിടെ കിടക്കും. നമ്മുടെ മുന്നിലുള്ള തടസ്സങ്ങളെല്ലാം പോയി. എന്റെ ഓമനേ ഇനി നമുക്ക് ഒന്നിച്ചുകൂടേ. വേഗം എന്റെ അടുത്തേക്കൂവരൂ."

.... അതിലെ ഓരോ അക്ഷരങ്ങളും റോമയെ വേട്ടയാടാൻ തുടങ്ങി. ജീവിതം മുഴുവൻ അയാൾക്കുവേണ്ടി ഹോമിച്ചപ്പോൾ ആ മനുഷ്യൻ മറ്റൊരു സ്ത്രീയോടൊപ്പം കഴിയാൻ ആഗ്രഹിക്കുകയായിരുന്നെന്നോ. അതിലെ ഓരോ വാക്കും കളവാണെന്ന് അവളുടെ മനസ്സ് പറഞ്ഞു. പക്ഷേ, ബ്രൂണോ ആകെ പരിഭ്രാന്തനായിരുന്നു. അയാളുടെ കൈയിലിരുന്ന് ആ കത്ത് വിറയ്ക്കാൻ തുടങ്ങി. ആ കത്ത് കോടതിയെയും പരിഭ്രമിപ്പിച്ചു. ബ്രൂണോ വിറയാർന്ന സ്വരത്തിൽ ഇങ്ങനെ പറഞ്ഞു:

"ഉണക്ക റൊട്ടിയും പച്ചവെള്ളവും കഴിച്ച് ഞാനിത്രയേറെ ദണ്ഡനം സഹിച്ചത് ഇതിനുവേണ്ടിയായിരുന്നോ. എന്റെ ശിരസ്സ് ഉറയ്ക്കുന്നില്ലല്ലോ. ഇതൊക്കെ സ്വപ്നമാണോ."

കോടതിയാകെ നിശ്ശബ്ദമായിപ്പോയി. പിന്നീട് പ്രോസിക്യൂട്ടർ പറഞ്ഞു:

"സ്വപ്നമല്ല ബ്രൂണോ യാഥാർത്ഥ്യമാണ്. ഞങ്ങൾക്കൊക്കെ അതിൽ ദുഃഖമുണ്ട്. നിങ്ങൾ വിശ്വസിക്കുകയും സ്നേഹിക്കുകയും ചെയ്ത ആ മനുഷ്യൻ നിങ്ങളെ ചതിച്ചു. നിങ്ങളെ മാത്രമല്ല ഈ രാജ്യത്തെ മുഴുവനയാൾ ചതിച്ചു. വഞ്ചകനാണയാൾ. അതുകൊണ്ട് ഞാൻ പറയുന്നു. നിങ്ങളുടെ കുറ്റസമ്മതം നിങ്ങൾ പിൻവലിക്കേണ്ടതില്ല. നിങ്ങൾ മാപ്പുസാക്ഷിയാണ്. നിങ്ങൾക്ക് ശിക്ഷ ലഭിക്കില്ല."

"വായടയ്ക്കടാ. ഞാനൊന്നാലോചിക്കട്ടെ."

റോമ പോകാനൊരുങ്ങി. പക്ഷേ, കാലുകൾ മരവിച്ചിരിക്കുന്നു. നാവ്

ആകെ തളർന്നുപോയപോലെ. അവസാനം ബ്രൂണോയും പതറിപ്പോകുമോ!

ആകെ പരിഭ്രാന്തനായ ബ്രൂണോ ഇങ്ങനെ പറഞ്ഞു:

"എന്റെ സുഹൃത്ത് എന്നെ ചതിച്ചു. നന്നായി."

ബ്രൂണോയുടെ കൈയിൽനിന്നും ആ കത്ത് താഴെ വീണുപോയിരുന്നു. അയാൾ വീണ്ടും പറഞ്ഞു:

"എന്റെ ദൈവമേ എന്തൊരു പരീക്ഷണം." അയാൾ ചിരിക്കുന്നുണ്ടായിരുന്നു. പിന്നീട് കാലുപൊക്കി ചെരുപ്പിന്റെ അടിയിൽനിന്ന് എന്തോ ഒരു സാധനമെടുത്തു.

"എപ്പോഴെങ്കിലും ഞാൻ അപകടത്തിൽ ചാടുമെന്ന് എനിക്കറിയാമായിരുന്നു. ഞാൻ തയ്യാറെടുത്തുനില്ക്കുകയായിരുന്നു."

അതും പറഞ്ഞ് ബ്രൂണോ പെട്ടെന്നുതന്നെ തന്റെ കൈയിലുള്ള സാധനം, അതെ അതൊരു ചെറിയ കുപ്പിയായിരുന്നു, അതിന്റെ കോർക്കൂരി അതിലുള്ള ദ്രാവകം വായിലൊഴിച്ചു. കോടതിയാകെ നിശ്ചലമായിപ്പോയി. ബ്രൂണോ ഉച്ചത്തിൽ പറഞ്ഞു:

"ഡേവിഡ് റോസ്സി നീണാൾ വാഴട്ടെ." അതുംപറഞ്ഞ് അയാൾ കുപ്പി തന്റെ ശിരസ്സിന് മേലോട്ടെറിഞ്ഞു. അയാൾ കോടതിമുറിയിൽ കുഴഞ്ഞുവീണു. കോടതിയാകെ ഇളകി മറിഞ്ഞു. താഴെകിടന്നുകൊണ്ട് ബ്രൂണോ ഇങ്ങനെ പറഞ്ഞു:

"കരുണാമയനായ ദൈവം, എന്നെ സ്വീകരിച്ചുകൊള്ളും.........."

''റോസ്സി നീണാൾവാഴട്ടെ.'' ബ്രൂണോയെ അവിടെനിന്നും എങ്ങോട്ടോ കൊണ്ടുപോയി. അവിടെയുള്ളവരെല്ലാം പകച്ചുനിന്നുപോയി. അപ്പോൾ റോമ താഴെക്കിടന്ന കത്ത് എടുത്തുവായിച്ചു. അവൾ മിന്നലേറ്റതുപോലെയായിപ്പോയി. ഒരു നിമിഷത്തെ അമ്പരപ്പിനുശേഷം അവൾ കോടതിയോട് ഇങ്ങനെ പറഞ്ഞു

"ബഹുമാനപ്പെട്ട കോടതി, ഇതിലെ കൈപ്പട റോസ്സിയുടേതല്ല. ഇത് കെട്ടിച്ചമച്ചതാണ്. കള്ളത്തരമാണ്. ഞാനിത് തെളിയിക്കാം."

അപ്പോൾ ഒരാൾ കോടതിയിലേക്ക് കയറിവന്ന് ബ്രൂണോ മരിച്ചവിവരം അറിയിച്ചു. അപ്പോൾ ജഡ്ജി ഇങ്ങനെ പറഞ്ഞു:

"കോടതി ഇന്ന് പിരിയുകയാണ്. ഈ കേസിന്റെ വിചാരണ തുടരും. യഥാർത്ഥ കുറ്റവാളികളെ ശിക്ഷിക്കും. സത്യം."

* * * *

അന്നുവൈകുന്നേരം റോമ റോസ്സിക്കെഴുതി.

"പ്രിയപ്പെട്ട റോസ്സീ,

ഒരു പക്ഷേ, ഈ കത്ത് കിട്ടുന്നതിനുമുമ്പുതന്നെ താങ്കൾ വിവരം അറിയും. ലോകമെങ്ങും ഈ വിവരം അറിയിച്ചിരിക്കുന്നു. നീതിദേവതയെ വ്യഭിചരിച്ചുകൊണ്ടുള്ള നടപടിയാണിത്. പാവപ്പെട്ടവനായ ബ്രൂണോ, നിഷ്കളങ്കനായ ബ്രൂണോ, അല്ല മഹാനായ ബ്രൂണോ, ഒരു മഹാനായ റോമൻപൗരനെപ്പോലെ സ്വയം അവസാനിച്ചിരിക്കുന്നു. അവ

സാനമയാൾ തെറ്റിദ്ധരിക്കപ്പെട്ടു. തന്റെ പ്രാണപ്രേയസ്സി തന്നെ വഞ്ചിച്ചുവെന്ന് അയാളെ തെറ്റിദ്ധരിപ്പിച്ചു. എന്നിട്ടും അതു ചെയ്തു എന്ന് ചിത്രീകരിക്കപ്പെട്ട ആളെ ഒറ്റിക്കൊടുക്കുന്നതിനുപകരം സ്വയം ഇല്ലാതാവുകയാണ് അയാൾ ചെയ്തത്. ആ കത്ത് കെട്ടിച്ചമച്ചതായിരുന്നു. അവസാനം അയാൾ ഡേവിഡ് റോസ്സി നീണാൾ വാഴട്ടെ എന്നാണ്. ഒരലർച്ചയോടെയാണ് അയാൾ മരിച്ചത്. ഓ അപാരമായിരുന്നു ആ രംഗം. ആ രംഗം ഇപ്പോഴും എന്റെ കൺമുമ്പിൽ തെളിയുകയാണ്. മനുഷ്യന് ഇത്രമാത്രം മഹത്ത്വമുണ്ടെന്ന് ഇതുവരെ ഞാൻ മനസ്സിലാക്കിയിരുന്നില്ല. അത്രയ്ക്ക് പ്രോജ്ജ്വലമായിരുന്നു ആ മുഹൂർത്തം.

പ്രിയറോസ്സീ, ഇന്ന് രാവിലെ കോടതിയിൽ ഞാൻ കണ്ട രംഗങ്ങൾ, സംഭവങ്ങൾ അതെല്ലാമോർക്കുമ്പോൾ ലജ്ജിച്ച് തലതാഴ്ത്തിപ്പോവുകയാണ്. ബ്രൂണോയെ ഞാനും സംശയിച്ചിരുന്നു. അവർ കെട്ടിയുണ്ടാക്കിയ നുണകളുടെ ഗോപുരങ്ങൾ ആ കാഴ്ചകൾ കണ്ടപ്പോൾ എന്റെ കണ്ണുകൾ മഞ്ഞളിച്ചുപോയി. അയാൾ അങ്ങയെ വഞ്ചിച്ചിരിക്കുമെന്ന് ഞാൻ സംശയിച്ചു.

പ്രിയ റോസ്സി, അയാളുടെ അവസാനത്തെ അലർച്ചകേട്ടപ്പോൾ.............. അതെന്റെ ഹൃദയത്തിലിപ്പോഴും പ്രതിദ്ധ്വനിക്കുന്നു. വിജയത്തിന്റെ സാഗരഗർജ്ജനമായിരുന്നു അത്. വഞ്ചനയുടെ കൊടുമുടിക്കുമേൽ നിന്ന് ഉയർന്ന വിജയത്തിന്റെ മേഘഗർജ്ജനം എല്ലാറ്റിനെയും അതിജീവിക്കുന്ന ശക്തിയുടെ നാദം.

എന്നാൽ റോസ്സീ, ബ്രൂണോയുടെ മരണം മനസ്സുതകർന്ന മരണമായിരുന്നു എന്ന് കരുതരുത്. അങ്ങ് വഞ്ചകനാണെന്ന് വിശ്വസിച്ചുകൊണ്ടാണ് അയാൾ ഈ ലോകത്തോട് വിടപറഞ്ഞതെന്ന് അങ്ങ് ചിന്തിക്കരുത്. ഞാനുറപ്പിച്ചുപറയുന്നു. ആത്മാഹുതി ചെയ്യുവാനുള്ള തീരുമാനത്തോടെയാണ് അയാൾ കോടതിയിലേക്ക് വന്നത്. എന്തോ ഒരു രഹസ്യം ഒളിഞ്ഞിരിപ്പുണ്ടെന്നും ആർക്കും പിടികൊടുക്കാത്ത ആ രഹസ്യം, അതേ ആത്മാഹുതി ചെയ്യാനുള്ള ആ തീരുമാനം, അത് നടപ്പാക്കാനുള്ള നിശ്ചയത്തോടുകൂടിയാണ് അയാൾ കോടതിയിലേക്ക് വന്നത്. അതെല്ലാവർക്കും പിന്നീട് മനസ്സിലായി. കോടതിയിലും അയാൾ ബഹളം വെച്ചു. അയാളുടെ വസ്ത്രങ്ങൾ വൃത്തികെട്ടതായിരുന്നു. മുടി ചീകിയിരുന്നില്ല. അയാൾ കോടതിയിൽ പൊട്ടിച്ചിരിക്കുകയും അട്ടഹസിക്കുകയും ചെയ്തിട്ടും ജഡ്ജിപോലും എതിർത്തില്ല.

റോസ്സീ, അയാൾ ഞങ്ങളെയെല്ലാവരെയും ലജ്ജിപ്പിച്ചു കഴിഞ്ഞിരിക്കുന്നു. അയാളുടെ വാക്കുകളിൽ ആത്മാർത്ഥതയും വിശ്വാസവും സ്നേഹവും എല്ലാം ഘനീഭവിച്ചിരുന്നു. അയാളുടെ അവസാന ഗർജ്ജനം അപാരമായിരുന്നു. അവസാനംവരെ അയാൾ അങ്ങയെ വിശ്വസിക്കുന്നുവെന്ന് ഉറപ്പിക്കുന്നതായിരുന്നു അത്.

പ്രിയ റോസ്സീ, ഞാൻ അങ്ങയുടെ ഭവനത്തിലാണല്ലോ താമസിക്കുന്നത്. എന്തേ എന്റെ കത്തിന് മറുപടിയെഴുതിയില്ല. എന്തിനാണ് നിശ്ശ

ബ്ദത. ഞാനതിന്റെ രഹസ്യം കണ്ടുപിടിക്കാൻ ഇപ്പോൾ ശ്രമിക്കുകയാണ്. ഇതുവരെ ഞാൻ പല ഒഴിവുകഴിവുകളും പറഞ്ഞ് എന്നെത്തന്നെ വിശ്വസിപ്പിച്ചുനോക്കി. യാത്രയിലായിരിക്കും, തിരക്കായിരിക്കും എന്നെല്ലാം. പക്ഷേ, ഇനിയും അതിന് കഴിയുമെന്ന് തോന്നുന്നില്ല.

എനിക്ക മാപ്പുതരാൻ പ്രയാസമായിരിക്കും അല്ലേ. അത് സ്വാഭാവികമാണുതാനും. പക്ഷേ, എന്തെങ്കിലും എഴുതിയാൽ എന്റെ മനസ്സിന് അല്പമെങ്കിലും ആശ്വാസം ലഭിക്കും. എന്റെ ഇപ്പോഴത്തെ അവസ്ഥ അത്രയ്ക്ക് ഭീകരമാണ്. ഹൃദയം ഒരു ചുണ്ണാമ്പ് ചൂളപോലെ നീറുകയാണ്. ഇപ്പോൾ ആ നീറ്റൽ ഇരട്ടിച്ചിരിക്കുന്നു. ഹൃദയം കത്തിത്തീരുമെന്ന അവസ്ഥയിലാണ്. എന്നോട് ക്ഷമിക്കാൻ കഴിയുകയില്ലേ, അത്രത്തോളം അസ്സഹനീയമായിരിക്കും അതെന്ന് എനിക്കറിയാം.

പ്രിയ റോസ്സീ, അങ്ങയെ പ്രണയിക്കാൻ തുടങ്ങിയ നാൾമുതൽ എന്റെ ജീവിതത്തിനുമേൽ ആനന്ദത്തിന്റെ അമൃതവർഷമായിരുന്നു. ഇപ്പോൾ അങ്ങെനിക്ക് നഷ്ടപ്പെടുകയാണെന്ന് തോന്നുന്നു. അങ്ങനെയൊരു ദുരന്തം സംഭവിച്ചാൽപ്പോലും എനിക്ക് അങ്ങയോടുള്ള സ്നേഹം അവസാനിക്കുകയില്ല.

അങ്ങയുടെ എഴുത്തുകൾ ലഭിക്കാത്തതുകൊണ്ട് ഞാൻ പഴയ എഴുത്തുകൾതന്നെ വീണ്ടും വീണ്ടും വായിക്കുകയാണ്. കുറച്ചുനാൾമുമ്പ് അങ്ങ് ഒരു കേസിനെപ്പറ്റി എനിക്കെഴുതി. അതിൽപ്പറഞ്ഞ കാര്യങ്ങൾ ഞാനിവിടെ പകർത്തുകയാണ്.

അവൾ അങ്ങനെയല്ലെങ്കിൽപ്പോലും, അവൾ കുറ്റക്കാരിയാണെങ്കിൽപ്പോലും അവളെ ദയാരഹിതമായി വിധിക്കാൻ ഞാനാരാണ്. ഒരു പുരുഷനെ സംബന്ധിച്ചിടത്തോളം അയാളുടെ ജീവിതം തിരുത്താമെന്നുണ്ടെങ്കിൽ സ്ത്രീക്ക് അതു പാടില്ലെന്നുണ്ടോ. ആ സ്ത്രീ പാപംചെയ്യുകയും കഷ്ടപ്പെടുകയും ചെയ്തവളാണെങ്കിൽ ഞാനിങ്ങനെ ദൈവത്തോട് പ്രാർത്ഥിക്കും. “ദൈവമേ, ഞാനവളെ പ്രണയിക്കുന്നു. ഒന്നുകിൽ ഞങ്ങൾ ജീവിക്കും. അല്ലെങ്കിൽ ഞങ്ങൾ മരിക്കും.”

അങ്ങയുടെ ഈ വാക്കുകൾ എത്ര മനോഹരമാണ്. ഇത് ഞാനിവിടെ പകർത്തുമ്പോൾതന്നെ അതിരറ്റ ആഹ്ലാദം എനിക്കനുഭവപ്പെടുന്നു. ദേവാലയത്തിൽപോയി പുരോഹിതനുമുമ്പിൽ കുമ്പസാരം നടത്തിയപ്പോൾ എനിക്ക് ലഭിച്ച ആനന്ദംപോലെ ദിവ്യമായത്. ഞാൻ പാപമൊന്നും ചെയ്തിട്ടില്ല എന്നും പശ്ചാത്തപിക്കേണ്ട ആവശ്യംപോലുമില്ലായെന്നാണ് പള്ളിയിൽനിന്ന് അച്ചനെന്നോട് പറഞ്ഞത്. അദ്ദേഹമെന്നോട് ഏറെ അനുകമ്പയും സ്നേഹവും കാണിച്ചു.

പ്രിയ റോസ്സീ, ഇപ്പോഴതെല്ലാം അവസാനിക്കുകയാണോ. ഇനി എല്ലാം അങ്ങയുടെ കാരുണ്യത്തിൽ അവസാനിക്കും. എങ്കിലും ഒരു കാര്യം നിശ്ചയമാണ്. നാളെ എനിക്കെന്തുസംഭവിച്ചാലും ശരി ബ്രൂണോ എനിക്ക് വലിയൊരു ജീവിതപാഠം പഠിപ്പിച്ചുതന്നു. സ്നേഹിക്കുന്ന മനസ്സിനെ ഒരു ശക്തിക്കും പരാജയപ്പെടുത്താൻ കഴിയുകയില്ല. ശത്രു

ക്കൾക്ക് അതിനെ തൊടാൻപോലുമാകില്ല. ഞാൻ എല്ലാം അനുഭവിച്ചു കഴിഞ്ഞിരിക്കുന്നു. എല്ലാ പരീക്ഷണങ്ങളും കടന്നിരിക്കുന്നു. ഇനി മരണം മാത്രമാണ് അവശേഷിച്ചിരിക്കുന്നത്. എന്തുതന്നെ സംഭവിച്ചാലും അന്ത്യംവരെ ഞാൻ അങ്ങയുടെ വിശ്വസ്തയായിരിക്കും. അത് എന്നെ സ്വീകരിക്കുന്ന മരണത്തിനും വളരെ വ്യക്തമായി കാണാൻ കഴിയും.

സ്നേഹാശംസകളോടെ
ഇനിയും മാപ്പ് ലഭിച്ചിട്ടില്ലാത്ത അങ്ങയുടെ റോമ"

ഏഴ്

പിറ്റേദിവസം റോമയെക്കാണാൻ വത്തിക്കാനിൽനിന്നും ഒരാളെ ത്തിയിരുന്നു. റെയ്മണ്ട് പ്രഭു. റോമയെ കാണാൻ ആഗ്രഹിക്കുന്നുവെന്നും അവളോട് കഴിയുംവേഗം വത്തിക്കാനിലെത്തണമെന്നും സന്ദേശവാഹ കൻ അറിയിച്ചു.

റോമ മനോഹരമായ വസ്ത്രങ്ങൾ ധരിച്ചുകൊണ്ട് പോപ്പിനെ കാണാൻ ഒരുങ്ങി. അപ്പോൾ സന്ദേശവാഹകൻ ഡേവിഡ് റോസ്സിയുടെ ചിത്രം ആസ്വദിച്ചുനില്ക്കുകയായിരുന്നു.

"ചിത്രം ഗംഭീരമായിട്ടുണ്ട്."

റോമ ശിരസ്സ് താഴ്ത്തി മന്ദഹസിച്ചുകൊണ്ട് നിന്നു.

"ക്രിസ്തുവിന്റെ വിശുദ്ധചരായ. എന്തൊരു ഐശ്വര്യമാണ് മുഖത്തി ന്. എന്നാൽ, എനിക്കേറ്റവും അത്ഭുതം ക്രിസ്തുവിനും പോപ്പിനും ഏറെ സാമ്യമുണ്ട് എന്നതാണ്."

"ശരിയാണ്."

ചിത്രത്തെ നോക്കി സന്ദേശവാഹകൻ തുടർന്നു:

"നിങ്ങളത് അത്രയ്ക്ക് ശ്രദ്ധിച്ചിട്ടുണ്ടായിരുന്നോ. പോപ്പിനും ക്രിസ്തുവിനും ഒരേമുഖം, ഒരേ ഭാവം. യുവത്വം തുടിക്കുന്നു. പോപ്പിന്റെ മുഖത്തെ മീശരോമങ്ങൾ നന്നായിട്ടുണ്ട്. ദേഷ്യംവരുമ്പോഴാണ് അത് ആ മുഖത്ത് സാധാരണഗതിയിൽ തെളിയുന്നത്."

റോമ ജനവാതിലിലൂടെ പുറത്തേക്ക് നോക്കിക്കൊണ്ട് സന്ദേശവാ ഹകനോട് ചോദിച്ചു:

"പോപ്പിന് ബന്ധുക്കളില്ലേ."

"ആരുമില്ല. അച്ഛനമ്മമാർക്ക് ഒറ്റ പുത്രൻ. മുപ്പത് സംവത്സരങ്ങൾക്കു മുമ്പ് പരിശുദ്ധപിതാവിന്റെ രൂപവും ഭാവവും എങ്ങനെയായിരിക്കുമെന്ന് നിങ്ങൾ ഓർക്കുകയാണല്ലേ." റോമ ചിരിച്ചുപോയി. സന്ദേശവാഹകനും അവളോടൊപ്പം ചിരിച്ചു

"നമുക്കുപോകാം." അവരിരുവരും പുറപ്പെട്ടു. വാഹനം അവർക്കു വേണ്ടി കാത്തുനില്ക്കുകയായിരുന്നു. റോമയുടെ മനസ്സിൽ എന്തോ ഒന്ന് വിങ്ങുന്നുണ്ടായിരുന്നു. എന്തിനായിരിക്കണം പോപ്പ് തന്നെ കാണാൻ ആളെ അയച്ചത്. എന്തായിരിക്കും അദ്ദേഹത്തിന് തന്നോട് പറാനുള്ളത്.

പോപ്പ് ആരെയെങ്കിലും കാണാൻ ആളയയ്ക്കുക എന്നത് അപൂർവ്വമാണ്. വിശേഷിച്ചും ഒരു സ്ത്രീയെകാണാൻ. അത്, എങ്ങനെയുള്ള സ്ത്രീ. കത്തോലിക്കാസഭയിൽപ്പെടാത്ത ഒരു സ്ത്രീ.

"ഇത് തികച്ചും അസാധാരണമാണല്ലോ."

"അതെ."

പോപ്പിന്റെ കുമ്പസാരക്കാരനായ അച്ചനാണ് ഇതിനെല്ലാം കാരണമെന്ന് റോമയ്ക്ക് മനസ്സിലായി. അവൾ പറഞ്ഞു:

"ഓ, എനിക്കെല്ലാം മനസ്സിലായി. പോപ്പ് കരുണാമയനാണല്ലോ."

"കരുണാമയനാണെന്നോ, ഏറ്റവും വലിയ പുണ്യവാളനാണ്. സർവ്വരുടെയും പിതാവും. എന്നാൽ, ചിലപ്പോൾ അദ്ദേഹത്തിന് ദേഷ്യംവരും. എങ്കിലും ഹൃദയം മധുരോദാരമാണ്. ലോകത്തിൽ ഇങ്ങനെ ക്ഷമാശീലമുള്ള ഒരാളില്ല."

റോമയുടെ ഹൃദയത്തിൽ എന്തെന്നില്ലാത്ത ഒരു പ്രകാശം അരിച്ചിറങ്ങി. പോപ്പിനോട് എല്ലാം പറയണം. ഇതൊരു അപൂർവ്വമായ അവസരമാണ്. താനും ഡേവിഡ് റോസ്സിയും തമ്മിലുള്ള ബന്ധത്തെപ്പറ്റിയെല്ലാം പറയണം. തനിക്ക് വിശുദ്ധ പിതാവ് ഉപദേശം നല്കും.

സമയം പത്തുമണിയായതോടെ റോമയെയും വഹിച്ചുകൊണ്ടുള്ള വാഹനം പോപ്പിന്റെ അരമനയിലെത്തി. എത്ര മനോഹരമായ ഒരു സ്ഥലമാണിതെന്ന് കണ്ട് അവൾ അത്ഭുതപ്പെട്ടു. ചുറ്റും സുന്ദരമായ അരുവികൾ. സൂര്യപ്രകാശം വീണുതിളങ്ങുന്ന പൂങ്കാവനം.

റോമ അരമനയുടെ പൂമുഖപ്പടിയിൽ വാഹനമിറങ്ങി. കോണികയറി അവൾ നടന്നു. പരവതാനി വിരിച്ച ഒരു മുറിയിലെത്തി അവിടെ മാർബിൾകൊണ്ടുണ്ടാക്കിയ ഒരു മേശയുണ്ടായിരുന്നു. ആ മുറിയുടെ തൊട്ടടുത്താണ് പോപ്പിന്റെ മുറി. റോമയുടെ അടുത്തേക്ക് നടന്നുവന്ന ഒരു വൈദികൻ അവളോട് ആ പരവതാനി വിരിച്ച മുറിയിൽ ഇരിക്കാൻ പറഞ്ഞു. ഫാദർ പിഫരി എന്നായിരുന്നു ആ വൈദികന്റെ പേര്. അദ്ദേഹം പറഞ്ഞു:

"പോപ്പ് ഉടൻതന്നെ ഇങ്ങോട്ട് വരും. കുട്ടിയുടെ ജീവിതകഥകളെല്ലാം പോപ്പിന്റെ ഹൃദയത്തെ വല്ലാതെ സ്പർശിച്ചു. അദ്ദേഹമാണ് നിന്നെ കാണാൻ ആളയച്ചുവരുത്തിയത്. മകളേ നീ ഭയപ്പെടേണ്ട. പോപ്പ് അതായത്, പിയൂസ് മാർപ്പാപ്പ പത്താമൻ മഹാനായ ഒരാളാണ്. എന്നാൽ, ആ വലുപ്പംകണ്ട് നീ ഭയപ്പെടരുത്. പിതാവിനെ നിനക്ക് ഒരു സുഹൃത്തെന്ന് കരുതാം. ഒന്നും അദ്ദേഹത്തിൽനിന്നും ഒളിക്കേണ്ടതില്ല. എല്ലാം തുറന്നുപറയാം. മറ്റുള്ളവരുടെ രഹസ്യങ്ങളും പോപ്പിനോട് പറയാൻ നീ ഭയപ്പെടേണ്ടതില്ല."

"പക്ഷേ," റോമ പറഞ്ഞു തുടങ്ങുമ്പോഴേക്കും വൈദികൻ ഇടപെട്ടു.

"എന്താണ് പറയാനുള്ളത്?"

"പോപ്പ് വിശുദ്ധനല്ല."

"ഒരിക്കലുമങ്ങനെ പറയരുത്. വിശുദ്ധപിതാവ് നമ്മെപോലെതന്നെ ഒരു മനുഷ്യനാണ്. അദ്ദേഹത്തെക്കുറിച്ചുള്ള ഒരു രഹസ്യം ഞാൻ കുട്ടി

യോട് പറയാം. അതുകേൾക്കുമ്പോൾ നീ സ്വന്തം പിതാവിനോടെന്ന പോലെ അദ്ദേഹത്തോട് പെരുമാറും."

"മുപ്പത്തിയഞ്ച് സംവത്സരങ്ങൾക്കുമുമ്പ്." വൈദികൻ പറഞ്ഞു തുടങ്ങി.

"അദ്ദേഹം, അന്ന് പോപ്പാകുമെന്ന് ഒരിക്കലും കരുതിയില്ല. റോമിലെ ഒരു ബാങ്കറുടെ ഏകമകനായിരുന്നു അദ്ദേഹം. പിയാസയ്ക്ക് സമീപമായിരുന്നു അദ്ദേഹത്തിന്റെ വീട്. പിതാവ് വലിയ ധനികനായിരുന്നതിനാൽ മകനെ പോപ്പാക്കണമെന്ന് അതിയായി ആഗ്രഹിച്ചു. എന്നാൽ, അദ്ദേഹത്തിന് അതിനോട് വലിയ താല്പര്യമുണ്ടായിരുന്നില്ല. സാധാരണജീവിതത്തിന്റെ എല്ലാ സുഖങ്ങളും അനുഭവിച്ച് അയാൾ ജീവിച്ചു. പിന്നീട് ഒരു ഉദ്യോഗം സ്വീകരിക്കാമെന്നുവെച്ചു. അതിലും അദ്ദേഹത്തിന് വ്യക്തിപരമായ താല്പര്യം ഉണ്ടായിരുന്നില്ല. എന്നാൽ, അച്ഛന്റെ സന്തോഷത്തിനുവേണ്ടി അതു ചെയ്തു എന്നുമാത്രം. അക്കാലത്ത് അദ്ദേഹം ഒരു സ്ത്രീയുമായി പരിചയത്തിലായി. ഒരു നല്ല സ്ത്രീയായിരുന്നു അവൾ, സാധു. ആ പരിചയം പ്രണയമായി വളർന്നു. നല്ല സ്വഭാവശുദ്ധിയും ബുദ്ധിയുമുള്ള ഒരുവളായിരുന്നു ആ സ്ത്രീ. അദ്ദേഹത്തിന് പറ്റിയവൾ. അവളെ വിവാഹംകഴിക്കാൻ അദ്ദഹം തീരുമാനിച്ചു. അങ്ങനെ അതുനടന്നു. പള്ളിയിൽവെച്ച് ആചാരപ്രകാരം ആ വിവാഹം നടന്നു.

"എന്നാൽ, അക്കാലത്തൊരു ക്രൂരമായ നിയമം നടപ്പിലുണ്ടായിരുന്നു.അതായത് പള്ളിയിൽവെച്ചു നടന്നതുകൊണ്ട് മാത്രം വിവാഹം നിയമപ്രകാരമുള്ളതായി മാറുന്നില്ല. കോടതിയുടെ അനുവാദം വേണം. പള്ളിയിൽവെച്ച് നടന്ന വിവാഹം കോടതിയുടെ അനുവാദത്തോടെയുള്ളതായിരുന്നില്ല. അതിനാൽ, മകനെ ആ വിവാഹബന്ധത്തിൽനിന്നും അകറ്റാൻ അദ്ദേഹത്തിന്റെ പിതാവ് ശ്രമിച്ചു. വിവാഹം അസാധുവാക്കാനുള്ള ശ്രമങ്ങൾ അയാൾ നടത്തി.

"ഒരു ദിവസം ആ സ്ത്രീയെ ഒറ്റയ്ക്ക് കിട്ടിയപ്പോൾ അദ്ദേഹത്തിന്റെ പിതാവ് അവളെ ഭീഷണിപ്പെടുത്തി. അയാളുടെ മനസ്സിൽ അപ്പോഴും മകനെ പോപ്പാക്കണമെന്ന ആഗ്രഹമായിരുന്നു. അയാൾ ആ സ്ത്രീയെ, മകന്റെ ഭാര്യയെ മാനസികമായി പീഡിപ്പിച്ചു. വിവാഹം നിയമാനുസൃതമല്ലെന്നും, വത്തിക്കാനിലെ പോപ്പാവേണ്ടുന്ന ഒരാളുടെ ജീവിതത്തിനുമുമ്പിൽ തടസ്സമായിനിന്ന അവൾ മഹാപാപിയാണെന്നും അയാൾ പറഞ്ഞു. മകനോടുള്ള അതിരുകവിഞ്ഞ സ്നേഹംകൊണ്ടായിരുന്നു അയാളതൊക്കെ ചെയ്തത്. ആ സ്ത്രീ അതെല്ലാം കേട്ട്, ഭർത്താവിൽനിന്നും അകലാൻ തീരുമാനിച്ചു. ഭർത്താവിന്റെ ഉന്നതമായ ഭാവിക്കുവേണ്ടി അവൾ തന്റെ ജീവിതം ഹോമിക്കാൻ തീരുമാനിക്കുകയായിരുന്നു. അങ്ങനെ ഒരു ദിവസം അവൾ ടൈബർനദിയിൽ ജീവനൊടുക്കി."

റോമായുടെ നെഞ്ചിലൂടെ ഒരു മിന്നൽപ്പിണർ കടന്നുപോയി. അവൾ വിതുമ്പിക്കരഞ്ഞുപോകുമോ എന്ന് ഭയപ്പെട്ടു. വൈദികൻ തുടർന്നു:

"വീട്ടിലെത്തിയ അദ്ദേഹം കണ്ടത് ഭാര്യ തനിക്കെഴുതിയ ഒരു കത്താണ്. ടൈബർ നദിയിലേക്ക് ചാടുംമുമ്പ് തന്റെ ഭാര്യ തനിക്കെഴു

തിയ കത്ത് വായിച്ച് അയാളാകെ സമനിലതെറ്റിയവനെപ്പോലെയായി. പിതാവിനോട് ക്രോധംതോന്നി. പക്ഷേ, ഫലമില്ല. തന്നോടുള്ള അമിതമായ സ്നേഹമാണ് ഇതിനെല്ലാം കാരണമായത്. പിന്നെ ആരെ കുറ്റം പറയണം. മരിച്ചവളെയോ. എന്തിന്. അവൾ മരിച്ചതും തന്നോടുള്ള അമിതമായ സ്നേഹംകൊണ്ടാണെന്ന് ആലോചിക്കാൻ അയാൾക്ക് കഴിയുമായിരുന്നു. അന്നുമുതൽ അയാൾ എല്ലാ ജീവിത സുഖങ്ങളും ഉപേക്ഷിച്ചു. കുടുംബജീവിതത്തെ വെറുത്തു.

എട്ടുദിവസം രാപ്പകൽ അയാൾ പ്രാർത്ഥനാനിർഭരമായി കഴിച്ചുകൂട്ടി. ഒമ്പതാമത്തെ ദിവസം സഭയിൽചേർന്നു. അങ്ങനെ അയാൾ ഒരു വൈദികനായി."

റോമയുടെ കണ്ണുകളിൽ വെള്ളം നിറയുന്നുണ്ടായിരുന്നു. അയാൾ തുടർന്നു:

"അന്ന് അവിടുത്തെ കന്യാസ്ത്രീകൾ ഒരു ആശുപത്രി നടത്തിയിരുന്നു. ഞാനന്ന് ആശുപത്രിയിലാണ് ജോലിചെയ്തിരുന്നത്. അന്നദ്ദേഹം ആ ആശുപത്രിയിലുണ്ടായിരുന്നു."

"അദ്ദേഹത്തിന് കുഞ്ഞുണ്ടായിരുന്നോ?" റോമ ചോദിച്ചു

"ഉണ്ടായിരുന്നു. പക്ഷേ, ഭാര്യയുടെ അവസാനത്തെ കത്തിൽനിന്നാണ് അയാൾക്കത് മനസ്സിലായത്. അവളോടൊപ്പം കുഞ്ഞും മരിക്കണമെന്നതായിരുന്നു അവളുടെ ആഗ്രഹം. കത്തിൽ അവളങ്ങനെ എഴുതിയിരുന്നു. അങ്ങനെ ആ കുഞ്ഞും നദിയിൽ മുങ്ങിച്ചത്തുവെന്ന് അയാൾ കരുതി. എന്നാൽ, ഒരമ്മയുടെ ഹൃദയം അവളുടെ അന്ത്യനിമിഷത്തിൽ കുഞ്ഞിനെ ബലികൊടുക്കാനുള്ള ശ്രമത്തിൽനിന്നും പിന്തിരിപ്പിച്ചു. ഒരു കടലാസിൽ കുട്ടിയുടെ പേര് എഴുതി അത് അവന്റെ കൈയിൽകെട്ടിയിരുന്നു. എന്റെ കൈയിലാണ് അവനെ കിട്ടിയത്. അതുകൊണ്ട് അവന്റെ ഉടമസ്ഥനെ കണ്ടുപിടിക്കാൻ എനിക്കെളുപ്പം കഴിഞ്ഞു. അങ്ങനെ അയാൾ തന്റെ കുഞ്ഞിനെ കണ്ടുപിടിക്കാൻവേണ്ടി ഇറങ്ങിപ്പുറപ്പെട്ടു."

"എന്നിട്ട് കിട്ടിയോ?"

"ഇല്ല. അവനെ ഞാൻ ഏല്പിച്ച ആളുകൾ അപ്പോഴേക്കും അവനെ വിറ്റിരുന്നു. പിന്നെ കിട്ടിയില്ല."

റോമയുടെ നാവ് താഴോട്ടിറങ്ങുന്നതുപോലെ തോന്നി. അവൾക്കൊന്നും മിണ്ടാൻകഴിഞ്ഞില്ല.

"പിന്നീട് സംഭവിച്ചത് ഒരു വലിയ കഥയാണ്. അദ്ദേഹത്തിന്റെ പിതാവ് മരിച്ചു. അങ്ങനെ അദ്ദേഹം അച്ഛന്റെ സ്വത്തിന്റെ അവകാശിയായി. അദ്ദേഹമങ്ങനെ റോമിൽ ഒരനാഥമന്ദിരം പണിതു. നാട്ടിലൂടെ നടന്ന് അനാഥരായ കുട്ടികളെ കണ്ടെടുത്ത് അവരെ തന്റെ അനാഥമന്ദിരത്തിൽ വളർത്തി. അങ്ങനെ ലോകം മുഴുവൻ അറിയുന്ന ഒരു ഉദാരമതിയായി അദ്ദേഹം മാറി. അപ്പോഴും അയാൾ ഉള്ളിലെവിടെയോ തനിക്ക് നഷ്ടപ്പെട്ട തന്റെ കുഞ്ഞിനെ അന്വേഷിച്ചു. എല്ലായിടത്തും അവനെ തിരക്കി."

റോമയുടെ കണ്ണുകളിൽനിന്നും അശ്രുകണങ്ങൾ അടർന്നുവീണു.

"അങ്ങനെ അഞ്ച്സംവത്സരങ്ങൾ കഴിഞ്ഞു. അപ്പോൾ അദ്ദേഹ

ത്തിന് ഒരു വിവരം ലഭിച്ചു. ഇംഗ്ലണ്ടിൽ എവിടെയോ തന്റെ കുഞ്ഞുണ്ട്. അങ്ങനെയാണ് അദ്ദേഹം ലണ്ടനിൽ താമസമാക്കിയത്. ലണ്ടനിലും അദ്ദേഹം തന്റെ സേവനകൃത്യങ്ങൾ തുടർന്നു. ധാരാളം പണം അതിനു വേണ്ടി ചിലവാക്കി. എന്നാൽ, തന്റെ മകനെ കണ്ടെത്താനായില്ല. അവസാനം റോമിലേക്ക്തന്നെ തിരിച്ചു.

"റോമിൽനിന്നും അദ്ദേഹം വീണ്ടുംവീണ്ടും ഉയരങ്ങളിലേക്കെത്തി. മെത്രാനായി നിയമിക്കപ്പെട്ടു. പിന്നീട് കർദ്ദിനാളായി. അവസാനം പോപ്പായി. അദ്ദേഹത്തിന്റെ യഥാർത്ഥപേര് ഡേവിഡ് ലിയോൺ.

അതെ, പരിശുദ്ധപിതാവിന്റെ യഥാർത്ഥപേര് അതായിരുന്നു. ആ മനുഷ്യൻ ഒരുകുറ്റവും ചെയ്തിട്ടില്ല. അത്തരത്തിലുള്ള ഒരു മനുഷ്യനോട് നിനക്ക് നിന്റെ കാര്യങ്ങൾ പറയാൻ മടിയുണ്ടോ. അദ്ദേഹത്തെപ്പോലെ ഒരാളെ കുറ്റപ്പെടുത്താൻ കഴിയുമോ."

കവിളിലൂടെ കണ്ണുനീർ ഒഴുകിക്കൊണ്ടിരുന്നു. റോമ അത് തുടച്ചു മാറ്റിക്കൊണ്ട് പറഞ്ഞു:

"ഒരിക്കലുമില്ല."

അപ്പോഴേക്കും ഒരാൾവന്ന് പരിശുദ്ധപിതാവ് അവളെ ഉടൻതന്നെ വിളിക്കുന്നുവെന്ന വിവരം അറിയിച്ചു. അങ്ങനെ അവസാനം വിശുദ്ധപിതാവിന്റെ മുറിയിലെത്തി. റോമ പിതാവിന് മുമ്പിൽ മുട്ടുകുത്തി. വിശുദ്ധമായ മുഖഭാവം. നിർമ്മലമായ സ്വരം. മുറിയിൽ അവളും പിതാവും മാത്രം. മുറിയുടെ വാതിലടഞ്ഞു.

ശുഭ്രവസ്ത്രം ധരിച്ചുകൊണ്ട് പോപ്പ് ഒരു കസേരയിലിരിക്കുകയായിരുന്നു. റോമ അടുത്തേക്ക് വന്നപ്പോൾ ആ മുഖത്ത് ഒരു ദിവ്യപ്രകാശം ജ്വലിക്കുന്നതായി തോന്നി. അവൾ പിതാവിനുമുമ്പിൽ മുട്ടുകുത്തി. അദ്ദേഹത്തിന്റെ വിരലുകളിലെ മോതിരം ചുംബിച്ചു. പിതാവ് സ്നേഹപൂർവ്വം അവളുടെ കൈകൾ തലോടിക്കൊണ്ട് അവളുടെ മുഖത്തേക്കുനോക്കി.

റോമയുടെ ശരീരത്തിൽനിന്ന് വേദനയുടെ എല്ലാ കണങ്ങളും അപ്രത്യക്ഷമായി.

"മകളേ, ഫാദർ പിഫരിയാണ് നിന്നെപ്പറ്റി എന്നോട് പറഞ്ഞത്. ആ രഹസ്യം അദ്ദേഹമെന്നെ ധരിപ്പിച്ചു. കുട്ടി വല്ലാതെ സഹിച്ചു. എന്റെ സഭയിൽപ്പെട്ടവളല്ലെങ്കിലും നിന്നെ സഹായിക്കേണ്ടത് അത്യാവശ്യമാണെന്ന് എനിക്ക് തോന്നി. അതുകൊണ്ടാണ് നിന്നെ ഇവിടേക്ക് വിളിപ്പിച്ചത്."

റോമ വീണ്ടും പിതാവിന്റെ മോതിരത്തിൽ ചുംബനമർപ്പിച്ചു.

"പണ്ട്പണ്ട്, വളരെപണ്ട്, നിന്നെപ്പോലെ ഒരു സ്ത്രീയെ ഞാൻ കണ്ടിരുന്നു. നിന്റെ കഥകേട്ടപ്പോൾ എനിക്കവളെയാണ് ഓർമ്മവന്നത്. പക്ഷേ പിന്നീടവൾ മരിച്ചുപോയി."

വിശുദ്ധപിതാവിന്റെ സ്വരത്തിൽ ദുഃഖംകലർന്ന ഒരു ദിവ്യഭാവം അവൾക്കനുഭവപ്പെട്ടു.

"മകളേ ഒരിക്കലും ലോകം നിന്ദിക്കരുത്. നിന്റെ വിവാഹത്തിന് ആത്മീയപിൻബലമുണ്ട്. ഒരാൾ ക്രിസ്ത്യാനിയല്ലാത്തതുകൊണ്ട് അയാളുടെ വിവാഹം ന്യായമാണോ എന്ന് വിധിക്കേണ്ടത് സമൂഹമല്ല." അയാൾ

തുടർന്നു.

"മകൾ ഒരു കാര്യംചെയ്യുക. എല്ലാ വിവരങ്ങളും ഭർത്താവിനെ അറിയിക്കുക."

"പിതാവേ ആ രഹസ്യങ്ങളെല്ലാം പിഫരി അച്ചനോട് പറയുംമുമ്പ്തന്നെ ഞാൻ എന്റെ ഭർത്താവിനോട് പറഞ്ഞിട്ടുണ്ട്."

"എന്നിട്ടെന്തു പറഞ്ഞു?"

"പിതാവ് പറഞ്ഞതുപോലെതന്നെ പറഞ്ഞു."

"എന്നിട്ടെന്തു മറുപടി പറഞ്ഞു?" അതിനുത്തരം പറയാൻ അവൾക്ക് കഴിഞ്ഞില്ല. തെല്ലിടകഴിഞ്ഞ് അവൾ ഇങ്ങനെ ഉണർത്തിച്ചു:

"ഒരു മറുപടിയും ലഭിച്ചില്ല."

"ഒന്നും."

"കിട്ടിയില്ല."

"മറുപടി ലഭിക്കാൻ സമയമായോ?"

"സമയം കഴിഞ്ഞു."

"ഇനി എന്തുമനസ്സിലാക്കണം."

"എന്നോട് ക്ഷമിക്കരുതെന്ന് ആ മനസ്സിന് തോന്നിയിട്ടുണ്ടായിരിക്കണം. അങ്ങനെ ആ ദുഃഖത്തിൽ കഴിയുകയായിരിക്കണം."

"മകളേ, ഞാനദ്ദേഹത്തോട് സംസാരിക്കണോ."

റോമയുടെ ഹൃദയത്തിൽ അത് സംഗീതംപോലെ ഒരു പ്രവാഹമായിമാറി.

"ഞാനതിന് അർഹയല്ലച്ചോ എങ്കിലും പിതാവത് ചെയ്താൽ."

"പക്ഷേ, കുട്ടീ, എല്ലാം എന്നോട് തുറന്നുപറയണം."

"ആരാണ് നിന്റെ പിതാവ്."

"എന്റെ പിതാവ് രാജ്യഭ്രഷ്ടനാണ്. പ്രവാസജീവിതം നയിച്ച് അവിടെവെച്ചയാൾ മരിച്ചു. പേര് പ്രോസ്പിരോ വൊള്ളാനാ."

"അപ്പോൾ ഞാൻ കരുതിയ ആൾതന്നെ. മറ്റെയാൾ.........."

"എന്റെ പിതാവിന്റെ ഒരു ബന്ധു. അത് പിന്നീടാണ് എനിക്ക് മനസ്സിലായത്. എന്റെ പിതാവിനെ ചതിച്ച ആൾ. ഇറ്റലിയിലെ ധനാഢ്യൻ. പേര് ബാരൻ ബൊനാലി."

"അതെ, ശരിയാണ്, ശരിയാണ്, കുട്ടിയുടെ ഭർത്താവ്."

"വളരെ വിശേഷപ്പെട്ട മനുഷ്യൻ."

"ആരാണത്?"

"പിതാവേ, എന്നെ പ്രതി വളരെയേറെ അനുഭവിച്ച ആളാണ് അദ്ദേഹം. അദ്ദേഹമെന്റെ ജീവിതത്തിലേക്ക് കടന്നുവന്നില്ലായിരുന്നുവെങ്കിൽ ഇന്ന് ഞാനില്ല."

"ദൈവം കുഞ്ഞിനെ രക്ഷിക്കട്ടെ. നിങ്ങളെ രണ്ടുപേരെയും രക്ഷിക്കട്ടെ."

"വളരെ ആകസ്മികമായിട്ടാണ് ഞാൻ അദ്ദേഹത്തെ പരിചയപ്പെട്ടത്. അദ്ദേഹം സർക്കാരിനെ രൂക്ഷമായി വിമർശിച്ചകൂട്ടത്തിൽ മന്ത്രിയുടെ വെപ്പാട്ടിയെന്നു പറഞ്ഞ് എന്നെ കുറ്റപ്പെടുത്തി. അത് സത്യമല്ലായിരു

ന്നു. ഞാൻ അപമാനിതയായി. അങ്ങനെ അദ്ദേഹത്തെ കൊല്ലാൻ മുതിർന്നവളാണ്.”

“ഭയങ്കരം തന്നെ.”

“എന്നാൽ പിന്നീടെനിക്ക് മനസ്സിലായി എന്റെ ശത്രു എന്റെ പിതാവിന്റെ യഥാർത്ഥ സുഹൃത്താണെന്നു നടിക്കുന്ന ആളാണെന്ന്.അങ്ങനെ വെറുപ്പ് എന്നിൽനിന്നും അപ്രത്യക്ഷമായി. മനസ്സിലെ ഇരുട്ട് മാറി. എന്റെ ഹൃദയാന്തരാളത്തിൽ ഒരു ജ്യോതി പ്രത്യക്ഷപ്പെട്ടു. പ്രണയത്തിന്റെ അപൂർവ്വനാളമായിരുന്നു അത്. ഞാനദ്ദേഹത്തെ പ്രണയിക്കാൻ തുടങ്ങി.”

“എന്നിട്ട്?”

“ബാരൻ ഞങ്ങൾക്കിടയിൽ ഒരു തടസ്സമായിനിന്നു. അയാളുടെ രഹസ്യങ്ങൾ ഞാൻ ബാരനിൽനിന്ന് മറച്ചുവെച്ചു. അയാൾക്ക് കോപംവന്നിരുന്നു. എന്നെ ഭീഷണിപ്പെടുത്താൻ തുടങ്ങി.”

“പിന്നെ.”

“ഞാൻ സ്നേഹിക്കുന്ന ആ പുരുഷനെ ഞാൻ വിവാഹംചെയ്തു. സ്വത്തോ പദവിയോ ആഗ്രഹിച്ചല്ല. പുതിയൊരു ജീവിതം ലഭിക്കണമെന്ന് ആഗ്രഹിച്ചു. ദൈവത്തോട് അതിനുവേണ്ടിയാണ് പ്രാർത്ഥിക്കുന്നത്.” ഇതെല്ലാം കേട്ടതോടെ വിശുദ്ധപിതാവിന്റെ കണ്ണ് ഈറനായി. വിറയ്ക്കുന്ന അവളുടെ കൈകൾ തലോടിക്കൊണ്ട് പിതാവ് ഇങ്ങനെ പറഞ്ഞു:

“എപ്പോഴും അനുഗ്രഹമുണ്ടാകും. കുട്ടിയെ വിവാഹം കഴിച്ച അദ്ദേഹം നിന്റെ പ്രണയത്തിന് അർഹനാവും.”

“തീർച്ചയായും അദ്ദേഹം അർഹനാണ്.”

“അദ്ദേഹം മോളുടെ പിതാവിന്റെ സുഹൃത്തായിരുന്നു അല്ലേ.”

“അതെ, പണ്ട് ലണ്ടനിലായിരുന്നപ്പോഴേ ഞാനറിയും. കുട്ടിക്കാലത്തുതന്നെ.”

“മന്ത്രിക്ക് അയാളോട് വെറുപ്പായിരുന്നു അല്ലേ.”

“അതെ.”

“നന്നായി. കുട്ടിയെക്കാൾ പ്രായമുണ്ടോ ഭർത്താവിന്?”

പോപ്പിന്റെ ഈ ചോദ്യത്തിന് റോമ ഒരു ചിരിയാണ് മറുപടി നല്കിയത്. പോപ്പും ചിരിച്ചുപോയി.

“അദ്ദേഹത്തിന് എന്നെക്കാൾ പത്ത് വയസ്സ് കൂടുതലുണ്ട് പിതാവേ.”

“അദ്ദേഹത്തിന്റെ പിതാവാരാണ്?”

“അദ്ദേഹത്തിനത് അറിയില്ല.”

“അദ്ദേഹമാരെപ്പോലെയുണ്ട്.”

“അത് പറഞ്ഞാൽ പിതാവിന് ദേഷ്യംവരുമോ?” റോമ ചിരിച്ചു പോപ്പും ചിരിച്ചു.

“എന്തിന്?”

“പിതാവിന്റെ ഛായയുണ്ട്.”

റോമ ശിരസ്സുതാഴ്ത്തി. അവളുടെ ഹൃദയം ആഹ്ലാദംകൊണ്ട് ത്രസിച്ചു. പോപ്പ് അവളുടെ കൈ തടവി.

"അദ്ദേഹത്തിന്റെ പേര്."

"ഡേവിഡ് റോസ്സി."

"ഡേവിഡ് റോസ്സിയോ" പോപ്പിന്റെ സ്വരം ആകെ പതറിയിരുന്നു. പെട്ടെന്ന് പിതാവ് തന്റെ കസേരയിൽനിന്നെഴുന്നേറ്റു. മുഖത്താകെ പരിഭ്രമം. അത് ഭയമായി മാറി.

"ഡേവിഡ് റോസ്സിയോ" അയാൾ വീണ്ടും ചോദിച്ചു

"അതെ."

"ആ വിപ്ലവകാരിയോ?"

"അദ്ദേഹം ഒരുവലിയ സാമൂഹ്യപ്രവർത്തകനാണ്. രാഷ്ട്രീയപ്രവർത്തകനാണ്." അതുകേട്ടതോടെ പോപ്പ് മുറിക്കകത്ത് അങ്ങോട്ടുമിങ്ങോട്ടും നടക്കാൻതുടങ്ങി. എന്നിട്ട് പറഞ്ഞു:

"സഭയ്ക്കെതിരായി പ്രവർത്തിക്കുന്ന ആളാണ് അയാൾ."

"ശരിയല്ല പിതാവെ, അദ്ദേഹം പള്ളിയെയല്ല എതിർക്കുന്നത്. സർക്കാരിനെയാണ്." റോമ ഡേവിഡ് റോസ്സിയെ പിന്തുണച്ചുകൊണ്ട് സംസാരിക്കാൻ തുടങ്ങി.

"പിതാവേ, ഞാനൊരു സത്യംപറയാം. ഇന്നുവരെ ആരോടും പറയാത്ത സത്യം. ഒരു രഹസ്യം. അതങ്ങയോട് മാത്രം പറയാം. അദ്ദേഹമിപ്പോൾ ഇംഗ്ലണ്ടിലാണ്. റോമിലെ രാജാവിനെ തകർക്കാനുള്ള ഒരാസൂത്രണത്തിൽ ഏർപ്പെട്ടിരിക്കുകയാണ് അദ്ദേഹം. അദ്ദേഹത്തിന് സഭയോടോ പോപ്പിനോടോ വിദ്വേഷമില്ല."

"നിർത്തൂ എനിക്ക് കേൾക്കേണ്ട." പോപ്പിന്റെ ഉറച്ച ശബ്ദംകേട്ട് അവൾ ഭയപ്പെട്ടു. താനത് പറയാൻ പാടില്ലായിരുന്നു. ആരോടും പറയാൻപാടില്ലാത്ത ആ രഹസ്യം.

"പിതാവേ, ഞാനീപ്പറഞ്ഞ രഹസ്യങ്ങൾ ഒരിക്കലും പുറത്തുപോകരുത്. എന്നിലുള്ള വിശ്വാസംകൊണ്ടാണ് അതെല്ലാം എന്നോട് പറഞ്ഞത്."

"ഒരിക്കലുമില്ല കുട്ടീ, കുമ്പസാരസഹസ്യംപോലെ ഇത് പുറത്തുപോകാതെ എന്നിൽത്തന്നെ സൂക്ഷിക്കപ്പെടും."

"പിതാവേ, അങ്ങ് തെറ്റിദ്ധരിക്കരുത്. അദ്ദേഹം ഉന്നതനായ ഒരു വ്യക്തിയാണ്."

"മകളേ, ഇനി കൂടുതലൊന്നും അറിയണമെന്നില്ല. എങ്കിലും അവനോട് എനിക്ക് വെറുപ്പില്ല. ഒരു പിതാവിനെപ്പോലെ അവനെയും ഞാൻ സ്നേഹിക്കുന്നു."

പോപ്പ് മേശപ്പുറത്തെ ബെല്ല് അമർത്തിയപ്പോൾ ഒരാൾ അകത്തുവന്നു. അപ്പോൾ പോപ്പ് റോമയോട് പറഞ്ഞു:

"മകളേ, സമാധാനത്തോടെ പോകുക. ഞാൻ നിന്നെ അനുഗ്രഹിക്കും. നിനക്ക് നല്ലതുവരട്ടെ." അങ്ങനെ റോമ അവിടെനിന്നും പോയി.

ഉച്ചതിരിഞ്ഞപ്പോൾ പരിശുദ്ധപിതാവ്, ഫാദർ പിഫരിയോട് ഇങ്ങനെ ചോദിച്ചു:

"എത്രകാലമായി അച്ചൻ കുമ്പസാരക്കാരനായിട്ട്."

"നാല്പത് സംവത്സരം."

"വളരെ പ്രശ്നങ്ങളുള്ള പല രഹസ്യങ്ങളും കേട്ടിട്ടുണ്ടാകും,"

"ഉവ്വ്."

"ഭീകരമായൊരു കുറ്റം ചെയ്യുന്നതുമായി ബന്ധപ്പെട്ട എന്തെങ്കിലും രഹസ്യം കേട്ടിട്ടുണ്ടോ?"

"ഉവ്വ്"

"അച്ചൻ എന്തുചെയ്തു."

"അത്തരം കാര്യങ്ങൾ ഉടൻതന്നെ ഭരണകൂടത്തെ അറിയിക്കാൻ പറയും. അല്ലെങ്കിൽ കുമ്പസാരക്കൂട്ടിന് വെളിയിൽനിന്ന് എന്നോട് പറയാൻ ആവശ്യപ്പെടും."

"എന്നിട്ട് അങ്ങനെ ചെയ്തിട്ടുണ്ടോ?"

"ഒരിക്കലുമില്ല."

"കുമ്പസാരരഹസ്യമായതുകൊണ്ട് അത് ഭരണാധികാരികളോട് പറയാൻപറ്റില്ല. ബന്ധുക്കളല്ലാത്തതുകൊണ്ട് ചോദിച്ച് മനസ്സിലാക്കാനും പറ്റില്ല. അപ്പോഴെന്തു ചെയ്യും."

"ഒന്നും ചെയ്യാൻപറ്റില്ല."

"എത്ര ഭീകരമായ കുറ്റമാണെങ്കിലും."

"അതുകൊണ്ട് കാര്യമില്ല."

"അച്ചന്റെ സഹോദരനെ വധിക്കാൻപോവുകയാണ് എന്ന് ഒരാൾ കുമ്പസാരക്കൂട്ടിൽനിന്ന് പറഞ്ഞാലോ?"

"അതും ഞാൻ സൂക്ഷിക്കും."

"ദൈവത്തോട് അങ്ങേക്ക് കടപ്പാടില്ലേ." ആ ചോദ്യംകേട്ട് അച്ചന്റെ കൈയിൽനിന്നും തൂവാല നിലത്തുവീണു.

"ഒരു ഗൂഢാലോചനയെപ്പറ്റി എനിക്ക് വിവരം ലഭിച്ചിരിക്കുന്നു." പരിശുദ്ധപിതാവ് റോമപറഞ്ഞ കഥകൾ പിഫരിയെ ബോധിപ്പിച്ചു. ഡേവിഡ് റോസ്സി നടത്താൻപോകുന്ന കലാപത്തെക്കുറിച്ചും മറ്റു കഥകളെല്ലാം തന്നെ.

"പരിശുദ്ധപിതാവ് വിഷമിക്കേണ്ട. അയാളുടെ ശ്രമങ്ങളൊന്നും വിജയിക്കില്ല. എന്നാൽ, ആ കുട്ടി പിതാവിനോട് പറഞ്ഞ രഹസ്യങ്ങളില്ലേ കുമ്പസാരരഹസ്യംപോലെതന്നെ അതും സൂക്ഷിക്കേണ്ടതുണ്ട്. ആ ഉത്തരവാദിത്വം എനിക്കുമുണ്ട്. അതൊരിക്കലും പുറത്തുപറയാൻപാടില്ല."

"എന്നാൽ, ആരാണ് പറഞ്ഞതെന്ന് പറയാതെ വിവരം പുറത്തറിയിച്ചുകൂടേ?" പരിശുദ്ധപിതാവ് ചോദിച്ചു.

"അങ്ങ് അത് ചെയ്യാൻ ആഗ്രഹിക്കുന്നുണ്ടോ."

"എന്തുകൊണ്ട് അങ്ങനെ ചെയ്തുകൂടാ?"

"എല്ലാം പിതാവിനറിയാം. എന്നാൽ, ഒരുകാര്യം ഞാൻ പറയുന്നു. നല്ല ഒരു ലക്ഷ്യത്തിനുവേണ്ടിയാണെങ്കിലോ. ആത്മാവിന്റെ രഹസ്യം പുറത്തുപറയുന്നത് വിനാശകരമായിരിക്കും എന്നാണ് എന്റെ അഭിപ്രായം."

കുറച്ചുനേരം നിശ്ശബ്ദനായിരുന്നിട്ട് ഫാദർ പിഫരി തുടർന്നു:

"മുപ്പത്തഞ്ച് സംവത്സരങ്ങൾക്കുമുമ്പ് നമ്മൾ ഒരു വലിയ പാഠം

പഠിച്ചതല്ലേ?"

പരിശുദ്ധപിതാവ് ശിരസ്സ് താഴ്ത്തിയിരുന്നു.

"ഒരു പാവപ്പെട്ട സ്ത്രീ കുമ്പസാരക്കൂട്ടിൽനിന്നു പറഞ്ഞു, അവൾ ധനികനായ ഒരു ചെറുപ്പക്കാരനെ വിവാഹം കഴിക്കാൻപോവുകയാണെന്ന്. പക്ഷേ, വൈദികനെന്തുചെയ്തു ആ കുമ്പസാരരഹസ്യം വിവാഹംകഴിക്കാൻപോകുന്ന യുവാവിന്റെ പിതാവിനോട് പറഞ്ഞു. എന്നിട്ടെന്തുണ്ടായി? വിവാഹം നടന്നു. പക്ഷേ, അത് ദുരന്തത്തിലാണ് കലാശിച്ചത്."

പോപ്പ് അതുകേട്ടതോടെ അസ്വസ്ഥനായി. അദ്ദേഹം പറഞ്ഞു:

"പഴയകാര്യം ഇപ്പോൾ പറയേണ്ടതില്ല. അതൊരു പിതാവിന്റെ അമിതസ്നേഹംകൊണ്ട് സംഭവിച്ചതാണ്. പക്ഷേ, ഇതങ്ങനെയാണോ. സമൂഹത്തിന്റെയും പള്ളിയുടെയും ശത്രുവാണയാൾ. അത്തരത്തിലുള്ള ഒരാൾ നടത്തുന്ന ഗൂഢാലോചന നമ്മളറിഞ്ഞിട്ട് അത് പരമരഹസ്യമാക്കി സൂക്ഷിക്കുന്നത് ശരിയാണോ?"

"ഭരണാധികാരികളെ അറിയിക്കണമെന്നാണോ?"

"അതെ. അറിയിക്കുക എന്നത് എന്റെ കടമയാണ്. വളരെ ജാഗ്രതയോടെ ഞാനത് ചെയ്യാം. ഒരിക്കലും രഹസ്യംപറഞ്ഞ സ്ത്രീയുടെ പേര് വെളിപ്പെടുത്തില്ല. സാധുസ്ത്രീയാണ് അവൾ."

പിറ്റേന്ന് റോമയ്ക്ക് ഒരെഴുത്ത് കിട്ടി. ഫ്രാൻസിസ്കയാണ് അത് കൊണ്ടുവന്നത്. ഡേവിഡ് റോസ്സിയുടെ എഴുത്തായിരുന്നു അത്. എഴുത്തുകിട്ടിയതോടെ റോമ സന്തോഷംകൊണ്ട് മതിമറന്നു. പക്ഷേ, റോമയ്ക്ക് ആ കത്ത് തുറന്നുവായിക്കാൻ ധൈര്യംവന്നില്ല. എന്തെന്നില്ലാത്ത ഒരു അസ്വസ്ഥത അവളെ പിടികൂടിയിരുന്നു. എന്തായിരിക്കും ആ കത്തിലെ ഉള്ളടക്കമെന്ന് ആലോചിച്ചിട്ടുള്ള അസ്വസ്ഥതയായിരുന്നു അത്. കുറെനേരം എഴുത്ത് തിരിച്ചുംമറിച്ചും നോക്കി. കത്തിന്റെ മുകളിൽ ഒട്ടിച്ചിരുന്നത് ഫ്രഞ്ച് സ്റ്റാമ്പായിരുന്നു. പാരീസിലെ സീലുമുണ്ടായിരുന്നു. അതെല്ലാം കണ്ടപ്പോൾ അവൾക്ക് തെല്ലൊരു പ്രതീക്ഷതോന്നി. അവൾ കത്തിൽ ചുംബനം അർപ്പിച്ചു. ഒരു പക്ഷേ, റോസ്സി യാത്രയിലായിരിക്കാം. അതുകൊണ്ടായിരിക്കാം കത്തെഴുതാൻ വൈകിയത്.

റോമ ദൈവത്തോട് പ്രാർത്ഥിക്കാൻ തുടങ്ങി. അങ്ങനെ ശക്തിസ്വാംശീകരിച്ചുകൊണ്ട് അവൾ കത്ത് തുറന്ന് വായിക്കാൻ തുടങ്ങി:

"പ്രിയമുള്ള റോമയ്ക്ക് വിശ്വസ്തനായ ഭർത്താവ് എഴുതുന്നത്,

ആ അഭിവാദനം കണ്ടപ്പോൾതന്നെ അവളുടെ മനസ്സ് കുളിർത്തു.

"പ്രിയമുള്ളവളേ,

ബ്രൂണോയുടെ വിചാരണയെയും മരണത്തെയും സംബന്ധിച്ച വാർത്ത പാരീസ്പത്രത്തിൽ നിന്നും ഞാൻ വായിച്ചു. ആകെ സ്തംഭിച്ചുപോയി ഞാൻ. അല്ല. ഞാനിപ്പോൾ വിറയ്ക്കുകയാണ്. കൈയിൽ പേന ഉറയ്ക്കുന്നില്ല.

ഇന്നലെ ഒരു ഹോട്ടലിൽനിന്നാണ് ഞാൻ വിവരമറിയുന്നത്. ചില സുഹൃത്തുക്കളോടൊപ്പം ഹോട്ടലിൽനിന്ന് ഭക്ഷണം കഴിക്കുകയായിരു

ന്നു. വാർത്ത കേട്ട ഉടനെ ഞാനെന്റെ മുറിയിലേക്ക് തിരിച്ചുപോന്നു. ഭീകരമായ രാത്രിയായിരുന്നു എനിക്ക് ഇന്നലെ. കാളരാത്രി. പലതവണ ദുഃസ്വപ്നംകണ്ട് ഞെട്ടിയെഴുന്നേറ്റു. ബ്രൂണോ എന്നെ വിളിക്കുന്നതുപോലെ. ഞാൻ ജനവാതിലിനടുത്തുചെന്ന് ഇരുട്ടിന്റെ നിശ്ശബ്ദമായ ഗുഹാമുഖത്തേക്ക് നോക്കി. എന്നാൽ എനിക്ക് നന്നായറിയാമായിരുന്നു. എന്റെ വിശ്വസ്തനായ നല്ലവനായ സുഹൃത്ത് ആ സമയം മരിച്ചുകിടക്കുകയാണെന്ന്.

“ഹാ............എന്റെ പാവപ്പെട്ട ബ്രൂണോ. അവനാത്മഹത്യചെയ്തു. ഒരു കാരണവശാലും സംഭവിക്കാൻപാടില്ലാത്തതായിരുന്നു ആ ആത്മഹത്യ. കാരണം ഒരു മനുഷ്യന്റെ ജീവിതം എന്നുള്ളത് ആ മനുഷ്യന് വേണ്ടിമാത്രമുള്ളതായിരുന്നില്ല. നമ്മളെല്ലാവരുംതന്നെ ഒരുതരത്തിൽ സൈനികരാണ്. സൈനികൻ ആത്മഹത്യചെയ്യാൻ പാടില്ല. യുദ്ധത്തിന്റെ ഭാവി എന്തായിരിക്കുമെന്ന് ആർക്കും പ്രവചിക്കാൻ കഴിയില്ല. യുദ്ധമവസാനിക്കുന്നതുവരെ കാത്തിരുന്നേ പറ്റൂ. അതേ, അവസാനംവരെ പോരാടണം. അതാണ് ഓരോ സൈനികന്റേയും കടമ. പക്ഷേ, എന്തുചെയ്യാൻ തെറ്റുചെയ്തുപോകും എന്നുകരുതിയായിരിക്കും ബ്രൂണോ മരിച്ചത്.അല്ല മരണത്തെ വരിച്ചത്.

“ബ്രൂണോയുടെ ആത്മഹത്യ ഒരു വലിയ ബലിയാണ്. ആ നിലയ്ക്ക് അതൊരു വിജയമാണ്. പറയാറില്ലേ. ദൈവാനുഗ്രഹത്തിന്റെ ചിറകിനടിയിൽ ദൈവം നമ്മുടെ ബ്രൂണോ എന്ന രക്തസാക്ഷിയെ സുരക്ഷിതമാക്കും.

“ഞാൻ എന്റെ ബ്രൂണോയെ ചതിച്ചു എന്ന് അയാൾ വിശ്വസിച്ചുപോയതുകൊണ്ടായിരിക്കണം അയാൾ ആത്മഹത്യചെയ്തത്. എട്ട് സംവത്സരങ്ങളായി ഞങ്ങൾതമ്മിൽ പരിചയപ്പെട്ടിട്ട്. എന്നെ ഏറ്റവും കൂടുതൽ സ്നേഹിക്കുകയും വിശ്വസിക്കുകയും ചെയ്ത സുഹൃത്ത്. എന്റെ നിഴലിനെക്കാൾ ഞാൻ വിശ്വസിച്ചിട്ടുള്ള, നിഴലിനേക്കാൾ ഞാൻ അടുത്തിടപെട്ട സുഹൃത്ത്, വിശ്വസ്തൻ, ധീരൻ, ഉത്തമൻ അവസാനമിതാ എന്നോട് യാത്രപറഞ്ഞിരിക്കുന്നു. അയാൾ ജീവിതമവസാനിപ്പിക്കുമ്പോൾ ഞാനയാളെ വഞ്ചിച്ചതിൽ വേദനിക്കുകയായിരുന്നു. അത് വിശ്വസിച്ചുകൊണ്ടാണ് അയാൾ പോയത്.

“എന്റെ പ്രിയപ്പെട്ട സഹോദരാ, എന്നിട്ടും സത്യം തെളിയുന്നില്ലല്ലോ. സ്വർഗ്ഗത്തിൽ നിന്നും നിനക്ക് സത്യം മനസ്സിലാക്കാൻ കഴിയുന്നില്ലല്ലോ. മരണത്തോടെ സത്യം നിനക്കായ് സ്പഷ്ടമാകുന്നില്ലല്ലോ. സഹോദരാ, ഇങ്ങോട്ടുനോക്കൂ, ദാ ഇവിടെ ഈ ഹൃദയത്തിലേക്കു നോക്കൂ, ഇതിന്റെ ഉള്ളറകൾ കാണൂ. സഹോദരന്റെ സ്നേഹം എത്ര ആത്മാർത്ഥതയുള്ളതായിരുന്നുവെന്ന് ഞാൻമാത്രം മനസ്സിലാക്കിയാൽ മതിയെന്നതായിരുന്നോ? പോരാ സഹോദരനും അതറിയണം.

“പ്രിയമുള്ളവളേ, പത്തുദിവസമായി ഞാൻ പാരീസിലെത്തിയിട്ട്. ബ്രൂണോയുടെ മരണത്തോടെ ഇവിടമാകെ ഇളകിമറിഞ്ഞിരിക്കയാണ്. ആഞ്ഞടിക്കാനുള്ള സമയം ആയിരിക്കുന്നുവെന്നാണ് എല്ലാവരും കരു

തുന്നത്. എന്നാൽ, ഇതിന്റെ അലകൾ ഇറ്റലിയിൽമാത്രം നില്ക്കുകയില്ല. വിപ്ലവത്തിന്റെ വേലിയേറ്റം ലോകമാസകലം ഉണ്ടാവും. മനുഷ്യനീതി പുലരാൻവേണ്ടി ലോകംമുഴുവൻ ഒരു കൊടിക്കീഴിൽ അണിനിരക്കും. ദൈവം നമ്മെ രക്ഷിക്കട്ടെ.

"രക്തസാക്ഷികളുടെ രക്തത്തിൽ മുക്കിയെടുത്ത വാളിന് ഏതൊരുവാളിനേക്കാൾ മൂർച്ചയുണ്ടാകും. ബ്രൂണോക്കെതിരായി നടത്തിയ ഹീനമായ ചതിപ്രയോഗങ്ങൾ ജനങ്ങളുടെ മനസ്സിനെ വല്ലാതെ ഇളക്കിമറിച്ചിട്ടുണ്ട്. എല്ലാ കാര്യങ്ങളുടെയും ഉത്തരവാദിത്വം ആ മന്ത്രിക്കാണ്. എവിടെ നീതി ചവിട്ടിയരയ്ക്കപ്പെട്ടിട്ടുണ്ടോ അവിടെയെല്ലാം ജനങ്ങൾ അതിനെതിരായി പ്രക്ഷോഭം നടത്തിയിട്ടുണ്ട്. ചരിത്രത്തിൽ അതിനുള്ള ഉദാഹരണങ്ങളുണ്ട്. ജനനേതാക്കളായ പ്രക്ഷോഭകാരികളുടെ പേരുകൾ തങ്കലിപികളാൽ വിരചിതമായിട്ടുണ്ട്."

റോമ ഇത്രയുംവായിച്ചപ്പോഴേക്കും നിന്നുവിറയ്ക്കാൻ തുടങ്ങി. അപ്പോൾ വത്തിക്കാനിൽനിന്ന് പരിശുദ്ധപിതാവ് തന്നോട് പറഞ്ഞത് ശരിയാണ്. ഡേവിഡ് റോസ്സി ഒരു കലാപം നടത്താൻ പോവുകയാണ്. വെറും കലാപമല്ല. വിപ്ലവം. ഉഗ്രമായൊരു വിപ്ലവം നടത്താൻവേണ്ടി പുറപ്പെട്ടിരിക്കയാണ് റോസ്സി.

"പ്രിയമുള്ളവളേ, ഞാൻ ഏറെ തിരക്കിലാണ് എന്നതുകൊണ്ട് നിന്നെ മറന്നു എന്നൊരിക്കലും കരുതരുത്. ധാരാളം ഉത്തരവാദിത്വങ്ങൾ എനിക്കുണ്ട്. ഓരോ നിമിഷത്തിലും നീ എന്നോടൊപ്പമുണ്ട്. എല്ലായ്പ്പോഴും എന്റെ ഹൃദയം നിന്നോട് സംസാരിക്കുന്നുണ്ട്. എന്റെ ഹൃദയം നിനക്കുവേണ്ടിയാണ് ത്രസിക്കുന്നത്. പക്ഷേ, പത്തുദിവസമായി നിന്റെ കത്തൊന്നും എനിക്ക് കിട്ടിയില്ലല്ലോ. നമ്മുടെ ശത്രുക്കൾ നിനക്ക് വല്ല ദ്രോഹവും ചെയ്യുന്നുണ്ടോ. ഇപ്പോഴെനിക്ക് തോന്നുന്നു നിന്നെയും കൊണ്ടുവരാമായിരുന്നുവെന്ന്.

കുട്ടീ, നിനക്ക് വല്ല അസുഖവും പിടിപെട്ടോ. എനിക്ക് ചിലപ്പോൾതോന്നും അടുത്ത വണ്ടിക്ക് നിന്റെ അടുത്തേക്ക് വന്നാലോ എന്ന്. പക്ഷേ, കഴിയില്ലല്ലോ. എല്ലായ്പ്പോഴും നിന്നോടൊപ്പം ഇരിക്കാൻ കഴിയില്ലല്ലോ. ഈ വിരഹകാലഘട്ടം എന്നാണൊന്ന് കഴിഞ്ഞുകിട്ടുക. എന്നാണ് നമ്മളൊന്ന് സ്വസ്ഥമാവുക. നീ ദുഃഖിക്കരുത്. എന്നെപ്പറ്റി ഓർത്ത് അസ്വസ്ഥമാവരുത്. ലോകത്തിലൊരു ശക്തിക്കും നമ്മെ പിളർത്തിമാറ്റാനാവില്ല. കാരണം പ്രണയം നമ്മുടെ ഹൃദയങ്ങളെ പരസ്പരം കോർത്തുകെട്ടിയിരിക്കയാണ്.

എന്റെ റോമാ, നിന്റെ പ്രണയത്തെപ്പറ്റി നിന്റെ വിശ്വസ്തതയെപ്പറ്റി, ആത്മാർത്ഥതയെപ്പറ്റി, എനിക്ക് അണുപോലും സംശയമില്ല. നിന്റെ ഹൃദയം ഒന്നുമാത്രമാണ് എല്ലാ പ്രയാസങ്ങളിൽനിന്നും എല്ലാ കഷ്ടപ്പാടുകളിൽനിന്നും, എല്ലാ ദുരിതങ്ങളിൽനിന്നും രക്ഷപ്രാപിക്കാൻ എനിക്ക് ശക്തിതരുന്നത്.

എന്ന്
റോമയുടെ വിശ്വസ്ത ഭർത്താവ്"

കത്ത് വായിച്ചതിനുശേഷം റോമയ്ക്ക് ഉറങ്ങാൻ കഴിഞ്ഞില്ല. റോസ്സിയുടെ വാക്കുകൾ തനിക്ക് ആത്മവിശ്വാസവും ആനന്ദവും പകർന്നുനല്കിയെങ്കിലും റോസ്സിയുടെ വിപ്ലവപ്രവർത്തനങ്ങളെക്കുറിച്ചോർത്ത് അവൾ വിഷമിക്കാൻ തുടങ്ങി.

പിറ്റേന്ന് അവൾക്ക് ഒരു കത്തുകിട്ടി. അതിന്റെ ഉള്ളടക്കമിതായിരുന്നു.

"പ്രിയപ്പെട്ട റോമാ,

കാലത്തുതന്നെ എന്റെ ഓഫീസിൽ വരണം. പൊലീസിൽനിന്നും നിന്നെ രക്ഷിക്കാൻവേണ്ടിയാണത്.

പ്രിയ സ്നേഹിതൻ ബാരൻബോനലി."

ബാരൻ പൊലീസുദ്യോഗസ്ഥനായ ആഞ്ചലിയോട് ചോദിച്ചു:

"ഇതിനെക്കുറിച്ച് കൂടുതൽ അന്വേഷണം നടത്തിയോ?"

"ഇതച്ചടിച്ച പ്രസുകാരനെ കണ്ടുപിടിച്ചു. വിജ്ഞാപനം അച്ചടിക്കാൻ പണംകൊടുത്തതാരാണെന്നും അറിഞ്ഞു." ആരാണ് എന്ന അർത്ഥത്തിൽ ബാരൻ അയാളുടെ മുഖത്തുനോക്കി.

"ഒരു സ്ത്രീയാണ് അതിന് പണംമുടക്കിയത്. അതുകൊണ്ടാണ് ആ വിവിരം അറിയിച്ചത്."

"വളരെ നല്ലത്. അത് ഞാൻ നോക്കിക്കൊള്ളാം. അയാളിപ്പോഴും ഇംഗ്ലണ്ടിലാണോ."

"ഇപ്പോൾ ഫ്രാൻസിലാണ്."

"എന്താണ് അയാളുടെ ഉദ്ദേശ്യം."

"രാജാവിനെ കൊല്ലുക."

"നിങ്ങൾ ഈ വിവിരം പുറത്തുപറഞ്ഞിട്ടുണ്ടോ?"

"ഇല്ല."

"നല്ലത്. ഇതൊന്നും പുറത്തുപറയരുത്."

ഇതിനിടയിൽ ഒരു സെനറ്റർ ബാരനെ കാണാൻവന്നു. അയാളോട് ബാരൻ പറഞ്ഞു:

"റോമാനഗരമിപ്പോൾ ശാന്തമാണ്. രാജാവിന്റെ കിരീടധാരണം കെങ്കേമമായി ആഘോഷിക്കാനുള്ള എല്ലാ ഒരുക്കങ്ങളും ചെയ്യണം."

"എല്ലാം ചെയ്യാം. ഇവിടെയുണ്ടായ എല്ലാ അശുഭസംഭവങ്ങളും ജനങ്ങളുടെ മനസ്സിൽനിന്ന് മായ്ച്ചുകളയാൻ അതുതന്നെ നല്ല മാർഗ്ഗം."

"ഈസ്റ്ററിന്റെ പിറ്റേന്നാണ് ആഘോഷം. അതായത് ഇനി ഏഴ് ദിവസംമാത്രം. എല്ലാ ഏർപ്പാടുകളും ഉടനടി ചെയ്യണം. ഇതാ അതുസംബന്ധിച്ച് ഞാൻ തയ്യാറാക്കിയ വിജ്ഞാപനം."

"അസ്സലായി."

"എല്ലാ നഗരങ്ങളിലെയും മേയർമാരോടും ഉടൻ റോമിലെത്താൻവേണ്ടി പറയണം. ആഘോഷപരിപാടികൾ തീരുമാനിക്കേണ്ടത് അവരാണ്. ആഘോഷങ്ങൾ എങ്ങനെ നടത്തണമെന്ന് അവർ ചർച്ചചെയ്യട്ടെ. "രാജാവ് നീണാൾ വാഴട്ടെ" എന്നെഴുതിയ പതാക ഉയരത്തിൽ പറത്തിക്കണം. വാദ്യമേളങ്ങൾ, സംഗീതം എന്നിവയെല്ലാം അതിഗംഭീരമായിരിക്കണം. രാജാവിന്റെ ശക്തിയിലും അധികാരത്തിലും ജനങ്ങൾക്ക്

വിശ്വാസം തോന്നണം. രാജഭരണമാണ് ഏറ്റവും മഹത്തായ ഭരണരീതിയെന്നും നാം കാണിച്ചുകൊടുക്കണം. രാജാവിനെ ദൈവത്തിന്റെ പ്രതിപുരുഷനെന്ന നിലയിൽ ജനം അനുസരിക്കുകയും ആരാധിക്കുകയും ചെയ്യണം. ജനങ്ങളെല്ലാവരും രാജഭരണത്തിലേക്ക് ആകർഷിക്കപ്പെടണം. താങ്കൾക്ക് ഞാൻ പറയുന്നതെല്ലാം മനസ്സിലായിട്ടുണ്ടോ?"

"ഉണ്ട്."

"എന്നാൽ വൈകേണ്ട." അയാൾ പോകാനൊരുമ്പെട്ടപ്പോൾ ബാരൻ പറഞ്ഞു.

"ഒരു കാര്യംകൂടി, രാജാവിന്റെ സെക്യൂരിറ്റി ഗാർഡ് പ്രത്യേകം ശ്രദ്ധിക്കണം. കൂടുതൽ പട്ടാളക്കാരെ നിയോഗിക്കണം. അംഗങ്ങളെ ഇടയ്ക്കിടയ്ക്ക് മാറ്റിക്കൊണ്ടിരിക്കണം."

"അതു ചെയ്യാം. എന്നാൽ, കുറെ പട്ടാളക്കാരെ വത്തിക്കാനിലേക്ക് വേണമെന്ന് നിർദ്ദേശം കിട്ടിയിട്ടുണ്ട്."

"കൊടുത്തോളൂ, കൊടുത്തോളൂ. പോപ്പിനെയും നമ്മൾ ആരാധിക്കേണ്ടതുണ്ട്" ആ സമയത്ത് ബാരന്റെ സെക്രട്ടറി അങ്ങോട്ട് കടന്നുവരികയും യജമാനന്റെ കൈയിൽ ഒരു കാർഡ് കൊടുക്കുകയും ചെയ്തു. വത്തിക്കാനിൽനിന്നും ഒരാൾ ബാരനെ കാണാൻ വന്നിരിക്കുന്നു.

മൊൻസിഞ്ഞോർ മാരിയോ ആയിരുന്നു അത്. വിശുദ്ധപുരോഹിതൻ ആണ് അയാളെ ബാരന്റെ അടുത്തേക്ക് പറഞ്ഞയച്ചത്.

"വിശുദ്ധപിതാവാണ് എന്നെ ഇങ്ങോട്ടയച്ചത്."

"പിതാവോ?"

"അതെ."

"വളരെ നന്നായി."

"ഗൗരവകരമായ ഒരു കാര്യം അറിയിക്കാനാണ് വന്നത്. ഏറ്റവും ഭീകരമായ ഒരു അട്ടിമറി നടക്കാൻപോകുന്ന വിവരം പരിശുദ്ധപിതാവിന് ലഭിച്ചിരിക്കുന്നു. രക്തച്ചൊരിച്ചിലുണ്ടാവാതിരിക്കാനും ക്രമസമാധാനനില പാലിക്കപ്പെടാനും വേണ്ടുന്ന സത്വര നടപടികൾ സ്വീകരിക്കണമെന്ന് പറയാനുംവേണ്ടിയാണ് എന്നെ ഇങ്ങോട്ട് അയച്ചിരിക്കുന്നത്."

"പോപ്പിന് ഈ ഗൂഢാലോചനകളെക്കുറിച്ച് കൃത്യമായ വിവരം ലഭിച്ചിട്ടുണ്ടോ?"

"പൊതുവായ ചില വിവരങ്ങൾ കിട്ടിയിട്ടുണ്ട്."

"വിവരം ലഭിച്ചിട്ട് എത്രകാലമായി?"

"ഇന്നലെയാണ് കിട്ടിയത്."

"ഇനിയും കൂടുതൽ വിവരങ്ങൾ പരിശുദ്ധപിതാവ് ഞങ്ങൾക്ക് നല്കുമോ" ഇല്ലെന്ന ഭാവത്തിൽ ആഗതൻ തലയാട്ടി. അപ്പോൾ ബാരൻ വീണ്ടും ചോദിച്ചു

"പിതാവ് കൂടുതൽ വിവരങ്ങൾ തരില്ലേ."

"ഇല്ല."

"കുമ്പസാര രഹസ്യമായി കിട്ടിയതാണോ ഈ വിവരം."

"അതെ."

“അപ്പോൾ കൂടുതൽ വിവരങ്ങൾ അറിഞ്ഞുകാണുമല്ലോ.”

“കുമ്പസാര രഹസ്യംപോലെതന്നെ അവയും സൂക്ഷിക്കപ്പെടേണ്ട താണ്. രഹസ്യംപറഞ്ഞ ആൾ കത്തോലിക്കാസഭയിൽപ്പെട്ട ആളല്ല. അതുകൊണ്ട് അവളോട് കല്പിക്കാനാവില്ല.”

“അപ്പോൾ അതൊരു സ്ത്രീയാണല്ലേ.” അതേ എന്ന അർത്ഥത ത്തിൽ ആഗതൻ തലയാട്ടി.

“കത്തോലിക്കാസഭയിൽപ്പെടാത്ത അവൾ ഇന്നലെ പിതാവിനെ സന്ദർശിച്ചു അല്ലേ.”

“അതൊന്നും ഞാൻ പറയില്ല.”

“പോപ്പും സർക്കാരും തമ്മിൽ നല്ലബന്ധം നിലനിർത്തണം. പ്രശ്ന ങ്ങൾ വഷളാക്കരുത്.” ബാരൻ ഇതുപറഞ്ഞപ്പോൾ വൈദികൻ ഒന്നും മിണ്ടാതെനിന്നു. അപ്പോൾ ബാരൻ തുടർന്നു.

“പള്ളിയും സർക്കാരും തമ്മിലുള്ള ബന്ധം താറുമാറാക്കാൻ ശ്രമി ക്കുന്നവരെ പരിശുദ്ധപിതാവ് സംരക്ഷിക്കുന്നത് ശരിയാണോ?”

“അത് ശരിയല്ലാത്തതുകൊണ്ടാണല്ലോ ഈ വിവരം ഇവിടെവന്ന് പറഞ്ഞത്.”

“പക്ഷേ, മുൻകൂട്ടി അറിഞ്ഞ എല്ലാ കാര്യങ്ങളും പറഞ്ഞില്ലല്ലോ.”

“കുറ്റവാളികളെ സംരക്ഷിക്കുന്നതും കുറ്റമാണല്ലോ. ഇങ്ങനെ വരു മ്പോൾ പരിശുദ്ധപിതാവും അറിയാതെ ഇതിൽ പങ്കാളിയാവില്ലേ.” ബാരന്റെ ഈ സംസാരംകേട്ടപ്പോൾ വൈദികന് പേടിയായി.

“ഈ പറഞ്ഞതിന് അപ്പുറമൊന്നും പരിശുദ്ധ പിതാവിന് അറിയില്ല.”

“പക്ഷേ, പിതാവിന് കുമ്പസാരരഹസ്യം പറഞ്ഞ ആളുടെ പേര് അറിയാമല്ലോ. സർക്കാരിന് അതറിയാൻ കഴിഞ്ഞാൽ കൂടുതൽ കാര്യ ങ്ങൾ അന്വേഷിച്ച് കണ്ടെത്താൻ കഴിയും.”

“ഞാൻ എന്റെ കടമ നിറവേറ്റി. കുറ്റവാളികളെ കണ്ടുപിടിക്കുക പരിശുദ്ധപിതാവിന്റെ ജോലിയല്ലല്ലോ. കുറ്റം സംഭവിക്കാതിരിക്കാനാണ് പിതാവ് ആശിക്കുന്നത്.” വൈദികൻ ഇങ്ങനെ പറഞ്ഞപ്പോൾ വളരെ ഗൗരവത്തോടെ ബാരൻ പറഞ്ഞു.

“ഇന്നലെ വത്തിക്കാനിൽവന്ന് പോപ്പിനെ സന്ദർശിച്ച് കലാപ ങ്ങൾക്കും കുഴപ്പങ്ങൾക്കും ഗൂഢാലോചന നടക്കുന്നുണ്ടെന്ന് അറിയിച്ച ആ സ്ത്രീയുടെ പേര് സർക്കാരിന് അറിയണം.”

“അത് സാദ്ധ്യമല്ല.” അതുംപറഞ്ഞ് വൈദികൻ അവിടെനിന്നും പോകാനൊരുങ്ങിയപ്പോൾ ബാരന്റെ സെക്രട്ടറി വന്ന് ഇങ്ങനെ പറഞ്ഞു:

“ഡൊന്നാ റോമ.”

വൈദികൻ പോകാൻ തുടങ്ങി. ബാരൻ സെക്രട്ടറിയോട് റോമയെ അകത്തേക്കുകൂട്ടിക്കൊണ്ടുവരാൻ പറഞ്ഞ ഉടൻതന്നെ നടന്നുതുടങ്ങിയ വൈദികനോട് ഇങ്ങനെ പറഞ്ഞു:

“അച്ചോ ഒരുനിമിഷം നില്ക്കണം.”

“പറയാനുള്ളത് പറഞ്ഞു. ഞാൻ പോവുകയാണ്.”

“ഒരു നിമിഷം നില്ക്കച്ചോ.” ബാരൻ വൈദികനെ റോമയ്ക്ക് പരി

ചയപ്പെടുത്തി. അപ്പോൾ റോമയുടെ പ്രതികരണം ഇതായിരുന്നു:

"ഇദ്ദേഹത്തെ ഞാൻ അറിയും പരിചയപ്പെടുത്തേണ്ടതില്ല. ഇന്നലെ ഞാൻ ഇദ്ദേഹത്തെ കണ്ടതാണ്."

വൈദികന്റെ മുഖമാകെ വിളറിവെളുത്തുപോയി.

"പിതാവിനെന്റെ നമസ്കാരം." മന്ദഹാസത്തോടെ ബാരൻ ഇതു കൂടി കൂട്ടിച്ചേർത്തു

"പരിശുദ്ധപിതാവിനോട് പറയണം അദ്ദേഹത്തിന്റെ സഹായത്തോടുകൂടി സർക്കാർ അതിന്റെ കടമനിറവേറ്റുമെന്ന്." വൈദികൻ പിന്നീട് ഒന്നും പറയാതെ അവിടംവിട്ടുപോയി.

"എന്തൊക്കെയുണ്ട് റോമാ, വിശേഷങ്ങൾ?" ബാരൻ റോമയുടെ മുഖത്തേക്ക് സൂക്ഷിച്ചുനോക്കിക്കൊണ്ട് ചോദിച്ചു.

"അങ്ങനെ പോവുന്നു."

"എന്താണ് മുഖത്തൊരു പ്രയാസം."

"എന്തിനാണ് എന്നെ ഇങ്ങോട്ട് വിളിപ്പിച്ചതെന്നു പറയൂ?"

"ഒരു അറിയിപ്പ് ഈയിടെ പുറത്തുവന്നിട്ടുണ്ട്. അത് തികച്ചും രാജ്യവിരുദ്ധമായ ഒന്നാണ്. തികഞ്ഞ രാജ്യദ്രോഹം. ആ വിജ്ഞാപനം അച്ചടിച്ച ആളെ പിടികൂടിയപ്പോൾ ആരുപറഞ്ഞിട്ടാണ് അത് ചെയ്തതെന്ന് മനസ്സിലാക്കാൻ സാധിച്ചു. അങ്ങനെ നിയമാനുസൃതമായി റോമയെ പിടികൂടാനുള്ള സാഹചര്യമാണ് ഇപ്പോൾ വന്നുചേർന്നിരിക്കുന്നത്."

റോമ അപ്പോൾ ചുണ്ട് കടിക്കുന്നുണ്ടായിരുന്നു.

"കുട്ടീ, ഇതിന്റെ ഗൗരവത്തെപ്പറ്റി ഇനിയും മനസ്സിലാക്കിയിട്ടില്ല. പൊലീസ് റോമയുടെ മുറി പരിശോധിക്കും."

അപ്പോൾ റോമ അവിടെനിന്നും ചാടിയെഴുന്നേറ്റു

"റോമയുടെ എല്ലാ കത്തുകളും രേഖകളും വെളിച്ചത്തുകൊണ്ടുവരേണ്ടുന്ന സമയമാണിത്. പക്ഷേ, നീ ഭയപ്പെടേണ്ട. അത്തരം കാര്യങ്ങൾ ചെയ്യുന്നതിൽനിന്നും പൊലീസിനെ ഞാൻ വിലക്കിയിട്ടുണ്ട്."

അയാളത് പറയുമ്പോൾ റോമ രൂക്ഷമായ ഭാവത്തിൽ അയാളെ നോക്കി.

"എന്നിൽനിന്നും അകന്ന് നീ എന്റെ ശത്രുവിന്റെ പക്ഷംചേർന്നു അല്ലേ."

അവളൊന്നും മിണ്ടിയില്ല.

"ഞാനിതൊക്കെ എങ്ങനെ സഹിക്കും. ആളുകൾ എന്തൊക്കെയാണ് പറയുന്നത് എന്നറിയാമോ?"

അപ്പോഴും റോമ നിശ്ശബ്ദയായിരുന്നു.

"ഇനി റോമയ്ക്ക് ഒറ്റ രക്ഷാമാർഗ്ഗമേയുള്ളൂ. നിന്നെ പരസ്യമായി അപമാനിക്കുകയും അധിക്ഷേപിക്കുകയും ചെയ്ത എന്റെ ശത്രുവിനെ വലയിലാക്കാനുള്ള വേലയായിരുന്നു ഇതെല്ലാമെന്ന് നീ ജനങ്ങളെ ബോദ്ധ്യപ്പെടുത്തണം. അതിനുപറ്റിയ അവസരമാണിത്."

റോമയ്ക്കപ്പോൾ ചിരിയാണ് വന്നത്. പക്ഷേ, അവൾ അത് അമർത്തിപ്പിടിച്ചു.

"റോമ അത് പറയുന്ന നിമിഷംതന്നെ ജനങ്ങൾ വിശ്വസിക്കും."

"ജനം എന്തും പറയട്ടെ, അതൊന്നും എനിക്കൊരു വിഷയമേയല്ല." അപ്പോൾ അവിടേയ്ക്ക് ബാരന്റെ ഒരു സേവകൻ കടന്നുവന്നു. അയാൾ പറഞ്ഞു.

"സാർ, യജമാനത്തിക്ക് സുഖക്കേട് കൂടിയിരിക്കുന്നു. ഡോക്ടർ പറഞ്ഞു. ഇവിടെ വിവരമറിയിക്കാൻ."

"ശരി.ഞാൻ അധികം വൈകാതെ വരാമെന്ന് ഡോക്ടറോട് പറയണം." സേവകൻ പോയതോടെ ബാരൻ അതിയായ വൈകാരികതയോടെ റോമയോട് സംസാരിക്കാൻ തുടങ്ങി.

"എന്റെ ഓമനേ ഇതാ ഇതുകണ്ടോ രാജാവ് തന്നതാണിത്."

അയാളുടെ കൈയിൽ ഒരെഴുത്തായിരുന്നു. റോമ അത് തീരെ ഗൗനിച്ചില്ല. അവളുടെ മനസ്സിൽ ബാരനോട് അതിരുകവിഞ്ഞ അറപ്പും വെറുപ്പുമായിരുന്നു. അവൾ പറഞ്ഞു:

"എനിക്ക് നിങ്ങളോട് പറയാനുള്ളത് ഇതാണ്. എന്നെപ്പറ്റി ഇനി നിങ്ങൾ ആലോചിക്കേണ്ട. ആലോചിച്ചിട്ട് യാതൊരു കാര്യവുമില്ല. മിസ്റ്റർ റോസ്സി ഇന്നെന്റെ ഭർത്താവാണ്. അദ്ദേഹമെന്നെ വിവാഹംകഴിച്ചു."

"ഇല്ല ഒരിക്കലുമില്ല. എപ്പോൾ അതിനെവിടെ സമയംകിട്ടി."

"പുലർച്ചെ, അദ്ദേഹം നാടുവിടുന്നതിനുമുമ്പ് പള്ളിയിൽവെച്ച് ഞങ്ങൾ വിവാഹിതരായി"

"എന്നിട്ടെന്തുകൊണ്ട് റോമയെ കൊണ്ടുപോയില്ല. ഓ അയാൾക്ക് മറ്റൊരാളുണ്ടല്ലോ ബ്രൂണോവിന്റെ ഭാര്യ എലന അല്ലേ."

"നുണയാണത്. നട്ടാൽ കിളിർക്കാത്ത നുണ."

റോമയുടെ കണ്ണുകൾ ക്രോധംകൊണ്ട് ജ്വലിച്ചു.

"ഇന്ന് എനിക്കൊരു വിവരംകിട്ടി. റോസ്സിയെപ്പറ്റിയുള്ളതാണത്. രാജാവിനെ വധിക്കാനുള്ള അട്ടിമറിപ്രവർത്തനത്തിൽ ഏർപ്പെട്ടിരിക്കുകയാണ് അദ്ദേഹം. അയാളിപ്പോൾ പാരീസിലാണുള്ളത്. പരിശുദ്ധപിതാവും ഇതറിഞ്ഞിട്ടുണ്ട് എന്ന് കുറച്ചുമുമ്പാണ് എനിക്ക് വിവരം ലഭിച്ചത്."

അതുകേട്ടപ്പോൾ റോമ ആകെ വിറച്ചുപോയി. 'പോപ്പ് അത് പറഞ്ഞുവോ?' എന്ന് അവളുടെ മനസ്സ് ചോദിച്ചു.

"എന്താണ് പോപ്പ് നിങ്ങളോട് പറഞ്ഞത്"

"പരിശുദ്ധപിതാവിനോട് ഈ രഹസ്യംപറഞ്ഞത് ഒരു സ്ത്രീയാണ്. അവൾക്ക് കൂടുതൽ വിവരങ്ങളറിയാം. അവൾ അതെല്ലാം വെളിപ്പെടുത്തും."

റോമയുടെ ശരീരം ആകെ മരവിക്കുന്നതായി തോന്നി.അവൾ പോകാനൊരുങ്ങി. ഇനിയും അയാളുടെ വർത്തമാനം കേൾക്കാനുള്ള ശേഷി അവൾക്കുണ്ടായിരുന്നില്ല.

"എന്റെ റോമേ, എനിക്കൊന്ന് കൈ തരില്ലേ."

"ആളുകൾ പിരിയുമ്പോൾ എന്തിനാണ് കൈപിടിക്കുന്നത്. പരസ്പരം നന്മനേരാൻ. ക്ഷേമാശംസകൾ നേരാൻ. നിങ്ങളെനിക്ക് ആശംസിക്കുന്നത് ക്ഷേമമല്ല. എന്റെ ഭർത്താവിനെ ഒറ്റിക്കൊടുക്കാനാണ്

നിങ്ങൾ എന്റെ മേൽ സമ്മർദ്ദമേല്പിക്കുന്നത്. എന്നാൽ അങ്ങനെ വല്ലതും സംഭവിച്ചാൽ ആദ്യം മരിക്കുന്നത് ഞാനായിരിക്കും."

അതുംപറഞ്ഞ് റോമ അവിടെനിന്ന് തിരക്കിട്ടുപോയി. അവൾ പോയതിനുശേഷം ബാരൻ വിശുദ്ധപിതാവിന് ഒരു കത്തെഴുതി.

"പരിശുദ്ധപിതാവേ,

ദൈവാനുഗ്രഹംകൊണ്ട് എനിക്ക് ഒരു വിവരം ലഭിച്ചു. പരിശുദ്ധപിതാവിനോട് ആ രഹസ്യം പറഞ്ഞ ആളാരാണ് എന്ന വിവരമാണ് എനിക്കിന്ന് ലഭിച്ചത്. ഇവിടെ വന്ന വൈദികൻ പിതാവിനോട് പറഞ്ഞുകാണും അത്. മാത്രമല്ല സർക്കാർ നേരിട്ട് നടത്തിയ അന്വേഷണത്തിൽനിന്നും ചില വിവരങ്ങൾ ലഭിച്ചിട്ടുണ്ട്. രാജാവിനെ വധിക്കുക എന്നതാണ് കലാപകാരികളുടെ ലക്ഷ്യം. അതീവ പ്രാധാന്യമുള്ള ഒരു സംഗതിയാണിത്. അതുകൊണ്ട്, ഇനിയും കൂടുതൽ വിവരങ്ങൾ ലഭിക്കേണ്ടതുണ്ട്. രാജാവിന്റെ ജീവൻ അപകടത്തിലാണ്. അതുകൊണ്ട്, സർക്കാർ തിരുമനസ്സിനോട് അഭ്യർത്ഥിക്കുന്നു അങ്ങ് ജനനന്മയ്ക്കുവേണ്ടി, രാഷ്ട്രനന്മയ്ക്കുവേണ്ടി പ്രധാനമന്ത്രിക്ക് ഒരു കൂടിക്കാഴ്ച അനുവദിക്കണം. കത്തോലിക്കാസഭയും രാഷ്ട്രവും തമ്മിലുള്ള നല്ല ബന്ധത്തിന് ഈ കൂടിക്കാഴ്ച വളരെ ഗുണംചെയ്യും. അതുകൊണ്ട്, ഒരു കാരണവശാലും അങ്ങ് കൂടിക്കാഴ്ച നിഷേധിക്കരുത്.

എന്ന് അങ്ങയുടെ വിശ്വസ്തനായ ബാരൻ ബോനലി"

രാത്രി റോമ ഡേവിഡ് റോസ്സിക്കൊരു കത്തെഴുതി.

"എന്റെ ഏറ്റവും പ്രിയപ്പെട്ട റോസ്സീ,

ഇന്നലെ അങ്ങയുടെ കത്ത് കിട്ടി. പത്തുപന്ത്രണ്ടു ദിവസം മുമ്പ് ഞാൻ ഒരു കത്തയച്ചിരുന്നു. അതങ്ങേക്ക് കിട്ടിയില്ലാ എന്നകാര്യമാണ് എനിക്ക് അങ്ങയുടെ കത്തിൽനിന്നും മനസ്സിലാക്കാൻ കഴിഞ്ഞത്. എന്റെ കത്തിലെ കാര്യങ്ങൾ വളരെ രഹസ്യമാണ്. വളരെ ഗൗരവമുള്ളതുമാണ്. ആ കത്ത് മറ്റാരുടെയെങ്കിലും കൈയിലാണ് കിട്ടുന്നതെങ്കിൽ മരണമല്ലാതെ എനിക്ക് മറ്റൊരു പോംവഴിയുമില്ല. അങ്ങിപ്പോൾ പാരീസിലാണല്ലോ ഉള്ളത്. ഞാൻ അങ്ങേക്ക് കത്തെഴുതിയത് ലണ്ടനിലെ അഡ്രസ്സിലാണ്. അങ്ങ് ഉടൻതന്നെ ലണ്ടനിൽനിന്നും ആ കത്ത് പാരീസിലേക്ക് വരുത്തണം. കത്ത് കൈയിൽ കിട്ടിയാൽ ഉടൻ എന്നെ വിവരമറിയിക്കണം.

പോരാ, എന്റെ റോസ്സീ, കത്ത് കിട്ടിയെന്ന് മാത്രം പറഞ്ഞാൽപ്പോര. ഈയുള്ളവളോട് ക്ഷമിച്ചു എന്നുംകൂടി പറയണം. അങ്ങനെ പറഞ്ഞാൽമാത്രമേ, എന്റെ മനസ്സിന് ശാന്തി ലഭിക്കുകയുള്ളൂ.

ഇനി അങ്ങയുടെ കത്തുകളെപ്പറ്റി ഞാൻ പറയട്ടെ. ഹൃദയത്തെ സ്പർശിക്കുന്ന രക്തബിന്ദുക്കൾപ്പോലെ പ്രിയപ്പെട്ടവയാണ് എനിക്കാ കത്തുകളെല്ലാം. എന്നാൽ, അവയിലെല്ലാം വളരെ ഗൗരവമായ കാര്യങ്ങൾ പ്രതിപാദിക്കുന്നുണ്ട്. അപകടകരമായ കാര്യങ്ങളാണവ. താങ്കൾ നടത്തുന്ന രഹസ്യമായ ആസൂത്രണങ്ങളെപ്പറ്റി അതിൽ സൂചിപ്പിക്കുന്നുണ്ട്. അത് കാണുമ്പോഴെനിക്ക് ഭയമാകുന്നു. കാരണം, എന്നെ അകമ

ഴിഞ്ഞ് വിശ്വസിക്കുന്നതുകൊണ്ടും സ്നേഹിക്കുന്നതുകൊണ്ടുമല്ലേ അങ്ങ് അതീവ രഹസ്യമായ ആ കാര്യങ്ങൾ എനിക്കെഴുതുന്നത്.

പ്രിയപ്പെട്ട റോസ്സീ, അതുകൊണ്ടുതന്നെ എനിക്ക് അതിരറ്റ ആഹ്ലാദമുണ്ട്. അഭിമാനമുണ്ട്. അതിനാൽ, ഇനിമുതൽ എന്നോട് അത്തരം കാര്യങ്ങൾ പറയരുത് എന്ന് അഭ്യർത്ഥിക്കാൻ പറ്റുന്നില്ല. ഇപ്പോഴെനിക്ക് തോന്നുന്നു, അങ്ങനെ അഭ്യർത്ഥിക്കേണ്ടതുണ്ടെന്ന്. അല്ലെങ്കിൽ അത് താങ്കൾക്ക് അപായകരമാകില്ലേ. എന്റെ മുറിയെങ്ങാൻ പൊലീസ് പരിശോധിക്കുകയും ആ കത്തുകളും മറ്റും കണ്ടുകെട്ടുകയും ചെയ്താലോ. അത് താങ്കളുടെ ശത്രുക്കൾക്ക് ഗുണംചെയ്യില്ലേ. മാത്രമല്ല അങ്ങയെപ്പറ്റിയും അങ്ങയുടെ പ്രവർത്തനങ്ങളെപ്പറ്റിയും കൂടുതൽ വിവരങ്ങൾ ലഭിക്കാൻവേണ്ടി പൊലീസ് എന്റെ മേൽ സമ്മർദ്ദം ഏല്പിക്കില്ലേ. അവരെത്രമാത്രം ശ്രമങ്ങൾ നടത്തിയാലും എന്നിൽനിന്നും അങ്ങയെപ്പറ്റി ഒരു വിവരവും കിട്ടുകയില്ല എന്നത് വേറെകാര്യം. അത്തരമൊരവസ്ഥവന്നാൽ ബ്രൂണോ ചെയ്തതുപോലെ ഞാനും മരിക്കുകയേ രക്ഷയുള്ളൂ.

എന്റെ ഏറ്റവും പ്രിയപ്പെട്ട സഖാവേ, മറ്റൊരുകാര്യംകൂടി എനിക്ക് പറയാനുണ്ട്................" ആ ഭാഗങ്ങൾ മനസ്സിൽക്കുറിച്ചിട്ടെങ്കിലും കടലാസ്സിലെഴുതാൻ റോമയ്ക്ക് കഴിഞ്ഞില്ല. അവളുടെ കൈവിരലുകൾ വിറയ്ക്കാൻ തുടങ്ങി. തന്റെ ഭർത്താവ് ഡേവിഡ് റോസ്സി അപകടത്തിലാണ്. രാജ്യത്തിനകത്തും പുറത്തും അയാൾക്കുവേണ്ടി വലവീശിയിരിക്കുകയാണ്. അദ്ദേഹം തന്നെ എഴുതിയിരിക്കുന്നു. അദ്ദേഹം അട്ടിമറിപ്രവർത്തനത്തിന് തയ്യാറെടുക്കുകയാണെന്ന്. പൊലീസിനും അദ്ദേഹത്തിന്റെ മറ്റു ശത്രുക്കൾക്കും അത് കൃത്യമായി ബോദ്ധ്യപ്പെട്ടിരിക്കുന്നു. റോമയ്ക്കപ്പോൾ തന്റെ മരിച്ചുപോയ അച്ഛനെ ഓർമ്മവന്നു. അച്ഛനും ഇതുപോലെതന്നെ രാഷ്ട്രീയപ്രവർത്തനം നടത്തിയതിന് നാടുകടത്തപ്പെടുകയായിരുന്നു. അങ്ങനെ വിദേശത്തേക്ക് നാടുകടത്തപ്പെട്ടപ്പോഴാണ് അദ്ദേഹം മരിക്കുന്നത്.

വിദേശത്തുവെച്ച് രഹസ്യപ്രവർത്തനങ്ങൾ നടത്തുന്നതിനിടയിൽ റോസ്സിയെ പൊലീസ് പിടികൂടി റോമിലേക്ക് കൊണ്ടുവന്നാലോ. അങ്ങനെ സംഭവിച്ചാൽ ഇവിടെവെച്ച് അദ്ദേഹത്തെ രക്ഷിക്കാൻ കഴിയുമോ. എങ്ങനെ കഴിയും. റോസ്സിയെ തന്റെ പ്രവർത്തനങ്ങളിൽനിന്നും ലോകത്തിലാർക്കുംതന്നെ പിന്തിരിപ്പിക്കാൻ കഴിയില്ലാ എന്ന കാര്യം റോമയ്ക്ക് നന്നായറിയാം.

പിന്നെ എന്തുചെയ്യും. എന്തെങ്കിലും ബുദ്ധിപരമായ നീക്കം നടത്തണം. അങ്ങനെ അവളുടെ മനസ്സിൽ പെട്ടെന്ന് ഒരാശയം കിളിർത്തു. അവൾ അയാൾക്കെഴുതി.

"പ്രിയപ്പെട്ടവനേ, ഇനി ഞാൻ എന്റെ മാനസിക നിലയെപ്പറ്റി പറയാം. ഞാൻ മാനസികമായി വല്ലാതെ വിങ്ങുകയാണ്. അങ്ങെന്നെ അഗാധമായി പ്രണയിക്കുന്നുണ്ട് എന്ന കാര്യം എനിക്ക് നന്നായറിയാം. അങ്ങയെ ബഹുമാനിക്കുന്ന എത്രയോ സ്ത്രീകൾ വേറെയുമുണ്ടായിരിക്കാം. സ്നേഹിക്കുകയും ബഹുമാനിക്കുകയും ചെയ്യുന്നവർ അവർ

അങ്ങയെ കാണുന്നു. അങ്ങ് അവരെയും കാണുന്നു. പക്ഷേ, എനിക്ക് കാണാൻവയ്യ. അങ്ങേക്ക് എന്നെയും കാണാൻ കഴിയുന്നില്ല. അതാണെന്റെ വിങ്ങുന്ന മാനസികാവസ്ഥ. എന്റെ മനസ്സിൽ അത് അസൂയയായി കത്തിപ്പടരുകയാണ്.

പ്രിയമുള്ളവനേ, പ്രണയത്തിന്റെ ആരും അറിഞ്ഞിട്ടില്ലാത്ത നിഗൂഢശക്തിയാണത്. പ്രണയം അധികാരമേറ്റെടുത്ത് ഭരണമാരംഭിക്കുമ്പോൾ പ്രധാനമന്ത്രിയാവുന്നത് ആരാണെന്നറിയാമോ. അസൂയ. അതെ. അസൂയയാണ് പ്രണയത്തിന്റെ പ്രധാനമന്ത്രി. ആ പ്രധാനമന്ത്രിയെ തൽസ്ഥാനത്തുനിന്ന് നീക്കം ചെയ്യാൻ അങ്ങ് വേഗം ഇവിടെയെത്തണം."

റോമയുടെ എഴുത്തിന് വീണ്ടും തടസ്സം സംഭവിച്ചു. മുകളിലെഴുതിയ വാക്കുകൾ വെറും സൂത്രപ്പണിയാണെന്ന് അയാൾ മനസ്സിലാക്കുമെന്ന് അവൾ വിശ്വസിച്ചു. അതുകൊണ്ട് അവൾ ആ പ്രണയലേഖനം കീറിയെറിഞ്ഞു. എന്നിട്ട് വീണ്ടുമെഴുതി.

"നാഥാ, എനിക്ക് വളരെ പ്രധാനപ്പെട്ട ഒരു കാര്യം പറയാനുണ്ട്. അങ്ങയുടെ തിരക്കിനിടയിൽ എന്നെ മറന്നുവോ എന്നൊരുപേടി. അങ്ങയുടെ നേതൃത്വത്തിൽ ആരംഭിക്കാൻപോകുന്ന യൂറോപ്പിലെ വിപ്ലവത്തെപ്പറ്റിയുള്ള ചിന്തകൾ എന്റെ ഹൃദയത്തെ ആവേശഭരിതമാക്കുന്നു എന്ന കാര്യം അങ്ങ് വിസ്മരിച്ചു. മഹത്തായ ഒരു ഉദ്യമമാണ് അങ്ങ് ഏറ്റെടുത്തിരിക്കുന്നത്. അത് ആലോചിക്കുമ്പോൾതന്നെ എനിക്ക് ആഹ്ലാദവും അഭിമാനവും ഉണ്ടാകുന്നു. പക്ഷേ, അപ്പോഴും ഉള്ളിൽ ഒരു പേടിയുണ്ട്. വരാൻ പോകുന്ന വിപ്ലവം അങ്ങയെ എന്നിൽനിന്നും അകറ്റുമോ എന്ന പേടി. അങ്ങ് ഉയരുകയാണ്. ഉയർന്ന് എന്നെപ്പോലെ ഒരു സ്ത്രീക്ക് എത്തിപ്പിടിക്കാൻ കഴിയാത്ത ഉന്നതങ്ങളിലേക്ക് അങ്ങ് മാറിക്കഴിഞ്ഞാൽ ഞാനെന്തുചെയ്യും. അതുകൊണ്ട് അങ്ങ് ഉടൻതന്നെ എന്റെ അടുത്തേക്ക് വരണം."

കത്തെഴുതിക്കഴിഞ്ഞതിനുശേഷം അവൾ അസ്വസ്ഥയായി. അവൾ തന്റെ കൈയിലെ പേന വലിച്ചെറിഞ്ഞു. എന്നിട്ട്, കിടക്കയിൽവീണ് കരയാൻതുടങ്ങി. കത്ത് ശരിയായിട്ടില്ല. അദ്ദേഹത്തിന്റെ വിപ്ലവപ്രവർത്തനങ്ങൾക്ക് അവളുടെ പ്രണയം ഒരിക്കലും തടസ്സമാവില്ല എന്ന കാര്യം എത്ര ആവർത്തി അദ്ദേഹത്തോട് പറഞ്ഞിട്ടുള്ളതാണ്, സത്യം ചെയ്തിട്ടുള്ളതാണ്. ഞാൻ വാക്കുകൊടുത്തതല്ലേ, പ്രതിജ്ഞചെയ്തതല്ലേ, അതേ. അവൾ വലിച്ചെറിഞ്ഞ പേന വീണ്ടുമെടുത്ത് എഴുതി.

"എന്റെ പ്രാണനായ റോസ്സീ, തീരെ സുഖമില്ലെനിക്ക്. വളരെ അവശയാണ്. അങ്ങയെ കാണാൻവേണ്ടിയാണ് ഞാൻ കൊതിക്കുന്നത്. അങ്ങിവിടുന്ന് പോയതിനുശേഷം എന്റെ ആരോഗ്യമാകെ തകർന്നിരിക്കയാണ്. ഡോക്ടർക്കോ ഔഷധത്തിനോ എന്റെ രോഗം ഭേദപ്പെടുത്താനാവില്ല. അങ്ങയുടെ സാന്നിദ്ധ്യം മാത്രമേ, എന്റെ രോഗം ഭേദമാക്കുകയുള്ളൂ. അങ്ങേക്ക് മാത്രമേ, അതിന് സാധിക്കുകയുള്ളൂ. അതുകൊണ്ട് ഈയുള്ളവൾ യാചിക്കുന്നു. അങ്ങയുടെ ഉത്തരവാദിത്വങ്ങൾ അവിടെയുള്ള മറ്റുള്ളവരെ ഏല്പിച്ച് ഉടൻതന്നെ ഇങ്ങോട്ട് വരിക. എന്റെ രോഗം

മൂർച്ഛിച്ച് വഷളാകുന്നതിനുമുമ്പുതന്നെ പെട്ടെന്നുവരണം.......... വളരെ പെട്ടെന്ന്."

ഇങ്ങനെ എഴുതിയതിനുശേഷം, അതിൽ ഒരു ഭേദഗതിവരുത്തണമെന്ന് അവൾക്കുതോന്നി. അദ്ദേഹത്തിന് എന്തെങ്കിലും വിഷമമുണ്ടെങ്കിൽ വരേണ്ടതില്ലാ എന്ന് അവളുടെ മനസ്സാക്ഷി മന്ത്രിക്കുന്നുണ്ടായിരുന്നു. എന്നാൽ, അവൾ മനസ്സാക്ഷിയുടെ മന്ത്രണത്തെ അവഗണിച്ചുകൊണ്ട് എഴുത്ത് പോസ്റ്റ്ചെയ്തു.

അതിനുശേഷം റോമ ഡേവിഡ്റോസ്സിയുടെ എല്ലാ കത്തുകളുമെടുത്ത് കത്തിച്ചുകളഞ്ഞു. പൊലീസ് പരിശോധന ഏത് സമയത്തും ഉണ്ടാകും. ആ കത്തുകൾ തീയിലെരിയുന്നതുകണ്ടപ്പോൾ അവളുടെ ഹൃദയം വല്ലാതെ വേദനിച്ചു. അവളുടെ പ്രണയത്തിന്റെ മനോഹരസാക്ഷ്യങ്ങളായ ആ കത്തുകൾ അഗ്നിക്കിരയാവുന്നത് കണ്ടപ്പോൾ അവളൊരു കൊലപാതകം ചെയ്തതുപോലെയാണ് അനുഭവപ്പെട്ടത്.

എന്റെ പ്രിയമുള്ളവൾ എന്നെ ആനന്ദിപ്പിക്കാൻ ശ്രമിക്കുകയാണ്, പുഞ്ചിരിക്കൂ റോമാ, ഒന്നു ചിരിക്കൂ, നമുക്ക് ആനന്ദിക്കാൻ, ആനന്ദത്തോടെ ജീവിക്കാൻ തുടങ്ങിയ റോസ്സിയുടെ വാക്കുകൾ ആ തീജ്വാലയുടെ ഇടയിൽക്കൂടി അവൾക്ക് വായിക്കാൻ കഴിഞ്ഞിരുന്നു.

പ്രഭാതത്തിൽ വിശുദ്ധപുരോഹിതൻ തന്റെ സെക്രട്ടറിയോട് ചോദിച്ചു:

"എന്തൊക്കെയാണ് വിശേഷങ്ങൾ."

"സർക്കാർ ഒരുത്തരവ് ഇറക്കിയിട്ടുണ്ട്. രാജാവിന്റെ കിരീടധാരണം. ഗംഭീരമായി ആഘോഷിക്കാൻ സർക്കാർ തീരുമാനിച്ചിരിക്കുന്നു. അടുത്ത തിങ്കളാഴ്ച ആഘോഷപരിപാടികൾ ആരംഭിക്കും."

"റോമിലെ ജനങ്ങൾ ഏറ്റവുംവലിയ യാതനകൾ അനുഭവിക്കുമ്പോൾ, ദാരിദ്ര്യത്തിൽക്കിടന്ന് പുളയുമ്പോൾ എങ്ങനെയാണ് ഇതുപോലൊരു ആഘോഷം നടത്തുന്നത്. കഷ്ടംതന്നെ. ആ ഡേവിഡ് റോസ്സിയെക്കുറിച്ച് വല്ലവിവരവും ലഭിച്ചോ."

"അദ്ദേഹം ഫ്രാൻസിലാണുള്ളത്."

"നിങ്ങൾ ഈ പറയുന്ന റോസ്സിയെ കണ്ടിട്ടുണ്ടോ?"

"കണ്ടിട്ടുണ്ട്."

"എപ്പോൾ?"

"പരിശുദ്ധപിതാവിന്റെ ആ ജൂബിലിദിവസം റോസ്സി ഒരപേക്ഷ സമർപ്പിക്കാൻ ശ്രമിച്ചത് ഓർക്കുന്നോ. ആ അവസരത്തിൽ."

"കണ്ടാൽ എങ്ങനെ. ഒരു സാത്താനെപ്പോലെയുണ്ടോ?"

"ഏയ് അങ്ങനെയൊന്നുമില്ല."

"ഒരു കിംവദന്തി കേൾക്കുന്നു. അയാളെ കണ്ടാൽ എന്നെപ്പോലെയുണ്ടെന്ന്."

"ഉവ്വ്, എനിക്കും അങ്ങനെ തോന്നിയിട്ടുണ്ട്."

"ശരിയായ രീതിയിൽ അയാളെ വളർത്തിയിരുന്നെങ്കിൽ അയാളുടെ ജീവിതം ഇതിനെക്കാളെത്രയോ ഉപകാരപ്രദമാകുമായിരുന്നു."

"പിതാവേ, ശരിയാണത്. അയാളൊരു അനാഥനായിരുന്നു എന്നാണ് കേൾക്കുന്നത്."

"ഒരു പിതാവിന്റെ സ്നേഹം അവന് കിട്ടിയിട്ടില്ല. പാവം."

ആ സമയത്ത് മോൺസിഞ്ഞോർ അങ്ങോട്ടുവന്നു. കുമ്പസാര രഹസ്യം ബാരൻബോനലിയോട് പറഞ്ഞ വിവരം അയാൾ പരിശുദ്ധപി താവിനെ അറിയിച്ചു. ഡേവിഡ് റോസ്സി നടത്താൻപോകുന്ന കലാപത്തെ ക്കുറിച്ച് റോമ പള്ളിയിൽപ്പറഞ്ഞ കുമ്പസാരരഹസ്യം അയാൾ വെളി പ്പെടുത്തിക്കഴിഞ്ഞു. അതറിഞ്ഞ പരിശുദ്ധപിതാവ് അങ്ങേയറ്റം വ്യസന ത്തോടെ ചോദിച്ചു

"എല്ലാം അവിടെ പറഞ്ഞോ?"

"അങ്ങയുടെ നന്മയ്ക്കുവേണ്ടി പറഞ്ഞു."

"വിശ്വാസത്തിന്റെ ഭാഗമായി പറഞ്ഞതാണെന്ന് അദ്ദേഹത്തോട് വെളിപ്പെടുത്തിയോ?"

"കുമ്പസാരരഹസ്യം വെളിപ്പെടുത്തുകയാണോ എന്നാണ് ആ സമ യത്ത് ചോദിച്ചത്."

"കത്തോലിക്കാസഭയിൽ പെടാത്ത ഒരു സ്ത്രീയാണ് വെളിപ്പെടു ത്തിയത് എന്നുപറഞ്ഞോ."

"സർക്കാരിനെ വിവരമറിയിക്കേണ്ടത് പരിശുദ്ധപിതാവാണെന്നും പിതാവിന്റെ ആജ്ഞ സർക്കാരിന്റെയും പള്ളിയുടെയും ഉറച്ചബന്ധത്തിന് അനിവാര്യമാണെന്നും അദ്ദേഹം പറഞ്ഞു."

കഴിഞ്ഞ ശനിയാഴ്ച പ്രഭാതത്തിൽ ആ കുട്ടി ഇവിടെ വന്ന വിവരം പറഞ്ഞോ?"

"പറഞ്ഞു."

"നിങ്ങളവിടെ ഉള്ളപ്പോഴാണോ ആ കുട്ടി അവിടെ വന്നത്?"

"അതെ,"

"ശനിയാഴ്ച ആ കുട്ടി എന്നെ സന്ദർശിച്ചു എന്ന് പറഞ്ഞോ?"

"ഉവ്വ്."

"എന്താണ് നിങ്ങൾ ചെയ്തത് മനുഷ്യാ?"

ഈ സംഭാഷണത്തിനുശേഷം പോപ്പ് അസ്വസ്ഥനായി തന്റെ മുറി ക്കകത്ത് അങ്ങോട്ടുമിങ്ങോട്ടും നടക്കാൻതുടങ്ങി. മറ്റേയാളാകട്ടെ, ഒരു കുറ്റവാളിയെപ്പോലെ മുട്ടിന്മേൽ നില്ക്കുകയായിരുന്നു. അയാളെ പരി ശുദ്ധപിതാവ് എഴുന്നേല്പിച്ച് സമാധാനിപ്പിച്ചു. തന്നോട് ക്ഷമിക്കണ മെന്നും എല്ലാം തന്റെ തെറ്റാണെന്നും പരിശുദ്ധപിതാവ് പറഞ്ഞു. ആ സമയം ഒരാൾ പരിശുദ്ധപിതാവിന് ഒരു കവർകൊടുത്തു. ബാരൻ ബോനലി കൊടുത്തയച്ചതായിരുന്നു അത്.

മദ്ധ്യാഹ്നത്തിൽ പരിശുദ്ധപിതാവും ഫാദർ പിഫരിയും അരമനയ്ക്ക് സമീപമുള്ള പൂങ്കാവനത്തിൽ ഇരിക്കുകയായിരുന്നു

"പരിശുദ്ധപിതാവിന്റെ ഭാവിപരിപാടിയെന്താണ്."

"കർത്താവ് നയിക്കുന്നിടത്തേക്ക് സഞ്ചരിക്കുക."

"സർക്കാറിന്റെ നിർദ്ദേശങ്ങൾ പാലിക്കാതിരിക്കുമോ?"

"അങ്ങനെ വന്നാൽ തെറ്റിദ്ധരിക്കപ്പെടുകയല്ലേ. രാജാവിനെ വധിച്ചുവെന്ന് കരുതുക. പിന്നത്തെ സ്ഥിതിയെന്തായിരിക്കും. പോപ്പ് എല്ലാം അറിഞ്ഞിരുന്നുവെന്നും സർക്കാരിനെ അറിയിച്ചില്ലാ എന്നും വെളിപ്പെടില്ലേ."

"പള്ളിയുടെ ചരിത്രത്തിൽ അപൂർവ്വസംഭവമല്ല ഇതൊന്നും. കുമ്പസാരരഹസ്യം എന്നത്, ഒരു മനുഷ്യാത്മാവിന്റെ രഹസ്യമാണ്. അത് സൂക്ഷിച്ച അങ്ങയെ ലോകം മാനിക്കും."

"ശരിയാണ്. കുമ്പസാരരഹസ്യമായിരുന്നുവെങ്കിൽ. പക്ഷേ യഥാർത്ഥത്തിൽ ഇത് കുമ്പസാരരഹസ്യമായിരുന്നില്ലല്ലോ. ആ പെൺകുട്ടി എന്റെ മുറിയിൽവന്ന് എന്നോട് രഹസ്യം പറഞ്ഞതല്ലേ."

"പക്ഷേ, പിതാവ് പറഞ്ഞില്ലേ. അത് കുമ്പസാരരഹസ്യംപോലെ സൂക്ഷിക്കേണ്ടതാണെന്ന്."

"പറഞ്ഞു. എന്നാൽ, ജനങ്ങളെന്തുകരുതും. കുമ്പസാരരഹസ്യമല്ലെന്ന് സർക്കാർ ലോകത്തെ അറിയിക്കും. ഞാൻ അതെല്ലാം മറച്ചുവെച്ചാൽ ശത്രുക്കൾ പറയും ഞാൻകൂടി അറിഞ്ഞുകൊണ്ടുള്ള പരിപാടിയാണിതെന്ന്. എനിക്കും ഗൂഢാലോചനയിൽ പങ്കുണ്ടെന്ന്."

"പ്രധാനമന്ത്രിയെ കാണുമോ?"

"ഇല്ല. കാണുമെങ്കിൽത്തന്നെ ഒറ്റയ്ക്കായിരിക്കില്ല. രാജാവുകൂടി ഉണ്ടാവും."

"രാജാവ് വരുമോ?"

"വരും."

"അങ്ങ് രാജാവും പോപ്പുമല്ലേ?"

"ഇറ്റലിയുടെ രാജാവ് എന്ന നിലയിലായിരിക്കും. റോമിന്റെ രാജാവ് എന്ന നിലയിലല്ല ഞാനദ്ദേഹത്തെ സ്വീകരിക്കുന്നത്."

"പിതാവേ, ഇതുകൊണ്ടൊക്കെ എന്താണ് നേട്ടം."

പോപ്പ് വീണ്ടും മുറിക്കകത്ത് ഉലാത്താൻ തുടങ്ങി. കുറെ നേരത്തെ ആലോചനയ്ക്ക് ശേഷം അദ്ദേഹം ശക്തമായ എന്തോ ഒരു തീരുമാനമെടുത്തു. പിന്നീട് തന്റെ കൈ നെഞ്ചിൽവെച്ച് ദൃഢസ്വരത്തിൽ പറഞ്ഞു:

"അത് സഭയെസംബന്ധിച്ചിടത്തോളം അപമാനമായിരിക്കും. ശത്രുക്കളോടും പിതാവിനൊരു കടമയുണ്ട്. ഒരു വിശ്വാസം ആത്മാർപ്പണത്തോടെ തന്നുകഴിഞ്ഞാൽ അതിന്റെയെല്ലാ പരിശുദ്ധിയോടുംകൂടി അതിനെ സൂക്ഷിക്കേണ്ട കടമയുണ്ട്."

ഫാദർ ഒന്നും മിണ്ടിയില്ല. അയാൾ തലതാഴ്ത്തി നിന്നു. അപ്പോൾ പോപ്പ് ചോദിച്ചു:

"ഫാദർ പിഫരി എന്താ ഒന്നും മിണ്ടാത്തത്."

"ഞാൻ ഇപ്പോൾ ചിന്തിക്കുന്നത് ആ പാവം സ്ത്രീയെപ്പറ്റിയാണ്."

രാത്രി അത്താഴത്തിനുശേഷം പരിശുദ്ധപിതാവ് ഒരു കത്തെഴുതി.

"സാർ,

താങ്കളുടെ ജീവനെ അപകടപ്പെടുത്തുവാനുള്ള ഗൂഢാലോചന നടക്കുന്നതിനെപ്പറ്റിയുള്ള രഹസ്യം താങ്കൾക്ക് ഔദ്യോഗികമായിത്തന്നെ

ലഭിച്ചിട്ടുണ്ടെന്ന് താങ്കളുടെ പ്രധാനമന്ത്രി നമുക്ക് വിവരം നല്കിയിരിക്കുന്നു. ആ സംഭവവുമായി ബന്ധപ്പെട്ട് കൂടുതൽ വിവരങ്ങൾ എന്നിൽനിന്നും ലഭിക്കും എന്ന വിശ്വാസത്തോടുകൂടി പ്രധാനമന്ത്രി നമ്മെ കാണാൻ ആഗ്രഹം പ്രകടിപ്പിച്ചിട്ടുണ്ട്. എന്നാൽ, ഇപ്പോഴുള്ള വിവരത്തിൽ കവിഞ്ഞ് മറ്റൊന്നും എന്റെ പക്കലില്ല.

എന്ന്
പോപ്പ്."

വിശുദ്ധപത്രോസിന്റെ പള്ളിയിൽ അന്ന് ഗംഭീര ആഘോഷമായിരുന്നു. പെസഹവ്യാഴാഴ്ചയായിരുന്നു അത്. റോമിലെ ഏറ്റവും ഉജ്ജ്വലമായ ആഘോഷപരിപാടിയായിരുന്നു അത്. ആയിരക്കണക്കിനാളുകൾ അതിൽ പങ്കെടുത്തു. സകലരും ആനന്ദത്തിൽ ആറാടുകയാണെങ്കിലും വിശുദ്ധപിതാവിനുമാത്രം ആഹ്ലാദിക്കാൻ കഴിഞ്ഞില്ല. ആഘോഷപരിപാടികൾക്കുശേഷം പോപ്പ് ഫാദർ പിഫരിയോട് ചോദിച്ചു:

"അയാൾ വന്നോ?"

"ഇല്ല."

"കർത്താവേ, ഇനി എന്തൊക്കെയാണ് സംഭവിക്കുക. എല്ലാം ദൈവത്തിന്റെ അനുഗ്രഹം."

ഫാദർ പിഫരി നിശ്ശബ്ദനായി നിന്നു.

"റോസ്സി എന്ന ആൾ യഥാർത്ഥത്തിൽ ഒരു കലാപകാരിയാണോ. അയാൾ രാജദ്രോഹിയാണോ?"

"അതെ"

"പക്ഷേ, ഞാൻ കേട്ടത് അച്ഛനാരാണെന്നോ അമ്മയാരാണെന്നോ അറിയാതെ വളർന്ന ഒരനാഥനാണെന്നാണ്."

"ആണോ."

"അതെ."

"പുറമെ കാണുമ്പോൾ വലിയ കലാപകാരിയാണെങ്കിലും ഉള്ള് പരിശുദ്ധമാണ്."

"അതെ, ആ സ്ത്രീയുടെ വെളിപ്പെടുത്തലുകൾതന്നെ തെളിവ്."

"പക്ഷേ, കുറ്റം കുറ്റംതന്നെയാണല്ലോ."

"അതെ,"

"അച്ചോ, ഈ പദവിയും അധികാരങ്ങളും അപകടകരമാണെന്ന് തോന്നുന്നില്ലേ."

"പിതാവിന് ഇതൊന്നും വേണ്ടായിരുന്നു എന്ന് എനിക്ക് തോന്നാറുണ്ട്."

ആ സമയത്ത് പ്രധാനമന്ത്രി അവിടെ എത്തിയ വിവരം ഒരാൾ വന്നു പറഞ്ഞു. പ്രധാനമന്ത്രിയോടൊപ്പം രാജാവുമുണ്ടായിരുന്നു.

രാജാവ് പോപ്പിനുമുമ്പിൽ മുട്ടുകുത്തി ആ മോതിരം ചുംബിച്ചു. പക്ഷേ, പ്രധാനമന്ത്രി ശിരസ്സ് നമിക്കുകമാത്രം ചെയ്തു. പോപ്പ് ഇരുവരെയും സ്വീകരിച്ചിരുത്തി.

"ഇരിക്കൂ,"

"നന്ദി."

പിന്നീട് ബാരനാണ് സംസാരിച്ചത്.

"പരിശുദ്ധപിതാവേ, ഞങ്ങളുടെ വരവിന്റെ ഉദ്ദേശ്യം ഉണർത്തിക്കാം. താങ്കൾ ഞങ്ങളെ കഴിഞ്ഞദിവസം ഒരു പ്രധാനപ്പെട്ട വിവരം അറിയിച്ചു. വരാനിരിക്കുന്ന ഒരു വൻവിപത്തിനെക്കുറിച്ചുള്ള വിവരം. അതിനുശേഷം അതുമായി ബന്ധപ്പെട്ട് വേറെയും ചില കാര്യങ്ങൾ അറിയാൻ സാധിച്ചു. രാജാവിന്റെ ജീവൻ അപകടത്തിലാണ്. മാത്രമല്ല ഒരു ലോകവിപ്ലവത്തിനുതന്നെ നേതൃത്വംകൊടുക്കുകയാണ് ആ റോസ്സി."

"ഉവ്വ്."

"രാജാവിന്റെ കിരീടധാരണം ഒരു മഹാ ആഘോഷമായി നടക്കാൻ പോകുന്ന വിവരം പരിശുദ്ധപിതാവ് അറിഞ്ഞുകാണുമെന്ന് വിശ്വസിക്കുന്നു. അടുത്ത തിങ്കളാഴ്ച ആ മഹോത്സവം ആരംഭിക്കും. അന്ന് തന്നെയാണ് കലാപകാരികൾ കലാപങ്ങൾക്ക് ഒരുക്കം കൂട്ടുന്നത് എന്ന വിവരം ലഭിച്ചിട്ടുണ്ട്."

"അങ്ങനെയാണെങ്കിൽ ആഘോഷപരിപാടികൾ മാറ്റിവെക്കുന്നതല്ലേ നല്ലത്."

"അത് പ്രായോഗികമല്ല. രാജാവിന്റെ ആഘോഷപരിപാടികൾക്ക് മാറ്റം വരുത്തിയാൽ പൊതുജനങ്ങളെന്തുകരുതും. കലാപത്തെ പേടിച്ച് രാജകൊട്ടാരം അടച്ചുപൂട്ടി രക്ഷപ്പെടുക എന്നത് നട്ടെല്ലുള്ള ഒരു രാജാവിന് ചേർന്നതല്ലായെന്ന് ജനം പറയില്ലേ."

"പിന്നെ നിങ്ങളുടെ വരവിന്റെ ഉദ്ദേശ്യം."

"പിതാവ് ഞങ്ങൾക്ക് നല്കിയ വിവരങ്ങൾ പരിമിതമാണ്. ഇനിയും കൂടുതൽ വിവരങ്ങൾ പിതാവ് ഞങ്ങൾക്ക് തരണം. രാജനന്മയ്ക്കുവേണ്ടിയും രാജാവിന്റെ ജീവനുവേണ്ടിയും ജനങ്ങളുടെ സമാധാനത്തിനും നന്മയ്ക്കും വേണ്ടിയും."

പോപ്പ് ആകെ അസ്വസ്ഥനായിരുന്നു. അദ്ദേഹം പറഞ്ഞു:

"വിശദമായി പറയൂ."

"പിതാവിന് ആ വിലപ്പെട്ട രഹസ്യങ്ങൾ നല്കിയത് ഒരു സ്ത്രീയാണെന്ന് ഞങ്ങൾക്ക് മനസ്സിലായി. തന്നെ സ്നേഹിക്കുന്ന പുരുഷനിൽനിന്നും ലഭിച്ച വിവരങ്ങളാണത്. അയാൾ വിപ്ലവത്തിനുവേണ്ടിയുള്ള തയ്യാറെടുപ്പിലാണെന്ന് ഞങ്ങൾക്ക് ഔദ്യോഗികമായി അറിവുലഭിച്ചിട്ടുണ്ട്."

"നിങ്ങൾക്കിതെല്ലാം അറിയാമെങ്കിൽ പിന്നെ എന്തിനാണ് എന്നോട് ചോദിക്കുന്നത്."

"അയാളെ അറസ്റ്റുചെയ്യണമെങ്കിൽ ചില ഉപാധികളുണ്ട്. അതായത് വ്യവസ്ഥകളുണ്ട്. അയാളൊരു പാർലമെന്റ് അംഗമാണ്. പരസ്യമായി ഒരാൾ അയാൾക്കെതിരെ പരാതി നല്കിയെങ്കിലേ പിടിക്കാനൊക്കുകയുള്ളൂ."

"അതിനാണോ നിങ്ങളെന്നോട് ആവശ്യപ്പെടുന്നത്."

"പിതാവ് അത് ചെയ്യാനല്ല. ആ സ്ത്രീയെക്കൊണ്ട് ചെയ്യിപ്പിക്കണം."

"വിശ്വാസ വഞ്ചന."

"പിതാവേ, അത് കുമ്പസാരരഹസ്യമായിരുന്നില്ലല്ലോ?"

"അവൾ റോസ്സിയുടെ ഭാര്യയാണ്."

"അവളങ്ങനെ കരുതുന്നു."

"കരുതുകയോ, അവൾ അയാളുടെ ഭാര്യയാണ്. ഭർത്താവിനെ ഒറ്റിക്കൊടുക്കാൻ ഭാര്യയുടെ സഹായംതേടണമെന്നാണ് നിങ്ങൾ പറയുന്നത്."

"അതെ,"

"അങ്ങനെ അയാൾ കുറ്റവാളിയാണെന്ന് ഭാര്യപറഞ്ഞാൽ അയാളെ തൂക്കിക്കൊല്ലും."

"അതെ."

"റോസ്സി, ഇതിനുമുമ്പ് വേറെയും ആസൂത്രണപദ്ധതികൾ നടത്തിയിട്ടുണ്ട്. പതിനെട്ടുസംവത്സരങ്ങൾക്കുമുമ്പ് രാജാവിനെ വധിക്കാൻ ശ്രമിച്ചു. എന്നാൽ, തെളിവുകളുടെ അഭാവത്തിൽ ശിക്ഷിക്കപ്പെട്ടില്ല. ആ കേസുകളെക്കുറിച്ചും അവൾക്ക് തെളിവുകൾ തരാൻപറ്റും."

"ഉവ്വ്."

"വിശുദ്ധപിതാവിന്റെ ഉപദേശങ്ങൾക്കനുസരിച്ച് അവൾ തന്റെ ഭർത്താവിനെ സംബന്ധിച്ച കേസുകളിൽ തെളിവുതരുന്ന പക്ഷം റോസ്സി രക്ഷപ്പെടും എന്നുള്ളതിന് യാതൊരുസംശയവുംവേണ്ട."

"അതെങ്ങനെയാണ്?"

"പുതിയ കേസിന്റെ വിധി എന്തുമാവട്ടെ. പഴയകാര്യങ്ങൾ അതായത് പഴയ കുറ്റങ്ങൾ സമ്മതിക്കുകയാണെങ്കിൽ അയാൾക്ക് നിരുപാധികം മാപ്പുനല്കാമെന്ന് രാജാവ് പരിശുദ്ധപിതാവിന് ഉറപ്പുതരുന്നു."

"എന്നിട്ട്."

"പിന്നെ റോസ്സിയെ ഇവിടെനിന്നും നാടുകടത്തും. അങ്ങനെ എല്ലാ അട്ടിമറിപ്രവർത്തനങ്ങളും അവസാനിക്കും. ക്രമസമാധാനനില പുനഃസ്ഥാപിക്കപ്പെടും. രാജാവിനെതിരെയുള്ള എല്ലാ ഭീഷണികളും അവസാനിക്കും."

വിശുദ്ധപുരോഹിതൻ ഒരു നിമിഷം നിശ്ശബ്ദനായിരുന്നു അദ്ദേഹം തന്റെ കസേരയിലേക്ക് ചാരിയിരുന്നു. ബാരൻ തുടർന്നു:

"പിതാവേ, അയാളെക്കുറിച്ചുള്ള തെളിവുകൾ ഞങ്ങൾക്ക് തരുന്നതുകൊണ്ട് അങ്ങേക്ക് യാതൊരു പ്രശ്നവുമുണ്ടാകില്ല. അതുവഴി അങ്ങ് ഞങ്ങളെ അനുഗ്രഹിക്കുകയാണ് ചെയ്യുന്നത്."

"ഞാൻ അനുഗ്രഹിച്ചില്ലെങ്കിലോ...."

"അങ്ങ് അനുഗ്രഹിക്കും."

"അനുഗ്രഹിച്ചില്ലെങ്കിൽ...."

"ഡേവിഡ് റോസ്സി ഒരു നിരീശ്വരവാദിയാണ്. കമ്യൂണിസ്റ്റാണ്. സഭയുടെയും സമുദായത്തിന്റെയും ശത്രുവാണ്."

"പിന്നെ."

"പരിശുദ്ധപിതാവിന്റെയും കൊടിയ ശത്രുവാണയാൾ."

"പിന്നെ."

"പിതാവിനെ, സംരക്ഷിക്കുക എന്നത് സർക്കാരിന്റെ കടമയാണ്. അങ്ങയെ സഹായിക്കാൻ പട്ടാളവും പൊലീസുമുണ്ട്. സർക്കാർ അങ്ങയെ സഹായിക്കുന്നില്ലെങ്കിൽ അങ്ങേക്ക് റോം വിട്ട് ഓടിപ്പോകേണ്ടിവരും. അങ്ങനെ വിശുദ്ധപിതാവ് തെരുവാധാരമാകും."

"ഈ അപകടങ്ങളെല്ലാം നേരിട്ടുകൊണ്ട് ഞാൻ എന്റെ പരിശുദ്ധിയെ വിൽക്കാതിരിക്കുകയാണെങ്കിലോ?"

"രാജ്യദ്രോഹിയെ സംരക്ഷിക്കുന്നവനുള്ള ശിക്ഷ എന്തായിരിക്കുമെന്നറിയാമല്ലോ."

"എന്താണ്?"

"അത് ഞാൻ പറയണോ?"

"പറയണം."

"വിപ്ലവം ആരംഭിക്കുകയും രാജാവ് വധിക്കപ്പെടുകയും ചെയ്താൽ ഞാൻ അങ്ങേക്കെതിരെ മൊഴികൊടുക്കും. പരിശുദ്ധപിതാവ് ഇതെല്ലാം അറിഞ്ഞിരുന്നുവെന്നും അദ്ദേഹം അതെല്ലാം മറച്ചുവെച്ചുകൊണ്ട് വിപ്ലവത്തെ സഹായിച്ചു എന്നും പറയും."

"എന്നിട്ടോ?"

"പോപ്പിന്റെ സഹായത്തോടുകൂടിയാണ് ലോകത്ത് വിപ്ലവങ്ങൾ നടക്കുന്നത് എന്ന് ലോകം മനസ്സിലാക്കും."

"ഗത്യന്തരമില്ലാതെ എന്റെ അടുത്തേക്ക് വന്നതാണല്ലേ."

"പിതാവിനെ രക്ഷിക്കുകയാണ് ഞങ്ങളുടെ ലക്ഷ്യം."

"നിങ്ങൾക്ക് അയാളെ പിടികൂടാൻ കഴിയില്ല അല്ലേ."

"അതിന് പോപ്പിന്റെ സഹായം കൂടിയേതീരൂ."

"സാർ, പാവപ്പെട്ട ഒരുസ്ത്രീയെ കഷ്ടപ്പെടുത്താൻ നിങ്ങളെന്തെല്ലാം ചെയ്തുവെന്ന് എനിക്ക് മനസ്സിലാക്കാൻ കഴിഞ്ഞു. നിഷ്ഠുരനായ ഒരു മനുഷ്യന്റെ ഇരയാക്കി അവളെ. അതും നിങ്ങൾ ചെയ്തത്. കഷ്ടപ്പാടിന്റെയും കണ്ണീരിന്റെയും സംഘർഷങ്ങളുടെയും അവമതിപ്പിന്റെയും ചൂളയിലിട്ട് അവളെ നിങ്ങൾ പരീക്ഷിച്ചു. ദൈവാനുഗ്രഹംകൊണ്ട് അവൾ രക്ഷപ്പെട്ടു."

ഇതു കേട്ടതോടെ ബാരനാകെ അമ്പരന്നുപോയി. പോപ്പു തുടർന്നു:

"ഇതുമാത്രമല്ല നിങ്ങൾ ചെയ്തത്. മനുഷ്യനിയമത്തെയും ദൈവികനിയമത്തെയും വ്യഭിചരിക്കുന്ന ഒരു സംഭവം നിങ്ങൾ ജയിലിൽ സൃഷ്ടിച്ചുവെന്നും ഞാനറിഞ്ഞു."

"അതൊന്നും പിതാവ് വിശ്വസിക്കരുത്."

"ഒരു മനുഷ്യനെ വേഷംമാറ്റി ജയിലിലേക്ക് കടത്തിവിട്ട് ഒരുസാധു മനുഷ്യനെ കഷ്ടത്തിലാക്കിയ കഥയും ഞാനറിഞ്ഞു."

"ഇതെല്ലാം ഔദ്യോഗിക കാര്യങ്ങളാണ്. ഇതൊന്നും നിഷേധിക്കുകയോ നിഷേധിക്കാതിരിക്കുകയോ ചെയ്യുന്നില്ല ഞാൻ."

"ഞാൻ നിങ്ങളോട് ചോദിക്കുന്നു എന്തിനുവേണ്ടിയാണ് നിങ്ങൾ അധികാരം നിലനിർത്തുന്നത്. മനുഷ്യനന്മയ്ക്കുവേണ്ടിയോ അതോ മനു

ഷ്യനാശത്തിനുവേണ്ടിയോ?"

"ഗവൺമെന്റ് കുറെ കഠിനമായി പെരുമാറിയെന്നത് ശരിയാണ്. പക്ഷേ, ചില പ്രത്യേകഘട്ടങ്ങളിൽ ഇത്തരത്തിലുള്ള അട്ടിമറിക്കാരെ നേരിടാൻ ചില സൂത്രങ്ങൾ പ്രയോഗിക്കേണ്ടിവരും."

"സാർ, ഇത്തരത്തിലുള്ള സ്വേച്ഛാധിപത്യഭരണകൂടങ്ങളെ ദൈവം നശിപ്പിക്കും എന്ന് നിങ്ങൾക്കറിയുമോ. എത്രയെത്ര നിരപരാധികളും സാധുക്കളുമായ ആളുകളെയാണ് നിങ്ങൾ വേട്ടയാടിയത്. നിങ്ങൾ നീതിദേവതയെ വ്യഭിചരിച്ചു. നിങ്ങളുടെ ഉദ്യോഗസ്ഥർ എന്താണ് ചെയ്തത്. സ്നേഹിക്കുന്ന ഭാര്യയുടെ പ്രണയത്തെയും കൊല്ലപ്പെട്ട ഒരു കുഞ്ഞിന്റെ ഓർമ്മയെയും നിങ്ങൾ ഉപയോഗപ്പെടുത്തി. അതിനെ ദുരുപയോഗപ്പെടുത്തി എന്നാണ് പറയേണ്ടത്. മനുഷ്യനിലെ മഹത്തായ ഗുണങ്ങളെല്ലാം നിങ്ങൾ ചോർത്തിക്കളഞ്ഞു. ക്രിസ്തുവിന്റെ മൂല്യങ്ങൾക്കെതിരായിട്ടാണ് നിങ്ങൾ പ്രവർത്തിച്ചത്. ആ പാവപ്പെട്ട മനുഷ്യനെ ക്രിസ്തുവിനെ ക്രൂശിച്ചപോലെ നിങ്ങൾ ക്രൂശിച്ചു. എന്നിട്ട്, ക്രിസ്തുവിന്റെ വികാരിയുടെ അടുത്തുവന്നിട്ട് നിങ്ങൾ പറയുന്നു ഞാൻ നിങ്ങളെ സഹായിക്കണമെന്ന്. എന്താണ് ഇതിന്റെയൊക്കെ അർത്ഥം."

ഇതെല്ലാം കേട്ട് രാജാവ് വിഷമത്തിലായി. അയാൾ വിശുദ്ധപുരോഹിതനുമുമ്പിൽ മുട്ടുകുത്തി. അപ്പോൾ പോപ്പ് ചോദിച്ചു:

"നിഷ്ഠുരനായ ഈ പ്രധാനമന്ത്രിയുടെ അന്ത്യത്തെക്കുറിച്ച് നിങ്ങളാലോചിച്ചിട്ടുണ്ടോ. അതൊരു ഭീകരരംഗമായിരിക്കും. ഇയാളുടെ അന്ത്യരംഗം. അപ്പോൾ ഇയാളുടെ മനസ്സിലൂടെ ഘോഷയാത്രയായി കടന്നുപോകുന്ന ഘോരഘോരമായ കാഴ്ചകളെക്കുറിച്ച് ഒന്നാലോചിച്ചുനോക്കൂ. ഇയാൾ കാരണം പീഡിതരായ മനുഷ്യർ. കുട്ടികൾ, ചെറുപ്പക്കാർ കൊല്ലപ്പെട്ട മാതാപിതാക്കൾ. നരകജീവിതം നയിച്ച വിധവകൾ. കണ്ണീരിലൂടെയും ചോരയിലൂടെയും വലിച്ചിഴയ്ക്കപ്പെട്ട അനാഥർ. ഇങ്ങനെയുള്ള ഒരാളെയാണ് നിങ്ങൾ വലിയ പ്രതീക്ഷയോടെ കൊണ്ടുനടക്കുന്നത്. നിങ്ങൾ സൂക്ഷിച്ചുകൊള്ളൂ."

രാജാവ് പോപ്പിന്റെ മുമ്പിൽ എഴുന്നേറ്റുനിന്നു. പോപ്പ് രാജാവനോട് പറഞ്ഞു:

"മഹാരാജാവേ, അന്ത്യനാളുകളിൽ നമ്മളെല്ലാവരും നമ്മളുടെ കർമ്മങ്ങളുടെ കൃത്യമായ കണക്ക് ദൈവസന്നിധിയിൽ സമർപ്പിക്കേണ്ടിവരും എന്ന കാര്യത്തിൽ എനിക്ക് യാതൊരു സംശയവുമില്ല. വൃദ്ധനായതുകൊണ്ട് എനിക്ക് ആ കണക്കുകൾ വേഗംതന്നെ കൊടുക്കേണ്ടിവരും. ദൈവം മഹാനായ ഒരു നീതിപാലകനാണ്. നിങ്ങൾ ഇന്ന് അകപ്പെട്ടിരിക്കുന്ന അപായത്തെപ്പറ്റി എനിക്ക് ആ നീതിപാലകന്റെ മുമ്പിൽ പറഞ്ഞില്ലെങ്കിൽ ഞാൻ വിചാരണചെയ്യപ്പെടും. ശിക്ഷിക്കപ്പെടും. ദൈവം സർവ്വശക്തനാണ്. സർവ്വജ്ഞാനിയാണ്. അവനുമാത്രമേ അറിയുള്ളൂ ലോകത്തിന്റെ രഹസ്യങ്ങൾ. ഓരോ ആളെയും ഓരോ ആളാക്കുന്നു. പോപ്പിനെ പോപ്പും നല്ലവനെ നല്ലവനും രാജാവിനെ രാജാവും ആക്കുന്നതെന്തിനാണ്? ജനങ്ങളെ സംരക്ഷിക്കാൻ. അവരെ രക്ഷിക്കാനല്ല.രാജാ

വിന്റെ സിംഹാസനം പാവങ്ങളുടെ ശവകുടീരമാകരുത്. സ്വാർത്ഥമോഹികളും നിഷ്ഠുരന്മാരുമായ ഭരണാധികാരികളാണ് ജനങ്ങളെ കഷ്ടപ്പെടുത്തുന്നത്."

ഇതെല്ലാം കേട്ടശേഷം രാജാവ് എന്തോ പറയാനൊരുങ്ങി എന്നാൽ പോപ്പ് തുടർന്നു:

"നമ്മുടെ നാട്ടിൽ കലാപങ്ങളും രക്തച്ചൊരിച്ചിലും ഉണ്ടാകാതിരിക്കാൻവേണ്ടി തന്റെ ഭർത്താവിനെതിരെ ആ സ്ത്രീ മൊഴിനല്കണം എന്നാണല്ലോ നിങ്ങൾ പറയുന്നത്. അങ്ങനെ ആ സ്ത്രീ മൊഴിനല്കിയാൽ അയാൾക്ക് പരിപൂർണ്ണമായ മോചനം നിങ്ങൾ നല്കുമോ?"

"സത്യം. സത്യമായും മോചനം നല്കും."

"എങ്കിൽ ഞാനൊന്നാലോചിക്കട്ടെ."

"ശരി."

"പക്ഷേ,"

"എന്താണ്."

"അവൾ അതിന് സമ്മതിക്കുമെങ്കിൽ മാത്രം."

"ശനിയാഴ്ച അവൾ കോടതിയിൽ വരണം."

"ശരി നിങ്ങൾപൊയ്ക്കോളൂ."

രാജാവ് പോകുമ്പോൾ പോപ്പിന്റെ മുമ്പിൽ മുട്ടുകുത്തി മോതിരത്തിൽ ചുംബിച്ചു. ആ സമയത്തും മന്ത്രി ബാരൻ ശിരസ്സ് നമിച്ചതേയുള്ളൂ.

അവർ പോയതിനുശേഷം വിശുദ്ധപിതാവ് ഫാദർ പിഫരിയോട് ഇങ്ങനെ പറഞ്ഞു:

"കേട്ടോ അച്ചോ, ഇയാളെപ്പോലുള്ള ആളുകളോട് റോസ്സിയെപ്പോലുള്ള ഒരാൾ പൊരുതുന്നതിൽ എന്താണ് അത്ഭുതം."

പിറ്റേന്ന് വളരെ അസ്വസ്ഥനായി കാണപ്പെട്ട പരിശുദ്ധപിതാവിനോട് ഫാദർ പിഫരി ചോദിച്ചു:

"സുഖമില്ലാ അല്ലേ?"

"ഇല്ല."

"ഇന്നലെ നടന്ന കാര്യങ്ങളാലോചിച്ച് മനസ്സ് വിഷമിപ്പിക്കരുത്. ഒരിക്കലും ചെയ്യാൻപാടില്ലാത്ത കാര്യമാണ് മന്ത്രി ഇന്നലെ അങ്ങയോട് പറഞ്ഞത്. ഭർത്താവിന്റെ രഹസ്യങ്ങൾ പുറത്തുപറയാൻ ഭാര്യയെ നിർബ്ബന്ധിക്കുക എന്നത് മാഹാ പാപമല്ലേ. മാത്രമല്ല അത് കനോൺ നിയമമനുസരിച്ച് കുറ്റകരവുമാണ്."

"എങ്ങനെ."

"അങ്ങ് ആ സ്ത്രീക്ക് വാക്കുനല്കിയതല്ലേ. അങ്ങയോട് അവർ പറഞ്ഞ കാര്യങ്ങളെല്ലാം കുമ്പസാരരഹസ്യമെന്നപോലെ സൂക്ഷിക്കാമെന്ന്. അപ്പോൾ അങ്ങ് ഒരു വിധികർത്താവാണ്. ആ സ്ത്രീ കുറ്റമേറ്റുപറയുന്ന തടവുകാരിയും. അവിടെ ഒരാളുടെ പാപങ്ങൾ തെളിയിക്കാൻ അങ്ങ് സാക്ഷികളെ വിളിക്കുന്നത് ഒരിക്കലും ശരിയല്ല. കനോൺനിയമമനുസരിച്ച് അതിനവകാശവും അധികാരവുമില്ല."

"എന്നാൽ, ഇത്തരം സന്ദർഭങ്ങളിൽ ഒരാൾ വെളിപ്പെടുത്തുന്ന കാര്യ

ങ്ങൾ വളരെ അപകടകരമാണെങ്കിൽ എന്തുചെയ്യും ഫാദർ?"

"ഇതുപോലുള്ള സന്ദർഭങ്ങളിൽ ഒരപകടമില്ലാതാക്കാൻ ആണെങ്കിൽപ്പോലും മറ്റൊരാളുടെ പേര് ചോദിച്ചറിയുന്നത് ഒരിക്കലും ശരിയല്ല. ഒന്നാമത് കുമ്പസാരരഹസ്യംപോലെ അങ്ങേക്കുമുമ്പിൽ അങ്ങയെ വിശ്വസിച്ചുകൊണ്ട് വെളിപ്പെടുത്തിയ വിവരങ്ങൾ ഉപയോഗിച്ച് അവരുടെ ഭർത്താവിനെ ഒറ്റിക്കൊടുക്കാൻ അവളോട് തന്നെ പറയുക എന്നത് ഒരിക്കലും അംഗീകരിക്കാൻ പറ്റാത്തതാണ്."

അതോടെ പോപ്പിന് വല്ലാത്ത മാനസികപ്രയാസമനുഭവപ്പെട്ടു. ഒരു തീരുമാനത്തിലെത്താൻ കഴിയാതെ അദ്ദേഹം മുറിയിൽ അങ്ങോട്ടുമിങ്ങോട്ടും നടന്നു. പിന്നീട് തന്റെ ഷെൽഫിൽനിന്നും ഒരു ഗ്രന്ഥമെടുത്ത് കൊണ്ടുവന്നിട്ട് ഫാദറോടായി പറഞ്ഞു:

"അച്ചൻ ഇതുകേൾക്കണം."

വിശുദ്ധപിതാവ് ആ ഗ്രന്ഥത്തിൽനിന്നും ഒരു ഭാഗം വായിച്ചു.

"ലോകത്തിന് അപകടം സംഭവിക്കുന്ന ഒരു കാര്യവുമായി ബന്ധപ്പെട്ട രഹസ്യങ്ങൾപറയാൻ ഒരു പാപി നിർബ്ബന്ധിക്കപ്പെടുകയാണെങ്കിൽ, മറ്റ് ദൈവശാസ്ത്രകാരന്മാരുടെ അഭിപ്രായത്തിന് വിരുദ്ധമായി ഞാൻ പറയുന്നത് എന്തെന്നാൽ, ആ വ്യക്തിയുടെ കൂട്ടുകാരുടെ പേരുകൾ വെളിപ്പെടുത്താൻ കുമ്പസാരം നടത്തിയ ആളെ നിർബ്ബന്ധിക്കരുത്."

"ശരിയാണ്."

"അപ്പോൾ ഞാൻ പറഞ്ഞത് എന്താണെന്നോ. ആരാണ് മറ്റ് ദൈവശാസ്ത്രകാരന്മാർ."

വിശുദ്ധപുരോഹിതൻ വീണ്ടും ഗ്രന്ഥം വായിച്ചു.

"അപായം തടയാൻവേണ്ടി മറ്റുള്ള ആളുകളോട് ഈ രഹസ്യം പുറത്തുപറയാൻ കുമ്പസാരം നടത്തിയ ആളോട് നിർദ്ദേശിക്കാം. അതിനു നിർബന്ധംതന്നെ വേണം."

ഫാദർ പിഫരി തലതാഴ്ത്തിനിന്നുകൊണ്ട് ചോദിച്ചു:

"അപ്പോൾ വിശുദ്ധപിതാവ് ചെയ്യാൻപോകുന്നത്."

"അതെ, അതുതന്നെ."

ഫാദർ പിഫരി എന്തുചെയ്യണമെന്നറിയാതെ നിന്നു. വിശുദ്ധപുരോഹിതൻ വീണ്ടും നടക്കാൻതുടങ്ങി. ഫാദർ പിഫരി ഇങ്ങനെ പറഞ്ഞു:

"സാധുസ്ത്രീ, അവൾ മനുഷ്യസ്നേഹത്തിൽ അത്രമാത്രം വിശ്വസിച്ചു."

"നമ്മൾ പുരോഹിതന്മാരാണ്. ലൗകികസ്നേഹം നമ്മളനുഭവിച്ചിട്ടില്ലല്ലോ. അപ്പോൾ മനുഷ്യസ്നേഹത്തെപ്പറ്റി വിധിപറയാൻ നമ്മളാരാണ്. ഫാദർ പിഫരിതന്നെയാണ് ഇത് പറഞ്ഞത്."

"അതെ," പോപ്പ് അതിനോട് യോജിച്ചു.

"വിശുദ്ധപിതാവേ, അങ്ങേക്ക് ആ കുട്ടിയെപ്പറ്റി എന്തുതോന്നുന്നു. ആരെപ്പോലെയുണ്ട് അവൾ."

ഒരുനിമിഷം പോപ്പ് ഒന്നും പ്രതികരിച്ചില്ല. നടക്കുകതന്നെയായിരുന്നു അദ്ദേഹം. തെല്ലിടകഴിഞ്ഞ് ഇങ്ങനെ പറഞ്ഞു:

"സ്വഭർത്താവിനെ ആരാധിക്കുകയാണവൾ."

"അവസാനമവൾ സന്ന്യാസമന്ദിരത്തിലെത്തും."

"ആളുകൾ പറയുന്നു റോസ്സി ഒരു കുറ്റവാളിയാണെങ്കിലും മഹാനാണെന്ന്. സ്വന്തം അഭിപ്രായങ്ങൾ ധീരമായി പറയുന്ന ആളാണെന്ന്."

"അയാൾക്ക് അമേരിക്കയിലേക്ക്തന്നെ പോവേണ്ടിവരും"

കുറച്ചുസമയത്തിനുശേഷം റോമയെ അന്വേഷിച്ച് ഫാദർ പിഫരി പോയി. അപ്പോൾ വിശുദ്ധപുരോഹിതൻ അരമനയിൽ ഒറ്റയ്ക്കിരുന്നു. ശ്രേഷ്ഠനായ മനുഷ്യനാണ് അദ്ദേഹം. ശരിക്കും പുണ്യവാളൻ. ആഡംബരപൂർണ്ണമായ അരമനയിൽ കുടുംബമോ, സൈന്യമോ, സാമ്രാജ്യമോ ഇല്ലാതോ ജീവിക്കുന്ന ഒരു ഏകാകി. ആയിരങ്ങളുടെ വിശുദ്ധപിതാവ് എങ്കിലും ലൗകികസുഖങ്ങൾ അറിയാത്തവൻ. അതെ, സ്വന്തം മുറിയിൽ ഏകാകിയായി ജീവിക്കുന്നു.

ദുഃഖവെള്ളിയാഴ്ച. പത്രത്തിൽ പ്രധാനവാർത്തയായി കൊടുത്തതെന്താണെന്നോ രാജാവും മന്ത്രിയും അരമനയിൽവന്ന് പോപ്പുമായി നടത്തിയ കൂടിക്കാഴ്ചയെപ്പറ്റിയുള്ള വാർത്ത. റോമ അത് വായിച്ചപ്പോൾ അവളുടെ മനസ്സിന് വല്ലാത്ത വിഷമംതോന്നി.

"റോമയുടെ അടുത്തേക്ക് റോസ്സിയുടെ അഭ്യുദയകാംക്ഷിയായ ജോൺ എന്നൊരാൾ കടന്നുവന്നു.

"മാഡം, സ്വർണ്ണത്തിന്റെ ചുറ്റികകൊണ്ടടിച്ചാൽ സ്വർഗ്ഗവാതിൽ തുറക്കില്ല." അതിനുശേഷം അയാൾ റോമയോട് ആ വിവരംപറയാൻ തുടങ്ങി.

രാജാവും മന്ത്രിയും കൂടി തലേന്ന് രഹസ്യമായി പോപ്പിനെകണ്ട വിവരം. റോസ്സിയുടെ ജീവന് ഭീഷണി ഉണ്ടെന്ന് അയാൾ പറഞ്ഞു. റോമിൽ റോസ്സിക്കുവേണ്ടി പല ആസൂത്രണങ്ങളും നടക്കുന്നുണ്ട്. അതുകൊണ്ട് അടുത്തൊന്നും ഇങ്ങോട്ട് വരരുതെന്ന് റോസ്സിയോട് പറയണം എന്നയാൾ അഭിപ്രായപ്പെട്ടു. റോസ്സി കൂട്ടിലെ കിളിയാവുന്നതിനെക്കാൾ ഭേദം കാട്ടിലെ കിളിയാവുന്നതാണെന്നും അയാൾ പറഞ്ഞു. വിവരങ്ങളെല്ലാം നൽകിയതിന് റോമ ആ സന്ദേശവാഹകനോട് നന്ദിപറഞ്ഞു.

അയാൾ പുറത്തുപോയതോടെ തനിച്ചിരുന്ന് റോമ ചിന്തിക്കാൻ തുടങ്ങി. തന്റെ ഭർത്താവിന്റെ ഭാവി അപകടത്തിലായിരിക്കുന്നു. താൻതന്നെ പറഞ്ഞ രഹസ്യങ്ങൾ തന്റെ ഭർത്താവിന് വിനാശമായി മാറിയിരിക്കുന്നു. അദ്ദേഹം ഒരിക്കലും റോമിലേക്ക് വരരുത്. ആ വിവരം എങ്ങനെ അദ്ദേഹത്തെ അറിയിക്കും. അദ്ദേഹത്തിന്റെ മേൽവിലാസം അറിയില്ല. അയച്ച കത്തിന് മറുപടി തന്നിരുന്നുവെങ്കിൽ ആ മേൽവിലാസത്തിൽ എഴുതാമായിരുന്നു.

പെട്ടെന്ന് അവളുടെ മനസ്സിൽ ഒരാശയം ഉദിച്ചു. അവൾ പേനയെടുത്ത് എഴുതാൻതുടങ്ങി. എഴുതുമ്പോൾ അവളുടെ കവിളിൽക്കൂടി കണ്ണുനീർ ഒലിച്ചിറങ്ങുന്നുണ്ടായിരുന്നു.

"പ്രിയസഖാവേ,

എനിക്ക് തീരെ സുഖമില്ലാതായിരിക്കുന്നു. എങ്കിലും താങ്കൾക്ക്

ഇങ്ങോട്ട് വരാൻപറ്റാത്തതുകൊണ്ട് ഞാനിതാ താങ്കളെ കാണാൻവേണ്ടി അങ്ങോട്ട് വരുന്നു. ഞാൻ അങ്ങേക്ക് വാക്കുതന്നതാണ്. ആത്മധൈര്യത്തോടെ ഇരിക്കാമെന്ന്. പക്ഷേ, അങ്ങ് ക്ഷമിക്കണം. എന്റെ ശക്തികൾ ചോർന്നുപോകുന്നു. അങ്ങയുടെ സാന്നിദ്ധ്യമില്ലാതെ ആ പ്രണയസ്പർശമില്ലാതെ ഇനിക്കിനി ഒരുനിമിഷംപോലും ജീവിക്കാൻ കഴിയുകയില്ല. അങ്ങയുടെ സന്ദേശങ്ങൾ വായിച്ചതുകൊണ്ടുമാത്രം എനിക്ക് ഇവിടെ കഴിയാനാവില്ല. അങ്ങയുടെ എഴുത്തിലെ അക്ഷരങ്ങൾ എനിക്ക് അമൃതപ്രവാഹങ്ങളാണ്. പക്ഷേ, അതൊന്നുംതന്നെ ആ സാന്നിദ്ധ്യത്തിന് പകരമാവുകയില്ല. മാത്രമല്ല അടുത്തകാലത്ത് എനിക്ക് അങ്ങയുടെ കത്തുകളൊന്നുംതന്നെ ലഭിക്കുന്നുമില്ല.

അങ്ങ് വലിയ ഉത്തരവാദിത്വങ്ങൾ ഏറ്റെടുത്ത് നടപ്പാക്കുന്ന ആളാണെന്ന് എനിക്ക് അറിയാത്തതുകൊണ്ടല്ല. ഞാനൊരു സ്ത്രീയാണ്. അങ്ങയുടെ ആശയങ്ങളൊക്കെ എനിക്ക് ഉൾക്കൊള്ളാൻ കഴിയുമെങ്കിലും പ്രണയിക്കാനും പ്രണയിക്കപ്പെടാനും അതിയായി ആഗ്രഹിക്കുന്നവളാണ് ഞാൻ. അതിനു സാധിക്കാതെവന്നാൽ ഞാൻ മരിച്ചുപോകും. മരണം എന്നെ ഭയപ്പെടുത്തുന്നില്ല. മരിച്ചുകഴിഞ്ഞാലും നമ്മളൊന്നിക്കും. അങ്ങനെ ജീവിതത്തിലെ വേർപാടിനെ മരണം പരിഹരിക്കും. അതോടെ എല്ലാ ദുഃഖങ്ങളും അകലും.

"പക്ഷേ, റോസ്സീ, പ്രിയമുള്ളവനേ, എനിക്ക് ഇനിയും ജീവിക്കണം. ഞാനിന്നാകെ അവശയാണ്. അങ്ങയുടെ അടുത്തെത്തിയാൽ എല്ലാ അസുഖങ്ങളും മാറും. അതുകൊണ്ട് ഞാനിതാ വരുന്നു.

കൂട്ടുകാരാ, ഞാനാകെ പരവശയായിരിക്കുന്നതുകൊണ്ട് അങ്ങ് വിഷമിക്കരുത്. കാരണം നാഥനില്ലാത്ത ഒരു ലോകത്തിലാണല്ലോ ഞാൻ ജീവിക്കുന്നത്. ആ സാമീപ്യമില്ലാത്തതുകൊണ്ടാണ് ഞാനിങ്ങനെ ശുഷ്കിച്ചുപോയത്. അങ്ങയുടെ ഉത്തരവാദിത്വങ്ങളെപ്പറ്റിയും തിരക്കുകളെപ്പറ്റിയും എനിക്ക് നന്നായറിയാം. ഒരു നിമിഷം അങ്ങ് എനിക്കുവേണ്ടി സമയം നീക്കിവെക്കണം. എന്നെ ഏതെങ്കിലും നല്ല ആശുപത്രിയിൽകൊണ്ടുപോയി ചികിത്സിക്കണം.അങ്ങനെ എന്റെ പഴയ ഉല്ലാസവും ഉന്മേഷവും തിരിച്ചുതരണം.

"അങ്ങനെ എന്റെ പ്രിയപ്പെട്ട റോസ്സീ, നമുക്കൊരിക്കൽക്കൂടി കുട്ടികളെപ്പോലെ ഉല്ലസിക്കണം. കളിക്കണം.

"പ്രിയസഖാവേ, ഈ എഴുത്ത് അങ്ങേക്ക് കിട്ടിക്കഴിഞ്ഞ ഉടൻതന്നെ ഞാൻ ആ കരങ്ങളിൽവന്നുവീഴും. താങ്കളുടെ ജോലിത്തിരക്കിനിടയിൽ തടസ്സപ്പെടുത്തിയതുകൊണ്ട് എന്നോട് ദേഷ്യപ്പെടരുത്. ആ മുഖത്ത് എന്നോട് ദേഷ്യം ഞാൻ കണ്ടാൽ അതെനിക്ക് സഹിക്കാനാവില്ല. ഞാനങ്ങേക്ക് എന്നെ സമ്പൂർണ്ണമായി സമർപ്പിക്കുന്നു. ഇത്രയുംകാലം ഞാൻ വളരെ കഷ്ടപ്പെട്ട് ഇവിടെ ഏകാകിയായി ജീവിച്ചു.

"പ്രിയനേ, നാളെ അവിടെയെത്തുന്ന വാഹനത്തിൽ ഞാനുണ്ടാകും. ഞാൻ പാരീസിലെത്തിയിട്ടല്ലാതെ അങ്ങൊരിക്കലും അവിടെനിന്നും എങ്ങോട്ടും പോകരുത്.

എന്ന്,
പ്രണയപൂർവ്വം റോമ"

കത്തെഴുതി അയച്ചപ്പോഴേക്കും റോമയുടെ ഹൃദയത്തിന് വല്ലാത്ത ആശ്വാസം തോന്നി. അത്രയ്ക്ക് പ്രക്ഷുബ്ധമായ ചിന്തകളായിരുന്നു അവളുടെ മനസ്സിനെ വേട്ടയാടിയിരുന്നത്. അവൾ ഉറച്ച ഒരു തീരുമാനമെടുത്തിരിക്കുകയാണ് റോസ്സിയുടെ അടുത്തെത്താൻ. അവൾ തന്റെ സാധനങ്ങളെല്ലാം അടുക്കിവെച്ചു. അവിടെയുള്ള പരിചാരിക റോമയെ സാധനങ്ങളെല്ലാം അടുക്കിവെക്കാൻ സഹായിച്ചു. ബ്രൂണോയെക്കുറിച്ചും റോസ്സിയെക്കുറിച്ചും എലനയെക്കുറിച്ചും ജോസഫിനെക്കുറിച്ചുമെല്ലാം ആ വൃദ്ധയായ പരിചാരിക വാതോരാതെ സംസാരിച്ചുകൊണ്ടിരുന്നു. അവസാനം റോമിൽ നടക്കാനിരിക്കുന്ന കിരീടധാരണത്തെക്കുറിച്ചും ജൂബിലിയാഘോഷത്തെക്കുറിച്ചും ഇങ്ങനെ പറഞ്ഞു:

"എന്റെ മോളേ, എനിക്കീ സർക്കാരിനെപ്പറ്റിയൊന്നും യാതൊരു മതിപ്പുമില്ല. അത് എല്ലാകാലത്തും ഇതുപോലെതന്നെയാണ്. ഒരു പോപ്പ് പോയാലെന്ത് പിന്നീട് വേറൊരാൾവരും. അതിലൊന്നും ഒരുകാര്യവുമില്ല. കാണാൻ നല്ല ചേലായിരിക്കും. അതുകൊണ്ടെന്താണ് കാര്യം. പോപ്പ് പോപ്പുതന്നെ. പോപ്പിന് സൗന്ദര്യമുണ്ടായാലെന്ത് ഇല്ലെങ്കിലെന്ത്. നമുക്കെല്ലാം നമ്മുടെ കാര്യമല്ലേ വലുത്. നമ്മളെല്ലാം നികുതികൊടുക്കുന്നില്ലേ. നമ്മൾ നികുതി കൊടുക്കുന്നുവെന്നല്ലാതെ അതാരുടെ കൈകളിലേക്കാണ് എത്തുന്നത് എന്ന് ചിന്തിക്കാറുണ്ടോ. ആരെങ്കിലും ചിന്തിക്കാറുണ്ടോ."

ആ സമയത്ത് ഗാരിബാൾഡി അങ്ങോട്ട് കയറിവന്നു. അയാളുടെ കൈയിൽ റോമയ്ക്ക് കൊടുക്കാൻവേണ്ടിയുള്ള ഒരു കത്തുണ്ടായിരുന്നു. വിറയാർന്ന കൈകളോട് അവൾ ആ കത്ത് പൊട്ടിച്ചുവായിച്ചു.

ബർലിനിലെ മുദ്രയുള്ള എഴുത്തായിരുന്നു അത്.

"എന്റെ പ്രിയസഖീ,

മൂന്ന് ദിവസം മുമ്പാണ് ഞാൻ പാരീസ് വിട്ടത്. പെട്ടെന്നായിരുന്നു തീരുമാനം. ഇന്ന് ചൊവ്വാഴ്ച ഇവിടെ എത്തി. പത്രത്തിൽ റോമിൽ നടക്കാനിരിക്കുന്ന പട്ടാഭിഷേകച്ചടങ്ങുകളെക്കുറിച്ച് വായിച്ചു. അതാണ് പെട്ടെന്ന് ഇങ്ങനെ ഒരുതീരുമാനമെടുക്കാനുള്ള കാരണം. എന്തൊരു ലജ്ജാകരമായ കാര്യമാണ് അവിടെ സർക്കാർ ചെയ്യുന്നത്. ജനങ്ങൾ പട്ടിണികിടക്കുമ്പോൾ ആഘോഷം നടക്കുന്നു. ജനങ്ങൾ കഷ്ടപ്പാടിലൂടെ ഉഴലുമ്പോൾ പണം ധൂർത്തടിക്കുന്നു. പ്രസ്ഥാനം ശക്തിപ്പെടുത്തി വിപ്ലവത്തിന് തീകൊളുത്തേണ്ട കാലം അതിക്രമിച്ചിരിക്കുന്നു.

"പ്രിയമുള്ളവളേ, എന്റെ പ്രിയറോമാ, റോമയുടെ പിതാവിനെ നന്നായി മനസ്സിലാക്കാൻ എനിക്ക് കഴിയുന്നു. ഞങ്ങൾ തമ്മിൽ വ്യത്യാസമുണ്ട്. എന്താണെന്നോ ആ വ്യത്യാസം എന്നെക്കാൾ വിശാലവീക്ഷണമുള്ള ആളായിരുന്നു അദ്ദേഹം. ഒരു കാര്യം നീ ഓർക്കണം. ജനങ്ങൾ തെരുവാധാരമാകുമ്പോൾ ഒറ്റവഴിയേയുള്ളൂ അവർക്കുമുമ്പിൽ, വിപ്ലവം, വിപ്ലവം, വിപ്ലവം."

റോമയ്ക്ക് നിലതെറ്റാൻ തുടങ്ങി. റോസ്സി എന്താണ് ചെയ്യാൻ പോകുന്നതെന്ന് അവൾക്ക് വ്യക്തമായി.

"എന്താണ് ഞങ്ങൾ ചെയ്യാൻപോകുന്നതെന്ന് വിശദമായി ഞാൻ എഴുതുന്നില്ല. കാരണം, ഈ കത്ത് ആരെങ്കിലും കണ്ടാലോ. അങ്ങനെ വന്നാൽ നീ കൂടി അപകടത്തിൽപ്പെടുമല്ലോ എന്നുകരുതി. എനിക്കറിയാം, റോമാ എനിക്കുവേണ്ടി ഒഴുക്കാൻ തയ്യാറില്ലാത്ത ഒരുതുള്ളിച്ചോര പോലും നിന്റെ സിരകളിലില്ലെന്ന്. അതുകൊണ്ടുതന്നെ അങ്ങനെയുള്ള ഒരാളെ അപകടത്തിൽപ്പെടുത്തരുതല്ലോ. നിന്റെ കൈവിരൽത്തുമ്പിനെപ്പോലും വേദനിപ്പിക്കാൻ പാടില്ലാത്തതാണ്.

പ്രിയപ്പെട്ടവളേ, ഞങ്ങളാഹ്വാനം ചെയ്യുന്നു. സംഘടിക്കുവിൻ, സംഘടിക്കുവിൻ, ജനങ്ങളുടെ സംഘടിതശക്തിക്കുമുമ്പിൽ എല്ലാ ഭരണകൂടങ്ങളും ദുർഭരണാധികാരികളും തവിടുപൊടിയാകും."

റോമയാകെ ഇതുവായിച്ച് വിറച്ചുപോയി. രാത്രിവണ്ടിക്കുതന്നെ നാടുവിടാൻ അവൾ തീരുമാനിച്ചു. പ്രഭാതംവരെ കാക്കാൻ സമയമില്ലെന്ന് അവൾ തീരുമാനിച്ചു.

"എന്റെ പ്രിയേ, നീ ഈ കത്തിന് മറുപടി അയയ്ക്കേണ്ട. കാരണം, ഇവിടെ ഞാൻ എത്രകാലം ഉണ്ടാവുമെന്ന് പറയാൻ പറ്റില്ല. എങ്ങോട്ടാണ് പോകുന്നത് എന്നും മുൻകൂട്ടിപ്പറയാൻ പറ്റില്ല. പറ്റുമെങ്കിൽത്തന്നെ എന്റെ മേൽവിലാസം നിന്നെ അറിയിക്കുന്നത് നല്ലതിനല്ല. കുറെക്കാലം ഞാൻ അങ്ങനെ ഒരു പ്രവാസിയായി തുടരും. പക്ഷേ, അധികം വൈകാതെ ഞാൻ റോമിലെത്തും. അങ്ങനെ രണ്ടുനദികൾപോലെ നമ്മൾ ഒരുമിക്കും. ഒന്നിച്ചുചേരും. പിന്നെ ഞാനൊരിക്കലും നിന്നെ പിരിയില്ല." അതുവായിക്കുമ്പോൾ റോമ ബോധംകെട്ടുവീഴുമോ എന്ന് സംശയിച്ചു.

"സ്നേഹമയീ, നീ സ്വസ്ഥതയോടെ ഇരിക്കൂ, ശാന്തമായി ഇരിക്കൂ, സുഖമായി ഇരിക്കൂ. ചില കത്തുകൾ റോമിൽനിന്നും എന്നെത്തേടി വരുന്നുണ്ട് എന്ന് മനസ്സിലാക്കാൻ കഴിഞ്ഞു. എന്റെ സുഹൃത്താണ് പറഞ്ഞത്. അതൊക്കെ റോമയുടെ കത്തുകളായിരിക്കാം. ആ കത്തുകൾ എന്റെ കൈയിൽ എത്തുംമുമ്പുതന്നെ ഞാൻ നിന്നെ എന്റെ കരങ്ങളിൽ എടുത്തുയർത്തും.

സഖീ, അതിന് ഞാനെത്രമാത്രം കൊതിക്കുന്നുവെന്നോ. പ്രണയം കൊണ്ട് ഞാൻ ഉന്മത്തനായിരിക്കുന്നു. എന്റെ എഴുത്തിന് വിസ്തൃതി കൂടുന്നത് അതുകൊണ്ടാണ്. നീ എന്നെ പ്രതീക്ഷിച്ച് എപ്പോഴും മുറിയിലിരിക്കരുത്. ധീരയായിരിക്കണം. ഒരിക്കലും ധീരത കൈവിടരുത്. നീ എന്റെ ഭാര്യമാത്രമല്ല, എന്റെ കാവലാൾകൂടിയാണ്.

എന്ന്
റോസ്സി"

എഴുത്ത് വായിച്ച ഉടൻതന്നെ റോമയ്ക്ക് ഒരു വിവരം ലഭിച്ചു. അവളെക്കാണാൻ ഫാദർ പിഫരി എത്തിയിരിക്കുന്നു. എന്തിനാണ് ഫാദർ തന്നെ കാണാൻ എത്തിയത്. അതെ, അവൾ മനസ്സിൽക്കണ്ടതാണത്.

പരിശുദ്ധപിതാവ് അവളെ ഒന്നുകൂടി കാണാൻ ആഗ്രഹിക്കുന്നു. ഫാദർ പിഫരിയോടൊപ്പം റോമ അരമനയിലേക്കുപോയി.

സാധാരണപോലെതന്നെ ശുഭ്രവസ്ത്രം ധരിച്ച് വിശുദ്ധപിതാവ് റോമയെ കാത്തിരിക്കുകയായിരുന്നു. അദ്ദേഹത്തിന്റെ മുഖത്ത് എന്തെന്നില്ലാത്ത ഒരു വിഷാദഭാവമായിരുന്നു. എങ്കിലും മന്ദഹസിച്ചുകൊണ്ട് പിതാവ് അവളെ വരവേറ്റു.

ഭക്തിയോടെ റോമ വിശുദ്ധപിതാവിന്റെ വിരലുകളിൽ ചുംബിച്ചു. പിതാവ് അവളെ എഴുന്നേല്പിച്ച് ഒരു കസേരയിലിരുത്തി. എന്നിട്ട് അവളുടെ അടുത്തുതന്നെ മറ്റൊരു കസേരയിൽ അദ്ദേഹമിരുന്നു. അദ്ദേഹം സംസാരിക്കുമ്പോൾ അവളുടെ കൈ കവർന്നിരുന്നു.

"ഞാൻ കുട്ടിയെ ദ്രോഹിക്കുകയില്ലെന്ന് അറിയാമല്ലോ."

"എനിക്ക് വിശ്വാസമാണ് അങ്ങന്നെ ദ്രോഹിക്കില്ലെന്ന്."

"കുട്ടിയുടെ ഭർത്താവ് റോസ്സി നടത്തുന്ന പ്രവർത്തനങ്ങൾ ഞാൻ ഒരിക്കലും അംഗീകരിക്കുന്നില്ല. പക്ഷേ, അതിന്റെ പേരിൽ ഞാനദ്ദേഹത്തെ ദ്രോഹിക്കില്ല."

"പിതാവിന് ആരെയും ദ്രോഹിക്കാനാവില്ല. എന്റെ ഭർത്താവ് വിശിഷ്ടനായ ഒരു വ്യക്തിയാണ്. അദ്ദേഹം നല്ല കാര്യങ്ങളാണ് ചെയ്യുന്നത്. അദ്ദേഹത്തെ അടുത്തറിഞ്ഞാൽ അതുമനസ്സിലാകും."

റോമയുടെ മുഖത്ത് വല്ലാത്ത പരിഭ്രമം ഉണ്ടായിരുന്നു.അവൾ റോസ്സിയെ ഓർത്ത് ഭയപ്പെടുകയാണ്. അയാളെത്തേടി നാടുവിടാനുള്ള പുറപ്പാടിലാണ്. അവളുടെ മുഖത്തെ പാരവശ്യംകണ്ട് പോപ്പ് പറഞ്ഞു:

"നീ എനിക്ക് മകളെപ്പോലെയാണ്. ഭർത്താവിനോടുള്ള നിന്റെ സ്നേഹം, ഭക്തി, സമർപ്പണം ഇതൊക്കെ എന്നെ വല്ലാതെ അത്ഭുതപ്പെടുത്തുന്നു. ആഹ്ലാദിപ്പിക്കുന്നു. അതിനെ ഉലയ്ക്കാൻ ഞാൻ നിമിത്തമായതിൽ ദുഃഖമുണ്ട്. പക്ഷേ, എന്തുചെയ്യാം. എന്റെ ഉത്തരവാദിത്വമാണത്."

റോമ ആകെ സ്തംഭിച്ചുപോയി. പിതാവ് തുടർന്നു:

"മകളേ, റോസ്സിയുടെ ലക്ഷ്യങ്ങൾ മഹത്തായതായിരിക്കാം. നല്ലതായിരിക്കാം. സമൂഹത്തിലെ സമ്പന്നരെന്നും ദരിദ്രരെന്നുമുള്ള വർഗ്ഗവ്യത്യാസം റോസ്സിയിലെ വിപ്ലവകാരിയെ അരിശംകൊള്ളിക്കുന്നു. ദരിദ്രരോടുള്ള അനുകമ്പ അയാളുടെ ഹൃദയത്തെ പ്രക്ഷുബ്ധമാക്കുന്നു. പക്ഷേ, എന്റെ മകൾ ഒരുകാര്യം മനസ്സിലാക്കണം.ഇതൊന്നും ഇവിടുത്തെ ഭരണാധികാരികൾ മനസ്സിലാക്കുന്നില്ല. നമ്മുടെ ലോകത്തിന്റെ വ്യവസ്ഥകൾ ശാശ്വതമായി നന്നാക്കാൻ ദൈവത്തിനുമാത്രമേ കഴിയുകയുള്ളൂ. ക്രൈസ്തവസഭയിലൂടെ മാത്രമേ അതൊക്കെ ശരിയാവുകയുള്ളൂ. റോസ്സിയാകട്ടെ, സഭയെ തീരെ ഗൗനിക്കുന്നില്ല. അദ്ദേഹം ക്രിസ്തുമതത്തിനെതിരായിട്ടാണ് പ്രവർത്തിക്കുന്നത്. ഞാൻ പറയുന്നത് ശരിയല്ലേ."

"ഞാനെന്റെ ഭർത്താവ് റോസ്സിയുടെ ആശയാദർശങ്ങളെക്കുറിച്ച് പറയാനാളല്ല. എന്റെ ഉത്തരവാദിത്വം അയാളെ സ്നേഹിക്കുക എന്നതാണ്."

"എന്റെ കുട്ടീ ഒന്നാലോചിക്കൂ, റോസ്സി ഇപ്പോഴെന്താണ് ചെയ്യുന്നത്. ലോകത്തുമുഴുവൻ കലാപമുണ്ടാക്കുകയാണ്. അരാജകത്വം സൃഷ്ടിക്കു

കയാണ്.”

പോപ്പ് അത് പറഞ്ഞപ്പോൾ റോമ അത് തീരെ ഇഷ്ടപ്പെടാതെ തന്റെ കൈ അയാളുടെ കൈയിൽനിന്നും വലിച്ചെടുത്തു. പിതാവ് തുടർന്നു:

“മകളേ, ലക്ഷ്യം മഹത്തായതുകൊണ്ടുമാത്രം കാര്യമില്ല. ലക്ഷ്യം വലിയതായിരിക്കാം. തുടക്കം സാംസ്കാരികപ്രവർത്തനത്തിൽനിന്നായിരിക്കും. എന്നാൽ, അവസാനിക്കുന്നത് വിപ്ലവത്തിലായിരിക്കും. അതുപോലെ ആദ്യം പ്രകടമാവുന്നത് സമാധാനമായിരിക്കും. പക്ഷേ, ഒടുക്കം ബഹളവും കലാപവുമായിരിക്കും. എന്തായിരിക്കും ഇതിന്റെയൊക്കെ അനന്തരഫലം, എന്നറിയാമോ. സഭയുടെ നാശം. സർക്കാറിന്റെ നാശം. സമുദായത്തിന്റെ നാശം.” റോമ എന്തുചെയ്യണമെന്നറിയാതെ കൈകൾ ചുരുട്ടിപ്പിടിച്ചു എന്നിട്ട് പറഞ്ഞു:

“വിശുദ്ധപിതാവേ, എനിക്ക് ഇത്തരം കാര്യങ്ങളിലൊന്നും അഭിപ്രായം പറയാൻ അറിഞ്ഞുകൂടാ. ഒരു കാര്യമേ അറിയൂ റോസ്സി മഹാനാണ്. ഉന്നതനാണ്. സത്യസന്ധനാണ്.”

“മകളേ, അതൊക്കെയായിരിക്കാം പക്ഷേ, അയാൾ ചെയ്യുന്നത് എന്താണ്. വിഷവിത്തുക്കൾ വിതയ്ക്കുകയാണ്. ലോകമെങ്ങുമുള്ള ആളുകളെ വിപ്ലവത്തിലേക്ക് എടുത്തുചാടിക്കുകയാണ്.”

“പിതാവേ, ഞാനിവിടെ വന്നത് ഇത്തരം കാര്യങ്ങളൊന്നും കേൾക്കാനല്ല.”

“പക്ഷേ, ഭരണാധികാരികൾ എല്ലാ വിവരവും മനസ്സിലാക്കിക്കഴിഞ്ഞു.”

“പിതാവേ,”

“അതേ കുട്ടീ. എനിക്കത് ചെയ്യേണ്ടിവന്നു.”

“അങ്ങ്.”

“അതെ. എന്റെ മനസ്സാക്ഷിക്കുവേണ്ടി. പാപം തടയാൻവേണ്ടി. എന്നാൽ, വിശദമായ കാര്യങ്ങൾ കുട്ടിയാണ് അവരെ ധരിപ്പിച്ചത്.” പ്രധാനമന്ത്രിയുടെ മുറിയിൽ നടന്ന കാര്യങ്ങളെപ്പറ്റി പോപ്പ് റോമയെ ധരിപ്പിച്ചു. അപ്പോൾ റോമ പറഞ്ഞു:

“പിതാവേ ഡേവിഡ് റോസ്സി ഏത് പ്രതിസന്ധിയേയും നേരിടാൻ തയ്യാറുള്ള ധീരനാണ്.”

“ശരിയായിരിക്കാം. ഞാൻ പറയുന്നത് അവർ ഡേവിഡ് റോസ്സിയെക്കുറിച്ച് എല്ലാ വിവരങ്ങളും അറിഞ്ഞിരിക്കുന്നു എന്നാണ്. അധികം വൈകാതെതന്നെ അവർ അയാളെ അറസ്റ്റുചെയ്യും.”

അതുകേട്ടപ്പോൾ റോമയുടെ മുഖത്ത് ദേഷ്യം ഇരച്ചുകയറി.

“റോസ്സി ഇപ്പോഴും ബർലിനിലാണോ?”

റോമ അതിന് മറുപടിയൊന്നും പറഞ്ഞില്ല.

“അട്ടിമറിപ്രവർത്തനം അതിന്റെ പൂർണ്ണതയിലെത്തി എന്നാണല്ലോ അറിഞ്ഞത്.” അതിനും റോമ മറുപടിയൊന്നും പറഞ്ഞില്ല.

“സമ്പൂർണ്ണവിപ്ലവമാണ് ലക്ഷ്യം എന്ന് കേൾക്കുന്നത് ശരിയാണോ?”

റോമ അക്ഷമയായി ഇരുന്നു.

"കുട്ടീ, പിതാവിനെ വിശ്വസിക്കൂ. ഞാൻ പറയുന്നത് കേൾക്കൂ. ഇത്തരം അട്ടിമറിപ്രവർത്തനങ്ങളും വിപ്ലവപ്രവർത്തനങ്ങളുമെല്ലാം തെറ്റാണെന്ന് കുട്ടി ഭർത്താവിനെപ്പറഞ്ഞ് ബോദ്ധ്യപ്പെടുത്തൂ."

"എനിക്കതിന് കഴിയില്ല."

"കേൾക്കുന്ന കാര്യങ്ങളെല്ലാം യാഥാർത്ഥ്യമല്ല എന്ന് പറയുകയാണെങ്കിൽ ഞാൻ അയാളെ രക്ഷിക്കാം."

അതുകേട്ടതോടെ റോമ ദേഷ്യംകൊണ്ട് വിറച്ചു.

"കുട്ടിക്ക് അയാളെ രക്ഷിക്കാൻപറ്റില്ലേ."

"ഇല്ല. അദ്ദേഹത്തിന്റെ പ്രവർത്തനങ്ങളെ വിലയിരുത്താനുള്ള ശേഷി എനിക്കില്ല. മാത്രമല്ല വിവാഹത്തിനുമുമ്പ് ഞാൻ അദ്ദേഹത്തിന് ഒരു വാക്കുകൊടുത്തിട്ടുണ്ട് അതായത് ഞാനൊരിക്കലും അദ്ദേഹത്തിന്റെ ഉത്തരവാദിത്വങ്ങൾക്കുമുമ്പിൽ ഒരു തടസ്സമാവില്ലാ എന്ന്. അതുകൊണ്ട് ഒരിക്കലും ഞാൻ അതിലൊന്നും ഇടപെടില്ല."

"കുട്ടിയുടെ ഭർത്താവ് കുട്ടിയെ സ്നേഹിക്കുന്ന ആളല്ലേ. അപ്പോൾ കുട്ടി ഒരു അപകടത്തിൽ വന്നുപെടുകയാണെങ്കിൽ അദ്ദേഹം രക്ഷിക്കില്ലേ."

"അതിനുത്തരം പറയാൻ എനിക്കാവില്ല. ഞാനദ്ദേഹത്തോട് പറഞ്ഞിട്ടുള്ളത് സ്വന്തം ഉത്തരവാദിത്വങ്ങൾ നിറവേറ്റുമ്പോൾ എന്നെപ്പറ്റി ചിന്തിക്കരുത് എന്നാണ്." അതു പറഞ്ഞുതീരുമ്പോഴേക്കും അവളുടെ കവിളിലൂടെ കണ്ണുനീർ ഒഴുകാൻതുടങ്ങി.

"കുട്ടീ, കുട്ടിയുടെ ഭർത്താവിനെപ്പോയി കണ്ട് എല്ലാവിവരവും പറയണം. എന്നിട്ട് അദ്ദേഹം തീരുമാനമെടുക്കട്ടെ."

"അതും ശരിയാവുമെന്ന് തോന്നുന്നില്ല."

"എന്തുകൊണ്ട്."

"കാരണം എവിടെയാണ് അദ്ദേഹമെന്ന് അറിയില്ലല്ലോ?"

"അറിയില്ലേ."

"ഇല്ല."

"അപ്പോഴെന്തുചെയ്യും. കുട്ടി വിചാരിച്ചാൽമാത്രമേ ഒരു കലാപത്തിൽനിന്നും ലോകത്തെ രക്ഷിക്കാൻപറ്റൂ."

"പിതാവേ, ഒരു സ്ത്രീയല്ലേ ഞാൻ."

"ഒരു സ്ത്രീക്ക് ചിലപ്പോൾ തന്റെ ചെറുവിരൽകൊണ്ട് വലിയ അപകടങ്ങളിൽനിന്നും ആളുകളെ രക്ഷിക്കാൻപറ്റും. ലോകചരിത്രത്തിൽ അതിനൊരുപാട് ഉദാഹരണങ്ങളുണ്ട്."

പക്ഷേ, എനിക്ക് വാക്ക് പാലിക്കാതിരിക്കാൻ കഴിയില്ല. ഭർത്താവിനെ വഞ്ചിക്കാനും കഴിയില്ല."

"അങ്ങനെ പറഞ്ഞൊഴിയരുത്."

"എന്നാൽ, എന്റെ ഭർത്താവിന്റെ ജീവൻ രക്ഷിക്കാമെന്നുണ്ടെങ്കിൽ ...."

വിശുദ്ധപിതാവ് മന്ത്രിയും രാജാവും അദ്ദേഹത്തിന് നല്കിയ ഉറപ്പ്

എന്താണെന്നും റോമയ്ക്ക് വിശദീകരിച്ചുകൊടുത്തു.

"പിതാവ് പറയുന്നത് ഞാൻ ഭർത്താവിനെ കുറ്റപ്പെടുത്തണമെന്നാണോ?"

"അയാളെ സ്നേഹിക്കണമെങ്കിൽ അതുമാത്രമേ വഴിയുള്ളൂ മകളേ."

"ഇത്രയും കാലമായി എന്നോട് ശത്രുക്കൾ ഇതുതന്നെയാണ് പറഞ്ഞത്. ഞാൻ അവർക്ക് വഴങ്ങാത്തതുകൊണ്ട് എന്നെ ഒരുപാട് ദ്രോഹിച്ചു. എന്റെ മനസ്സിന്റെ ശാന്തിക്കും ആശ്വാസത്തിനുംവേണ്ടിയാണ് അവസാനം ഞാൻ പിതാവിന്റെ അടുത്ത് വന്നത്. അപ്പോൾ പിതാവും അവർ പറയുമ്പോലെയാണ് പറയുന്നത്.

ഇല്ല പിതാവേ, ഒരിക്കലുമില്ല. അതൊരിക്കലും സാദ്ധ്യമല്ല. അദ്ദേഹം എന്റെ ഭർത്താവാണ്. വിപ്ലവകാരിയായ എന്റെ ഭർത്താവിനെതിരായി ഞാനൊരിക്കലും മൊഴികൊടുക്കില്ല." അതുപറയുമ്പോഴേക്കും റോമ പൊട്ടിക്കരഞ്ഞുപോയിരിക്കുന്നു. പക്ഷേ പോപ്പ് പിന്തിരിയുന്ന ലക്ഷണമില്ല.

"എന്റെ മകളേ നിന്റെ ഭർത്താവിന്റെ ജീവൻ രക്ഷിക്കണ്ടേ."

"അദ്ദേഹത്തിനെതിരായി ഞാൻ സാക്ഷിപറഞ്ഞാൽ എന്നെ അദ്ദേഹം വെറുക്കും. എന്നെന്നേക്കുമായി എന്നിൽനിന്നും പിരിയും കാരണം അദ്ദേഹത്തിന് അതൊരിക്കലും താങ്ങാൻ കഴിയുന്നതല്ല. ഈ ഭൂമുഖത്ത് അദ്ദേഹത്തിന്റെ രഹസ്യങ്ങളറിയുന്ന ഒരേ ഒരാൾ ഞാനാണ്."

"അദ്ദേഹത്തിന്റെ പ്രാണൻ രക്ഷിക്കേണ്ടയോ?"

"എന്നെന്നേക്കുമായി അദ്ദേഹമെന്നെ പിരിയുകയാണെങ്കിൽപ്പിന്നെ ഞാനദ്ദേഹത്തെ രക്ഷിച്ചിട്ട് എന്തുകാര്യം."

"എല്ലാം ത്യജിക്കാൻ തയ്യാറായ കുട്ടിയാണോ ഈ രീതിയിൽ സംസാരിക്കുന്നത്. യഥാർത്ഥസ്നേഹമെന്നാൽ എന്താണ്. അവനവനെത്തന്നെ സ്നേഹിക്കലാണോ അതല്ല അവനവനെക്കാൾ സ്നേഹിക്കുന്ന ആളെ സ്നേഹിക്കുന്നതാണോ. എന്താണ് യഥാർത്ഥ സ്നേഹം. പറയൂ."

"പിതാവേ, അതൊന്നും എനിക്ക് പറയാൻ കഴിയില്ല. പക്ഷേ, ഒന്നു പറയാം. അദ്ദേഹത്തിന്റെ വിപ്ലവപ്രവർത്തനങ്ങൾക്കെതിരെ ഞാൻ പ്രവർത്തിച്ചാൽ ഒരിക്കലും അദ്ദേഹം എനിക്ക് മാപ്പുതരില്ല."

"അതുചെയ്തില്ലെങ്കിൽ അയാളില്ലാതാകും."

"അതെ, അവർ അദ്ദേഹത്തെ രാജ്യഭ്രഷ്ടനാക്കും. അങ്ങനെ എനിക്ക് അദ്ദേഹത്തെ ഒരിക്കലും കാണാൻ കഴിയുകയില്ല."

"അതെ മകളേ, മനുഷ്യൻ മനുഷ്യന്റെ രക്തം ചിന്തുകയാണെങ്കിൽ അത് വലിയ കുറ്റമാണ്."രാജ്യദ്രോഹക്കുറ്റമാണ് നിന്റെ ഭർത്താവായ ഡേവിഡ് റോസ്സിയുടെ മേൽ ആരോപിച്ചിരിക്കുന്നത്.അതിന്റെ പേരിൽ അദ്ദേഹം പിടിക്കപ്പെടുകയാണെങ്കിൽ എന്തായിരിക്കും ഫലം എന്നറിയാമല്ലോ. ഇനി ജനങ്ങളുടെ പ്രക്ഷോഭത്തെത്തുടർന്ന് അദ്ദേഹം മോചിപ്പിക്കപ്പെട്ടു എന്നുകരുതുക എങ്കിലെന്ത്. ലോകത്തിലെ ഏതെങ്കിലുമൊരു ഒഴിഞ്ഞകോണിൽ കടൽത്തീരത്തെ പാറക്കൂട്ടങ്ങൾക്കിടയിലുള്ള ഏതെ

ങ്കിലും ഒരു ഗുഹയിൽക്കഴിയാം. അത് അയാളുടെ ജീവിക്കുന്ന ശ്മശാന മായിരിക്കും. ഒരു പേക്കൻ തവളയെപ്പോലെ ആ ഗുഹയിലങ്ങനെ ജീവി ക്കാം. മനസ്സും ശരീരവും മുരടിച്ച് ഭ്രാന്തനായി അവിടെക്കിടന്ന് കഷ്ട പ്പെട്ട് മരിക്കും."

ഇത്രയും കേട്ടപ്പോഴേക്കും റോമയുടെ ക്ഷമ നശിച്ചു. അവൾ പതറി.

"പിതാവേ, ഞാനത് ചെയ്യാം."

"മിടുക്കി."

"ഒരു രഹസ്യം പുറത്തുപറയുന്നത് ഒരാളെ നശിപ്പിക്കാനാണെങ്കിൽ അത് വലിയകുറ്റമാണ്. എന്നാൽ നന്മയ്ക്കുവേണ്ടിയാണെങ്കിലോ അതിൽ പാപമില്ല."

"പിതാവേ, പക്ഷേ ഒരിക്കലും എന്റെ ഭർത്താവ് എന്നോട് പൊറു ക്കില്ല. അതെനിക്ക് നൂറുവട്ടം ഉറപ്പാണ്. എന്നാൽ ഞാനീ പൊറുക്കാൻ പാടില്ലാത്ത തെറ്റ് ചെയ്യുന്നത് അദ്ദേഹത്തിന്റെ നന്മയ്ക്കുവേണ്ടിയാണ് എന്നത് മാത്രമാണ് എന്റെ ഒരാശ്വാസം. ഒരേ ഒരാശ്വാസം."

"അതെ, തീർച്ചയായും."

റോമയുടെ കണ്ണിൽനിന്നും അടർന്നുവീണ ഒരു തുള്ളി കണ്ണുനീരി ലേക്ക് നോക്കി പിതാവ് പറഞ്ഞു:

"മകളേ, ശാന്തമായിരിക്കൂ. വലിയൊരു ത്യാഗമാണ് നീ ചെയ്യുന്നത്. ദൈവം നിന്നെ അനുഗ്രഹിക്കട്ടെ."

റോമ ഒരു നിമിഷം നിശ്ശബ്ദയായി. നാളെ അവൾക്ക് കോടതിയി ലേക്ക് പോവേണ്ടിവരും. തന്റെ എല്ലാമെല്ലാമായ, തന്റെ പ്രാണേശ്വരനായ ഡേവിഡ് റോസ്സി എന്ന വിപ്ലവകാരിയുടെ വിപ്ലവപ്രവർത്തനങ്ങളെക്കു റിച്ചുള്ള രഹസ്യങ്ങൾ റോമ കോടതിയിൽ പറയും. ഫാദർ പിഫരി അവളെ കോടതിയിലേക്ക് കൊണ്ടുപോകും.

"ഒരുകാര്യം പറയാനുണ്ട്."

"എന്താണ് മകളേ?"

"ഒരു പ്രധാനപ്പെട്ട കാര്യം. ഞാനത് പറയുകയാണെങ്കിൽ ചില പ്പോൾ പിതാവ് ഈ പറഞ്ഞ അഭിപ്രായങ്ങൾക്കെല്ലാം മാറ്റം വരുത്തും."

"എന്താണത്?"

"അതെങ്ങനെ പറയും. ആരോടും പറയാത്ത രഹസ്യമാണത്."

"ധൈര്യപൂർവ്വം പറഞ്ഞോളൂ?"

"എന്റെ ഭർത്താവിന്റെ പേര്."

"പേര്."

"അദ്ദേഹത്തിന്റെ പേര് റോസ്സിയെന്നല്ല. അത് ഇവിടെവന്നപ്പോൾ അദ്ദേഹം സ്വീകരിച്ച പേരാണ്. യഥാർത്ഥപേര് പറഞ്ഞാൽ പ്രശ്നമാവും."

"ഓ."

"പിതാവേ, റോസ്സി ഒരനാഥനാണ്?"

"എനിക്കറിയാം."

"അച്ഛനാരാണെന്നറിയില്ല. ഒരു സാധുസ്ത്രീയായിരുന്നു അദ്ദേഹ ത്തിന്റെ അമ്മ. ഭർത്താവിനെ സ്നേഹിച്ചകുറ്റത്തിന് അവൾക്ക് ടൈബർ

നദിയിൽ മുങ്ങിച്ചാവേണ്ടിവന്നു."

"പാവം."

"അങ്ങനെ അനാഥനായി ആ ബാലൻ ആശുപത്രിയിലെത്തി. പിന്നീട് ഒരു ചെറ്റക്കുടിലിൽ വളർന്നു. തുടർന്ന് ഒരടിമയായി വില്ക്കപ്പെട്ടു."

"എന്റെ പിതാവാണ് ആ അടിമബാലനെ ഒരു ദിവസം ലണ്ടനിലെ മഞ്ഞുപെയ്യുന്ന തെരുവിൽനിന്നും കണ്ടെടുക്കുന്നത്. ഒരു അർദ്ധരാത്രിയിൽ. ആ കുട്ടിയുടെ കൈയിൽ ഒരണ്ണാനും ഒരു ഓടക്കുഴലുമുണ്ടായിരുന്നു. കീറിപ്പറിഞ്ഞ വസ്ത്രം ധരിച്ച ആ പിച്ചക്കാരൻ പയ്യൻ 'അയ്യോ കഷ്ടം' അന്നെന്റെ അച്ഛൻ പറഞ്ഞത് ഞാനിപ്പോഴും ഓർക്കുന്നു. പിതാവേ, അവൻ യഥാർത്ഥത്തിൽ ഒരു യാചകന്റെ മകനായിരുന്നോ ആർക്കറിയാം."

എന്റെ അച്ഛന് ആ കുട്ടിയുടെ അച്ഛനോട് വലിയ വെറുപ്പായിരുന്നു. അവനെ അത്തരമൊരവസ്ഥയിലേക്ക് ഉപേക്ഷിച്ചതിന്."

പോപ്പ് നിശ്ശബ്ദനായിരുന്നു. റോമ തുടർന്നു:

"പക്ഷേ, ആ മനുഷ്യനെ കുറ്റപ്പെടുത്തിയിട്ട് കാര്യമില്ല. ഒരുപക്ഷേ, അയാൾ നല്ല ആളായിരിക്കാം. തന്റെ മകനെയും അന്വേഷിച്ച് അയാൾ തെരുവായ തെരുവെല്ലാം നാടായ നാടെല്ലാം അലഞ്ഞ് തിരിഞ്ഞിട്ടുണ്ടാവുമോ എന്ന് ആർക്ക് പറയാൻ പറ്റും."

പോപ്പിന്റെ മുഖം വിവർണ്ണമായി.

"പിതാവേ, ഞാനൊന്ന് ചോദിക്കട്ടെ, ഡേവിഡ് റോസ്സി അങ്ങയുടെ സ്വന്തം പുത്രനായിരുന്നുവെങ്കിൽ അദ്ദേഹത്തിനെതിരെ മൊഴികൊടുക്കാൻ അങ്ങെന്നോട് പറയുമായിരുന്നോ."

"തീർച്ചയായും. അങ്ങനെയാണെങ്കിലും പറയും. ആയിരംതവണ പറയും."

"എങ്കിൽ പിതാവേ, ഞാനതുപോലെ ചെയ്യാം." പോപ്പ് വർദ്ധിച്ച സന്തോഷത്തോടെ തന്റെ രണ്ടുകൈയും അവളുടെ ശിരസ്സിൽ അമർത്തിക്കൊണ്ട് പറഞ്ഞു: "എന്റെ മകളേ സമാധാനത്തിന്റെ മാർഗ്ഗത്തിലൂടെ സമാധാനമായി മുന്നോട്ടുപോകൂ. ദൈവം നിന്നെ രക്ഷിക്കും."

രാത്രിയിൽ പ്രാർത്ഥനയും മറ്റും കഴിഞ്ഞശേഷം പോപ്പ് ഫാദർ പിഫരിയോട് ചോദിച്ചു:

"അത്ഭുതം തന്നെയല്ലേ?"

"അത്ഭുതം തന്നെ."

"അയാളുടെ പേര് റോസ്സി എന്നല്ലത്രേ."

"അല്ലെന്ന്."

"അമ്മ ഒരു സാധുസ്ത്രീയായിരുന്നുവെന്നും അവർ ടൈബർ നദിയിൽ മുങ്ങിച്ചത്തുവെന്നും."

"അതെ."

"പിന്നീട് ആശുപത്രിയിലെത്തി."

"അതെ."

"അനന്തരം ഇംഗ്ലണ്ടിലേക്ക് വില്ക്കപ്പെട്ടു."

"അതെ."

"വലിയ അത്ഭുതംതന്നെ."

"പിതാവേ." പിഫരി ചോദിച്ചു

"എന്താണ്?"

"ആരായിരിക്കുമവൻ."

"എല്ലാം നാളെ അറിയാം."

"അതെ നാളെയറിയാം."

"നാളെ അച്ചൻ അവളെക്കൂട്ടി കോടതിയിലേക്ക് പോവണം. എല്ലാ കാര്യങ്ങളും ഏർപ്പാട് ചെയ്യണം. ബാക്കിയെല്ലാം ദൈവം നോക്കിക്കോളും." പോപ്പുപറഞ്ഞു:

"ദൈവം രക്ഷിക്കട്ടെ. അയാളാരെങ്കിലുമാവട്ടെ."

"ശരിയാണ് ആരുമാവട്ടെ."

ശനിയാഴ്ച പ്രഭാതമായപ്പോൾ റോമ കോടതിയിൽ ഹാജരാക്കപ്പെട്ടു. ഫാദർ പിഫരി അവളോടൊപ്പമുണ്ടായിരുന്നു. എന്നാൽ കോടതിയിലെത്തിയപ്പോഴേക്കും അയാൾ പേടിച്ച് വിറയ്ക്കാൻ തുടങ്ങി. റോമയുടെ ചങ്കിടിക്കാൻ തുടങ്ങി. അവൾ റോസ്സിയെ മനസ്സിൽ പ്രാർത്ഥിച്ചുകൊണ്ട് സംയമനത്തോടെ ഇരുന്നു. ജഡ്ജി ചോദിച്ചു:

"പരേതനായ പ്രോസ്പിറോ വൊളാനരാജകുമാരന്റെ പുത്രി ഡൊന്നാറോമ വൊളാനയാണോ നിങ്ങൾ."

"അതെ."

"കുട്ടിക്കാലത്ത് ഇംഗ്ലണ്ടിൽത്തന്നെയായിരുന്നോ?"

"അതെ."

"അച്ഛൻ മരിക്കുമ്പോൾ കുഞ്ഞായിരുന്നെങ്കിലും അച്ഛനെയും അദ്ദേഹത്തിന്റെ സുഹൃത്തുക്കളെയും മറ്റും ഓർക്കാൻ കഴിയുന്നുണ്ടോ?"

"ചിലരെ ഓർക്കാൻ പറ്റും."

"അച്ഛന്റെ വളർത്തുപുത്രനെപ്പോലെ വീട്ടിൽക്കഴിഞ്ഞ ഒരു ബാലനെ ഓർക്കുന്നുണ്ടോ?"

"ഉണ്ട്."

"നിങ്ങളുടെ പിതാവ് ചില രാഷ്ട്രീയകലാപങ്ങളിലൊക്കെ പങ്കെടുത്ത ആളാണോ."

"അതെ"

"അദ്ദേഹത്തെ അറസ്റ്റുചെയ്തത് അറിയുമോ?"

"അറിയാം."

"ഒരിക്കൽ മഹാരാജാവിനെ വധിക്കാൻ ശ്രമിച്ചതിന് നിങ്ങളുടെ പിതാവിനോടൊപ്പം വേറൊരാളെക്കൂടി അറസ്റ്റുചെയ്തിരുന്നു. നിയമപരമായി ചില തടസ്സങ്ങളുള്ളതുകൊണ്ട് ആ ആളെ, ആ ചെറുപ്പക്കാരനെ വെറുതെ വിട്ടു എന്നത് അറിയാമോ?"

"അറിയാം."

"നിങ്ങളുടെ കൂടെ വളർത്തുപുത്രനെപ്പോലെ കഴിഞ്ഞ ആ ചെറു

പ്പക്കാരനായിരുന്നോ അത്."

"അതെ."

"കുറച്ചു മാസങ്ങളായി നിങ്ങൾ ഡേവിഡ് റോസ്സി എന്ന വ്യക്തിയെ പരിചയപ്പെട്ടിട്ടുണ്ട് എന്ന് കേൾക്കുന്നത് ശരിയാണോ?"

"അതെ."

അതുകേട്ടപ്പോൾ കോടതിമുറിയിലിരുന്ന് ഫാദർ പിഫരി ഇങ്ങനെ പറഞ്ഞു:

"വെറും പരിചയമല്ല. അയാളുടെ ഭാര്യയാണ് ഇവൾ."

അപ്പോൾ ജഡ്ജി വീണ്ടും ചോദിച്ചു:

"റോസ്സി നിങ്ങളോട് പലരഹസ്യങ്ങളും പറഞ്ഞിട്ടുണ്ട് അല്ലേ?"

"അതെ."

"അയാളുടെ പിതാവിന്റെ പേര് റോസ്സി എന്നല്ല എന്നുപറഞ്ഞിട്ടുണ്ടോ?"

"ഉവ്വ്."

"ഡേവിഡ് റോസ്സി എന്നത് അയാളുടെ അമ്മയുടെ പേരാണെന്നും ഇറ്റലിയിൽ വന്നതിനുശേഷം റോസ്സി എന്ന പേർ അയാൾ സ്വീകരിച്ചതാണെന്നും പറഞ്ഞിട്ടുണ്ടോ?"

"ഉവ്വ്."

"കുറേ കാലമായി അയാൾ ഇവിടെ ഇല്ലല്ലോ?"

"ഇല്ല."

"കത്തുകൾ വരാറുണ്ടോ?"

"ഉണ്ട്."

"ആ കത്തുകളിൽ ഏതിലെങ്കിലും നടക്കാനിരിക്കുന്ന ഏതെങ്കിലും വിപ്ലവത്തെപ്പറ്റിയുള്ള പ്രവർത്തനങ്ങൾ പരാമർശിച്ചിട്ടുണ്ടോ." ഈ ചോദ്യം ചോദിച്ചപ്പോൾ ഫാദർ പിഫരി കോടതിമുറിയിൽനിന്നും അതിനെ തടസ്സപ്പെടുത്തിക്കൊണ്ട് ഇങ്ങനെ പറഞ്ഞു:

"അങ്ങനെ ചോദിക്കാൻ പാടില്ല."

അപ്പോൾ ജഡ്ജി പറഞ്ഞു.

"എന്താണ് ഫാദർ."

"ആ ചോദ്യത്തിനുത്തരം പറയേണ്ടതില്ലായെന്ന് ഞാനവളെ ഉപദേശിച്ചതാണ്." ജഡ്ജിയുടെ ചോദ്യം തുടർന്നു.

"റോമിൽ വരുന്നതിന് മുമ്പ് നിങ്ങളയാളെ എവിടെയെങ്കിലും വെച്ച് കണ്ടിട്ടുണ്ടോ?"

"ഉണ്ട്."

"പതിനെട്ടുസംവത്സരങ്ങൾക്കുമുമ്പ് വിപ്ലവപ്രവർത്തനം നടത്തിയതിനും നിങ്ങളുടെ പിതാവിനോടൊപ്പം അറസ്റ്റുചെയ്യപ്പെട്ട ആ ചെറുപ്പക്കാരനാണോ ഈ റോസ്സി."

"അതെ."

"അദ്ദേഹമത് പറഞ്ഞോ?"

"പറഞ്ഞു."

"അവസാനമായി ഒരു ചോദ്യം."

"ഇംഗ്ലണ്ടിലായിരുന്നപ്പോൾ നിങ്ങളുടെ അച്ഛന്റെ പേര് ഡോ. റോസ്സിലി എന്നായിരുന്നു അല്ലേ. അപ്പോൾ ഈ ചെറുപ്പക്കാരന്റെ പേരെന്തായിരുന്നു."

"ഡേവിഡ് ലിയോൺ."

"അങ്ങനെ വരുമ്പോൾ ഡേവിഡ് റോസ്സിയും ഡേവിഡ് ലിയോണും ഒരു വ്യക്തിതന്നെയാണ് അല്ലേ?"

"അതെ."

ചോദ്യങ്ങളെല്ലാം അവസാനിച്ചു.

റോമയെ വിസ്തരിച്ചതിനുശേഷം കോടതിനടപടികളുടെ ഭാഗമെന്ന നിലയിൽ ഡേവിഡ് റോസ്സിയെക്കുറിച്ചുള്ള വിവരങ്ങൾ എഴുതിയ കടലാസ്സിൽ ഡൊന്നാറോമയെക്കൊണ്ട് ഒപ്പുവെപ്പിച്ചു. ഫാദർ പിഫരി റോമയെ ആശ്വസിപ്പിച്ചു. ആ സമയത്തെല്ലാം അവളുടെ ഹൃദയം വിണ്ടുകീറുന്നതുപോലെ അനുഭവപ്പെട്ടു. റോമ ഫാദറോടൊപ്പം പുറത്തേക്കു നടന്നു. അപ്പോൾ പുറത്ത് ഒരു ഭയങ്കര ബഹളം കേട്ടു. ആരോ ഒരാൾ മരിച്ചിരിക്കുന്നു. വെള്ളത്തിൽച്ചാടി മരിച്ചതാണ്. ജോണിന്റെ ശരീരമാണത്.

അന്നുരാത്രി വിശുദ്ധപുരോഹിതൻ തന്റെ അരമനയിൽ പുലരുംവരെ ഉറങ്ങാതെ ഇരിക്കുകയായിരുന്നുവെന്ന് കേട്ടു. കത്തോലിക്കാസഭയുടെ നിമയമമനുസരിച്ച് വിശുദ്ധപിതാവിന് ഉറക്കംവരുന്നതുവരെ ഒരാൾ ഉറങ്ങാതെ ഇരിക്കണം. രാത്രിമുഴുവൻ പുരോഹിതൻ പ്രാർത്ഥനയിൽ മുഴുകിയിരിക്കുകയായിരുന്നത്രേ.

തന്റെ ജീവിതത്തിലെ ഏറ്റവും കഠിനമായ പരീക്ഷണങ്ങളാണ് പുരോഹിതൻ നേരിട്ടത്. ആ രാത്രി അദ്ദേഹത്തെ സംബന്ധിച്ചിടത്തോളം കഠിനമായ ആത്മപീഡയുടെയും പ്രാർത്ഥനയുടെയും ദിനമായിരുന്നു അത്. ഭൂതകാലജീവിതത്തിന്റെ ദൃശ്യങ്ങളോരോന്നും തന്റെ അന്തരംഗത്തിലൂടെ പാഞ്ഞുപോയി. ഇരുട്ടിലൂടെ ഒളിചിന്നിമറിയുന്ന കൊള്ളിമീൻപോലെ അവിസ്മരണീയമായ പല ചിത്രങ്ങളും അദ്ദേഹത്തിന്റെ മനസ്സിലൂടെ കടന്നുപോയി.

പോപ്പിനെ തിരഞ്ഞെടുക്കുന്ന ദിവസമായിരുന്നു പിറ്റേന്ന്. പോപ്പിന്റെ സ്ഥാനത്തേക്ക് മൂന്നുപേർ നിർദ്ദേശിക്കപ്പെട്ടു. അതിലൊരാൾ പിതാവുതന്നെയായിരുന്നു. മാത്രമല്ല അദ്ദേഹത്തിന് മറ്റുള്ളവരെക്കാൾ കൂടുതൽ വോട്ടുകിട്ടുകയും ചെയ്തു.

അങ്ങനെ വീണ്ടും വിശുദ്ധപുരോഹിതനായി അദ്ദേഹം തിരഞ്ഞെടുക്കപ്പെട്ടു. ഭൂമിയിലെ ദൈവത്തിന്റെ പ്രതിനിധി. ലോകമെങ്ങുമുള്ള ക്രിസ്തുമതവിശ്വാസികളുടെ ആത്മീയപുരുഷൻ. വർണ്ണശബളമായ വസ്ത്രങ്ങൾ ധരിച്ച് കൈയിൽ മുദ്രമോതിരം ധരിച്ച് നില്ക്കുന്ന വിശുദ്ധപിതാവിനെ എതിരേല്ക്കാൻ ഒരു മനുഷ്യമഹാസാഗരംതന്നെ അവിടെയുണ്ടായിരുന്നു. കർദ്ദിനാൾ ഡീക്കൻ എന്ന പോപ്പ് പിയൂസ് പത്താമൻ ജനങ്ങളെ അഭിവാദ്യംചെയ്തു.

ആർപ്പുവിളിയോടെയും കരഘോഷത്തോടെയുമാണ് ജനങ്ങൾ പോപ്പിനെ എതിരേറ്റത്. തൊട്ടടുത്തുള്ള പള്ളികളിൽനിന്നെല്ലാം കൂട്ടമണിയടി ശബ്ദംകേൾക്കാമായിരുന്നു.

അന്നുരാത്രി പോപ്പ് നിശ്ശബ്ദമായി ഇരുന്ന് ആലോചിച്ചു. അദ്ദേഹത്തിന്റെ മനസ്സിൽ പല ചിത്രങ്ങളും തിളങ്ങിനില്ക്കുന്നുണ്ടായിരുന്നു. ഉണർന്നിരിക്കുമ്പോഴും ഉറങ്ങുമ്പോഴും അദ്ദേഹത്തെ വിടാതെ പിടികൂടിയ ഓർമ്മകൾ എന്തായിരുന്നു. ജനങ്ങൾ മുഴുവൻ കാതടപ്പിക്കുന്ന കരഘോഷത്തോടെ തന്നെ എതിരേൽക്കുമ്പോൾ പരിശുദ്ധാത്മാവിന്റെ തിരുഹൃദയം എന്താണ് ദൈവത്തോട് പ്രാർത്ഥിച്ചത്. ലോകത്തിലേക്ക് വെച്ചേറ്റവും മഹത്തായ പദവിയിലേക്ക് ഉയർത്തപ്പെട്ടപ്പോൾ ഏതൊരു ദൈവവാക്യമായിരിക്കണം ആ ആത്മാവിനെ തട്ടിയുണർത്തിയത്.

അതെന്തുതന്നെയായിരുന്നാലും ആ മനസ്സിന്റെ വേദനയുടെ ആഴം കണക്കാക്കാൻ പറ്റാത്തതായിരുന്നു. പാതിരാവിൽ ഉറക്കംവരാതെ പിതാവ് വിളക്ക് കൊളുത്തിവെച്ച് മെത്തയിൽ എഴുന്നേറ്റിരുന്നു എന്നിട്ട് മേശമേൽനിന്നും ഒരു പുസ്തകമെടുത്ത് വായിക്കാൻ തുടങ്ങി. അത് ഏതോ ഒരു കഥയായിരുന്നു. ഒരു ദുരന്തകഥ. ഒരച്ഛന്റെയും മകന്റെയും കഥ. വിരോധികളായിത്തീർന്ന ഒരച്ഛനും മകനും. മകൻ അച്ഛനെ കൊല്ലാൻ വാളുയർത്തിപ്പിടിക്കുന്നു.

ആ കഥ വായിച്ച് പോപ്പ് ഞെട്ടിത്തെറിച്ചു. തലേന്നുനടന്ന സംഭവങ്ങളെല്ലാം പിതാവ് ആലോചിച്ചു. എല്ലാ കുടുംബബന്ധങ്ങളും ലൗകികസുഖങ്ങളും ത്യജിച്ച് ആത്മീയജീവിതമാർഗ്ഗം സ്വീകരിച്ച വത്തിക്കാനിലെ വൃദ്ധനായ വിശുദ്ധപുരോഹിതൻ ഏകാകിയായി ദുഃഖിച്ചിരുന്നു. ഗതകാലചിന്തകളിലേക്ക് തന്നെ അദ്ദേഹം സഞ്ചരിക്കാൻ തുടങ്ങി. കാലം എന്നെന്നേക്കുമായി മായ്ച്ചുകളഞ്ഞു എന്നുകരുതിയ അപൂർവ്വസംഭവപരമ്പരകളെല്ലാം ഉയർത്തെഴുന്നേറ്റ് വന്നിരിക്കുന്നു. കുഴിച്ചുമൂടപ്പെട്ടതെല്ലാം തളിർത്ത് പടർന്നിരിക്കുന്നു.

അതെ, അവിസ്മരണീയമായ ഒരു മുഖം. ചന്തമേറിയ ഒരു കുഞ്ഞുമുഖം. സ്നേഹവും നിഷ്കളങ്കതയും സ്ഫുരിക്കുന്ന കൊച്ചുകണ്ണുകൾ. ലോകം മുഴുവൻ വിശുദ്ധപിതാവിനുമുന്നിൽ കീഴ്മേൽ മറിയുന്നതായിത്തോന്നി.

മാപ്പർഹിക്കാത്ത കുറ്റമാണോ. നീതി ലഭിക്കാത്ത തെറ്റാണോ. വിശുദ്ധപിതാവ് തന്റെ ഭൂതകാലസ്മരണകളിലേക്ക് സഞ്ചരിച്ചു. എളിമയാർന്ന ഒരു സന്ന്യാസിമഠം. പുരോഹിതജീവിതം മനുഷ്യകാരുണ്യപ്രവർത്തനങ്ങൾ, പ്രവാസിജീവിതം, കൈവിട്ടുപോയ മോനെയും തിരഞ്ഞ് നാടായ നാടെല്ലാം തെരുവായ തെരുവെല്ലാം അലഞ്ഞുനടന്ന ഉറക്കമില്ലാത്ത രാപ്പകലുകൾ, വ്യർത്ഥമായ അന്വേഷണത്തിന്റെ നാൾവഴികൾ.

പുസ്തകം അടച്ചുവെച്ച് വിളക്ക് കെടുത്തി അദ്ദേഹം കിടന്നു. കിടക്കുമ്പോൾ അദ്ദേഹം ഒരു ഗാനം ആലപിച്ചിരുന്നു.

പിറ്റേദിവസത്തെ ആഘോഷങ്ങളിൽ വിശുദ്ധപുരോഹിതൻ പങ്കെടുത്തില്ല. അദ്ദേഹം തന്റെ മുറിക്കകത്തുതന്നെ ഇരുന്നു. വിശുദ്ധപിതാവ്

പ്രാർത്ഥനാനിരതനായിരുന്നു. അപ്പോൾ ഫാദർ പിഫരി ആ മുറിയിലേക്ക് കടന്നുവന്നു. പിതാവ് ചോദിച്ചു:

"എന്താണ്?"

"കാര്യങ്ങൾക്കൊക്കെ തീർപ്പായി."

"പാവം കുട്ടി. അവൾ!"

"ധൈര്യത്തോടെ ഇരുന്നു."

"ദൈവത്തിന് നന്ദി."

"പക്ഷേ, അത്ഭുതം തന്നെ."

"ദൈവം രക്ഷിച്ചു. നാ പ്രതീക്ഷിക്കാത്ത സന്ദർഭങ്ങളിൽ ദൈവം നമുക്ക് അസാധാരണമായ ധൈര്യംതരും. പിന്നെ അയാൾക്കെന്തു സംഭവിച്ചു"

"റോസ്സിക്കോ?"

"അതെ."

"അവൾ പ്രമാണത്തിൽ ഒപ്പുവെച്ച ഉടനെ റോസ്സിയെ പിടിക്കാനുള്ള ഉത്തരവ് പോയി."

"എല്ലാ കാര്യങ്ങളും അവൾ പറഞ്ഞോ?"

"ഉവ്വ്."

"ആരാണ് എന്തൊക്കെയാണ് എന്നെല്ലാം."

"എല്ലാം പറഞ്ഞു."

"ആ മനുഷ്യൻ ആരാണ് അച്ചോ?"

ഫാദർ പിഫരി ഒരുനിമിഷം നിശ്ശബ്ദനായി നിന്നു. പോപ്പ് അയാളുടെമേൽ സമ്മർദ്ദം ചെലുത്തി.

"പറയൂ ഫാദർ."

പിഫരി തലതാഴ്ത്തി നിന്നു.

"പറയൂ അച്ചോ. ധൈര്യത്തോടെ പറയൂ. ആ പാവത്തിന് സ്വന്തം ഭർത്താവിനെ ഉപേക്ഷിക്കാൻ ധൈര്യമുണ്ടായില്ലേ. അതുപോലെ അച്ചനും ധൈര്യമുണ്ടാവണം."

"പിതാവേ, അയാൾ കത്തോലിക്കാസഭയ്ക്കും രാജാവിനും അപകടമായതുകൊണ്ടല്ലേ. തിരുമനസ്സ് ആ സ്ത്രീയോട് ഇതൊക്കെ ചെയ്യാൻ നിർബ്ബന്ധിച്ചത്."

"അതെ."

"ആ മനുഷ്യൻ ഒരു പുരോഹിതന്റെ അടുപ്പക്കാരനായിരുന്നെങ്കിൽ പിതാവ് അങ്ങനെ നിർബ്ബന്ധിക്കുമായിരുന്നോ?"

"അങ്ങനെയായാൽ എന്താണ്. പാപങ്ങളെന്നും പാപങ്ങൾതന്നെ."

"പിതാവേ അയാൾ ഒരു കർദ്ദിനാളിന്റെ വേണ്ടപ്പെട്ടവനായിരുന്നെങ്കിലോ."

"എങ്കിലെന്ത് അതുതന്നെ സംഭവിക്കും?"

"പിതാവേ, ഡേവിഡ് റോസ്സി വിശുദ്ധപിതാവിന്റെ സ്വന്തം ആളായിരുന്നെങ്കിലോ?"

അതു കേട്ടപ്പോഴേക്കും പിതാവിന്റെ കൈയിൽനിന്നും കുരിശ് താഴെ

വീണുപോയി. അതെടുത്തുകൊണ്ട് അദ്ദേഹം ദൈവത്തിന് സ്തുതി പറഞ്ഞു.

ഉയിർപ്പ് മണിയുടെ സമയമായപ്പോൾ പള്ളികളിൽനിന്നും കൂട്ടമണിമുഴക്കമുണ്ടായി. പിതാവ് എഴുന്നേറ്റ് നില്ക്കാൻ ശ്രമിച്ചു. പക്ഷേ, അദ്ദേഹം തളർന്നുപോയിരുന്നു. അവിടെയുണ്ടായിരുന്ന ഫാദർ പിഫരി അദ്ദേഹത്തിന്റെ കൈ പിടിച്ചു. പിതാവിനെ അൾത്താരയ്ക്കടുത്തേക്ക് നയിച്ചു. അവിടെയെത്തിയ അദ്ദേഹം കർത്താവിന് സാഷ്ടാംഗം പ്രണാമം നടത്തി.

ഞായറാഴ്ചപ്രഭാതത്തിൽ സൂറിച്ചിൽനിന്നും റോമയ്ക്കൊരെഴുത്തു കിട്ടി. അതിലെ വിവരം ഇങ്ങനെയായിരുന്നു.

"എന്റെ പ്രിയപ്പെട്ട റോമാ,

ഞാനും നിന്റെ കത്തുകളും പരസ്പരം ഓടിക്കളിക്കുകയാണ്. എത്ര നാളായി നിന്റെ ഒരു എഴുത്തുകിട്ടിയിട്ട്. ഞാനിവിടെ ക്ഷമയറ്റ് നില്ക്കുകയാണ് റോമാ. ഇവിടെയുള്ള എന്റെ കർമ്മങ്ങളെല്ലാം ഏതാണ്ട് അവസാനിച്ചിരിക്കുകയാണ്. അടുത്ത ദിവസംതന്നെ ഞാൻ അവിടേക്ക് വരും.

റോമേ, ഞാൻ അവിടുന്ന് വരുമ്പോൾ എങ്ങനെയായിരുന്നു. നിരാശകൊണ്ട് തിങ്ങിപ്പോയ ഒരു മനസ്സായിരുന്നു എന്റേത്. നിനക്കറിയുമോ ഇന്ന് അഭിലാഷങ്ങൾ തേനീച്ചകളെപ്പോലെ എന്റെ ഉള്ളിൽ പാറിക്കളിക്കുകയാണ്. സ്വപ്നങ്ങൾ അമൃതകുംഭങ്ങൾപോലെ തുള്ളിത്തുളുമ്പുന്നു. പ്രണയം മധുചഷകം കണക്കെ എന്നെ ഉന്മിഷത്താക്കുന്നു.

പ്രിയമുള്ളവളേ, ജിവിതം എത്രമനോഹരമാണ്. ജീവിക്കുക എന്നാൽ എന്തൊരാനന്ദമാണ്. നിന്നെപ്പോലുള്ള ഒരുവളെ ലഭിച്ചുകഴിഞ്ഞാൽ ജീവിതത്തിന് എന്തൊരു പരമാനന്ദമായിരിക്കും.

പ്രിയകൂട്ടുകാരി, നിനക്ക് സുഖംതന്നെയല്ലേ. നിന്നെ ആരെങ്കിലും ദ്രോഹിക്കുന്നുണ്ടോ. നിന്റെ ദുരിതങ്ങൾക്ക് അറുതിവന്നുവോ. പക്ഷേ, നീ ധീരയാണല്ലോ. സഹനശക്തിയുണ്ടല്ലോ. എന്റെ ബ്രൂണോ എന്നെ ഒറ്റിക്കൊടുക്കാതെ മരണംവരിച്ചു. ആ മാതൃകയെക്കാൾ മഹത്തായ മാതൃക നിനക്ക് കാട്ടാൻകഴിയും. ഞാൻ എന്നെക്കാൾ വിലമതിക്കുന്നത് എന്റെ ആദർശങ്ങൾക്കാണ്. അത് നിനക്ക് നന്നായറിയാം. നീയും എന്റെ ആദർശങ്ങൾക്കുവേണ്ടി മരിക്കാൻ തയ്യാറാണെന്ന് എനിക്ക് നന്നായറിയാം. ഞാൻ ആഗ്രഹിക്കുന്നതെന്തും നീയെനിക്ക് നല്കും.

കൂട്ടുകാരീ, നിന്റെ ഹൃദയത്തിലെ പ്രണയമുദ്രയാണ് ഈ ഞാൻ. അപായങ്ങൾ നമ്മുടെ പ്രണയത്തിന് കൂടുതൽ മൂല്യം നല്കുന്നു. അത് പ്രണയത്തെ ദീപ്തമാക്കുന്നു. അങ്ങനെ മാറ്റുകൂടിയ പ്രണയം നമുക്കിടയിൽ നിന്നുകൊണ്ട് നൃത്തംചെയ്യുകയാണ്. ഇനിയും നീ ഇല്ലാത്ത ഒരു ജീവിതം എനിക്ക് ആവശ്യമില്ല. നിനക്ക് ഓർമ്മയുണ്ടോ അന്നൊരുനാൾ ഇരുട്ടിൽ നാം ദേവാലയത്തിൽവെച്ച് വേർപിരിഞ്ഞത്.

സ്നേഹമുള്ളവളേ, നീ ഈ കത്തിന് മറുപടി അയയ്ക്കേണ്ട. ഞാൻ ഉടൻ അവിടെ എത്തും. നീ സന്തോഷവതിയാണെന്ന് ഞാൻ പ്രതീക്ഷിക്കട്ടെ.

സ്നേഹവതീ, ഞായറാഴ്ചപ്രഭാതത്തിൽ ഞാനവിടെയെത്തും. നീയെന്റെ ഓഫീസിൽ വരണം. റോമിലെത്തിയാൽ എനിക്കാദ്യം ദർശിക്കേണ്ടത് നിന്റെ മുഖമാണ്. ആദ്യം ശ്രവിക്കേണ്ടത് ആ സ്വരമാണ്. എന്റെ ഹൃദയം കിരീടധാരണം നടത്തുന്ന ദിവസമാണ് വന്നുചേരുന്നത്.

എന്ന്,

പ്രിയ റോമ"

ആ എഴുത്ത് വായിക്കുമ്പോഴേക്കും റോമ ഒരു ജീവച്ഛവമായി മാറിക്കഴിഞ്ഞിരുന്നു. ഡേവിഡ് റോസ്സിയുടെ വിശ്വാസങ്ങളും ആദർശങ്ങളും പ്രണയവും മനഷ്യാകാരംപൂണ്ട് അവളുടെ കഴുത്തിൽ ഞെരിക്കുന്നതായി അവൾക്കുതോന്നി. കണ്ണുകൾ മരവിച്ചപോലെ. നാവ് തളർന്നുകുഴഞ്ഞിരിക്കുന്നു. പാദങ്ങൾ കല്ലിച്ചപോലെ. ഹൃദയത്തിന്റെ കരച്ചിൽ ഉയർന്നുകേൾക്കാമായിരുന്നു. അമർത്തിനിർത്തിയ അവളുടെ സങ്കടങ്ങൾ ഒരലർച്ചയായി ഉയർന്നു. അത് പിന്നെ തേങ്ങലായി............. സഹിക്കാനാവാത്ത വേദനയായി ഉള്ളിൽ എരിഞ്ഞു.

എട്ട്

ഡേവിഡ് റോസ്സി റോമിലേക്ക് യാത്രതിരിക്കുന്ന ദിവസം. ധാരാളം സുഹൃത്തുക്കൾ അദ്ദേഹത്തെ യാത്രയയയ്ക്കാൻ എത്തിയിരുന്നു. അതിൽ കൂടുതൽപേരും പാവപ്പെട്ട ജനങ്ങളായിരുന്നു.

വണ്ടി നീങ്ങാനുള്ള സമയമായപ്പോൾ ഡേവിഡ് റോസ്സി എല്ലാവരെയും ഹസ്തദാനം ചെയ്തു.

റോസ്സി നേരെ പോകുന്നത് റോമിലേക്കല്ല. മിലാനിലേക്കാണ്. രാത്രി അവിടെ താമസിച്ച് പിറ്റേന്ന് കാലത്ത് റോമിലേക്ക് പോകാനാണ് പദ്ധതി. എല്ലാവരും പിരിഞ്ഞു. വണ്ടി നീങ്ങി. റോസ്സിയുടെ മനസ്സ് റോമയുടെ അടുത്തെത്തിക്കഴിഞ്ഞിരുന്നു. പക്ഷേ, അവളെവിടെയാണെന്ന് അറിയില്ല. എന്നാൽ, അവളവിടെ എവിടെയോ ഉണ്ട്. ഒരുവിളിപ്പാടകലെ. എങ്ങോ മറഞ്ഞിരിക്കയാണ്. ഒളിച്ചിരിക്കുകയാണോ. പരിഭവം നടിച്ചിരിക്കുകയാണോ.അതോ പരിഭവിച്ചിരിക്കുകയാണോ. അതുമല്ലെങ്കിൽ അരികിൽവരാൻ ലജ്ജയാണോ. അവളിപ്പോൾ എങ്ങനെ ഇരിക്കും. റോസ്സി അവളുടെ രൂപം മനസ്സിൽ വരച്ചു. അതേ. മനോഹരിയായ അവൾ തന്റെ കത്ത് വായിച്ച് രസിച്ചിരിക്കുകയായിരിക്കും. പൂവിതളുകൾപോലെ മൃദുലമായ അവളുടെ വിരലുകൾ അകലെയെവിടെയോനിന്ന് തന്റെ നെറ്റിയിൽ സ്പർശിക്കുന്നതായി അയാൾക്ക് തോന്നി. അവളുടെ കണ്ണുകളിൽനിന്ന് മഞ്ഞുകണങ്ങൾപോലെ ആഹ്ലാദത്തിന്റെ അശ്രുബിന്ദുക്കൾ അടർന്നുവീഴുന്നതായി അയാൾക്ക് തോന്നി.അരികിലെവിടെയോനിന്ന് അവൾ തന്റെ തേനൂറുന്ന സ്വരത്തിൽ വിളിക്കുന്നു. വണ്ടിയിലിരുന്ന് ഡേവിഡ് റോസ്സി സ്വപ്നങ്ങൾകൊണ്ട് ഒരു ഗോപുരംതന്നെ പണിതു.

പ്രപഞ്ചംമുഴുവൻ തന്നെയും നോക്കി മന്ദഹസിച്ചുകൊണ്ട് നൃത്തം

ചെയ്യുന്നതായി റോസ്സിക്ക് തോന്നി. താൻ കടന്നുപോകുമ്പോൾ തടാകങ്ങൾ അവയിലെ ശുഭ്രപുഷ്പങ്ങളാൽ കൈവീശി ശൈലശൃംഗങ്ങളിൽനിന്ന് മഞ്ഞിന്റെ തൂവലുകൾ ഭൂമിയിലേക്ക് അടർന്നുവീഴുന്നു. സൂര്യൻ തങ്കക്കിരീടം ധരിച്ച് തടാകതീരത്ത് നൃത്തംചെയ്യുന്നു. പക്ഷികൾ മതിച്ച് രസിച്ച് പാടുന്നു. കാനനഗർഭങ്ങളിൽനിന്ന് വെള്ളച്ചാട്ടങ്ങളുടെ മഹോത്സവം. അതിന്റെ ആരവം കാതുകളിൽ കുളിരുണർത്തുന്നു. ദേവാലയങ്ങളിൽനിന്ന് പള്ളിമണിയുടെ നിലയ്ക്കാത്ത സംഘനാദം. അതിന്റെ മധുരധ്വനിയിൽ ഡേവിഡ് റോസ്സി ആഹ്ലാദംകൊണ്ടു. ദേവാലയങ്ങളിൽനിന്ന് പ്രാർത്ഥനാലാപനങ്ങൾ ഉയരുന്നു. മനുഷ്യർമുഴുവൻ, അല്ല പ്രപഞ്ചം മുഴുവൻ ദൈവത്തിന് സ്തുതിപാടുകയാണ്.

അങ്ങനെ റോസ്സി ഇറ്റലിയിലെത്തി. അവിടെ കാലുകുത്തിയതോടെ അയാൾ സ്വയം മറന്നപോലെയായി. ജനിച്ച നാടിന്റെ ഉൾപ്പുളകങ്ങളിൽ റോസ്സി മദിച്ചു. അവിടത്തെ കാഴ്ചകൾ അയാൾക്ക് പുതുജന്മം നല്കി. പിറന്നുവീണ കുഞ്ഞിന്റെ ഗന്ധംപോലെ ഉയരുന്ന മണ്ണിന്റെ മണം. മണ്ണിന്റെ മദഗന്ധം. റോസ്സിയുടെ ചുണ്ടുകൾ മാതളപ്പഴങ്ങൾപോലെ തുടുത്തു. തന്റെ നാടെത്തിയിരിക്കുന്നു. തന്റെ വീടെത്തിയിരിക്കുന്നു.

റോമയെക്കുറിച്ചുതന്നെയാണ് അയാൾ ചിന്തിച്ചത്. എന്തുമാത്രം കഷ്ടപ്പാടുകൾ അവളനുഭവിച്ചു. ദുരിതക്കയങ്ങളിൽ നീന്തി. എല്ലാം തനിക്കുവേണ്ടി തനിക്കുവേണ്ടി മാത്രം. എല്ലാം ഓർത്തപ്പോൾ അയാൾക്ക് അവളോടുള്ള സ്നേഹം ഇരട്ടിച്ചു. തനിക്ക് അവളെഴുതിയ കത്തിലെ ഓരോ അക്ഷരവും ഓരോ മനുഷ്യരൂപംപ്രാപിച്ച് മുന്നിൽവന്ന് അയാളുടെ നെഞ്ചിൽ തട്ടിവിളിക്കുന്നതുപോലെ തോന്നി.

പലപ്പോഴും താൻ അവളെ കുറ്റപ്പെടുത്തി. തന്റെ രഹസ്യങ്ങൾ അവളെ അറിയിക്കേണ്ടിയിരുന്നില്ല. അതുമൂലം അവളെത്ര കയ്പുനീർ കുടിച്ചു.

പക്ഷേ, അവൾ തന്നെ ഏറ്റവും കൂടുതൽ സ്നേഹിക്കുന്നുവെന്ന് മനസ്സിലായത് അതുകൊണ്ടല്ലേ. വിശ്വസിച്ചതുകൊണ്ട് അവൾതന്നെ കൂടുതൽ സ്നേഹിക്കുകയായിരുന്നു. അവളുടെ മുമ്പിൽ ഒന്നും മറച്ചുവെച്ചില്ല. ഹൃദയത്തിന്റെ പൊന്നുടുപ്പുകളെല്ലാം അഴിച്ചുവെച്ച് അതിനെ പിറന്നപടി അവൾക്കുമുമ്പിൽവെച്ചു. അതുകൊണ്ടെന്തുണ്ടായി. അവൾ തന്നെ കൂടുതൽ സ്നേഹിച്ചു. തനിക്കുവേണ്ടി ദുരിതങ്ങൾ ഏറ്റെടുത്തു. അങ്ങനെ ഒരു നൂറുചിന്തകൾ, ഒരു നൂറുസ്വപ്നങ്ങൾ അയാളുടെ മനസ്സിൽ പൂത്തുലഞ്ഞു.

പെട്ടെന്ന് അന്തരീക്ഷം മാറാൻതുടങ്ങി. ആകാശത്തിന്റെ തെളിച്ചമെല്ലാം പോയി. എവിടുന്നോ ഇരുണ്ടമേഘങ്ങൾ വന്നെത്തി. തണുത്ത കാറ്റും. അധികം വൈകാതെതന്നെ മിന്നലും ഇടിവെട്ടും. പിന്നെ മഴപെയ്യാൻതുടങ്ങി. ആദ്യം ചിന്നമഴയായിരുന്നു. പിന്നീടത് പെരുമഴയായി. ആ പെരുമഴയിൽ വണ്ടി സ്റ്റേഷനിലെത്തി. റോസ്സി പുറത്തേക്കിറങ്ങാൻ തുടങ്ങി.

പുറത്ത് വലിയ ബഹളം. പോർട്ടർമാരും യാത്രക്കാരും എല്ലാംതന്നെ

തിങ്ങിക്കൂടിയിരിക്കുന്നു. ആ സമയത്ത് മൂന്നുപേർ റോസ്സിയുടെ അടുത്തേക്ക് വന്നു.

അവർ റോസ്സിയുടെ അടുത്തുള്ള മുറികളെല്ലാം പരിശോധിക്കുന്നുണ്ടായിരുന്നു. അതിനുശേഷം അവർ തന്റെനേരെ വന്ന് ഒരു വെള്ളക്കടലാസ് തന്നു. അതിൽ ഇങ്ങനെ എഴുതിയിരുന്നു.

"ഡേവിഡ് റോസ്സി എന്ന ഡേവിഡ് ലിയോണെ അറസ്റ്റുചെയ്യാനുള്ള ഉത്തരവ്."

റോസ്സി അമ്പരന്നുപോയി. എന്നിട്ട് തന്റെ അടുത്തുവന്നുനിന്ന സൈനികരെനോക്കി ചിരിക്കാൻ തുടങ്ങി. അത് ഒരു ഭയങ്കരചിരിയായിരുന്നു. ഓർക്കാപ്പുറത്ത് കുത്തേറ്റ് പുളയുന്ന മനുഷ്യന്റെ ചിരിയായിരുന്നു അത്.

സ്റ്റേഷനിലുള്ള യാത്രക്കാരെല്ലാം ആ വിവരമറിഞ്ഞു. റോസ്സീ റോസ്സീ എന്ന പേർ അവരെല്ലാവരും പറയുന്നുണ്ടായിരുന്നു. അവർ അദ്ദേഹത്തെ അത്ഭുതാദരവോടെ നോക്കുന്നുണ്ടായിരുന്നു. അതെ, ഡേവിഡ് റോസ്സി അറസ്റ്റുചെയ്യപ്പെട്ടു. ആ വാർത്ത റോമിൽമുഴുവൻ പരന്നു. റോമിൽനിന്നും പുറത്തേക്കും.

ഡേവിഡ് റോസ്സിയെ അറസ്റ്റുചെയ്തുകൊണ്ടുപോകുമ്പോൾ വാഹനത്തിന് അകമ്പടിയായി ധാരാളം പട്ടാളക്കാരുണ്ടായിരുന്നു. അദ്ദേഹം ആകെ തളർന്നുപോയിരുന്നു. അപ്രതീക്ഷിതമായ ആഘാതമായിരുന്നു അത്. അദ്ദേഹം തലതാഴ്ത്തിയിരുന്നു. അദ്ദേഹത്തിന്റെ മനസ്സിൽ ഒരഗ്നികുണ്ഡമെരിയുന്നു. ഈ ലോകത്ത് ആർക്കറിയാം താനാണ് ഡേവിഡ് ലിയോണെന്ന്. പതിനേഴ് സംവത്സരങ്ങൾക്കുമുമ്പുള്ള കേസിൽ അകപ്പെട്ടിട്ടുള്ള ആളാണ് താനെന്ന് ആർക്കറിയാം. ഒരേ ഒരാൾക്ക്, ഒറ്റയാൾക്ക്. അതാരാണ്? ആരാണാ വ്യക്തി? അയ്യോ!

റോസ്സിയുടെ നെഞ്ചാകെ ഉരുകിയൊലിക്കുന്നതുപോലെ. കഴുത്തിൽ ആരൊക്കെയോ ഞെരിച്ചമർത്തുന്നതുപോലെ. ആ ആൾ......... എങ്ങനെ എനിക്കത് വിശ്വസിക്കാൻകഴിയും. റോസ്സിയുടെ ഭാവമാറ്റംകണ്ട സൈനികർ ആകെ ഭീതിദരായി. റോസ്സിക്ക് ഇരിക്കാൻ കഴിഞ്ഞില്ല. അയാൾ വാതിലിൽ ചാരിനിന്നു. റോസ്സിയെയും വഹിച്ചുള്ള വാഹനം പൊലീസ് ഹെഡ്ക്വോർട്ടേഴ്സിലേക്ക് നീങ്ങുകയാണ്.

റോമിൽ രാജാവിന്റെ ജൂബിലി ആഘോഷങ്ങൾ നടക്കുകയാണ്. ആയിരക്കണക്കിനാളുകൾ തടിച്ചുകൂടിയിട്ടുണ്ട്. എങ്ങും ഉത്സവപ്രതീതിയാണ്. അതിനിടയിൽ റോസ്സിയെ അവിടേക്ക് കൊണ്ടുവരേണ്ടതില്ലാ എന്നാണ് പൊലീസിനുകിട്ടിയ നിർദ്ദേശം. അങ്ങനെ റോസ്സിയെ മിലാനിലേക്കുകൊണ്ടുപോവുകയാണ്.

മിലാനിലെ തടവറയിലേക്ക് റോസ്സിയെ ആനയിച്ചു. നൂറുകണക്കിനാളുകൾ അവിടെ റോസ്സിയെ അറസ്റ്റുചെയ്ത വിവരം കേട്ട് എത്തിയിരുന്നു. ആളുകൾ വീണ്ടും എത്തിക്കൊണ്ടേയിരുന്നു. റോസ്സിയുടെ ആരാധകരായ ആളുകളായിരുന്നു അതിലേറെയും. അവരെല്ലാവരുംതന്നെ പൊലീസ് നടപടിയെ അപലപിക്കുന്നുണ്ടായിരുന്നു.

തന്നെ അറസ്റ്റുചെയ്ത പട്ടാളക്കാരനോട് റോസ്സി ചോദിച്ചു:

"നിങ്ങൾക്ക് ഈ കടലാസ് എവിടെനിന്നു കിട്ടി?"

"കോടതിയിൽ നിന്ന്."

"എനിക്കെതിരെ കോടതിയിൽ ആരോ മൊഴികൊടുത്തിട്ടുണ്ട്. അതാരാണ് എന്ന് പറയുമോ?"

"ഒരു സ്ത്രീ അവിടെ ഉണ്ടായിരുന്നു എന്ന് എനിക്ക് തോന്നുന്നു..........."

അതുപറഞ്ഞ സൈനികന്റെ മുഖത്ത് ഒരു നിഗൂഢഭാവമുണ്ടായിരുന്നു. റോസ്സി ആകെ പ്രക്ഷുബ്ധനായി. അയാൾ ചുണ്ടുകടിച്ചും പല്ലുഞെരിച്ചും എന്തൊക്കെയോ പറയുന്നുണ്ടായിരുന്നു. റോസ്സിയുടെ മനസ്സിനെ ആ ചിന്ത അലട്ടി. ആരായിരിക്കും ആ സ്ത്രീ. ആരാണ് തന്നെ ഒറ്റിക്കൊടുത്തത്.

തന്നെ അറിയുന്ന താനറിയുന്ന എല്ലാ പെണ്ണുങ്ങളെയും റോസ്സി ഓർത്തു. അതിൽ വിദേശത്തുള്ള സ്ത്രീകളെപ്പോലും ഒഴിവാക്കിയില്ല. എന്തിന് എലനയുടെ മുഖവുമോർത്തു. എന്നാൽ, ഒരു ഫലവുമില്ല. അവർക്കൊന്നും തന്റെ രഹസ്യങ്ങൾ അറിയില്ല. അതറിയുന്ന ഒരേഒരാളേയുള്ളൂ അത് റോമയാണ്. പക്ഷേ, റോമ അതുചെയ്യുമെന്ന് വിശ്വസിക്കാൻ അയാൾക്ക് കഴിഞ്ഞില്ല. തന്നെ ഒറ്റിക്കൊടുത്തത് സാഹചര്യമാണ് എന്ന് അയാൾ ആശ്വസിക്കാൻ തുടങ്ങി.

റോമ വിശ്വസ്തയാണ്. ഒരിക്കലും അവൾ അത് ചെയ്യില്ല. എന്നെ കെണിയിൽ അകപ്പെടുത്തേണ്ട ഒരുഘട്ടംവന്നാൽ അവൾ ആത്മഹത്യ ചെയ്തുകളയും. അതുറപ്പാണ്. അവളെപ്പറ്റി അങ്ങനെ ചിന്തിക്കുന്നതുപോലും കൊടുംപാപമാണ്.

റോമയുടെ വാക്കുകൾ, അവളുടെ അക്ഷരങ്ങൾ റോസ്സിയുടെ കാതുകളിൽ പ്രതിദ്ധ്വനിയുണ്ടാക്കി. ഓരോ വാക്കും അയാൾ ഓർത്തു. എന്തെല്ലാം കഷ്ടപ്പാടുകൾ അവൾ സഹിച്ചു. ഏതെല്ലാം ദുർഘട സന്ധികൾ കടന്നാണ് അവൾ മുന്നോട്ടുപോയത്.

പിറ്റേന്ന് കാലത്ത് റോസ്സിക്ക് ആഹാരംകൊണ്ടുവന്ന പയ്യൻ അദ്ദേഹത്തിന് വായിക്കാൻ പത്രവുംകൊടുത്തു. പത്രത്തിലെ പ്രധാനപ്പെട്ട വാർത്ത തന്റെ അറസ്റ്റാണ്. മാത്രമല്ല മുഖപ്രസംഗവും അറസ്റ്റിനെക്കുറിച്ചായിരുന്നു. അദ്ദേഹം വലിയൊരു ബഹുജനനേതാവായിരുന്നുവെന്നും നല്ല പാർലമെന്റ് മെമ്പറായിരുന്നുവെന്നും എന്നാൽ അയാൾ മഹാരാജാവിനെ വധിക്കാൻശ്രമിച്ച ഭീകരകുറ്റവാളിയാണെന്നും മുഖപ്രസംഗത്തിൽ പറഞ്ഞിരുന്നു. സായാഹനപത്രത്തിലും അതുതന്നെയായിരുന്നു വാർത്ത. പക്ഷേ, വ്യത്യാസമുണ്ടായിരുന്നു. അതിൽ റോസ്സിയുടെ അറസ്റ്റിനെ വളരെ ക്രിയാത്മകമായിട്ടാണ് വിലയിരുത്തിയത്. രാജ്യം ഇടിവേട്ടേറ്റപോലെയായി എന്നാണ് ആ പത്രം വിശേഷിപ്പിച്ചിട്ടുള്ളത്.

പതിനേഴ് സംവത്സരങ്ങൾക്ക് മുമ്പ് നടന്ന കുറ്റത്തെപ്പറ്റിയല്ല ആ പത്രം എഴുതിയത്. വരാനിരിക്കുന്ന ഒരു വിപ്ലവത്തിൽനിന്നും രാജ്യത്തെ രക്ഷിക്കാൻവേണ്ടിയാണ് റോസ്സിയെ അറസ്റ്റുചെയ്തത് എന്നായിരുന്നു സായാഹനപത്രം റിപ്പോർട്ട് ചെയ്തത്. ഫെബ്രുവരി ഒന്നാംതീയതി നടന്ന

പ്രക്ഷുബ്ധരംഗങ്ങൾക്കുശേഷം ഡേവിഡ് റോസ്സി റോമിൽനിന്നും പലായനംചെയ്യുകയായിരുന്നു എന്ന് പത്രമെഴുതി. മാത്രമല്ല വിദേശത്തുനിന്ന് വലിയൊരു വിപ്ലവത്തിനുള്ള ഒരുക്കുകൂട്ടലുകൾ നടത്തുകയായിരുന്നു അദ്ദേഹമെന്നും റിപ്പോർട്ട് ചെയ്തിരിക്കുന്നു. ഇറ്റലിയിൽ ഒരു വലിയ വിപ്ലവം നടത്തുക എന്നതാണ് ഡേവിഡ് റോസ്സിയുടെ ലക്ഷ്യം എന്ന് പത്രം നിരീക്ഷിക്കുന്നുണ്ട്. രാജാവിന്റെ പട്ടാഭിഷേകവേളയിൽ രാജാവിനെ വധിക്കാനും ഇറ്റലിയിൽ ഒരട്ടിമറിനടത്താനും അദ്ദേഹം ശ്രമിച്ചിരുന്നു എന്നും.

രാത്രി മുഴുവനും റോസ്സി ഉറങ്ങാതെ കഴിച്ചുകൂട്ടി. സംശയങ്ങൾ എലികളെപ്പോലെ അയാളുടെ മനസ്സിനെ കാർന്നുതിന്നാൻതുടങ്ങി. ആവർത്തിച്ചാവർത്തിച്ച് അദ്ദേഹം പറഞ്ഞുകൊണ്ടിരുന്നു:

"ഇല്ല, അവൾക്കത് ചെയ്യാൻകഴിയില്ല. അവളത് ചെയ്യില്ല."

എന്നാൽ, മനസ്സിന്റെ കണക്കുകൂട്ടലുകളെ തെറ്റിക്കുംവിധമായിരുന്നു യുക്തിയുടെ കണക്കുകൂട്ടലുകൾ. പലരെക്കുറിച്ചും അയാൾ ചിന്തിച്ചു. എന്നാൽ, എല്ലാറ്റിനുമൊടുവിൽ അയാളുടെ യുക്തിബോധം ഒരാളുടെ പേരിൽത്തന്നെ വന്നുനില്ക്കുന്നു. ഒരു പൊലീസ് നായ കുറ്റവാളിയെ ത്തേടി നടന്ന്നടന്ന് അവസാനം ഒരാളിന്റെ അടുത്ത് നില്ക്കുന്നപോലെ.

റോമയെ ആരെങ്കിലും നിർബ്ബന്ധിച്ചോ. പാവം അവളൊരു സ്ത്രീയല്ലേ. നിർബ്ബന്ധത്തിന് വഴങ്ങി പ്രതിരോധിക്കാൻ കഴിയാതെപോയോ. പക്ഷേ, ജോസഫ് റോസ്സിലിയുടെ പുത്രി അങ്ങനെ ചെയ്യേണ്ടിവന്നാൽ പിന്നെ ജീവിച്ചിരിക്കുകയില്ലല്ലോ.

പത്രംകൊണ്ടുവന്ന പയ്യൻ റോസ്സിക്ക് മറ്റൊരു കടലാസ് കൊടുത്തു. അതുമൊരു പത്രമായിരുന്നു. റോസ്സിക്ക് അനുകൂലമായി എഴുതുന്ന പത്രം. അതായത് റോസ്സിയുടെ ആശയാദർശങ്ങൾ പിന്തുടരുന്ന പത്രം. അതിൽ വളരെ വികാരസ്പർശിയായ ഒരു വിവരം കൊടുത്തിരിക്കുന്നു.

"വേണ്ടപ്പെട്ട ഒരുസ്ത്രീ ഡേവിഡ് റോസ്സിയെ ഒറ്റിക്കൊടുത്തിരിക്കുന്നു. റോസ്സിയെ വശീകരിച്ചുകൊണ്ട് ചെയ്ത പ്രവൃത്തി."

ഡേവിഡ് റോസ്സിക്ക് പിന്നീട് സംശയമുണ്ടായില്ല. അത് റോമതന്നെ. എന്തായിരുന്നു കാരണമെന്ന് അയാൾക്കറിയില്ല. തന്നെക്കുറിച്ചുള്ള ഏറ്റവും പ്രധാനപ്പെട്ട രഹസ്യം അവൾ കോടതിയിൽ, വെളിപ്പെടുത്തിയിരിക്കുന്നു.

റോസ്സിയെ റോമിലേക്ക് കൊണ്ടുപോവുകയാണ്. അദ്ദേഹം സൈനികവാഹനത്തിൽ കണ്ണടച്ചിരുന്നു. ആ കണ്ണിൽ ആ അകക്കണ്ണിൽ റോമയായിരുന്നു. എന്നും കാണാറുള്ള റോമ. അവളോട് അയാൾക്ക് വെറുപ്പുണ്ടായിരുന്നില്ല. അവളെ സ്നേഹിക്കാൻതന്നെയാണ് അയാൾക്ക് തോന്നിയത്. രാത്രിയിൽ അയാൾ ഉണർന്നിരുന്നു. പുറത്ത് പൂർണ്ണനിലാവ്. ആ രാത്രിയിൽ അയാൾ എന്തൊക്കെയോ ചിന്തിച്ചുകൊണ്ടിരുന്നു.

സൈനികവാഹനത്തിൽനിന്നും അയാൾക്ക് സൂര്യോദയം പത്രത്തിന്റെ കോപ്പികിട്ടി. ഒരു കാലത്ത് ഡേവിഡ് റോസ്സി പത്രാധിപരായിരുന്ന പത്രം. എന്നാൽ, അതിൽ അയാൾ വായിച്ചത് പ്രധാനമന്ത്രിയെ

ക്കുറിച്ചുള്ള സ്തുതിവാകൃങ്ങളാണ്. പ്രധാനമന്ത്രിയുടെ പ്രവൃത്തികളെ ഏറെ പ്രകീർത്തിച്ചിരിക്കുന്നു. അദ്ദേഹം ഇറ്റലിയിലെ സർവ്വാധിപതിയാവാൻ സാദ്ധ്യതയുണ്ടെന്നും സൂചിപ്പിച്ചിരിക്കുന്നു. ഡേവിഡ് റോസ്സിയുടെ മനസ്സിൽ ആരോ തീ വാരിയെറിഞ്ഞപോലെ. സൈനികവാഹനം ടൈബർനദിയുടെ ഓരങ്ങളിലൂടെയാണ് കടന്നുപോയത്. അതിലൂടെകടന്നുപോകുമ്പോൾ റോസ്സിയുടെ മനസ്സിൽ പലപല ചിന്തകളും നാമ്പെടുത്തിരുന്നു. എന്തെല്ലാം സ്വപ്നങ്ങളുമായാണ് താൻ റോമിലേക്ക് പുറപ്പെട്ടത്.

റോം മുഴവൻ ആ വാർത്ത പരന്നിരിക്കുന്നു. കൊച്ചുപയ്യന്മാരെല്ലാം അത് വിളിച്ചുപറയുന്നുണ്ടായിരുന്നു- ഡേവിഡ് റോസ്സി അറസ്റ്റുചെയ്യപ്പെട്ടിരിക്കുന്നു. പല പത്രങ്ങളും അതുമായിബന്ധപ്പെട്ട പല വഷളൻ കഥകളും പ്രചരിപ്പിച്ചിരുന്നു. അറസ്റ്റുമായി ബന്ധപ്പെട്ട പല സാങ്കല്പിക കഥകളും അവർ പ്രചരിപ്പിച്ചു. ഡേവിഡ് റോസ്സി വേഷംമാറിയാണ് റോമിലെത്തിയതെന്നും എന്നാൽ, ഉദ്യോഗസ്ഥരുടെ സാമർത്ഥ്യംകൊണ്ടാണ് അയാളെ അറസ്റ്റുചെയ്യാൻ കഴിഞ്ഞതെന്നും മറ്റുമുള്ള വാർത്തകൾ തട്ടിവിട്ടിരിക്കുന്നു.

സംഭവങ്ങളെല്ലാം അറിഞ്ഞശേഷം റോമ ആകെ തകർന്നുപോയിരുന്നു. എല്ലാറ്റിനും ഉത്തരവാദി ആ ബാരനാണ്. ഡേവിഡ് റോസ്സി ജയിലിലടയ്ക്കപ്പെട്ടതും ബാരൻ മഹാനായി വാഴ്ത്തപ്പെട്ടതും റോമയുടെ മനസ്സിൽക്കിടന്ന് പിടയ്ക്കാൻ തുടങ്ങി. അവൾക്ക് പള്ളിയിൽപ്പോയി കുമ്പസരിക്കണമെന്ന് തോന്നിയിരുന്നതാണ് എല്ലാറ്റിനും കാരണമായത്. ബാരനാണ് അതിനുപ്രേരിപ്പിച്ചത്. പോപ്പിന്റെ സ്നേഹവും അദ്ദേഹത്തിന്റെ സന്മാർഗ്ഗവും അവളെ ആ ഭയങ്കരപാപംചെയ്യുന്നതിലേക്ക് നയിച്ചു.

റോമാനഗരംമുഴുവൻ മഹാരാജാവിനും പ്രധാനമന്ത്രിക്കും അനുകൂലമായ പോസ്റ്ററുകൾ പതിച്ചിട്ടുണ്ടായിരുന്നു. എവിടെനോക്കിയാലും അവരെ സ്തുതിക്കുന്ന വാക്കുകൾ.

റോമയുടെ മനസ്സിൽ വിദ്വേഷം കരിന്തേളുപോലെ പുളഞ്ഞു. എന്തിനാണ് ആളുകൾ പ്രധാനമന്ത്രിയെയും രാജാവിനെയും ഇങ്ങനെ സുഖിപ്പിക്കുന്നത്? കുട്ടികൾവരെ അവർക്കുവേണ്ടി ആർത്തുവിളിക്കുന്നത് എന്തിനാണ്? അല്പനെപ്പോലെ ബാരൻ ആ സ്തുതിഗീതങ്ങളിൽ പുളകിതനാവുകയാണ്. പാവം റോസ്സിയോ. ജയിലിൽ അടയ്ക്കപ്പെട്ട് പീഡിപ്പിക്കപ്പെടുകയാണ്.

പത്രത്തിൽ റോമ ശ്രദ്ധിച്ചത് രണ്ട് പ്രധാനവാർത്തകളാണ്. അതിലൊന്ന് ബാരൻ സർവ്വാധിപതിയായി ഉയർത്തപ്പെട്ടു എന്നതും രണ്ടാമത്തേത് ബാരന്റെ പത്നി മരിച്ചു എന്നതുമാണ്.

സൂര്യോദയം പത്രത്തിൽ ഡേവിഡ് റോസ്സിക്ക് എതിരായിട്ടാണ് എഴുതിയത്. അദ്ദേഹത്തെ കർശനമായി ശിക്ഷിക്കണമെന്ന് എഴുതിയിരിക്കുന്നു. തന്റെ പത്രം ഇന്ന് ബാരന്റെ പത്രമായിമാറിയിരിക്കുന്നു. അയാളുമായി നടത്തിയ അഭിമുഖസംഭാഷണം ആ പത്രത്തിലുണ്ട്. മുമ്പ് ചെയ്ത കുറ്റങ്ങൾക്ക് സാധാരണഗതിയിൽ മാപ്പ് കൊടുക്കുകയാണ് ചെയ്യാറുള്ള

തെങ്കിലും ഡേവിഡ് റോസ്സിയുടെ വിഷയത്തിൽ അത് തീരുമാനിക്കേണ്ടത് ജനങ്ങളാണെന്നും ബാരൻ പറഞ്ഞിരിക്കുന്നു.

ആ വാർത്ത വായിച്ചപ്പോൾ റോമ ക്രോധംകൊണ്ട് വിറച്ചു. അവളുടെ മനസ്സ് ദൃഢമായ ഒരു തീരുമാനമെടുത്തു. രാജാവിന്റെ വാഗ്ദാനമാണ് ബാരൻ ലംഘിക്കാൻ ശ്രമിക്കുന്നത്. ഡേവിഡ് റോസ്സിയുടെ ജീവൻ രക്ഷിക്കാമെന്നായിരുന്നു രാജാവ് പോപ്പിന് നല്കിയ വാഗ്ദാനം. അത് തെറ്റിക്കാനാണ് ദുഷ്ടനായ ബാരൻ ശ്രമിക്കുന്നത്. ആ ദുഷ്ടനായ മനുഷ്യനെ ഒരു കോടതിയും ശിക്ഷിക്കുകയില്ല. അയാൾക്ക് നിയമമൊന്നും ബാധകമല്ല. അങ്ങനെ വരുമ്പോൾ ഒരുകാര്യമേ ചെയ്യാനുള്ളൂ. അയാളെ ദൈവത്തിന്റെ കോടതിയിലേക്ക് പറഞ്ഞുവിടുക.

അതേ, അതുമാത്രമേ മാർഗ്ഗമുള്ളൂ. അതൊരു പാപമല്ല. അത് ഒരു വിധിയാണ്. അത് ന്യായം പുലരാനുള്ള വിധി. നീതി പുലരാനുള്ള വിധി. ഉടൻതന്നെ കർമ്മംചെയ്യണം. അവളുടെ ആത്മാവ് മന്ത്രിച്ചു. ബാരനെ തന്റെ അടുത്തേക്ക് ക്ഷണിച്ചാലോ. വേണ്ട. അങ്ങോട്ട് പോവുക. അയാളുടെ അടുത്ത് എത്താൻ യാതൊരു പ്രയാസവുമില്ല. തന്നെ അയാളെപ്പോഴും സ്വീകരിക്കും. ഡേവിഡ് റോസ്സിയുടെ കൈത്തോക്ക് റോമയുടെ അടുത്തുണ്ടായിരുന്നു. അതേ, റോസ്സിയുടെ തോക്ക് ഉപയോഗിച്ചുകൊണ്ടുതന്നെ അത് ചെയ്യണം. റോസ്സിക്കുവേണ്ടി. കുറ്റവാളിയായ ബാരനെ ഈശ്വരന്റെ വിധിക്ക് വിട്ടുകൊടുക്കണം. അതായത്, ഈശ്വരന്റെ അടുത്തേക്കയയ്ക്കണം. കോടതിയുടെ ദയയ്ക്കുവേണ്ടിയും നീതിയുടെ കാരുണ്യത്തിനുവേണ്ടിയും കെഞ്ചിയിട്ട് യാതൊരുകാര്യവുമില്ല.

അവൾ റൈഫിളെടുത്ത് തിരിച്ചും മറിച്ചും നോക്കി. ചെയ്യേണ്ടകാര്യങ്ങളെല്ലാം മനസ്സിലുറപ്പിച്ചു. വീട്ടിൽ ആരുമുണ്ടായിരുന്നില്ല. പോകുന്നതിനുമുമ്പ് അവൾ ഒരു കത്തെഴുതി.

"എന്റെ പ്രിയമുള്ളവനേ,

സംഭവിച്ചതൊക്കെ ഞാനറിഞ്ഞു. ഞാനതിയായി വേദനിക്കുന്നു. താങ്കളുടെ നന്മയ്ക്കുവേണ്ടിയാണ് ചെയ്തത്. മറ്റൊന്നും പറയാനില്ല. ദൈവത്തെ ആണയിട്ട് പറയുന്നു. അങ്ങയുടെ ജീവൻ രക്ഷിക്കുക എന്നതുമാത്രമായിരുന്നു ലക്ഷ്യം.

അങ്ങ് വലിയവനായതുകൊണ്ട് ഇത് മനസ്സിലാക്കിയേക്കാം. ഇന്നല്ലെങ്കിൽ നാളെ. പക്ഷേ, ഇതിനെല്ലാം കാരണക്കാരനായ ആ ആളോട് ക്ഷമിക്കാൻ എനിക്ക് കഴിയില്ല. ഈ കത്ത് അങ്ങേക്ക് കിട്ടുന്നതിനുമുമ്പ് അത് നടന്നിരിക്കും. തീർച്ച.

പ്രിയപ്പെട്ടവനേ, നമസ്കാരം. എന്നോട് പൊറുക്കാൻ ശ്രമിക്കൂ. അങ്ങത് ചെയ്തുകഴിയുമ്പോൾത്തന്നെ എവിടെയായാലും എനിക്കത് മനസ്സിലാക്കാൻ കഴിയും. അങ്ങ് എന്നോട് പൊറുത്താൽ എനിക്ക് എന്തൊരു ആനന്ദമായിരിക്കുമെന്നോ. തകർന്ന ഹൃദയത്തോടെയാണ് ഞാനിതൊക്കെ എഴുതുന്നത്.

എന്ന്
റോമ"

അവൾ വീട് വിടുകയാണ്. അവൾ ആ വീടിനെ ചൂഴ്ന്നുനോക്കി. എത്രയെത്ര സംഭവങ്ങൾ. എത്രയെത്ര ആളുകൾ എത്രയെത്ര സ്മരണകൾ, അവയെല്ലാം ഒരു മഹാഘോഷയാത്രയായി അവളുടെ അന്തരംഗത്തിലൂടെ കടന്നുപോയി. എല്ലാറ്റിനും അവസാനമാവുകയാണ്. ഇനി ഒരിക്കലും ഒരു മടക്കയാത്ര ഉണ്ടാവുകയില്ല.

അപ്പോൾ ആരോ അങ്ങോട്ട് കടന്നുവരുന്ന ശബ്ദംകേട്ടു. അതെ അപ്രതീക്ഷിതം. ബാരൻ വരികയാണ്. അവൾ ഭയന്നുപോയി. അതെ പ്രപഞ്ചത്തിന് അലംഘനീയമായ ഒരു ശക്തിയുണ്ട്. അല്ലായിരുന്നുവെങ്കിൽ അയാൾ ആ സമയത്ത് അങ്ങോട്ട് വരില്ല. ആ ശക്തി അയാളെ അങ്ങോട്ട് കൊണ്ടുവരികയാണ്. ആ ശക്തി റോമയെ അതിന് നിയോഗിച്ചിരിക്കുകയാണ്. അവൾ തന്റെ മുഴുവൻ ശക്തിയും സംഭരിച്ചു.

ബാരൻ വാതിലിൽമുട്ടി.

റോമ അയാളെ അകത്തേക്കു വിളിച്ചു.

*　　　*　　　*　　　*

ഭാര്യയുടെ ശവസംസ്കാരം കഴിഞ്ഞ ഉടനെ ബാരൻ റോസ്സിയെ അറസ്റ്റുചെയ്ത വിവരമറിഞ്ഞു. അപ്പോൾതന്നെ റോമയെക്കുറിച്ചാണ് അയാൾ ചിന്തിച്ചത്. അന്ന് രാത്രിതന്നെ സൂര്യോദയം പത്രാധിപരെ വിളിപ്പിച്ച് ഒരഭിമുഖസംഭാഷണം തയ്യാറാക്കി. ഡേവിഡ് റോസ്സിയുടെ അറസ്റ്റുമായി ബന്ധപ്പെട്ട കാര്യങ്ങളെല്ലാം അതിൽ വെളിപ്പെടുത്തി. പിന്നീട് ജൂബിലിയാഘോഷങ്ങളിൽ പങ്കെടുത്തു. തുടർന്ന് തിരക്കായിരുന്നു ബാരന്. ബാരനെ ആളുകളെല്ലാം പ്രകീർത്തിക്കുകയാണ്. രാജാവും പ്രധാനമന്ത്രിയുംതമ്മിലുള്ള ബന്ധം കൂടുതൽ ദൃഢമായി. രാജാവ് പ്രധാനമന്ത്രിയെയും പ്രധാനമന്ത്രി രാജാവിനെയും സ്തുതിക്കുകയാണ്. സമാധാനം ഐക്യം സമൃദ്ധി തുടങ്ങിയ ആശയങ്ങൾ ഉച്ചൈസ്തരം ഘോഷിക്കപ്പെടുകയാണ്.

ബാരൻ ഗംഭീരമായൊരു പ്രസംഗം അവിടെ നടത്തി. അരാജകവാദികളുടെയും വിപ്ലവകാരികളുടെയും സ്വപ്നങ്ങൾ പൂവണിയാൻ പോകുന്നില്ലെന്നും താൻ തന്റെ ഉത്തരവാദിത്വങ്ങൾ നിർവ്വഹിച്ചുവെന്നും അദ്ദേഹം പറഞ്ഞു. ആളുകൾ ബാരന്റെ പ്രസംഗത്തെ കൈയടിയോടെ സ്വീകരിച്ചു. രാജാവ് ബാരനെ സർവ്വാധിപതിയായി പ്രതിഷ്ഠിച്ചു. അത് ഒരു ഔദ്യോഗിക വിളംബരമായിരുന്നു. അപ്പോൾ ബാരൻ ഓർത്തത് റോമയെയാണ്. ഇനി റോസ്സിയുടെ ഉപദ്രവമില്ല. അത് അവളെക്കൊണ്ടുതന്നെ ഇല്ലാതാക്കിയിരിക്കുന്നു. ഇനി റോമ പൂർണ്ണമായും തന്റേതാണ്. അവളെ കാണാൻവേണ്ടി അയാൾ തിടുക്കം കാണിച്ചു. അങ്ങനെയാണ് അയാൾ റോമയുടെ വീട്ടിലെത്തുന്നത്.

വീട്ടിലാരെയും കാണാനില്ല. പൂർണ്ണനിശ്ശബ്ദത. മുകളിലോട്ട് കയറി. വാതിലിൽ തട്ടിവിളിച്ചു. റോമ കടന്നുവരാൻ പറഞ്ഞപ്പോൾ ആ സ്വരം അയാൾക്ക് അപരിചിതമായിതോന്നി. അയാൾക്ക് തെല്ലൊരു പരിഭ്രമവും ഉണ്ടായിരുന്നു. എന്നാൽ റോമയെ കണ്ടതോടെ അതെല്ലാം അകന്നു.

“എന്റെ റോമാ, സംഭവിച്ചതെല്ലാം നല്ലതിന് എന്ന് കരുതണം. ഞാൻ

നിന്നെ അഭിനന്ദിക്കുന്നു."

റോമ നിശ്ചലയായി ഇരുന്നു.

"എല്ലാ പത്രവും റിപ്പോർട്ട് ചെയ്തിരിക്കുന്നു."

റോമയുടെ ഞരമ്പുകൾ പിടയുന്നപോലെ തോന്നി.

"എല്ലാറ്റിനും സഹായകമായത് റോമയുടെ പ്രവൃത്തികളാണ്."

റോമ ചുണ്ടുകടിക്കുന്നുണ്ടായിരുന്നു.

"കുട്ടിയുടെ സാമർത്ഥ്യം പ്രശംസനീയമാണ്. കൃത്യമായി കാര്യങ്ങൾ ചെയ്തിരിക്കുന്നു. ഒരിക്കൽ നീ പറഞ്ഞു ആഗ്രഹങ്ങൾ അതിന്റെ കൊടുമുടിയിലെത്തുമ്പോൾ അവൻ വീഴുമെന്ന്. ഞാനതിപ്പോഴും ഓർക്കുന്നു."

റോമ വേദനയോടെയാണ് അത് കേട്ടത്.

"അതെ, അവൻ വീണിരിക്കുന്നു. രാജ്യദ്രോഹി. അവൻ നശിച്ചുകഴിഞ്ഞു. സ്ത്രീകളെ അപമാനിച്ചു സംസാരിക്കുന്ന ഏഭ്യൻ. നിന്റെ കുമ്പസാരമാണ് ഇതിനൊക്കെ നിമിത്തമായത്. നിന്നെപ്പോലെ സമർത്ഥയായ ഒരു സ്ത്രീക്കല്ലാതെ ആർക്ക് ഇത് ചെയ്യാൻകഴിയും. സ്ത്രീ അബലയും ദുർബ്ബലയുമാണെന്ന് ഏത് തെണ്ടിയാണ് പറഞ്ഞത്. എത്രമാത്രം നിന്നെ അഭിനന്ദിച്ചാലും അത് അധികമാകില്ല. റോമാ, നിനക്ക് നഷ്ടപ്പെട്ടതെല്ലാം തിരിച്ചുകിട്ടും. ഗൃഹം, ആഭരണങ്ങൾ, വാഹനങ്ങൾ, ഫർണ്ണീച്ചറുകൾ എല്ലാം.

പ്രിയപ്പെട്ട റോമേ, ഒരു പ്രധാനപ്പെട്ട കാര്യംപറയാനുണ്ട്. എന്റെ ഭാര്യമരിച്ചത് അറിഞ്ഞുകാണുമല്ലോ. പക്ഷേ, അവൾ വെറുമൊരു ജീവച്ഛവമായിരുന്നു. ഞാനിപ്പോൾ അതിൽ സന്തോഷിക്കുകയാണ് ചെയ്യുന്നത്. ഇനി നമുക്ക് ഒരുമിച്ച് ജീവിക്കാം. നമുക്ക് വിവാഹം കഴിക്കാം."

റോമ എഴുന്നേറ്റ്നിന്ന് ചോദിച്ചു:

"ഇപ്പോൾതന്നെ വേണോ."

"ഒന്നുകൊണ്ടും ഭയപ്പെടേണ്ട റോമാ. ആളുകൾ അത് പറയുന്നുണ്ട്. നമ്മെക്കുറിച്ച്. എത്രയോ കാലമായി അവർ അത് പറയുന്നു. ആരും നിന്നെ കളിയാക്കി പറയില്ല."

"നിങ്ങൾക്ക് പറയാനുള്ളതൊക്കെ പറഞ്ഞുകഴിഞ്ഞോ?"

"ഒരു കാര്യംകൂടി പറയാനുണ്ട്. എന്നെ രാജാവ് സർവ്വാധിപതിയാക്കി വിളംബരം ചെയ്തിരിക്കുന്നു. അങ്ങനെ വരുമ്പോൾ ഇനി റോമ ആരാണ്? രാജ്ഞി. എന്റെ ചക്രവർത്തിനി." അതുംപറഞ്ഞ് ബാരൻ റോമയുടെ അടുത്തേക്ക് നീങ്ങി.

"ഒരു നിമിഷം." റോമ പറഞ്ഞു.

"എന്താണ്?"

"ഈ കള്ളത്തരം ഞാൻ അനുവദിക്കണമെന്നാണോ?"

"എന്ത് കള്ളത്തരം."

"ഞാൻ റോസ്സിക്കെതിരായി കോടതിയിൽ മൊഴികൊടുത്തു എന്നത് ശരിയാണ്. എന്തിനാണ് അത് ചെയ്തത്. നിർഭാഗ്യമാണ് എന്നെക്കൊണ്ട് അത് ചെയ്യിപ്പിച്ചത്. പോട്ടെ, എന്തായിരുന്നു നിങ്ങൾ വാക്കുതന്നത്.

റോസ്സിയുടെ ജീവൻ രക്ഷിക്കാമെന്ന്. ഇപ്പോൾ നിങ്ങൾ പറയുന്നത് അദ്ദേഹത്തെ ശിക്ഷിക്കാനാണ് അത് ചെയ്തതെന്നാണ്. അതിനു നിങ്ങൾ പ്രതിഫലം തരികയാണ് എനിക്ക്. എന്താണ് നിങ്ങളെന്നെപ്പറ്റി മനസ്സിലാക്കിയിരിക്കുന്നത്. രക്തത്തിന്റെ വിലവാങ്ങുന്ന ഒറ്റുകാരിയോ. നാണമില്ലേ നിങ്ങൾക്ക്. ഞാൻ ഡേവിഡ് റോസ്സിയുടെ ഭാര്യയാണെന്നറിഞ്ഞിട്ടും നിങ്ങളെന്നെ വിവാഹം ചെയ്യുമെന്ന് പറയുന്നു.അതും എന്റെ ഭർത്താവിന്റെ വീട്ടിൽവെച്ച്."

"റോമാ, അയാൾ കുറ്റവാളിയാണ്. കുറ്റവാളി ശിക്ഷിക്കപ്പെടണം. കുട്ടീ, നീന്റെ മനസ്സ് നിഷ്കളങ്കമാണ്. നിനക്കറിയില്ല ഞാനനുഭവിക്കുന്ന വേദന. റോമേ, കഴിഞ്ഞതെല്ലാം മറക്കൂ. തുറന്ന് പറയാം. ഞാനെന്തിനും തയ്യാറാണ്. നീ പറയുന്നതൊക്കെ അനുസരിക്കാം. പക്ഷേ, നീ എന്നെ വിവാഹം ചെയ്യണം."

"വിവാഹത്തെപ്പറ്റി പറഞ്ഞ് മുഷിയേണ്ട."

"റോമാ, നിങ്ങൾതമ്മിൽ നടന്നത് വിവാഹമൊന്നുമല്ല. അതിന് നിയമപരമായി യാതൊരു പ്രാബല്യവുമില്ല. പള്ളി അതിനെ അംഗീകരിക്കുന്നുമില്ല. കാരണം കുട്ടി ഇപ്പോഴും കത്തോലിക്കാ വിശ്വാസിയല്ലല്ലോ. നിനക്ക് അയാൾ നഷ്ടപ്പെട്ടാലെന്ത്. ഇതാ മറ്റൊരു പുരുഷൻ. നിനക്ക് സമാധാനവും സ്വൈര്യവും തരുന്ന ഭർത്താവ്. വിശ്വസ്തൻ. അവനോ കഴിവുകെട്ടവൻ. അവൻപോയി. ഞാൻ ഇവിടത്തെ സർവ്വാധിപതി.അതേ റോമാ. ഇതാ നില്ക്കുന്നൂ സർവ്വാധിപതി. ഇവിടെ. നിന്നരികിൽ. പറയൂ കുട്ടീ, പറയൂ. ആളുകൾ നിന്നെ പഴിക്കുന്നുവെങ്കിലും അല്ലെങ്കിൽ പഴിച്ചുവെങ്കിലും ഞാനതൊക്കെ മറക്കും. ഞാനിതാ നിന്നെ വിവാഹം കഴിക്കാൻ തയ്യാറാണ്. പറയൂ വേഗം പറയൂ."

റോമ ആകെ അസ്വസ്ഥയാവുന്നുണ്ടായിരുന്നു. അയാൾ തുടർന്നു:

"റോമാ, ഇതാ ഞാൻ കെഞ്ചുകയാണ്. ഇതുവരെ ഞാനിങ്ങനെ ആരോടും യാചിച്ചിട്ടില്ല. കെഞ്ചിയിട്ടില്ല. അമ്മയോടുപോലും. നോക്കൂ. എന്റെ നിലവാരമെന്താണ്. സ്ഥാനമാനങ്ങൾ, പദവി, അംഗീകാരം, പെരുമ എന്താണ് ഇല്ലാത്തത്."

"പക്ഷേ, ഇതൊക്കെ ഉണ്ടായിട്ടും ഞാൻ നിങ്ങളെ വെറുക്കുന്നു."

അതു പറഞ്ഞപ്പോൾ ഒരുനിമിഷം ബാരൻ നിശ്ശബ്ദനായി. പിന്നീട് സന്തോഷം നടിച്ചുകൊണ്ട് പറഞ്ഞു:

"റോമാ, നീ എന്തുപറഞ്ഞാലും എനിക്ക് നിന്നോട് വെറുപ്പില്ല. ഇതിനെല്ലാം കാരണക്കാരൻ അവനാണ്. ആ പെരട്ട. നീ എനിക്ക് അവകാശപ്പെട്ടവളാണ്. അങ്ങനെയുള്ള നീ എന്നെ വെറുക്കുന്നുണ്ടെങ്കിൽ അതിനുള്ള കാരണക്കാരൻ അവനാണ്. അവനെയാണ് ശിക്ഷിക്കേണ്ടത്. ഇനി ഞാൻ നിനക്കുവേണ്ടി കെഞ്ചില്ല."

"എന്താണ് ഉദ്ദേശ്യം. വാഗ്ദാനം ലംഘിക്കാൻ രാജാവിനോട് പറയുകയാണോ?"

"ഇനി ഇപ്പോൾ രാജാവിന്റെ സഹായം വേണ്ട. ഞാൻ സർവ്വാധിപതിയാണ്."

"റോസ്സിയെ മോചിപ്പിക്കാമെന്ന് വാഗ്ദാനം ചെയ്തതല്ലേ നിങ്ങൾ, ആ രാജാവിന്റെ പിൻഗാമിയല്ലേ. പിൻഗാമി വാഗ്ദാനം ലംഘിക്കുകയാണോ?"

"നീ വിവാഹത്തിന് സമ്മതിച്ചില്ലെങ്കിൽ."

"ഞാൻ മറുപടി തരാം. താൻ ഈ മുറിവിട്ട് പുറത്തുപോകില്ല." റോമ അയാൾക്കുനേരെ തോക്ക് ചൂണ്ടി. ബാരൻ സ്തംഭിച്ചുപോയി.

അപ്പോൾ പുറത്ത് ഏതോ വാഹനത്തിന്റെ ഭയങ്കര ശബ്ദംകേട്ടു. റോമ പരിഭ്രമിച്ചുപോയി. കുറച്ചുകഴിഞ്ഞപ്പോൾ ആരോ വാതിലിൽ മുട്ടുന്നു. തുടർച്ചയായി മുട്ടുന്നു. ഒരുനിമിഷം റോമ ബാരനെ മറന്നു.

"റോമാ," ആരോ പുറത്തുനിന്ന് വിളിക്കുന്നു.

ആ ശബ്ദം റോമ തിരിച്ചറിഞ്ഞു. അവൾ പൊട്ടിക്കരഞ്ഞുപോയി. അവൾ തോക്ക് താഴെയിട്ടു. ഉടൻതന്നെ ബാരൻ അത് തട്ടിയെടുത്തു. അയാളോട് അകത്തിരിക്കാൻ റോമ പറയണമെന്ന് ബാരൻ നിർബ്ബന്ധിച്ചു. റോമയുടെ മുറിക്ക് അപ്പുറം ബാരൻ ഒളിച്ചിരിക്കാമെന്നും ആ വിവരം അയാളോട് പറഞ്ഞാൽ, അയാളെ ശിക്ഷിക്കുമെന്നും അല്ലാത്തപക്ഷം മോചിപ്പിക്കുമെന്നും അയാൾ റോമയെ ബോദ്ധ്യപ്പെടുത്തി. അവളത് സമ്മതിച്ചു. ബാരൻ അപ്രത്യക്ഷനായി. പുറത്തുനിന്ന് വീണ്ടും ഭയങ്കരമായ ശബ്ദം അതേ റോമയെ വിളിക്കുകയാണ്. റോമ വാതിൽതുറന്നു.

റോമ തന്നെ വഞ്ചിച്ചെന്ന് കേട്ടപ്പോൾ അവളുടെ അടുത്ത് ചീറിയടുക്കാൻവേണ്ടി ആർത്തിപിടിച്ചതാണ് ഡേവിഡ് റോസ്സി. അതെ. അയാൾ ഒരു ഈറ്റപ്പുലിയെപ്പോലെ അങ്ങോട്ട് കടന്നുവന്നിരിക്കുന്നു. അവൾ വാതിൽ തുറന്നു. അവളാകെ പരവശയായിരുന്നു. മുഖമാകെ വിളറിയിരുന്നു. ആ ദയനീയമായ മുഖംകണ്ടപ്പോൾ ഈറ്റപ്പുലിയെപ്പോലെ അലറിയടുത്ത റോസ്സിയുടെ ക്രോധമെല്ലാം അപ്രത്യക്ഷമായി.

ആ ശബ്ദം കേട്ടപ്പോഴേ അവൾക്കുറപ്പായിരുന്നു അത് റോസ്സിയാണെന്ന്. പക്ഷേ, എങ്ങനെ അയാൾ ഇവിടെയെത്തി. പൊലീസിന്റെയും പട്ടാളത്തിന്റെയും കണ്ണുവെട്ടിച്ച്. അവൾ അമ്പരന്നുപോയി. ഭയത്തോടെ അയാളെ നോക്കി. തന്നെ കണ്ട് പേടിച്ചരണ്ട മുഖം കണ്ടപ്പോൾ അയാള മ്പരന്നുപോയി. അമ്പരപ്പ് അനുകമ്പയായിമാറി. അവൾ കുറ്റംചെയ്താലും അവളെ സ്നേഹിക്കാതിരിക്കാൻ കഴിയില്ല അയാൾക്ക്.

അയാൾക്ക് എന്തോ പറയണമെന്നുണ്ടായിരുന്നു. കഴിയുന്നില്ല. ചുണ്ട് വിടരുന്നില്ല. നാവുയരുന്നില്ല. അയാൾ കീശയിൽനിന്നും ഒരു കടലാസുതുണ്ട് അവളെ കാണിച്ചു.

കാര്യങ്ങളെല്ലാം അവൾക്ക് മനസ്സിലായി. അത് അറസ്റ്റുവാറണ്ടായിരുന്നു.

"റോമയ്ക്ക് ഇതിനെപ്പറ്റി അറിയില്ലെന്ന്, പറയൂ റോമാ,"

റോമ മുഖം പൊത്തി വിതുമ്പിവിതുമ്പിക്കരഞ്ഞു.

"പറയൂ, റോമാ അറിയില്ലെന്നു പറയൂ."

അവൾ അയാളുടെ മുഖത്തേക്ക് സൂക്ഷിച്ചുനോക്കി. എന്തോ പറയാൻ തുടങ്ങി. പക്ഷേ, അത് കണ്ഠത്തിലേക്കുതന്നെ അമർന്നുപോയി.

വീണ്ടുമവൾ മുഖംപൊത്തി മൂകയായി നിന്നു.

റോമ, തന്നെ ഒറ്റിക്കൊടുത്തുവെന്ന് സംശയാതീതമായി റോസ്സിക്ക് ബോദ്ധ്യപ്പെട്ടിരിക്കുന്നു. അവസാനനിമിഷംവരെ അവൾ ആ മഹാപാതകം ചെയ്തിരിക്കരുതേ എന്നാണ് അയാൾ പ്രാർത്ഥിച്ചത്. ഇപ്പോൾ എല്ലാം കൃത്യമായും മനസ്സിലായി. എന്നിരിക്കിലും അവളാപാതകം ചെയ്യാൻ എന്തെങ്കിലും പ്രധാനപ്പെട്ടകാരണം ഉണ്ടായിരിക്കും എന്നയാൾ ചിന്തിച്ചു. അതറിയാൻവേണ്ടി അയാളാഗ്രഹിച്ചു. അയാൾ ചോദിച്ചു:

"എനിക്കെതിരെ അറസ്റ്റുവാറണ്ട് പുറപ്പെടുവിപ്പിക്കാൻ കോടതിയിൽ മൊഴികൊടുത്തത് റോമയാണെന്ന് പത്രത്തിൽ ഉണ്ട്. ശരിയല്ലേ റോമ?"

റോമ ഒന്നും മിണ്ടിയില്ല.

"ഇതാ നോക്കൂ- ഡേവിഡ് ലിയോൺ. എന്റെ യഥാർത്ഥപേര്. ഇതറിയുന്ന ഒരേ ഒരാളെ ഈ ഭൂമുഖത്ത് ജീവിച്ചിരിപ്പുള്ളൂ. അത് റോമയാണ്."

റോമയ്ക്ക് കരച്ചിലടക്കാൻ കഴിഞ്ഞില്ല.

"എല്ലാം തുറന്ന് പറഞ്ഞത് ഞാനാണ്. എന്റെ റോമയോട്. ഈ മുറിയിലിരുന്ന്. ഓർക്കുന്നുണ്ടോ നമ്മൾതമ്മിൽ കണ്ട ആ രാത്രി. ആദ്യമായി റോമ ഈ മുറിയിൽവന്ന ആ രാത്രി. എല്ലാ രഹസ്യങ്ങളും ഞാൻ പറഞ്ഞപ്പോൾ ഭയമില്ലേ എന്ന് എന്നോട് ചോദിച്ച രാത്രി. അപ്പോൾ ഒട്ടും ഭയമില്ലെന്ന് ഞാൻ എന്റെ റോമയുടെ മുഖത്തുനോക്കി പറഞ്ഞ രാത്രി. റോമാ, ഞാൻ നിന്റെ പിതാവിന്റെ വളർത്തുപുത്രനാണ്. ഇങ്ങനെ എന്നെ ചതിക്കരുതായിരുന്നു റോമേ."

റോമയുടെ ശരീരമാകെ മുള്ളുകൾ തുളച്ചുകയറുന്നതുപോലെ. അവളുടെ ശരീരം ആകെ വേദനകൊണ്ട് പുളയുന്നുണ്ടായിരുന്നു.

"റോമാ, നിന്റെ കൈയിലെ ആ മോതിരത്തിലേക്കു നോക്കൂ. എന്റെ കൈയിലെ ഈ മോതിരത്തിലേക്കും നോക്കൂ. റോമാ, നീ എന്റെ പത്നിയാണ്. ഏതെങ്കിലും ഒരു പത്നി തന്റെ ഭർത്താവിനെ ഒറ്റിക്കൊടുക്കുമോ."

നമ്മൾ പിരിയുമ്പോൾ എന്തൊക്കെയായിരുന്നു റോമ പറഞ്ഞത്. ലോകം മുഴുവൻ നിന്നെ എതിർത്താലും എവിടെയായിരുന്നാലും നീ എന്നും എന്റെ വിശ്വസ്തയായ സ്നേഹിതയായിരുന്നോളാം എന്ന്. ആ വാക്കാണ് നീ പാലിച്ചത് അല്ലേ. നിനക്കെങ്ങനെ അത് ചെയ്യാൻകഴിഞ്ഞു. ഇപ്പോഴും ഞാൻ വിചാരിക്കുന്നത് അത് വാസ്തവമായിരിക്കരുതേ എന്നാണ്. പക്ഷേ, എനിക്ക് നിന്റെ നാവിൽനിന്നും അത് കേൾക്കണം. ഒറ്റവാക്ക് ഒരുവാക്ക്. പറയൂ. എന്തുതന്നെയായിരുന്നാലും പറയൂ. നീ അത് പറഞ്ഞാൽ ഞാൻ വിശ്വസിക്കാം."

"പ്രിയപ്പെട്ട ഡേവിഡ് അങ്ങെന്നോട് ക്ഷമിക്കില്ലാ എന്ന് എനിക്കറിയാം."

"ക്ഷമിക്കാനോ?"

"എനിക്കത് വിശദമായി പറയേണ്ടിയിരിക്കുന്നു."

"വിശദമായി പറയാനോ. കോടതിയിൽ എനിക്കെതിരെ മൊഴികൊടുത്തതോ."

"അതിന് കാരണമെന്തായിരുന്നുവെന്ന്."

"അപ്പോൾ റോമ മൊഴികൊടുത്തോ."

"കൊടുത്തു."

ഡേവിഡ് റോസ്സിയുടെ മുഖമാകെ വിളറിവെളുത്തു.

"അപ്പോൾ അത് സത്യമാണ്. എന്റെ ചില സുഹൃത്തുക്കൾ പറയാറുണ്ടായിരുന്നു റോമയെപ്പറ്റി. ഞാനതൊന്നും വിശ്വസിച്ചിരുന്നില്ല. ഞാനൊരു വിഡ്ഢിയാണല്ലേ. നിന്നെ വിശ്വസിച്ചതിന് കിട്ടിയ കൂലിയാണ്."

ഡേവിഡ് റോസ്സി അറസ്റ്റുവാറണ്ട് ചുരുട്ടി റോമയുടെ കാൽക്കലേക്കെറിഞ്ഞു. അവൾ വേദനകൊണ്ട് വിങ്ങുകയായിരുന്നു. അവൾ അകത്ത് ഒളിച്ചിരിക്കുന്ന ബാരൻ കേൾക്കാൻവേണ്ടി ഉച്ചത്തിൽ പറഞ്ഞു:

"പ്രിയ ഡേവിഡ്, ഞാൻ എന്നെത്തന്നെ ശപിക്കുകയാണ്. ആ ദുഷ്ടൻ അയാളാണ് ഇതിന് കാരണക്കാരനെങ്കിലും ഞാനെന്തിന് അയാളെ കുറ്റപ്പെടുത്തണം. എന്നാലൊരു കാര്യം അങ്ങ് മനസ്സിലാക്കണം. ദൈവത്തെ ഓർത്ത് വിശ്വസിക്കണം. ഞാൻ അങ്ങയെ ഒറ്റിക്കൊടുക്കാൻ കാരണം എന്താണെന്നോ. അങ്ങയുടെ രക്ഷയ്ക്കുവേണ്ടിയായിരുന്നു അത് ചെയ്തത്."

"രക്ഷയ്ക്കുവേണ്ടിയോ?"

ഡേവിഡ് റോസ്സി പൈശാചികമായി അട്ടഹസിച്ചു. ആ അട്ടഹാസത്തിൽ വേദനയും വിഭ്രാന്തിയും അലതല്ലിയിരുന്നു.

"അങ്ങ് ഇവിടം വിട്ടപ്പോൾ എന്റെ ശത്രുക്കൾ എന്നെ ദ്രോഹിക്കുമെന്ന് പറഞ്ഞില്ലേ. അതെ. അവർ എന്നെ വല്ലാതെ ദ്രോഹിച്ചു. ദാരിദ്ര്യം കൊണ്ട് എന്നെ കഠിനമായി പരീക്ഷിച്ചു. ആഡംബരപൂർണ്ണമായ ജീവിതം നയിച്ച ഞാൻ പട്ടിണിയിൽ നീരാടിയിട്ടും ഭയന്നില്ല. നോക്കൂ, ഡേവിഡ് ഇവിടെ ഒന്നുമില്ല. എല്ലാം പോയി. പക്ഷേ, അതൊന്നും എന്നെ ദുഃഖിപ്പിക്കുന്നില്ല. അങ്ങയുടെ പ്രണയം എന്നെ ധന്യയാക്കിയിരുന്നു. ധനികയാക്കിയിരുന്നു. ഒരു ചക്രവർത്തിനിയുടെ കിരീടത്തിനുപോലും അങ്ങയുടെ പ്രണയത്തെ വെച്ചുമാറാൻ ഞാൻ തയ്യാറല്ല."

അപ്പോഴും റോസ്സിയുടെ മുഖത്ത് വിദ്വേഷവും നിന്ദയും കത്തിയെരിയുന്നുണ്ടായിരുന്നു. റോമ തുടർന്നു:

"അവർ എന്നെ വല്ലാതെ പരീക്ഷിച്ചു ഡേവിഡ്. ഓർക്കുന്നില്ലേ ആ കത്ത്. ബ്രൂണോയ്ക്ക് കാട്ടിക്കൊടുത്ത ആ കത്ത്. അതെന്നെയും കുടുക്കാനുള്ളതായിരുന്നു. പക്ഷേ, ഞാനത് വിശ്വസിച്ചില്ല. കാരണം എനിക്കത്രത്തോളം അങ്ങയെ വിശ്വാസമായിരുന്നു. അങ്ങ് എന്നെ സ്നേഹിച്ചിരുന്നില്ലെങ്കിൽപ്പോലും ഞാൻ സ്നേഹിക്കുമായിരുന്നു. വെറുത്താലും സ്നേഹിക്കുമായിരുന്നു. ഉപേക്ഷിച്ചാലും സ്നേഹിക്കുമായിരുന്നു. എന്നും എന്നും എന്തൊക്കെ സംഭവിച്ചാലും എന്തൊക്കെ സംഭവിച്ചില്ലെങ്കിലും."

റോമ റോസ്സിയുടെ ജ്വലിക്കുന്ന കണ്ണുകളിലേക്ക് നോക്കി. അപ്പോൾ ക്രോധത്തിനുപകരം വല്ലാത്ത വേദന ആളുന്നുണ്ടായിരുന്നു അവിടെ.

"അവസാനം അവർ എന്നെ കുടുക്കിലാക്കാൻവേണ്ടി പരിശുദ്ധപിതാവിനെ ഉപയോഗിച്ചു. അദ്ദേഹമെന്നെ ആളയച്ചുവരുത്തി. എങ്ങനെയും

അങ്ങയെ അറസ്റ്റുചെയ്യുമെന്നും മുമ്പുനടന്ന എല്ലാ കുറ്റങ്ങൾക്കും ശിക്ഷിക്കുമെന്നും പറഞ്ഞു. എന്നാൽ, ആ കുറ്റങ്ങൾ ഞാനേറ്റുപറയുകയാണെങ്കിൽ അങ്ങയെ ശിക്ഷിക്കില്ലെന്ന് എനിക്ക് ഉറപ്പുതന്നു.

പ്രിയ ഡേവിഡ്, അവരത് പറഞ്ഞപ്പോൾ വർഷങ്ങൾക്ക് മുമ്പ് ജീവപര്യന്തം നാടുകടത്തപ്പെട്ട് ഏകാകിയും ദുഃഖിതനുമായി നരകിച്ച് മരിക്കേണ്ടിവന്ന എന്റെ പ്രിയപ്പെട്ട അച്ഛനെ ഒരു നിമിഷം, ഒരു നിമിഷം ഞാനോർത്തു ഡേവിഡ്.

"നോക്കൂ, എന്റെ പ്രിയമുള്ളവനേ, ആ സമയം എന്റെ ജീവിതത്തിലെ ഏറ്റവും അന്ധകാരജഡിലമായ നിമിഷമായിരുന്നു. ഞാനെന്തിനുവേണ്ടി, അതുചെയ്തു, അങ്ങയുടെ ജീവൻ രക്ഷിക്കാൻ എന്നവർ എനിക്ക് വാക്കുതന്നതുകൊണ്ട്. ഞാനത് വിശ്വസിച്ചു.

"പ്രിയ ഡേവിഡ്, അങ്ങിത് ക്ഷമിക്കില്ലെന്നറിയാം. അങ്ങ് പിടിക്കപ്പെട്ടാൽ ഒരിക്കലും അത് നല്ലതിനായിരിക്കില്ലെന്ന് എനിക്കറിയാം. വിപ്ലവത്തിൽ പരാജയപ്പെടുന്നതിനെക്കാൾ ആയിരംതവണ മരിക്കാനാണ് അങ്ങ് ആഗ്രഹിക്കുന്നതെന്നും അറിയാം. പക്ഷേ, ഡേവിഡ് ഞാനത്രയ്ക്കൊന്നും ധീരയല്ലല്ലോ. അങ്ങയെ സ്നേഹിക്കുന്ന ഒരു സ്ത്രീമാത്രമല്ലേ. അങ്ങ് മരിക്കുന്നത് എനിക്കെങ്ങനെ സഹിക്കാൻപറ്റും. എങ്ങനെ താങ്ങാൻപറ്റും."

ഡേവിഡിന്റെ മനസ്സാകെ വിങ്ങുന്നതുപോലെ തോന്നി. അദ്ദേഹത്തിന്റെ മനസ്സിൽ പ്രണയം വീണ്ടും ജ്വലിച്ചുയരുന്നതുപോലെ തോന്നി. വാവിട്ട് കരയണമെന്നാണ് അദ്ദേഹത്തിന് അപ്പോൾ തോന്നിയത്. പക്ഷേ, റോമ തുടർന്നു.

"ഇതാണ് ഡേവിഡ് സത്യം. അങ്ങയുടെ സ്നേഹം ഒരിക്കലും നിഷ്ഫലമായിട്ടില്ല. നിഷ്ഫലമായിട്ടുണ്ടെങ്കിൽത്തന്നെ അത് അങ്ങയുടെ കുറ്റംകൊണ്ടല്ല. ഞാനെന്നേ മരിച്ചുകഴിഞ്ഞു ഡേവിഡ്. അങ്ങയുടെ മാപ്പിന് ഞാനർഹയല്ല. ഞാനത് ആഗ്രഹിക്കുന്നുമില്ല. എങ്കിലും ആഗ്രഹിച്ചുപോവുകയാണ് ഡേവിഡ്. ആ മനസ്സിന് എന്നോട് ക്ഷമിക്കാൻ കഴിയില്ലേ. ക്ഷമിക്കാൻ കഴിയില്ലെന്നറിയുമ്പോൾപ്പോലും വെറുതെ ആഗ്രഹിച്ചുപോവുകയാണ്."

"റോമാ." ഇടറുന്ന സ്വരത്തിൽ റോസ്സി പറഞ്ഞു.

"ഞാനെന്തിനുവേണ്ടിയാണ് ഇങ്ങോട്ട് വന്നതെന്നറിയാമോ? പ്രതികാരം ചെയ്യാൻ. പക്ഷേ, നീ എന്നോടുള്ള പ്രണയംകൊണ്ടാണ് എന്നെ ഒറ്റിക്കൊടുത്തത് എന്ന് നിന്റെ നാവുകൊണ്ട് കേൾക്കാൻ ഞാനാഗ്രഹിച്ചു."

"അതെ, അതുതന്നെയാണ് സത്യം."

"റോമാ................"

"വിശ്വസിക്കൂ ഡേവിഡ്."

റോമ സങ്കടംകൊണ്ട് പൊട്ടിക്കരഞ്ഞു. ഡേവിഡ് അവളെ വികാരാവേശത്താൽ ആലിംഗനം ചെയ്തു.

"അതു നുണയാണ്. അതു നുണയാണ്.............."

ഒളിച്ചിരുന്ന ബാരൻ ഉച്ചത്തിൽ പറഞ്ഞു. അയാൾ പൊടുന്നനെ ഓടി അവർക്കുമുമ്പിൽ പ്രത്യക്ഷപ്പെട്ടു.

ഇത്രയും സമയം ബാരൻ അവിടെ ഒളിച്ചിരിക്കുകയായിരുന്നു. ഡേവിഡ് റോസ്സിയുടെ കൈയിൽപ്പെട്ടാൽ തട്ടിപ്പോകുമെന്ന് അയാൾക്കറിയാമായിരുന്നു. എന്നാൽ, അത്രയും സമയം റോസ്സിയുടെ സംസാരം കേട്ടുകൊണ്ടിരുന്നപ്പോൾ അയാളുടെ ഔന്നത്യത്തിൽ ബാരന് വലിയമതിപ്പുതോന്നി. അയാൾക്ക് സ്വയം ലജ്ജതോന്നി. എത്ര നേരം ഒളിച്ചിരിക്കും. ഇങ്ങനെ ഒളിച്ചിരുന്ന് ഇതെല്ലാം കേൾക്കുന്നത് മോശമല്ലേ. ഇത്രയേറെ പ്രയാസങ്ങളനുഭവിച്ചിട്ടും ചതിക്കപ്പെട്ടിട്ടും ഡേവിഡ് റോസ്സി കാണിക്കുന്ന അന്തസ്സും മര്യാദയും ബാരനെ അത്ഭുതപ്പെടുത്തി. മാത്രമല്ല, റോമ ഇപ്പോഴും എത്ര അഗാധമായിട്ടാണ് അയാളെ പ്രണയിക്കുന്നത്. അങ്ങനെയുള്ള അവളെ വിവാഹംകഴിക്കാൻവേണ്ടി സാഹസം കാട്ടിയ അയാൾക്കിപ്പോൾ ലജ്ജതോന്നുകയാണ്.

എന്നാൽ, ബാരന്റെ മനസ്സിൽ അവളോടുള്ള ആസക്തിക്ക് യാതൊരു കുറവുമുണ്ടായിരുന്നില്ല. അത് അസൂയയായി കത്തിപ്പടരാൻ തുടങ്ങി. എല്ലാ മോഹങ്ങളും വ്യർത്ഥമാവുകയാണോ. തനിക്കവൾ നഷ്ടപ്പെടുകയാണോ അയാൾക്ക് സമനില തെറ്റുകയാണെന്ന് തോന്നി.

ബാരൻ തന്റെ കൈയിലെ തോക്കിലേക്ക് നോക്കി. തന്നെ വെടിവെക്കാൻവേണ്ടി റോമ കൈയിലെടുത്ത തോക്കാണത്. പെട്ടെന്ന് ഡേവിഡ് റോസ്സി അങ്ങോട്ട് വന്നപ്പോൾ അവളുടെ കൈയിൽനിന്നും വീണുപോയതാണ്. അതിൽ വെടിയുണ്ട നിറച്ചിട്ടുണ്ടായിരുന്നു. അവിടേക്ക് കടന്നുവന്ന ബാരനെ കണ്ട് അമ്പരന്നുപോയ റോസ്സി ചോദിച്ചു:

"ഇയാൾ ഇവിടെ:"

അതിനുത്തരമായി ബാരൻ ഉച്ചത്തിൽ ചിരിച്ചു. എന്നിട്ട് പറഞ്ഞു:

"നിങ്ങൾ..........................ഇവിടെ എന്തുചെയ്യുന്നു എന്ന് ഞാനാടാ അങ്ങോട്ട് ചോദിക്കേണ്ടത്. റോമയുടെതാണ് ഈ സ്ഥലമെന്നെനിക്കറിയാം. ഇവളെന്റേതാണ്. ഇവൾ നിങ്ങൾക്കെതിരെ മൊഴികൊടുക്കാൻ കാരണം ഞാനാണ്. ഞങ്ങളാണ് അത് ആസൂത്രണം ചെയ്തത്. അന്ന് നിങ്ങൾ ഇവൾക്കെതിരെ ഒരു പ്രസംഗം നടത്തിയതോർമ്മയുണ്ടോ. അന്നുണ്ടാക്കിയ ഒരു പ്ലാനായിരുന്നു അത്."

റോസ്സി ദേഷ്യംകൊണ്ട് ഒരു കൊടുങ്കാറ്റുപോലെ മുന്നോട്ടാഞ്ഞു. എന്നാൽ, റോമ അയാളെ തടഞ്ഞു. ബാരൻ തോക്കുയർത്തിപ്പിടിച്ചു കൊണ്ട് പറഞ്ഞു:

"മരിക്കാൻ തയ്യാറുണ്ടെങ്കിൽ മുന്നോട്ടുവരാം."

റോസ്സി നിശ്ചലനായി. ബാരൻ ചോദിച്ചു:

"ഇവർ നിങ്ങളുടെ."

"എന്റെ ഭാര്യയാണ് റോമ."

"അതു നുണയാണ്." ബാരൻ പറഞ്ഞു.

"അല്ല സത്യമാണ്." റോസ്സി ദൃഢമായി പറഞ്ഞു

"സത്യമാണോ എന്ന് അവളോട് ചോദിക്കൂ."

റോമയോട് സംസാരിക്കാൻവേണ്ടി റോസ്സി തന്റെ അരികിലേക്ക് തിരിയുന്നത് അവൾ കണ്ടു. അവളാകെ പരിഭ്രമിച്ചിരുന്നു. എന്തുചെയ്യണമെന്നറിയില്ല. നുണപറഞ്ഞിട്ട് കാര്യമില്ല. സത്യം പറഞ്ഞിട്ടും കാര്യമില്ല. റോസ്സിയുടെ ജീവൻ ബാരന്റെ കൈയിലാണ്.

"റോമാ, പറയൂ ഞാൻ നിന്റെ ഭർത്താവാണെന്ന്."

റോമ ആകെ സ്തംഭിച്ചുനിന്നു. സത്യം പറയാൻ റോസ്സി അവളെ നിർബ്ബന്ധിച്ചു. തന്റെ ഭാര്യയാണ് റോമയെന്ന് സമ്മതിക്കാൻ. എന്നാൽ, അവളൊന്നും മിണ്ടിയില്ല.

"അവളത് പറയില്ല." ബാരൻ പറഞ്ഞു.

"പറയൂ റോമേ."

ഒരു യാചകിയെപ്പോലെ ഡേവിഡ് മുഖത്തേക്ക് നോക്കി. അവൾ കരയാൻ തുടങ്ങി.

"റോമാ, നീ കരയുകയാണോ?"

"പ്രിയപ്പെട്ട ഡേവിഡ് എനിക്ക് എല്ലാം ഒന്നു തുറന്നുപറയാൻ കഴിഞ്ഞിരുന്നെങ്കിൽ...."

"എനിക്ക് എല്ലാം കേൾക്കേണ്ട. ഒരൊറ്റക്കാര്യമേ അറിയേണ്ടൂ."

"ഡേവിഡ് ഞാൻ ഇംഗ്ലണ്ടിലേക്ക് കുറെ കത്തുകളെഴുതി. അതങ്ങേക്ക് കിട്ടിയിട്ടില്ലേ."

"എനിക്ക് കത്തുകളെക്കുറിച്ചൊന്നും അറിയേണ്ട. എനിക്ക് അറിയേണ്ടത് ഇതാണ്. ഈ നില്ക്കുന്ന മനുഷ്യനും നീയും തമ്മിലുള്ള ബന്ധം എന്താണ്? സത്യം തുറന്നുപറയൂ."

"എനിക്ക് അത് പറയണമെന്നുണ്ട്. പക്ഷേ, കഴിയുന്നില്ല."

"പറഞ്ഞേ പറ്റൂ റോമാ, പറയൂ എന്താണെങ്കിലും പറയൂ."

ഒരു ഭിക്ഷാംദേഹിയെപ്പോലെ റോമ ഡേവിഡ് റോസ്സിയെ നോക്കി. എന്നിട്ട് വിതുമ്പിവിതുമ്പിക്കരയാൻ തുടങ്ങി. ഒരു കുഞ്ഞിനെപ്പോലെ. ഡേവിഡ് റോസ്സി റോമയുടെ കൈപിടിച്ച് അവളുടെ മുഖമുയർത്തി. ആ കണ്ണുകളിലേക്ക് സൂക്ഷിച്ച് നോക്കിക്കൊണ്ട് പറഞ്ഞു:

"നീ കരയുന്നത് എന്തിനാണ് റോമാ, നീ സത്യം പറയൂ. ഞാൻ നിന്റെ ഭർത്താവാണ്."

"എനിക്കത് ഒന്നും പറയാൻ വയ്യ." അവളുടെ മുഖമാകെ കറുത്തിരുണ്ടിരുന്നു. ശബ്ദമാകെ ഇടറിയിരുന്നു.

"ഞാൻ ദൈവത്തെ ആണയിട്ട് പറയുന്നു. അറിഞ്ഞുകൊണ്ട് ഒരു കുറ്റവും ചെയ്തിട്ടില്ല ഡേവിഡ്."

"എനിക്ക് ഒന്നും കേൾക്കേണ്ട റോമാ. എന്തെല്ലാമാണ് നീ എന്നിൽനിന്നും ഒളിച്ചുവയ്ക്കുന്നത്."

"എന്താണ് അങ്ങ് പറയുന്നത്."

ഡേവിഡ് റോസ്സി ആകെ വിഭ്രാന്തമായ ഒരു മാനസികാവസ്ഥയിലായിരുന്നു. ആ വിഭ്രാന്തിയിൽ അയാൾ പറഞ്ഞു:

"ഇത്രയും കാലം നീ എന്നെ വഞ്ചിക്കുകയായിരുന്നു അല്ലേ? ഈ നില്ക്കുന്നത് നിന്റെ കാമുകനാണ് അല്ലേ. അയാൾക്കുവേണ്ടി നീ എന്നെ

ഒറ്റിക്കൊടുക്കുകയായിരുന്നു. അതല്ലേ സത്യം."

"ഡേവിഡ്."

ഡൊന്നാ റോമ തന്റെ നിസ്സഹായാവസ്ഥയിൽ വിഷമിക്കുകയായിരുന്നു. ഡേവിഡ് റോസ്സിയുടെ മുഖമാകെ ദേഷ്യംകൊണ്ട് തുടുത്തിരുന്നു. അയാൾ ബാരനോട് ഇങ്ങനെ പറഞ്ഞു:

"അതാണ് നിങ്ങൾ ഈ രാത്രി ഇവിടെ വന്നത് അല്ലേ. ആരുടെയും ശല്യമുണ്ടാകില്ല എന്നുകരുതി. ഇവിടെ നിങ്ങൾ എന്നെ ഒരിക്കലും പ്രതീക്ഷിച്ചിട്ടുണ്ടാകില്ല. കാരണം, ഞാൻ ജയിലിലാണല്ലോ. എന്റെ ദൈവമേ നിങ്ങൾ ഇവിടെ സ്വസ്ഥമായി പൊറുക്കാനാണ് വന്നത് അല്ലേ. എന്റെ സമനിലയാകെ തെറ്റുന്നല്ലോ."

"അല്ല ഡേവിഡ്." അതും പറഞ്ഞ് റോമ ബാരനോടായി പറഞ്ഞു:

"നിങ്ങൾ ഡേവിഡ് റോസ്സിയോട് പറയണം ആ പറഞ്ഞതൊന്നു ശരിയല്ലെന്ന്. സത്യം നിങ്ങൾക്കറിയാമല്ലോ."

അപ്പോൾ ബാരന്റെ മറുപടി ഇതായിരുന്നു:

"അല്ല ഡേവിഡ് റോസ്സി പറഞ്ഞത് തന്നെയാണ് ശരി. റോമ എന്നോട് കള്ളംപറയാൻ നിർബ്ബന്ധിക്കരുത്."

റോസ്സിയുടെ വിഭ്രാന്തമായ ചിരി നിന്നു. അയാൾ ബാരനോടായി ഇങ്ങനെ അലറി:

"എടാ ചതിയാ, താൻതന്നെ ജയിച്ചു. നീ ഞങ്ങളെ തമ്മിൽ വേർപെടുത്തി. തന്നെ എനിക്ക് ശരിക്കും മനസ്സിലാക്കാൻ കഴിഞ്ഞു. ഈ സ്ത്രീയുടെ നിർഭാഗ്യത്തെ നീ ചൂഷണം ചെയ്തു. എല്ലാം നിന്റെ നാടകമായിരുന്നു. നീ ആസൂത്രണം ചെയ്ത പദ്ധതി. നീ ഇവളെ ഒരു പാവയെപ്പോലെ കളിപ്പിച്ചു." അപ്പോൾ ബാരൻ തന്റെ കീശയിൽ എന്തോ തപ്പുന്നത് റോമ കണ്ടു. റോമയ്ക്ക് കാര്യം മനസ്സിലായി. അയാൾ തോക്കെടുക്കാൻ നോക്കുകയാണ്. അതെ, അയാൾ അത് കൈയിലെടുത്തു. റോമ ആകെ പകച്ചുപോയി. എന്തുചെയ്യണമെന്ന് അവൾക്ക് അറിയില്ലായിരുന്നു. എന്നാൽ, ഞൊടിയിടയിൽ അത്ഭുതകരമാംവിധം ഡേവിഡ് റോസ്സി ബാരന്റെ കഴുത്തിൽ പിടിച്ചു. ബാരൻ നിലത്തുവീണു. കൂടെ റോസ്സിയും. അവർ പരസ്പരം മൽപ്പിടുത്തമായി. ഒരു നിമിഷം കഴിഞ്ഞപ്പോൾ വെടി പൊട്ടി. ആകെ നിശ്ശബ്ദമായി.

അപ്പോൾ റോമ ചെവിപൊത്തിക്കൊണ്ട് വിറയ്ക്കുകയായിരുന്നു. അവൾക്ക് അവിടേക്ക് നോക്കാൻ ധൈര്യമുണ്ടായിരുന്നില്ല. അവളുടെ നെഞ്ച് പെരുമ്പറമുഴക്കുകയായിരുന്നു. അപ്പോൾ അവൾ ഒരാളുടെ കാലൊച്ച കേട്ടു. അവൾ ആ കാലിലേക്ക് നോക്കി. അതാരുടേതാണ്. ഡേവിഡ് റോസ്സി. അവളാകെ കരഞ്ഞുപോയി. അതൊരു പൊട്ടിക്കരച്ചിലായിരുന്നു. ആഹ്ലാദത്തിന്റെ പൊട്ടിച്ചിരിയായിരുന്നു അത്.

ഡേവിഡ് റോസ്സി വിജയശ്രീലാളിതനായി ഒച്ചവെച്ചു.

"അവൻ ചത്തു. കണ്ടോ അവൻ ചത്തു. ഇതിന് നീയും ഉത്തരവാദിയാണ്. നീയെന്നെ വഞ്ചിച്ചു. എന്റെ പ്രണയത്തെ വഞ്ചിച്ചു. എന്റെ മനസ്സ് നീ തകർത്തു. ഞാൻ നിന്നെ ശപിക്കുന്നു. നീയെന്താണ് ചെയ്തത്.

നീ സത്യത്തെ വ്യഭിചരിച്ചു. എന്റെ മനസ്സിലെ സ്വപ്നങ്ങളെയും പ്രതീക്ഷകളെയുമെല്ലാം നീ കശക്കിയെറിഞ്ഞു. ശപിക്കപ്പെട്ടവളാണുനീ. മഹാനും പുണ്യവാനുമായിരുന്ന നിന്റെ പിതാവിന്റെ, എന്റെ വളർത്തു പിതാവിന്റെ പേരിൽ ഞാൻ നിന്നെ ശപിക്കുന്നു............."

ഡേവിഡ് റോസ്സി ഈ സംസാരം അവസാനിപ്പിക്കുന്നതിന് മുമ്പു തന്നെ റോമ ഒരു അലർച്ചയോടെ നിലംപതിച്ചു. അവൾ ബോധരഹിതയായി.

കുറെനേരം കഴിഞ്ഞ് ആണ് റോമയ്ക്ക് ബോധം തെളിഞ്ഞത്. അപ്പോൾ മുറിയിൽ ആരും ഉണ്ടായിരുന്നില്ല. എങ്ങും കനത്ത നിശ്ശബ്ദതയായിരുന്നു. ദൂരെയെവിടെയോനിന്ന് ഒരു പട്ടിയുടെ കരച്ചിലിന്റെ നേർത്ത അലമാത്രം. അവളുടെ വിഭ്രാമകമായ മനസ്സിലൂടെ എന്തൊക്കെയോ ചിതറിത്തെറിച്ച ചിത്രങ്ങൾ കടന്നുപോയി. ഒന്നും സ്പഷ്ടമായി തിരിച്ചറിയാൻ കഴിയുന്നില്ല. എന്താണ് സംഭവിച്ചത് എന്ന് അവൾ ഓർത്തെടുക്കാൻ ശ്രമിച്ചു. അങ്ങനെ ആ അവസാനത്തെ ചിത്രം, ഡേവിഡ് റോസ്സി തന്നെ ശപിക്കുന്ന ആ ദൃശ്യം മനസ്സിൽ തെളിഞ്ഞതോടെ അവൾ കരയാൻതുടങ്ങി.

അവളുടെ മനസ്സിൽ ബാരനോടുള്ള വെറുപ്പ് ആളിപ്പടർന്നിരുന്നു. അയാൾ മരിച്ചെന്നറിഞ്ഞിട്ടും അത് കെട്ടടങ്ങിയിരുന്നില്ല. മരിച്ച ബാരനോട് യാതൊരു പരിഗണനയും അവൾക്കുണ്ടായിരുന്നില്ല. അവൻ അർഹിക്കുന്ന മരണമായിരുന്നു അത്. റോസ്സിയുടെ കൈകൊണ്ടുതന്നെ മരിക്കുക എന്നത് അവന്റെ വിധിയായിരുന്നു. കൊല്ലുക എന്നത് റോസ്സിയുടെ നിയോഗവും. കിടന്നിടത്തുനിന്ന് എഴുന്നേല്ക്കാൻ കഴിയാതെ ഞരങ്ങുകയായിരുന്നു റോമ. അപ്പോൾ തൊട്ടടുത്തു നിന്നും ഒരു ശബ്ദം കേട്ടു.

"റോമാ"

ബാരന്റെ ശബ്ദമായിരുന്നു അത്. റോമ ആകെ ഭയന്നുവിറച്ചു. അയാൾ മരിച്ചിട്ടില്ല. അവൾ മെല്ലെ അയാളെ നോക്കി. അയാൾ ഞരങ്ങുകയാണ്. വസ്ത്രമാകെ രക്തത്തിൽ കുളിച്ചിരുന്നു.

"ഞാൻ മരിക്കുകയാണ് എന്റെ റോമാ."

"ഞാൻ ഡോക്ടറെ കൂട്ടിക്കൊണ്ടുവരാം."

"കാര്യമില്ല. മാത്രമല്ല നീ പുറത്തേക്ക് പോകരുത്. ഏതാനും നിമിഷങ്ങൾകൊണ്ട് എന്റെ തലച്ചോറിലാകെ രക്തം കട്ടപിടിക്കും. ബോധം മറിയും. എല്ലാം കഴിയും. റോമാ എല്ലാം വെറുതെയായി. അല്ലേ."

"ഞാൻ ഏതെങ്കിലും ഒരു പുരോഹിതനെ വിളിക്കട്ടെ."

"അതും വേണ്ട. പക്ഷേ, നീ ചെയ്യേണ്ടത് മറ്റൊരു കാര്യമാണ്. എനിക്ക് കുടിക്കാൻ അല്പം വെള്ളംതരൂ." റോമയ്ക്ക് അയാളോട് അതികഠിനമായ വെറുപ്പുണ്ടായിരുന്നെങ്കിലും മരിക്കാൻപോകുന്ന അയാൾക്ക് വെള്ളംകൊടുക്കാൻ അവൾ തയ്യാറായി. ഗ്ലാസിലെ വെള്ളം അവൾ അയാളുടെ ചുണ്ടിലേക്കടുപ്പിച്ചു. അയാൾ മെല്ലെ മെല്ലെ വെള്ളമിറക്കി.

"സുഖമുണ്ടോ?"

"വളരെക്കൂടുതലാണ്." അയാൾ അവളുടെ കണ്ണുകളിലേക്ക് നോക്കി ആ നോട്ടത്തിൽ കടുത്ത കുറ്റബോധമുണ്ടായിരുന്നു.

"എന്നോട് ക്ഷമിക്കാൻ പറയുന്നതുപോലും തെറ്റല്ലേ."

അവൾ നിശ്ശബ്ദയായിരുന്നു. ബാരന്റെ ശ്വാസോച്ഛ്വാസം ധൃതഗതിയിലായി. അയാളുടെ കണ്ണുകൾ തുറിച്ച് മുന്നോട്ടുവരാൻ തുടങ്ങി.

"എന്താണ്?"

"ഞാൻ മരിക്കുകയാണോ റോമാ?" അപ്പോൾ അയാളുടെ ചുണ്ടിൽ ഒരു ചിരിപടർന്നപോലെ. അയാളുടെ ഉള്ളിൽനിന്നും പൈശാചികത പുറത്തേക്ക് പോകുന്നതുപോലെ. വളരെ ദയനീയമായി അയാൾ റോമയോട് ചോദിച്ചു

"റോമാ."

"ഞാനിവിടെയുണ്ട്."

"ഇവിടെയുണ്ടാകുമോ?"

"വിട്ടുപോകില്ല."

കുറച്ച് നിമിഷങ്ങൾ ഇഴഞ്ഞുനീങ്ങി. വളരെ പണിപ്പെട്ട് ബാരൻ സംസാരിച്ചുതുടങ്ങി.

"എന്റെ അന്ത്യമായിരിക്കുന്നു. എന്തുവിഡ്ഢിത്തമായിപ്പോയി. എല്ലാം ലോകമറിയും. എല്ലാം കണ്ടുപിടിക്കും. ആളുകൾ എന്തൊക്കെ പറയും. എല്ലാം പത്രത്തിൽ വരും. ആളുകൾ പ്രസംഗിക്കും. ലോകം മുഴുവനും ഈ വാർത്ത പരക്കും. എന്റെ നാട്ടുകാർ എന്നെ പുച്ഛിക്കും. ഞാനെത്രമാത്രം എന്റെ രാജ്യത്തെ സ്നേഹിച്ചു. എല്ലാം ശരിയായി വരികയായിരുന്നു. അവൾക്കുവേണ്ടി ഞാനെന്തെല്ലാം ചെയ്തു. അങ്ങനെ ഉയരത്തിൽ നില്ക്കുമ്പോഴാണ്......................."

ഇതെല്ലാം പറയുമ്പോൾ ബാരന്റെ ഉള്ളിൽ ചിരി ഉയരുന്നതായി റോമയ്ക്ക് തോന്നി.

"അധികാരഭ്രാന്ത് തലയ്ക്ക് പിടിച്ചുപോയി. അങ്ങനെ അത് എന്റെ അന്ത്യത്തിന് കാരണവുമായി. പരിശുദ്ധപിതാവ് ഇതുപറഞ്ഞിരുന്നു. ഭയാനകമായ അന്ത്യത്തെപ്പറ്റി. പക്ഷേ, ഞാൻ ഗൗനിച്ചില്ല. നീതിദേവതയുടെ മുമ്പിൽ വിശുദ്ധപുരോഹിതനടക്കം എല്ലാവരും ശിരസ്സുനമിച്ചേ പറ്റൂ. എന്റെ ജീവിതം പക്ഷേ, വെറും വിഢ്ഢിത്തമായിപ്പോയി."

അതുംപറഞ്ഞ് ബാരൻ തന്റെ കീശയിൽനിന്ന് എന്തോ വലിച്ചെടുക്കാൻ ശ്രമിച്ചു. ചുവപ്പ് നിറത്തിലുള്ള റിബൺ പുറത്തേക്കുവന്നു. റോമ അതെടുക്കാനയാളെ സഹായിച്ചു. ആ റിബണിനുള്ളിൽ കുറച്ച് മുടിച്ചുരുളുകളായിരുന്നു.

"റോമാ, ഇതു നിന്റെ മുടിയാണ്. നിനക്കോർമ്മയുണ്ടോ നീ റോമിലേക്കുവന്ന ആദ്യദിനം. അന്നുനിനക്ക് പനിയായിരുന്നു. നിന്റെ മുടിവെട്ടണമെന്ന് ഡോക്ടർമാർ നിർദ്ദേശിച്ചു. അന്ന് നിന്റെ മുടിവെട്ടിയപ്പോൾ ഞാൻ എടുത്ത് സൂക്ഷിച്ചുവെച്ചതാണ്. ഇത്രയും കാലമായി ഞാനത് എന്റെ കഴുത്തിൽ കെട്ടി സൂക്ഷിക്കുകയായിരുന്നു."

അതുകണ്ടപ്പോൾ റോമയുടെ കണ്ണു നനഞ്ഞു. ദുഷ്ടനായ ഈ മനു

ഷ്യന് ഇത്രയും ആർദ്രതയോ!

"ഞാൻ കുഞ്ഞായിരുന്നപ്പോൾ, റോമാ, ഇതുപോലെ അമ്മയുടെ മുടി സൂക്ഷിക്കുന്ന സ്വഭാവമുണ്ടായിരുന്നു. എന്റെ അമ്മയും നിന്നെപ്പോലെ നല്ലൊരു സ്ത്രീയായിരുന്നു. കിടക്കാൻപോകുമ്പോൾ അമ്മ പറയും, മോനെ എന്റെ കൈ പിടിക്കൂ, എന്റെ കൈപിടിക്കുമോനെ എന്ന്."

"റോമാ, ഞാൻ ആ കൈയൊന്ന് പിടിച്ചോട്ടെ."

റോമ മുഖം തിരിച്ചുകൊണ്ട് അവളുടെ കൈ അയാൾക്ക് നേരെ നീട്ടിക്കൊടുത്തു. മരിക്കാൻപോകുന്ന ആ മനുഷ്യൻ ആ കരങ്ങൾ ചുംബിച്ചു.

"എന്തൊരു മനോഹരമായ കൈ. ലോകത്തിലുള്ള സർവ്വ കൈകളിലും വെച്ച് ഈ കൈ എനിക്ക് തിരിച്ചറിയാൻ കഴിയും. റോമാ, ജനങ്ങളെന്നെ പേടിച്ചിരിക്കുന്നു. കുഞ്ഞായിരുന്നപ്പോൾ എന്റെ അമ്മയ്ക്കും എന്നെ പേടിയായിരുന്നു. റോമാ, സ്നേഹിക്കുവാൻ .... റോമാ, ഞാൻ മരിക്കുകയാണ്."

"റോമാ, എന്റെ ജീവിതനാടകത്തിന്റെ അന്ത്യമാണിത്. മരണമെന്നാൽ വീട്ടിലേക്കുള്ള തിരിച്ചുപോക്കാണ് റോമാ. ഒരാഗ്രഹമേയുള്ളൂ. ദ്രോഹിച്ചവർ നമ്മളോട് ക്ഷമിച്ചുവെന്ന് പറയുന്നത് കേൾക്കണം........"

റോമയുടെ മനസ്സിൽനിന്ന് അയാളോടുള്ള വെറുപ്പെല്ലാം അവസാനിച്ചു. പക്ഷേ, അയാളോട് ക്ഷമിക്കാൻ അവൾക്കിപ്പോൾ കഴിയുന്നു.

"ഞാൻ ക്ഷമിക്കപ്പെടേണ്ടവളാണെന്ന് ആഗ്രഹിച്ചു. പക്ഷേ, ക്ഷമിക്കപ്പെട്ടില്ല. ഞാൻ ക്ഷമിക്കപ്പെടുവാൻ എത്രത്തോളം ആഗ്രഹിക്കുന്നുവോ അത്രത്തോളം ഞാൻ നിങ്ങളോട് ക്ഷമിക്കുന്നു." റോമ പറഞ്ഞു. അയാൾക്ക് ആശ്വാസമായി.

"റോമാ, എന്റെ ശിരസ്സൊന്ന് ഉയർത്തിത്തരാമോ."

റോമ അയാളുടെ ശിരസ്സ് മെല്ലെ ഉയർത്തി.

"ഇനി അധികമില്ല."

റോമ അയാളുടെ മുഖത്തേക്കു നോക്കി. ആ ചുണ്ടിൽ പുഞ്ചിരിയുണ്ടായിരുന്നു. ശാസ്വോച്ഛ്വാസം വളരെ മൃദുവായിമാറി. അവൾ പ്രാർത്ഥിച്ചു.

"ദൈവമേ, ഈ മനുഷ്യാത്മാവിനെ സ്വീകരിക്കേണമേ. ഇയാളുടെ എല്ലാ തെറ്റുകളും പൊറുക്കേണമേ. അങ്ങയുടെ തിരുരക്തംകൊണ്ട് ഇയാളുടെ പാപങ്ങൾ കഴുകി ശുദ്ധമാക്കേണമേ. ആമേൻ."

ബാരൻ ഞരങ്ങുകയാണ്. അവസാനമായി അയാൾ ഒന്നു മന്ദഹസിക്കാൻവേണ്ടി നന്നായി പണിപ്പെട്ടു.

"റോമാ, പോകുന്നു."

കഴിഞ്ഞു. സർവ്വമനുഷ്യരെയും തന്റെ ഇച്ഛയുടെ വാൾമുനയിൽ പിടിച്ചുനിർത്താൻ ശ്രമിച്ച മനുഷ്യൻ. അയാളുടെ ജീവിതം അവിടെ അവസാനിച്ചു.

റോമയുടെ മുറിയിലെ അരണ്ടവെളിച്ചത്തിൽ അവൾ ആ മുഖം കണ്ടു. ജീവനറ്റമുഖം. അയാളുടെ ചുണ്ടുകൾ കോടിപ്പോയിരുന്നു. കണ്ണുകൾ മുന്നോട്ടുതള്ളിയിരുന്നു. ആ കൺപോളകൾ അടയ്ക്കണമെന്ന്

അവൾക്കുതോന്നി. പക്ഷേ ധൈര്യംവന്നില്ല. പുറത്തുനിന്നും പട്ടികൾ കുരയ്ക്കുന്നതിന്റെ ശബ്ദം. രാത്രി ഒരുമണിയായിരിക്കുന്നു. ക്ലോക്കിന്റെ ശബ്ദം.

റോമ പേടിച്ചുവിറച്ചു. താനാണ് അയാളെ കൊന്നതെന്ന് അവൾക്കുതോന്നി. താൻ കുറ്റവാളിയാണല്ലോ. അവിടുന്ന് രക്ഷപ്പെടാൻ അവൾക്കുതോന്നി. അവളയാളെ കൊന്ന് കോടതിയിൽ ഹാജരാവാൻ തീരുമാനിച്ചതായിരുന്നല്ലോ.

പേടിച്ച് വിറച്ചുകൊണ്ട് അവളെഴുന്നേറ്റു. വേഗം മുറിവിട്ടു. തന്നെ ആരോ പിടികൂടുമെന്ന് ഒരു ഉൾഭയം. റോസ്സി പോകുമ്പോൾ വാതിൽ ചാരിയിരുന്നില്ല. അവൾ എളുപ്പം കോണിപ്പടിയിറങ്ങി. പണ്ടൊരിക്കൽ റോസ്സിയോടൊപ്പം ആ കോണിപ്പടി ഇറങ്ങിയത് അവളോർത്തു താനാണല്ലോ ഡേവിഡ് റോസ്സിയുടെ ദുരന്തത്തിന് കാരണം. അവളുടെ മനസ്സ് തേങ്ങി.

താഴെനിന്നും പട്ടാളക്കാരുടെ ബൂട്ടിന്റെ ശബ്ദം. ഡേവിഡ് റോസ്സിയെയും അന്വേഷിച്ച് ഇറങ്ങിയതാണവർ. ജയിൽചാടിയ റോസ്സിയെ പിടിക്കാൻ അവർ നാടായ നാടെല്ലാം തെരുവായ തെരുവെല്ലാം പരക്കംപായുകയാണ്.

റോമ മുറിയിലേക്കുതന്നെ തിരിച്ചുനടന്നു. വാതിലടച്ചു സാക്ഷയിട്ടു. എന്താണ് ചെയ്യേണ്ടത് എന്ന ഒരു ധാരണയും അവൾക്കുണ്ടായിരുന്നില്ല. സൈനികർ പുറത്തുനിന്നും മണിയടിക്കുകയാണ്. അപ്പോൾ പുറത്തുനിന്നൊരു ശബ്ദംകേട്ടു.

"അകത്ത് ഒരാളുണ്ടെന്ന് തോന്നുന്നു."

"അതെ, അവൾതന്നെയായിരിക്കും."

"അയാളും ഇവിടെയുണ്ടായിരിക്കും."

"സംശയമെന്ത്."

"നമുക്ക് എല്ലായിടവും തെരയാം."

"വാതിൽ അകത്തുനിന്ന് പൂട്ടിയിരിക്കുന്നു."

പട്ടാളക്കാർ വാതിലിൽ ശക്തിയായി മുട്ടി. റോമ അത് തുറന്നുകൊടുത്തു. അവർ ബാരന്റെ മൃതദേഹംകണ്ട് ഞെട്ടി.

"അയ്യോ പ്രധാനമന്ത്രി."

"അയ്യോ ദൈവമേ."

റോമായുടെ തല കറങ്ങാൻതുടങ്ങി. പട്ടാളക്കാർ അവളോട് ചോദിച്ചു

"റോസ്സി എവിടെ?"

"ഇവിടെയില്ല."

"ഇവിടെയുണ്ടായിരുന്നു."

"ഇല്ല."

"അയാൾ ഇവിടെ വന്നില്ലാ എന്നാണോ പറയുന്നത്."

"അതെ."

പട്ടാളക്കാർ ആ മുറിയാകെ പരിശോധിച്ചു. അവിടെ നിന്നും റോസ്സിയുടെ പേരെഴുതിയ ഒരു കവർ കണ്ടെടുത്തു.

"എന്താണിത്?"

"അത് ഞാൻ എന്റെ ഭർത്താവിനെഴുതിയ കത്താണ്."

"എന്നാലിതോ?" ഒരു കൈത്തോക്ക് അവിടെനിന്നും എടുത്ത് പട്ടാളക്കാരൻ ചോദിച്ചു. ആ തോക്കിനുമുകളിൽ ഡേവിഡ് റോസ്സിയുടെ പേരുണ്ടായിരുന്നു.

"ആ തോക്കെന്റേതാണ്. റോസ്സി അതെനിക്ക് തന്നതാണ്. രണ്ടുമാസംമുമ്പ്. അതിനുശേഷം അദ്ദേഹമത് എടുത്തിട്ടില്ല."

"പിന്നെ പ്രധാനമന്ത്രിയെ കൊന്നത് ആരാണ്?"

"ഞാൻ. ഞാനാണ് പ്രധാനമന്ത്രിയെ കൊന്നത്?"

സൈനികർ മൃതശരീരം അവിടെനിന്നും മാറ്റി. വളരെ രഹസ്യമായിട്ടാണ് അവരത് ചെയ്തത്. ബാരന്റെ യശസ്സിന് കോട്ടംവരരുതെന്ന് അവർക്ക് വളരെ നിർബ്ബന്ധമുണ്ടായിരുന്നു. റോമയെ സൈനികർ കോടതിയിൽ ഹാജരാക്കി. ജഡ്ജിക്കുമുമ്പാകെ അവൾ മൊഴികൊടുത്തു. താനാണ് ബാരനെ വെടിവെച്ച് കൊന്നത് എന്ന്.

*   *   *   *

റോമയുടെ അടുത്തുനിന്നും ഇറങ്ങുമ്പോൾ ഡേവിഡ് റോസ്സിയുടെ മനസ്സിൽ കടുത്ത നിരാശയും വേദനയുമായിരുന്നു. താനിന്നുവരെ ജീവിച്ച ലോകത്തെ അയാൾ വെറുക്കാൻതുടങ്ങി. ജീവിതത്തിന്റെ അടിത്തറ തന്നെ ഇളകിമറിയുന്നപോലെ. തന്റെ ജീവിതചക്രം കറങ്ങിത്തിരിഞ്ഞ് അതിന്റെ അവസാന ദശയിൽ എത്തിയപോലെ. തികഞ്ഞശൂന്യത. അയാൾ എങ്ങോട്ടാണ് പോകേണ്ടതെന്നറിയാതെ സ്തംഭിച്ചുനിന്നു. എന്താണ് ചെയ്യേണ്ടതെന്നും അയാൾക്ക് അറിയുമായിരുന്നില്ല. ഹൃദയമാകെ നുറുങ്ങുന്നപോലെ.

ആരോടെന്നില്ലാത്ത വെറുപ്പ്. എന്തെന്നില്ലാത്ത വെറുപ്പ്. എന്തിനോടെന്നില്ലാത്ത വെറുപ്പ്. അതായിരുന്നു അയാളിൽ മുഴച്ചുനിന്നത്. ബാരനെ താൻ വധിച്ചു. അയാൾ അർഹിച്ച മരണം. അയാൾ ഇരന്നുവാങ്ങിയ മരണം. റോസ്സിയുടെ മനസ്സിൽ അയാളോട് യാതൊരുവിധ സഹതാപവും ഉണ്ടായിരുന്നില്ല. എന്നാൽ, അദ്ദേഹത്തിന്റെ മനസ്സിലെ സംഘർഷം അതൊന്നുമായിരുന്നില്ല. നാളിന്നുവരെ സമാധാനമാണ് താൻ പ്രചരിപ്പിച്ചത്. എന്നും ആക്രമണത്തിനെതിരായിരുന്നു. അങ്ങനെയുള്ള താനാണ് പ്രധാനമന്ത്രിയെ വെടിവെച്ച് കൊന്നത്. അതിൽ അദ്ദേഹത്തിന് എന്തെന്നില്ലാത്ത പ്രയാസംതോന്നി. അതിനെല്ലാം കാരണം അവളായിരുന്നു. എല്ലാ ഐശ്വര്യത്തിന്റെയും നിമിത്തം അവളായിരുന്നു. എല്ലാ ദുരന്തത്തിന്റെയും.

"അയാളുടെ മനസ്സിലിത്രയേറെ വിദ്വേഷം ജീവിതത്തിലൊരിക്കലും ഉണ്ടായിട്ടില്ല. അയാൾ തെരുവിലൂടെ തലങ്ങുംവിലങ്ങും നടന്നു.

മനസ്സിൽ മുഴുവൻ റോമയായിരുന്നു. അവളുടെ ദയനീയമായ മുഖം. ആ മുഖം മനസ്സിൽക്കിടന്ന് അലയ്ക്കാൻ തുടങ്ങി. എന്തെന്നില്ലാത്ത പ്രയാസംതോന്നി അയാൾക്ക്. ക്രമേണ വിദ്വേഷം അകലാൻതുടങ്ങി. മനസ്സിൽ അനുകമ്പ തിരയിളകാൻതുടങ്ങി.

പിരിയുന്ന നേരത്ത് പറഞ്ഞവാക്കുകൾ വിഷസർപ്പത്തെപ്പോലെ അയാളുടെ മനസ്സിനെ കടിച്ചുനോവിക്കാൻ തുടങ്ങി. അവൾ പറയുന്നത് കേൾക്കാൻ ചെവികൊടുത്തില്ലല്ലോ എന്ന ചിന്ത മനസ്സിനെ പൊള്ളിച്ചു. അവൾ തന്നോട് സത്യംചെയ്തില്ലേ. എത്രതവണ സത്യംചെയ്തു. എത്രയെത്രതവണ. ചെവികൊടുത്തില്ലല്ലോ. പ്രണയം അതുകൊണ്ടുമാത്രമാണ്, അതൊന്നുകൊണ്ടുമാത്രമാണ് അവളാകുറ്റകൃത്യം ചെയ്തതെന്ന്.

അത് സത്യമായിരിക്കുമോ. ആ ചിന്ത അയാളെ അസ്വസ്ഥനാക്കി. റോസ്സി പുഴയുടെ ഓരങ്ങളിലൂടെ നടന്നു. അയാളുടെ മനസ്സിൽ ചിന്തകൾ കുത്തിനോവിക്കാൻതുടങ്ങി. റോമയെ ആദ്യമായി കണ്ട ദിനം അയാളോർത്തു. പിന്നീടങ്ങോട്ടുള്ള എല്ലാ വളർച്ചയുടെയും ചിത്രങ്ങൾ മനസ്സിലൂടെ കടന്നുപോയി.

തന്നെ ഒറ്റിക്കൊടുക്കാൻ അവൾ തീരുമാനമെടുത്തതിനെപ്പറ്റി അയാളാലോചിച്ചു. അപ്പോൾ അയാളുടെ മനസ്സിലേക്ക് വെറുപ്പ് തിങ്ങിവിങ്ങി പടരാൻ തുടങ്ങി. താൻ അവളെ ഭർസിച്ചതെല്ലാം അവൾ അർഹിക്കുന്നതായിരുന്നുവെന്ന് അയാൾ സ്വയം പറഞ്ഞു. അവളോടുള്ള അനുകമ്പ ഇപ്പോൾ അപ്രത്യക്ഷമായിരിക്കുന്നു. ആ രാത്രിയിലെ കൂരിരുട്ടും നദിയുടെ ഒഴുക്കും അയാളുടെ മനസ്സിലെ രോഷത്തെ ഇരട്ടിപ്പിക്കുകയായിരുന്നു.

പിയാസ അപ്പോൾ വളരെ ശാന്തവും നിശ്ശബ്ദവുമായിരുന്നു. അവിടെനിന്ന് അയാൾ വിശുദ്ധപിതാവിന്റെ ദേവാലയം കണ്ടു. ദേവാലയത്തിനുമുന്നിൽ കാവൽക്കാരൻ അങ്ങോട്ടുമിങ്ങോട്ടും നടക്കുന്നു. പ്രധാനമന്ത്രിയുടെ കാവൽക്കാരൻ കോട്ടുവായിടുന്നു. തന്റെ പ്രധാനമന്ത്രി ഈ ലോകം വെടിഞ്ഞത് അയാളറിഞ്ഞിട്ടില്ല. അയാൾ കാത്തിരിക്കുകയാണ്. അയാൾ ഇനിയും എത്രനേരം കാത്തിരിക്കും.

ദേവാലയത്തിലെ ഘടികാരത്തിൽനിന്നും മണിയടിയുടെ ശബ്ദം. അതേ സമയം ഒന്നായിരിക്കുന്നു. നിഴലുകൾ പ്രേതങ്ങളെപ്പോലെ ഉരുണ്ടുപിരണ്ടുകളിക്കുന്നത് കാണാമായിരുന്നു.

ഇനി താൻ പോകേണ്ടത് കോടതിയിലേക്കാണ്. ബാരനെ വധിച്ചതിനെപ്പറ്റി മൊഴികൊടുക്കണം. റോമയെ അവിടെ വിസ്തരിക്കും. അതെല്ലാം അയാൾ മനസ്സിൽ കാണാൻ ശ്രമിച്ചു. എന്തൊരു ഭയങ്കര രംഗമായിരിക്കുമത്.

ഒറ്റമാർഗ്ഗമേ മുന്നിലുള്ളൂ. ആത്മഹത്യ. നിർഭാഗ്യമാണ് തന്നെക്കൊണ്ട് അതിനെപ്പറ്റി ചിന്തിപ്പിക്കുന്നത്. പക്ഷേ, മറ്റ് വഴിയില്ല. ബ്രൂണോ ആത്മഹത്യചെയ്തപ്പോൾ താനതിനെ ശക്തിയുക്തം അപലപിച്ചതാണ്. പക്ഷേ, എല്ലാ ആശകളും എല്ലാ പ്രതീക്ഷകളും എല്ലാ സ്വപ്നങ്ങളും കരിഞ്ഞുപോയ ഒരുമനുഷ്യഹൃദയത്തിന് പിന്നെ എന്താണ് ഒരുപിടിവള്ളി.

നേരം പുലരാറായിരിക്കുന്നു. എവിടെവെച്ച് അത് ചെയ്യണം. അവിടെയുള്ള ഒരു ആശുപത്രിയുടെ സമീപത്ത് ഒരു സ്ഥലമുണ്ട്. ടൈബർനദിയുടെ തീരമാണവിടെ. വലിയൊരു ചുഴി. ശക്തമായ ഒഴുക്ക്. എത്ര

നീന്താനറിയുന്നവനും അവിടെ വീണാൽ രക്ഷപ്പെടില്ല. അതെ. അവിടം തന്നെ പറ്റിയസ്ഥലം.

എങ്ങും കനത്ത നിശ്ശബ്ദത. ഇനിയും നേരം പുലർന്നിട്ടില്ല. ആളുകളെ കണ്ടാൽ തിരിച്ചറിയാൻ കഴിയില്ല. അപ്പോഴാണ് മുൻപിൽ ഒരു നിഴൽരൂപം അയാൾ കണ്ടത്. ശ്രദ്ധിച്ചുനോക്കിയപ്പോൾ ഒരു സ്ത്രീ നടക്കുകയാണെന്ന് തോന്നി. ആരാണത്, നല്ല പരിചയംതോന്നുന്ന രൂപം. റോമയായിരിക്കുമോ. അല്ല. ആയിരിക്കില്ല. രൂപംകണ്ടിട്ട് ഏതോ ഒരു യാചകിയാണെന്ന് സംശയം. സൂക്ഷിച്ചുനോക്കിയപ്പോൾ ഒരു സ്ത്രീ തന്റെ കുഞ്ഞിനെ കെട്ടിപ്പിടിച്ച് കരയുകയാണ്. എന്തോ അസുഖമായിട്ട് ആശുപത്രിയിലേക്ക് കൊണ്ടുപോവുകയായിരിക്കും.

ആ സ്ത്രീ കുഞ്ഞിനെയുമെടുത്ത് ആശുപത്രിയിലേക്ക് നടക്കുകയാണ്. അതിനെ അവർ ആശുപത്രിയുടെ പൂമുഖത്ത് കിടത്തി എന്നിട്ട് അതിന്റെ മുഖത്ത് തുരുതുരാ ചുംബിച്ചു. അവർ കരയുന്നുണ്ടായിരുന്നു. ഒന്നുമറിയാതെ കുഞ്ഞ് കുണുങ്ങുന്നു. ആ സ്ത്രീ അതിനെ അവിടെ ഉപേക്ഷിച്ച് പുറത്തേക്ക് ഓടി.

ഹൃദയഭേദകമായ ആരംഗം കണ്ടപ്പോൾ ഡേവിഡ് റോസ്സിക്ക് തന്റെ അമ്മയുടെ മുഖം ഓർമ്മവന്നു. വർഷങ്ങൾ അനവധി കഴിഞ്ഞുപോയെങ്കിലും ആ ഓർമ്മകൾ അദ്ദേഹത്തിന്റെ ഹൃദയത്തെ വല്ലാതെ ഇളക്കിമറിച്ചു. അന്ന് തന്റെ അമ്മ തന്നെ ഉപേക്ഷിച്ചതുപോലെതന്നെയാണ് ഈ സ്ത്രീയും തന്റെ മകനെ ഉപേക്ഷിച്ചത്. പക്ഷേ, ആശുപത്രിയുടെ ഗേറ്റ് അടച്ചിട്ടിരിക്കുകയാണ്. എങ്ങനെയാണ് അവർ അതിനകത്ത് കയറിയത്. റോസ്സിയുടെ വിഭ്രാമകമായ മനസ്സ് ഒന്നിനും കൃത്യമായ ഉത്തരം തന്നില്ല. ആരാണ് ആ സ്ത്രീ? ഇരുട്ടിൽവന്നുപോയത് തന്റെ അമ്മയാണോ. തന്റെ ദുരന്തത്തെപ്പറ്റി അറിഞ്ഞ് എപ്പോഴും സ്വർഗ്ഗലോകത്തിലിരുന്ന് തന്നെ ശ്രദ്ധിച്ചുകൊണ്ടിരിക്കുന്ന അമ്മ ഇറങ്ങിവന്നതാണോ. ഒറ്റിക്കൊടുക്കപ്പെട്ട, വഞ്ചിക്കപ്പെട്ട മകന്റെ വാർത്തയറിഞ്ഞ് വന്നതാണോ. ഡേവിഡ് റോസ്സി തന്റെ അമ്മയെ വിളിച്ച് കരഞ്ഞു. താനും അങ്ങോട്ട് വരികയാണെന്ന് പറഞ്ഞുകൊണ്ട് അയാൾ വിതുമ്പി.

ഒമ്പത്

പിറ്റേന്ന് പ്രഭാതത്തിൽ പരിശുദ്ധപിതാവിന് തന്റെ ഭൃത്യനിൽനിന്നും ഒരു വിവരം ലഭിച്ചു.

"പിതാവേ, താഴെ ഒരു ഭ്രാന്തൻ വന്നുനില്ക്കുന്നു. അയാൾ അങ്ങയെ കാണാൻ ആഗ്രഹിക്കുന്നു. കാണാതെ പോവില്ലെന്ന് പറയുന്നു. അയാൾക്ക് അകത്തുവരണമത്രേ."

ഭൃത്യൻ അതുപറഞ്ഞ് കുറച്ചുനിമിഷങ്ങൾക്കുശേഷം അരമനയിലെ കാര്യക്കാരനും അങ്ങോട്ടുവന്നു. പോപ്പ് അയാളോട് ചോദിച്ചു

"ആരാണ് താഴെയുള്ളത്."

"അതെ പിതാവേ, ഒരാൾ അയാൾക്ക് പിതാവിനെ കാണണമത്രേ."

"ആരാണത്?"

"അത് ചോദിച്ചിട്ട് പറയുന്നില്ല."

"പിന്നെ."

"നേരിട്ട് പറയാമെന്ന്. പക്ഷേ...."

"എന്താണ് പക്ഷേ?"

"ആ മുഖംകണ്ടിട്ട് അയാളാണെന്ന് തോന്നുന്നു."

"അയാളോ?"

"അതെ പിതാവേ. അയാൾതന്നെ."

"അയാളോട് ഇങ്ങോട്ടുവരാൻ പറയൂ."

"ഇങ്ങോട്ടോ?"

"അതെ."

"ഈ മുറിയിലേക്കോ?"

"അതെ. നിങ്ങൾപോയി കൂട്ടിക്കൊണ്ടുവരൂ."

"പരിശുദ്ധപിതാവേ, അങ്ങത് പറയരുത്. അയാളൊരു കുറ്റവാളിയാണ്. രാജ്യദ്രോഹിയാണ്. അയാളെ ഇവിടേക്ക് പ്രവേശിപ്പിച്ചാൽ സർക്കാർ നമുക്കെതിരാകും."

"അതൊന്നും ഞാനിപ്പോൾ ചിന്തിക്കുന്നില്ല. അയാൾക്ക് രക്ഷയാണാവശ്യം."

"രക്ഷ."

"ഇതൊരു ആദ്ധ്യാത്മിക ഭവനമാണ്. ഇവിടെ അശരണരായിവരുന്നവർ ആരായിരുന്നാലും അവരെ നമുക്ക് സ്വീകരിച്ചേപറ്റൂ."

"പക്ഷേ"

"അയാളെ ഇങ്ങോട്ട് കൊണ്ടുവരാനാണ് പറഞ്ഞത്."

"പിതാവേ, ഞാൻ വീണ്ടും അപേക്ഷിക്കുന്നു................"

"ആ മനുഷ്യനെ കൂട്ടിക്കൊണ്ടുവരാനാണ് പറഞ്ഞത്."

പോപ്പ് അത് പറഞ്ഞുതീരുംമുമ്പേ അയാൾ വാതിൽക്കൽ എത്തിയിരുന്നു. അയാളുടെ കണ്ണുകളാകെ ചുവന്നിരുന്നു. മുഖത്താകെ ഭയങ്കരമായ അസ്വസ്ഥത. വസ്ത്രങ്ങൾമുഴുവനും കീറിപ്പറഞ്ഞിരിക്കുന്നു. എന്തോ വലിയ അടിപിടി നടന്ന ലക്ഷണം. മുഖത്താകെ വിഷാദം കല്ലിച്ചിരുന്നു. കണ്ണുകളിൽ തീ പാറുന്നുണ്ടായിരുന്നു. ആ മുഖത്തേക്ക് നോക്കിയപ്പോൾ പോപ്പിന് താൻ കണ്ണാടിനോക്കിയ അനുഭവമായിരുന്നു ഉണ്ടായത്.

"എന്താണ് മകനേ?"

പോപ്പിന്റെ സംസാരം കേട്ടതോടെ ആ യുവാവിന് ആശ്വാസമായി. അയാൾ തല എടുത്തുപിടിച്ചിരുന്നു. അസാധാരണമായ ഒരു ചങ്കൂറ്റം അയാളപ്പോൾ പ്രകടിപ്പിച്ചിരുന്നു.

"ഞാൻ ഡേവിഡ് ലിയോൺ. പക്ഷേ, ആളുകൾ വിളിക്കുന്നത് റോസ്സിയെന്ന്. അതെന്റെ അമ്മയുടെ പേരാണ്. കുറച്ചുകാലം ഞാൻ വിദേശത്തായിരുന്നു. പത്തുസംവത്സരങ്ങളായി ഞാൻ ജനങ്ങൾക്കുവേണ്ടി

പ്രവർത്തിക്കുന്നു. എന്നാലിന്ന് ഞാൻ ഒറ്റിക്കൊടുക്കപ്പെട്ടിരിക്കുന്നു. മൂന്ന് ദിവസംമുമ്പ് ഇവിടേക്കെത്തുംവഴിയെ എന്നെ അറസ്റ്റുചെയ്തു. എന്നാൽ, എന്റെ ചില സ്നേഹിതന്മാരുടെ സഹായത്താൽ ഞാൻ തടവുചാടി. പിതാവേ, എല്ലാ വാതിലുകളും എന്റെ മുമ്പിൽ കൊട്ടിയടയ്ക്കപ്പെട്ടിരിക്കുന്നു. നാട്ടിൽമുഴുവൻ എനിക്കുവേണ്ടി വലവീശിയിരിക്കുന്നു. അതാണ് ഞാനിവിടെ എത്തിയത്. പരിശുദ്ധപിതാവിന്റെ അടുത്ത്. ഇത് അഭയകേന്ദ്രമാണല്ലോ. അങ്ങെനിക്ക് അഭയംതരുമോ?"

അപ്പോൾ പോപ്പ് തന്റെ അടുത്തുള്ള കാര്യക്കാരനോട് ഇങ്ങനെ പറഞ്ഞു:

"ഈ യുവാവിനെ നിങ്ങളുടെ മുറിയിലേക്ക് കൊണ്ടുപോകണം. ഇയാളെ ആരും കൊണ്ടുപോകാൻ പാടില്ല. എന്റെ അറിവോ അനുവാദമോ ഇല്ലാതെ ആരും ഇയാളെ തൊടുകപോലും ചെയ്യരുത്."

പോപ്പിന്റെ കണ്ണുകളിലേക്ക് തറപ്പിച്ചുനോക്കിക്കൊണ്ട് ഡേവിഡ് റോസ്സി ഇങ്ങനെ പറഞ്ഞു:

"പിതാവേ, അങ്ങെനിക്ക് അഭയംതരുന്നു. എന്നാൽ, അതിനുമുമ്പ് എന്നെ സംബന്ധിച്ചുള്ള ചില കാര്യങ്ങൾ താങ്കളറിയണം. എന്താണ് എന്റെ പേരിലുള്ള കുറ്റമെന്നും അറിയണം. ഞാനിവിടത്തെ പാർലമെന്റ് മെമ്പറാണ്. കലാപത്തിന് കാരണക്കാരനായതിൽ എനിക്കെതിരെ കേസുണ്ട്. രാജാവിനെ കൊല്ലാൻ ആസൂത്രണം ചെയ്തു എന്ന കുറ്റവും എനിക്കെതിരെയുണ്ട്. ആ ഗൂഢാലോചനാകേസ് കെട്ടിച്ചമച്ചതാണ്. അതൊരു വഞ്ചനയുടെ ഫലമായിരുന്നു."

"ആരെങ്കിലും വന്ന് ഇയാളെ അറസ്റ്റുചെയ്യുകയാണെങ്കിൽ ഇയാളുടെ ജീവനോ ശരീരത്തിനോ യാതൊരു പോറലുമേല്പിക്കുകയില്ലെന്ന് നിങ്ങൾ എഴുതിവാങ്ങണം. അതിനുശേഷം മാത്രമേ അറസ്റ്റുചെയ്യാൻ പാടുള്ളൂ"

"അങ്ങ് കരുണയുള്ളവനാണ്. ഞാനൊരിക്കലും അങ്ങയെ വഞ്ചിക്കുകയില്ല. എനിക്കെതിരെ അവർ ചുമത്തിയിട്ടുള്ള കുറ്റങ്ങളെല്ലാം കൃത്രിമമാണ്. ഞാൻ നിരപരാധിയാണ്. എന്നാൽ, ദൈവത്തിന്റെയും എന്റെ രാജ്യത്തിന്റെയും നിയമം ഞാൻ ലംഘിച്ചു. ആ നിലയിൽ ഞാൻ തെറ്റുകാരനാണ്. അതിന്റെ പേരിൽ അങ്ങേക്ക് എന്തെങ്കിലും ദോഷമുണ്ടാവും എന്ന് അങ്ങേക്ക് തോന്നുകയാണെങ്കിൽ എന്നെ പറഞ്ഞുവിട്ടേക്കൂ." അതു പറയുമ്പോൾ റോസ്സിയുടെ കണ്ണുകൾ നിറഞ്ഞിരുന്നു.

"ഇയാളെ എന്റെ അരമനയിലേക്കുതന്നെ കൊണ്ടുപോകൂ. നിങ്ങളുടെ മുറിയിലേക്ക് കൊണ്ടുപോകേണ്ട. അവിടെ, എന്റെ അരമനയിൽ മുമ്പ് സ്റ്റേറ്റ് സെക്രട്ടറി ഉപയോഗിച്ചിരുന്ന മുറി ഇയാൾക്കുവേണ്ടി ഉപയോഗിക്കാം." പോപ്പ് അതുപറയുമ്പോൾ റോസ്സിയാകെ വിതുമ്പിപ്പോയി. അയാൾ പോപ്പിനെ നമസ്കരിച്ചു. മുട്ടുകുത്തി ആ വിരലുകളിൽ ചുംബിച്ചു. പരിശുദ്ധപിതാവ് ആ യുവാവിനെ കൈ പിടിച്ചുയർത്തി.

"മകനേ നീ മുറിയിൽപ്പോയി വിശ്രമിക്കൂ. നിന്നെ ദൈവം രക്ഷിക്കും."

ഡേവിഡ് റോസ്സി ഒരിക്കൽക്കൂടി പോപ്പിന്റെ മുമ്പിൽ ശിരസ്സ്നമിച്ച്

പുറത്തേക്കുപോയി.

വിശുദ്ധപിതാവ് കുർബാനകഴിഞ്ഞ് പുറത്തുവന്നപ്പോൾ പുറത്ത് വലിയൊരു ബഹളം നടക്കുന്നു.

"എന്താണ് പുറത്ത് ബഹളം?"

"കൊല."

"കൊലയോ?"

"അതെ."

പോപ്പ് ആകെ അസ്വസ്ഥനായി. എന്താണ് സംഭവിച്ചത് ആരാണ് കൊലചെയ്യപ്പെട്ടത് എന്നൊന്നും ആർക്കും അറിയുമായിരുന്നില്ല.

വത്തിക്കാനിലാകെ ഒരു അരാജകാവസ്ഥയായിരുന്നു. ആരാണ് കൊലചെയ്യപ്പെട്ടത് എന്നതിനെക്കുറിച്ച് വളരെ കഴിഞ്ഞാണ് അറിവ് ലഭിച്ചത്. പോപ്പ് സംശയിച്ചത് രാജാവ് കൊല്ലപ്പെട്ടിരിക്കാം എന്നാണ്. എന്നാൽ, പ്രധാനമന്ത്രിയാണ് വധിക്കപ്പെട്ടത്. പ്രധാനമന്ത്രി ബാരൻബോനലി തന്റെ ഔദ്യോഗികകൊട്ടാരത്തിൽ വെടിയേറ്റ് കൊല്ലപ്പെട്ടിരിക്കുന്നു. പ്രധാനമന്ത്രി തന്റെ അവസാനത്തെ അത്താഴം കഴിച്ചത് രാജാവിന്റെ കൊട്ടാരത്തിൽനിന്നായിരുന്നു. അവിടെ മഹോത്സവമായിരുന്നല്ലോ. അർദ്ധരാത്രിവരെ അദ്ദേഹം അവിടെ ഉണ്ടായിരുന്നു. ഔദ്യോഗികമന്ദിരത്തിൽനിന്ന് വെടിയൊച്ച കേട്ടതായി പലരും പറഞ്ഞു. എന്നാൽ, പുലരുംമുമ്പുതന്നെ മൃതദേഹം അവിടെനിന്നും മാറ്റി.

എന്നാൽ, പിതാവിന്റെ സെക്രട്ടറി മറ്റൊരു വിവരമാണ് നല്കിയത്. ഡേവിഡ് റോസ്സി റോമിലെത്തിയ ഉടൻതന്നെ പിടിക്കപ്പെട്ടു. പിടിക്കപ്പെട്ട റോസ്സി കുറെ തെമ്മാടികളുടെ സഹായത്തോടെ തടവുചാടി. എല്ലാം മുൻകൂട്ടി പ്ലാൻചെയ്തതായിരുന്നു. തടവുചാടിയ റോസ്സി പ്രധാനമന്ത്രിയുടെ അടുത്തേക്കാണ് പോയത്. സൈനികർ യാദൃച്ഛികമായി അവിടെയെത്തുമ്പോഴേക്കും അദ്ദേഹം കൊല്ലപ്പെട്ടിരുന്നു. അങ്ങനെ പല കഥകളും അതിനെക്കുറിച്ച് പരന്നിരുന്നു. സെക്രട്ടറി പിതാവിനോട് പറഞ്ഞു:

"പരിശുദ്ധപിതാവേ, താങ്കളുടെ ദയാവായ്പുകൊണ്ടാണ് ഒരു കൊടുംകുറ്റവാളിക്ക് ഇങ്ങനെ അഭയംകൊടുത്തിരിക്കുന്നത്. അതെന്നെ ഭയപ്പെടുത്തുന്നു. അയാൾ കൊടും ഭീകരനാണ്. കുറ്റവാളിയാണ്. വിപ്ലവകാരിയാണ്. രാജദ്രോഹിയാണ്. സർക്കാരിനെ അട്ടിമറിക്കാൻ ശ്രമിക്കുന്നു എന്ന കുറ്റംമാത്രമല്ല അയാൾക്കെതിരെ ചുമത്തിയിട്ടുള്ളത്. അയാളൊരു കൊലപ്പുള്ളിയാണ്. അയാൾക്ക് അഭയംകൊടുക്കുക എന്നുപറഞ്ഞാൽ അത് രാജദ്രോഹപരമായ ഒരു പ്രവർത്തനമായിരിക്കും. പരിഷ്കൃതരാഷ്ട്രങ്ങളെല്ലാം അങ്ങയെ കുറ്റപ്പെടുത്തും."

പോപ്പ് ഒന്നും മറുപടിപറഞ്ഞില്ല. അയാളുടെ മനസ്സിൽ റോസ്സിയുടെ മുഖംമാത്രമേ ഉണ്ടായിരുന്നുള്ളൂ. അയാളുടെ അഭ്യർത്ഥന അയാളുടെ വാക്കുകൾ താൻ നിയമംലംഘിച്ചിട്ടുള്ളവനാണെന്ന് അയാൾ പോപ്പിനോട് തുറന്നുപറഞ്ഞിട്ടുണ്ട്. അയാൾക്ക് അഭയംകൊടുക്കുന്നതിൽ വല്ല പ്രയാസവും ഉണ്ടെങ്കിൽ അയാളെ ഇപ്പോഴേ ഇറക്കിവിടാം എന്നും അയാൾ പറഞ്ഞിട്ടുണ്ട്.

അപ്പോൾ സെക്രട്ടറി വീണ്ടും പറഞ്ഞു:

"പരിശുദ്ധപിതാവേ, രാജാവ് പ്രത്യേകം പറഞ്ഞിട്ടുള്ള ഒരു കാര്യമുണ്ട്. വിശുദ്ധപിതാവിന് രാഷ്ട്രീയകാര്യങ്ങളിൽ യാതൊരുവിധ അധികാരങ്ങളും ഉണ്ടായിരിക്കുന്നതല്ല എന്ന്. നിയമസഭാസ്ഥാനം, ക്രമസമാധാനം എന്നെല്ലാം പറയുന്നത് രാഷ്ട്രീയകാര്യങ്ങളാണല്ലോ. രാജ്യദ്രോഹിയായ ഒരു കുറ്റവാളിക്ക് അഭയംകൊടുക്കുക എന്നുപറഞ്ഞാൽ അത് കുറ്റംചെയ്യൽതന്നെയാണ്. അത് സഭയ്ക്കും വത്തിക്കാനും ഗുരുതരമായ പ്രത്യാഘാതങ്ങൾ ഉണ്ടാക്കും."

"മിണ്ടാതിരിക്കണം. നിങ്ങളെല്ലാം മുറിവിട്ട് പോണം എനിക്കല്പം സ്വസ്ഥമായിരിക്കണം." പോപ്പതുപറഞ്ഞതോടെ അവർ പോയി. കുറച്ചു കഴിഞ്ഞപ്പോൾ ഒരു ഭൃത്യൻ പോപ്പിന്റെ മുറിയിൽ പത്രമെത്തിച്ചു. വന്ന ആൾ പോപ്പിന് പത്രംവായിച്ചുകൊടുക്കുന്ന ആളാണ്. അയാൾ പറഞ്ഞു:

"പരിശുദ്ധപിതാവേ, ഇന്ന് ഒരു മോശം വാർത്തയാണ്."

"എന്താണത്?"

"പ്രധാനമന്ത്രി വെടിവെച്ച് കൊല്ലപ്പെട്ടിരിക്കുന്നു. കൊന്നത്......."

"കൊന്നത്."

അങ്ങേക്കറിയാം."

"ആര്."

"ഒരു സ്ത്രീ."

"സ്ത്രീയോ?"

"അതെ."

"ആരാണത്?"

"ഡൊന്നാ റോമ."

"ഡൊന്നാ റോമയോ?"

"അതെ. അവൾ കുറ്റമേറ്റുപറഞ്ഞിരിക്കുന്നു. അതൊരു പ്രതികാരമായിരുന്നത്രേ."

പോപ്പ് ശിരസ്സുയർത്തി ആ പത്രക്കാരന്റെ മുഖത്തേക്കുനോക്കി. അയാളുടെ മുഖത്ത് ഒരു നിഗൂഢഭാവം. എന്തെന്നില്ലാത്ത ആനന്ദവും ലജ്ജയും പശ്ചാത്താപവും കൂടിക്കലർന്ന ഭാവം.

കുറച്ചുനേരത്തെ നിശ്ശബ്ദതയ്ക്കുശേഷം വിശുദ്ധപിതാവ് ഇങ്ങനെ പറഞ്ഞു:

"ഈ വിവരങ്ങളൊന്നും താഴെയുള്ള ആ മനുഷ്യനോട് പറയരുത് അയാളിവിടെ അഭയാർത്ഥിയാണ്. അയാൾക്ക് സമാധാനം വേണം. നിങ്ങളാരും ഒരുവിവരവും അയാളോട് പറയരുത്. എല്ലാം ഞാൻ പറഞ്ഞോളാം."

പ്രധാനമന്ത്രിയെ കൊന്നത് റോസ്സിയല്ലെന്നും റോമയാണെന്നും അറിഞ്ഞപ്പോൾ പോപ്പിന് വലിയ ആശ്വാസമായി. അവളെ എങ്ങനെയെങ്കിലും രക്ഷിക്കണം എന്നചിന്തയായിരുന്നു പിതാവിന്. അടുത്തകാലത്തായി രാജ്യത്തുനടക്കുന്ന സംഭവവികാസങ്ങൾ പിതാവ് വിസ്തരിച്ച് പഠിക്കുന്നുണ്ട്.

പത്രങ്ങളിൽ ഏറ്റവും പ്രധാനപ്പെട്ട വാർത്ത അതുതന്നെയാണ്. പ്രധാനമന്ത്രി വെടിവെച്ച് കൊല്ലപ്പെട്ട വിവരങ്ങളുമുണ്ട്. അതുപോലെ തന്നെ കൊല്ലപ്പെട്ട പ്രധാനമന്ത്രിയുടെ വിവരങ്ങൾ അദ്ദേഹത്തിന്റെ ഗുണ വിശേഷങ്ങളെ പത്രങ്ങൾ വളരെ നന്നായി പ്രകീർത്തിച്ചിരിക്കുന്നു.

റോം ആകെ മാറിമറിഞ്ഞിരിക്കുന്നു. എങ്ങും ദുഃഖത്തിന്റെ അന്ത രീക്ഷം: രാജ്യംമുഴുവൻ വിലപിക്കുകയാണ്. സർക്കാർ സ്ഥാപന ങ്ങൾക്കെല്ലാം അവധിയാണ്. കടകളെല്ലാം പൂട്ടിയിട്ടിരിക്കുന്നു.

വിശുദ്ധപിതാവിന് വ്യത്യസ്തമായ പല വിവരങ്ങളും ലഭിച്ചിരുന്നു. റെയ്മണ്ട് പ്രഭുവാണ് അത് പിതാവിന് നല്കിയത്. ജനങ്ങൾ കൊല്ല പ്പെട്ട ബാരനെപ്പറ്റി മോശം അഭിപ്രായം പറയുന്നു എന്നതാണർത്ഥം. ജനങ്ങളോട് അടിമകളോടെന്നപോലെയാണ് അയാൾ പെരുമാറിയിരു ന്നതത്രേ. എത്രയോ ആളുകളെ അയാൾ കൊലചെയ്തു. പലരെയും കൊല്ലാക്കൊല ചെയ്തു. പലരും അദ്ദേഹത്തെ പഴിക്കുന്നു. ജനങ്ങൾ കൂട്ടംകൂടിനിന്ന് തെരുവുകളിൽ പത്രം വായിക്കുന്നു. ചിലർ മതിലിനുമു കളിൽ കൂടിനിന്ന് പത്രംവായിക്കുന്നു. താഴെ ആളുകൾക്ക് കേൾക്കാൻ.

പിറ്റേന്നത്തെ പത്രത്തിൽ കൊലപാതകത്തെക്കുറിച്ച് മാത്രമല്ല കൊലചെയ്ത ആളെപ്പറ്റിയും വിവരം ഉണ്ടായിരുന്നു. ഒരു സ്ത്രീയാണ് കൊലചെയ്തതെന്നും അത് റോമയാണെന്നും ഇതിനകംതന്നെ റോം മുഴുവൻ വാർത്ത പരന്നിരുന്നു. പിന്നെ അവളുടെ സവിശേഷതകളെ ക്കുറിച്ചാണ് വിവരണങ്ങൾ. ആരെയും ഭാവഗായകരാക്കുന്ന വ്യക്തിത്വം, അസാധാരണസൗന്ദര്യം, യൗവ്വനം കൂട്ടുകെട്ടുകൾ, ഭരണസ്വാധീനം അതെല്ലാം പത്രങ്ങൾ വിശദീകരിച്ചിട്ടുണ്ട്.

പോപ്പ് ആകെ അസ്വസ്ഥനായി. അദ്ദേഹം വീണ്ടും റെയ്മണ്ട്പ്രഭു വിനെ വിവരങ്ങളറിയാൻവേണ്ടി പറഞ്ഞുവിട്ടു. അദ്ദേഹം വിവരങ്ങളെല്ലാം കൃത്യമായി ശേഖരിച്ചുകൊണ്ട് മടങ്ങിവന്നു.

ജനങ്ങളെല്ലാം ബാരൻപ്രഭുവിനെ ഇപ്പോൾ പഴിക്കുകയാണ്. അദ്ദേഹം ജീവിച്ചിരുന്നപ്പോൾ ചെയ്തിട്ടുള്ള ദുഷ്പ്രവൃത്തികളെപ്പറ്റിയാണ് അവർ പറയുന്നത്. അയാളൊരു ചത്തപട്ടിയാണെന്നും റോമചെയ്തത് നല്ലകാര്യമാണെന്നും അവർ പറയുന്നു.

ഈസ്റ്റർ കഴിഞ്ഞ ഉടൻതന്നെ പാർലമെന്റ് സമ്മേളനം ആരംഭിച്ചു. ഇക്കുറി വളരെ വിശേഷമായിരുന്നു. നൂറുകണക്കിനാളുകൾ ഗ്യാലറിയിൽ തിങ്ങിനിറഞ്ഞിരുന്നു. മന്ത്രിസഭയ്ക്കെതിരായ വികാരമാണ് രാജ്യംമു ഴുവൻ കത്തിപ്പടർന്നുനില്ക്കുന്നത്. മന്ത്രിസഭ രാജിവെച്ച് മറ്റൊരു മന്ത്രി സഭ രൂപീകരിക്കാനുള്ള ആലോചനകൾ തകൃതിയായി നടക്കുന്നു. എന്നാൽ, രാജാവ് ആകെ തകർന്നമട്ടാണ്.

ഇടതുപക്ഷപ്രസ്ഥാനത്തിന് നൂറുവർഷമെടുത്താൽപ്പോലും ചെയ്യാൻപറ്റാത്തകാര്യമാണ് ഡൊന്നാറോമ എന്ന ഒരു സ്ത്രീ ചെയ്തത് എന്നാണ് ഒരു വലതുപക്ഷനേതാവ് സംഭവത്തെപ്പറ്റി പറഞ്ഞത്.

പാർലമെന്റ് സമ്മേളനത്തിൽ പങ്കെടുക്കാൻവേണ്ടി പ്രസിഡണ്ട് കട ന്നുവരികയാണ്. അയാളുടെ അഭിപ്രായം എന്തായിരിക്കും എന്നതാണ്

ആളുകൾ ഉറ്റുനോക്കുന്നത്.

സമ്മേളനനടപടിയുടെ ഭാഗമെന്ന നിലയിൽ റോമയെ വിസ്തരിക്കും. പിറ്റേദിവസമാണ് അത് നടക്കുന്നത്. അങ്ങനെ ആ ദിവസവും വന്നു ചേർന്നു.

"നിരപരാധിയാണെന്ന് തെളിയിക്കാൻ തയ്യാറാണോ?" കോടതി റോമയോട് ചോദിച്ചു:

"ഇല്ല." റോമ അത് പറഞ്ഞിട്ടും കോടതി അവൾക്ക് അതിനുള്ള സമയംകൊടുത്തു. ഒരു വക്കീലിനെയും ഏർപ്പാട് ചെയ്തു. എന്നാൽ, അവൾ അതിനു തയ്യാറായിരുന്നില്ല.

"എന്തായിരുന്നു വധത്തിന്റെ ഉദ്ദേശ്യം."

"കൊല്ലപ്പെട്ട ഈ മനുഷ്യൻ തികഞ്ഞ സ്വേഛാധിപതിയായിരുന്നു. തനിക്കെതിരായി രാഷ്ട്രീയാഭിപ്രായം പറയുന്നവരെ ഉന്മൂലനം ചെയ്യുക എന്നതായിരുന്നു അയാളുടെ രീതി. അതുകൊണ്ട് അയാളെ ദൈവത്തിന്റെ കോടതിയിലേക്ക് അയയ്ക്കണമെന്ന് ഞാൻ തീരുമാനിച്ചു."

കോടതി വീണ്ടും ചേർന്നു. പോപ്പിനുവേണ്ടി വിവരങ്ങൾ ശേഖരിക്കാൻ റെയ്മണ്ട് പ്രഭു കോടതിയിലെത്തി. അദ്ദേഹം തിരിച്ച് പോപ്പിനടുത്തെത്തിയപ്പോൾ അദ്ദേഹത്തിന്റെ കണ്ണുകളാകെ കലങ്ങിയിരുന്നു. കോടതിയിൽ റോമയെ കണ്ടതാണ് അയാളുടെ വിഷമത്തിന് കാരണം. ഇരുമ്പഴിക്ക് പിന്നിൽ ഒരു മൃഗത്തെപ്പോലെ ഒറ്റപ്പെട്ട് നില്ക്കുന്ന ആ സുന്ദരിയുടെ മുഖം അയാളുടെ മനസ്സിനെ വേദനിപ്പിച്ചു. ശാന്തഗംഭീരമായിട്ടാണ് അവൾ കോടതിയെ അഭിമുഖീകരിച്ചത്. എല്ലാ കാര്യങ്ങളും അവൾ ചങ്കൂറ്റത്തോടെ വെട്ടിത്തുറന്ന് പറഞ്ഞു. ജനം ഞെട്ടി. പലരും കരഞ്ഞുപോയി.

പ്രോസിക്യൂഷൻ തുളച്ചുകയറുന്ന പല ചോദ്യങ്ങളും റോമയോട് ചോദിച്ചു. എന്തിനാണ് അവൾ വത്തിക്കാനിലേക്ക് പോയത് എന്ന് തുടങ്ങിയ ചോദ്യങ്ങൾ. റോസ്സിക്ക് എഴുതിയ കത്തുകളെക്കുറിച്ചും ചോദിച്ചു. എല്ലാ കുറ്റവും അവളേറ്റുപറഞ്ഞു. അതോടൊപ്പംതന്നെ ഭരണാധികാരികളുടെ ക്രൂരതകളും പൊലീസ് കെട്ടിച്ചമച്ച കഥകളും ചാരപ്രവർത്തനങ്ങളും മർദ്ദനങ്ങളും ബ്രൂണോയുടെ ആത്മഹത്യയും അതിലെല്ലാം ബാരൻ വഹിച്ച പങ്കും അവൾ വിശദമായി പറഞ്ഞു. അതെല്ലാം അവിടെ രേഖപ്പെടുത്തപ്പെട്ടു.

റോമയെ വിചാരണചെയ്യുമ്പോൾ ജഡ്ജിയാകെ അത്ഭുതപ്പെട്ടുപോയി. അദ്ദേഹം അവളെ ഒന്നു ചൂഴ്ന്നുനോക്കി. അസാധാരണമായ അവളുടെ പ്രകൃതം കണ്ടായിരിക്കണം അയാൾ നോക്കിയത്. വിചാരണയ്ക്കുശേഷം റോമയെ പട്ടാളക്കാരുടെ അകമ്പടിയോടെ ജയിലിലേക്ക് കൊണ്ടുപോയി. ആ വാഹനത്തിന്റെ വരവും കാത്ത് വഴിനീളെ ആളുകൾ കൂടി നില്ക്കുന്നുണ്ടായിരുന്നു. അവർ കൈവീശിയും ആർപ്പുവിളിച്ചും റോമയെ എതിരേറ്റു. അവൾ കരുതിയത് താനൊരു കൊടും ഭീകരിയായി ചിത്രീകരിക്കപ്പെടും എന്നാണ്. എന്നാൽ, ആ ഭയമെല്ലാം പോയി. ഇപ്പോൾ അവൾ ജനങ്ങളുടെ ആരാധനാപാത്രമാണ്.

റോമയെ ജയിലിലേക്ക് തന്നെ കൊണ്ടുപോയ വാർത്തയറിഞ്ഞ്

പോപ്പ് ആകെ വിഷമിച്ചു. അദ്ദേഹം അവൾക്കുവേണ്ടി ദൈവത്തോട് പ്രാർത്ഥിച്ചു.

പോപ്പിനുവേണ്ടി വിവരങ്ങൾ ശേഖരിച്ച റെയ്മണ്ട് പ്രഭു റോമയെ ഓർത്ത് വ്യസനിച്ചു. എന്താണ് വിചാരണയുടെ പര്യവസാനം. അതെ, ശിക്ഷ വിധിക്കപ്പെട്ടു.

ഡൊന്നാറോമ ജീവപര്യന്തം തടവുശിക്ഷയ്ക്ക് വിധിക്കപ്പെട്ടു. അവൾ ആ ശിക്ഷയെ സ്വാഗതം ചെയ്തു. കോടതിയെയും വക്കീലന്മാരെയും അവൾ അഭിനന്ദിച്ചു. തന്നെ ശിക്ഷിച്ചുകൊണ്ടുള്ള വിധി നിയമ വ്യവസ്ഥയോടുള്ള ആദരവാണെന്ന് അവൾ പറഞ്ഞു. എങ്കിലും അന്തിമവിധി ദൈവത്തിന്റേതാണെന്നും ദൈവത്തിന്റെ തുലാസ്സിൽ തന്നെ തൂക്കുന്നതായിരിക്കുമെന്നും റോമ പറഞ്ഞപ്പോൾ കോടതിയാകെ സ്തംഭിച്ചുപോയി. പലരും കരഞ്ഞു. അപ്പോൾ ആളുകൾ അവളെ കാണാൻ വേണ്ടി കോടതിമുറിയിലേക്ക് തള്ളിവന്നു. പൊലീസും പട്ടാളവും ഭയന്നുപോയി.

റോമ ഇപ്പോൾ ഏകാന്തത്തടവിലാണ്. അവൾക്ക് സുഖമില്ല. അവളാകെ വിവശയായിരുന്നു. ശരീരം ക്ഷീണിച്ചിരുന്നെങ്കിലും അവളുടെ മുഖത്ത് എന്തെന്നില്ലാത്ത ഒരു പ്രകാശമുണ്ടായിരുന്നു. വളരെ ധീരമായി അവൾ എല്ലാറ്റിനെയും നേരിട്ടു. ഇത്രയും വ്യത്യസ്തതയുള്ള ഒരു വ്യക്തിത്വത്തെ ആദ്യമായിട്ടാണ് ആളുകൾ കാണുന്നത്. അതുമൊരു സ്ത്രീ. അവളാകെ മാറിക്കഴിഞ്ഞിരിക്കുന്നു. എല്ലാവർക്കും അവളോട് സ്നേഹവും കരുണയും തോന്നി.

പിറ്റേന്ന് പ്രഭാതത്തിൽ പതിവുപോലെ വിശുദ്ധകുർബാന കഴിഞ്ഞ് പോപ്പ് റെയ്മണ്ട് പ്രഭുവിനെ വിളിപ്പിച്ചു. അദ്ദേഹം റോസ്സിയെ കാണാൻ ആഗ്രഹിക്കുന്നുവെന്ന് പ്രഭുവിനോട് പറഞ്ഞു. അങ്ങനെ അവർ റോസ്സിയെ കാണാൻപോയി.

അയാൾ തന്റെ മുറിയിൽ ഇരിക്കുകയായിരുന്നു. പ്രഭാതഭക്ഷണം നിറച്ച പാത്രം അതേപടി മേശപ്പുറത്ത് ഇരിക്കുന്നു. അദ്ദേഹം അതിലേക്ക് നോക്കിയിട്ടുപോലുമില്ല. പോപ്പിനെ കണ്ട ഉടൻതന്നെ അയാളെഴുന്നേറ്റ് നിന്ന് നമസ്കരിച്ചു. അയാളാകെ വിളറിവെളുത്തിരുന്നു. പോപ്പ് ചോദിച്ചു:

"എല്ലാ സൗകര്യങ്ങളും ലഭിക്കുന്നുണ്ടോ റോസ്സി?"

"ഉവ്വ്."

"ഒക്കെ കിട്ടുന്നുണ്ടോ?"

"ഏറ്റവും നന്നായി."

"മകനേ, നീ ഒരുപാട് അനുഭവിച്ചുകഴിഞ്ഞു. ദൈവം എല്ലാം കാണുന്നുണ്ട്. നാളെ എന്തുസംഭവിക്കുമെന്ന് ദൈവത്തിനുമാത്രമേ പറയാൻ കഴിയൂ. നീ ഒരിക്കലും നിരാശപ്പെടരുത്. ഒരുപാട് ദുരിതങ്ങൾകണ്ട ഒരു മനുഷ്യനാണ് പറയുന്നത്."

"പരിശുദ്ധപിതാവേ, എന്റെ ദുഃഖത്തിന്റെ ആഴം പിതാവിന് മനസ്സിലാവുകയില്ല. എനിക്കെന്റെ ഭാര്യനഷ്ടപ്പെട്ടിരിക്കുന്നു."

റോസ്സി ഇത് പറയുമ്പോൾ പോപ്പ് ആകെ വിഷമിച്ചുപോയി. അദ്ദേ

ഹത്തിന്റെ പ്രയാസങ്ങൾ വിറയാർന്ന സ്വരത്തിൽ പ്രകടമായിരുന്നു.

"മകന്റെ ഭാര്യ മരിച്ചിട്ടില്ലല്ലോ."

"പിതാവേ എന്നെ ഒറ്റിക്കൊടുത്തത് അവളാണ്."

"ശരിയായിരിക്കാം. മകനേ, പക്ഷേ, അതിന്റെ പിന്നിൽ എന്തെല്ലാം പ്രവർത്തിച്ചിരുന്നുവെന്ന് ആർക്കറിയാം."

"എന്ത് പ്രവർത്തിച്ചാലെന്ത് അച്ചോ. ഭർത്താവിനെ ഒരു ഭാര്യ ഒറ്റിക്കൊടുക്കുമോ?"

പോപ്പിന് മറുപടി പറയാൻ കഴിഞ്ഞില്ല. തെല്ലുനേരത്തെ നിശ്ശബ്ദതയ്ക്കുശേഷം അദ്ദേഹം പറഞ്ഞു:

"മകനേ, മാനുഷികമായ കാര്യങ്ങളെല്ലാം താല്ക്കാലികമാണ്. നശ്വരമാണ്. അതിന്റെ അടിത്തറ വളരെ ദുർബ്ബലമാണ്. അതിനെക്കുറിച്ചുള്ള മോഹങ്ങൾ തീവ്രമാണ്. പക്ഷേ, അതിന്റെ അടിത്തറ ദുർബ്ബലമായതിനാൽ തകരുമ്പോൾ വലിയ ദുഃഖമാകും ഉണ്ടാവുക. അതാണ് മോൻ അനുഭവിക്കുന്നത്. ഒറ്റിക്കൊടുക്കുക എന്നത് ചീത്തക്കാര്യമാണ്. പക്ഷേ, നീ ഇപ്പോൾ ദൈവത്തിന്റെയും മനുഷ്യരുടെയും മുമ്പിൽ രക്ഷപ്രാപിച്ചുകൊണ്ടിരിക്കുകയാണ്."

"എന്താണ് പിതാവേ?"

"നീ റോമിൽവന്നതെന്തിനാണ്. ആ ഭയങ്കര കൃത്യം ചെയ്യാനല്ലേ."

"അത് പത്രത്തിൽ കണ്ടതല്ലേ."

അതുകേട്ട് പോപ്പ് തലകുനിച്ചുനിന്നു.

"പത്രത്തിൽകണ്ടത് ശരിയല്ലേ. രാജാവിനെ കൊല്ലാനുള്ള പദ്ധതി."

"പിതാവത് വിശ്വസിച്ചോ?"

"വിശ്വസിക്കാൻ നിർബ്ബന്ധിതനായി."

"റോമയും അത് വിശ്വസിച്ചോ?"

"വിശ്വസിച്ചു. അവൾക്കത് വിശ്വസിക്കാതെ നിവൃത്തിയില്ലായിരുന്നു."

"എന്നിട്ടും വിശുദ്ധപിതാവ് പറയുന്നു ഈ ലോകത്ത് നീതി നടപ്പാകുന്നുവെന്ന്," ചിരിച്ചുകൊണ്ടാണ് റോസ്സി ഇത് പറഞ്ഞത്.

പോപ്പ് ഒന്നും പറയാനാവാതെ നിന്നു. റോസ്സിയുടെ ആ ഗംഭീരമായ ചിരി പോപ്പിനെ ഒരുനിമിഷം സ്തംഭിപ്പിച്ചു. പിന്നീടദ്ദേഹം ചോദിച്ചു:

"ആ വാർത്ത തെറ്റായിരുന്നുവെന്നാണോ?"

"അതെ പിതാവേ, അത് തെറ്റായിരുന്നു. സ്വതന്ത്രമായി ചില സംഘടനകൾ രൂപീകരിക്കുക എന്നതായിരുന്നു ഞങ്ങളുടെ ആലോചനാവിഷയം. ഇറ്റലിയിൽ രാഷ്ട്രീയപ്രവർത്തനവും സംഘടനാപ്രവർത്തനവും നിരോധിക്കപ്പെട്ടിരിക്കുകയല്ലേ. അഭിപ്രായസ്വാതന്ത്ര്യം പ്രകടിപ്പിക്കാനും സംഘടനകൾ രൂപീകരിക്കാനും യോഗങ്ങൾ ചേരാനുമുള്ള അവകാശമെന്നത് പൗരന്മാരുടെ മൗലികാവകാശമല്ലേ. മൗലികാവകാശം നിഷേധിക്കപ്പെട്ടാൽ എന്താണുണ്ടാവുക. മൗലികാവകാശങ്ങൾ നിഷേധിക്കുക എന്നതല്ലേ ഏറ്റവുംവലിയ കുറ്റം. ഞങ്ങൾ ചെയ്തത് മൗലികാവകാശങ്ങൾ പുനഃസ്ഥാപിക്കാനുള്ള പ്രവർത്തനങ്ങളിൽ ഏർപ്പെട്ടു എന്നതാണ്."

റോസ്സി ഇത് പറഞ്ഞത് പോപ്പിനെ ഇരുത്തിച്ചിന്തിപ്പിച്ചു. പിതാവിനെ

സംബന്ധിച്ചിടത്തോളം അതൊരു പുതിയ അറിവായിരുന്നു. അദ്ദേഹം റോസ്സിയെ സൂക്ഷിച്ചുനോക്കി. പിതാവിന്റെ കണ്ണിൽ വെള്ളം നിറഞ്ഞിരുന്നു. അദ്ദേഹം ഒരുനിമിഷം റോസ്സിയെത്തന്നെ നോക്കിനിന്നു ഒന്നുംപറയാതെ തിരിഞ്ഞുനടന്നു. അർത്ഥഗർഭമായിരുന്നു വിശുദ്ധപിതാവിന്റെ ആ നോട്ടം.

റോസ്സിയുടെ മുറിയിൽനിന്നും ഇറങ്ങി വിശുദ്ധപിതാവ് നേരെ പോയത് സെന്റ് ആഞ്ചിലോ കൊട്ടാരത്തിലേക്കാണ്. അവിടെയാണ് റോമയെ താമസിപ്പിച്ചിരിക്കുന്നത്. അവളോട് സംസാരിക്കണം. അവൾ ചെയ്തത് വലിയ കുറ്റമാണ്. കൊലപാതകം. എന്നാൽ അത് ഇപ്പോൾ മനുഷ്യരുടെ ഗുണത്തിനായി മാറിയിരിക്കുകയാണ്. രണ്ട് കുറ്റവാളികൾ. രണ്ടുപേരും അത്യഗാധമായ ദുരന്തത്തിൽ വന്നുപതിച്ചിരിക്കുന്നു. രണ്ടുപേർക്കുമിടയിൽ ഒരു ഭീമാകാരമായ മതിൽ ഉയർന്നുവന്നിരിക്കുന്നു. റോമയെക്കുറിച്ചോർത്തപ്പോൾ പോപ്പിന്റെ ഹൃദയം തേങ്ങി. വിധിയാകുന്ന കാട്ടുമൃഗത്തിന്റെ കരങ്ങളാൽ ചീന്തിയെറിയപ്പെട്ട ഒരു കാട്ടുപൂവാണ് റോമ. പക്ഷേ, അവൾ കുമ്പസരിക്കണം. കുമ്പസരിച്ചേ പറ്റൂ.

പിറ്റേന്ന് റോമയെ പോപ്പിന്റെ മുറിയിലേക്ക് കുമ്പസരിക്കാനായി കൊണ്ടുവന്നു. അവൾ ഒരു ചാരുകസേരയിൽ ഇരുന്നു. വെള്ളവസ്ത്രമാണ് അവൾ ധരിച്ചിരുന്നത്. കുറച്ചുസമയം അവൾ കണ്ണടച്ചു കിടന്നു. മനോഹരമായ അവളുടെ വദനത്തിൽ വിഷാദഭാവം കല്ലിച്ചിരുന്നു. അവിടെ മറ്റൊരു സ്ത്രീ കൂടിയുണ്ടായിരുന്നു. എലനയായിരുന്നു അത്-ബ്രൂണോയുടെ വിധവ. അവളിപ്പോൾ ഒരു കന്യാസ്ത്രീയാണ്. തന്റെ ജീവിതത്തിലെ ദുരന്തങ്ങൾക്കെല്ലാമുള്ള പരിഹാരമാർഗ്ഗമെന്ന നിലയിൽ അവൾ തെരഞ്ഞെടുത്തതാണ് ആ പുതിയ ജീവിതം.

റോമയുടെ വിധിയെല്ലാം അറിഞ്ഞപ്പോൾ എലന അവളെ സഹായിക്കണമെന്ന് മനസ്സുകൊണ്ട് ഉറപ്പിച്ചു. അങ്ങനെ അവൾതന്നെ അപേക്ഷിച്ച് നേടിയെടുത്തതാണ് ആ പുതിയ ഉദ്യമം. അതായത് റോമയെ പരിചരിക്കാനുള്ള ഉദ്യമം.

ഡോക്ടർ ആ മുറിയിലേക്ക് കടന്നുവന്നു. അയാൾ ചോദിച്ചു.

"സിസ്റ്റർ, അവർ ഉറങ്ങുകയാണോ?"

"അതെ, സാർ."

"എങ്കിൽ സുഖമായി ഉറങ്ങട്ടെ." എന്നാൽ ആ സംസാരത്തിൽ റോമ ഉണർന്നു. അവൾ മന്ദഹാസത്തോടെ ചോദിച്ചു:

"ഡോക്ടറാണോ?"

"അതെ, എങ്ങനെയിരിക്കുന്നു."

"സുഖമുണ്ട്."

"എപ്പോഴും അതേ പറയൂ." എലനയാണ് അത് പറഞ്ഞത്.

ഡോക്ടറും നഴ്സുമാരും എല്ലാം ചേർന്ന് റോമയുടെ മനസ്സിന് ശാന്തിയും സമാധാനവും ഉണ്ടാക്കാനുള്ള എല്ലാകാര്യങ്ങളും ഏർപ്പാടു ചെയ്തു. ബാരൻബോനലി കൊല്ലപ്പെട്ടതിനെക്കുറിച്ച് ആർക്കും വലിയ വ്യസനം ഉണ്ടായിരുന്നില്ല. പലരും അയാളുടെ മരണം ആഘോഷിക്കു

കയായിരുന്നു. റോമ എലനയോട് പറഞ്ഞു:

"കേട്ടോ എലനാ, ബാരന്റെ മരണം പലർക്കും ഒരു ആഘോഷമാണ്. സർക്കാർ പലകാര്യങ്ങളും മറച്ചുവെച്ചിരിക്കയാണ്. അയാളല്ലേ ബ്രൂണോ വധിക്കപ്പെടാൻ കാരണം. അയാൾതന്നെയാണ് ബ്രൂണോയെ കൊന്നതും. ജോസഫിനെ കൊന്നതും അയാളല്ലേ."

അതുകേട്ടപ്പോൾ എലന കരഞ്ഞുപോയി. അവൾ പറഞ്ഞു:

"റോമാ, ഞാനിപ്പോൾ എന്നെപ്പറ്റിയല്ല ചിന്തിക്കുന്നത്."

"ഞാനും അങ്ങനെതന്നെ. അവസാന നിമിഷംവരെ ഞാൻ വിശ്വസിക്കും ഡേവിഡ് റോസ്സി മടങ്ങിവരുമെന്ന്. ഞാനങ്ങനെ വിശ്വസിക്കുന്നു എലനാ. എന്റെ മനസ്സങ്ങനെ പറയുന്നു. എന്നാൽ, ആ സമയത്ത് .... ഞാൻ..........."

"എന്താണ് ഡൊന്നാ റോമാ,"

"ഞാനിവിടെ ഉണ്ടാവില്ല. അതു നിശ്ചയമാണ്. ഡേവിഡ് റോസ്സി ഇവിടെ എത്തുമ്പോൾ കാണുന്നത് എന്റെ മൃതദേഹമായിരിക്കും."

എലന കരഞ്ഞുപോയി.

ആ സമയത്ത് ഒരു ഇംഗ്ലീഷ് അമ്പാസിഡർ റോമയെ കാണാൻവന്നു. അദ്ദേഹത്തിന്റെ പേര് ഇവിലിൻ എന്നായിരുന്നു. അദ്ദേഹം റോമയോട് പറഞ്ഞു:

"മാഡം, നിങ്ങളുടെ വിധിയെ ഞങ്ങളുടെ രാജ്യം ആവേശത്തോടുകൂടിയാണ് എതിരേറ്റത്. നിങ്ങൾ കോടതിയിൽ സമർപ്പിച്ച രേഖകളിൽനിന്നും മനസ്സിലാക്കാൻ കഴിയുന്നത് നിങ്ങൾ ജനിച്ചത് ഇംഗ്ലണ്ടിലാണെന്നാണ്. അതുകൊണ്ടുതന്നെ ഇംഗ്ലീഷ് അമ്പാസിഡർ എന്ന നിലയിൽ നിങ്ങളുടെ കാര്യത്തിൽ ഇടപെടാൻ എനിക്കവകാശമുണ്ട്."

"പക്ഷേ, നിങ്ങളുടെ ഇടപെടൽ ഒരിക്കലും ഞാൻ ആഗ്രഹിക്കുന്നില്ല. നിങ്ങളുടെ മഹാമനസ്കതയ്ക്ക് നന്ദിയുണ്ട്."

"മാഡം, നിങ്ങൾക്ക് ഇനിയും അപ്പീൽ കൊടുക്കാവുന്നതാണ്."

"അതും ഞാൻ ചെയ്യുന്നില്ല. എന്തുകാര്യത്തിന്."

"കാര്യങ്ങളുടെ നിജസ്ഥിതി അറിഞ്ഞാൽ നിങ്ങൾക്കത് ബോദ്ധ്യപ്പെടും"

"എന്താണത്?"

"എന്താണ് ചാർജ്ജ്ഷീറ്റിൽ പറഞ്ഞിരിക്കുന്നത്. വധിക്കാനുള്ള ഉദ്ദേശ്യത്തോടെ പ്രധാനമന്ത്രിയുടെ മുറിയിലേക്കുപോയി എന്നല്ലേ. എന്നാൽ, യഥാർത്ഥത്തിൽ എന്താണ് സംഭവിച്ചത്? പ്രധാനമന്ത്രി നിങ്ങളുടെ വീട്ടിലേക്കല്ലേ വന്നത്. മറ്റൊരാളെ രക്ഷിക്കാൻവേണ്ടിയല്ലേ നിങ്ങൾ............."

"എന്താണ് നിങ്ങൾ പറയുന്നത്?"

"ഇത് നോക്കൂ,"

അതും പറഞ്ഞ് അയാൾ കീശയിൽനിന്നും ഒരു കടലാസ് എടുത്തു. എന്നിട്ട് പറഞ്ഞു:

"ഇന്നലെ ഞാൻ ആ സ്ഥലത്തുപോയിരുന്നു. അവിടെനിന്ന് എനിക്ക് വിലപ്പെട്ട പല വിവരങ്ങളും കിട്ടി. പല വസ്തുക്കളും - ഒരു തോക്ക്

അങ്ങനെ പലതും. ഇതാ ഇതും."

"എന്താണത്?"

അയാളുടെ കൈയിൽനിന്നും റോസ്സിക്ക് നല്കിയ വാറണ്ട് റോമ പിടിച്ചെടുത്തു. ഡേവിഡ് റോസ്സി റോമയുടെ മുഖത്ത് ചുരുട്ടിക്കൂട്ടിയെറിഞ്ഞ കടലാസായിരുന്നു അത്. അവളോട് ഇംഗ്ലീഷ് അമ്പാസിഡർ ചോദിച്ചു:

"ആ വാറണ്ട് ആ സ്ഥലത്തെങ്ങനെ വന്നു. ആരാണത് അവിടെ കൊണ്ടിട്ടത്. നിങ്ങളുടെ കൂടെ ആ മുറിയിൽ വേറെ ആരൊക്കെയാണ് ഉണ്ടായിരുന്നത്."

റോമ ഒരു നിമിഷം നിശ്ശബ്ദയായിരുന്നു. പിന്നെ പറഞ്ഞു:

"സാർ, ഈ കടലാസ് സൂക്ഷിച്ചുവെക്കാൻ അങ്ങ് എനിക്ക് അനുവാദം തരണം. ഇതുകൊണ്ട് വലിയ കാര്യമൊന്നും അങ്ങേക്കില്ല. ഇത് വലിയ തെളിവൊന്നുമല്ല. മാത്രമല്ല ഞാൻ എനിക്കുവേണ്ടി ഒരപ്പീലിനും പോകുന്നില്ല. അതുകൊണ്ട് എനിക്കോ മറ്റാർക്കെങ്കിലുമോ വലിയ ഗുണവും ചെയ്യുമെന്ന് ഞാൻ കരുതുന്നില്ല. മാത്രമല്ല അത് മറ്റൊരാൾക്ക് ദോഷകരമായി തീരുകയും ചെയ്യും. ഒരു തെറ്റും ചെയ്യാത്ത നിരപരാധിയായ മനുഷ്യന് അത് അപകടം ചെയ്യും."

"ഞാൻ ആ നിഷ്കളങ്കനായ മനുഷ്യനെ ഏറെ ദ്രോഹിച്ചു. ഈ കടലാസ് തുണ്ട് അതിന്റെ ഏറ്റവുംവലിയ തെളിവാണ്. ഞാനാണ് ഇതിനെല്ലാം കാരണക്കാരി. ഇനിയും ഞാൻ അദ്ദേഹത്തെ വേട്ടയാടി അദ്ദേഹത്തെ കഴുമരത്തിലേറ്റണോ. ഒരിക്കലും അങ്ങത് ആഗ്രഹിക്കുമെന്ന് ഞാൻ കരുതുന്നില്ല."

റോമയുടെ ഈ വാക്കുകൾ കേട്ട് ആ ഇംഗ്ലീഷ് അമ്പാസിഡറുടെ കണ്ണ് ഈറനായി. റോമയുടെ അന്തസ്സും കുലീനതയും വിശാലമനസ്കതയും ധൈര്യവും അയാളെ അഗാധമായി സ്പർശിച്ചു.

റോമ ആ കടലാസ് തുണ്ട് തനിക്ക് തരണമെന്നും അത് തിരികെ വാങ്ങരുതെന്നും അയാളോട് അഭ്യർത്ഥിച്ചു. അയാളതിന് സമ്മതിച്ചു. റോമ ഏറെ ആഹ്ലാദിച്ചു. അവളാ കടലാസിൽ തുരുതുരാ ചുംബിച്ചു. അവളത് തന്റെ മാറിൽ തിരുകിവെച്ചു.

കുറച്ചുനിമിഷങ്ങൾക്കുശേഷം ഇംഗ്ലീഷ് അമ്പാസിഡർ റോമയോട് വിടപറഞ്ഞു. പിന്നീട് അങ്ങോട്ട് കടന്നുവന്നത് ഒരു മേജറായിരുന്നു അയാൾ പറഞ്ഞു:

"വളരെ പ്രധാനപ്പെട്ട ഒരു വിവരം നിങ്ങളെ അറിയിക്കാൻ വേണ്ടിയാണ് ഞാനവിടെ വന്നത്. അത് വളരെ നിർഭാഗ്യകരമായ ഒരു വാർത്തയാണ്. പക്ഷേ, അത് അറിയിക്കാതിരിക്കാൻ എനിക്ക് പറ്റില്ല. ഡൊന്നാ റോമ റോമിൽത്തന്നെ നില്ക്കുന്നതുകൊണ്ട് ജനങ്ങളാകെ ഇളകിമറിയുകയാണത്രേ. അതുകൊണ്ട് സർക്കാർ പറയുന്നത്, നിങ്ങളെ ഇവിടെനിന്നും മാറ്റണമെന്നാണ്. അതുകൊണ്ട് നാളെത്തന്നെ നിങ്ങളെ ഇവിടെനിന്നും മാറ്റും."

"എപ്പോൾ?"

"നാളെ ഉച്ചയ്ക്ക്തന്നെ മാറ്റും."

അതുംപറഞ്ഞ് മേജർ പോയി. മേജർ പോയ ഉടൻതന്നെ പരിശുദ്ധ പിതാവ് റോമയെ കാണാനെത്തി.

"കുട്ടീ എഴുന്നേല്ക്കൂ,"

റോമ എഴുന്നേറ്റിരുന്നു. പരിശുദ്ധപിതാവ് അവളുടെ അടുത്തിരുന്നു. അദ്ദേഹം പറഞ്ഞു

"കുട്ടീ, ബാരൻ മരിച്ചു. അയാളൊരു ദുഷ്ടനായിരുന്നു. മനുഷ്യനോട് യാതൊരു കാരുണ്യവുമില്ലാത്ത ആൾ. അയാളുടെ മരണത്തോടെ ഇറ്റലിയിൽനിന്ന് ഒരു വലിയ ശാപം മാറിയിരിക്കുന്നു. എങ്കിലും നീ ചെയ്തിട്ടുള്ള പ്രവൃത്തി കൊലപാതകം ഒരു വലിയ കുറ്റംതന്നെയാണ്. അതൊരു സമനിലതെറ്റിയ പ്രവൃത്തിയായിരുന്നു. നീ സാഹചര്യങ്ങളാൽ നിർബ്ബന്ധിക്കപ്പെട്ട് ചെയ്ത ഒരു കൈ അബദ്ധം."

അതും പറഞ്ഞ് പോപ്പ് അവളുടെ കൈവിരലുകളെ തലോടി. എന്നിട്ട് പറഞ്ഞു:

"കുട്ടീ, നമ്മൾ ചെയ്തത് തെറ്റായിപ്പോയി. ഡേവിഡ് റോസ്സിയുടെ ഗൂഢാലോചനയെ സംബന്ധിച്ച വാർത്തകൾ തെറ്റായിരുന്നു. അദ്ദേഹം ആരെയും വധിക്കാൻ ഗൂഢാലോചന നടത്തിയിട്ടില്ല. എനിക്കതിനെപ്പറ്റി വിശ്വാസ്യമായ വിവരങ്ങൾ കിട്ടി. നമ്മൾ ചെയ്തത് വലിയ കുറ്റമായിപ്പോയി. അയാളുടെ ലക്ഷ്യങ്ങൾ ഒരിക്കലും തെറ്റായിരുന്നില്ല. ഇവിടെ നടന്ന എല്ലാ ഭയങ്കരസംഭവങ്ങൾക്കും കാരണം അതായിരുന്നല്ലോ. കുട്ടീ, അപ്പോൾ ഞാനാലോചിക്കുന്നത് ഞാനും അതെ, ഞാനും കുറ്റക്കാരനാണ്. ഞാനാണ് ഇതിനൊക്കെ പ്രേരിപ്പിച്ചത്."

"പിതാവേ,"

"അതെ, ചിലകാര്യങ്ങൾ ഞാൻ ചെയ്യും. ഡേവിഡ് റോസ്സി മടങ്ങി വരും."

ആ വാർത്തകേട്ടപ്പോൾ റോമ ആഹ്ലാദംകൊണ്ട് തുടുത്തുപോയി. പോപ്പ് ശബ്ദമുണ്ടാക്കരുതെന്ന് ആംഗ്യംകാണിച്ചു.

"എന്റെ കുട്ടീ, പക്ഷേ, വലിയ ആശയ്ക്ക് വകയില്ല. വളരെ നിർഭാഗ്യമായിപ്പോയി. നിന്റെ ഭർത്താവ് മടങ്ങിവന്നാൽപ്പോലും നിനക്ക് അദ്ദേഹത്തോടൊപ്പം ചേരാൻപറ്റില്ല.

ഡേവിഡ് റോസ്സിയെ നീ എന്തിനാണ് ഒറ്റിക്കൊടുത്തത്. അയാളുടെ ജീവൻ രക്ഷിക്കാൻ. അയാളുടെ ജീവന് എന്താണ് ആപത്ത്. അയാൾ ഒരു ഭീകരമായ ഗൂഢാലോചന നടത്തിയിരിക്കുന്നു- ഇത്തരത്തിലുള്ള കാര്യങ്ങളെല്ലാം നിന്നെ ധരിപ്പിച്ചത് ആരാണ്. ആ മരിച്ച മനുഷ്യൻ. ബാരൻ. അയാളാണ് നിന്നെ വഞ്ചിച്ചത്. അയാളാണ് നിന്നെ പ്രേരിപ്പിച്ചത്. അവസാനം അയാൾക്കുനേരെ അത് തിരിച്ചടിച്ചു. നീ അയാളെ കൊന്നു."

ഇതുകേട്ട ഉടനെ റോമ പരിശുദ്ധപിതാവിന്റെ മുന്നിൽ മുട്ടുകുത്തി. അവൾ കരഞ്ഞു.

ഇനിയും ആ സത്യം പറയാതിരിക്കാൻ കഴിയില്ല. രഹസ്യം മൂടിവ

യ്ക്കാനാവില്ല. റോമയുടെ മനസ്സ് പറഞ്ഞു. തനിക്ക് കുമ്പസരിക്കണമെന്ന് അവൾ പിതാവിനോട് പറഞ്ഞു. പിതാവ് അതിനനുവാദം കൊടുത്തു. അവൾ പരിശുദ്ധപിതാവിനുമുമ്പിൽ കുമ്പസരിക്കാൻ തുടങ്ങി.

"പരിശുദ്ധപിതാവേ, മഹാപാപിയാണ് ഞാൻ. പ്രധാനമന്ത്രി ബാരനെ വധിച്ചുവെന്ന് ഞാൻ കോടതിയിൽ പറഞ്ഞത് ഒരു വലിയ നുണയായിരുന്നു. മറ്റൊരു വ്യക്തിയെ രക്ഷിക്കാൻവേണ്ടിയാണ് ഞാനാ നുണപറഞ്ഞത്."

ഇതുകേട്ട ഉടനെ പരിശുദ്ധപിതാവ് എഴുന്നേറ്റ് നിന്നുപോയി. പിന്നെ കനത്ത നിശ്ശബ്ദതയായിരുന്നു. ഒരു നിമിഷംകഴിഞ്ഞ് പിതാവ് വീണ്ടും ഇരുന്നു. അദ്ദേഹത്തിന്റെ കൈകാലുകളാകെ മരവിച്ചുപോയി.

റോമ വീണ്ടും കുമ്പസരിക്കാൻ തുടങ്ങി. ബാരനെ കൊല്ലണമെന്ന് അവൾക്കുതോന്നിയതും എല്ലാം അവൾ പറഞ്ഞു. അയാളെ കൊല്ലാൻ വേണ്ടി അവൾ കൈത്തോക്ക് ഉയർത്തിയതാണ്. അപ്പോൾ എന്തുസംഭവിച്ചു എന്നെല്ലാം അവൾ പറഞ്ഞു.

ഡേവിഡ് റോസ്സി അപ്രതീക്ഷിതമായി അങ്ങോട്ട് കടന്നുവന്നതും പിന്നീടുണ്ടായ സംഭവങ്ങളുമെല്ലാം. ഇംഗ്ലീഷ് അമ്പാസിഡർ കണ്ടെടുത്ത ഡേവിഡ് റോസ്സിയുടെ വാറണ്ട് അവൾ പോപ്പിനുകൊടുത്തു.

വിറയാർന്ന കൈകളോടെ പോപ്പ് ആ കടലാസ് വായിച്ചു. അതു വായിക്കുമ്പോൾ അദ്ദേഹത്തിന്റെ നെഞ്ചിടിപ്പ് കൂടുന്നുണ്ടായിരുന്നു.

"ഡേവിഡ് ലിയോണിന് ഇതിൽ പങ്കുണ്ടോ?"

റോമ ഒന്നും മിണ്ടിയില്ല. അവൾ ശിരസ്സ് താഴ്ത്തിയിരുന്നു.

"പറയൂ എന്റെ കുട്ടീ, ആരാണീ കുറ്റം ചെയ്തത് അയാളാണോ?"

റോമ ഒന്നും മിണ്ടിയില്ല.

"ഈ കടലാസ് എവിടുന്നാണ് കിട്ടിയത്." പോപ്പ് ചോദിച്ചു.

"സംഭവം നടന്ന സ്ഥലത്തുനിന്ന്."

"അപ്പോൾ ഡേവിഡ് റോസ്സിയാണ് ബാരനെ വധിച്ചത്."

"അതെ പരിശുദ്ധപിതാവേ, പക്ഷേ, ആത്മരക്ഷാർത്ഥമാണ് അദ്ദേഹം അത് ചെയ്തത്."

"ആത്മരക്ഷാർത്ഥമോ?"

"അതെ."

"അദ്ദേഹം ആത്മരക്ഷാർത്ഥമാണ് അത് ചെയ്തത് എന്ന് വരികിൽ അതായത് അദ്ദേഹം പ്രധാനമന്ത്രിയെ വധിച്ചില്ലായിരുന്നുവെങ്കിൽ പ്രധാനമന്ത്രി അദ്ദേഹത്തെ വധിക്കുമായിരുന്നു അല്ലേ."

"അതെ പിതാവേ, ഞാനാണതിന് ഉത്തരവാദി. ഞാനാണ് അത് ചെയ്യാൻ തീരുമാനിച്ചിരുന്നത്. ഞാൻ അയാളെ വധിക്കാനുപയോഗിച്ച തോക്കാണ്............."

"പക്ഷേ, ആത്മരക്ഷാർത്ഥമാണ് റോസ്സി അത് ചെയ്തതെങ്കിൽ അതൊരു കുറ്റമല്ല. നീ ശിക്ഷിക്കപ്പെടാനും പോകുന്നില്ല."

"പക്ഷേ, പിതാവേ, ഞാൻ ജീവിതത്തിൽ ഏറ്റവും കൂടുതൽ സ്നേഹിച്ചവൻ എന്നെ ഇന്ന് സ്നേഹിക്കുന്നില്ല. അപ്പോൾ പിന്നെ എനി

ക്കെന്തിനീ ജീവിതം. എനിക്ക് എന്റെ പ്രിയതമനുവേണ്ടി ജീവിക്കാൻ കഴിയുന്നില്ലെങ്കിൽ പിന്നെ ഈ ജീവിതംകൊണ്ടെന്തു ഫലം പിതാവേ, ഇനി എനിക്ക് സഹിക്കാൻ കഴിയില്ല. ഇനി അധികനാൾ ജീവിക്കാൻ ഞാൻ ആഗ്രഹിക്കുന്നില്ല." അപ്പോൾ പോപ്പ് ആകെ വികാരാധീനനായി. ശബ്ദമിടറിക്കൊണ്ട്, കണ്ണുകൾ നിറഞ്ഞുകൊണ്ട് ചുണ്ടുകൾ വിറച്ചു കൊണ്ട് അദ്ദേഹം റോമയോട് പറഞ്ഞു:

"മകളേ, മഗ്ദലനമറിയത്തെ കാണാൻവേണ്ടിയാണ് ഞാനീ കുമ്പസ്സാരക്കൂട്ടിലേക്ക് വന്നത്. പക്ഷേ, ഞാൻ കണ്ടത് പരിശുദ്ധ കന്യാമറിയത്തെയാണ്. ഒരു കുറ്റവാളിയെ പ്രതീക്ഷിച്ച് വന്ന ഞാൻ ഒരു മാലാഖയെക്കണ്ട് മടങ്ങുന്നു. നീ പാപംചെയ്തിരിക്കാം. പക്ഷേ, പാപംചെയ്തവരോട് കരുണകാണിക്കാൻ ലോകം വളർന്നിട്ടില്ല. പക്ഷേ, ഞാൻ ഉറപ്പിച്ചുപറയുന്നു ഡേവിഡ് റോസ്സി അവന്റെ അച്ഛനമ്മമാരുടെ സന്തതിയാണെങ്കിൽ അവൻ കാൽമുട്ടിൽ ഇഴഞ്ഞ് കുട്ടിയുടെ അരികിലെത്തും. ദൈവത്തിന്റെ പേരിലാണ് ഞാൻ പറയുന്നത്."

"പിതാവേ അനുഗ്രഹിക്കൂ."

"മകളേ, നിന്നെ ദൈവത്തിന്റെ പേരിൽ അനുഗ്രഹിക്കുന്നു. നിന്നെ രക്ഷിക്കാൻ ദൈവത്തോട് പ്രാർത്ഥിക്കുന്നു. ദൈവം നിന്നെ ഒരിക്കലും കൈവിടുകയില്ല."

വളരെ ആനന്ദത്തോടും ആഹ്ലാദത്തോടുംകൂടിയാണ് വിശുദ്ധപിതാവ് അവിടെനിന്നും മടങ്ങിപ്പോയത്.

ഡേവിഡ് റോസ്സി വത്തിക്കാനിലിരുന്ന് വിശുദ്ധപുരോഹിതൻ നല്കിയ കത്തുകളെല്ലാം വായിക്കുകയായിരുന്നു. അതെല്ലാം റോമയുടെ കത്തുകളായിരുന്നു. അദ്ദേഹമത് വീണ്ടും വീണ്ടും വായിച്ചു. ആ കത്തുകളിലെ ഓരോ അക്ഷരവും റോസ്സിയുടെ മനസ്സിനെ വേദനിപ്പിച്ചു. അവസാനം വേദന ഒരു കൊടുങ്കാറ്റുപോലെ മനസ്സിൽ ചീറിയടിച്ചു. എന്നാൽ, ചിലപ്പോൾ അതിലെ ചില വാക്കുകൾ അദ്ദേഹത്തിന്റെ മനസ്സിന് സാന്ത്വനം നല്കുകയും ചെയ്തു.

റോമയെ, അവളുടെ മുഴുവൻ സവിശേഷതകളോടുംകൂടി അയാൾ ആ കത്തുകളിൽ കണ്ടു. മധുരോദാരമായ അവളുടെ കണ്ണുകൾ, അമൃതപ്രവാഹംപോലെയുള്ള വാക്കുകൾ, അസാധാരണമായ സൗന്ദര്യം, വശ്യമായ മന്ദഹാസം, പ്രണയംസ്ഫുരിക്കുന്ന ചലനങ്ങൾ അവയെല്ലാം റോസ്സിയെ ഭൂതകാലസംഭവങ്ങളിലേക്ക് വീണ്ടും നയിച്ചു.

എത്ര ധീരമായിട്ടാണവൾ തന്റെ ശത്രുക്കളെ എതിർത്തത്. എത്ര ആത്മാർത്ഥതയോടെയാണ് അവൾ തന്നോട് പെരുമാറിയത്. സമാനതകളില്ലാത്ത ആത്മസമർപ്പണത്തിന്റെ പ്രതിരൂപമായിരുന്നു അവൾ. ആ മനസ്സിന്റെ നിഷ്കളങ്കത, പരിശുദ്ധി. പക്ഷേ, താൻ അവളോട് എങ്ങനെയാണ് പെരുമാറിയത്. എത്ര നിർദ്ദയമായിട്ടാണ്. കോപവും ക്രൂരതയും താൻ അവൾക്ക് നല്കി. അവൾ തനിക്ക് വിശുദ്ധിയും സ്നേഹവും സമർപ്പിച്ചു.

ഡേവിഡ് റോസ്സിയെ കുറ്റബോധം വേട്ടയാടി. അയാളുടെ മനസ്സ്

നിരാശകൊണ്ട് വിണ്ടുകീറാൻ തുടങ്ങി. അയാളാകെ പരവശനായി. ക്രൂര മായ വിധി എന്നല്ലാതെ എന്തുപറയാൻ. അയാൾക്ക് പോപ്പിനെ കണ്ട് സംസാരിക്കണമെന്ന് ഉൽക്കടമായ ആഗ്രഹമുണ്ടായി. അതിനുവേണ്ടി അയാൾ മണിയടിച്ചു. പക്ഷേ, അതിനകംതന്നെ പോപ്പ് അയാളുടെ വാതില്ക്കൽ പ്രത്യക്ഷപ്പെട്ടിരുന്നു.

"പിതാവേ, എനിക്ക് മനസ്സുതുറന്ന് സംസാരിക്കണം."

"എന്താണ് മകനേ."

"പിതാവേ, എനിക്ക് എന്നെപ്പറ്റി പലതും പറയാനുണ്ട്. അങ്ങെനിക്ക് അഭയംതരണമെന്ന് ഞാനാവശ്യപ്പെട്ടത് തെറ്റായി എന്നെനിക്ക് തോന്നുന്നു. ഞാൻ നിഷ്കളങ്കനാണ് എന്ന് കരുതിയാണ് പരിശുദ്ധപിതാവ് എന്നെ ഇവിടെ പാർപ്പിച്ചത്. എനിക്ക് ആശ്രയംതന്നത്.

പക്ഷേ, പരിശുദ്ധപിതാവേ, ഞാൻ ഇനിയും തുറന്നുപറയാത്ത ഒരു കാര്യമുണ്ട്. ഞാനത് വെളിപ്പെടുത്താം. ഞാനിപ്പോൾ ഒരു കുറ്റവാളിയാണ്. ഞാനത് പറഞ്ഞിട്ടില്ല. ഒരു കൊലക്കുറ്റം ചെയ്തിട്ടുള്ള വ്യക്തിയാണ് ഞാൻ.

പിതാവേ, ഞാൻ ബോധപൂർവ്വം ചെയ്തതല്ല ആ കൊലപാതകം. തീർത്തും പ്രാണരക്ഷാർത്ഥം ചെയ്തതാണ്. അതുകൊണ്ട് അപ്പോഴെനിക്കത് കുറ്റമായിതോന്നിയില്ല. മാത്രമല്ല വധിക്കപ്പെട്ട ആ മനുഷ്യൻ ഏറ്റവുംവലിയ ഒരു ദുഷ്ടനായിരുന്നു. ക്രൂരനായിരുന്നു. അതിനാൽ, എനിക്ക് യാതൊരു കുറ്റബോധവും ഉണ്ടായിരുന്നില്ല. ഒരു വിഷസർപ്പത്തെ ഞാൻ ചവിട്ടിക്കൊന്നു എന്നുള്ളൊരു പ്രതീതിയേയുണ്ടായുള്ളൂ. എന്നാൽ, ഇപ്പോഴാകെ ചിത്രം മാറിക്കഴിഞ്ഞിരിക്കുന്നു. ഞാനിവിടെ താമസിക്കുന്നതുകൊണ്ട് സഭയ്ക്കും അങ്ങേക്കും വലിയ അപകടമാണ് വരുത്തിവെച്ചിരിക്കുന്നത്. അതുകൊണ്ട് പരിശുദ്ധപിതാവേ, ഇവിടംവിട്ട് പോകാൻ അങ്ങ് എന്നെ അനുവദിക്കണം."

"ഇവിടം വിട്ട് എങ്ങോട്ട് പോകാൻ മകനേ."

"എങ്ങോട്ടെങ്കിലും."

"മകനിരിക്കൂ. നമുക്ക് അതിനെപ്പറ്റി ആലോചിച്ച് തീരുമാനിക്കാം. നീ ഇപ്പോഴാണ് ഈ സത്യം എന്നോട് പറയുന്നതെങ്കിലും ഇതിനകം തന്നെ എനിക്കത് മനസ്സിലാക്കാൻകഴിഞ്ഞു. നീ അത് ചെയ്തത് ആത്മരക്ഷാർത്ഥമാണ് അല്ലേ."

"സത്യമായും അതേ അച്ചോ."

"അതറിയുന്നവർ വേറെ ആരുമില്ലേ?"

"ഒരാളുണ്ട്. അതെന്റെ ഭാര്യയാണ്. പക്ഷേ, ഞങ്ങൾ തമ്മിൽ അകന്നു. അവളെന്നെ രക്ഷിക്കില്ല."

"മകനേ, അതൊന്നുമല്ല സത്യം. നിന്റെ ഭാര്യ നിനക്കുവേണ്ടി ബലിയർപ്പിക്കാൻ തയ്യാറാണ്."

"പിതാവേ, അതൊരിക്കലുമില്ല."

"മകനേ, അവളിപ്പോഴും നിന്നെ ആത്മാർത്ഥമായി സ്നേഹിക്കുന്നു."

"സത്യമാണോ അച്ചോ. ഇത്രയൊക്കെയായിട്ടും അവളെന്നെ

സ്നേഹിക്കുന്നുവെന്നോ. എങ്കിൽ പിതാവേ, എന്നെ അവളുടെ അടുത്തേക്ക് നയിക്കുമോ. എനിക്കവളോട് എല്ലാം തുറന്നുപറയണം. മാപ്പുപറയണം. ഞാനവളെ എത്ര തവണ ശപിച്ചു. എത്രമാത്രം വെറുത്തു. ആ സമയത്ത് എനിക്ക് ഭ്രാന്തായിരുന്നു അച്ചോ ഭ്രാന്തായിരുന്നു. ഇപ്പോൾ ഞാൻ എല്ലാം മനസ്സിലാക്കുന്നു. അവളോട് എനിക്ക് കുറ്റമേറ്റുപറയണം. എന്ത് പ്രായശ്ചിത്തം ചെയ്താലും ഞാനവളോട് ചെയ്തകുറ്റങ്ങൾക്ക് പരിഹാരമാകുന്നില്ല."

"മകനെ, നിനക്ക് അവളെ കാണാം"

"പറ്റുമോ പിതാവേ, എനിക്കതിന് പറ്റുമോ. ദൈവം മഹാനാണ്. ഞാൻ വിശ്വസിക്കുന്നത് റോമ എന്നോട് ക്ഷമിക്കുമെന്നാണ്."

"ദൈവം അതിനിടവരുത്തട്ടെ."

"അവളെവിടെയാണച്ചോ."

"സെന്റ് ആഞ്ചിലോ കൊട്ടാരത്തിൽ."

"അയ്യോ ജയിലിലാണോ?"

"അതെ."

"എന്തിനാണവൾ ജയിലിൽപ്പോയത്?"

"പ്രധാനമന്ത്രിയെ വധിച്ചതിന്."

"എന്ത്?"

"അതെ."

"റോമയോ. ഓ, അപ്പോഴതാണ് സംഭവിച്ചത് ഞാനെന്തൊരു വിഡ്ഢിയാണ്. അവൾ പിടിക്കപ്പെടുമെന്ന് ഞാനോർത്തില്ല. അയാളുടെ ശവത്തിനടുത്ത് അവളെയും ഉപേക്ഷിച്ചാണല്ലോ ഞാൻ ഇങ്ങോട്ട് പോന്നത്. ഈശ്വരാ അവളല്ല ആ കൃത്യം ചെയ്തത് എന്ന് ഞാൻ പറഞ്ഞാൽ ആരാണത് വിശ്വസിക്കുക."

"മകനേ, അവൾ പറഞ്ഞത് അവളാണ് അത് ചെയ്തത് എന്നാണ്."

"അവളാണെന്നോ?"

"അതെ,"

"അപ്പോൾ എന്നെ രക്ഷിക്കാൻവേണ്ടിയാണ് അവളങ്ങനെ പറഞ്ഞത്."

"അതെ."

"പക്ഷേ, കോടതി അവളെ എങ്ങനെ ശിക്ഷിക്കും."

"കോടതി അവളെ ശിക്ഷിച്ചുകഴിഞ്ഞു."

"ശിക്ഷിച്ചുകഴിഞ്ഞെന്നോ?"

"എന്താണീ പറയുന്നത്. ചെയ്യാത്ത കുറ്റത്തിന് ഒരാൾ ശിക്ഷിക്കപ്പെടുകയോ. അതും ഈ ഡേവിഡ് റോസ്സിയെ രക്ഷിക്കാൻ. പിതാവേ അവൾ ഒരു ദൈവദൂതികയാണ്. നമ്മുടെ ഭരണകൂടത്തിനും നിയമസംവിധാനത്തിനും ഭ്രാന്ത്പിടിച്ചിരിക്കുന്നു. ഞാനാണ് ഇത് ചെയ്തത് എന്ന് ആരും സംശയിച്ചില്ലേ."

"മകനേ അതിന് ഒരു തെളിവേ ഉണ്ടായിരുന്നുള്ളൂ. കുഞ്ഞിന്റെ വാറണ്ട്. അതിതാ." പോപ്പ് റോമയുടെ കൈയിൽനിന്നും വാങ്ങിയ ആ

കടലാസ് തുണ്ട് അദ്ദേഹം റോസ്സിയെ കാണിച്ചു. റോസ്സിയുടെ ഹൃദയത്തിൽ കരിന്തേള് കുത്തിയതുപോലെ വേദനിച്ചു. അദ്ദേഹം കരഞ്ഞുകൊണ്ട് പറഞ്ഞു:

"പരിശുദ്ധപിതാവേ ഈ കടലാസ് തുണ്ട് സൂക്ഷിക്കുവാൻ അങ്ങെനിക്ക് അനുവാദം തരണം."

"എന്തിനാണ് മകനേ,"

"ഒരു കാര്യത്തിനാണ്."

"എന്തുകാര്യം."

"റോമയെ രക്ഷിക്കണം."

"എന്റെ മകനേ, നിന്റെ കുറ്റം ദൈവംപൊറുക്കും. നമുക്ക് കാത്തിരിക്കാം. നീ പ്രാണരക്ഷാർത്ഥമാണ് അത് ചെയ്തത്. ആ ദുഷ്ടൻതന്നെയായിരുന്നു നിന്നെക്കൊണ്ടത് ചെയ്യിപ്പിച്ചത്. ദൈവം എല്ലാം കണ്ടതല്ലേ."

"ഞാൻ എല്ലാം കോടതിയിൽപ്പോയി പറയും."

പോപ്പിന് അപ്പോഴൊന്നും പറയാനുണ്ടായിരുന്നില്ല. ഒരു നിമിഷത്തെ നിശ്ശബ്ദതയ്ക്കുശേഷം അദ്ദേഹം പറഞ്ഞു:

"മകനേ നിന്റെ ഹൃദയം വിശാലമാണ്. മനസ്സ് നിഷ്കളങ്കമാണ്. എനിക്ക് നിന്നോട് ഒരു പ്രധാനപ്പെട്ട കാര്യം പറയാനുണ്ട്."

"എന്താണത്?"

"നിന്റെ അമ്മയെ ഞാനറിയും."

"അമ്മയെയോ."

"അതെ. അവൾ നല്ലവളായിരുന്നു. പാവം ഒരുപാട് യാതനകളനുഭവിച്ചു."

പോപ്പ് അതൊക്കെ പറയുമ്പോഴും റോസ്സി അതിനോട് പ്രതികരിച്ച് കണ്ടില്ല. പോപ്പിന്റെ മുഖം അപ്പോൾ വിറയ്ക്കുന്നുണ്ടായിരുന്നു. അദ്ദേഹം എന്തൊക്കെയോ ഉള്ളിലൊതുക്കുന്നുണ്ടായിരുന്നു എന്ന് റോസ്സിക്ക് തോന്നി. പിതാവ് തുടർന്നു:

"മകനേ, ജീവിതത്തിൽ ഒരുപാട് കഷ്ടപ്പാടുകൾ നിന്റെ അമ്മ സഹിച്ചു. ഇതിനൊക്കെ കാരണം നിന്റെ അച്ഛനായിരുന്നുവെന്നറിയുമ്പോൾ നീ അയാളെ കുറ്റപ്പെടുത്തില്ലേ."

"ഞാൻ ആരാണ്. ഒരാളെ കുറ്റപ്പെടുത്താൻ."

പോപ്പ് നിർമ്മലമായി മന്ദഹസിച്ചുകൊണ്ട് മൃദുലമായി റോസ്സിയെ വിളിച്ചു.

"ഡേവിഡ് ദൈവത്തിന്റെ ഇച്ഛകൊണ്ട് നീ എപ്പോഴെങ്കിലും നിന്റെ സ്വന്തം പിതാവിനെ കാണുകയാണെങ്കിൽ നീ ആ കൈകൾ ഒന്ന് പിടിച്ചുകുലുക്കുമോ."

"തീർച്ചയായും. ഞാൻ സിംഹാസനത്തിലിരിക്കുന്ന ഒരു സർവ്വാധിപതിയായിക്കൊള്ളട്ടെ, കഴുമരമേറുന്ന ഒരു കൊടും ഭീകരനായിക്കൊള്ളട്ടേ, കുറ്റവാളിയാകട്ടെ, ഞാനദ്ദേഹത്തിന് കൈകൊടുക്കും."

പോപ്പ് ഒരു ദീർഘനിശ്വാസത്തോടെ റോസ്സിയെ നോക്കി. എന്നിട്ട് അദ്ദേഹം അയാൾക്ക് നേരെ തന്റെ കൈ നീട്ടി. ഡേവിഡ് റോസ്സി ഒരു

നിമിഷം ഈ ലോകത്തുനിന്നും മറ്റേതോ ലോകത്തിലേക്ക് ഉയർത്തപ്പെട്ടവനെപ്പോലെ നിന്നു. അയാൾ തന്റെ കൈ വൃദ്ധനായ പുരോഹിതന്റെ കൈകളിൽ ചേർത്തുവെച്ചു. അവരുടെ നാലുകണ്ണുകൾ പരസ്പരം ഇടകലർന്നു ഒന്നായി. രണ്ടുപേരും സംസാരിക്കാൻവേണ്ടി ചുണ്ടുകൾ വിടർത്തി പക്ഷേ, കഴിയുന്നില്ല. അവസാനം വിശുദ്ധപിതാവ് ഒരുവിധം റോസ്സിയോട് വിടപറഞ്ഞ് മുറിയിൽനിന്നും പോയി. പോകുമ്പോൾ അയാളുടെ കാലുകൾ വിറയ്ക്കുന്നുണ്ടായിരുന്നു. ഡേവിഡ് റോസ്സി നിശ്ചലനായി ശിരസ്സ് താഴ്ത്തി ഇരുന്നുപോയി.

റോമയുടെ അസുഖം കൂടിക്കൂടി വരികയായിരുന്നു. പല ഡോക്ടർമാരും വന്ന് പരിശോധിച്ചു. എന്താണ് അവളുടെ അസുഖമെന്ന് ആർക്കും കൃത്യമായി നിർണ്ണയിക്കാൻ കഴിഞ്ഞില്ല. അവൾ പല മരുന്നുകളും കഴിച്ചു. ഒരു ഫലവുമുണ്ടായില്ല. പക്ഷേ, അവളിൽ അപ്പോഴും പ്രതീക്ഷ കെടാതെ നിന്നിരുന്നു. അത് ഇഹലോകജീവിതത്തിലെ ഭാവി മാത്രമല്ല. പരലോകത്തിലെ ഭാവിയുംകൂടിയായിരുന്നു. ഈ ജീവിതത്തിനുമപ്പുറത്ത് ഒരു പുതുസൂര്യോദയത്തിന്റെ സംഗീതം അവളെ മാടിവിളിച്ചു.

റോമ ആകെ മാറിപ്പോയിരുന്നു. ഇപ്പോഴവൾ തീർത്തും ശാന്തയാണ്. തികച്ചും ശാന്തയാണ്. പക്ഷേ, മനസ്സിൽ പലപ്പോഴും വിഷാദം അതിന്റെ നീലിച്ച നാവ് നീട്ടിവരും.

റോമ എന്തൊക്കെയോ സ്വപ്നംകാണുന്നു. അതിൽ നല്ല സ്വപ്നങ്ങളും ദുഃസ്വപ്നങ്ങളുമുണ്ടാകുന്നു. അന്ന്, അവൾക്ക് ആഹാരംകൊണ്ടുവന്ന സൈനികൻ നല്ലൊരു വാർത്തകൂടി കൊണ്ടുവന്നു. ഡേവിഡ് റോസ്സിയെ തെരുവിൽവെച്ച് അയാൾ കണ്ടു എന്ന വാർത്തയാണത്. അപ്പോൾ റോമയുടെ കണ്ണുകളിൽ നക്ഷത്രത്തിളക്കം കാണാമായിരുന്നു. അവൾ ആ സൈനികനെ വിളിച്ചുവരുത്തി പലകാര്യങ്ങളും ചോദിച്ചു. അവൾക്ക് റോസ്സിയെപ്പറ്റി എല്ലാ കാര്യങ്ങളും അറിയണമായിരുന്നു.

കുറച്ചുസമയത്തിനുശേഷം ഡോക്ടർ റോമയുടെ മുറിയിലേക്ക് കടന്നുവന്നു. തലേന്നുനടന്ന ഒരു സമ്മേളനത്തെപ്പറ്റി ഡോക്ടർ റോമയോട് വിശദീകരിച്ചു. പാർലമെന്റും സെനറ്റും സംയുക്തമായി ചേർന്ന ഒരു യോഗത്തെപ്പറ്റിയാണ് ഡോക്ടർ പറഞ്ഞത്. ആ യോഗം പുലരുംവരെ നീണ്ടുനിന്നു. ധാരാളമാളുകൾ ആ യോഗവിവരമറിയാൻവേണ്ടി പുറത്തുകാത്തുനിന്നിരുന്നു. ഡോക്ടറും പോയിരുന്നു. എന്നാൽ, ഹാളിന് പുറത്തുനില്ക്കാനേ കഴിഞ്ഞിരുന്നുള്ളൂ. എങ്കിലും പലവിവരങ്ങളും അയാളറിഞ്ഞു. ഡേവിഡ് റോസ്സിയും ആ യോഗത്തിൽ പങ്കെടുത്തിരുന്നത്രേ.

ഒരു ഗൂഢാലോചനാക്കേസിൽ പ്രതിയായിരുന്നെങ്കിലും റോസ്സി പാർലമെന്റ് അംഗമായിരുന്നല്ലോ. അദ്ദേഹമതിൽ പങ്കെടുത്ത് സംസാരിച്ചിരുന്ന വിവരം ഡോക്ടർ പറഞ്ഞപ്പോൾ റോമയ്ക്ക് അതിയായ സന്തോഷമുണ്ടായി.

ആ രാത്രി റോമയെ സംബന്ധിച്ചിടത്തോളം ആഹ്ലാദകരമായ രാത്രിയായിരുന്നു. അവൾ തുറന്നിട്ട ജനവാതിലിലൂടെ പുറത്തേക്കുനോക്കി.

പുറത്ത് നല്ല കാറ്റുവീശുന്നുണ്ടായിരുന്നു. ആ നഗരത്തിന്റെ പലപല ദൃശ്യങ്ങളും അവൾക്ക് കാണാമായിരുന്നു. അവൾ എലനയെ വിളിച്ചു.

"എലനാ."

"എന്താണ് റോമാ?"

"എന്നെങ്കിലും സത്യം പുറത്തുവരും അല്ലേ."

"എന്ത് സത്യം?"

"ഞാൻ മൊഴികൊടുത്തതുമായി ബന്ധപ്പെട്ട്..........."

"തീർച്ചയായും."

"അദ്ദേഹം ഒരിക്കൽ സത്യമറിയും. എന്തിനാണ് ഞാനത് ചെയ്തതെന്ന് അദ്ദേഹമറിയും. എന്താണ് എന്നെ ആ ഘോരകൃത്യം ചെയ്യാൻ പ്രേരിപ്പിച്ചതെന്ന്."

"അതെ."

"അന്ന് അദ്ദേഹം എല്ലാറ്റിനും എനിക്ക് മാപ്പുതരും."

"തീർച്ചയായും."

"എന്റെ പ്രിയപ്പെട്ട എലനാ, നാം തുല്യദുഃഖിതരാണ്. നിനക്ക് ഭർത്താവ് നഷ്ടപ്പെട്ടു. അദ്ദേഹം ജീവിച്ചിരിപ്പുണ്ടെങ്കിലും ഫലത്തിൽ എനിക്കും അദ്ദേഹം നഷ്ടപ്പെട്ടു. പക്ഷേ, എന്നെങ്കിലും അദ്ദേഹം എന്റെ അടുത്ത് വരാതിരിക്കില്ല അല്ലേ എലനാ."

"വരും റോമാ, തീർച്ചയായും വരും."

"കുറച്ചുസമയം പിടിക്കും അല്ലേ. ധാരാളം സമയം അല്ലേ എലനാ?"

എലന ഒന്നും മിണ്ടിയില്ല. റോമതന്നെ അവളുടെ ചോദ്യത്തിന് മറുപടി പറഞ്ഞു:

"എനിക്ക് നിശ്ചയമില്ല എലനാ. എല്ലാം ഒരു സ്വപ്നംപോലെ അവശേഷിക്കും. നമ്മൾ രാത്രി ഉറങ്ങാൻ കിടക്കുന്നു. പിന്നെ പ്രഭാതത്തിൽ ഉണരുന്നു. അതിനിടയിലുള്ള സ്വപ്നംപോലെ അല്ലേ?"

എലന ഒന്നും മിണ്ടിയില്ല. റോമ ദീർഘമായി ഒന്നു നിശ്വസിച്ചു. എന്നിട്ട് പറഞ്ഞു:

"എലനാ, അവസാനം എല്ലാം അദ്ദേഹമറിയും അപ്പോൾ എന്നോട് ക്ഷമിക്കും. എന്നിട്ട് എല്ലാം മറന്ന് എന്റെ അരികിലണഞ്ഞ് എന്റെ കരം ഗ്രഹിക്കും."

റോമ എലനയോട് ഒരു കടലാസും പേനയും ആവശ്യപ്പെട്ടു. എലന അതുരണ്ടും തപ്പിയെടുത്തു. റോമ എഴുതി.

"എന്റെ ഏറ്റവും പ്രിയപ്പെട്ട റോസ്സിക്ക്,

ഞാൻ അങ്ങയെ കാണാൻവേണ്ടി റോമാനഗരം വിടാൻ തയ്യാറായ ആ സമയത്താണ് അങ്ങ് ഇങ്ങോട്ട് തിരിച്ചുവരുന്നു എന്ന വാർത്ത ഞാൻ കേൾക്കുന്നത്. അങ്ങ് എഴുതിയത്. പ്രിയപ്പെട്ട റോസ്സീ, ഞാൻ പറയുന്നത് വിശ്വസിക്കണം. എന്റെ കാലംകഴിഞ്ഞു. പക്ഷേ, റോസ്സിയെ ലോകത്തിനാവശ്യമുണ്ട്. അതുകൊണ്ട് ധീരനായി ഈ ജീവിതത്തിലേക്ക് തിരിച്ചുവരണം. പഴയതുപോലെ കരുത്തനായി, ധീരനായി ഒരിക്കലും എന്നെ ഓർത്ത് വ്യസനിക്കരുത്.

എല്ലാം അറിയുമ്പോൾ ഞാൻ ചെയ്തത് ഒരു തെറ്റല്ലായിരുന്നുവെന്ന് അങ്ങേക്ക് മനസ്സിലാകും. തെറ്റിദ്ധാരണകളെല്ലാം മാറും. എന്നെ വിശ്വസിക്കണം. ഞാനെന്നും അങ്ങയുടെ റോമയാണ്. അങ്ങയെ അല്ലാതെ മറ്റൊരാളെയും ഞാൻ ജീവിതത്തിൽ സ്നേഹിച്ചിട്ടില്ല. അത് സത്യമാണ്.

പക്ഷേ, അങ്ങേക്ക് എന്നോട് ദേഷ്യമായിരുന്നു. എന്നാൽ, ഞാൻ പൂർവ്വാധികം ശക്തമായി അങ്ങയെ സ്നേഹിക്കുന്നു. മനസ്സ് തളരരുത്. എന്റെ സ്നേഹം നഷ്ടമായി എന്ന് കരുതരുത്. ഞാൻ വഞ്ചിച്ചു എന്ന് ചിന്തിക്കരുത്. നോക്കൂ, അതൊരുസത്യമാണ്. ആ സത്യത്തിന്റെ മുഖത്ത് മന്ദഹാസത്തോടെ നോക്കൂ.

എന്ന് സ്വന്തം റോമ"

ഈ എഴുത്ത് എഴുതിയതിനുശേഷം അവൾ ആ കടലാസിൽ തുരുതുരാ ചുംബിച്ചു. എന്നിട്ട് അത് കവറിലിട്ട് അഡ്രസ്സ് എഴുതി പോസ്റ്റ്ചെയ്യാൻ ഏർപ്പാട് ചെയ്തു.

കത്ത് എഴുതി അയയ്ക്കാൻ ഏർപ്പാട് ചെയ്തതോടെ അവളുടെ മനസ്സിന്റെ ഭാരമെല്ലാം നീങ്ങി.അവൾ സന്തോഷത്തോടെ ഉറങ്ങാൻ കിടന്നു. സുഖസുന്ദരമായ നിദ്രയായിരുന്നു അത്. വളരെ വൈകുംവരെ അത് നീണ്ടുനിന്നു. പന്ത്രണ്ട് മണിക്കാണ് അവൾ എഴുന്നേറ്റത്.

അപ്പോൾ ഡോക്ടർ അവളുടെ മുറിയിലേക്ക് കടന്നുവന്നു. അവിടെ നടന്ന രാഷ്ട്രീയമാറ്റങ്ങളെക്കുറിച്ച് ഡോക്ടർ റോമയ്ക്ക് വിശദീകരിച്ചു കൊടുത്തു. വലതുപക്ഷകക്ഷിക്ക് അതായത് ബാരന്റെ കക്ഷിക്ക് ഒരു മന്ത്രിസഭ രൂപീകരിക്കാൻ കഴിഞ്ഞില്ല. അവർ പ്രതിപക്ഷത്തെ മന്ത്രിസഭ രൂപീകരിക്കാൻ ക്ഷണിച്ചു. അങ്ങനെ പ്രതിപക്ഷകക്ഷി അതായത് ഇടതുപക്ഷകക്ഷി ഡേവിഡ് റോസ്സിയെ പാർലമെന്റ് നേതാവായി തിരഞ്ഞെടുത്തിരിക്കുന്നു. അദ്ദേഹത്തിന്റെ പേരിലുള്ള അറസ്റ്റ് വാറണ്ട് പിൻവലിച്ചിരിക്കുന്നു. ഇടതുപക്ഷകക്ഷികളുടെ നേതാക്കൾക്കെതിരെയുള്ള കേസ്സുകളെല്ലാം പിൻവലിക്കപ്പെട്ടിരിക്കുന്നു. ജയിലിലടയ്ക്കപ്പെട്ടിരുന്ന ആളുകളെല്ലാം മോചിപ്പിക്കപ്പെട്ടിരിക്കുന്നു.

ഇതിലും സന്തോഷകരമായ എന്ത് വാർത്തയാണ് റോമയ്ക്ക് കേൾക്കാനുള്ളത്. അവൾ ആഹ്ലാദംകൊണ്ട് മതിമറന്നു. പുറത്തെ കാഴ്ചകൾ കാണാൻ അവൾ ആഗ്രഹിച്ചു.

"പുറത്തേക്ക് നോക്കിയാൽ അതിന്റെയെല്ലാം ലക്ഷണം കാണാം അല്ലേ."

"തീർച്ചയായും കാണാം. അതാ പതാക."

"എനിക്ക് കാണണം."

റോമ ജനവാതിലിൽ കയറിനിന്നു. ഡോക്ടർ അവളെ പിറകിൽനിന്നും താങ്ങിനിർത്തി.

"നോക്കൂ,"

"അതെ ഞാൻ കണ്ടു. ഇനി എനിക്ക് കിടക്കണം." അവളുടെ മുഖം ആഹ്ലാദംകൊണ്ട് ചുവന്നിരുന്നു. അവൾ എലനയോട് പറഞ്ഞു:

"എലനാ ഇന്ന് ഡേവിഡ് ലിയോൺ എന്ന ഡേവിഡ് റോസ്സി റോമിന്റെ നേതാവായി ഉയർന്നിരിക്കുന്നു. എന്റെ ജീവിതസ്വപ്നം പൂവണിഞ്ഞിരിക്കുന്നു."

"ഡോക്ടർ ഞാനിപ്പോൾതന്നെ അദ്ദേഹത്തെ കാണാൻവേണ്ടി പോവുകയാണ്."

"ഞാനതിനുവേണ്ടിയുള്ള ഏർപ്പാടുകൾ ചെയ്യാം." അതുംപറഞ്ഞ് ഡോക്ടർ പുറത്തേക്കുപോയി.

ഡോക്ടർ പോയി കുറച്ചുസമയത്തിനുള്ളിൽ അപ്രതീക്ഷിതമായി അവിടേയ്ക്ക് ഒരാൾ കയറിവന്നു. അത് മറ്റാരുമായിരുന്നില്ല. ഡേവിഡ് റോസ്സിയായിരുന്നു. കൂടെ മേജറുമുണ്ടായിരുന്നു. റോസ്സി റോമയുടെ മുറിയിലേക്ക് കടന്നു. അവളെ കണ്ട ഉടനെതന്നെ വെട്ടിയിട്ട മരത്തടിപോലെ അദ്ദേഹത്തിന്റെ ശരീരം നിലച്ചുപോയി. അയാൾ റോമയുടെ കണ്ണിലേക്കുതന്നെ സൂക്ഷിച്ചുനോക്കിനിന്നു. അവരിരുവരും അഭൗമമായ ഒരു കാന്തികവലയത്തിൽ അകപ്പെട്ടപോലെ നിന്നു.

അയാൾ വിളിച്ചു:

"റോമാ,"

റോമ വിളികേട്ടു.

അയാൾ, റോസ്സി തന്റെ കൈകൾ അവൾക്കുനേരെ നീട്ടി.

അവൾ ആ കൈകളിലേക്ക് വീണു. അയാൾ അവളെ വാരിപ്പുണർന്നു. തുരുതുരാചുംബിച്ചു. ആ മുഖത്ത് ആ കഴുത്തിൽ, ആ കണ്ണുകളിൽ, ആ നെറ്റിയിൽ, ആ മുടിച്ചുരുളുകളിൽ. അവാച്യമായ ആനന്ദത്തിന്റെയും ദുഃഖത്തിന്റെയും നിമിഷങ്ങളായിരുന്നു അത്. ഒരു ജീവിതം മുഴുവൻ അവിടെ അവർ ജിവിച്ചുതീർത്തു. പുനർജ്ജനിയുടെ താളം അവരെ ആപാദചൂഡം തഴുകി.

* * * *

പത്തുദിവസങ്ങൾ അങ്ങനെ കടന്നുപോയി. റോസ്സി പാർലമെന്റിൽ ഹാജരായി. അതിനകംതന്നെ റോമയും മോചിപ്പിക്കപ്പെട്ടിരുന്നു. പക്ഷേ, അവളുടെ രോഗാവസ്ഥ മാറിയിരുന്നില്ല. ഡോക്ടർമാർ പലരും വന്നു നോക്കി. ആർക്കുംതന്നെ അവളുടെ രോഗം കണ്ടുപിടിക്കാനോ ചികിത്സിച്ച് മാറ്റാനോ കഴിഞ്ഞില്ല.

ഡേവിഡ് റോസ്സിക്ക് സഹിക്കാൻ കഴിഞ്ഞില്ല. എല്ലാ അഗ്നിപരീക്ഷണങ്ങളും അയാൾ അതിജീവിച്ചുകഴിഞ്ഞിരിക്കുന്നു. എല്ലാ കടമ്പകളും കടന്നിരിക്കുന്നു. എന്നിട്ടും അയാളുടെ വേദന മാറിയില്ല. വിജയം അതിന്റെ കൊടുമുടിയിലെത്തിനില്ക്കുമ്പോഴാണ് അയാൾക്ക് ആ വിവരം ലഭിക്കുന്നത്. റോമ ജീവിതത്തിലേക്ക് തിരിച്ചുവരിക എന്നത് അസാദ്ധ്യമാണെന്ന വിവരം. റോമയില്ലാത്ത ഒരു ലോകത്തെപ്പറ്റി അയാൾക്ക് ചിന്തിക്കാൻ കഴിയുമായിരുന്നില്ല. ഡോക്ടർമാരെല്ലാം ഒന്നിച്ചിരുന്ന് ചർച്ചചെയ്തു. പക്ഷേ, പരിഹാരമാർഗ്ഗമില്ല. റോമ തന്നെപ്പിരിയുകയാണെന്ന് റോസ്സി മനസ്സിലാക്കി. ആ സത്യത്തിനുനേരെ മുഖംതിരിക്കാൻ അയാൾക്ക് കഴിഞ്ഞില്ല. ഇനി റോമയില്ലാത്ത ഒരു ലോകത്തിൽവേണം താൻ ജീവിക്കാൻ.

രോഗാതുരയെങ്കിലും, മരണാസന്നയെങ്കിലും റോമയുടെ മുഖത്ത് ആഹ്ലാദമായിരുന്നു. കാരണം അവളുടെ ആത്മാവിന്റെ എല്ലാ രോഗങ്ങളും മാറി. റോസ്സി അവളോട് ചോദിച്ചു:

"എന്റെ പൊന്നുറോമയ്ക്ക് ഇപ്പോഴെങ്ങനെയുണ്ട്?"

"വളരെ സുഖമുണ്ട്. ഇനി ഒന്നും എനിക്കുവേണ്ടി ചെയ്യേണ്ടതില്ല. ഞാൻ വളരെ കഷ്ടപ്പെട്ടു എന്നത് ശരിയാണ്. എന്നാലെന്റെ മനസ്സിന് സന്തോഷമാണ്. ഇന്നലെരാത്രി ഞാനെത്ര സുഖമായിട്ടാണ് ഉറങ്ങിയതെന്നോ. എലനാ പറഞ്ഞുകൊടുക്ക്, ഞാൻ എത്രസുന്ദരമായി ഉറങ്ങിയെന്ന്. പാവം എലന. അവൾക്ക് കുറച്ചുദിവസമായി ചെവിക്ക് വേദനയാണ്. പ്രിയ ഡേവിഡ് എന്റെ അസുഖമെല്ലാം മാറും."

"അതെ, പ്രിയപ്പെട്ടവളേ, നിന്റെ അസുഖമെല്ലാം മാറും."

റോസ്സി അവളെ എടുത്ത് മുൻഭാഗത്തേക്ക് കൊണ്ടുവന്നു. നിത്യവും അയാളങ്ങനെ ചെയ്യാറുണ്ട്. ഒരു അമ്മ മകനെ എടുക്കുന്നതുപോലെ. അല്ലെങ്കിൽ മകളെ എടുക്കുന്നതുപോലെ. റോസ്സി അവളെ അണച്ചുപിടിച്ച് നെഞ്ചോട് ചേർത്തുകൊണ്ട് എടുത്തു. റോമ തന്റെ കൈവിരലുകൾ അയാളുടെ കഴുത്തിൽ ചുറ്റി. കട്ടിലിൽ കിടത്തുമ്പോൾ അയാൾ അവളുടെ നെറ്റിയിൽ ചുംബിക്കും.

മനോഹരമായ ഒരു ശരത്ക്കാലദിനമായിരുന്നു അത്. റോമ ധരിച്ചിരുന്നത് ഒരു പട്ടുവസ്ത്രമായിരുന്നു. അവൾ ആകെ വിളറിവെളുത്തിരുന്നു. എന്നാൽ, അവളുടെ ഉള്ള് കുളിർത്തിരുന്നു. അവൾ സന്തോഷംകൊണ്ട് മതിമറന്നു. ജീവിതത്തിൽ ഒരു സ്ത്രീക്ക് ഒഴുക്കാൻ കഴിയുന്നതിലപ്പുറം കണ്ണീര് അവൾ ഒഴുക്കിക്കഴിഞ്ഞിരുന്നു. മറ്റൊരു ലോകത്തിലേക്കുള്ള യാത്രയ്ക്കുവേണ്ടി അവൾ തയ്യാറെടുക്കുകയായിരുന്നു

ഡേവിഡ് റോസ്സി അവളുടെ ചാരെ ഇരുന്നു. റോമ അയാളുടെ കൈ രണ്ടും കൂട്ടിപ്പിടിച്ച് അവളുടെ മടിയിൽവെച്ച് അമർത്തി. എന്നിട്ട് ആ കണ്ണുകളിലേക്ക് നോക്കി മന്ദഹസിച്ചു. നിമിഷങ്ങൾ യുഗങ്ങളായി കടന്നുപോയി. യുഗങ്ങൾ നിമിഷങ്ങളായി അവർക്കിടയിൽ തത്തിക്കളിച്ചു. ഇനി എത്രനാൾ. ഇനി എത്രനാൾ അവർ ഒന്നിച്ചിരിക്കും. പിന്നെ എവിടെച്ചെന്ന് അവർ ഒന്നിക്കും. ഉത്തരമില്ലായിരുന്നു.

റോസ്സി ദൂരെദൂരേക്ക് നോക്കിനിന്നു. അയാൾ എത്ര ശ്രമിച്ചിട്ടും അയാളുടെ ഉള്ളിൽനിന്ന് നുരഞ്ഞുപൊന്തുന്ന, വിരിഞ്ഞുയരുന്ന വിപ്ലവചിന്തയെ അടക്കിനിർത്താനായില്ല.

ഇരുവരും ജനവാതിലിലൂടെ പുറത്തേക്കുനോക്കി. മനോഹരമായ നീലാകാശം. അതിന് താഴെ അപാരമായ നഗരം. അവൾ പറഞ്ഞു:

"ഡേവിഡ്,"

"പ്രിയപ്പെട്ടവളെ."

"അങ്ങ് വീണ്ടും എന്റെ അടുത്തെത്തി. എന്റെ ജീവിതം ധന്യമായി. ഒരു കാര്യമെനിക്ക് പറയാനുണ്ട്."

"എന്താണ് എന്റെ പ്രിയമുള്ളവളേ,"

"എന്താണ് എന്ന് പറയുംമുമ്പ് അങ്ങ് എനിക്ക് വാക്കുതരണം ഭയ

പ്പെടില്ലാ എന്ന്.”

“ഇല്ല, ഭയപ്പെടില്ല.”

“അങ്ങെന്റെ കൈ ഒന്ന് മുറുകെപിടിക്കൂ. പ്രിയ റോസ്സീ, ഞാൻ മരിക്കുകയാണ്. അതെ, എന്റെ സ്നേഹമുള്ള ഡേവിഡ് അത് സത്യമാണ്. പക്ഷേ, പെട്ടെന്നുണ്ടാവില്ല. ഞാൻ ഒപ്പും മുദ്രയുമെല്ലാം വെച്ചുകഴിഞ്ഞു.”

“അതും പറഞ്ഞ് അവൾ ചിരിക്കുകയായിരുന്നു. അയാൾ അവളെ ആശ്വസിപ്പിക്കാൻ ശ്രമിച്ചു. സ്വയം ആശ്വസിക്കാനും.”

“പ്രിയനേ, ജീവിതത്തിൽ നമ്മളെന്തെല്ലാം സഹിച്ചു. എന്തെല്ലാം പരീക്ഷണങ്ങൾ. അങ്ങ് എന്നെ ഉപേക്ഷിച്ചിരുന്നുവെങ്കിൽ, വെറുത്തിരുന്നുവെങ്കിൽ അത് മരണത്തേക്കാൾ ഭയാനകമാകുമായിരുന്നു. പക്ഷേ, എനിക്കിനി മരണം ഒരു പ്രശ്നമേയല്ല.”

“എന്റെ പൊന്നേ എന്താണ് ഇങ്ങനെ പറയുന്നത്.”

“സത്യമാണ് നാഥാ, പരമസത്യം. ആ സത്യത്തെ അഭിമുഖീകരിച്ചേ പറ്റൂ.”

“റോമാ, ഞാൻ ദൈവത്തെ ആണയിട്ട് പറയുന്നു. ഒരു ശക്തിക്കും നമ്മെ ഇനി അകറ്റാനാവില്ല. നമ്മളെന്നും ഒന്നായിരിക്കും.”

റോമയുടെ കണ്ണുകൾ നിറഞ്ഞു. അവൾ ആഹ്ലാദത്തോടെ ഇങ്ങനെ പറഞ്ഞു:

“നാഥാ, അങ്ങ് എന്നെ ശ്രേഷ്ഠയാക്കി. ഞാനർഹിക്കാത്ത ഉന്നതങ്ങളിലേക്ക് എന്നെ കൈപിടിച്ച് ഉയർത്തി. അങ്ങയുടെ മഹത്തായ ഉത്തരവാദിത്വങ്ങൾ മനസ്സിലാക്കാൻ എനിക്ക് കഴിഞ്ഞില്ല. ഞാൻ അവസാന ഘട്ടത്തിൽ പരാജയപ്പെട്ടുപോയി. അതുകൊണ്ടാണ് അങ്ങയെ ഒറ്റിക്കൊടുത്തത്. അങ്ങയുടെ പ്രവർത്തനത്തെ മനസ്സിലാക്കാൻ എനിക്ക് കഴിയാത്തതുകൊണ്ട്. അതെന്റെ കുറ്റംകൊണ്ട് അല്ലായിരുന്നു.”

“റോമാ, ഇപ്പോഴതൊന്നും പറയേണ്ട. എല്ലാറ്റിനും നമുക്ക് ദൈവത്തോട് നന്ദിപറയാം.” റോമ അവളുടെ കണ്ണുകളടച്ചുകൊണ്ട് ചോദിച്ചു:

“അങ്ങയുടെ സ്വരമാണോ ഇത് റോസ്സീ. എന്റെ ഭയം ഇതുവരെ കത്തിനില്ക്കുകയായിരുന്നു. അങ്ങതിനെ തണുപ്പിച്ചു.”

“പ്രിയപ്പെട്ടവളേ, നിന്റെ അസുഖം മാറും. മനസ്സുകൊണ്ട് നീ ഒരു കുറ്റവും ചെയ്തിട്ടില്ല. അനാവശ്യമായി ചിന്തിച്ച് മനസ്സ് അസ്വസ്ഥമാക്കരുത്. നമുക്ക് എങ്ങോട്ടെങ്കിലും യാത്രചെയ്യാം. റോമ ഒരിക്കൽ പറഞ്ഞില്ലേ സ്വിറ്റ്സർലണ്ടിൽപ്പോകണമെന്ന്. അതല്ലെങ്കിൽ നമുക്ക് ഇംഗ്ലണ്ടിലേക്ക് പോകാം. റോമ ജനിച്ചത് ഇംഗ്ലണ്ടിലല്ലേ. റോമയുടെ പിതാവ് രാജ്യഭ്രഷ്ടനായിരുന്നപ്പോൾ അവിടെയായിരുന്നില്ലേ താമസിച്ചിരുന്നത്. റോമാ, നമ്മുടെ പ്രിയപ്പെട്ട ഇംഗ്ലണ്ട്. നമ്മുടെ കുട്ടിക്കാലം. നമ്മുടെ സ്വാതന്ത്ര്യത്തിന്റെ ജന്മഭൂമി. നമുക്ക് വീണ്ടും അങ്ങോട്ട് പോകണം. ഞാനവിടെയെല്ലാം നിന്നെ വീണ്ടും കാണിച്ചുതരും.”

അപ്പോൾ റോമ മനോഹാരിതമുറ്റിനില്ക്കുന്ന ഇംഗ്ലണ്ടിന്റെ പ്രകൃതിദൃശ്യങ്ങളിലേക്ക് മനസ്സ് പായിച്ചു.

“ഓ ഡേവിഡ് എനിക്കെന്നും അങ്ങയോടൊപ്പം ഇങ്ങനെ കഴിയാ

നായിരുന്നെങ്കിൽ.”

റോമയുടെ വാക്കുകൾ കണ്ഠത്തിൽത്തന്നെ കുരുങ്ങിക്കിടക്കുന്നതുപോലെ തോന്നി.

തെരുവിൽ ആരൊക്കെയോ പാട്ടുകൾ പാടുന്നു. മനോഹരമായ ഗാനം. റോമയ്ക്ക് പാട്ട് വലിയ ഇഷ്ടമാണ്. അവൾ തന്നെ ജനവാതിലിന്റെ അടുത്തേക്ക് കൊണ്ടുപോകാൻ ഡേവിഡിനോട് പറഞ്ഞു. അയാൾ അവളെയെടുത്ത് പുറംകാഴ്ചകൾ കാണിച്ചു. തെരുവിൽ ഒരുകൂട്ടം ആളുകൾ പാടിത്തിമിർത്തുകൊണ്ട് നടക്കുകയാണ്. അവരുടെ കൂട്ടത്തിൽ ഒരു കൊച്ചുപയ്യനുമുണ്ട്. അവനും പാടുകയാണ്. ആഹ്ലാദത്തോടെ.

“പ്രിയപ്പെട്ട ഡേവിഡ് നോക്കൂ ആ കുട്ടിയെ കാണുമ്പോൾ എനിക്ക് ജോസഫിനെ ഓർമ്മവരുന്നു.” അതുംപറഞ്ഞ് അവൾ ചിരിക്കാൻ തുടങ്ങി. ഒരു വല്ലാത്ത ചിരിയായിരുന്നു അത്. മരണത്തിന്റെ ക്രൂരതയോട് പോരാടുന്ന ജീവിതത്തിന്റെ നിഗൂഢരഹസ്യം. ജീവന്റെ അതിജീവനരഹസ്യം. ഡേവിഡ് അവളെ താങ്ങിപ്പിടിച്ചിരുന്നു. വളരെനേരം അവൾ തെരുവിലേക്കുതന്നെ നോക്കിനിന്നു.

റോമയെ സംബന്ധിച്ചിടത്തോളം അവളുടെ ജീവിതത്തിലെ ഏറ്റവും ആഹ്ലാദകരമായ ദിവസങ്ങളായിരുന്നു കടന്നുപോയത്. അവളുടെ ശരീരം മുഴുവൻ വേദനയാണ്. മരണം പടിവാതില്ക്കൽ എത്തിയിരിക്കുന്ന പോലെ. എന്നിട്ടും ഏറ്റവും ആഹ്ലാദകരമായ നിമിഷങ്ങളാകുന്നതെങ്ങനെ. അതെ, അതാണ് റോമയുടെ ജീവിതത്തിന്റെ അപൂർവ്വത. അവളുടെ മനസ്സ് ഇന്ന് ഏറെ സന്തോഷിക്കുന്നു. കാരണം ഡേവിഡ് അവളോടൊപ്പമുണ്ട്. എല്ലാ സംശയങ്ങളും നിവാരണം ചെയ്യപ്പെട്ടിരിക്കുന്നു. ഡേവിഡ് അവളെ മനസ്സിലാക്കുന്നു. തെറ്റുകൾ പൊറുക്കുന്നു. പൂർവ്വാധികം തന്നെ സ്നേഹിക്കുന്നു. ഇതില്പരം ആഹ്ലാദകരമായ കാര്യം എന്താണ് അവൾക്കിനി ഉള്ളത്.

റോമയും ഡേവിഡും ആഹ്ലാദത്തോടെ കഴിഞ്ഞ ദിവസങ്ങളായിരുന്നു അത്. കളിച്ചും രസിച്ചും പാടിയും വായിച്ചും കഥകൾ പറഞ്ഞും ചെലവഴിച്ച ആഹ്ലാദകരമായ ദിവസങ്ങൾ.

പക്ഷേ, റോമ തന്റെ ജീവിതത്തിലെ അവസാനഘട്ടങ്ങളിലൂടെ കടന്നുപോകുകയായിരുന്നു. അത് രണ്ടുപേർക്കും അറിയാമായിരുന്നു. പക്ഷേ, അവരത് ഗൗനിച്ചില്ല.

അങ്ങനെ ഒരുദിവസം ഡേവിഡ് ലിയോൺ എന്ന റോസ്സിയുടെ മടിയിൽക്കിടന്ന് റോമ എന്ന ആ സ്നേഹഭാജനം, ആ പ്രണയഭാജനം അവളുടെ അവസാന ശ്വാസം വലിച്ചു.

*　　　　*　　　　*　　　　*

www.ingramcontent.com/pod-product-compliance
Ingram Content Group UK Ltd.
Pitfield, Milton Keynes, MK11 3LW, UK
UKHW042135021026
15589UKWH00003B/839

9 789387 842625